AF764758

അനുഭൂതികളുടെ
ചരിത്രജീവിതം

anubhoothikalude charitrajeevitham

•

sunil p ilayidom

•

first edition
september 2014

•

third edition
february 2017

•

fourth edition
march 2020

•

typesetting & published
chintha publishers, thiruvananthapuram

•

cover
vinod mangoes

Distribution

DESHABHIMANI BOOK HOUSE

H O Thiruvananthapuram 695035
phone: 0471-2303026, 6063026
Email: chinthapublishers@gmail.com
Website: www.chinthapublishers.com

Branch

Head Office Kunnukuzhi • Statue Thiruvananthapuram • KSRTC Bus Station Alappuzha • KSRTC Bus Station Ernakulam • Machingal Lane Thrissur • IG Road Kozhikode • Mavoor Road Kozhikode • NGO Union Building Kannur • Central Bus Terminal Complex Thavakkara Kannur

CR- 2195 / 5261
ISBN - 978-93-85045-83-7

അനുഭൂതികളുടെ ചരിത്രജീവിതം

സുനിൽ പി ഇളയിടം

ചിന്ത പബ്ലിഷേഴ്സ്
തിരുവനന്തപുരം-695 035

സുനിൽ പി ഇളയിടം

1968 ൽ ജനിച്ചു. അച്ഛൻ: എം സി പങ്കജാക്ഷൻ ഇളയിടം. അമ്മ: ഡി രമണീദേവി. കോട്ടുവള്ളി യു പി സ്കൂൾ, ചെറായി രാമവർമ്മ ഹൈസ്കൂൾ, മാല്യങ്കര എസ് എൻ എം കോളേജ്, എറണാകുളം മഹാരാജാസ് കോളേജ് എന്നിവിടങ്ങളിലായി വിദ്യാഭ്യാസം. ഭൗതികശാസ്ത്രത്തിൽ ബിരുദവും മലയാളസാഹിത്യത്തിൽ ബിരുദാനന്തരബിരുദവും. 'ആധുനികതാവാദത്തിന്റെ രാഷ്ട്രീയ അബോധം' എന്ന വിഷയത്തിൽ പി എച്ച് ഡി. വിദ്യാഭ്യാസകാലത്ത് സ്റ്റുഡന്റ്സ് ഫെഡറേഷൻ ഓഫ് ഇന്ത്യയുടെ (എസ് എഫ് ഐ) എറണാകുളം ജില്ലാനേതൃത്വത്തിൽ പ്രവർത്തിച്ചു. വിദ്യാഭ്യാസാനന്തരം പറവൂർ ലക്ഷ്മി കോളേജിൽ അദ്ധ്യാപകനായും *ദേശാഭിമാനി* ദിനപത്രത്തിൽ സബ്എഡിറ്ററായും ജോലി ചെയ്തു. ഇപ്പോൾ കാലടി ശ്രീശങ്കരാചാര്യ സംസ്കൃത സർവ്വകലാശാലയിൽ മലയാള വിഭാഗം അദ്ധ്യാപകനായി പ്രവർത്തിക്കുന്നു.

അധിനിവേശവും ആധുനികതയും, ഭഗവദ്ഗീത: ചരിത്രവും ദർശനവും (എഡിറ്റർ), *കൺവഴികൾ കാഴ്ചവട്ടങ്ങൾ, ചരിത്രം: പാഠരൂപങ്ങളും പ്രത്യയശാസ്ത്രവും, ഉരിയാട്ടം, ദമിതം: ആധുനികതാവാദത്തിന്റെ രാഷ്ട്രീയ അബോധം, അജ്ഞാതരുമായുള്ള അഭിമുഖങ്ങൾ, ഇന്ത്യാ ചരിത്രവിജ്ഞാനം: ദേശം ദേശീയത ദേശചരിത്രം, വീണ്ടെടുപ്പുകൾ: മാർക്സിസവും ആധുനികതാവിമർശനവും, ആത്മം അപരം അധിനിവേശം, മഹാഭാരതം - സാംസ്കാരിക ചരിത്രം* എന്നിവയാണ് കൃതികൾ. കലാവിമർശന മേഖലയിലെ മികച്ച സംഭാവനയ്ക്കുള്ള കേരള ലളിതകലാ അക്കാദമിയുടെ കേസരി ബാലകൃഷ്ണപിള്ള പുരസ്കാരം, വൈജ്ഞാനികസാഹിത്യത്തിനുള്ള കേരള സാഹിത്യഅക്കാദമി അവാർഡ്, പ്രഥമ പവനൻ പുരസ്കാരം, ഗുരുദർശന അവാർഡ്, അബുദാബി ശക്തി അവാർഡ്, കലാനിരൂപണത്തിനുള്ള കേരള ലളിതകലാ അക്കാദമി അവാർഡ്, സാഹിത്യനിരൂപണത്തിനുള്ള എസ് ബി ടി അവാർഡ്, തായാട്ട് അവാർഡ്, കേസരി പുരസ്കാരം, വി കെ ഉണ്ണിക്കൃഷ്ണൻ സ്മാരക അവാർഡ് എന്നിവ ലഭിച്ചിട്ടുണ്ട്.

ഭാര്യ : മീന എസ്
മക്കൾ : ജാനകി, മാധവൻ
വിലാസം : മുള്ളായപ്പിള്ളി വീട്,
കോട്ടുവള്ളി, വടക്കൻ പറവൂർ - 683519.
e-mail : sunilpelayidom@gmail.com

ഉള്ളടക്കം

ചേച്ചിക്ക്

പ്രസാധകക്കുറിപ്പ്

മനുഷ്യേന്ദ്രിയങ്ങൾ മാനുഷികമായിത്തീർന്ന ഇന്ദ്രിയങ്ങളാണെന്നും അതിനാൽ ഇന്ദ്രിയാനുഭവങ്ങളും ചരിത്രപരമാണെന്ന് നിർവ്വചിച്ചത് കാൾ മാർക്സാണ്. ഇന്ദ്രിയാനുഭവങ്ങളുടെ ചരിത്രപരതയും സൈദ്ധാന്തിക തലവും ഏറെ ചർച്ചചെയ്യപ്പെട്ടിട്ടുള്ള ഒരു മേഖലയല്ല. നൃത്തവും സംഗീതവും ചിത്രരചനയും സിദ്ധാന്തങ്ങൾക്കും ചരിത്രത്തിനും അപ്പുറമാണെന്ന കേവല ധാരണയാണ് സമൂഹത്തിൽ ബലപ്പെട്ടുനില്ക്കുന്നത്. ഒരു ചരിത്ര സന്ദർഭം ഉയർത്തുന്ന വെല്ലുവിളികൾക്ക് ഉത്തരം നല്കുന്നതിലൂടെയാണ് ഏതൊരു കലാസൃഷ്ടിയും അനശ്വരമായിത്തീരുന്നതെന്നിരിക്കെ കലാസൃഷ്ടിക്കും അതിൽനിന്നും നിഷ്പന്നമായ അനുഭൂതിക്കും ചരിത്ര വിമുക്തമോ പ്രത്യയശാസ്ത്രവിമുക്തമോ ആകാൻ കഴിയില്ലെന്ന് അടിവരയിടുകയാണ് സുനിൽ പി ഇളയിടം ഈ കൃതിയിലൂടെ. അധികമാരും കടന്നുചെന്നിട്ടില്ലാത്ത അനുഭൂതിയുടെ സഞ്ചാരപഥങ്ങളിലേക്ക് വായനക്കാരന്റെ ധൈഷണികതയെ കൂട്ടിക്കൊണ്ടു പോകുന്ന ഈ കൃതി ഗവേഷകർക്കും വായനയെ ഗൗരവപൂർവ്വം സമീപിക്കുന്ന ഏവർക്കും ഏറെ പ്രയോജനം ചെയ്യുമെന്ന് ഞങ്ങൾ കരുതുന്നു. അനുഭൂതികളുടെ ചരിത്രജീവിതത്തിന്റെ നാലാം പതിപ്പാണിത്.

ചിന്ത പബ്ലിഷേഴ്സ്

"The senses have become theoreticians immediately in their praxis".

Karl Marx

"Historical reductionism and abstract aestheticism are two sides of the same coin. A work is eternal not against its historical context, but through the way it answers the challenge of its historical moment ".

Slavoj Zizek

ആമുഖം

ഒന്ന്

സൗന്ദര്യാനുഭവങ്ങളുടെ സാംസ്കാരികവും ചരിത്രപരവുമായ ഉള്ളടക്കം വിശകലന വിധേയമാക്കുന്ന പ്രബന്ധങ്ങളുടെ സമാഹാരമാണ് ഈ പുസ്തകം. ഇന്ത്യൻ ദേശീയതയും വ്യത്യസ്ത കലകളും തമ്മിലുള്ള വിനിമയങ്ങളെ മുൻനിർത്തി അനുഭൂതികളുടെ ചരിത്രജീവിതത്തെ അഭിസംബോധന ചെയ്യാനുള്ള ശ്രമമെന്ന് ഇവയെ പൊതുവായി വിശദീകരിക്കാം. കേരളീയത, ഭാരതീയത എന്നെല്ലാം നാം വിശേഷിപ്പിക്കുന്ന പ്രതീക്ഷകളും പ്രഭാവങ്ങളും നമ്മുടെ അനുഭൂതിലോകത്തെയും ആസ്വാദനക്രമങ്ങളെയും എങ്ങനെയൊക്കെ നിർണ്ണയിച്ചുപോരുന്നുവെന്ന് ക്ലാസിക്കൽ രംഗകല, കർണ്ണാടക സംഗീതം, ഭരതനാട്യം, ചലച്ചിത്ര സംഗീതം, ചിത്രകല എന്നിങ്ങനെയുള്ള വിഭിന്ന മേഖലകളെ മുൻനിർത്തി ആരായാനാണ് ഈ പ്രബന്ധങ്ങൾ ശ്രമിക്കുന്നത്.

ഇന്ദ്രിയാനുഭൂതികൾ ചരിത്രപരവും സൈദ്ധാന്തികവുമാണെന്ന് നാം സാധാരണ നിലയിൽ കരുതാറില്ല. എന്നുതന്നെയല്ല, വരണ്ട സിദ്ധാന്തങ്ങളുടെ മറുപുറമാണ് ജീവൻതുടിക്കുന്ന അനുഭവങ്ങളെന്ന് നാം പൊതുവെ കരുതിവരുന്നുമുണ്ട്. സിദ്ധാന്തങ്ങളെല്ലാം ചാരനിറത്തിൽ ജീവനറ്റു നില്ക്കുമ്പോൾ ജീവിതമഹാവൃക്ഷം മാത്രം നിത്യഹരിതമായി നിലകൊള്ളുന്നുവെന്ന്, ഗൊയ്ഥെയെ ഓർമ്മിച്ചുകൊണ്ട്, പലരും ആവർത്തിക്കാറുണ്ടല്ലോ. എങ്കിലും അനുഭവങ്ങളെയും സിദ്ധാന്തങ്ങളെയും പരസ്പരവിരുദ്ധമായി കാണാതിരുന്ന ചുരുക്കം ചിലരുണ്ട്. അവരിലൊരാളായിരുന്നു മാർക്സ്. മനുഷ്യേന്ദ്രിയങ്ങൾ മാനുഷികമായിത്തീർന്ന ഇന്ദ്രിയങ്ങളാണെന്നും അതുകൊണ്ട് ഇന്ദ്രിയാനുഭവങ്ങൾ ചരിത്രപരമാണെന്നും അദ്ദേഹം 1844 ലെ *സാമ്പത്തിക തത്ത്വശാസ്ത്രക്കുറിപ്പുകളി*ൽ എഴുതി. അനുഭവം/സിദ്ധാന്തം എന്ന ദ്വന്ദ്വകല്പനയെ നിരസിച്ചുകൊണ്ട് പ്രയുക്തസന്ദർഭങ്ങളിൽ ഇന്ദ്രിയങ്ങൾ സൈദ്ധാന്തികർ കൂടിയായിത്തീരുമെന്ന്

മാർക്സ് വിശദീകരിച്ചു.

അനുഭവങ്ങളുടെ ചരിത്രപരതയെക്കുറിച്ചുള്ള ഇത്തരമൊരു നിലപാടാണ് യാന്ത്രികഭൗതികത്തിന്റെ പ്രതിഫലന-പ്രതിനിധാന യുക്തികളിൽ നിന്ന് പുറത്തുകടന്ന് കലയെയും സൗന്ദര്യാനുഭൂതികളെയും അഭിസംബോധന ചെയ്യാൻ മാർക്സിസ്റ്റ് കലാവിമർശനത്തെ പ്രാപ്തമാക്കിയത്. ഇന്ദ്രിയാനുഭവങ്ങളിൽ സന്നിഹിതമായിരിക്കുന്ന സൈദ്ധാന്തികലോകത്തെയെന്നതുപോലെ, സൗന്ദര്യാനുഭൂതിയിൽ സന്നിഹിതമായിരിക്കുന്ന ചരിത്രബന്ധങ്ങളെ തിരിച്ചറിയാനും വിശദീകരിക്കാനുമാണ് അത് ശ്രമിക്കുന്നത്. വാഗ്നറുടെ സംഗീതത്തെക്കുറിച്ച് അലൻ ബാദിയു എഴുതിയ പഠനത്തിന്റെ പിൻകുറിപ്പിൽ സ്ലാവൊയ് സിസെക്ക് പറയുന്നതുപോലെ, ഒരു ചരിത്രസന്ദർഭം ഉയർത്തുന്ന വെല്ലുവിളികൾക്ക് ഉത്തരം നല്കുന്നതിലൂടെയാണ് ഏതൊരു കലാസൃഷ്ടിയും അനശ്വരമായിത്തീരുന്നത്. ഈ ഉത്തരങ്ങൾ കലയിലെ പ്രമേയങ്ങളല്ല; അവ പകരുന്ന അനുഭൂതികളാണ്. അനുഭൂതികളിൽ സന്നിഹിതമായ ജീവിതബന്ധങ്ങളായി നിലകൊള്ളുന്നതു വഴിയാണ് കല ചരിത്രപരമായിരിക്കുന്നത്. ഏതൊരു കലാനിർമ്മിതിയും സംസ്കാരചരിത്രത്തിന്റെ ഭാഗമായിത്തീരുന്നതും ഇങ്ങനെയാണ്.

വിശാലമായൊരർത്ഥത്തിൽ, കലാചരിത്രത്തെ സംസ്കാരചരിത്രം എന്ന നിലയിൽ നോക്കിക്കാണാനുള്ള ശ്രമമാണ് ഈ സമാഹാരത്തിലെ പഠനങ്ങളിലുള്ളത്. ഒരു കാലയളവിലെ സമഗ്രജീവിതരീതിയുടെ ഭാഗമെന്ന നിലയിൽ കലയെയും കലാനിർമ്മിതികളെയും നോക്കിക്കാണാനുള്ള ശ്രമം എന്നു പറയാം. ഒരു സവിശേഷ കാലയളവിലെ ഇതര ജീവിതയാഥാർത്ഥ്യങ്ങളോട് ബന്ധപ്പെട്ടുകൊണ്ട് ഏതെങ്കിലുമൊരു കലാവസ്തുവോ കലാപാരമ്പര്യമോ നിലവിൽവരികയും പ്രവർത്തിക്കുകയും ഫലമുളവാക്കുകയും ചെയ്യുന്നതെങ്ങനെ എന്ന ആലോചന. അതുവഴി കലയെയും ആശയാനുഭൂതികളെയും പ്രതിഫലനപരമായോ പ്രതിനിധാനപരമായോ നോക്കിക്കാണുന്ന സാമൂഹ്യ ശാസ്ത്ര സമീപനങ്ങൾക്കപ്പുറം കടന്ന് അവയുടെ ഭൗതികതയെയും ഭാവശക്തിയെയും അഭിസംബോധന ചെയ്യാനും വിശദീകരിക്കാനുമാണ് ഈ പഠനങ്ങൾ താല്പര്യപ്പെടുന്നത്. ആ നിലയിൽ സാംസ്കാരിക പഠനങ്ങളുടെ വഴിയിലൂടെ നീങ്ങുന്നവയാണ് ഈ പഠനങ്ങൾ.

കലയുടെയും സാഹിത്യത്തിന്റെയും സ്വകീയജീവിതത്തെ അഭിസംബോധന ചെയ്യുന്നതിൽ സാംസ്കാരികപഠനങ്ങൾ പരാജയപ്പെട്ടു എന്ന വിലയിരുത്തൽ ഇന്ന് വ്യാപകമാണ്. കുറെയൊക്കെ അതു ശരിയാണുതാനും. കലാനിർമ്മിതികളെ പ്രതിനിധാനപരമായി മാത്രം പരിചരിക്കുകയും ഏതെങ്കിലുമൊരു സാമൂഹ്യവീക്ഷണത്തിന്റെയോ പ്രമേയത്തിന്റെയോ ഇടുക്കുതൊഴുത്തിലേക്ക് അതിനെ ചുരുക്കിക്കെട്ടുകയും ചെയ്യുന്ന മട്ടിലാണ് ഇപ്പോൾ സാംസ്കാരികവിമർശനങ്ങളിൽ ഏറിയപങ്കും പുറത്തുവരുന്നത്. ആധുനികത ജന്മം നല്കിയ കലയും സമൂഹവും (art and society) എന്ന ദ്വന്ദ്വകല്പനയാണ് ഇത്തരം വിശകലനങ്ങളുടെയും കാതൽ. സാമൂഹികയാഥാർത്ഥ്യങ്ങളെ പ്രതിഫലിപ്പിക്കുകയോ പ്രതിനിധീകരിക്കുകയോ ചെയ്യുന്ന രണ്ടാംതരം സാമഗ്രികളായാണ് പലപ്പോഴും

കലകളെ അത് പരിഗണിക്കുന്നത്. വാസ്തവത്തിൽ ഈ സമീപനം പഴയ സാമൂഹ്യശാസ്ത്രവിമർശനത്തിന്റെ പ്രച്ഛന്നവേഷത്തിനപ്പുറം ഒന്നുമല്ല. കലാനിർമ്മിതികളെ സാമൂഹ്യയാഥാർത്ഥ്യങ്ങളുടെ പ്രതിനിധാനമായി മാത്രം പരിഗണിക്കുന്നതുകൊണ്ട്, കലയുടെ സ്വകീയമായ പ്രവർത്തനശേഷി അത്തരം ആലോചനകളുടെ കേന്ദ്രത്തിലില്ല. പ്രതിനിധാനപരമായ വിശകലനരീതി അത്തരം ആലോചനകൾക്ക് പര്യാപ്തവുമല്ല.

ഏതൊരു കലാനിർമ്മിതിയുടെയും നിലനില്പിന്റെ പ്രാഥമികമായ അടിസ്ഥാനം അത് വാഗ്ദാനം ചെയ്യുന്ന അനുഭൂതികളുടെ ലോകമാണ്. മനുഷ്യവംശത്തിന്റെ ഇതര ജീവിതായോധന സാമഗ്രികളിൽനിന്നും കലയെ വേറിട്ടുനിർത്തുന്നതും ഇതുതന്നെയാണ്. അതുകൊണ്ട് കലയുടെ സൂക്ഷ്മജീവിതത്തെയും പ്രവൃത്തിലോകത്തെയും ശരിയായി അഭിസംബോധന ചെയ്യണമെങ്കിൽ കലയിലെ പ്രമേയലോകങ്ങൾക്കപ്പുറം കടന്ന് അവ പകർന്നുനല്കുന്ന അനുഭൂതിയുടെ തലങ്ങളെ ചരിത്രപരമായി വിശദീകരിക്കാൻ ഏതൊരു വിമർശനസമീക്ഷയും കെല്പുനേടണം. വർഗ്ഗബന്ധങ്ങളും അധികാരഘടനയും മുതൽ ലിംഗ-ജാതി പദവികൾ വരെയുള്ള സാമൂഹികപ്രഭാവങ്ങളാൽ നിർണ്ണയിക്കപ്പെട്ടതും അപ്പോൾത്തന്നെ സവിശേഷമായ രൂപ സംവിധാനത്തിനുള്ളിൽ നിലകൊണ്ട് ഈ പ്രഭാവങ്ങളെ പുനരുല്പാദിപ്പിക്കാനും ചിലപ്പോഴൊക്കെ അവയെ മറി കടക്കാനും കെല്പുള്ളതുമായ അനന്യമായ അനുഭവലോകമായി സൗന്ദര്യാനുഭൂതിയെ വിശദീകരിക്കാൻ ഇത്തരം സമീക്ഷകൾക്ക് കഴിയണം. കലയുടെ സാമൂഹികതയെയും ചരിത്രപരതയെയും വിശദീകരിക്കുന്നതിനുള്ള ശരിയായ വഴിയും മറ്റൊന്നല്ല.

ചരിത്രബന്ധങ്ങൾ കലാനിർമ്മിതികളിൽ സന്നിഹിതമാകുന്നത് മൂന്ന് തലങ്ങളിലാണെന്ന് പറയാം. അതിലാദ്യത്തേത് പ്രമേയതലമാണ്. കലയുടെയും സാഹിത്യത്തിന്റെയും പ്രമേയതലത്തിൽ ഇടംപിടിക്കുന്ന സാമൂഹികമോ ചരിത്രപരമോ ആയ വസ്തുതകൾ. കലയുടെ ചരിത്ര പരതയുടെ ഏറ്റവും പ്രകടമായ പ്രകാശനസ്ഥാനവുമിതാണ്. എന്നാൽ ഇതിനപ്പുറം അനുഭൂതിയുടെ തലത്തിലും രൂപസംവിധാനത്തിന്റെ തലത്തിലും കലാനിർമ്മിതികൾ ചരിത്രബന്ധങ്ങളെ സ്വാംശീകരിക്കുന്നുണ്ട്. ഫ്രെഡറിക് ജയിംസണെ പോലുള്ള ചിന്തകർ രാഷ്ട്രീയ അബോധം എന്ന് വിശേഷിപ്പിക്കുന്നതും ഇതിനെയാണ്. അനുഭൂതിയുടെയും രൂപസംവിധാനത്തിന്റെയും തലങ്ങളിൽ ഇടംനേടുന്ന ചരിത്ര ബന്ധങ്ങളെ നിർദ്ധാരണം ചെയ്യുന്നതുവഴി മാത്രമേ പ്രമേയ പ്രത്യക്ഷങ്ങളെ മുൻനിർത്തി കലയുടെ ചരിത്രപരതയെയും സാമൂഹികതയെയും വിശദീകരിക്കുന്ന യാന്ത്രിക ഭൗതികത്തിന്റെ പിടിയിൽനിന്നും കലാവിമർശനം പുറത്തുകടക്കൂ. കലാനിർമ്മിതികളുടെ സ്വകീയ ജീവിതത്തെ മുൻനിർത്തി കലയുടെ ചരിത്രപരമായ ഉള്ളടക്കം കണ്ടെടുക്കാനുള്ള വഴിയും ഇതുതന്നെയാണ്.

ഈ സമാഹാരത്തിലെ പഠനങ്ങളെല്ലാം മേല്പറഞ്ഞ വിശകലനരീതി കൃത്യമായും ഒരേ അളവിലും പിന്തുടരുന്നവയല്ല. വിവിധ അനുപാതങ്ങളിൽ അവയെല്ലാം ഈ സമീപനത്തിൽ പങ്കുചേരാൻ ശ്രമിക്കുന്നുണ്ട് എന്നേ പറയാനാവൂ. ഇന്ത്യൻ ദേശീയതയുടെയും ദേശീയ ഭാവനയുടെ

യും സന്ദർഭവും സ്വരൂപവും നമ്മുടെ കലാജീവിതത്തെയും അതിന്റെ ആവിഷ്കാരപ്രകാരങ്ങളെയും നിർണ്ണയിച്ചതെങ്ങനെയെന്ന പരിശോധനയാണ് ഈ പഠനങ്ങളിൽ പൊതുവായുള്ള ഒരു ഘടകം. ഇന്ത്യൻ ദേശീയതയുടെ മുഖ്യധാരയായി വർത്തിച്ച സവർണ്ണ - നാഗരിക - മദ്ധ്യവർഗ്ഗത്തിന്റെ സാമൂഹികാഭിലാഷങ്ങളും നമ്മുടെ ദേശീയ, ജനപ്രിയ, ക്ലാസിക്കൽ കലകളുടെ ആന്തരികയുക്തികളുമായുള്ള വിനിമയങ്ങൾ ഈ പ്രബന്ധങ്ങളിൽ പരിശോധിക്കപ്പെടുന്നുണ്ട്. കലാപാരമ്പര്യങ്ങളെയും ആവിഷ്കാരക്രമങ്ങളെയും ഏകാത്മകസത്തകളായി സംഗ്രഹിച്ച് അവയെ പുകഴ്ത്തുകയോ ഇകഴ്ത്തുകയോ ചെയ്യാനല്ല; മറിച്ച് ആഴമേറിയ ചരിത്രസംവാദങ്ങളിലും സംഘർഷങ്ങളിലും അവയെങ്ങനെ പങ്കുചേരുന്നു എന്നാരായാനാണ് ഈ പഠനങ്ങൾ ശ്രമിക്കുന്നത്. ചരിത്രത്തിലെ സംഘർഷസ്ഥാനങ്ങളായി നിലകൊള്ളുന്ന കലാനിർമ്മിതികളുടെ സൂക്ഷ്മയാഥാർത്ഥ്യത്തെ അഭിസംബോധന ചെയ്യാനുള്ള ശ്രമങ്ങളായി ഈ പഠനങ്ങളെ പരിഗണിക്കാം എന്നു തോന്നുന്നു.

സ്വതന്ത്രവും മൗലികവുമായ ഗവേഷണപ്രബന്ധങ്ങളല്ല ഇവയൊന്നും. പ്രാഥമിക സ്രോതസ്സുകളിൽനിന്ന് തെളിവുകൾ കണ്ടെത്തി പുതിയ നിഗമനങ്ങൾ അവതരിപ്പിക്കുന്ന ഗവേഷണപഠനത്തിന്റെ രീതിപദ്ധതി ഈ പഠനങ്ങളിൽ ഞാൻ ഏറെയൊന്നും പിന്തുടർന്നിട്ടില്ല. ഈ പ്രബന്ധങ്ങളിലെ പഠനവിഷയങ്ങളുമായി ബന്ധപ്പെട്ടതും മുൻപേ നിലവിലുള്ളതുമായ അറിവുകളെ ചില സവിശേഷപ്രമേയങ്ങൾ മുൻനിർത്തി വ്യാഖ്യാനിക്കാനോ വികസിപ്പിക്കാനോ ആണ് ഇവിടെ പൊതുവെ ശ്രമിച്ചിട്ടുള്ളത്. അത്തരം വ്യാഖ്യാനസമീക്ഷകളുടെ കാര്യത്തിലേ ഈ പഠനങ്ങൾക്ക് സ്വകീയതയുള്ളൂ. ഇതിലെ ആശയാവലികൾക്ക് ഞാൻ ഏറിയ പങ്കും മറ്റുള്ളവരോട് കടപ്പെട്ടിരിക്കുന്നു. സംഗീതവും നൃത്തവുമുൾപ്പെടെയുള്ള കലകൾ കേരളത്തിൽ ധാരാളമായി പഠിക്കപ്പെടുകയും അവതരിപ്പിക്കപ്പെടുകയും ചെയ്യുന്നുണ്ടെങ്കിലും അവയെക്കുറിച്ചുള്ള ചരിത്രപരവും സാമൂഹികവുമായ അന്വേഷണങ്ങൾ മലയാളത്തിൽ വളരെക്കുറച്ച് മാത്രമേ നടക്കുന്നുള്ളൂ എന്നതാണ് വാസ്തവം. അത്യന്തം മതാത്മകവും യാഥാസ്ഥിതികവുമായ വീക്ഷണങ്ങൾക്കുള്ളിലാണ് കേരളത്തിലെ സംഗീത-നൃത്തവേദികൾ ഇപ്പോഴും നിലകൊള്ളുന്നത് എന്ന ധാരണയാണ് എനിക്കുള്ളത്. (ചിത്രകലാപഠനത്തെക്കുറിച്ച് ഇങ്ങനെ പറയാനാവില്ല. കൂടുതൽ ആധുനികവും ജനാധിപത്യപരവും ജാത്യാതീതവും മതനിരപേക്ഷവുമായ ഒരു അന്തരീക്ഷം ചിത്രകലാപഠനമേഖലയിലുണ്ട്.) ഈ പശ്ചാത്തലത്തിൽ മേല്പറഞ്ഞ മേഖലകളിലെ സമകാലികപഠനങ്ങളും അറിവുകളും മലയാളത്തിൽ അവതരിപ്പിക്കുകയും അവയെ മുൻനിർത്തി ചില അന്വേഷണങ്ങൾക്ക് മുതിരുകയും ചെയ്യുക എന്ന പരിമിതമായ ദൗത്യമേ ഈ പഠനങ്ങൾ നിർവ്വഹിക്കുന്നുള്ളൂ.

രണ്ട്

കഴിഞ്ഞ പത്തുവർഷത്തോളം വരുന്ന കാലയളവിനുള്ളിൽ തയ്യാറാക്കിയവയാണ് ഈ സമാഹാരത്തിലെ പഠനങ്ങളെല്ലാം തന്നെ. സെമിനാർ

പ്രബന്ധങ്ങൾ എന്ന നിലയിൽ എഴുതപ്പെടുന്നവയാണ് മിക്കവയും. ചുരുക്കം ചിലത് ലേഖനങ്ങളായും. അതുകൊണ്ടുതന്നെ രീതിശാസ്ത്ര പരമായ ഐകരൂപ്യം ഇവയിലില്ല. യേശുദാസിനെയും രവിവർമ്മയെയും കുറിച്ചുള്ള പഠനങ്ങൾ പ്രൊഫ. സ്കറിയ സക്കറിയയുടെ നേതൃത്വത്തിൽ നടന്നുവന്നിരുന്ന താരതമ്യപഠനസംഘത്തിന്റെ (താപസം) വാർഷിക സെമിനാറുകളിൽ അവതരിപ്പിക്കുന്നതിനുവേണ്ടി എഴുതിയവയാണ്. വൈജ്ഞാനിക സൗഹൃദം എന്ന ആശയത്തിന്റെ അത്യന്തം ഹൃദ്യമായ ആവിഷ്കാരങ്ങളായിരുന്നു ആ സെമിനാറുകൾ. കേരളത്തിലെ ഏറ്റവും തലമുതിർന്ന പണ്ഡിതരും പുതിയ തലമുറയിലെ ഗവേഷകരും അവിടെ സമഭാവനയോടെ ഒത്തുചേർന്ന് ആശയങ്ങൾ പങ്കുവയ്ക്കുകയും സംവാദങ്ങളിലേർപ്പെടുകയും ചെയ്തു. വൈജ്ഞാനികതയും ജനാധിപത്യവും തമ്മിലുള്ള ബന്ധം എത്രയോ ഗാഢവും ജൈവികവുമാണെന്ന് സ്കറിയമാഷിന്റെ ഇതര പ്രവർത്തനങ്ങളിൽ നിന്നെന്നപോലെ ആ സെമിനാറുകളിൽനിന്നും ഞങ്ങൾ എപ്പോഴും മനസ്സിലാക്കിക്കൊണ്ടിരുന്നു. ഇപ്പോഴും ഞങ്ങൾ എത്രയോപേരുടെ പഠനാന്വേഷണങ്ങൾക്ക് പിന്നിലെ സ്നേഹഭരിതമായ പ്രേരണാശക്തിയാണ് പ്രൊഫ. സ്കറിയ സക്കറിയ. മാഷിനും താപസം സെമിനാറുകളിലെ പങ്കാളികൾക്കും നന്ദി.

ത്യാഗരാജസംഗീതത്തെയും ഭരതനാട്യത്തെയും കുറിച്ചുള്ള പ്രബന്ധങ്ങൾ കാലടി സംസ്കൃത സർവ്വകലാശാലയിലെ വിമർശനാത്മക പഠനസംഘത്തിന്റെ ആഭിമുഖ്യത്തിൽ നടന്നുപോന്ന പ്രതിമാസ പ്രബന്ധാവതരണങ്ങളിൽ അവതരിപ്പിക്കുന്നതിനുവേണ്ടി തയ്യാറാക്കിയവയാണ്. സംസ്കൃത സർവ്വകലാശാലയിലെ ഗവേഷകരും അദ്ധ്യാപകരും ഉൾപ്പെട്ട ആ വൈജ്ഞാനിക കൂട്ടായ്മ നമ്മുടെ സർവ്വകലാശാലകളിൽ അത്രമേൽ സാധാരണമല്ലാത്ത ഒത്തുചേരലായിരുന്നു. സ്നേഹസൗഹൃദങ്ങളും വൈജ്ഞാനികതയും ചേർന്നുനിന്ന ആ കാലത്തെയും അതിൽ പങ്കുചേർന്ന സുഹൃത്തുക്കളെയും സ്നേഹപൂർവ്വം ഓർമ്മിക്കുന്നു. അമൃതാഷെർഗിലിനെക്കുറിച്ചുള്ള പ്രബന്ധം അവരുടെ ജന്മശതാബ്ദി (2013) പ്രമാണിച്ചും കെ സി എസ് പണിക്കരെക്കുറിച്ചുള്ളത് എന്റെ ഗവേഷണ പഠനത്തിന്റെ ഭാഗമായും എഴുതിയവയാണ്. ഇവയെല്ലാംതന്നെ *മാതൃഭൂമി ആഴ്ചപ്പതിപ്പ്*, *സമകാലിക മലയാളം വാരിക*, *മാദ്ധ്യമം ആഴ്ചപ്പതിപ്പ്*, *ഭാഷാപോഷിണി* തുടങ്ങിയ ആനുകാലികങ്ങളിൽ പൂർണ്ണരൂപത്തിലോ സംഗ്രഹരൂപത്തിലോ പ്രസിദ്ധീകരിച്ചിട്ടുണ്ട്. ഈ പ്രസിദ്ധീകരണങ്ങളുടെ ചുമതലക്കാർക്കെല്ലാം നന്ദി. യേശുദാസിനെയും രവിവർമ്മയെയും കെ സി എസിനെയും കുറിച്ചുള്ള പഠനങ്ങൾ മുൻപ് പുസ്തകരൂപത്തിലും പ്രസിദ്ധീകരിക്കപ്പെട്ടിട്ടുണ്ട്. കലയും ദേശീയതയും തമ്മിലുള്ള വിനിമയങ്ങളെക്കുറിച്ചുള്ള ഇത്തരമൊരു ഗ്രന്ഥത്തിൽ ഈ പ്രബന്ധങ്ങൾക്ക് കൂടുതൽ സാംഗത്യമുണ്ടെന്ന് കരുതുന്നതുകൊണ്ടാണ് അവ ഈ സമാഹാരത്തിലും ഉൾപ്പെടുത്തിയിരിക്കുന്നത്.

ഈ പ്രബന്ധങ്ങളുടെ രചനാവേളയിൽ നിരവധി സുഹൃത്തുക്കളുടെ ഉപദേശനിർദ്ദേശങ്ങൾ എനിക്ക് ലഭിക്കുകയുണ്ടായിട്ടുണ്ട്. ഈ പഠനങ്ങൾ ശ്രദ്ധാപൂർവ്വം വായിച്ചുനോക്കി ആശയപരമായ തിരുത്തലുകൾ നിർദ്ദേ

ശിച്ച ധാരാളം പേരുണ്ട്. കലയെയും കലാവിചാരങ്ങളെയും അനന്യ സാധാരണമായ നിലയിൽ തന്റെ രാഷ്ട്രീയജീവിതത്തിന്റെ ഭാഗമായി നിലനിർത്തുന്ന സഖാവ് എം എ ബേബി, പ്രിയസുഹൃത്തുക്കളായ ഡോ. പിയൂഷ് ആന്റണി, ഡോ. ധന്യാലക്ഷ്മി, രമേശ്വർമ്മ, ഡോ. എൻ അജയ കുമാർ, ഡോ. പ്രദീപൻ പാമ്പിരിക്കുന്ന്, ഉഷാ നങ്ങ്യാർ, വിനീത നെടുങ്ങാടി, ഡോ. മാത്യുജോസഫ്, ഡോ. മഞ്ജുഗോപാൽ, എന്റെ ഗവേഷണ പഠനത്തിലെന്നപോലെ സൗന്ദര്യാനുഭൂതികളുടെ സാംസ്കാരികരാഷ്ട്രീയത്തെക്കുറിച്ചുള്ള ആലോചനകളിലും എനിക്ക് മാർഗ്ഗദർശിയായ ഡോ. പി പവിത്രൻ എന്നിങ്ങനെ നിരവധിപേർ ഈ പ്രബന്ധങ്ങൾ അപ്പാടെയോ ഇതിലെ ചില പ്രബന്ധങ്ങളെങ്കിലുമോ വായിക്കാനും ഭേദഗതികളും തിരുത്തലുകളും നിർദ്ദേശിക്കാനുമായി തങ്ങളുടെ സമയവും ശ്രദ്ധയും നീക്കിവച്ചു. അവർ നിർദ്ദേശിച്ച എല്ലാ തിരുത്തലുകളും ഈ പ്രബന്ധങ്ങളിൽ വരുത്താൻ എനിക്ക് കഴിഞ്ഞിട്ടില്ല. എങ്കിലും ഇവയുടെ ഇപ്പോഴത്തെ രൂപത്തിന് ഞാൻ ഇവരോടെല്ലാം കടപ്പെട്ടിരിക്കുന്നു. ഇവരെക്കൂടാതെ ഈ പ്രബന്ധങ്ങളിലെ അച്ചടിപ്പിഴവുകളും വാക്യഘടനയിലെ സന്ദിഗ്ധതകളും വസ്തുതാപരമായ പിശകുകളും ചൂണ്ടിക്കാണിച്ചുതന്ന മറ്റ് സുഹൃത്തുക്കളുമുണ്ട്. എല്ലാവർക്കും ഹൃദയം നിറഞ്ഞ നന്ദി. ത്യാഗരാജ സംഗീതത്തെക്കുറിച്ചുള്ള പ്രബന്ധത്തിന്റെ രചനയ്ക്ക് ഏറെ ഉപയോഗപ്രദമായ ഗ്രന്ഥങ്ങൾ തന്ന *ദേശാഭിമാനി* പത്രാധിപസമിതി അംഗം ഷിബു മുഹമ്മദ് സംസ്കൃത സർവ്വകലാശാലയിലെ സംഗീതവിഭാഗം അദ്ധ്യാപികയായ ഡോ. മഞ്ജുഗോപാൽ എന്നിവരോടുള്ള കൃതജ്ഞതയും ഇവിടെ രേഖപ്പെടുത്തട്ടെ.

എന്റെ മുൻഗ്രന്ഥങ്ങളെന്നപോലെ ഈ പുസ്തകത്തിന്റെയും ടൈപ്പ്സെറ്റിങ് നടത്തിയത് പറവൂർ ചിപ്-ഇ-ഗ്രാഫിക്സിലെ ബിജു റാഫേൽ, കാലടി ചാനൽ ജി-യിലെ ശ്രീകുമാർ എ ജി എന്നിവരാണ്. ഈ പുസ്തകത്തിലുൾപ്പെടുത്തിയ ചിത്രങ്ങളുടെ ക്രമീകരണം നടത്തിയതും ശ്രീകുമാറാണ്. ഇരുവർക്കും നന്ദി. ഇത് പ്രസിദ്ധീകരിക്കാൻ തയ്യാറായ ചിന്ത പബ്ലിഷേഴ്സിനോടും അതിന്റെ മുഖ്യചുമതലക്കാരായ വി കെ ജോസഫ്, പ്രൊഫ. സി പി അബൂബക്കർ എന്നിവരോടും ഞാൻ കടപ്പെട്ടിരിക്കുന്നു.

1988-90 കാലയളവിൽ, മഹാരാജാസ് കോളേജിലെ വിദ്യാർത്ഥിയായിരിക്കുമ്പോഴാണ് ചിത്രകലയിലും സംഗീതത്തിലും ഞാൻ കൂടുതൽ തല്പരനായത്. എറണാകുളം കലാപീഠത്തിലെ ചിത്രപ്രദർശനങ്ങളും ഫൈൻ ആർട്സ് ഹാളിലെ കച്ചേരികളും വഴി അക്കാലത്ത് പുതിയൊരു ലോകം എനിക്ക് പതിയെപ്പതിയെ തുറന്നുകിട്ടി. അന്ന് മഹാരാജാസിൽ വളരെ സജീവമായിരുന്ന *SPICMACAY* (Society for the Promotion of Indian Classical Music and Culture Among Youth) വഴി ക്ലാസിക്കൽ കലകളിലെ മഹാരഥികളെ കാണാനും കേൾക്കാനും കഴിഞ്ഞു. ഹരിപ്രസാദ് ചൗരസ്യയും പണ്ഡിറ്റ് ജസ്രാജും യു ശ്രീനിവാസനും ദൊരൈസ്വാമി അയ്യങ്കാരും സ്വപ്നസുന്ദരിയുമെല്ലാം അക്കാലത്ത് മഹാരാജാസ് കോളേജിലെത്തിയിരുന്നു. കലയുടെ രാഷ്ട്രീയവും സാമൂഹികവുമായ ഉള്ളടക്കത്തെക്കുറിച്ച് എനിക്ക് അവ്യക്തമായ ചില ധാരണകൾ മാത്രമേ അപ്പോൾ

ഉണ്ടായിരുന്നുള്ളൂ. എങ്കിലും കലാസൗന്ദര്യത്തെക്കുറിച്ചുള്ള ലാവണ്യവാദസമീപനങ്ങളോ യാന്ത്രിക ഭൗതികത്തിന്റെ താവഴിയിലുള്ള പ്രതിഫലന-പ്രതിനിധാന വാദങ്ങളോ അക്കാലത്തും എനിക്ക് തൃപ്തികരമായി തോന്നിയിരുന്നില്ല. കലയുടെ ഭൗതികതയും ചരിത്രപരതയും കൂടുതൽ ഫലപ്രദമായ നിലയിൽ വിശദീകരിക്കപ്പെടേണ്ടതുണ്ട് എന്ന അന്നത്തെ തോന്നലാണ് ഇപ്പോൾ ഈ സമാഹാരത്തോളം എത്തിനില്ക്കുന്നത്. ഇതിലെ വിശദീകരണങ്ങൾ ഇപ്പോഴും പല കലാസ്വാദകർക്കും സംശയാസ്പദമായി അനുഭവപ്പെടാം. കലയുടെ അഗാധമായ ചരിത്രപരത തന്നെയാണ് അതിനെ ഏതെങ്കിലുമൊരു വ്യാഖ്യാനത്തിൽ തളച്ചിടുന്നതിൽനിന്ന് നമ്മെ എപ്പോഴും തടയുന്നത്. നല്ല കല വ്യാഖ്യാനങ്ങളെ കവിഞ്ഞൊഴുകിക്കൊണ്ടേയിരിക്കുന്നു. അതാണവയുടെ ചരിത്രമൂല്യവും.

ഞാൻ മഹാരാജാസ് കോളേജിൽ പഠിക്കുന്ന സമയത്താണ് അതിനല്പകാലം മുമ്പ് അദ്ധ്യാപികയായി ജോലിയിൽ പ്രവേശിച്ച ചേച്ചിക്ക് (ഉഷ ആർ ഇളയിടം) ആദ്യവർഷങ്ങളിലെ ശമ്പളക്കുടിശ്ശിക മുഴുവൻ ഒരുമിച്ചു ലഭിച്ചത്. സന്തോഷത്തോടെ ചേച്ചി അന്നെനിക്ക് രണ്ടായിരം രൂപ തന്നു. കാൽനൂറ്റാണ്ട് മുമ്പ് അത് സാമാന്യം നല്ല തുകയാണ്. സംഗീതത്തിലും ചിത്രത്തിലും താല്പര്യം തോന്നിത്തുടങ്ങിയിരുന്ന കാലമായതിനാൽ ആ പണം ഉപയോഗിച്ച് ഞാൻ കുറച്ച് കസെറ്റുകളും ലണ്ടനിൽനിന്ന് *Marshall Cavendish Weekly* പ്രസിദ്ധീകരിച്ചിരുന്ന പ്രശസ്തമായ *Great Artists* പരമ്പരയിലെ മോണോഗ്രാഫുകളും വാങ്ങി. അന്ന് നാല്പത്-അൻപത് രൂപയ്ക്ക് എച്ച് എം വി യുടെ ഒരു കസെറ്റ് ലഭിക്കും. ഇരുപത്തഞ്ച് രൂപയ്ക്ക് *Great Artists* പരമ്പരയിലെ മോണോഗ്രാഫും. അങ്ങനെ എം എസും പട്ടമ്മാളും രാമനാഥനും സന്താനവും നാരായണസ്വാമിയും മുതൽ ചൗരസ്യയും ബിമൽ മുഖർജിയും ഭീംസെൻ ജോഷിയും കുമാർ ഗന്ധർവ്വയും വരെയുള്ളവർ ഉൾപ്പെടുന്ന ഒരു ചെറിയ ശേഖരം എനിക്ക് സ്വന്തമായി. ഒപ്പം പാശ്ചാത്യ ചിത്രകലയിലെ നാല്പതോളം മഹാരഥികളുടെ ചിത്രങ്ങളും അവരെക്കുറിച്ചുള്ള ലഘുപഠനങ്ങളും. ആ കസെറ്റുകളും പുസ്തകങ്ങളും ഇപ്പോഴും ഞാൻ സൂക്ഷിക്കുന്നുണ്ട്. "എപ്പടി പാടിനരോ...." എന്ന് തന്റെ ബലിഷ്ഠകാന്തി നിറയുന്ന ശബ്ദത്തിൽ പട്ടമ്മാൾ പാടുമ്പോൾ മനുഷ്യശബ്ദത്തിന്റെ ഗരിമയും മഹിമയും അറിയുന്നുമുണ്ട്. ഒരർത്ഥത്തിൽ കാൽനൂറ്റാണ്ടിനപ്പുറം ചേച്ചി തന്ന ലളിതമായ ആ സ്നേഹസമ്മാനത്തിന്റെ ബാക്കിപത്രമാണ് ഈ പുസ്തകം. കാലം നമുക്കായി എന്തൊക്കെ കരുതിവയ്ക്കുന്നു!

കോട്ടുവള്ളി **സുനിൽ പി ഇളയിടം**
20.3.2014

ഭാഗം ഒന്ന്

കലയിലെ കേരളീയത

ആമുഖം

എന്താണ് കലയിലെ കേരളീയത? ഏതേത് ഘടകങ്ങളുടെ സാന്നിദ്ധ്യത്താലാണ് ഒരു കലാരൂപം കേരളീയമാകുന്നത്? സാമൂഹികമായി കേരളീയമെന്ന് സങ്കല്പിക്കപ്പെടുന്നവയുടെ നിർമ്മാണയുക്തികൾ അതേപടി ആവർത്തിക്കുമ്പോഴാണോ കലകളും കേരളീയമാവുക? കേരളീയമായി നിർവ്വചിക്കപ്പെട്ട കലകൾ ചരിത്രത്തിലുടനീളം അങ്ങനെ തന്നെയായിരുന്നുവോ? ഇനിയങ്ങോട്ടും അവ അങ്ങനെതന്നെ തുടരുമോ? ചോദ്യങ്ങൾ അനവധിയാണ്.

'കേരളീയകലകൾ' എന്ന സംജ്ഞ പുറമേക്കെങ്കിലും പൊതുവെ വ്യക്തമാണ്. കേരളത്തിലെ കലകൾ, കേരളീയരുടെ കലകൾ എന്നിങ്ങനെ രണ്ടു തരത്തിൽ അതിനെ മനസ്സിലാക്കാം. 'കേരളീയ' ശബ്ദത്തിന് കേരളത്തെ സംബന്ധിച്ചത് എന്ന് അർത്ഥം നല്കുന്നുണ്ടെങ്കിലും തായമ്പക, കഥകളി തുടങ്ങിയവയെയാണ് 'കേരളീയ കലകൾ' എന്ന് *ശബ്ദതാരാവലി* വിശേഷിപ്പിക്കുന്നത്. 'കേരളത്തിലെ കലകൾ' എന്നോ, 'കേരളീയരുടെ കലകൾ' എന്നോ ഉള്ള അർത്ഥ സാദ്ധ്യതകളെ മുഴുവൻ ഉൾക്കൊള്ളാൻ അത് സന്നദ്ധമല്ല എന്നർത്ഥം. 'കേരളീയം' എന്ന പദത്തിന്റെ അർത്ഥവും അനുഭവവും തമ്മിലുള്ള വൈരുദ്ധ്യത്തിന്റെ സൂചനകളിലൊന്നാണത്. കേരളത്തിലെ കലകളെല്ലാം 'കേരളീയകലകളാ'കുന്നില്ല. കേരളീയരുടെ എല്ലാ കലകളും 'കേരളീയ കലകൾ' ആകുന്നില്ല. പദാർത്ഥത്തിനും ചരിത്രാനുഭവത്തിനും ഇടയിൽ ഇവിടെ ഒരു വിടവുണ്ട്. ഈ വിടവാകട്ടെ കലാവിഷ്കാരങ്ങളുടെ സത്താപരമായ സവിശേഷതകളിൽനിന്നും ഉരുവായ ഒന്നല്ലതാനും. ചരിത്രപരമായ ഒരു പ്രതീക്ഷയെ കലാനുഭവത്തിൽനിന്ന് കണ്ടെടുക്കാൻ ശ്രമിക്കുന്നതിന്റെ, അഥവാ സവിശേഷമായ ഒരു ചരിത്രാനുഭവത്തെ കലാവിഷ്കാരങ്ങളിൽ പണിതീർ

ത്തെടുക്കാൻ ശ്രമിക്കുന്നതിന്റെ ഫലമാണത്. അർത്ഥത്തിന്റെ അടിയുലയ്ക്കുന്നത് സാമൂഹികതയുടെ ബലതന്ത്രമാണ്. മറ്റൊരു രീതിയിൽ പറഞ്ഞാൽ അർത്ഥം ഒരു പുതിയ ആർത്ഥികചക്രവാള (semantic horizon) ത്തിലേക്ക് നീങ്ങിത്തുടങ്ങുന്നു. നിരുക്തിയിൽ നിന്നുളവാകുന്ന അർത്ഥം ഈ ആർത്ഥികചക്രവാളത്തിൽ തെളിയുന്നില്ല. ഇത് പുതിയൊരു ചക്രവാളമാണ്.

ഒരു സഹജയാഥാർത്ഥ്യമെന്നതിലുപരി, 'കേരളീയകലകൾ' എന്നതിനെ ഒരു ഭാവനാബന്ധമായി നാം മനസ്സിലാക്കേണ്ടതുണ്ട് എന്നതാണ് പറഞ്ഞുവരുന്നതിലെ താല്പര്യം. കേരളീയത ഇവിടെ സത്താപരമായ ഒരു യാഥാർത്ഥ്യമല്ല. ഇതരജീവിതക്രമങ്ങളിൽനിന്നും മലയാളജീവിതത്തെ വ്യതിരിക്തവും അനന്യവുമാക്കുന്ന സത്താപരമായ സാകല്യതയെക്കുറിച്ചുള്ള പുതിയ പ്രതീക്ഷകളെ അടയാളപ്പെടുത്താൻ നാം ഉപയോഗപ്പെടുത്തിയ സംജ്ഞകളിലൊന്നാണത്. സുഭദ്രവും നിരന്തരവുമായ ഒരു പാരമ്പര്യത്തെ, ചരിത്രത്തിന്റെ അങ്ങേത്തലപ്പുമുതൽ ഇക്കാലം വരേക്കുംവരെ തുടരുന്ന ഒരു ജീവിതസ്വരൂപത്തെ, സങ്കല്പിച്ചെടുക്കാൻ ഉപയോഗിക്കപ്പെട്ട പ്രമാണസാമഗ്രികളിലൊന്ന്. ആ നിലയിൽ കലയുടെ കേവലയാഥാർത്ഥ്യത്തെയല്ല കലയെ മുൻനിർത്തുന്ന ഒരു ഭാവനാബന്ധത്തെയും ആ ഭാവനാബന്ധത്തെ നിർണ്ണയിക്കുന്ന അനുഭൂതിഘടനയെയുമാണ് 'കേരളീയകലകൾ' എന്ന സങ്കല്പം പ്രതിനിധാനം ചെയ്യുന്നത് എന്നുപറയാം. 'കേരളീയകലകൾ' എന്ന പ്രതീതിബന്ധത്തിനുള്ളിൽ കലകളാൽ നിർവ്വചിക്കപ്പെടുന്ന പുതിയ കേരളമാണുള്ളത്. അവിടെ കേരളം കലകളെയെന്നതിനപ്പുറം, കലകൾ കേരളത്തെയാണ് നിർവ്വചിക്കുന്നത്.

ഇത്തരമൊരു വിശകലനപദ്ധതിയുടെ ആധാരപ്രമാണമായി അനുഭൂതിഘടന (structure of feeling) എന്ന സങ്കല്പനത്തെ സ്വീകരിക്കാമെന്നു തോന്നുന്നു. സംസ്കാരപഠനത്തിന്റെ അവതാരകരിലൊരാളായ റെയ്മണ്ട് വില്യംസ് മുന്നോട്ടുവച്ച പരികല്പനകളിലൊന്നാണിത്. ഘടനാപരമായ കാരണങ്ങളെ (structural casuality) അമിതമായി ആശ്രയിക്കുന്നുവെന്ന വിമർശനം ഉന്നയിച്ചുകൊണ്ട് തന്റെ ബൗദ്ധികജീവിതത്തിന്റെ ആദ്യ ഘട്ടത്തിൽ ബ്രിട്ടീഷ് മാർക്സിസ്റ്റുകളിൽ നിന്ന് അകന്നുനില്ക്കാൻ റെയ്മണ്ട് വില്യംസ് ശ്രമിച്ചിരുന്നു. എന്നാൽ 1970-80 കാലയളവിൽ ഈ നിലപാടിൽ തിരുത്തലുകൾ വരുത്താൻ അദ്ദേഹം തുനിയുന്നുണ്ട്. കലയെയും സംസ്കാരത്തെയും ഉപരിഘടനാനിഷ്ഠമായിക്കാണുന്ന ഔപചാരിക മാർക്സിസ്റ്റ് നിലപാടുകളെ വിമർശിക്കുമ്പോൾ ത്തന്നെ, കലാപരമായ അനുഭൂതികളെ ചരിത്രപരമായ ഒരു ഭൗതിക ബന്ധം എന്നനിലയിൽ വിലയിരുത്താൻ ഇക്കാലത്ത് അദ്ദേഹം തയ്യാറാകുന്നതു കാണാം. 1977 ൽ പുറത്തുവന്ന *മാർക്സിസവും സാഹിത്യവും (Marxism and Literature)* എന്ന ഗ്രന്ഥം ഇതിനുള്ള തെളിവാണ്. ശീർഷകംകൊണ്ട് സാഹിത്യപഠനം എന്ന പ്രതീതി ഉളവാക്കുമെങ്കിലും, അടിസ്ഥാനതലത്തിൽ സംസ്കാര സ്വരൂപത്തെയും അനുഭൂതിലോകങ്ങളെയും ചരിത്രപരമായ ഭൗതികതയോട് ഇണക്കിച്ചേർക്കുവാനുള്ള സൈ

ദ്ധാന്തികശ്രമമാണ് ആ കൃതിയിലുള്ളത്. അനുഭൂതിഘടന എന്ന പരികല്പനയെ റെയ്മണ്ട് വില്യംസ് വിശദീകരിച്ചതും ആ ഗ്രന്ഥത്തിലാണ്.[1]

സംസ്കാരസ്വരൂപത്തെ ഭൂതകാലാനുഭവമായി ചുരുക്കിയെഴുതുന്ന പ്രവണതയെ മറികടക്കാനും സൗന്ദര്യാവിഷ്കാരങ്ങൾ അടക്കമുള്ളവയെ ചരിത്രബന്ധങ്ങൾ എന്നനിലയിൽ നോക്കിക്കാണാനും സഹായിക്കുന്ന ഒന്നായാണ് അനുഭൂതിഘടന എന്ന പരികല്പന റെയ്മണ്ട് വില്യംസ് അവതരിപ്പിക്കുന്നത്. ഘടന എന്ന സങ്കല്പനത്തിന്റെ ഘനീകൃതസ്വഭാവത്തെ നിരസിക്കാനും അതേസമയം ഒരു സവിശേഷ ചരിത്ര സന്ദർഭം ജന്മംനല്കുന്ന ലോകാവബോധപരമായ ക്രമീകരണങ്ങളെ മുൻനിർത്തി കലാവിഷ്കാരങ്ങളുടെ വർത്തമാനജീവിതത്തെ വിശദീകരിക്കാനും ഉതകുന്ന ഒന്നെന്നനിലയിലാണ് റെയ്മണ്ട് വില്യംസ് ഈ പരികല്പന ഉപയോഗപ്പെടുത്തുന്നത്. ചരിത്രപരമായ വീക്ഷണ പദ്ധതികളിൽ പൊതുവെ കാണുന്ന ന്യൂനീകരണത്തെ മറികടക്കുന്ന ഒരു വിശകലനസമീപനം സൗന്ദര്യാനുഭവങ്ങളുടെ മേഖലയിൽ സാദ്ധ്യമാക്കുന്നതിനുള്ള ശ്രമമായി ഈ പരികല്പനയെ മനസ്സിലാക്കാമെന്ന് തോന്നുന്നു. കേരളീയത എന്ന പരികല്പനയുടെ ഉള്ളടക്കം മനസ്സിലാക്കാനും ഇത് സഹായിക്കും.

ഒന്ന് : ക്ലാസിക്കൽ കലകളും ദേശീയതയും

ഇരുപതാംനൂറ്റാണ്ടിന്റെ തുടക്കം മുതലോ അല്ലെങ്കിൽ പത്തൊൻപതാം ശതകത്തിന്റെ അന്ത്യപാദങ്ങൾ മുതലോ തന്നെ കലയിലെ കേരളീയതയെ നിർവ്വചിക്കാനുള്ള ശ്രമങ്ങൾ ആരംഭിച്ചിരുന്നു. ഈ നിർവ്വചന പദ്ധതിക്ക് മുഖ്യമായും രണ്ട് അടിസ്ഥാനതാല്പര്യങ്ങളാണ് ഉണ്ടായിരുന്നത്. സുദീർഘപാരമ്പര്യവും അഭംഗുരമായ നിലനില്പുമുള്ള കേരളീയ കലകളെ കണ്ടെടുക്കുക എന്നതാണ് ഒന്നാമത്തേത്. രണ്ടാമതായി, വിവിധ രൂപങ്ങളിൽ, പ്രാദേശികഭേദങ്ങളോടെ നിലനിന്നുപോന്ന കലാവിഷ്കാരങ്ങൾക്ക് ഏകീകൃതസ്വഭാവം പ്രദാനം ചെയ്യുക എന്നതും. ഇങ്ങനെ ആദ്യമായി പാരമ്പര്യനിർമ്മിതിയുടെയും പിന്നാലെ ഏകാത്മകസ്വരൂപത്തിലേക്കുള്ള അവയുടെ സംഗ്രഹണത്തിന്റെയും യുക്തിശാസ്ത്രമാണ് കഴിഞ്ഞ നൂറ്റാണ്ടിന്റെ ആദ്യപകുതിയിൽ നമ്മുടെ കലാപ്രവർത്തനങ്ങളെ ഒട്ടൊക്കെ നിർണ്ണയിച്ചുപോന്നത്. വിവിധ കലകളുടെ മണ്ഡലത്തിൽ വ്യത്യസ്തരീതികളിലാണ് ഈ നടപടികൾ അരങ്ങേറിയതെങ്കിലും ഈ അടിസ്ഥാനതാല്പര്യം അവയെല്ലാം പങ്കുവച്ചിരുന്നു എന്നുപറയാം.

ഇത്തരത്തിലുള്ള ദേശീയ പാരമ്പര്യനിർമ്മിതിയുടെയും സത്താപരമായ സംഗ്രഹണത്തിന്റെയും ഫലമായാണ് 'ക്ലാസിക്കൽ' എന്ന ജനുസ്സ് കലാപഠനങ്ങളിൽ ഉയർന്നുവന്നത്. സുദീർഘമായ പാരമ്പര്യത്തുടർച്ചയുടെ അടിസ്ഥാനമായി ശൈലീവൽക്കൃതമായ ആവിഷ്കാരങ്ങളെ ഉപയോഗപ്പെടുത്തുക എന്നതാണ് സമീപനത്തിന്റെ കാതൽ. അതുമൂലം ശൈലീബദ്ധമായ അഭിനയസമ്പ്രദായമോ ആഖ്യാനസ്വരൂപമോ ഉള്ള കലകൾ പൊതുവേ 'ക്ലാസിക്കൽ' കലകളായി പരിഗണിക്കപ്പെട്ടു. സമകാലിക ജീവിതത്തിൽ അഭിമാനകരമായ പദവിയില്ലെങ്കിലും, ശൈലീബദ്ധതകൊണ്ട് പാരമ്പര്യപ്രതീതി കൈവരിക്കാൻ കഴിയുന്നവയുടെ

ഉയിർത്തെഴുന്നേല്പും ഇതേസമയത്ത് അരങ്ങേറി. അങ്ങനെ കൂടിയാട്ടവും കഥകളിയും പോലുള്ള കലകളുടെ പുതിയ സ്ഥാനപ്പെടുത്തലും മോഹിനിയാട്ടവും സോപാനസംഗീതവും പോലുള്ളവയുടെ വീണ്ടെടുപ്പുമായാണ് കേരളത്തിലെ 'ക്ലാസിക്കൽ കലകൾ' രംഗത്തെത്തിയത്. ഇതിനു പിന്നാലെ ദേശീയമായ ഏകസ്വരൂപത്തിലേക്ക് ഈ കലാവിഷ്കാരങ്ങൾ സംഗ്രഹിക്കപ്പെടുകയും ചെയ്തു. പാരമ്പര്യത്തുടർച്ചയുള്ള ദേശീയസത്തയുടെ ആവിഷ്കാരങ്ങളായി ക്ലാസിക്കൽ കലകളെ നിർവ്വചിക്കാനുള്ള ശ്രമം കൂടിയാട്ടം, കഥകളി, തുടങ്ങിയ കലാരൂപങ്ങൾ മുതൽ ചിത്രകല, സംഗീതം, നൃത്തം തുടങ്ങിയവ വരെയുള്ള മേഖലകളിൽ അരങ്ങേറുന്നത് കാണാം. അനുഭൂതിഘടന എന്ന പരികല്പനയുടെ അവതരണവേളയിൽ റെയ്മണ്ട് വില്യംസ് വിശദീകരിക്കുന്നതുപോലെ, വർത്തമാനസന്ദർഭത്തിലെ കലാവിഷ്കാരങ്ങളുടെ ചലനാത്മകതയെയും സവിശേഷതയെയും ഒരു ചരിത്രബന്ധമായി മനസ്സിലാക്കുന്നതിന് സഹായിക്കുന്ന നിലയിൽ ഈ ആശയത്തെ നമുക്ക് ഉപയോഗപ്പെടുത്താനാകും. കലയെക്കുറിച്ചുള്ള ഒരു കാഴ്ചപ്പാട്, പ്രവർത്തനക്ഷമവും സമകാലികവുമായ ഒരു സൗന്ദര്യയുക്തി, കലയുടെ സ്വഭാവത്തെ നിർവ്വചിക്കുന്നതാണ്, അഥവാ പുതിയ ഒരു കലാസ്വരൂപത്തെ നിർമ്മിച്ചെടുക്കുന്നതാണ് നാമിവിടെ കാണുന്നത്. വർത്തമാന അനുഭവത്തിന്റെ ചലനാത്മകതയിൽ നിലകൊള്ളുമ്പോൾത്തന്നെ അതൊരു ചരിത്രബന്ധത്തെ പ്രകാശിപ്പിക്കുന്നു. ഭൂതം/വർത്തമാനം എന്ന ദ്വന്ദ്വത്തെയും ചരിത്രബന്ധങ്ങൾ/സമകാലികാവിഷ്ക്കാരങ്ങൾ എന്ന ദ്വന്ദ്വത്തെയും മറികടന്ന് വർത്തമാനവും സമകാലികതയും ചരിത്രബന്ധങ്ങളുടെ പ്രകാശനരൂപങ്ങളായിത്തീരുന്നു.

ഈ നിർണ്ണയനപദ്ധതിയുടെ മറുപുറമെന്ന നിലയിലാണ് ജനകീയ/നാടോടി കലാപാരമ്പര്യത്തെക്കുറിച്ചുള്ള ധാരണകളും പ്രബലമായിത്തീരുന്നത്. നാടോടികല (folk art) എന്ന പരികല്പന അതിൽത്തന്നെ അതിന്റെ അപരത്തെയും ഉൾക്കൊള്ളുന്നുണ്ട്. ക്ലാസിക്കൽ കലയുടെ അപരമെന്ന നിലയിലല്ലാതെ സ്വയംപര്യാപ്തമോ സത്താപരമോ ആയ യാഥാർത്ഥ്യമെന്ന നിലയിൽ നാടോടികല നിലനില്ക്കുന്നില്ല എന്നർത്ഥം. പൊതുസമൂഹത്തിന്റെ ജനാധിപത്യവല്ക്കരണത്തിന്റെ ഫലമായി അന്തിമമായ സാമൂഹ്യാധികാരം ജനങ്ങൾക്കാണെന്ന കാഴ്ചപ്പാട് പ്രബലമാവുന്നതോടെയാണ് ക്ലാസിക്ക്/നാടോടി എന്ന വിഭജനം കലയിൽ ഇടം കണ്ടെത്തുന്നത്. ആധുനികപൂർവ്വസമൂഹങ്ങളിൽ കീഴാളജനതയുടെ ആവിഷ്കാരങ്ങൾക്ക് കല എന്ന പരിഗണനയേ ലഭിച്ചിരുന്നില്ല.[2] ആധുനികത (modernity) എന്ന സാമൂഹ്യ-ചരിത്രസന്ദർഭമാണ് കീഴാളജനത യുടെ ആവിഷ്കാരങ്ങളെ നാടോടികല (folk art) എന്ന ജനുസ്സായി വകതിരിച്ചെടുത്തത്. പുതിയ ജനാധികാരത്തെയും അതിലെ അധികാരവിഭജനത്തെയുമാണ് ക്ലാസിക്/നാടോടി എന്ന വിഭജനയുക്തി അടയാളപ്പെടുത്തുന്നത് എന്നർത്ഥം.

നാടോടികല എന്ന പുതിയ ജനുസ്സിനെ പണിതെടുക്കേണ്ടത് ദേശീയതാനിർമ്മിതിക്ക് ആവശ്യമായിത്തീരുന്നത് രണ്ട് കാരണങ്ങളാലാണ്. ഒന്നാമതായി ജനാധികാരത്തിന്റെ സന്ദർഭത്തിൽ കലയെ വരേണ്യജീ

വിതത്തിന്റെ അതിരുകൾക്കുള്ളിൽ മാത്രം നിലനില്ക്കുന്ന ഒന്നായി സങ്കല്പിക്കാനാവുമായിരുന്നില്ല. അതുകൊണ്ട് ജനജീവിതത്തിന്റെ കീഴ്ത്തലങ്ങളിലെ ആവിഷ്കാരങ്ങളെ അഥവാ കീഴാള ജീവിതത്തിലെ ആവിഷ്കാരങ്ങളെ കലാലോകവുമായി ഏതെങ്കിലും വിധത്തിൽ ബന്ധപ്പെടുത്തേണ്ടതുണ്ടായിരുന്നു. അതേസമയം തന്നെ കലയുടെ ദേശീയസ്വരൂപത്തിലേക്ക് ഇവയെ നേരിട്ട് സന്നിവേശിപ്പിക്കാൻ കഴിയുക യുമില്ലായിരുന്നു. ദേശീയമായ പൊതുക്രമങ്ങളിലേക്ക് സ്വാംശീകരിക്കാനാ വാത്ത വിധത്തിലുള്ള കേന്ദ്രപരാങ്മുഖ ബലമാണ് (centrifugal force) നാടോടികലകളുടെ അടിത്തട്ടിലുള്ളത്. പ്രാദേശികതയുടെ സ്വത്വത്തെ മായ്ച്ചുകളയുന്ന, ശൈലീബദ്ധമായ ഏകാത്മക സ്വരൂപം ഈ കലകൾക്ക് ഒരു നിലയ്ക്കും നല്കാനാവില്ലായിരുന്നു. അതേസമയം പലതായി ചിതറിനില്ക്കുമ്പോൾ തന്നെ, ഒരു പൊതു ചട്ടക്കൂട്ടിലേക്ക് ജനജീവിത ത്തിന്റെ കീഴ്ത്തട്ടിലെ ആവിഷ്കാരരൂപങ്ങളെ സംഗ്രഹിക്കേണ്ടത് ജനാ ധികാരനിഷ്ഠമെന്ന് വിഭാവനം ചെയ്യപ്പെടുന്ന പുതിയ ദേശീയാവബോധ ത്തിന് ഒഴിച്ചുകൂടാനാവാത്തതുമായിരുന്നു. ജനാധികാരത്തിന്റെയും ദേശീയ സ്വത്വനിർമ്മിതിയുടേതുമായ ഈ ബലതന്ത്രമാണ് നാടോടി കലകൾ എന്ന ജനുസ്സിനെ ആധുനിക കലാവ്യവഹാരത്തിലേക്ക് ഉയർ ത്തിക്കൊണ്ടുവന്നത്.

ഇങ്ങനെ ദേശീയതയുടെ ഭാവനാബന്ധത്താൽ നിർണ്ണയി ക്കപ്പെ ട്ടതും അതേസമയം തന്നെ അതിനെ നിർണ്ണയിക്കുന്നതുമായ സങ്കല്പരാ ശികളെന്ന നിലയിൽ 'ക്ലാസിക്കൽ കല'കളെയും 'നാടോടികല'കളെയും സ്ഥാനപ്പെടുത്തുകയാണ് ഇരുപതാംനൂറ്റാണ്ടിലെ കേരളീയകലാവിചാര ങ്ങളുടെ പ്രധാന ദൗത്യങ്ങളിലൊന്നായി ഏറ്റെടുക്കപ്പെട്ടത്. പത്തൊൻ പതാം ശതകത്തിനൊടുവിൽ തുടങ്ങി കേരളപ്പിറവിയോളമെത്തുന്ന കാല യളവിൽ ഇത്തരമൊരു സ്ഥാനപ്പെടുത്തലിന്റെ സ്വഭാവം അതിൽ ഏറി നിന്നിരുന്നു. ഇങ്ങനെ പറയുന്നതിനർത്ഥം പില്ക്കാലത്ത് ഈ ശ്രമങ്ങൾ ഉണ്ടായില്ല എന്നല്ല. നിശ്ചയമായും കലകളുടെ 'കേരളീയ'വല്ക്കരണം പിന്നീടും തുടരുന്നുണ്ട്. എങ്കിലും ദേശീയതയുടെ ഭാവുകഘടനയാൽ നിർണ്ണയിക്കപ്പെട്ട കലാവിചാരങ്ങൾ ഇരുപതാംശതകത്തിന്റെ ആദ്യ പകുതിയിൽ കൂടുതൽ പ്രാധാനമായിരുന്നു. തുടർന്നിങ്ങോട്ടുള്ള കാല ത്ത് ആധുനികമായ അനുഭൂതിഘടനയുടെ മറ്റൊരു അടിസ്ഥാനമായ വൈയക്തികതയുടെ ആവിഷ്കാരപ്രകാരങ്ങൾ എന്നനിലയിലേക്ക് കലാവിഷ്കാരങ്ങളെ പരുവപ്പെടുത്താനാണ് കലാവിചാരങ്ങൾ ശ്രമിച്ചത്.

ദേശീയതാനിർമ്മിതിയുടെ ആധാരസാമഗ്രികൾ എന്നനിലയിൽ നമ്മുടെ കലാവിചാരം 'കേരളീയകലകളെ' നിർമ്മിച്ചത് എങ്ങനെയെല്ലാ മായിരുന്നു എന്ന് സാമാന്യമായി പരിശോധിക്കാനാണ് ഈ പഠനത്തിൽ ഇനിയങ്ങോട്ട് ശ്രമിക്കുന്നത്. 'കേരളീയകല'യുടെ മാതൃകാരൂപങ്ങളായി പരിഗണിക്കപ്പെട്ടുപോരുന്ന കൂടിയാട്ടം, കഥകളി എന്നീ ക്ലാസിക്കൽ രൂപങ്ങൾ, കേരളീയമായി നിർവ്വചിച്ചെടുക്കാൻ ശ്രമിച്ച സംഗീതപാരമ്പര്യം, പുതിയ ജീവിതസന്ദർഭത്തിലെ 'കേരളീയകല'യായി സ്ഥാനപ്പെടു ത്താവുന്ന ചലച്ചിത്ര സംഗീതം എന്നിവയെ മുൻനിർത്തിക്കൊണ്ടുള്ള ചില

ആലോചനകൾക്കാണ് ഇവിടെ മുതിരുന്നത്. സമകാലികമായ സാമൂഹിക - രാഷ്ട്രീയാവശ്യങ്ങൾ എങ്ങനെയെല്ലാം ഭൂതകാലപാരമ്പര്യത്തെ കണ്ടെടുക്കുന്നു എന്നതിനെക്കുറിച്ചുള്ള, പ്രകരണനിഷ്ഠമായ, അന്വേഷണമായി ഇതിനെ മനസ്സിലാക്കാം.

രണ്ട് : കേരളീയ കലകളുടെ ക്ലാസിക്‌വല്ക്കരണം

കൂടിയാട്ടത്തെക്കുറിച്ചുള്ള ആധുനികാലോചനകളത്രയും പാരമ്പര്യത്തിന്റെ പ്രാതിനിധ്യം കൈയാളാൻ അതിനുള്ള ശേഷിയുമായി ഒരു നിലയ്ക്കല്ലെങ്കിൽ മറ്റൊരു നിലയ്ക്ക് ബന്ധപ്പെട്ടിരിക്കുന്നു. കേരളീയകലയെന്ന നിലയിൽ നിലകൊള്ളാൻ അതിനുള്ള അസാധാരണമായ വൈഭവം പെട്ടെന്നുതന്നെ തിരിച്ചറിയപ്പെട്ടു. *ചിലപ്പതികാരം* മുതൽ ആരംഭിക്കുന്ന ഒരു നടനപാരമ്പര്യവുമായി കണ്ണിചേർക്കാൻ കഴിയുന്നതുമൂലം(?) ദേശീയകലയുടെ ആധികാരികത കൂടിയാട്ടത്തിന് പെട്ടെന്നുതന്നെ കൈവരികയും ചെയ്തു. *ചിലപ്പതികാര*ത്തിലെ പറൈയ്യൂർ കൂത്ത ചാക്കയ്യനെക്കുറിച്ചുള്ള വളരെയേറെ സന്ദിഗ്ദ്ധമായ പരാമർശത്തെ ചാക്യാർ കൂത്തിന്റെയോ കൂടിയാട്ടത്തിന്റെയോ പാരമ്പര്യവുമായി ബന്ധിപ്പിക്കാവുന്ന തെളിവുകളില്ലെന്നതോ, *ചിലപ്പതികാരം* കേരളീയമായ സന്ദർഭത്തെ ഉൾക്കൊള്ളുന്നില്ല എന്നതോ അത്തരം ചർച്ചകളിൽ ഏറെ പ്രധാനമായി പരിഗണിക്കപ്പെട്ടില്ല. കേരളത്തിനും മുമ്പേയുള്ള[3] കേരളീയതയുടെ സാദ്ധ്യതയാണ് കൂടിയാട്ടത്തിൽനിന്നും കണ്ടെടുക്കപ്പെട്ടത്. അതോടൊപ്പം അടിയന്തരക്കൂത്തിന്റെ അനുഷ്ഠാനപരതയിൽനിന്നും ആധുനികവും വ്യക്തിനിഷ്ഠവുമായ നാട്യപ്രകാരത്തിലേക്ക് കൂടിയാട്ടം പുനഃപ്രതിഷ്ഠിക്കപ്പെടുകയും ചെയ്തു. ആധുനികമായ വ്യക്തിപരതയിൽ അധിഷ്ഠിതമായ കലാനുഭവമായി കൂടിയാട്ടത്തെ ഉറപ്പിച്ചെടുക്കാനുള്ള ശ്രമങ്ങൾ പ്രബലമായതിനുള്ള ഒരു കാരണം പുതുതായി ഉറപ്പിച്ചെടുക്കേണ്ടതില്ലാത്തവിധം ദേശീയമായ ഭദ്രത അതിൽ തുടക്കം മുതലേ നിലീനമായിരുന്നു എന്നതാണ്. ക്ഷേത്രകേന്ദ്രിതമായ അനുഷ്ഠാനമെന്നനിലയിലുള്ള കൂടിയാട്ടത്തിന്റെ നിലനില്പ് മറ്റൊരു കലയ്ക്കുമില്ലാത്ത സുനിശ്ചിതത്വവും അതിനു പ്രദാനം ചെയ്തിരുന്നു. ഈ ഭദ്രതയ്ക്ക് ദേശീയസ്വരൂപം നല്കുക താരതമ്യേന എളുപ്പവുമായിരുന്നു. അതുകൊണ്ട് ഈ ദേശീയസ്വരൂപത്തെ സമകാലികമായ ഒരു അനുഭൂതിമേഖലയായി പരിവർത്തനപ്പെടുത്താനാണ് കൂടിയാട്ടത്തിന്റെ മേഖലയിൽ നടന്ന ആധുനിക ശ്രമങ്ങൾ പൊതുവേ ലക്ഷ്യംവച്ചത്. പൈങ്കുളം രാമചാക്യാർ, മാണി മാധവചാക്യാർ, അമ്മന്നൂർ മാധവചാക്യാർ എന്നിവരിലൂടെ നിറവേറ്റപ്പെട്ടത് ഇതാണ്. ആധുനികമായ പൊതുമണ്ഡലത്തിലേക്കുള്ള കൂടിയാട്ടത്തിന്റെ സ്ഥാനാന്തരണത്തിന്റെ നായകസ്ഥാനത്താണ് ഇവരെ പ്രതിഷ്ഠിക്കാനാവുക. കൂടിയാട്ടത്തിന്റെ ശൈലീബദ്ധതയ്ക്കുള്ളിൽ നിലയുറപ്പിച്ചുകൊണ്ടുതന്നെ അതിന് നാടകീയമായ രംഗഭാഷയും പ്രയോഗപാഠവും രൂപപ്പെടുത്താനുള്ള ശ്രമം കൂടിയായിരുന്നു പൈങ്കുളത്തിന്റെ ഇടപെടലുകൾ. അതോടൊപ്പം ആധുനികവും മതനിരപേക്ഷവുമായ പൊതുസ്ഥലങ്ങളിലേക്ക്, കൂത്തമ്പലത്തിന് പുറത്തുള്ള പ്രയോഗങ്ങളിലേക്ക്, കൂടി

യാട്ടത്തെ അദ്ദേഹം ഇറക്കിക്കൊണ്ടുവരികയും ചെയ്തു. അങ്ങനെ ഒരു ഭാഗത്ത് കൂടിയാട്ടത്തെ കൂത്തമ്പലത്തിന് പുറത്തേക്ക് ആനയിച്ചുകൊണ്ടും മറുഭാഗത്ത് ആധുനികമായ ഒരു പ്രകരണത്തിന് ഇണങ്ങുന്ന രംഗപ്രയോഗരീതിയെ വികസിപ്പിച്ചെടുത്തു കൊണ്ടുമാണ് പൈങ്കുളം കൂടിയാട്ടത്തിന്റെ ആധുനിക - ദേശീയ മാനത്തെ വികസിപ്പിച്ചെടുത്തത്. മാണി മാധവചാക്യാരും അമ്മന്നൂർ മാധവചാക്യാരും ഈ പുതിയ പ്രയോഗപാഠത്തെ ദൃഢീകരിക്കുകയാണ് ചെയ്തത്. കൂടിയാട്ടത്തിന്റെ നടനക്രമത്തിൽ ആഴത്തിൽ വേരുപിടിച്ച ശൈലീവല്ക്കരണത്തെ മുറിച്ചുകടക്കുക എളുപ്പമല്ലാത്തതുകൊണ്ടു കൂടിയാവാം കഥകളിയിൽ പില്ക്കാലത്ത് വികസിച്ചുവന്ന വൈയക്തികാനുഭൂതികളുടെ ലോകം കൂടിയാട്ടത്തിൽ അതേ അളവിൽ പ്രബലമാകാതിരുന്നത്. അപ്പോൾപ്പോലും ആധുനികവും ദേശീയവുമായ ഒരു രംഗകലയായാണ്, അടിയന്തരക്കൂത്തിന്റെ അനുഷ്ഠാനഭദ്രതയിലല്ല, കൂടിയാട്ടം ഇരുപതാംനൂറ്റാണ്ടിൽ ജീവിച്ചത് എന്നകാര്യം നാം മറന്നുകൂടാ.

കൂടിയാട്ടത്തിന്റെ ഈ പുതുപ്പിറവിയോടൊപ്പം തന്നെയാണ് നങ്ങ്യാർകൂത്തിന് കൈവന്ന പുതുജീവിതത്തെയും വിലയിരുത്തേണ്ടത്. ആധുനികപൂർവ്വ പ്രയോഗങ്ങളിൽ അപ്രധാനമായ ഒരു അരികുജീവിതമേ നങ്ങ്യാർകൂത്തിന് ഉണ്ടായിരുന്നുള്ളൂ. കൂടിയാട്ടത്തിലെ നിർവ്വഹണാഭിനയമായോ (നാടകത്തിൽ വർണ്ണിച്ചിട്ടില്ലാത്ത പൂർവ്വകഥകളുടെ അഭിനയം), അനുഷ്ഠാനപരമായ അവതരണമായോ (അമ്പലപ്പുഴ ശ്രീകൃഷ്ണ ക്ഷേത്രത്തിൽ നങ്ങ്യാർകൂത്ത് ഒരു വഴിപാടു കൂടിയാണ്) ഒക്കെയായാണ് അത് നിലനിന്നുപോന്നത്. ആധുനികതയുടെ അരങ്ങിലെത്തിയപ്പോഴാകട്ടെ സ്വകീയമായ അടിസ്ഥാനങ്ങളും ആവിഷ്കാരപ്രകാരങ്ങളുമുള്ള കലയായി അത് സ്ഥാനപ്പെട്ടു. നിർവ്വഹണാഭിനയത്തിൽനിന്നും ആദിമദ്ധ്യാന്തപൊരുത്തമുള്ള കഥകളുടെ അവതരണത്തിലേക്ക് നങ്ങ്യാർകൂത്ത് നീങ്ങിയത് ഇക്കാലത്താണ്. മുഖത്തെഴുത്തിന്റെ സ്വഭാവത്തിലും വലിയ മാറ്റങ്ങളുണ്ടായി. കലാമണ്ഡലത്തിലെ പഠനപദ്ധതിയിലെങ്കിലും അതിന് നേർത്ത ലാസ്യച്ഛായ കൈവരികയും ചെയ്തു. ആകെക്കൂടി കേരളീയ നാട്യപാരമ്പര്യത്തിന്റെ 'സ്ത്രീ വേദി'യായി നങ്ങ്യാർകൂത്തിനെ വിഭാവനം ചെയ്യാമെന്നായി. പുരാവൃത്തരൂപത്തിൽ പുകഴ്പെറ്റുനിൽക്കുന്ന, പഴയ അഭിനേത്രിമാരെക്കുറിച്ചുള്ള ധാരണകളെ ഇതിലേക്ക് വിളക്കിച്ചേർക്കുക കൂടി ചെയ്തതോടെ സുദീർഘമായ ഒരു പാരമ്പര്യത്തുടർച്ച നങ്ങ്യാർകൂത്തിന് കൈവരികയും ചെയ്തു. ഒരേസമയം തന്നെ, പൗരാണികതയിലും സമകാലികതയിലും ചുവടുറപ്പിക്കാൻ കഴിയുന്ന 'ദേശീയകല'യായി നങ്ങ്യാർകൂത്ത് പുനർനിർണ്ണയിക്കപ്പെട്ടു എന്നർത്ഥം.

ദേശീയതാനിർമ്മിതിയുടെ പ്രമാണസാമഗ്രി എന്ന നിലയിൽ വ്യാപകമായി ഉപയോഗിക്കപ്പെട്ട കലാവിഷ്കാരം കഥകളി ആയിരുന്നു. കഥകളിയുടെ രംഗഭാഷ ഇത്തരമൊരാവശ്യത്തിന് കൂടുതൽ ഉപയുക്തവുമായിരുന്നു. പരമാവധി പതിനേഴാം ശതകത്തോളം പോകുന്ന പഴക്കമേ കല്പിക്കാനാവുകയുള്ളൂവെങ്കിലും പ്രാചീനതയുടെ പ്രതീതി കഥകളിക്കുണ്ട്. ആഹാര്യം കൊണ്ടും അവതരണത്തിന്റെ വ്യാകരണം കൊണ്ടും

വാദ്യപ്രയോഗം കൊണ്ടുമെല്ലാം പൗരാണികതയുടെ സുവർണ്ണശോഭയെ അരങ്ങിലെത്തിക്കാൻ കഥകളിക്ക് കഴിവുണ്ട്. കൂടിയാട്ടത്തിൽ ഭിന്നമായി, ബ്രാഹ്മണാധികാരത്തിന് പുറത്തുള്ള ഒരു അരങ്ങുജീവിതവും അതിനുണ്ടായിരുന്നു.[4] വ്യത്യസ്ത അഭിനയ പാരമ്പര്യങ്ങളിൽ പുലർന്നുപോരുക നിമിത്തം കഥകളിക്ക് കൈവന്ന വ്യാപകത്വം ആധുനികമായ ജനാധികാരത്തിന്റെ സന്ദർഭത്തിൽ അതിന് കൂടുതൽ സ്വീകാര്യത പ്രദാനം ചെയ്യുകയും ചെയ്തു.

1929 ൽ കലാമണ്ഡലം സ്ഥാപിതമായതിനു പിന്നിൽ കഥകളിയുടെ ദേശവല്ക്കരണവുമായി ബന്ധപ്പെട്ട രണ്ട് വസ്തുതകൾ കണ്ടെത്താം. വ്യത്യസ്തങ്ങളായ പ്രയോഗപാരമ്പര്യങ്ങളിൽനിന്നും ദേശീയമായ ഏകതയിലേക്ക് കഥകളിയെ ആനയിക്കുക എന്നതാണ് ഒന്നാമത്തേത്. കല്ലുവഴിച്ചിട്ടയുടെ ദൃഢതയിലേക്ക് സംഗ്രഹിക്കപ്പെട്ടതും തെക്കൻകളരിയെ കൈയൊഴിയുന്നതുമായ ഒരു പ്രയോഗപദ്ധതി കലാമണ്ഡലം കൈക്കൊണ്ടു. ആധുനികവും ദേശീയവുമായ ഏകീകരണത്തിന്റെ പ്രയോഗരൂപമായി ഇതിനെ മനസ്സിലാക്കാൻ ഇപ്പോൾ പ്രയാസമില്ല. അതോടൊപ്പം നാടുവാഴിത്തത്തിന്റെയും പ്രഭുത്വത്തിന്റെയും സംരക്ഷണത്തിൽനിന്നും ആധുനികമായ ജനാധികാരത്തിന്റെ ഉടമസ്ഥതയിലേക്കുള്ള സ്ഥാനാന്തരണവും അതിലുണ്ട്. പ്രാദേശികമായ പ്രയോഗപാരമ്പര്യങ്ങളുടെ നിരാകരണം എന്ന നിലയിലുള്ള കേന്ദ്രീകരണവും, നാടുവാഴി അധികാരത്തിൽ നിന്ന് ജനാധികാരപരമായ പൊതുസ്ഥാപനത്തിലേക്കുള്ള സ്ഥാനാന്തരണവും ഒരുമിച്ചാണ് നടന്നത്.[5] ജനാധിപത്യപരമായ സ്ഥാപനനിർമ്മിതിയോടൊപ്പം തന്നെ, ദേശീയമായ ഏകീകരണത്തിനും കേന്ദ്രീകരണത്തിനും വിധേയമായിക്കൊണ്ടാണ് കഥകളി അതിന്റെ 'ക്ലാസിക്കൽ' പ്രകൃതം കൈവരിച്ചത്. 'കേരളീയ കല'എന്ന ആധികാരികപദവിയിലേക്കുള്ള കഥകളിയുടെ പരിവർത്തനം അവതരണപദ്ധതിയുടെ തലത്തിൽ ഒരു കേന്ദ്രീകരണ യുക്തിയെ സ്വാംശീകരിച്ചുകൊണ്ടായിരുന്നു എന്നർത്ഥം.

പട്ടിക്കാംതൊടി രാവുണ്ണിമേനോന്റെ നേതൃത്വത്തിൽ കഥകളിയിൽ അരങ്ങേറിയ നവീകരണത്തിന്റെ പ്രകൃതം വിശദീകരിക്കുന്ന സന്ദർഭത്തിൽ കിള്ളിമംഗലം വാസുദേവൻ നമ്പൂതിരിപ്പാട് ചൂണ്ടിക്കാണിക്കുന്ന കാര്യങ്ങൾ, മറ്റൊരു നിലയിൽ, മേല്പറഞ്ഞ വസ്തുതയിലേക്ക് തന്നെയാണ് വിരൽചൂണ്ടുന്നത്. കഥകളിയുടെ ക്ലാസിക്കൽ ചിട്ടയെന്ന നിലയിൽ പട്ടിക്കാംതൊടിവഴി നിലവിൽവന്നത് പ്രധാനമായ രണ്ട് കാര്യങ്ങളായിരുന്നു. നൃത്യത്തിലേക്ക് നാട്യത്തെ സന്നിവേശിപ്പിക്കുകയും അതുവഴി രംഗപാഠമപ്പാടെ പുതുക്കിപ്പണിയുകയുമാണ് രാവുണ്ണിമേനോൻ ചെയ്തത്. കഥാപാത്രത്തിന്റെ ക്ഷണികഭാവങ്ങൾക്കപ്പുറം പോയി സ്ഥായിയായ രസാനുഭവത്തിൽ അടിയുറച്ചവയായി കഥകളിയെ പുതുക്കിപ്പണിയാനാണ് ഇതുവഴി അദ്ദേഹം മുതിർന്നത്. രസാവലംബിയായ നാട്യമെന്ന നിലയിലേക്കുള്ള കഥകളിയുടെ നവീകരണം അതിന്റെ ആധുനികീകരണത്തിന്റെ ചരിത്രത്തിലെ നിർണ്ണായകമായ ചുവടുവയ്പാണ്. ആധുനികമായ സ്വകാര്യ വ്യക്തിബോധത്തിനും ആ വ്യക്തിബോധത്തിൽ അധിഷ്ഠിതമായ ധ്യാനാത്മകമായ ആസ്വാദന - അനുഭൂതി ക്രമത്തിനും

പാകപ്പെട്ട ഒന്നായി കഥകളി മാറിത്തീർന്നു എന്നതാണ് ഇതിന്റെ ഫലം. രാവുണ്ണിമേനോന്റെ കലാവതരണത്തിന്റെയും രംഗാവതരണത്തിന്റെയും മൗലികമായ മൂല്യം ആംഗികലാവണ്യമല്ലെന്നും മറിച്ച് ഭാവപോഷകത്വ മാണെന്നും വിശദീകരിക്കപ്പെടുന്നതിന്റെ ഉള്ളടക്കവും മറ്റൊന്നല്ല. പുതിയ ചിട്ടയിലേക്കുള്ള കഥകളിയുടെ ഉദ്ഗ്രഥനം ഒരേസമയം അതിനെ ആധുനികവും ക്ലാസിക്കലുമാക്കിത്തീർക്കുന്നു എന്നർത്ഥം.

ഇരുപതാംശതകത്തിന്റെ രണ്ടാം പകുതിയിൽ, ഈ ക്ലാസിക്കൽ സ്വരൂപത്തിലേക്ക് വൈയക്തികതയുടെയും വൈകാരികതയുടെയും അനുഭവലോകങ്ങൾ കൂടുതൽ കൂടുതലായി കടന്നുകയറുന്നത് കാണാം. *നളചരിതത്തിന്* കൈവന്ന അരങ്ങുവാഴ്ച ഇത്തരമൊരു പരിണാമത്തെ അടയാളപ്പെടുത്തുന്നുണ്ട്. ആഹാര്യംകൊണ്ടും അവതരണക്രമംകൊണ്ടും ആധുനികമായ അന്തഃസംഘർഷങ്ങളെ പ്രത്യക്ഷമായി ഉൾക്കൊള്ളാനാകാത്ത ശില്പദാർഢ്യം കഥകളി സ്വയമേവ പുലർത്തുന്നതിനാലാണ് 'കോട്ടംവിട്ട കോട്ടയം കഥകൾ' കളിയരങ്ങിൽ പ്രമാണികത കയ്യാളിപ്പോന്നത്. അവിടെ നിന്ന് 'ആടാനും പാടാനും കൊള്ളാത്ത' *നളചരിത*ത്തിലേക്കുള്ള നീക്കം അതുൾക്കൊള്ളുന്ന ആധുനികമായ സ്വത്വപ്രകാശന സാദ്ധ്യതയുടെ ഫലം കൂടിയായി വിശദീകരിക്കപ്പെട്ടിട്ടുണ്ട്. ആധുനികമായ പ്രകരണം വൈയക്തികതയുടെയും, അതുവഴി രൂപപ്പെടുന്ന വൈകാരികാവേഗങ്ങളുടെയും അന്തഃസംഘർഷങ്ങളുടെയും ലോകത്തെ ഉയർത്തിക്കൊണ്ടുവന്നതിനൊപ്പമാണ് *നളചരിതം* കളിയരങ്ങിലേക്ക് പ്രത്യാനയിക്കപ്പെട്ടത്. കീഴ്പ്പടം കുമാരൻ നായർ, കലാമണ്ഡലം കൃഷ്ണൻ നായർ, കലാമണ്ഡലം ഗോപി, കോട്ടയ്ക്കൽ ശിവരാമൻ തുടങ്ങിയ നടന്മാരിലൂടെ വൈയക്തികവും വൈകാരികവുമായ ഒരു ആട്ടപ്രകാരമാണ് ആധുനികതയുടെ അരങ്ങുജീവിതത്തിൽ ഉറച്ചുവന്നത്. വാഴേങ്കട കുഞ്ചുനായരിൽനിന്ന് വ്യത്യസ്തമായി കളരിക്ക് പുറത്തുള്ള കഥകളുടെ അവതരണവേളയിൽ സ്ഥായിയെ മുറുകെപ്പിടിക്കാത്ത നടനായി കലാമണ്ഡലം കൃഷ്ണൻ നായർ വിലയിരുത്തപ്പെടുന്നതും ഇതുകൊണ്ടാണ്. *കർണ്ണശപഥ*ത്തിലെത്തുമ്പോൾ ഇത് ഒരുതരം മെലോഡ്രമാറ്റിക്ക് ചാരുതയായി വഴിതിരിയുന്നതായി വിമർശിക്കപ്പെടുന്നുമുണ്ട്. 1970 കളോടെ കേരളീയഭാവുകത്വത്തിന്റെ മുഖ്യധാരയിൽ പ്രാബല്യം നേടിയ വികാരപാരവശ്യങ്ങളുടെ ലോകവുമായി കഥകളി നടത്തിയ മുഖാമുഖത്തിന്റെ ഫലമായി *കർണ്ണശപഥ*ത്തിന്റെ അരങ്ങുവാഴ്ച വിശദീകരിക്കപ്പെട്ടിട്ടുള്ളതും ശ്രദ്ധേയമാണ്.

ദേശീയമായ ഏകതയിലേക്കും അവിടെനിന്ന് വൈയക്തിക - വൈകാരിക ലോകങ്ങളിലേക്കുമുള്ള ഈ പരിണാമപഥം ആട്ടപ്രകാരത്തിലെന്നപോലെ, കഥകളിയുടെ പാട്ടുവഴിയിലും തുടരുന്നുണ്ട്. വെങ്കിടകൃഷ്ണ ഭാഗവതരിലൂടെയാണ് കർണ്ണാടകസംഗീതത്തിലെ രാഗപദ്ധതിയുമായി കഥകളിസംഗീതം അടുപ്പം കൈവരിച്ചത്. പിന്നീട് നീലകണ്ഠൻ നമ്പീശൻ, ഉണ്ണികൃഷ്ണക്കുറുപ്പ് എന്നിവരിലെത്തുമ്പോൾ ഇത് തദ്ദേശീയമായ വേരുകളിലേക്കും പാട്ടുപാരമ്പര്യത്തിലേക്കും കൂടുതൽ ഉന്മുഖമാവുന്നത് കാണാം. ഒരർത്ഥത്തിൽ കഥകളിപ്പാട്ടിന് കേരളീയമായ അടിത്തറയൊ

രുക്കാനുള്ള ശ്രമം കൂടിയാണത്. ഇവിടെനിന്നും കലാമണ്ഡലം ശങ്കരൻ എമ്പ്രാന്തിരി, വെൺമണി ഹരിദാസ്, കലാമണ്ഡലം ഹൈദരലി എന്നിവരിലേക്കെത്തുമ്പോൾ കഥകളിപ്പാട്ട് വൈകാരികതയുടെ സ്വരസഞ്ചാരങ്ങളായിത്തീരുന്നു. വ്യക്തിഗതമായ അനുഭൂതിലോകങ്ങളിലേക്ക് കടന്നുനില്ക്കുന്നതും സ്വയംപര്യാപ്തവുമായ കലയുടെ ലോകമായി കഥകളിപ്പാട്ട് മാറിത്തീരുന്ന സന്ദർഭമാണിത്. പഴയമട്ടിലുള്ള കഥകളിപ്പാട്ട് കേട്ട് ശീലിച്ചവർക്ക് ഇത് രുചിക്കാതെവന്നതും വെറുതെയല്ല.

ഇങ്ങനെ ക്ലാസിക്കൽ എന്ന് വിശേഷിപ്പിക്കപ്പെടുന്ന നാട്യരൂപങ്ങൾക്ക് ദേശീയവും വൈയക്തികവുമായ അനുഭൂതിതലം പ്രദാനം ചെയ്തുകൊണ്ടാണ് കേരളീയതയുടെ ആവിഷ്കാരപ്രകാരമായി ഇരുപതാം നൂറ്റാണ്ട് അവയെ മാറ്റിപ്പണിതത്. നിയതാർത്ഥത്തിൽ ക്ലാസിക്കൽ കലയുടെ കേരളീയസ്വരൂപം ഇങ്ങനെ നിർമ്മിച്ചെടുക്കപ്പെട്ട ഒന്നാണ്. സുദീർഘമായ ഒരു പാരമ്പര്യത്തിന്റെ, അഭിനയവഴക്കത്തിന്റെ, തുടർച്ച മാത്രമല്ല അത്. മറിച്ച് ചരിത്രപരമായി നിർവ്വചിക്കപ്പെട്ടതും സവിശേഷവുമായ ഒരു അനുഭൂതിഘടനയുമായുള്ള സംവാദാത്മകബന്ധംവഴി ഉരുവംകൊണ്ട ഒന്നാണത്. പഴമയെക്കുറിച്ചുള്ള പുതിയ പ്രതീക്ഷ; പുതിയ ഭാവന അതിന്റെ പ്രകാശനസന്ദർഭം കൂടിയായിരുന്നു ഈ 'കേരളീയ കല'കൾ.

താരതമ്യേന സുദീർഘമായ പാരമ്പര്യവും ചരിത്രജീവിതവുമുള്ള രണ്ടു കലാരൂപങ്ങളുടെ കഥയാണ് മേല്പറഞ്ഞതെങ്കിൽ, ഒട്ടൊക്കെ ശൂന്യതയിൽനിന്നു പടുത്തുയർത്തപ്പെട്ട മറ്റൊരു 'കേരളീയ കല'യേയും ഇരുപതാം നൂറ്റാണ്ടിലെ മലയാളജീവിതത്തിൽ കണ്ടെത്താം. കേരള സംഗീതം സോപാനസംഗീതമെന്നപേരിൽ ചിലപ്പോഴൊക്കെ വ്യവഹരിക്കപ്പെട്ടുപോരുന്ന ഈ കലാരൂപം കൂടിയാട്ടത്തിൽനിന്നും കഥകളിയിൽനിന്നും അടിസ്ഥാനപരമായി ഭിന്നമായിരിക്കുന്നത് അതിന്റെ നിലനില്പിന്റെ സന്ദിഗ്ധസ്വഭാവം കൊണ്ടുതന്നെയാണ്. കൊട്ടിപ്പാടിസേവയ്ക്കുപയോഗിച്ചുപോരുന്ന പാട്ടുപാരമ്പര്യത്തെയാണ് സോപാനസംഗീതമെന്ന് പലപ്പോഴും വിശേഷിപ്പിച്ചുപോരാറുള്ളത്. വിപുലമായ ഒരു പ്രയോഗപദ്ധതിയായി ഇപ്പോഴും മാറിത്തീർന്നിട്ടില്ലാത്ത ഒന്നാണത്. കൂടിയാട്ടത്തിന്റെ ഭൂതകാലജീവിതത്തിൽ അടിയന്തരക്കൂത്ത് നിലനിന്നുപോന്നതുപോലെ, ഒട്ടുമിക്കവാറും അനുഷ്ഠാനപരമായ ഒരു ജീവിതമാണ് അതിനുള്ളതും. ഞരളത്ത് രാമപ്പൊതുവാളിനേയും ആലിപ്പറമ്പ് ശിവരാമപ്പൊതുവാളിനേയും പോലുള്ള ഗായകപ്രതിഭകളുടെ സാന്നിദ്ധ്യം ഉണ്ടായിരുന്നുവെങ്കിൽ തന്നെയും മേല്പറഞ്ഞ അനുഷ്ഠാനപരതയിൽനിന്നും ആധുനികമായ സ്വതന്ത്രകലയുടെ പദവിയിലേക്ക് സോപാനസംഗീതം എത്തിപ്പെട്ടുവോ എന്നത് വളരെയേറെ സംശയകരമാണ്.

സോപാനസംഗീതത്തിന്റെ ഈ പരിമിതിയെ തിരിച്ചറിഞ്ഞതുകൊണ്ടാകണം കേരളസംഗീതം എന്ന പുതിയൊരു പരികല്പനയെയും അതിന്റെ പ്രയോഗപാഠത്തെയും കണ്ടെടുക്കാനുള്ള ശ്രമങ്ങൾ സോപാനസംഗീതവിചാരങ്ങൾക്ക് സമാന്തരമായി വികസിച്ചുവന്നത്. തിരുവിതാകൂറിലെ സംഗീതത്തെക്കുറിച്ചെഴുതുന്ന വേളയിൽ ടി ലക്ഷ്മണൻ പിള്ള കഥകളിപ്പാട്ടിലെ കേരളരാഗങ്ങളെക്കുറിച്ച് നടത്തുന്ന നിരീക്ഷണങ്ങൾ

ക്ക് ഇങ്ങനെ ഒരു പ്രാധാന്യമുണ്ട്. ആര്യാധിനിവേശത്തെ അതിജീവിക്കാൻ കഴിഞ്ഞ പ്രാചീന ദ്രാവിഡസംഗീതത്തിന്റെ അവശിഷ്ട രൂപങ്ങളാണ് കേരളരാഗങ്ങളായി കഥകളിപ്പാട്ടിൽ തുടരുന്നതെന്ന് ലക്ഷ്മണൻ പിള്ള അഭിപ്രായപ്പെടുന്നു. പാടി, പുറനീര, ഖണ്ഡാരം തുടങ്ങിയ കേരളരാഗങ്ങളുടെ ചരിത്രപരമായ ഉള്ളടക്കം ഇതാണെന്നും അദ്ദേഹം വാദിക്കുന്നു. ഈ വാദത്തിലെ വസ്തുതയേക്കാൾ, അതിനു പിന്നിലെ താല്പര്യമെന്ത് എന്നതാണ് നമ്മുടെ പ്രകരണത്തിൽ കൂടുതൽ സംഗതമായ കാര്യം. സംഗീതാനുഭവത്തിന്റെ ക്ലാസിക്കൽ മൂല്യത്തെ, അഥവാ ക്ലാസിക്കൽ ആയ കേരളസംഗീതത്തെ, ഭൂതകാലത്തിന്റെ അങ്ങേത്തലപ്പിൽ നിന്നേ കണ്ടെടുക്കുവാനുള്ള ശ്രമമാണത്. പില്ക്കാലത്ത് കേരളസംഗീതത്തെക്കുറിച്ചെഴുതുമ്പോൾ മാലി (വി മാധവൻ നായർ) ലക്ഷ്മണൻ പിള്ളയുടെ ഈ വാദം ഉദ്ധരിക്കുന്നുമുണ്ട്. നാടോടിസംഗീതത്തിന്റെ പ്രദേശഭേദങ്ങളാൽ ചിതറിപ്പോവാത്ത, ഒരു ഏകാത്മക ദേശീയസ്വരൂപത്തെ കേരളീയമായ സംഗീതാനുഭവമായി നിർമ്മിച്ചെടുക്കാനുള്ള ശ്രമമായിരുന്നു കേരളസംഗീതത്തെക്കുറിച്ചുള്ള ഇത്തരം ആലോചനകകൾ എന്നു പറയാം. കൊട്ടിപ്പാടിസേവയുടെ സംഗീതവും കഥകളിപ്പാട്ടും മുതൽ സ്വാതിതിരുനാളും ഇരയിമ്മൻ തമ്പിയും വരെ ഉൾപ്പെട്ടുനില്ക്കുന്ന ഒരു വിപുലവ്യൂഹത്തെ ഉൾക്കൊള്ളാൻ പണിപ്പെടുന്ന പരികല്പനയായി അതിപ്പോഴും തുടരുന്നുണ്ട്; ഒട്ടൊക്കെ അവ്യക്തമായി.

വാസ്തവത്തിൽ, കേരളസംഗീതം എന്ന വിശേഷണം പൂർണ്ണമായി അവകാശപ്പെടാൻ കഴിയുന്ന ഒരേയൊരു സംഗീതശാഖയേ നിലവിലുള്ളൂ. 1960 കൾ മുതൽ മൂന്ന് പതിറ്റാണ്ടോളം വരുന്ന കാലയളവിലെ മലയാള ചലച്ചിത്രഗാന/സംഗീതമാണത്. മാപ്പിളപ്പാട്ടും നാടോടിസംഗീതവും മുതൽ കഥകളിപ്പാട്ടും കർണ്ണാടകസംഗീതവും വരെ ഉൾച്ചേർന്നതും അക്ഷരാർത്ഥത്തിൽ കുടിൽ തൊട്ടു കൊട്ടാരംവരെ ഇടം കണ്ടെത്തിയതുമായ ഒന്നായിരുന്നു ചലച്ചിത്രഗാനം/സംഗീതം. 'ജാതിഭേദം മതദ്വേഷം/ഏതുമില്ലാതെ സർവ്വരും/സോദരത്വേന വാഴുന്ന/മാതൃകാസ്ഥാന'മായി കേരളത്തിൽ നിലനിന്ന ഒരേയൊരു കലാലോകമായി അതിനെ പരിഗണിക്കാം. സാമൂഹ്യമായ എല്ലാത്തരം ശ്രേണീകരണങ്ങളെയും അതിവർത്തിക്കുന്നതിലൂടെ ദേശീയമായ ജനപ്രിയത്വം കൈവരിച്ച ആദ്യത്തെ കേരളീയകലയെന്ന് ചലച്ചിത്രഗാന/സംഗീത ശാഖയെ വിശേഷിപ്പിക്കുന്നത് തെറ്റാവില്ല. മുഴുവൻ മലയാളികളും പങ്കുചേർന്നതും സവിശേഷമായ ഒരു ചരിത്രസന്ദർഭത്തിലെ ജീവിതാനുഭൂതികളെയാകെ അഭിസംബോധന ചെയ്തതുമായ ഒന്നായിരുന്നു അത്. ആ നിലയിൽ ജനാധികാരനിഷ്ഠമായ ദേശീയതയുടെ കലാവിഷ്കാരമായി പരിഗണിക്കപ്പെടാൻ എന്തുകൊണ്ടും അത് അർഹവുമായിരുന്നു.

എന്നിട്ടും ചലച്ചിത്രഗാനം/സംഗീതം 'കേരളീയസംഗീത'മായി എപ്പോഴെങ്കിലും പരിഗണിക്കപ്പെട്ടതായി നാം കാണുന്നില്ല. ഇതിന് രണ്ട് കാരണങ്ങൾ പറയാം. ഒന്നാമത്തേത് ചലച്ചിത്രഗാനത്തിന്റെ സമകാലികതയാണ്. ഈ സമകാലികതമൂലം ദേശീയതയുടെ പ്രധാന താല്പര്യങ്ങളിലൊന്നായ പ്രാചീനതയുടെ - പാരമ്പര്യപ്രതീതിയുടെ - ആധികാ

രികത ചലച്ചിത്രഗാനത്തിന് അവകാശപ്പെടാനാവില്ല. രണ്ടാമത്തേത് ചലച്ചിത്രഗാനത്തിന്റെ ജനപ്രിയതയും അതിനോട് ചേർന്നുനില്ക്കുന്ന സങ്കേതബദ്ധതയുമാണ്. പുറമേക്ക് പരസ്പര വിരുദ്ധങ്ങളായി അനുഭവപ്പെടാമെങ്കിലും, യാന്ത്രികപുനരുല്പാദന കാലത്തെ കലയെക്കുറിച്ച് വാൾട്ടർ ബഞ്ചമിൻ നിരീക്ഷിച്ചതുപോലെ, കലയുടെ മൗലികതയെ ചുറ്റിപ്പറ്റിയുള്ള പ്രഭാപൂരത്തെ ഇല്ലാതാക്കി അതിനെ വിപുലമായ ജനാസ്വാദന വിഭവമാക്കിത്തീർക്കുന്ന സാങ്കേതികത ചലച്ചിത്രഗാനത്തിനുണ്ട്. ഗ്രാമഫോൺ റെക്കോഡുകളും റേഡിയോ നിലയങ്ങളും വഴിയുള്ള വ്യാപനം ചലച്ചിത്രഗാന/സംഗീതത്തിന് നല്കിയ ജനപ്രിയത്വം ദേശീയകലയുടെ അഭിജാത ഗൗരവത്തിൽനിന്നും അതിനെ നീക്കിനിർത്തുന്ന ഒന്നാണ്. അങ്ങനെ സമകാലികതയുടെയും ജനപ്രിയതയുടെയും സാന്നിദ്ധ്യംകൊണ്ട് പാരമ്പര്യത്തുടർച്ചയെയും ആഭിജാത്യത്തെയും ഉൾക്കൊള്ളാൻ കഴിയാത്തതുമൂലം യഥാർത്ഥമായ ദേശീയജീവിതം ഉള്ളപ്പോൾത്തന്നെ 'ദേശീയത'യുടെ പ്രമാണസാമഗ്രി എന്ന പദവി കൈമോശം വന്ന കലാരൂപമായി ചലച്ചിത്രഗാനം മാറിത്തീർന്നു.

പറഞ്ഞുവന്നതിന്റെ ആകത്തുകയിതാണ്. 'കേരളീയ കല' എന്നത് സത്താപരമായി കേരളീയമായ ഒന്നല്ല. സവിശേഷമായ ഒരു കാലയളവിൽ ഒരു ജനസമൂഹം പുലർത്തിപ്പോന്ന ഭാവനാബന്ധങ്ങളിലൊന്നാണത്. കലയെ മുൻനിർത്തി ഒരു ജനത സ്വയം നിർവ്വചിക്കാൻ ശ്രമിച്ചതിന്റെ സാക്ഷ്യങ്ങൾ. ദേശം, വ്യക്തി എന്നീ ആധാരതത്ത്വങ്ങളെ മുൻനിർത്തുന്ന കലയുടെ പ്രമാണമേഖലയിലാണ് 'കേരളീയകലകൾ' പാർപ്പുറപ്പിച്ചത്. ഈ ആധാരസ്വരൂപങ്ങൾ തുടരുവോളം ഈ കലകളും കേരളീയമായി തുടരും. അതുകൊണ്ടുതന്നെ അവയുടെ ഭാവിചരിത്രം ഇങ്ങനെതന്നെ അവശേഷിക്കുകയുമില്ല.

(2007/2013 ൽ പരിഷ്കരിച്ചത്)

കുറിപ്പുകൾ

1. "Structures of feeling can be defined as social experiences in solution, as distinct from other social sematic formations which have been precipitated and are more evidently and more immediately available. Not all art, by any means, relates to a contemporary structure of feeling. The effective formations of most actual art relate to already, manifest social formations dominant or residual, and it is primarily to emergent formations(though often in the form of modifications or disturbance in older forms) that the structure of feeling, as solution, relates" (Williams, 1985: 134).
2. സൂക്ഷ്മമായ അർത്ഥത്തിൽ 'കല' എന്ന പരികല്പനയിൽ തന്നെ ആധുനികമായ ധാരണകൾ ഉള്ളടങ്ങിയിട്ടുണ്ട്. എന്നിരുന്നാലും വരേണ്യവും അഭിജാതവുമായ ജീവിതസന്ദർഭങ്ങളിലെ ആസ്വാദനവിഭവമായി ആധുനികപൂർവ്വ സമൂഹങ്ങളെ മുൻനിർത്തിയും 'കല'യെ വിഭാവനം ചെയ്യാം. എന്നാൽ കീഴാള/ജനകീയകല എന്ന സങ്കല്പം ഇതിനുള്ളിൽ സാദ്ധ്യമാവില്ല.
3. കേരളം എന്ന ഭൂമിശാസ്ത്രമേഖലയെയല്ല കേരളം എന്ന സാംസ്കാരികമേഖലയെയാണ് ഇവിടെ പരാമർശിക്കുന്നത്. ക്രിസ്തുവർഷം അഞ്ച്

– എട്ട് ശതകങ്ങളിലരങ്ങേറിയ കാർഷികവല്ക്കരണത്തിന് ശേഷമാണ് പ്രാചീന തമിഴകത്തിന് പൊതുവിൽ ബാധകമായ സാംസ്കാരികക്രമങ്ങൾക്ക് പുറത്ത്, ഒരു പുതിയ സാമൂഹിക-സാംസ്കാരിക മേഖലയായി കേരളം മാറിത്തീർന്നതെന്ന് കേരളചരിത്രവിജ്ഞാനം ഇപ്പോൾ പൊതുവെ സമ്മതിക്കുന്നുണ്ട്.

4. കേരളത്തിലെ നവോത്ഥാനചരിത്രത്തിലെ കീഴാളരക്തസാക്ഷിയായ ആറാട്ടുപുഴ വേലായുധപ്പണിക്കർ കീഴ്ജാതിക്കാരുടെ കളിയോഗത്തിന് രൂപം നല്കിക്കൊണ്ടും പലയിടങ്ങളിൽ കഥകളി അവതരിപ്പിച്ചുകൊണ്ടും സവർണ്ണാധികാരത്തെ വെല്ലുവിളിക്കുന്നുണ്ട്. കൂടിയാട്ടത്തിൽനിന്ന് വ്യത്യസ്തമായി കഥകളിക്കുള്ള പ്രാദേശികബന്ധങ്ങളും ഇവിടെ പരിഗണിക്കാവുന്നതാണ്.

5. ചിത്രകലയുടെ ചരിത്രത്തിൽ കാൻവാസിനുള്ള സ്ഥാനത്തിനും ഇത്തരമൊരു വൈരുദ്ധ്യം കാണാനാവും. ഒരു ഭാഗത്ത് അത് അമ്പല/പള്ളിച്ചുമരിന്റെയും കൊട്ടാരഭിത്തികളുടെയും ലോകത്തുനിന്ന് ചിത്രത്തെ മോചിപ്പിച്ചു. അതുവഴി ചിത്രം മതനിരപേക്ഷവും പൊതുവായതുമായ ഒരു കലാവിഭവമായി. എന്നാൽ അതേസമയംതന്നെ ഈ പരിവർത്തനം ചിത്രത്തെ ഒരു ചരക്കാക്കി മാറ്റുകയും കമ്പോളത്തിലെ വില്പനസാമഗ്രികളിലൊന്നായി അത് മാറിത്തീരുകയും ചെയ്തു. മതനിരപേക്ഷവല്ക്കരണം വിപണിവല്ക്കരണം കൂടിയായിത്തീർന്നു എന്നർത്ഥം.

സഹായകഗ്രന്ഥങ്ങൾ

അജയകുമാർ എൻ, 2000, *നവോത്ഥാനവും നളചരിതത്തിന്റെ രംഗപ്രചാരവും*, സ്കറിയ സക്കറിയ (ജന. എഡി.), *അഞ്ഞൂറു വർഷത്തെ കേരളം*, താരതമ്യപഠനസംഘം, ചങ്ങനാശ്ശേരി.

അജയകുമാർ എൻ, 2006, 'കഥകളിസംഗീതത്തിലെ ദിശാപരിണാമങ്ങളും ഹൈദരലിയും', *താപസം*, Vol I, Issue 3, ചങ്ങനാശ്ശേരി.

അജയകുമാർ എൻ, 2013, 'സൗന്ദര്യവും അനുഭൂതിയും: മലയാളമാതൃകകൾ മുൻനിർത്തിയുള്ള വിശകലനം', (അപ്രകാശിത പ്രബന്ധം), സംസ്കൃത സർവ്വകലാശാലയിലെ വിമർശനാത്മക പഠനസംഘത്തിന്റെ സെമിനാറിൽ അവതരിപ്പിച്ചത്, കാലടി.

നാരായണപ്പണിക്കർ, കാവാലം, 2011, *സോപാനതത്ത്വം*, മാതൃഭൂമി ബുക്സ്, കോഴിക്കോട്.

പൗലോസ്, കെ ജി, *കൂടിയാട്ടത്തിന്റെ പുതിയ മുഖം*, ഇന്റർനാഷണൽ സെന്റർ ഫോർ കൂടിയാട്ടം, തൃപ്പൂണിത്തുറ.

മാലി, 1984, *കേരളസംഗീതം*, നാഷണൽബുക്സ്റ്റാൾ, കോട്ടയം.

വാസുദേവൻ നമ്പൂതിരിപ്പാട്, കിള്ളിമംഗലം, കലാമണ്ഡലം എം എസ് നമ്പൂതിരി, 2007, *കഥകളിയുടെ രംഗപാഠചരിത്രം*, മാതൃഭൂമി ബുക്സ്, കോഴിക്കോട്.

Narayanan M V, 2001, 'Impact of Public Sphere: Shifting Patterns of form in Kathakali', Haritham, School of Letters, M G University, Kottayam.

Williams, Raymond, 1985, *Marxism and Literature*, Oxford University Press, Delhi.

കാലമേ നിനക്കഭിനന്ദനം...
യേശുദാസും കേരളീയ ആധുനികതയും

"യേശുദാസ്!
മലയാളത്തിന്റെ സൗമ്യകാമുകശബ്ദമേ,
വാഗർത്ഥങ്ങളിണക്കിനെയ്ത
പാട്ടിൻ കസവുഞൊറികളേ
....
വിട.
കൈവീശിനില്ക്കുമോർമ്മകളേ
അകന്നകന്നുപോകുന്തോറും
ചെറുതായ് തീരും വലിപ്പങ്ങളേ
പൂരം കഴിഞ്ഞുമടങ്ങും
പൂതങ്ങളേ................"

(*വിട*, പി പി രാമചന്ദ്രൻ)

ആധുനികകേരളം പാടിനിർത്തിയ രാഗമാലികയാണ് യേശുദാസ്. കേരളീയതയെന്ന് നാം വിളിച്ചുപോരുന്ന ജീവിതസങ്കല്പത്തിന്റെ നാദരൂപം. പിന്നിട്ട മൂന്നു നാല് പതിറ്റാണ്ടുകളിൽ യേശുദാസ് നിലകൊണ്ടത് അങ്ങനെയാണ്. കേരളീയ ജീവിതത്തിന്റെ സംഗീതസ്വരൂപമെന്ന ഇത്തരം ഒരു പദവി, യേശുദാസിനെന്നതുപോലെ, അതിനുമുമ്പ് മറ്റൊരാൾക്കും ലഭിച്ചിട്ടില്ല. ഇനിയങ്ങോട്ടുള്ള കേരളീയജീവിതത്തിന്റെ ഭാവിചരിത്രത്തിലും ഇത്രമേൽ വ്യാപ്തിയുള്ള ഒരു പദവി ഒരു മലയാളഗായകനും/ഗായികയ്ക്കും ലഭിക്കാനിടയുമില്ല. ആ നിലയിൽ നമ്മുടെ സംസ്കാരചരിത്രത്തിലെ അനന്യതകളിലൊന്നായി യേശുദാസിനെ പരിഗണിക്കാം. ആധുനിക കേരളത്തിന്റെ സ്വരസഞ്ചാരങ്ങളും രാഗവിസ്താരങ്ങളും അടയാളപ്പെട്ട ഗാനവീഥികളിലൂടെയാണ്[1], ആ സ്വര - രാഗങ്ങളുടെ പ്രതിനി

ധിയും പ്രതീകവുമായാണ്, യേശുദാസ് പിന്നിട്ട പതിറ്റാണ്ടുകളിൽ ജീവിച്ചത്. 1960 കളിൽനിന്ന് ഇരുപത്തിയൊന്നാം നൂറ്റാണ്ടിന്റെ തുടക്കം വരെയെത്തിയ യേശുദാസിന്റെ സംഗീതജീവിതത്തെ ആധുനിക മലയാള സംസ്കൃതിയുടെ നാദജീവിതമെന്ന് വിവരിക്കാനാവുന്നതും ഇതുകൊണ്ടാണ്.

ജനസമ്മതി എന്ന പദവിമൂല്യം

യേശുദാസിന്റെ ചരിത്രപരമായ ഈ അനന്യതയുടെ അടയാളങ്ങളെന്തെല്ലാമാണ്? അതിരുകവിഞ്ഞതായിത്തോന്നാമെങ്കിലും, മുഴുവൻ മലയാളികളുടെയും പ്രാതിനിധ്യം അവകാശപ്പെടുവാൻ കഴിയുന്ന ഒരാളായി, ഇരുപതാംശതകത്തിന്റെ രണ്ടാംപകുതിയിൽ ജീവിച്ച ഒരേയൊരു മലയാളിയെന്ന് യേശുദാസിനെ വിവരിക്കാനാവും. ഇവിടെ ജനസമ്മതി എന്ന പദവിമൂല്യത്തെ ജനപ്രിയതയിൽനിന്ന് വേർതിരിച്ച് മനസ്സിലാക്കേണ്ടതുണ്ട്. മുഖ്യധാരാസിനിമകളിലെ നായികാനായകന്മാരെപ്പോലെ ജനപ്രിയതയുടെ കാര്യത്തിൽ യേശുദാസിനോടൊപ്പം നില്ക്കുവാൻ കഴിവുള്ളവരായി, ചിലപ്പോൾ അതിലുമുയരത്തിൽ നില്ക്കുന്നവരായിപ്പോലും, പലരും ഉണ്ടായെന്നുവരാം. എന്നാൽ യേശുദാസിന്റെ ജനസമ്മതി ഇതിൽനിന്ന് മൗലികമായി വ്യത്യസ്തമാണ്. മേല്പറഞ്ഞ തരത്തിലുള്ള ജനപ്രിയ വ്യക്തിരൂപങ്ങളെ തന്റെകൂടി പ്രതിനിധിയെന്ന് വകവച്ചു കൊടുക്കുവാൻ കേരളീയരിൽ പലർക്കും കഴിയില്ല. ജനസമ്മതി എന്നത് ജനപ്രിയതയ്ക്കപ്പുറം ഒരാൾക്ക് കൈവരുന്ന സവിശേഷമായൊരു പ്രാതിനിധ്യാവകാശം കൂടിയാണ്. മുഴുവൻ മലയാളികളും അറിയുന്നു എന്നതിലുപരി, കേവലപ്രശസ്തിക്കും താരാരാധനയ്ക്കുമുപരി, മുഴുവൻ മലയാളികളുടേയും പ്രാതിനിധ്യം അവകാശപ്പെടാനുള്ള കഴിവാണ് ജനസമ്മതിയെ രൂപപ്പെടുത്തുന്നത്. വിവിധരൂപത്തിലുള്ള സാമൂഹികശ്രേണീകരണങ്ങളെ അതിവർത്തിക്കുന്ന ഒന്നാണിത്. ആധുനികീകരണം ജന്മം നല്കുന്ന പൊതുമണ്ഡലത്തിലേ ഇത്തരമൊരു ജനസമ്മതി സാദ്ധ്യമാകൂ. വിവിധ സാമൂഹ്യവർഗ്ഗങ്ങൾ തങ്ങളുടെ സവിശേഷനിലപാടുകളെയും മൂല്യബോധത്തെയും മറികടന്നുപോകുന്ന പൊതുവായ ഒരു അനുഭവലോകം പങ്കുവയ്ക്കുവാൻ തുടങ്ങുമ്പോഴാണ് ജനസമ്മതിയുടെ വ്യക്തിഗതരൂപങ്ങൾ പിറവിയെടുക്കുന്നത്. ഇരുപതാം നൂറ്റാണ്ടിലെ കേരളചരിത്രത്തിൽ ശ്രീനാരായണഗുരു ഇത്തരത്തിൽ ജനസമ്മതി കൈവരിച്ച ഒരാളായിരുന്നു. (നവോത്ഥാനത്തിന്റെ ചരിത്രാനുഭവം പങ്കുവച്ച എഴുത്തുകാരിൽ ചിലർ, തകഴിയും ബഷീറും, കുറഞ്ഞൊരളവിൽ ഇത്തരമൊരു സമ്മതി കൈവരിച്ചവരാണ്. ആധുനിക കേരളത്തിന്റെ രാഷ്ട്രീയചരിത്രത്തിൽ കെ കേളപ്പൻ, എ കെ ജി, ഇ എം എസ്, അബ്ദുറഹ്മാൻ സാഹിബ് തുടങ്ങിയവർക്കും, കുറഞ്ഞ അളവിലാണെങ്കിലും, ഇത്തരമൊരു പദവി കൈവന്നിട്ടുണ്ട്. എങ്കിലും ഗുരുവിന്റെ ജനസമ്മതിയുടെ സാർവ്വത്രികത, ചരിത്രപരമായ അകലം ഉൾപ്പെടെയുള്ള പല കാരണങ്ങൾകൊണ്ട്, ഇവർക്കന്യമാണ് താനും). 'എന്റെ കൂടി പ്രതിനിധി'യെന്ന്

മലയാളികൾക്ക് തടസ്സവാദമുന്നയിക്കാതെ സമ്മതിക്കുവാൻ കഴിയുന്ന ഒരാൾ ഇപ്പോൾ യേശുദാസായിരിക്കും. പറഞ്ഞുവരുന്നത്, യേശുദാസിന്റെ പദവി നാരായണഗുരുവിന്റെ പദവിക്ക് തുല്യമാണെന്നല്ല. മറിച്ച്, കേവലപ്രശസ്തിക്കപ്പുറം സാംസ്കാരികമായ ആധികാരികതയുടെ ബലം കൊണ്ട് കൈവരുന്ന പദവിമൂല്യം, ഗുരുവിനെന്നതുപോലെ, വ്യത്യ സ്തമായ അളവിലും അനുപാതത്തിലും, യേശുദാസിനുമുണ്ടെന്നാണ്.

ഈ പദവിമൂല്യത്തെ നിർണ്ണയിക്കുന്ന ഘടകങ്ങളേതൊക്കെ യാണ്? നിശ്ചയമായും യേശുദാസിന്റെ സ്വകാര്യപ്രതിഭയുടെ സ്വാഭാവികഫല മെന്ന നിലയിലുളവായതല്ല അത്. യേശുദാസിനേക്കാൾ മികച്ച ഒരു ഗായ കനുണ്ടായാൽ തന്നെയും ഇത്തരമൊരു പദവിമൂല്യം അങ്ങനെയൊ രാൾക്ക് കൈവരില്ല. ആസ്ഥാന ഗായകനെന്ന പദവി നല്കി ഭരണകൂടം യേശുദാസിനെ ആദരിച്ചതോ അദ്ദേഹത്തിന് ലഭിച്ച അവാർഡുകളുടെ വലിപ്പമോ പാടിയ പാട്ടുകളുടെ പെരുപ്പമോ അല്ല മേല്പറഞ്ഞ പദവി മൂല്യത്തിന്റെ അടിത്തറ. മറിച്ച്, കേരളീയ പൗരസമൂഹം യേശുദാസിന് നല്കുന്ന പ്രാതിനിധ്യാവകാശമാണ്. ഈ പ്രാതിനിധ്യാവകാശത്തിന്റെ പിൻബലത്തിലാണ് ആസ്ഥാന ഗായകബഹുമതി ഉൾപ്പെടെ പലതും യേശുദാസിനെ തേടിച്ചെല്ലുന്നതും. (ഇന്ന് ഗായകനായി യേശുദാസ് തുട രുന്നതിന് പിന്നിലും പ്രാതിനിധ്യാവകാശം എന്ന ഈ ഘടകം പ്രവർ ത്തിക്കുന്നുണ്ട്. യേശുദാസിന്റെ ആലാപനസൗഭഗം കുറെയേറെ ദുർബ്ബ ലമായിക്കഴിഞ്ഞിട്ടും അദ്ദേഹം മലയാള ചലച്ചിത്രസംഗീതവേദിയിലെ പ്രബലഘടകമായിത്തുടരുന്നത് ഈ പ്രാതിനിധ്യാവകാശത്തിന്റെ പിൻ ബലത്തിലാണെന്ന് പറയാം). ഈ പ്രാതിനിധ്യാവകാശമാകട്ടെ ചരിത്ര പരമായി നിർണ്ണയിക്കപ്പെട്ട വിവിധ ഘടകങ്ങളുടെ ആകത്തുക എന്ന നിലയിൽ ഉരുവായതാണ്. യേശുദാസിന്റെ ആലാപനവൈദഗ്ദ്ധ്യം അതി ലൊരു നിർണ്ണായകഘടകമാണെങ്കിലും മേല്പറഞ്ഞ പദവിമൂല്യം അത്ത രമൊരു മികവിന്റെ മാത്രം പിൻബലത്താൽ നിലനിന്നുപോരുന്ന ഒന്നല്ല.

ചലച്ചിത്രഗാനവും ദേശീയജനപ്രിയതയും

ഒറ്റനോട്ടത്തിൽ തന്നെ കണ്ടെടുക്കാവുന്ന പല ഘടകങ്ങളും ഈ പ്രാതിനിധ്യാവകാശത്തിന് പിന്നിലുണ്ട്. ചലച്ചിത്രഗാനം/ചലച്ചിത്രസംഗീ തം എന്ന ഗണമാണ് കേരളത്തിന്റെ ചരിത്രത്തിൽ ആദ്യമായി ദേശീയമായ ജനപ്രിയത്വം[2] കൈവരിച്ച സാംസ്കാരികവിഭവം എന്നതാണ് അതിലാ ദ്യത്തേത്. വ്യത്യസ്ത സാമൂഹികവർഗ്ഗങ്ങൾക്ക് പൊതുവായി പങ്കുചേ രാവുന്ന അനുഭൂതിമണ്ഡലമായി ചലച്ചിത്രഗാനം/ചലച്ചിത്രസംഗീതം മാറി ത്തീർന്നു. ആധുനികീകരണം ജന്മം നല്കിയ പൊതുമണ്ഡലത്തിന്റെ സൗന്ദര്യാനുഭൂതിപരമായ തുടർച്ചയെന്ന് ചലച്ചിത്രസംഗീതത്തെ വിവരി ക്കുവാൻ കഴിയും.[3] (വാസ്തവത്തിൽ ചലച്ചിത്രസംഗീതം ഇന്ത്യൻജീവിത ത്തിൽ നിർവ്വഹിച്ച ദൗത്യത്തിന്റെ മറ്റൊരു നിലയിലുള്ള തുടർച്ച ഇവിടെ യുമുണ്ട്. പടിഞ്ഞാറൻ ചലച്ചിത്രങ്ങളിൽ നിന്നും വ്യത്യസ്തമായി ചലച്ചിത്രത്തിലെ സംഗീതം ഇവിടെ പശ്ചാത്തലസംഗീതമല്ല. ചലച്ചി ത്രത്തിന്റെ നിലനില്പ് തന്നെ സാദ്ധ്യമാകുന്ന/നിർണ്ണയിക്കുന്ന കേന്ദ്രഘ

ടകമായി സംഗീതം ഇന്ത്യൻ സിനിമയിൽ തുടക്കംമുതലേ ഇടം കണ്ടെത്തിയിട്ടുണ്ട്)[4]. ചലച്ചിത്രസംഗീതത്തിന് മുൻപ് കേരളീയ ജനജീവിതത്തിന്റെ എല്ലാ അടരുകളേയും ഒരുപോലെ അഭിസംബോധന ചെയ്യുവാൻ കെല്പുള്ള ഒരു ഗാന/സംഗീതശാഖയും ഉണ്ടായിട്ടില്ല. നാടോടിഗാനം മുതൽ കഥകളിസംഗീതം വരെയുള്ള പാട്ടിന്റെ ഭിന്നപാരമ്പര്യങ്ങൾ കേരളത്തിനുണ്ടെങ്കിലും അവയത്രയും ഓരോരോ സാമൂഹ്യവിഭാഗങ്ങളുടെ സംഗീതമായാണ് നിലകൊണ്ടത്. ദേശീയമായ ജനപ്രിയത്വം കൈയാളിക്കൊണ്ട് മുഴുവൻ മലയാളികളുടെയും ആസ്വാദനവിഭവമാകുവാൻ അവയ്ക്കൊന്നിനും കഴിഞ്ഞിട്ടില്ല. ആധുനികമായ സാമൂഹ്യസമീകരണത്തിന്റെ അനുഭൂതിമണ്ഡലത്തെയല്ല, മറിച്ച് ആധുനികപൂർവ്വമായ ശ്രേണീകരണത്തിന്റെ അനുഭൂതി ലോകത്തെയാണ് അവ അഭിസംബോധന ചെയ്തത്. ദേശഭേദങ്ങളുടെയും ജാതിഭേദങ്ങളുടെയും മുദ്രകൾ പതിഞ്ഞു കിടക്കുന്നതായിരുന്നു അവയോരോന്നും. ചലച്ചിത്രസംഗീതമാകട്ടെ ദേശഭേദങ്ങളെയും വാമൊഴിവഴക്കങ്ങളെയും വലിയൊരളവിൽ മായ്ച്ചു കളയുന്ന പൊതുമലയാളത്തിന്റെ സാംസ്കാരികഭൂമികയിൽ നിലയുറപ്പിച്ച ഒന്നാണ്. 'ജാതിഭേദം മതദ്വേഷം/ഏതുമില്ലാതെ സർവ്വരും/സോദരത്വേന വാഴുന്ന/മാതൃകാസ്ഥാന'മെന്ന, യേശുദാസ് ആദ്യമായി പിന്നണിഗാനമായി പാടിയ, ഗുരുവചനത്തിന്റെ സംഗീതരൂപം കൂടിയാണ് ചലച്ചിത്രഗാനം/സംഗീതം. നിശ്ചയമായും ഇതിൽ പുതുതായി രൂപമെടുത്ത ദേശീയതയുടെ പൗരസങ്കല്പവും ഉള്ളടങ്ങിയിട്ടുണ്ട്. അതുകൊണ്ടുതന്നെ, ദേശീയ പൗരത്വം എന്ന പുതിയൊരു പദവിയിലേക്ക് വ്യക്തികൾ പരിണമിച്ചെത്തുന്നതിന്റെ പാട്ടുവഴിയായി ചലച്ചിത്രസംഗീതത്തെ കണക്കാക്കാം.

മലയാളദേശീയതയുടെയും സാംസ്കാരികമണ്ഡലത്തിന്റെയും രൂപീകരണവുമായി ചലച്ചിത്രസംഗീതത്തിനുള്ള ബന്ധവും ഈ സന്ദർഭത്തിൽ പരിഗണിക്കപ്പെടേണ്ടതുണ്ട്. പ്രാദേശികതയുടെ അതിരുകൾ മായ്ച്ചുകളയുന്ന കേരളീയത എന്ന സ്വത്വബോധം കേരളീയസമൂഹത്തിന്റെ അടിയന്തരാവശ്യങ്ങളിലൊന്നായിത്തീരുന്നത് 1940 കളോടെയാണ്. ഐക്യകേരളപ്രസ്ഥാനം, ഭാഷാസംസ്ഥാനങ്ങൾക്കായുള്ള ദേശവ്യാപകമായ രാഷ്ട്രീയപ്രക്ഷോഭങ്ങൾ ഇവയെല്ലാം പിന്നിട്ടാണ് 1956 ൽ കേരളം ഭാഷാസംസ്ഥാനമായി രൂപംകൊള്ളുന്നത്. മലയാളിയുടെ സ്വത്വബോധം കേരളീയമായി പുനർനിർവ്വചിക്കപ്പെടുന്ന സന്ദർഭം കൂടിയാണിത്. ആധുനികപൂർവ്വസന്ദർഭത്തിലെ നാട്ടതിരുകളേയും പ്രാദേശിക സ്വത്വബോധത്തേയും കൈയൊഴിഞ്ഞുകൊണ്ട് ദേശീയമായ വ്യക്തിഗതപൗരത്വത്തിലേക്ക് മലയാളികൾ എത്തിപ്പെടുന്ന വേള. പത്തൊമ്പതാം ശതകത്തിന്റെ അവസാനപതിറ്റാണ്ടുകളിൽ തുടങ്ങുന്ന ആധുനികീകരണ പ്രക്രിയയുടെ ആദ്യഘട്ടം ഔപചാരിക പരിസമാപ്തിയിലെത്തുന്ന ഈ സന്ദർഭത്തിൽ, നാട്ടതിരുകളെ മാനിക്കാത്തതും കേരളീയതയുടെ പൊതുപ്രാതിനിധ്യം കൈയാളുന്നതുമായ സാംസ്കാരികവിഭവങ്ങൾ മലയാളജീവിതത്തിന്റെ അടിയന്തരാവശ്യങ്ങളിലൊന്നായിത്തീരുന്നുണ്ട്. ഇത്തരമൊരാവശ്യത്തിന്റെ നിർവ്വഹണത്തിന് കെല്പുള്ള വിഭവം കൂടിയായാണ് ചലച്ചിത്ര

സംഗീതം/ചലച്ചിത്രഗാനം നമ്മുടെ സാംസ്കാരികഭൂപടത്തിൽ ഇടം കണ്ടെത്തിയത്.[5]

കേരളീയം എന്ന മുദ്ര ചാർത്തിക്കിട്ടിയ കലാരൂപങ്ങൾ ഇപ്പോൾ നമുക്കേറെയുണ്ട്. എന്നാൽ പുതിയ ദേശാവബോധത്തിന്റെയും ആധുനികീകരണത്തിന്റെയും സാമൂഹ്യസന്ദർഭം പാരമ്പര്യകലാ രൂപങ്ങൾക്കുമേൽ ചാർത്തിക്കൊടുത്ത വിശേഷണങ്ങളെന്നതിനപ്പുറം, അവ ദേശജീവിതത്തിലെ മുഴുവൻ പങ്കാളികളെയും ഉൾക്കൊള്ളുന്നവയോ അവരെയാകെ അഭിസംബോധചെയ്യാൻ ശേഷിയുള്ളവയോ അല്ല. കഥകളിയും സോപാനസംഗീതവും പോലുള്ള (ഒടുവിൽ പറഞ്ഞത് എന്താണെന്നതിനെച്ചൊല്ലിയുള്ള തർക്കം ഇപ്പോഴും തീർന്നിട്ടുമില്ല) കേരളീയകലാരൂപങ്ങൾ ഈ നിലയിൽ ആധുനികത കണ്ടെടുത്ത അഭിജാത ദേശീയ പാരമ്പര്യങ്ങളാണ്. പാരമ്പര്യത്തിന്റെ ധാതുഗുണമുള്ള ദേശീയ ആധുനികതയുടെ നിർമ്മിതിക്കായി നടന്ന ചരിത്രപരമായ ശ്രമങ്ങളുടെ പരിസമാപ്തി എന്നനിലയിലാണ് അവയ്ക്ക് ഈ പദവി കൈയാളാനായത്. അതുകൊണ്ടുതന്നെ നിത്യജീവിതത്തിന്റെ കീഴടരുകളിൽ നിലകൊണ്ട നാടോടിക്കലകൾ ദേശീയ ആധുനികതയുടെ മുഖ്യധാരയിലേക്ക് ഉൾച്ചേർന്നതുമില്ല. ഭൂതകാല കൗതുകങ്ങൾ എന്ന നിലയിലോ, മുഖ്യധാരയാൽ സംരക്ഷിക്കപ്പെടേണ്ട കീഴായ്മകൾ എന്ന നിലയിലോ നിലനില്ക്കാനല്ലാതെ ദേശീയ ജനകീയതയുടെ അടിത്തറ എന്നനിലയിൽ ഉയർന്നുവരുവാൻ നാടോടിപാരമ്പര്യങ്ങൾക്ക് അവസരമുണ്ടായില്ല എന്നർത്ഥം. ഇങ്ങനെ ഒരുഭാഗത്ത് കുലീന പാരമ്പര്യത്തിന്റെ ശൈലീവല്ക്കൃതവും സങ്കേതബദ്ധവുമായ ഘടന ഉളവാക്കുന്ന അകലംകൊണ്ടും മറുഭാഗത്ത് നാടോടി പാരമ്പര്യത്തിന്റെ പിൻവാങ്ങൽകൊണ്ടും ദേശീയ ആധുനികതയുടെ അനുഭൂതിമണ്ഡലത്തിലുളവായ ശൂന്യസ്ഥലമാണ് ചലച്ചിത്രഗാനം/ചലച്ചിത്രസംഗീതം കൈയാളിയത്. രൂപപരമായും സാങ്കേതികമായും അത് ഇത്തരമൊരു ദൗത്യത്തിന് അനുയോജ്യമായിരുന്നു.

ആധുനികീകരണത്തിന്റെ ചരിത്രസന്ദർഭം ദേശീയ - ജനകീയമെന്ന് വിവരിക്കാവുന്ന വേറെയും ചില കലാരൂപങ്ങൾക്ക് ജന്മംനല്കി യിരുന്നു. 1928 ലെ *അടുക്കളയിൽ നിന്ന് അരങ്ങത്തേക്കി*ന് പിന്നാലെ വികസിച്ചുവന്ന നമ്മുടെ റിയലിസ്റ്റിക് നാടകവേദിക്ക്, ചുരുങ്ങിയതോതിലാണെങ്കിലും, ഇത്തരമൊരു പദവി അവകാശപ്പെടാനാവും. പക്ഷേ, പ്രത്യക്ഷവും അസന്നവുമായ രാഷ്ട്രീയധ്വനികളുടെ സാന്നിദ്ധ്യം മൂലം ചലച്ചിത്രസംഗീതം/ചലച്ചിത്രഗാനം കൈവരിച്ച ജനപ്രിയത അതിന് കൈവന്നില്ല. പ്രൊസീനിയം തീയേറ്ററിനെ മുൻനിർത്തി മലയാളനാടകവേദി ദേശീയ - ജനകീയ കലയുടെ മികച്ച ആവിഷ്കാരങ്ങളിലൊന്നാകാനുള്ള സാദ്ധ്യതകൾ പ്രകടിപ്പിച്ചെങ്കിലും പില്ക്കാലത്ത് അത് സ്വയമേവ ജനപ്രിയതയുടെ സമവാക്യങ്ങൾ ഏറ്റെടുക്കുവാൻ തുടങ്ങുന്നത് കാണാം. ജനപ്രിയതയുടെ ആവിഷ്കാര സ്വരൂപമാകുവാൻ ചിലച്ചിത്രസംഗീതത്തിന് കഴിയുന്നിടത്തോളം പ്രൊസീനിയം തീയേറ്ററിനു കഴിയുകയുമില്ലായിരുന്നു. ഇങ്ങനെ ജനകീയതയുടെ ആവിഷ്കാരസ്വരൂപമെന്ന പദവി നഷ്ടമാവുകയും ജനപ്രിയതയുടെ മാതൃകാരൂപമെന്ന പദവിയിലെത്തി

പ്പെടാനാവാതെ വരികയും ചെയ്ത, പരാജിതമായ ഒരു മദ്ധ്യമാർഗ്ഗത്തിന്റെ കഥയായി അത് കെട്ടടങ്ങി.

സുവർണ്ണനാദം; സവർണ്ണപൗരുഷം

ചലച്ചിത്രസംഗീതത്തിന് ദേശീയ - ജനപ്രിയത്വം നല്കുകയും അതിന്റെ മലയാളരൂപമായി യേശുദാസിനെ വാഴിക്കുകയും ചെയ്ത പുതിയ പൗരസമൂഹത്തിൽ ദേശീയ ആധുനികതയുടെ ആന്തരവൈരുദ്ധ്യങ്ങളത്രയും പ്രബലമായി നിലനിന്നിരുന്നു എന്ന വസ്തുതയും പ്രധാനമാണ്.[6] മലയാളി എന്ന പുതിയ സ്വത്വപദവിയിലേക്ക് എത്തിപ്പെട്ട വ്യക്തികളുടെ ഭാവുകത്വത്തിലും ഈ വൈരുദ്ധ്യങ്ങൾ നിലനിന്നിരുന്നു. ഭാഷാപരമായി നിർണ്ണയിക്കപ്പെട്ടതും സവർണ്ണകുലീനതയുടെ മുദ്രകൾ വഹിക്കുന്നതും മതനിരപേക്ഷവും പുരുഷപരവും വ്യക്തിഗതപൗരത്വത്തെ അടിസ്ഥാനപ്പെടുത്തിയതുമായ ദേശീയഭാവനയുടെ പ്രവൃത്തിമണ്ഡലമെന്ന് ഈ ഭാവുകത്വഘടനയെ സാമാന്യമായി വിവരിക്കാം. വൈയക്തികത, സവർണ്ണത, ദേശീയത എന്നീ ഘടകങ്ങൾക്ക് ഒരുപോലെ പ്രാധാന്യമുള്ള അനുഭൂതിലോകമാണത്. പ്രാഥമികമായി പുരുഷപരവും സവർണ്ണവും ദേശീയവുമായ ഒരു കർത്തൃപദവി കൈയാളിക്കൊണ്ടാണ് ആധുനികകേരളത്തിലെ 'സ്വതന്ത്രവ്യക്തി'കൾ ആ നില കൈവരിച്ചത്. അതോടൊപ്പം ആധുനികമായ കേവലസൗന്ദര്യമൂല്യവും ഈ അനുഭൂതിമണ്ഡലം ലക്ഷ്യം വച്ചിരുന്നു.[7] ഈ ഘടകങ്ങളുടെയെല്ലാം സമാഹാരമായിത്തീരുവാൻ, സമകാലികമായ മറ്റേതുതരം സാംസ്കാരികരൂപത്തേക്കാളും, കഴിവുണ്ടായിരുന്നു എന്നതിനാലാണ് ചലച്ചിത്രസംഗീതത്തിന്/ചലച്ചിത്രഗാനത്തിന് ദേശീയമായ ജനപ്രിയത്വത്തിന്റെ മുദ്രകൾ ചാർത്തിക്കിട്ടിയത്. തെക്കും വടക്കും നടുക്കുമുള്ള മലയാളിയെ, മാനകമലയാളത്തിനുടമയായ മലയാളിയെ, കുടിൽ തൊട്ട് കൊട്ടാരം വരെയുള്ള മലയാളിയെയാണ് ചലച്ചിത്രഗാനം അഭിസംബോധന ചെയ്തത്. ആന്തരികമായി മേല്പറഞ്ഞ പ്രത്യയശാസ്ത്രതാല്പര്യങ്ങളുടെ പ്രവർത്തനവേദിയായിരുന്നപ്പോൾ തന്നെ പുറമേക്ക് പുലർത്തിയ സാർവ്വത്രികതയുടെ പ്രതീതി ചലച്ചിത്രഗാനത്തെ ഈ അഭിമുഖീകരണത്തിന് തികവുറ്റതാക്കുകയും ചെയ്തു.

രാഗാത്മകതയുടെ സാംസ്കാരികരാഷ്ട്രീയം

അറുപതുകൾ മുതലുള്ള മലയാള ചലച്ചിത്രസംഗീതത്തിന്റെ രാഗാത്മകസ്വഭാവവും ആധുനിക വ്യക്തിഗതപൗരത്വത്തിന്റെ അനുഭൂതിലോകവും തമ്മിലുള്ള ചേർച്ചകളും ഇതോടൊപ്പം പരിഗണിക്കപ്പെടേണ്ടതുണ്ട്. സ്വകാര്യവും ഏകാന്തവുമായ അനുഭൂതിലോകം വ്യക്തികൾക്ക് വാഗ്ദാനം ചെയ്തുകൊണ്ടാണ് ആധുനികത അവരെ സ്വയംപര്യാപ്തകർത്തൃത്വങ്ങളുടെ പദവിയിലേക്കുയർത്തുന്നത്. ഇത്തരമൊരു അനുഭൂതി മണ്ഡലത്തിന്റെ ലളിതവും സമീപസ്ഥവുമായ പാർപ്പിടമായിരുന്നു മലയാളിയെ സംബന്ധിച്ചിടത്തോളം ചലച്ചിത്രഗാനം. നാടോടിസംഗീതത്തിന്റെ അടിത്തറയായ കൂട്ടായ്മയെ നിരസിക്കുന്നതും വൈയക്തികമായ ധ്യാനാത്മകതയ്ക്ക് ഇടം നല്കുന്നതുമായ ഒന്നാണത്. അതേസമയം കർണ്ണാടക

സംഗീതത്തിലും കഥകളിപ്പാട്ടിലും മറ്റും പ്രബലമായിത്തുടരുന്ന മതാത്മകതയിൽനിന്നും അവയിൽ പ്രബലമായിത്തുടരുന്ന സാങ്കേതികതയിൽനിന്നും വിടുതിനേടാനും അതിന് കഴിഞ്ഞിരുന്നു. ആധുനികവും ദേശീയവുമായ ആവശ്യത്തിനനുസരിച്ച് പുനർനിർവ്വചിക്കപ്പെട്ട രാഗാത്മകതയാണ് ചലച്ചിത്രസംഗീത ത്തിന്റെ ആധാരശ്രുതി.[8] നിശ്ചയമായും, താളപ്രധാനവും മറ്റുമായ ഗാനങ്ങൾ ഇക്കാലത്തുണ്ടാകുന്നുണ്ട്. ഇവ, പക്ഷേ, മേല്പറഞ്ഞ പൊതുഘടനയുടെ നിലനില്പിനെ അസ്ഥിരപ്പെടുത്തുന്നവയല്ല. പലപ്പോഴും നാട്ടുപാരമ്പര്യങ്ങളുടെ തേച്ചുമിനുക്കലായാണ് ചലച്ചിത്രസംഗീതത്തിലെ രാഗപദ്ധതികൾ പ്രയുക്തമായതെന്നുകൂടി പരിഗണിക്കുമ്പോൾ ശത്രുതാപരമല്ലാത്ത വൈരുദ്ധ്യമെന്ന നിലയിലേക്കേ ഇവ പരമാവധി വന്നെത്തുന്നുള്ളൂ എന്ന് മനസ്സിലാക്കാനാകും.

ആധുനികതാവാദം (modernism) മലയാളസാഹിത്യത്തിൽ പൂത്തുപടർന്ന എഴുപതുകളിൽ തന്നെയാണ് കാല്പനികമധുരമായ ഗാനങ്ങളുടെ വസന്തവേദിയായി മലയാള ചലച്ചിത്രം മാറിത്തീർന്നതെന്ന കൗതുകകരമായ യാഥാർത്ഥ്യത്തിന് ഈ പ്രകരണത്തിൽ ചില വിശദീകരണങ്ങൾ സാദ്ധ്യമാണ്.[9] ആധുനികതാവാദസാഹിത്യത്തിന്റെ ആരാധകരായിരുന്നവർ തന്നെ പ്രണയാതുരമായ ഈ ഗാനങ്ങളുടേയും ആരാധകരായി. പ്രത്യക്ഷത്തിൽ വിരുദ്ധധ്രുവങ്ങളിലെന്നുതോന്നിക്കുന്ന അനുഭൂതിമണ്ഡലങ്ങളാണ് അവ വാഗ്ദാനം ചെയ്തിരുന്നത്. ആധുനികസാഹിത്യം പൊതുവിൽ ഏകാകിതയുടെയും അസ്തിത്വവ്യഥകളുടെയും അർത്ഥശൂന്യതയുടെയും മറ്റും ലോകമായിരുന്നെങ്കിൽ ചലച്ചിത്രസംഗീതം പ്രണയാതുരമായ കാല്പനികഭാവനയുടെ വശ്യചാരുതയിലേക്കാണ് കേൾവിക്കാരനെ വരവേറ്റത്. പുറമേയുള്ള ഈ വൈരുദ്ധ്യത്തെ പരിഹരിക്കുന്ന ഭാവുകത്വപരമായ ഘടകം ഇവ രണ്ടിന്റെയും കേന്ദ്രത്തിലുണ്ടായിരുന്ന സ്വകാര്യവ്യക്തിസങ്കല്പമായിരുന്നു. ഒറ്റയായൊരുവന്റെ/ഒരുവളുടെ അനുഭൂതിലോകമായിരുന്നു രണ്ടിന്റെയും വ്യവഹാരമണ്ഡലം.[10] ആധുനിക വൈയക്തികതയുടെ വ്യവഹാരമണ്ഡലത്തിലെ പാർപ്പുകാരായതുകൊണ്ടാണ് പുറമേ തമ്മിലിണങ്ങാത്ത ഈ വിരുദ്ധലോകങ്ങളിൽ ഒരേകാലത്ത് ജീവിച്ചുപോകുവാൻ മലയാളികൾക്ക് കഴിഞ്ഞതും. (അരവിന്ദന്റെ *ഉത്തരായണ*ത്തിലെ 'ഹൃദയത്തിൻ രോമാഞ്ചം...' എന്നതു പോലുള്ള ഗാനങ്ങളിൽ ഈ ഇരുലോകങ്ങൾ പ്രത്യക്ഷമായിതന്നെ ഒത്തിണക്കംനേടുന്നതും കാണാം. ആധുനികതാവാദപരമായ അനുഭൂതികളെ ലക്ഷ്യമാക്കിയ ആ ചിത്രം മലയാളത്തിലെ ഏറ്റവും കാല്പനിക സുന്ദരമായ ഗാനങ്ങളിലൊന്നിന്റെയും പാർപ്പിടമായി.) ഇങ്ങനെ ചലച്ചിത്രസംഗീതത്തിന്റെ രാഗാത്മകസ്വഭാവം ജന്മംനല്കിയ അനുഭൂതിമണ്ഡലത്തിൽ, വൈയക്തികമായ സ്വകാര്യതയുടേയും ദേശീയമായ സാർവ്വത്രികതയുടേയും വിപരീതലോകങ്ങൾ, സമകാലികമായ മറ്റേതൊരു സാംസ്കാരിക മേഖലയേക്കാളും ഏറിയ അളവിൽ, ഒത്തിണക്കത്തോടെ നിലകൊണ്ടു.[11]

ചലച്ചിത്രസംഗീതത്തിന്റെ/ചലച്ചിത്രഗാനത്തിന്റെ സാങ്കേതിക സവിശേഷതകൾക്ക് ഈ പ്രകരണത്തിൽ ഏറെ പ്രാധാന്യമുണ്ട്. സുശിക്ഷി

തമായ ആസ്വാദനശീലം ആവശ്യപ്പെടാത്ത ഒന്നാണത്. അതോടൊപ്പം ഗാനസാഹിത്യത്തിലെ വാങ്മയങ്ങൾ ചലച്ചിത്രസംഗീതത്തെ കേവല സംഗീതത്തിന്റെ അമൂർത്തതയിൽനിന്നും മോചിപ്പിച്ച് ആധുനികമായ അനുഭൂതിമണ്ഡലത്തിന്റെ പൊതുഭൂമികയുമായി അതിനെ ഇണക്കി നിർത്തുകയും ചെയ്യുന്നു. ഇങ്ങനെ കൈവരുന്ന ഇണക്കമാണ് ചലച്ചിത്രഗാനത്തിന്റെ/ചലച്ചിത്രസംഗീതത്തിന്റെ ജനപ്രിയതയെ രൂപപ്പെടുത്തുന്ന അടിസ്ഥാനഘടകങ്ങളിലൊന്ന്. അതേസമയംതന്നെ ഈ മൂർത്തത ഒരു സവിശേഷജനവിഭാഗത്തോടോ ജീവിതസന്ദർഭത്തോടോ ഉള്ള ഗാഢമായ പാരസ്പര്യമായി പരിണമിക്കുന്നുമില്ല. ദേശീയവും ആധുനികവുമായ അനുഭൂതിമണ്ഡലത്തിന്റെ അമൂർത്തപരിസരങ്ങളിൽ വേരോടിപ്പടർന്ന ഒന്നാണത്.

ഇങ്ങനെ അയത്നലളിതമായ ആസ്വാദനത്തിന്റെ വിഭവമായിരിക്കുവാനുള്ള ശേഷി, ചലച്ചിത്രത്തിന്റെ പ്രമേയഘടനയിൽനിന്നും വിടുതിനേടി, ഒട്ടൊക്കെ സ്വതന്ത്രമായി നിലനില്ക്കാനുള്ള കഴിവ്, സോപാന/കഥകളി/കർണ്ണാടക സംഗീതത്തിന്റേതുപോലെ മതാത്മകവും മറ്റുമായ പരിവേഷങ്ങളില്ലാത്തതിനാൽ കൈവരുന്ന ആപേക്ഷികസ്വാച്ഛന്ദ്യം, താരതമ്യേന വളരെ കുറഞ്ഞകാലയളവിനുള്ളിൽ സ്വയംപൂർണ്ണമായ സ്വരശില്പമായി സ്വജീവിതം കൈവരിക്കാനുള്ള കഴിവ് - ഇവയെല്ലാം ചലച്ചിത്രസംഗീതത്തെ ജനപ്രിയമാക്കുന്നതിൽ പങ്കുവഹിക്കുന്നുണ്ട്. ഇതോടൊപ്പം, ഒരുപക്ഷേ ഇവയേക്കാളൊക്കെ നിർണ്ണായക പ്രാധാന്യമുള്ള, മറ്റൊരു ഘടകം ചലച്ചിത്രസംഗീതത്തിന് ആധുനികമായ ഏകാത്മക/സ്വകാര്യ വ്യക്തിസ്വത്വവുമായുള്ള ഒത്തിണക്കമാണ്. പറ്റത്തിലെ ഒരംഗം എന്ന നിലയിൽനിന്നും ഒറ്റയ്ക്കൊരാൾ എന്ന പദവിയിലേക്ക് മാനുഷികമായ നിലനില്പിന്റെ യാഥാർത്ഥ്യം വഴിതിരിഞ്ഞെത്തിയ ചരിത്രസന്ദർഭം കൂടിയായിരുന്നു ആധുനികതയുടേത്. ഈ സ്വകാര്യ വ്യക്തിഗതപൗരത്വവുമായുള്ള അഭിമുഖീകരണത്തിന് സന്നദ്ധമായ സാംസ്കാരിക വിഭവങ്ങൾക്കേ ആധുനികമായ സാമൂഹ്യസന്ദർഭങ്ങളിൽ ദേശീയമായ ആധികാരികത കൈയാളാൻ കഴിയൂ. സാർവ്വത്രികതയേയും സ്വകാര്യതയേയും ഒരുപോലെ ഉൾക്കൊള്ളുന്ന ആഭ്യന്തരസജ്ജീകരണം ഇത്തരം സാംസ്കാരികരൂപങ്ങൾ ആവശ്യപ്പെടുന്നുണ്ട് എന്നർത്ഥം. ചലച്ചിത്ര സംഗീതം/ചലച്ചിത്രഗാനം ഒരേസമയം ഈ ഇരുലോകങ്ങളിലും ജീവിക്കുവാൻ കെല്പുള്ള ഒന്നാണ്.[12] ദേശീയമായ ജനപ്രിയത്വത്തെ നിർണ്ണയിക്കുന്ന ഈ അടിസ്ഥാനഘടകത്തെ ഇതേ അളവിൽ ഉൾക്കൊള്ളുവാൻ പ്രൊസീനിയം തിയേറ്റർ ഉൾപ്പെടെയുള്ള ഇതരകലാരൂപങ്ങൾക്ക് കഴിയുമായിരുന്നില്ല.

ബഹുസ്വരാത്മക(?) നാദലോകം

ദേശീയമായ ജനപ്രിയതയുടെ ആകരമായിരിക്കുവാനുള്ള ആന്തരസജ്ജീകരണം ചലച്ചിത്രസംഗീതത്തിനൊരുക്കിക്കൊടുത്ത മറ്റൊരു ഘടകം അതിന്റെ ബഹുസ്വരാത്മകമായ നിലനില്പാണ്. 1928 ൽ *വിഗതകുമാരനിൽ* തുടങ്ങുകയും 1938 ൽ *ബാലനിൽ* ശബ്ദം കൈവരിക്കുകയും ചെയ്തെങ്കിലും മലയാളസിനിമ സ്വന്തം ഈണവും താളവും കണ്ടെത്തിയത് 1954 ലാണ്; *നീലക്കുയിലിൽ*. വൻജനപ്രീതിനേടിയ 1951 ലെ

ജീവിതനൗക സ്വന്തമായ ഈണത്തിലല്ല പാടിയത്.[13] *നീലക്കുയിൽ* മുതൽ മലയാള സിനിമാസംഗീതം കേരളത്തിലെയും, പിന്നെപ്പിന്നെ ഭാരതത്തിലെയും, സംഗീത സംസ്കാരമത്രയും വന്നുചേരുന്ന പൊതുഭൂമികയാകുവാൻ തുടങ്ങി.[14] ദേശ/മാർഗ്ഗ ഭേദങ്ങളില്ലാത്ത സംഗീതാനുഭവത്തിന്റെ മേഖലയായിരുന്നു അത്. ആഢ്യസംഗീതം മുതൽ നാടോടിപ്പാട്ടുവരെ അവിടെ ഒത്തിണക്കത്തോടെ നില്ക്കുകയും പൊതുസമൂഹത്തിന്റെ ആസ്വാദനവിഭവമായിത്തീരുകയും ചെയ്തു.[15] വി ദക്ഷിണാമൂർത്തി, ദേവരാജൻ തുടങ്ങിയവരിലൂടെ ക്ലാസിക്കൽ പദ്ധതികളും[16] രാഘവൻ മാസ്റ്ററിലൂടെ നാടോടി/ജനകീയ പാരമ്പര്യവും[17] ബാബുരാജിലൂടെ ഹിന്ദുസ്ഥാനി പാരമ്പര്യവും[18] സലിൽചൗധരിയിലൂടെ ഉത്തരേന്ത്യൻ നാടോടിഗാനപാരമ്പര്യവും മലയാള ചലച്ചിത്രസംഗീതത്തിന്റെ പൊതുഭൂമികയെ നിർണ്ണയിക്കാൻ തുടങ്ങുന്നത് അറുപതുകൾ മുതലാണ്. ഇങ്ങനെ അഖിലഭാരതീയതയുടെയും കേരളീയതയുടെയും സ്വരസംസ്കാരങ്ങൾ ഒത്തുചേരുന്ന പുതിയൊരു വിനിമയമേഖലയെന്ന പദവി മലയാള ചലച്ചിത്രസംഗീതം കൈയാളിത്തുടങ്ങി.[19] പ്രാദേശികമുദ്രകൾ ആഴത്തിൽ പതിഞ്ഞു കിടക്കുന്ന മാപ്പിളപ്പാട്ടിന്റെയും മറ്റും പാട്ടുവഴികൾ മുഖ്യധാരയിലേക്ക് എത്തിപ്പെടുന്നതും ഇതേ കാലയളവിലാണ്. പ്രാദേശികതയുടെ സ്വരസംസ്കാരത്തെ നിലനിർത്തിക്കൊണ്ട് തന്നെ നാട്ടുസംഗീതം/വംശീയസംഗീതം മുഖ്യധാരാവരേണ്യസംഗീതമായി ഉദ്ഗ്രഥിക്കപ്പെടുന്നതാണ് നാം ഇവിടെ കാണുന്നത്.[20] വരേണ്യതയുടെ ഉള്ളടരുകളിൽ സന്നിവേശിക്കപ്പെട്ട നാട്ടുപാരമ്പര്യത്തിന്റെ സ്വരസംസ്കാരം എന്ന പ്രതീതി ഉളവാക്കാൻ അതിനു കഴിഞ്ഞു. (പ്രതീതിപരമായ ഈ മേലടരിനെ മാറ്റിനിർത്തിയാൽ മുഖ്യധാരാസംഗീതത്തിൽ നാട്ടുപാരമ്പര്യങ്ങൾ നിലനിന്നിരുന്നതെങ്ങനെയായിരുന്നു എന്നത് മറ്റൊരു പ്രശ്നമാണ്). ഇതാകട്ടെ ദേശനിർമ്മിതിയുടെ പൊതുമുദ്രാവാക്യമായി വികസിച്ചുവന്ന 'നാനാത്വത്തിൽ ഏകത്വം' എന്ന സങ്കല്പത്തിന്റെ സംഗീതപ്രയോഗമായി പരിഗണിക്കപ്പെടാവുന്നതായിരുന്നുതാനും. ഇങ്ങനെ പ്രാദേശികപാരമ്പര്യങ്ങളും 'ദേശീയ' സംഗീതവഴക്കങ്ങളും ഇടകലർന്നുനില്ക്കുന്നതും കേരളീയസമൂഹത്തിന്റെ സമകാലികതാല്പര്യങ്ങളാൽ നിർണ്ണയിക്കപ്പെട്ടതുമായ ഒന്നായാണ് ചലച്ചിത്രസംഗീതം അറുപതുകൾക്കുശേഷം മലയാളജീവിതത്തിൽ വേരോടിപ്പടർന്നത്.

സാങ്കേതികതയും സ്വരസംസ്കാരവും

അറുപതുകളോടെ കേരളീയസമൂഹത്തിലുണ്ടായ സാങ്കേതിക പരിവർത്തനങ്ങളും ചലച്ചിത്രസംഗീതത്തിന്റെ ദേശീയപദവി രൂപപ്പെടുന്നതിൽ കാര്യമായ പങ്കുവഹിച്ചു.[21] റേഡിയോയുടെ വ്യാപകപ്രചാരവും ഗ്രാമഫോൺ റെക്കാർഡുകളുടെ വരവുമാണ് ഇതിൽ പ്രധാനം. ആകാശവാണി നിലയങ്ങളുടെ വ്യാപനം അഖിലകേരളസ്വഭാവമുള്ള ഒരു സംഗീതസംസ്കാരത്തെ കേരളത്തിലുടനീളം എത്തിക്കുകയും ചലച്ചിത്രസംഗീതം മുഴുവൻ മലയാളിക്കും എളുപ്പം ലഭ്യമാകുന്ന വിഭവങ്ങളിലൊന്നായിത്തീരുകയും ചെയ്തു. ഇതിലൂടെ, ചലച്ചിത്രസംഗീതത്തിന് ദേശ

വ്യാപ്തിയുള്ള സാംസ്കാരികവിഭവം എന്ന പദവിയോടോപ്പം ആർക്കും കയ്യെത്തിപ്പിടിക്കാവുന്ന സമീപസ്ഥതയും കൈവന്നു.[22] ഇതോടൊപ്പം തന്നെ, ഗ്രാമഫോൺ റെക്കാർഡുകളുടെ വ്യാപകപ്രചാരവും ഇക്കാലത്തുണ്ടാകുന്നുണ്ട്. ആസ്വാദനത്തെ വൈയക്തികമായ അഭീഷ്ടങ്ങളുടെ മേഖലയായി രൂപാന്തരപ്പെടുത്തുവാൻ, ഏകാന്തവും സ്വകാര്യവുമായ ആസ്വാദനവിഭവമായി ചലച്ചിത്രഗാനത്തെ മാറ്റിത്തീർക്കുവാൻ, ഈ സാങ്കേതികപരിവർത്തനങ്ങൾ കാരണമായി. സാങ്കേതിക മേഖലയിലെ ഇത്തരം നവീകരണങ്ങൾ ഏതുതരം സംഗീത ത്തിന്റെയും അനുഭൂതിപരതയുടെ ആധാരഘടകങ്ങളിലൊന്നാണ്. കലയുടെ ജനാധിപത്യവല്ക്കരണം/ദേശവല്ക്കരണം എന്നതിനോടൊപ്പം അനുഭൂതികളുടെ വ്യക്തിവല്ക്കരണം എന്നതിനും വഴിവച്ച സാങ്കേതികസജ്ജീകരണങ്ങളായിരുന്നു ഇവ. കലാകാരന്റെ സ്വകാര്യഉടമസ്ഥതയിൽനിന്നും വിമോചിതമായ കല ആസ്വാദകന്റെ സ്വകാര്യാനുഭൂതി നിർമ്മാണത്തിന്റെ ഉപാധിയായിത്തീർന്നു എന്നർത്ഥം. അങ്ങനെ, രവിവർമ്മ ചിത്രങ്ങളുടെ ഒലിയോഗ്രാഫ് പകർപ്പുകൾ ഇരുപതാംനൂറ്റാണ്ടിന്റെ ആദ്യദശകത്തിൽ ദേശവ്യാപകമായ ഒരു ദൃശ്യഭാഷയ്ക്ക് ജന്മം നല്കിയതുപോലെ[23], കേരളീയമായ ഒരു സംഗീത സംസ്കൃതിക്ക് ജന്മംനല്കാൻ ചലച്ചിത്രസംഗീതത്തിന് കഴിഞ്ഞു.[24]

കേരളീയ വാങ്മയങ്ങൾ

നീലക്കുയിൽ മുതൽ മലയാളചലച്ചിത്രഗാനശാഖയ്ക്ക് കൈവന്ന കേരളീയത യേശുദാസിന്റെയും ചലച്ചിത്ര സംഗീതത്തിന്റെയും ആധികാരികതയെ നിർണ്ണയിക്കുന്നതിൽ വഹിച്ച പങ്കും ഇത്രതന്നെ പ്രധാനമാണ്. കടമെടുത്ത തമിഴ്-ഹിന്ദി ഈണങ്ങളിൽ കോരിനിറയ്ക്കപ്പെട്ട മലയാളപദങ്ങൾ എന്നതിൽനിന്നും കേരളീയമായ ജീവിതാനുഭവങ്ങളുടെ ആവിഷ്കാരരൂപമെന്ന പദവിയിലേക്ക് ചലച്ചിത്രഗാനം വഴിതിരിഞ്ഞെത്തിയത് ഇക്കാലത്താണ്. ആധുനികമായ കേരളീയജീവിത സന്ദർഭത്തിന്റെ വാങ്മയങ്ങളായി ആ ഗാനങ്ങൾ മാറിത്തീർന്നു. സമകാലികവും സ്വകീയവുമായ അനുഭൂതികൾ മലയാളികൾക്ക് കണ്ടെടുക്കുവാൻ കഴിയുന്ന ഗാനലോകമാണ് വയലാറും പി ഭാസ്കരനും ഒ എൻ വിയും മറ്റും എഴുതിയുണ്ടാക്കിയത്. നിശ്ചയമായും വാമൊഴിപ്പാരമ്പര്യങ്ങളേയും നാടോടിവഴക്കങ്ങളേയും പാട്ടിലെഴുതുന്നതിൽ ഇവരിലോരോരുത്തരും അനുപാതഭേദം പുലർത്തിയിരുന്നു. അപ്പോഴും ഈ പാട്ടുകളൊക്കെയും പുതിയൊരു ജീവിതസന്ദർഭത്തിന്റെ വാങ്മയങ്ങളായി നിലകൊണ്ടു. ഭക്തിയോ മുക്തിയോ, വിരഹമോ വിഷാദമോ, പ്രണയമോ മരണമോ - പ്രമേയം എന്തുതന്നെയായാലും ഈ പുതിയ ഗാനലോകത്തിൽ കേരളീയമായ ഒരു ജീവിതാനുഭവമായാണ് അത് സാക്ഷാല്ക്കൃതമായത്. വ്യക്തിഗതവും മതനിരപേക്ഷവും ദേശീയവുമായ ഒരു ആസ്വാദന വിഭവമാകുവാൻ ഈ വാങ്മയങ്ങളൊക്കെയും സജ്ജമായിരുന്നു എന്നർത്ഥം. വാസ്തവത്തിൽ കേരളീയനവോത്ഥാനവും അതിന്റെ സാഹിത്യസ്വരൂപവും ഉയർത്തിക്കൊണ്ടുവന്ന ജീവിതദർശനത്തെ പാട്ടിലെഴുതുകയാണ് ഈ സിനിമാഗാനങ്ങൾ ചെയ്തത്.[25] നവോത്ഥാനസാഹിത്യത്തിന്റെ അതിരുകളും ആഴങ്ങളു

മെല്ലാം ഏറിയും കുറഞ്ഞും ഈ ഗാനങ്ങളിലും ഓളംതല്ലി. കാല്പനികമായ പ്രണയചാരുതയും പൗരാണികതയുടെ സുവർണ്ണശോഭയും മലയാളനാടിന്റെ ഹരിതഭംഗിയും മുതൽ മതനിരപേക്ഷതയുടെ ഗഹനഗൗരവവും സമഭാവനയുടെ നീതിദർശനവും തത്ത്വവിചാരത്തിന്റെ ഏകാന്തശോകവും വരെ ഈ ഗാനങ്ങളിൽ ഒത്തിണങ്ങിനിന്നു. നവോത്ഥാനസാഹിത്യത്തിലെ മികച്ച രചനകളുടെ അനുഭൂതിപ്രപഞ്ചത്തെ ഉള്ളിലൊതുക്കി നില്ക്കാൻപോന്ന വൈഭവം പോലും ഈ ഗാനങ്ങൾ പ്രദർശിപ്പിച്ചു.[26] ഇതാകട്ടെ മുൻപേ പറഞ്ഞ ചലച്ചിത്രസംഗീതത്തിന്റെ ദേശീയ ജനപ്രിയത എന്ന സാദ്ധ്യതയെ പൂരിപ്പിക്കുന്ന, അതിനോട് നൂറുശതമാനം ഒത്തിണക്കം പുലർത്തുന്ന, ഒന്നാണെന്നും കാണാം. സാഹിതീയമായ സ്വതന്ത്രാസ്തിത്വം നേടിക്കൊണ്ട് ഭാവഗാനപരമായ നിലനില്പ് കൈവരിച്ചപ്പോൾതന്നെ, ഈ പാട്ടുകൾ ദേശീയ/ആധുനിക/ ജനപ്രിയ അംശങ്ങളെ സ്വാംശീകരിച്ചുകൊണ്ട് പുതിയ ഭാവുകത്വഘടനയുമായി ആഴത്തിലുള്ള ഒത്തിണക്കം നേടുകയും ചെയ്തു. ഇത്രമേൽ അഗാധമായ പദ-സംഗീത സംപൃക്തത മലയാളത്തിലെ ഒരു ഗാനശാഖയും അതുവരെ കൈവരിച്ചിട്ടില്ലായിരുന്നു.

യേശുദാസ് എന്ന മാനകസ്വരം

ഇങ്ങനെ ആധുനികമായ ചരിത്രസന്ദർഭത്തിന്റെ അനുഭൂതിമണ്ഡലമായും അതിനെ നിർണ്ണയിച്ച ദേശീയത, വൈയക്തികത, മതനിരപേക്ഷത തുടങ്ങിയവയുടെ ആവിഷ്കാരസ്വരൂപമായും നിലകൊണ്ട ചലച്ചിത്ര സംഗീതത്തിന്റെ കേരളീയപ്രതിനിധിയായാണ് യേശുദാസ് മലയാള സംഗീതവേദിയിൽ ഇടംകണ്ടെത്തിയത്. യേശുദാസിനു മുൻപും ഗായകർ പലരുമുണ്ടായിരുന്നുവെങ്കിലും ചരിത്രപരമായ ഈ അനന്യപദവി ചലച്ചിത്രസംഗീതത്തിന് അക്കാലത്ത് ഇതേ അളവിൽ കൈവന്നിട്ടില്ലായിരുന്നു. അതോടൊപ്പം ഈ ഗായകരാരും തന്നെ യേശുദാസിനെപ്പോലെ, തേച്ചുമിനുക്കപ്പെട്ട (sophisticated) സ്വരസംസ്കാരത്തിന്റെ ഉടമകളായിരുന്നുമില്ല. കോഴിക്കോട് അബ്ദുൾഖാദർ, മന്നാഡെ, മെഹ്ബൂബ്, എ എം രാജ, സി ഒ ആന്റോ, കമുകറ പുരുഷോത്തമൻ, പി ബി ശ്രീനിവാസ്, ഉദയഭാനു തുടങ്ങിയ അക്കാലത്തെ ഗായകരാരും യേശുദാസിന്റെ ആലാപനത്തിലുൾച്ചേർന്നിട്ടുള്ള അമൂർത്തമായ സാർവ്വത്രികത തങ്ങളുടെ ആലാപനത്തിന്റെ ആധാരശ്രുതിയാക്കിയവരായിരുന്നില്ല. വ്യത്യസ്തമായ അളവിലും അനുപാതത്തിലുമാണെങ്കിലും ഒരുതരം അസംസ്കൃതത്വം (rawness) അവരുടെ സ്വരസംസ്കാരത്തിലുണ്ടായിരുന്നു. ഇത് അവരുടെ ആലാപനരീതിയെ മൂർത്തവും സവിശേഷവുമാക്കിത്തീർത്തു. അതുകൊണ്ടുതന്നെ കമുകറ മുതൽ ഉദയഭാനു വരെയുള്ള ഈ പാട്ടുകാർ വിശേഷഭാവങ്ങളുടെ പാട്ടുകാരായി. യേശുദാസാകട്ടെ ഇത്തരം അസംസ്കൃതത്വത്തെ പൂർണ്ണമായി തേച്ചുരച്ചുകളഞ്ഞ ശബ്ദപ്രപഞ്ചത്തിന്റെ പ്രതിനിധിയാണ്. ഭാവഗാനവും ഭക്തിഗാനവും മുതൽ ഫലിതഗാനവും പ്രണയഗാനവും വരെയും നാടോടിപ്പാട്ട് മുതൽ *ഭഗവദ്ഗീത*വരെയും വഴങ്ങുന്ന ആലാപനവൈഭവമാണ് യേശുദാസിനുള്ളത്. പണിതീർത്ത സ്വരശില്പ

ങ്ങളെ, തേച്ചുമിനുക്കിയ ശബ്ദപ്രപഞ്ചത്തെ, അമൂർത്തതയുടെ ആധികാരികതയിൽ പ്രതിഷ്ഠിക്കുവാൻ പോന്നതായിരുന്നു യേശുദാസിന്റെ ആലാപന പദ്ധതി. ശബ്ദം എന്നതിനെക്കുറിച്ച് അതുവരെയുള്ള ധാരണകളെ കീഴ്മേൽ മറിക്കുകയാണ് യേശുദാസ് ചെയ്തത്. നമ്മുടെ സംഗീത സംവിധായകർക്ക് അവരുടെ ഭാവനയെ പരിപൂർണ്ണമായി കെട്ടഴിച്ചുവിടാൻ അത് കാരണമായി. അതവരെ മുമ്പൊരിക്കലുമില്ലാത്തവിധം അനുഭൂതി പരമായും ആവിഷ്കാരപരമായും സ്വതന്ത്രരാക്കി.[27] അദ്ദേഹത്തിന്റെ 'സ്വരത്തിന്റെ യൗവന കാന്തിയും പട്ടുപോലെ മൃദുലമായനുഭവപ്പെടുന്ന ആലാപനമാധുര്യവും ശാരീരത്തിന്റെ സൗമ്യമൃദുലമായ വഴക്കവും വികാര നിർഭരമായ സ്വരസഞ്ചാരങ്ങൾ ഉണർത്തുന്ന ഇന്ദ്രിയമോദകത്വവും എല്ലാം തീർത്തും സ്വപ്നസന്നിഭമായ ഒരനുഭവലോകത്തെയാണ്' മലയാളികൾക്കുമുന്നിൽ തുറന്നിട്ടത്.[28] അതുവരെ പലപല പാട്ടുകാർ പാടിയതെല്ലാം ഇതോടെ ഒറ്റയ്ക്കൊരാൾ പാടുവാൻ തുടങ്ങി. അതോടൊപ്പം അമൂർത്തമായൊരു തലത്തിൽ രൂപപരമായ അപൂർവ്വഭദ്രതയോടെ ആലപിക്കപ്പെട്ടവയായി പുതിയഗാനങ്ങൾ മാറിത്തീരുകയും ചെയ്തു. അനുഭൂതിമേഖലയിലെ സാമൂഹിക ശ്രേണീകരണത്തെ അസാദ്ധ്യമാക്കിത്തീർക്കും വിധം വിവിധ സാമൂഹ്യവിഭാഗങ്ങളുമായി ഒരേസമയം സംവദിക്കാൻ കഴിയുന്ന സംഗീതാനുഭവത്തെയാണ് യേശുദാസ് പ്രതിനിധാനം ചെയ്യുന്നത്. ഇങ്ങനെ ചരിത്രപരമായ ഒരു സവിശേഷസന്ദർഭത്തിന്റെ ആവശ്യത്തിനിണങ്ങുന്ന ഗായകത്വം കൈവശമുണ്ടായിരുന്നു എന്നതാണ് - അമൂർത്തവും അയവേറിയതും തേച്ചുമിനുക്കിയതുമായ ഒരു സ്വരസംസ്കാരത്തിന്റെ ഉടമയായിരുന്നു എന്നതാണ് - യേശുദാസിനെ മലയാളത്തിന്റെ പൊതു പ്രതിനിധിയായി ഉയർന്നുവരാൻ സഹായിച്ചത്.[29] അറുപതുകൾ മുതലുള്ള മൂന്നു പതിറ്റാണ്ടുകളോളം ദേശീയമായ ഈയൊരു പ്രാതിനിധ്യാവകാശത്തിന്റെ പാട്ടുരൂപമായി അദ്ദേഹം ജീവിച്ചു. പിന്നിട്ട ഒരു പതിറ്റാണ്ടോളമായി ഏറിയകൂറും പഴയ പ്രാതിനിധ്യാവകാശത്തിന്റെ പിൻബലത്തിൽ അദ്ദേഹം തുടരുകയും ചെയ്യുന്നു.

യേശുദാസിന്റെ സ്വരസംസ്കാരത്തിന്റെ സവിശേഷതയായി മുകളിൽ പറഞ്ഞ അമൂർത്തമായ സാർവ്വത്രികത അതിനെ പൊതുമലയാളത്തിന്റെ മാനകസ്വരമാക്കുകയും ചെയ്യുന്നുണ്ട്. ആധുനികീകരണത്തിന്റെ ആധാരങ്ങളിലൊന്നായ മാനകീകരണത്തിന്റെ സംഗീതപ്രയോഗമായി യേശുദാസിന്റെ കലാജീവിതത്തെ നമുക്കിപ്പോൾ മനസ്സിലാക്കുവാൻ കഴിയും. നാട്ടുമലയാളങ്ങളുടെ നാടോടിവഴക്കങ്ങളെ മറികടന്ന് പൊതുമലയാളത്തിന്റെ മാനകസ്വരമായി സ്ഥാനം നേടുവാൻ കഴിവുള്ളതായിരുന്നു യേശുദാസിന്റെ സ്വരസംസ്കാരം. നാദരൂപങ്ങളുടെ ഈ പൊതുവഴിയിലൂടെയാണ്, സവിശേഷാനുഭൂതികളുടെ ഇടവഴികളിലൂടെയല്ല, ദേശീയസംഗീതത്തിന് സഞ്ചരിക്കുവാൻ കഴിയുക. അതുകൊണ്ട് മതനിരപേക്ഷവും സാർവ്വലൗകികവും ആധുനികവും ഏകാന്തവ്യക്തിഭാവനയിൽ അധിഷ്ഠിതവുമായ മലയാണ്മയുടെ പാട്ടായിത്തീരുവാൻ യേശുദാസിന്റെ സംഗീതത്തിന് സ്വാഭാവികാധികാരം ലഭിച്ചു.[30] വ്യത്യസ്ത ഭാവലോകങ്ങളുടെ - പ്രണയവും ഭക്തിയും, കദനവും ഫലിതവും പോലെ - പ്രകാശനങ്ങളായ

ഗാനങ്ങൾ ആലപിച്ചപ്പോഴും അവയെയൊക്കെയും കൂട്ടിയിണക്കുന്ന മാനകസ്വരം തന്റെ ആലാപനത്തിന്റെ ആധാരശ്രുതിയായി യേശുദാസ് നിലനിർത്തി. (യേശുദാസിന്റെ ആലാപനവൈദഗ്ദ്ധ്യത്തിനൊപ്പം നില്ക്കുന്നതോ ചിലപ്പോഴെങ്കിലും അതിനെ മറികടക്കുന്നതോ ആയിരുന്നിട്ടും എസ് ജാനകിയുടെ സംഗീതത്തിന് ഈ പദവിമൂല്യം കൈവന്നില്ല; മാനകസ്വരമായി പുരുഷസ്വരത്തെ ഭാവനചെയ്യുവാനേ ആധുനിക ദേശീയസന്ദർഭത്തിന് കഴിയുമായിരുന്നുള്ളൂ എന്നതിനാൽ).[31] പലപല ലോകങ്ങളിൽ ഒരുമിച്ചുപാർക്കുന്ന, പലപല ലോകങ്ങളെ ഒരു ലോകമാക്കിത്തീർക്കുന്ന, ഈ ഗായകത്വം മലയാളചരിത്രം മറ്റൊരു സന്ദർഭത്തിലും ആവശ്യപ്പെട്ടിട്ടില്ല.

യേശുദാസിന്റെ സമകാലികനായ, തികഞ്ഞ ആലാപനവൈദഗ്ദ്ധ്യമുള്ള, ജയചന്ദ്രനെപ്പോലൊരു ഗായകൻ യേശുദാസിന് തുല്യമായ പ്രാതിനിധ്യാവകാശം കൈവരിക്കാതിരുന്നതിന്റെ വിശദീകരണവും ഇതിലുണ്ട്. ജയചന്ദ്രന്റെ സംഗീതം സവിശേഷമായ മൂർത്തതയോടാണ്, കേവലമായ അമൂർത്തതയോടല്ല, പ്രാഥമികാഭിമുഖ്യം പുലർത്തുന്നത്.[32] അതുകൊണ്ട് സവിശേഷാനുഭവങ്ങളുടെ പാട്ടുകാരൻ എന്ന നിലയിൽ യേശുദാസിനേക്കാൾ സൂക്ഷ്മത കൈവരിച്ചപ്പോൾതന്നെ (ജയചന്ദ്രന്റെ ആലാപനത്തിന്റെ കാതരഭാവം അദ്ദേഹത്തിന്റെ പാട്ടുകളെ കൂടുതൽ സാന്ത്വനപ്രതീതിയുള്ളവയാക്കിത്തീർക്കുന്നുണ്ട്) ജയചന്ദ്രൻ യേശുദാസിനെപ്പോലെ മലയാളത്തിന്റെ പൊതുപ്രാതിനിധ്യം അവകാശപ്പെടാവുന്ന 'വലിയ' കലാകാരനായിത്തീർന്നില്ല. 'വലിയ' കലാകാരൻ എന്നത് 'നല്ല' കലാകാരന്റെ മറുപേരല്ല. 'നല്ല' കലാകാരൻ കലാപരമായ നൈപുണിയുടെയും വൈയക്തികപ്രതിഭയുടെയും ഉടമയായിരിക്കുമ്പോൾ, 'വലിയ' കലാകാരൻ ഈ പ്രതിഭയും നൈപുണിയുംകൊണ്ട് ചരിത്രത്തിന്റെ ആവശ്യങ്ങൾ നിറവേറ്റുന്ന ഒരാളായാണ് നിലകൊള്ളുക.[33] എല്ലാ 'നല്ല' കലാകാരന്മാരും 'വലിയ' കലാകാരന്മാരാകുന്നില്ല. (എന്ന് മാത്രമല്ല, ചിലപ്പോഴെങ്കിലും ഒരു 'വലിയ' കലാകാരൻ നൈപുണിയിലും പ്രതിഭയിലും 'നല്ല' കലാകാരനേക്കാൾ താണപടിയിലാവുകയും ചെയ്യാം). നിശ്ചയമായും, യേശുദാസ് മലയാളത്തിലെ 'നല്ല' ഗായകരിലൊരാളാണ്; ഒപ്പം നമ്മുടെ എക്കാലത്തേയും 'വലിയ' ഗായകനും.

ഈ മഹാഗായക/'ഗന്ധർവ്വഗായക'പദവി നിലനിർത്തുന്നതിൽ മേല്പറഞ്ഞവ കൂടാതെ സംഗീതേതരമായ മറ്റ് ചില ഘടകങ്ങളും ചെറുതല്ലാത്ത പങ്ക് വഹിക്കുന്നുണ്ട്. യേശുദാസ് എന്ന വ്യക്തി പ്രതിനിധാനം ചെയ്യുന്ന ജീവിതസങ്കല്പം അതിലൊന്നാണ്. സമഭാവനയുടെയും സമന്വയാത്മകമായ മതാവബോധത്തിന്റെയും പ്രാതിനിധ്യം വലിയൊരളവിൽ യേശുദാസിലുണ്ട്. വ്യത്യസ്ത മതവിഭാഗങ്ങളുടെ പാട്ടുകാരനാണ് എന്നതുകൊണ്ടല്ല, ആധുനിക പൗരബോധത്തിന്റെ ആധാരശ്രുതികളിലൊന്നായ മതനിരപേക്ഷതയുടെ സാന്നിദ്ധ്യമായി സ്വന്തം ഗായക വ്യക്തിത്വത്തെ മാറ്റിത്തീർത്തു എന്നതുകൊണ്ടാണ് യേശുദാസിന് ഈ പ്രാതിനിധ്യാവകാശം കൈവന്നത്. ഒരേസമയം മതാതീതമായ ആത്മീയതയുടെയും മതനിരപേക്ഷമായ പൊതുജീവിതത്തിന്റെയും പ്രതിനിധിയായി

നിലയുറപ്പിക്കുവാൻ ഇതദ്ദേഹത്തെ സഹായിച്ചു. ഈ പ്രാതിനിധ്യാവകാശത്തിന്റെ ആധികാരികതയെ ദൃഢീകരിക്കുന്ന ജീവിതശൈലിയും വേഷവിധാനവും വ്യക്തിജീവിതത്തിന്റെ പ്രത്യക്ഷതകളിൽ അദ്ദേഹം (ബോധപൂർവ്വം?) നിലനിർത്തുകയും ചെയ്തു. ഇങ്ങനെ ചരിത്രപരമായ ഒരു സവിശേഷസന്ദർഭത്തിന്റെ അനുഭൂതിമണ്ഡലത്തെ സ്വന്തം സ്വരസംസ്കാരത്താൽ അഭിസംബോധനചെയ്തുകൊണ്ടും, അതിലൂടെ കൈവന്ന പ്രാതിനിധ്യാവകാശത്തെ പൊതുജീവിതത്തിൽ ഉലയാതെ കാത്തുസൂക്ഷിച്ചുകൊണ്ടുമാണ് യേശുദാസ് ആധുനികകേരളത്തിന്റെ മഹാഗായകനായത്.

മാഞ്ഞുപോവുന്ന മഹാഗായകത്വം

ഇതോടൊപ്പം ഇനിയങ്ങോട്ടുള്ള കേരളീയചരിത്രം ഇത്തരമൊരു മഹാഗായകത്വത്തിന് ജന്മംനല്കാനിടയില്ല എന്നുകൂടി നാം ഓർത്തുവയ്ക്കണം. ദേശീയമായ പൊതുസംഗീതം സാദ്ധ്യമാകാത്ത വിധം മലയാളത്തിന്റെ സംഗീതസംസ്കാരം ചിതറിക്കഴിഞ്ഞു. പിന്നിട്ട ഒരു പതിറ്റാണ്ടെങ്കിലുമായി ഇത്തരമൊരു ചിതറിപ്പരക്കലിന്റെ ഊർജ്ജം മലയാളജീവിതത്തിന്റെ വിവിധമേഖലകളിൽ പ്രബലമായി വരികയാണ്. മുഴുവൻ മലയാളികളുടെയും പാട്ടുകാരനാകുവാൻ ഒരാളേയും അനുവദിക്കാത്ത വിധത്തിൽ, മുഴുവൻ മലയാളത്തിന്റെയും പാട്ടാകുവാൻ ഒരു പാട്ടിനെയും അനുവദിക്കാത്ത വിധത്തിൽ, ഈ അപകേന്ദ്രീകരണബലം (centrifugal force) കേരളീയജീവിതത്തിൽ ഇടപെടുന്നുണ്ട്. ഏകീകൃതമായ ഒരു സാംസ്കാരികമണ്ഡലമോ അതിന്റെ പ്രാതിനിധ്യം വഴി കൈവരുന്ന പ്രതീകാത്മകമൂലധനമോ ഇനിയുള്ള മലയാളജീവിതത്തിലെ പ്രബലസ്വാധീനമാകാൻ ഇടയില്ല. അതോടൊപ്പം ആധുനികരായ ആസ്വാദകരുടെ ഏകാത്മക കർത്തൃപദവിയുടെ ശിഥിലീകരണം പുതിയ താളസംഗീതവുമായി ഒത്തുപോവുകയും ചെയ്യുന്നുണ്ട്. ഇങ്ങനെ വിവിധ തലങ്ങളിൽ കെട്ടഴിഞ്ഞുചിതറുന്ന ദേശീയജീവിതത്തിന്/ദേശീയ സംഗീതത്തിന് സ്വന്തം ഭൂതകാലത്തേയോ അതിന്റെ മഹാപ്രതാപങ്ങളേയോ മടക്കിവിളിക്കാനാവില്ല. മാഞ്ഞുപോകുന്ന മഹാരൂപികളുടെ പരമ്പരയിലെ അവസാനക്കാരിലൊരാളായി യേശുദാസ് ചരിത്രത്തിന്റെ ഭാഗമായിക്കൊണ്ടിരിക്കുന്നു. പകരംവയ്ക്കാനാവാത്ത ആ അധൃഷ്യത ചരിത്രം ആവശ്യപ്പെട്ട വലിയ ദൗത്യങ്ങൾ നിറവേറ്റിക്കഴിഞ്ഞിരിക്കുന്നു. 'നാദബ്രഹ്മ സാഗരങ്ങൾ' പിന്നിട്ടുപോന്ന ആ നാദ/നാക സൗന്ദര്യത്തിന് ഇനി ഫലശ്രുതി കൂടി പാടിനിർത്തുവാനേ ബാക്കിയുള്ളൂ; "കാലമേ നിനക്കഭിനന്ദനം........."

(2003/2006 ൽ പരിഷ്കരിച്ചത്)

കുറിപ്പുകൾ

1. ചരിത്രമുക്തമായ കേവലാനുഭൂതിയുടെ ലോകമായാണ് ആധുനിക ലോകത്ത് സംഗീതം പൊതുവെ പ്രതിഷ്ഠിക്കപ്പെട്ടത്. എല്ലാ കലകളും സംഗീതത്തിന്റെ പദവി കൈവരിക്കാൻ ശ്രമിക്കുന്നു ('all art constantly aspires to the condition of music') എന്ന വാൾട്ടർ പേയ്റ്ററുടെ നിരീ

ക്ഷണം കലയുടെ കേവലമൂല്യത്തെക്കുറിച്ചുള്ള ആധുനിക പ്രതീക്ഷകളുടെ പ്രകാശനമാണെന്ന് റെയ്മണ്ട് വില്യംസ് പറയുന്നത് ശ്രദ്ധേയമാണ്. എങ്കിലും സംഗീതത്തെക്കുറിച്ചുള്ള സൂക്ഷ്മാലോചനകൾ സംഗീതാനുഭൂതിയുടെ ചരിത്രപരത ചൂണ്ടിക്കാണിക്കാതെ കടന്നുപോയിട്ടില്ല. കഥകളിസംഗീതത്തിൽ നിലനില്ക്കുന്ന 'പാടി', 'പുറനീര' തുടങ്ങിയ 'കേരളരാഗ'ങ്ങളെക്കുറിച്ച് ടി ലക്ഷ്മണൻപിള്ള നടത്തുന്ന നിരീക്ഷണങ്ങൾ *(Music of Travancore)* മുതൽ പത്തൊമ്പതാം ശതകത്തിൽ വിയന്നയിൽ സംഗീതത്തിലെ സങ്കീർണ്ണപരീക്ഷണങ്ങൾ വികസിച്ചു വന്നതിനെക്കുറിച്ചുള്ള അഡോണോയുടെ നിഗമനങ്ങൾവരെ *(Philosophy of Modern Music)* വരെ ഇതിനുദാഹരണമായി ചൂണ്ടിക്കാട്ടാം. വ്യാവസായികതയുടെ ശബ്ദലോകത്തിന് സംഗീതമൂല്യം നല്കാൻ പാശ്ചാത്യ അവാങ്-ഗാദ് സംഗീതത്തിൽ നടന്ന ശ്രമങ്ങളക്കുറിച്ചുള്ള നിരീക്ഷണവും ഈ പ്രകരണത്തിൽ ശ്രദ്ധേയമാണ്. " The deliberate shrillness and discordant sound of avant garde music conveyed a mood celebrating the harsh urban or Industrial environment. A composition for orchestra whose cacophonous clash of voice created the sounds and rythams of the approaching technological era was a device that had gained considerable popularity since late 1920s." (Gasparov, Boris, 2002. *Symphony as a Mode of Production : Shostakovich's Fourth Symphony and the End of the Romantic Narrative* in Halfin, Jagal (ed.), *Language and Revolutation*, Frank Cass Publishers, London P. 237).

2. ജനകീയത/ജനപ്രിയത എന്ന ദ്വന്ദ്വകല്പന സംസ്കാരവിമർശന മേഖലയിലെ പ്രധാന തർക്കവിഷയങ്ങളിലൊന്നാണ്. ചരിത്രപരമായ ഒരനുഭവമെന്നനിലയിൽ ജനങ്ങളിൽ നിന്ന് ഉരുത്തിരിഞ്ഞുവരുന്നതാണ് ജനകീയകലയെന്നും മറിച്ച് വാണിജ്യപരമായ താല്പര്യങ്ങളാൽ ജനങ്ങൾക്കുമേൽ അടിച്ചേല്പിക്കപ്പെടുന്നതാണ് ജനപ്രിയകലയെന്നും പൊതുവേ കരുതിപ്പോരുന്നുണ്ട്. ഈ വിഭജനം പഴയ ഉൽക്കൃഷ്ട/അപകൃഷ്ട ദ്വന്ദ്വത്തിന്റെ തുടർച്ച മാത്രമാണെന്നും സത്താവാദപരമായ ഒരു സമീപനം ഇതിലടങ്ങിയിട്ടുണ്ടെന്നുമാണ് ഇതിനെതിരായ മുഖ്യവിമർശനം. എന്നിരുന്നാലും ജനകീയം/ജനപ്രിയം എന്ന വേർതിരിവിന്റെ പ്രാധാന്യത്തെ നിരസിക്കാനാവില്ല. വിശാലമായൊരർത്ഥത്തിൽ ജനകീയകല എന്നത് ചരിത്രബന്ധങ്ങളിൽ വേരോടിനില്ക്കുന്നതും ജനങ്ങളുടെ കൂട്ടായ്മയിൽ അധിഷ്ഠിതവുമാണ്. അതിന്റെ നിലനില്പിന്റെ പ്രാഥമികപ്രേരണകൾ സാമ്പത്തികമോ വാണിജ്യപരമോ ആയ താല്പര്യങ്ങളല്ല. സാങ്കേതിക സജ്ജീകരണങ്ങളുടെ വിപുലമായ ഒരടിത്തറ അതാവശ്യപ്പെടുന്നുമില്ല. ഇതോടൊപ്പം കീഴാള പ്രതിരോധത്തിന്റേതായ രാഷ്ട്രീയതലവും ജനകീയ കലയിൽ ഉൾച്ചേർന്നിരിക്കുന്നു. മറുപുറത്ത് ഗാഢമായ ചരിത്രബന്ധങ്ങളില്ലാത്തതും ഏറിയകൂറും വ്യക്തിഗതവും വാണിജ്യപ്രാധാന്യവും സാങ്കേതികത കൂടിനില്ക്കുന്നതും പൊതുവിൽ അരാഷ്ട്രീയവുമാണ് ജനപ്രിയ കല. ഈ അതിർവരമ്പും സുനിശ്ചിതമോ ശാശ്വതമോ ആണെന്ന് പറയാനാവില്ല. അതുകൊണ്ടുതന്നെ ജനപ്രിയമെന്ന് പറയാവുന്ന ഒരു കലാരൂപം

പ്രയോഗതലത്തിൽ ജനകീയസ്വഭാവം കൈവരിക്കാനിടയുണ്ട്; മറിച്ചും.

3. പാശ്ചാത്യസിനിമയിൽനിന്നും വ്യത്യസ്തമായി ഇന്ത്യൻസിനിമയിൽ ഗാനങ്ങൾ സുപ്രധാനസ്ഥാനം നേടിയതിനെക്കുറിച്ച് സത്യജിത്റായ് പറയുന്നത് ശ്രദ്ധേയമാണ്. പടിഞ്ഞാറൻ രാജ്യങ്ങളിലെ പൗരസമൂഹത്തിന് ലഭ്യമായ വിനോദോപാധികളൊന്നും ഇന്ത്യൻ ജനതയ്ക്ക് ലഭ്യമായിരുന്നില്ല എന്ന ദ്ദേഹം ചൂണ്ടിക്കാടുന്നു. (ഓപ്പറകൾ, സംഗീത നൃത്ത ശാലകൾ, നാടകങ്ങൾ, ചിലപ്പോൾ ഒരു സർക്കസ് പോലും). എന്നാൽ ഇതേസമയംതന്നെ ആധുനികീകരണത്തിന്റെ ഫലമായി പരമ്പരാഗത വിനോദോപാധികൾ ഒട്ടാക്കെ അവർക്ക് നഷ്ടപ്പെടുകയും ചെയ്തു. ഈ ശൂന്യസ്ഥലത്തേക്കാണ് സിനിമാഗാനങ്ങൾ കടന്നുകയറിയത്. പാശ്ചാത്യമായ വിനോദോപാധികൾക്ക് പകരംനില്ക്കുന്ന ഒന്നായി അവയെ കണക്കാക്കണം. Ray, Satyajith, 'Those Songs', *Our Films Their Films*, Disha Books, Calcutta. 1992. P.73.

4 . 1935 ഒക്ടോബറിലാണ് ചലച്ചിത്രഗാനം ഇന്ത്യയിൽ ഉടലെടുക്കുന്നത്. ബംഗാളിൽ *ഭാഗ്യചക്ര* എന്ന പേരിലും ഹിന്ദിയിൽ *ധൂപ് ഛാംവ്* എന്ന പേരിലും പുറത്തുവന്ന ദ്വിഭാഷാ ചിത്രത്തിലേതായിരുന്നു ഈ ആദ്യഗാനം. സംവിധായകൻ നിതിൻബോസും സംഗീതസംവിധായകൻ റായ്ചന്ദ് ബോറാലും ഗാനരചന പണ്ഡിറ്റ് മാധുറും. സുപ്രാവോ ഘോഷ്, പാരുൾ ബിശ്വാസ് എന്നിവരായിരുന്നു ആദ്യഗായികമാർ. സുപ്രാവോ ഘോഷിന്റെ സ്വരത്തിലാണ് ഗാനം ആരംഭിക്കുന്നത്. അങ്ങനെ ഇന്ത്യൻസിനിമയിലെ പ്രഥമ പിന്നണിഗാനാലാപനശബ്ദത്തിന്റെ ഉടമയായി അവർ മാറി. ഗാനരംഗത്ത് അഭിനയിച്ച അഹിസന്യാലിന് വേണ്ടി പാടിയ കെ സി ഡേ ആദ്യഗായകനുമായി. ഖാൻ മസ്താന, ജി എം ദുരാനി, അമീർബായ് കർണ്ണാടകി, റോജാബായ് അംബലാവാലി, രാജ്കുമാരി, സീനത്ത്ബേഗം, മോഹൻ താരാനാൽപടെ തുടങ്ങിയ ആദ്യകാലഗായകർ രംഗത്തെത്തിയെങ്കിലും ഇന്ത്യൻസിനിമയിൽ പിന്നണിഗാനം ഉറയ്ക്കുവാൻ പിന്നെയും കുറെക്കാലമെടുത്തു. മന്നാഡേ, മുകേഷ്, റാഫി, തലത്ത് മെഹ്മൂദ്, ഹേമന്ത് കുമാർ, ശംശാദ്ബീഗം, ലതാമങ്കേഷ്കർ, ആശ ഭോൺസ്ലേ തുടങ്ങിയവരുടെ രംഗപ്രവേശത്തോടെയാണ് പാടി അഭിനയിക്കുന്ന താരങ്ങളിൽ നിന്നും പിന്നണിഗായകരിലേക്കുള്ള പരിവർത്തനം പൂർണ്ണമായത്.

1948 ഫെബ്രുവരി 15 ന് റിലീസായ *നിർമ്മല* എന്ന ചിത്രത്തിലൂടെ പിന്നണിഗാനം മലയാള സിനിമയിലും അരങ്ങേറി. ജി ശങ്കരക്കുറുപ്പിന്റെ വരികൾക്ക് പി എസ് ദിവാകർ, ഇ ഐ വാര്യർ എന്നിവർ നല്കിയ സംഗീതത്തിൽ ടി കെ ഗോവിന്ദറാവു പാടിയ 'ശുഭലീല' എന്നുതുടങ്ങുന്ന ഗാനം. സെബാസ്റ്റ്യൻ കുഞ്ഞുകുഞ്ഞു ഭാഗവതർ, അഗസ്റ്റിൻ ജോസഫ്, വൈക്കം മണി, പാപ്പുക്കുട്ടി ഭാഗവതർ, എം കെ കമലം, പി കെ കമലാക്ഷി സി കെ രാജം എന്നിങ്ങനെ സ്വയം പാടി അഭിനയിക്കുന്നവരായി കുറച്ചുപേർ ഉണ്ടായിരുന്നെങ്കിലും മലയാളസിനിമയിലെ പ്രമുഖ താരങ്ങൾ-തിക്കുറുശ്ശി, സത്യൻ, നസീർ, കുമാരി തങ്കം, ലളിത, പത്മിനി, രാഗിണി തുടങ്ങിയവർ - ആദ്യം മുതലേ പിന്നണിശബ്ദത്തിൽ പാടി അഭിനയിക്കുകയാണ് ചെയ്തത്. അതുകൊണ്ടുതന്നെ മലയാളസിനിമയിൽ പിന്നണിപ്പാട്ട് ആദ്യം മുതലേ പ്രബല

മായി നിലനിന്നുപോന്നു. കഥാഗതിയെ വിശദീകരിക്കുകയോ വഴിതിരിച്ചുവിടുകയോ ദൃഢീകരിക്കുകയോ ചെയ്യുന്ന നിർണ്ണായകപദവിയാണ് ഈ ഗാനങ്ങൾക്ക് പൊതുവിൽ ഉണ്ടായിരുന്നത്. പടിഞ്ഞാറൻ പശ്ചാത്തല സംഗീതത്തിൽനിന്നും ഭിന്നമായി കഥാഗാത്രത്തിന്റെ അവിഭാജ്യഘടകമായി മാറാൻ ഇത് പിന്നണിപ്പാട്ടുകളെ സഹായിക്കുകയും ചെയ്തു.

5. ചലച്ചിത്രസംഗീതം സാർവ്വത്രികമായി ഒരേ ദൗത്യമാണ് നിറവേറ്റിയതെന്ന് കരുതിക്കൂടാ. പാശ്ചാത്യ ചലച്ചിത്രസംഗീതം, യൂറോപ്യൻ മദ്ധ്യവർഗ്ഗ സമൂഹത്തിന്റെ സംഗീതസംസ്കാരത്തിൽ ഉളവാക്കിയ ഫലങ്ങളെക്കുറിച്ച് അഡോർണോയും ഹാൻസ് ഐസ്ലറും നടത്തുന്ന നിരീക്ഷണങ്ങൾ ഇവിടെ പ്രസക്തമാണ്. മദ്ധ്യവർഗ്ഗാവബോധത്തിൽ ആഴത്തിൽ വേരോടിയ ഓപ്പറെ സംഗീതം ചലച്ചിത്രസംഗീതത്തിന്റെ വരവോടെ തീർത്തും അന്യവല്ക്കൃതമായെന്ന് അവർ അഭിപ്രായപ്പെടുന്നു. ദേശീയ സംഗീതസംസ്കാരത്തെ ശിഥിലീകരിച്ച് മൂലധനത്തിന്റെ രാജ്യാന്തരസഞ്ചാരത്തിന് അനുഗുണമായ പുതിയ സംഗീതസംസ്കാരം രൂപപ്പെടുത്തുകയാണ് അത് ചെയ്തത്. ചലച്ചിത്രസംഗീതത്തിന്റെ ഭാരതീയ/കേരളീയ സന്ദർഭത്തിൽ നിന്നും തീർത്തും വ്യത്യസ്തമായ ദൗത്യമാണിത്. ദേശീയസ്വത്വത്തിന്റെ നിർമ്മാണസാമഗ്രി എന്നതിനേക്കാൾ അതിന്റെ ശിഥിലീകരണോപാധി എന്ന നിലയിലാണ് അവിടെ അതിന്റെ നിലനില്പ്. Adorno, Theodor & Hans Eisler, *Composing for Films*, The Anthlone Press, London. 1994. P. 57.

6. ജനപ്രിയസംഗീതം അതിൽ തന്നെ ബഹുസ്വരാത്മകമോ സാമൂഹ്യാധികാരത്തിന്റെ ശ്രേണീബന്ധങ്ങളില്ലാത്തതോ അല്ല. പാശ്ചാത്യ ജനപ്രിയ സംഗീതത്തെ മുൻനിർത്തി ഇക്കാര്യം വിശകലനം ചെയ്ത റോയ് ഷൂക്കർ പറയുന്നത് അത് സംഗീത വിജ്ഞാന (musicology) പരമായും ഗണകല്പനാ (genere) പരമായും ലിംഗപക്ഷപാതിത്വത്തെ (masuline/feminine എന്ന ദ്വന്ദ്വത്തെ മുൻനിർത്തുന്ന hard rock/dance pop എന്നിങ്ങനെയുള്ള തരംതിരിവുകൾ വഴി) അതിശക്തമായിതന്നെ നിലനിർത്തിപ്പോരുന്നുണ്ട് എന്നാണ്. വംശീയതയുടെ തലത്തിലും ജനപ്രിയ സംഗീതത്തിൽ ഇത്തരം തരംതിരിവുകളുണ്ട്. ജനാധിപത്യപരമായ ബഹുസ്വരാത്മകതയുടെ കേവലലോകമായി ജനപ്രിയസംഗീതത്തെ പരിഗണിക്കാനാവില്ല എന്നാണ് ഇത് വ്യക്തമാക്കുന്നത്. Shuker, Roy, *Key Concepts in Popular Music*, Routledge, London. 1998. PP. 142-43.

7. ചലച്ചിത്ര/ജനപ്രിയ സംഗീതത്തിലെ രാഗവല്ക്കരണം പ്രത്യയശാസ്ത്രമുക്തമായ ഒന്നല്ല. സാർവ്വലൗകികത, മൗലികത, സ്വതന്ത്രത എന്നീ സങ്കല്പങ്ങളെ വേരുറപ്പിച്ചെടുക്കും വിധമാണ് ആധുനിക ജനപ്രിയസംഗീതം നിലനില്ക്കുന്നത്. Green, Lucy, 'Ideology' in Hormer, Bruce & Thomas Swiss (eds.), *Key Concepts in Music and Culture*. Blackwell, Oxford. 1999. P.15.

8. മൂർത്തമായ രൂപപരതയിൽനിന്നും അമൂർത്തവും കേവലവുമായ വൈയക്തികാനുഭവത്തിലേക്ക് നീങ്ങുകയെന്ന ആധുനിക സംഗീതത്തിന്റെ അടിസ്ഥാനസ്വഭാവം ബിഥോവനിൽ പൂർണ്ണത നേടിയതായി അഡോർണോ. "In-

stead of mechanically annihilating the individual elements he [Beethovan] stripped them of their specificity.. In Beethovan the particulars have a momentum in the direction of totality." Adorno, T, *Aesthetic Theory*, Routledge and Kegan Paul, London. 1984. PP. 264 5.

9. "One can safely say that given the general sensibility of the sixties, together with rein of writing and affective level of the particular novelistic context, the experience it evokes goes well with a filmy snatch, possibly by Yesudas. It was the kind of songs........, with their romantic diction and raga-based tunes, that accounted the phenomenal popularity of Yesudas those days......... Interestingly, what is called his crooning style was perfectly in tandem with and gave credense to the typically romantic strain of much of early modernist writing. The age group that comprised the early listening public of Yesudas and the reading public of early modernism shared a concurrence of sorts between them." Nandakumar R, 'A Social History of Music in Contemporary Kerala', in Cheriyan P J , (ed), *Essays on The Cultural Formation of Kerala: Literature, Art, Architecture, Music, Theatre and Cinema*, Kerala State Guzetteers Dept., Thiruvananthapuram. 1999. PP 245-46, 250.

10. പാശ്ചാത്യ സംഗീതത്തിലെ ബൂർഷ്വാവല്ക്കരണത്തിന്റെ ഏറ്റവും പ്രകടമായ ലക്ഷണം അമൂർത്തവ്യക്തിയായ ശ്രോതാവിനെ (abstract individual listener) അഭിസംബോധന ചെയ്യുംവിധം ഏകസ്വരാത്മകശൈലിക്ക് കൈവന്ന മേല്ക്കോയ്മയാണെന്ന് ഹാൻസ് ഐസ്ലർ. Eisler, Hanns, 'Basic Social Questions of Modern Music' in Grabs, Manfred (Ed.), *Hanns Eisler A Rebel in Music*, Seven Seas Publishers, Berlin, 1978. P.158.

"We can locate the site of the solitary and highly individualized experiences with music in the various affirmations of melody" Said, Edward, *Musical Elaborations*, Vintage, Londn. 1992. P. 96.

11. സംഗീതത്തിലെ രാഗാത്മകത എന്നത് സ്വരസംവിധാനപരമായ സാങ്കേതികക്രമീകരണത്തിലൂടെ ഉളവാകുന്നതല്ലെന്നും അത് ചരിത്രപരമായി നിരന്തരം പുനർനിർവ്വചിക്കപ്പെടുന്നുണ്ടെന്നും പ്രൊകോഫീവ് അഭിപ്രായപ്പെടുന്നു. Prokofiev, Sergei, 'Can there be an End to Melody?', in Blok, Vladimer (compiler), *Sergei Prokofieve Materials, Articles, Interviews*, Progress Publishers, Moscow, 1978. P 46-48.

12. സവിശേഷവും ആപേക്ഷികവുമായ സ്വാച്ഛന്ദ്യം കൈയാളിക്കൊണ്ട് ഒരേ സമയം സിനിമയ്ക്കകത്തും പുറത്തും ഒരു സമാന്തരലോകമായി നിലനില്ക്കാനുള്ള ആഭ്യന്തരശേഷിയാണ് സിനിമാഗാനത്തെ അനന്യമാക്കുന്നതെന്ന് അശോക് റാനഡെ പറയുന്നു. Ranade, Asok D, 'Cinematic structure and Music in India', *Essays in Indian Ethnomusicology*, Munshiram Manoharlal Publishers Pvt. Ltd., Delhi, 1998. PP. 290-

98.

13. 1938 ൽ പുറത്തുവന്ന *ബാലനി*ൽ മുതുകുളം രാഘവൻപിള്ള രചിച്ച് കെ കെ അരൂർ, ഇബ്രാഹിം എന്നിവർ ഈണംപകർന്ന ഗാനങ്ങളുണ്ടായിരുന്നു. അക്കാലത്തെ പൊതുപാരമ്പര്യത്തിൽനിന്നും അകന്ന്, പുരാണ - ചരിത്ര കഥകൾക്കു പകരം സാമൂഹ്യജീവിതസംബന്ധിയായ പ്രമേയം കൈകാര്യം ചെയ്ത ചലച്ചിത്രമായിരുന്നു *ബാലൻ*. എന്നാൽ ഇതിലെ ഗാനങ്ങൾ പുരാണ - ചരിത്ര സിനിമാഗാനങ്ങളുടെ വികൃതമായ അനുകരണം തന്നെയായിരുന്നു. തുടർന്നുള്ള കാലയളവിൽ തിരുനൈനാർകുറിച്ചി, അഭയദേവ് തുടങ്ങിയ ഗാനരചയിതാക്കളും ബ്രദർ ലക്ഷ്മണനെപ്പോലുള്ള സംഗീതസംവിധായകരും രംഗത്തെത്തി. എങ്കിലും 'മലയാളസംഗീതം' അക്കാലത്തെ ചലച്ചിത്രഗാനങ്ങളിൽ കാണാനാവില്ല. 1950 ൽ *നല്ലതങ്ക*യിലെ ഗാനങ്ങൾക്ക് ഈണംപകർന്നുകൊണ്ട് വി ദക്ഷിണാമൂർത്തി മലയാളസിനിമാവേദിയിലെത്തുന്നുണ്ട്. 1951 ൽ അഭയദേവും ദക്ഷിണാമൂർത്തിയും ചേർന്നൊരുക്കിയ *ജീവിതനൗക*യിലെ ഗാനങ്ങൾ ഏറെ പ്രശസ്തമായെങ്കിലും അവയും അനുകരണത്തിന്റെ ചട്ടക്കൂടിന് പുറത്തുവന്നില്ല.

വാസ്തവത്തിൽ മലയാളസിനിമാസംഗീതത്തെ 'മലയാളസംഗീത'മാക്കിയത് നാടകവേദിയിൽനിന്നും ആകാശവാണിയിൽനിന്നും അവിടേക്കെത്തിയ അതുല്യപ്രതിഭകളാണ്. കോഴിക്കോട് ആകാശവാണിയിലെ ജീവനക്കാരനായിരുന്ന കാലത്താണ് പി ഭാസ്കരനും കെ രാഘവനും ചേർന്ന് *നീലക്കുയിലി*ലെ ഗാനങ്ങൾക്ക് ജന്മംനല്കിയത്. അതോടെ മലയാള ചലച്ചിത്രഗാനത്തിന്റെ കഥ മറ്റൊന്നായി. *നീലക്കുയിലി*നു മുമ്പ് 462 ഗാനങ്ങൾ മലയാള ചലച്ചിത്രഗാനശാഖയിൽ ഉണ്ടായെങ്കിലും 'എല്ലാരും ചൊല്ലണ്' എന്ന 463 ാമത്തെ ഗാനം ഈ ചരിത്രത്തിലെ വഴിത്തിരിവായി. 1955 ൽ *കാലംമാറുന്നു* എന്ന ചിത്രത്തിലൂടെ ദേവരാജനും ഒ എൻ വി യും രംഗത്തെത്തി. ഇവർ ഇരുവരും നാടകഗാനങ്ങളിലൂടെ മലയാള ജനകീയസംഗീതത്തിന് മുമ്പേതന്നെ ചില അടിസ്ഥാനങ്ങളൊരുക്കിയിരുന്നു. 1956 ൽ *കൂടപ്പിറപ്പ്* എന്ന ചിത്രത്തിലൂടെ വയലാറും *മിന്നാമിനുങ്ങി*ലൂടെ ബാബുരാജും ചലച്ചിത്രഗാനവേദിയിലെത്തി. കെ പി എ സി, ഇപ്റ്റ (IPTA), മലാബാർ കേന്ദ്രകലാസമിതി തുടങ്ങിയ പ്രസ്ഥാനങ്ങളുമായി പലനിലകളിൽ ബന്ധംപുലർത്തിയവരായിരുന്നു ഇവരൊക്കെയും. പില്ക്കാലത്ത് ഇതേ പാരമ്പര്യം അവകാശപ്പെടാവുന്ന എം ബി ശ്രീനിവാസനും സലിൽ ചൗധരിയും മലയാള ചലച്ചിത്രസംഗീതമേഖലയിലെ പ്രബലസ്വാധീനങ്ങളാകുന്നുണ്ട്. ഇങ്ങനെ 1938 - 54 കാലയളവിലെ അനുകരണാത്മകഗാനങ്ങളുടെ ആദ്യഘട്ടം പിന്നിട്ട്, ജനകീയഗാനപാരമ്പര്യത്തിന്റെ പിൻബലത്തിലുയർന്നുവന്ന പുതിയ തലമുറയിലൂടെയാണ് മലയാള ചലച്ചിത്രഗാനം 'മലയാളഗാന'മായി പരിണമിച്ചത്. മുരളി വി ടി, *രാഗമലയാളം*, ഒലിവ് പബ്ലിക്കേഷൻസ്, കോഴിക്കോട്, 2006, പുറം 112 - 14.

മലയാള ചലച്ചിത്രഗാനശാഖയുടെ രൂപീകരണത്തെക്കുറിച്ച് പി ഭാസ്കരൻ നടത്തുന്ന ചില നിരീക്ഷണങ്ങൾ ഇവിടെ പ്രസക്തമാണ്. ആദ്യഘട്ടത്തിൽ തമിഴ് - ഹിന്ദി ഈണങ്ങളുടെ അനുകരണമായിരുന്നു മലയാളഗാനങ്ങളെങ്കിൽ പിന്നീടവ സ്വന്തമായ ഈണവും താളവും കണ്ടെത്തിയതായി

ഭാസ്കരൻമാഷ് പറയുന്നു. 1930 കളിൽ കേരളത്തിൽ വൻപ്രചാരം ലഭിച്ച കർഷകസമരഗാനങ്ങളാണ് ഇതിന് അടിത്തറയൊരുക്കിയത്. ദേശീയപ്രസ്ഥാനത്തിന്റെ ഗായകകവികളായ അംശി നാരായണപിള്ള, ബോധേശ്വരൻ തുടങ്ങിയവരെ ഈ പില്ക്കാലസംഗീതരൂപത്തിന്റെ പൂർവ്വികരായി പരിഗണിക്കണമെന്നും അദ്ദേഹം സൂചിപ്പിച്ചിരിക്കുന്നു. ഭാസ്കരൻ പി, *നാഴിയുരിപ്പാല്*, കറന്റ് ബുക്സ്, തൃശ്ശൂർ, 2003, പുറം IX - XII.

14. "Really the striking things are in the tunes and in the orchestration. They first embrace all possible musical idoms - classical, folk, Negro, Greek, Punjabi.....or anything you can think of from any part of the world." Ray, Satyajith, 'Those Songs', *Our Films Their Films*, Disha Books Calcutta. 1992. P.75.

15. "സിനിമാ സംഗീതമെന്ന പുതിയ സരണി ഒരു സുപ്രഭാതത്തിൽ ആകാശഗംഗയായി ആവിർഭവിച്ചതല്ല. വിവിധ ദേശങ്ങളിലെ നാടോടിസംഗീതം കൊച്ചരുവികളായി ഒഴുകി വന്നതിൽ ലയിച്ചിട്ടുണ്ട്. .... ഹിമാലയൻ പർവ്വതനിരകളുടെയും താഴ്വരകളുടെയും ഗംഗയുടെയും പഞ്ചനദികളുടെയും അസം കുന്നുകളുടെയും നാനാനദീതടങ്ങളുടെയും സ്വരധാരകളിതിലുണ്ട്. നമ്മുടെ സിതാറിന്റെയും സന്തൂറിന്റെയും ഡോലക്കിന്റെയും മറ്റും സ്വരവൈവിദ്ധ്യം അതിലുണ്ട്." ഒ എൻ വി കുറുപ്പ്, 'ഗൃഹാതുരത്വത്തിന്റെ മധുരം' (അവതാരിക), *സോജാ രാജകുമാരി*, രവിമേനോൻ, ഒലിവ് പബ്ലിക്കേഷൻസ്, കോഴിക്കോട്, 2005. പുറം 11.

16. "ദക്ഷിണാമൂർത്തി ശാസ്ത്രീയസംഗീതം ലളിതവല്ക്കരിക്കുന്നതിലും അത് ജനഹൃദയങ്ങളിൽ തട്ടുംപടി ആവിഷ്കരിക്കുന്നതിലും അദ്വതീയനാണ്. ആ കഴിവ് അസൂയയോടെയേ കാണാൻ കഴിയൂ." രാഘവൻ കെ, *മധുരമീ ജീവിതം*, ഡി സി ബുക്ക്സ് കോട്ടയം. 2003. പുറം 67.
മോഹനരാഗത്തിൽ മാത്രം മുപ്പതോളം രാഗങ്ങൾ ചിട്ടപ്പെടുത്തിയ ആളായിരുന്നു ദേവരാജൻ മാസ്റ്റർ. തന്റെ സംഗീതസംവിധാനത്തിനിടയിൽ കർണ്ണാടകസംഗീതത്തിലെ ഒട്ടുമിക്ക രാഗങ്ങളേയും അദ്ദേഹം ഉപയോഗപ്പെടുത്തി. അമൃതവർഷിണി മുതൽ ഹംസാനന്ദി വരെ കർണ്ണാടകസംഗീതത്തിലെ 98 രാഗങ്ങൾ ഉപയോഗപ്പെടുത്തി ദേവരാജൻ ചിട്ടപ്പെടുത്തിയ പാട്ടുകളിലൂടെ കണ്ണോടിച്ചാൽത്തന്നെ ഈ സമീപനത്തിന്റെ വിസ്മയാവഹമായ സ്വഭാവം വ്യക്തമാകും. ഗോപാലകൃഷ്ണൻ, പെരുമ്പുഴ, *ജി ദേവരാജൻ, സംഗീതത്തിന്റെ രാജശില്പി*, ഒലിവ് പബ്ലിക്കേഷൻസ്, കോഴിക്കോട്, 2005. പുറം 301 - 30.

17. മുരളി, വി ടി, 'മലയാളസംഗീതത്തിലെ രാഘവത്വം', *രാഗമലയാളം*, ഒലിവ് പബ്ലിക്കേഷൻസ്, കോഴിക്കോട്, 2006, പുറം 61 - 74.

18. ലളിതഗാനം എന്ന ശാഖതന്നെ അടിസ്ഥാനപരമായി ഹിന്ദുസ്ഥാനി പാരമ്പര്യത്തോട് ബന്ധപ്പെട്ടിരിക്കുന്നതാണെന്നും ബാബുരാജ് മലയാള സംഗീതത്തിൽ ഈ പുതിയ പാരമ്പര്യത്തെ ഉറപ്പിച്ചെടുക്കുകയാണ് ചെയ്തതെന്നും നിരീക്ഷിക്കപ്പെട്ടിട്ടുണ്ട്. ലളിതസംഗീതത്തിലെ ഭാവനാപരത ഏറിയകൂറും ഹിന്ദുസ്ഥാനിയുടേതാണ്. മലയാളത്തിൽ അത് പൂർണ്ണത കൈരിച്ചത് ബാബുരാജിന്റെ സംഗീതത്തിലും. മലയാളത്തിന്റെ ജൈവികതയും ഹിന്ദു

സ്ഥാനിയുടെ ഭാവനാത്മകതയും വിളക്കിയിണക്കപ്പെട്ടതായിരുന്നു ബാബുരാജിന്റെ അടിസ്ഥാനശ്രുതി. മുരളി വി ടി, 'ബാബുരാജ്', *രാഗമലയാളം*, ഒലീവ് പബ്ലിക്കേഷൻസ്, കോഴിക്കോട്, 2006. പുറം 73 – 78.

ഹിന്ദുസ്ഥാനി സംഗീതത്തോടൊപ്പം തന്നെ നാടോടി സംഗീതത്തിന്റെ വഴക്കങ്ങളേയും ബാബുരാജ് സിനിമാസംഗീതത്തിൽ ഉൾപ്പെടുത്തി. 'ഒരു വട്ടിപ്പൂ തരണം..', 'കദളിവാഴക്കയ്യിലിരുന്ന്..', 'പാലാണ് തേനാണ്..', എന്നിങ്ങനെ നിരവധി ഉദാഹരണങ്ങൾ ഇതിനുണ്ട്. കുത്ബുദ്ധിൻ, 'ബാബുരാജ് സംഗീതത്തിലെ കേരളീയപരിസരങ്ങൾ' ജമാൽ കൊച്ചങ്ങാടി (എഡി.), *ബാബുരാജ്*, കറന്റ് ബുക്സ്, കോട്ടയം, 2000. പുറം 121 - 23.

19. പാശ്ചാത്യസംഗീതത്തിന്റെ സ്വാധീനവും ചലച്ചിത്രസംഗീതത്തിലുണ്ട്. പങ്കജ് മല്ലിക്, നൗഷാദ്, ഒ പി നയ്യാർ തുടങ്ങിയവർ മുതൽ മലയാളത്തിലെ പുകഴേന്തി വരെയുള്ളവർ ഇത് സമർത്ഥമായി ഉപയോഗപ്പെടുത്തി. രവിമേനോൻ, 'കിഴക്കിന്റെ ഈണം പടിഞ്ഞാറിന്റെ താളം', *സോജാരാജകുമാരി*, ഒലിവ് ബുക്സ്, കോഴിക്കോട്. 2005. പുറം 75 - 77.

20. ശാസ്ത്രീയസംഗീതത്തിന് അല്പം താഴെയും നാടൻസംഗീതത്തിന് അല്പം മുകളിലുമായി നില്ക്കുന്ന മേഖലയാണ് ലളിതസംഗീതത്തിന്റേത് എന്ന ഒ എൻ വിയുടെ നിരീക്ഷണം തന്നെ ഈ ഉദ്ഗ്രഥന പ്രക്രിയയെക്കുറിച്ചുള്ള പരോക്ഷമായ വിശദീകരണം കൂടിയാണ്. പ്രാദേശികതയുടെ ഗാഢവും അഴിച്ചുമാറ്റാനാവാത്തതുമായ അടയാളങ്ങൾ അവിടെ പ്രതീക്ഷിക്കപ്പെടുന്നില്ല. മറിച്ച് കർണ്ണാടകപദ്ധതിയിലേക്കോ ഇതര ശാസ്ത്രീയ പദ്ധതികളിലേക്കോ സ്ഥാനാന്തരണം നേടുകയാണ് അവയുടെ ദൗത്യം. ഇത് തീർത്തും പ്രത്യക്ഷമാവണമെന്നില്ല. എന്നാൽ അടിസ്ഥാനപരമായി ഈയൊരു ഘടകം ചലച്ചിത്രസംഗീതത്തിൽ പ്രബലമായി തുടരുന്നുണ്ട്. *നീലക്കുയിലി*ലെ 'കായലരികത്ത്' എന്ന, മാപ്പിളപ്പാട്ടിന്റെ സംസ്കാരമുദ്രയും ഉൾക്കൊണ്ടുനില്ക്കുന്ന, ഗാനം കാകളിനിഷാദത്തിന്റേയും ചതുശ്രുതിഋഷഭത്തിന്റേയും പ്രയോഗത്തിലൂടെയും സാധാരണഗാന്ധാരത്തിന്റെ മൃദുസ്പർശനത്തിലൂടെയും പടുത്തയർത്തപ്പെട്ടതാണെന്ന വിശദീകരണത്തിന്റെ സാംഗത്യവും ഇതുതന്നെയാണ്. ഇത് കൈശികിനിഷാദവും ശുദ്ധഋഷഭവുമായാൽ മന്ത്രോച്ചാരണത്തിന്റെ സംഗീതമായി! സാംസ്കാരികമായ അന്തരങ്ങളെ സ്വരസ്ഥാനഭേദങ്ങൾ കൊണ്ട് വിശദീകരിക്കുന്ന ഈ യുക്തി മേല്പറഞ്ഞ ഉദ്ഗ്രഥനപ്രകിയയുടെ വിശദീകരണപദ്ധതിയാണ്. മുരളി വി ടി, *രാഗമലയാളം*, ഒലീവ് പബ്ലിക്കേഷൻസ്, കോഴിക്കോട്, 2006. പുറം 65.

കൊളോണിയൽ ആധുനികതയുടെ സന്ദർഭത്തിൽ, നാടോടിസംസ്കൃതിയെക്കുറിച്ച് ദേശീയവാദം പുലർത്തിപ്പോന്ന സന്ദിഗ്ധസ്വഭാവം പലതലങ്ങളിൽ വിശദീകരിക്കപ്പെട്ടിട്ടുണ്ട്. ഒരുഭാഗത്ത് ദേശീയ ആധുനികതയ്ക്ക് അത് പിന്നിലുപേക്ഷിക്കേണ്ട ഭാരമായിരുന്നു. മറുഭാഗത്താകട്ടെ പുതിയ ദേശീയസ്വത്വനിർമ്മിതിയുടെ ആധാരസാമഗ്രികളിലൊന്നും. ദേശീയ ആധുനികത ജനകീയസംസ്കൃതിയെ ഏറ്റെടുക്കാൻ സജ്ജമായിരുന്നു. പക്ഷേ ഒരിക്കലും അതേപടിയല്ല; തെരഞ്ഞെടുക്കപ്പെട്ട രൂപത്തിൽ മാത്രം. Blackburn, Stuart, 2006, Print, *Folklone and Nationalism in Colo-*

nial India, Pernament Black, Delhi. P. 145.

21. സാങ്കേതികവിദ്യയിലും അതിലൂടെ വാണിജ്യഘടനയിലും ഉണ്ടാകുന്ന മാറ്റങ്ങൾ സംഗീതസംസ്കാരത്തെ എങ്ങനെയൊക്കെ ബാധിക്കുന്നു എന്ന് വിശദമായി പഠിക്കപ്പെട്ടിട്ടുണ്ട്. കസറ്റ് വ്യവസായത്തിന്റെ (cassette industry) രംഗപ്രവേശവും ഗസൽസംഗീതവും തമ്മിലുള്ള ബന്ധം പീറ്റർ മാനുവൽ ഇങ്ങനെ തിട്ടപ്പെടുത്തുന്നു: അർദ്ധശാസ്ത്രീയസ്വഭാവത്തിൽ നിന്നുള്ള വിടുതി, കേൾവിസമൂഹത്തിന്റെ വിശേഷവല്ക്കരണം (specialization), അവതരണത്തിലും ഉള്ളടക്കത്തിലുമുള്ള തേച്ചുമിനുക്കൽ. ഇതോടൊപ്പംതന്നെ കസറ്റ്സംഗീതം പ്രദേശികസംഗീതത്തെ മുഖ്യധാരയിലേക്ക് ഉയർത്തിക്കൊണ്ടു വരികയും ചെയ്തു. പാരമ്പര്യസംഗീതത്തിന് തുല്യമായ പദവി അവകാശപ്പെട്ടുകൊണ്ട് അവ ദേശീയസംഗീതത്തിന്റെ താവഴിയിലേക്ക് കടന്നുകയറി. Manuel Peter, *Cassete Culture*, Oxford University Press, Delhi, 2001. P.104, 260.

22. 1943 മാർച്ച് 12 - നാണ് കേരളത്തിൽ റേഡിയോപ്രക്ഷേപണം ആരംഭിക്കുന്നത്. 'തിരുവിതാംകൂർ റേഡിയോ' എന്ന പേരിൽ; തിരുവനന്തപുരത്ത്. സ്വാതന്ത്ര്യപ്രാപ്തിയെ തുടർന്ന് 1950 ഏപ്രിൽ ഒന്നിന് തിരുവനന്തപുരം നിലയം 'ആൾ ഇന്ത്യാ റേഡിയോ' (AIR) ഏറ്റെടുത്തു. 1950 മെയ് 14 - ന് കോഴിക്കോട് നിലയം നിലവിൽവന്നു. 1956 നവംബർ 4 - ന് തൃശ്ശൂർ നിലയം, തിരുവനന്തപുരം നിലയത്തിന്റെ അനുബന്ധകേന്ദ്രമായി പ്രവർത്തനം തുടങ്ങി. ഇങ്ങനെ 1950- കളുടെ അവസാനമാകുമ്പോഴേക്കും അഖില കേരളവ്യാപ്തിയുള്ള പുതിയ ഒരു കേൾവിസമൂഹം ഇവിടെ രൂപപ്പെട്ടു വരുന്നുണ്ട്. ഈ 'കേരളീയ' കേൾവിസമൂഹത്തെയാണ് ചലച്ചിത്രഗാനങ്ങൾ അഭിസംബോധന ചെയ്തത്. 1965 ആഗസ്ത് മുതൽ കോഴിക്കോട്ടു നിന്നും 1966 മാർച്ച് 6 മുതൽ തിരുവനന്തപുരത്തുനിന്നും 'വിവിധഭാരതി' പ്രക്ഷേപണം ആരംഭിച്ചതോടെയാണ് ദേശീയ - ജനകീയ സംഗീതത്തിന്റെ വിനിമയോപാധി എന്ന പദവി റേഡിയോക്ക് കൈവന്നതെന്ന് പറയാം. 1954 ലെ *നീലക്കുയിൽ* മുതൽ മലയാളസിനിമ കേരളീയമായ സ്വരസംസ്കാരം കൈയാളിത്തുടങ്ങുന്നുണ്ടെങ്കിലും അറുപതുകളിലാണ് അത് തുടർച്ചയുള്ളതും വിപുലവുമായ ഒന്നായിത്തീർന്നത്. ഈ പുതിയ ഗാനസംസ്കാരത്തെ ഉടനടി ആവർത്തിച്ചുറപ്പിക്കാൻ റേഡിയോക്ക് കഴിയുകയും ചെയ്തു. ശിവശങ്കരൻ, എം കെ, *പ്രക്ഷേപണകലാചരിത്രം*, സാംസ്കാരിക പ്രസിദ്ധീകരണ വകുപ്പ്, കേരളസർക്കാർ, തിരുവനന്തപുരം, 2003. പുറം 204 - 205.

23. Mitter, Partha, *Art and Nationalism in Colonial India 1850-1922 Occidental Orientations*, Cambridge Univesity Press, Cambridge, 1997. PP. 198 - 210.

24. ചലച്ചിത്രഗാനവും റേഡിയോയും തമ്മിലുള്ള ബന്ധം തുടക്കത്തിൽ ഏറെയൊന്നും സുഖകരമായിരുന്നില്ല. 1923 ൽ നിലവിൽ വന്ന 'ഇന്ത്യൻ റേഡിയോ' ('ബംഗാൾ റേഡിയോ ക്ലബ്ബ്' 1923 നവംബർ മുതൽ പരിപാടികൾ പ്രക്ഷേപണം ചെയ്തു തുടങ്ങി) അക്കാലംമുതലേ സംഗീത പരിപാടികൾക്ക് പ്രാധാന്യം നല്കിയിരുന്നു. റേഡിയോ ഒരു വിനോദോപാധി മാത്ര

മായിരുന്ന അക്കാലത്തെ പ്രധാന ഇനങ്ങളിലൊന്നായിരുന്നു സംഗീത പരിപാടികൾ. എന്നാൽ 1930 ഏപ്രിൽ ഒന്ന് മുതൽ റേഡിയോപ്രക്ഷേപണം ബ്രിട്ടീഷ് നിയന്ത്രണത്തിലായി. ഇതോടെ സംഗീതപരിപാടികൾക്ക് കുറെയേറെ നിയന്ത്രണം വന്നു. സ്വാതന്ത്ര്യപ്രാപ്തിയെ തുടർന്ന് നിയന്ത്രണാധികാരം ഇന്ത്യാ ഗവൺമെന്റിനായി. 1952 – ൽ ബി വി കെസ്കർ വാർത്താവിതരണ പ്രക്ഷേപണവകുപ്പ് മന്ത്രിയായിരുന്ന കാലത്ത് റേഡിയോ വഴി ചലച്ചിത്രഗാനങ്ങൾ പ്രക്ഷേപണം ചെയ്യുന്നത് നിരോധിക്കപ്പെട്ടു. മൊത്തം പരിപാടികളുടെ പത്തുശതമാനമേ ചലച്ചിത്രഗാന പരിപാടികൾ ആകാവൂ എന്നായിരുന്നു നിബന്ധന. അമിതമായ തോതിലുള്ള പാശ്ചാത്യസ്വാധീനം, ഉറുദുവിന്റെ മേൽകൈ, സഭ്യതയുടെ ലംഘനം തുടങ്ങിയ 'ദോഷ'ങ്ങളാണ് ചലച്ചിത്രഗാനങ്ങൾക്കുമേൽ ആരോപിക്കപ്പെട്ടത്. ചലച്ചിത്രസംഗീതത്തിന് പകരം ശുദ്ധശാസ്ത്രീയസംഗീതം ഉൾക്കൊള്ളുന്ന 'ദേശീയസംഗീതപരിപാടി'യും ലളിതസംഗീത പരിപാടിയായ 'സുഗമസംഗീതവും' അവതരിപ്പിക്കപ്പെടുകയും ചെയ്തു. എന്നാൽ ഇതോടെ കേൾവിക്കാർ വൻതോതിൽ AIR നെ കയ്യൊഴിയുകയും ലഭ്യമായ മറ്റു നിലയങ്ങളിലേക്ക് (സിലോൺ റേഡിയോയും മറ്റും) തിരിയുകയും ചെയ്തു. ഇതേ തുടർന്നാണ് 1957 ഒക്ടോബർ 3 മുതൽ AIR 'വിവിധ ഭാരതി' പ്രക്ഷേപണം ആരംഭിച്ചത്. പിന്നാലെ ചലച്ചിത്രസംഗീതം റേഡിയോപ്രക്ഷേപണത്തിന്റെ കേന്ദ്രമായിത്തീരുകയും ചെയ്തു. Manuel, Peter, *Cassete Culture*, Oxford University Press, Delhi. 2001. P. 39 - 40.

25. Nandakumar R, 'A Social History of Music in Contemporary Kerala', in Cheriyan P J, (ed.), *Essays on The Cultural Formation of Kerala: Literature, Art, Architecture, Music, Theatre and Cinema*, Kerala State Gazetteers Dept, Thiruvananthapuram. 1999. P. 245.

26. സുധീഷ് വി ആർ, *ആത്മഗാനം*, ഡി സി ബുക്സ്, കോട്ടയം, 2004. പുറം 27.

27. മുരളി വി ടി, *രാഗമലയാളം*, ഒലീവ് പബ്ലിക്കേഷൻസ് കോഴിക്കോട്, 2006. പുറം 96, 115.

28. Nandakumar R, 'A Social History of Music in Contemporary Kerala', in Cheriyan P J, (ed.), *Essays on The Cultural Formation of Kerala: Literature, Art, Architecture, Music, Theatre and Cinema*:, Kerala State Gazetteers Dept, Thiruvananthapuram. 1999. P. 245.

29 "..Style codes have developed from the solidification of conventions and these involve technical features as well as socially constituted meanings" Scott, Derek, 'Postmodernism and Music', in Stuart Sim (ed), *The Routledge Companion to Postmodernism*, Routledge, London, 2001. P.140.

30. കൊളോണിയൽ ആധുനികതയിൽ ആദർശവല്ക്കരിക്കപ്പെട്ട മൗനത്തിന്റെ പ്രത്യയശാസ്ത്രവിവക്ഷകൾ ആർ നന്ദകുമാർ വിശദമായി പരിശോധിക്കുന്നുണ്ട്. നാടോടി/ജനകീയ പാരമ്പര്യങ്ങളിൽനിന്നുള്ള വിച്ഛേദത്തിന്റെ സ്വരാവിഷ്കാരമായി ഇതിനെ കണക്കാക്കാമെന്ന് അദ്ദേഹം സൂചിപ്പിക്കുന്നു. യേശുദാസിന്റെ ശബ്ദസൗഭഗം വിശാലാർത്ഥത്തിൽ ഒത്തിണക്കം

നേടിയത് ഈ ആദർശാത്മകമണ്ഡലത്തോടാണ്. നന്ദകുമാർ ആർ, കേൾവിശീലങ്ങളുടെ സാമൂഹ്യശാസ്ത്രം, *കേരളപഠനങ്ങൾ* 6, കൊച്ചി, 1998. പുറം 230 - 38.

31. സ്വാതന്ത്ര്യപ്രാപ്തിക്ക് ശേഷം ഹിന്ദി സിനിമയിലെ സ്ത്രീസ്വരത്തെക്കുറിച്ചുള്ള സങ്കല്പത്തിൽ വന്ന വ്യതിയാനത്തെക്കുറിച്ച് അഷ്റഫ് അസീസ് നടത്തിയ പഠനത്തിൽ ഇത് സംബന്ധിച്ചുള്ള പ്രസക്തമായ ചില നിഗമനങ്ങൾ കാണാം. നവോത്ഥാന - ദേശീയപ്രസ്ഥാനങ്ങൾ ഉയർത്തിപ്പിടിച്ച മാതൃകാസ്ത്രീസങ്കല്പം കുലീനയായ കുടുംബിനി എന്ന നിലയിലുള്ള ഒന്നായിരുന്നതിനാൽ പേലവമായ സ്ത്രൈണസ്വരത്തിന് പില്ക്കാല ജനപ്രിയ സംഗീതസംസ്കാരത്തിൽ മേൽക്കൈ വന്നതായി അദ്ദേഹം പറയുന്നു. ബീഗം അക്തറെപ്പോലെ ദൃഢതയാർന്ന സ്വരസംസ്കാരത്തിന്റെ പ്രതിനിധികൾ ചലച്ചിത്രസംഗീതത്തിൽ പിന്തള്ളപ്പെടുന്നതിന് ഇത് വഴിവച്ചതായും അഷ്റഫ് ചൂണ്ടിക്കാട്ടുന്നു. (കർണ്ണാടകസംഗീതവേദിയിൽ ഡി കെ പട്ടാംബാളിന് മേൽ സുബ്ബലക്ഷ്മിക്ക് ലഭിച്ച മേൽക്കൈയുടെ കാരണം ഇതിനോട് ചേർത്തുവച്ച് ആലോചിക്കാവുന്നതാണ്). Aziz Ashraf, *Light of the Universe Essays on Hindusthani Film Music*. Three Essays Collective, Delhi, 2003. PP. 115 - 25.

32. 'നമുക്ക് വിരൽകൊണ്ട് തൊട്ടറിയാവുന്നത്ര അടുത്താണ് ജയചന്ദ്രൻ' എന്ന വിവരണം വാസ്തവത്തിൽ ജയചന്ദ്രന്റെ വ്യക്തിത്വത്തേക്കാളേറെ അദ്ദേഹത്തിന്റെ സംഗീതത്തെക്കുറിച്ചുള്ള ഒരു വിശദീകരണമാണ്. കാതരവും സ്നേഹമൃദുലവുമായ ഒരു സമീപസ്ഥതയുടെ അനുഭൂതിലോകം ജയചന്ദ്രന്റെ സംഗീതത്തിൽ എപ്പോഴും നിറഞ്ഞുനിന്നു. രവിമേനോൻ, 'ഏകാന്ത പഥികൻ', *മാതൃഭൂമി ആഴ്ചപ്പതിപ്പ്*, പുസ്തകം 83, ലക്കം 36. കോഴിക്കോട്. പുറം 21.

33. സമാനമായ സംഗീതോപകരണങ്ങൾ പ്രകരണപരമായി ഭിന്നമായ അനുഭൂതിലോകങ്ങൾക്ക് ജന്മംനല്കുന്നതിനെ കുറിച്ച് റോജർസ്ക്രൂട്ടൻ ചർച്ച ചെയ്തിട്ടുള്ളത് ഈ സന്ദർഭത്തിൽ പ്രസക്തമാണ്. Scruten, Rojer, *The Aesthetics of Music*, Oxford University Press, London. 1999. P.482.

‘ത്യാഗരാജയോഗവൈഭവം ....’

ബ്രാഹ്മണ്യം, ദേശീയത, ക്ലാസിക്കൽ സംഗീതം

“Once or twice in a millennium the human spirit gathers itself up in a mighty upheval and a poet, a saint or a master-singer is born. He is made of the stuff of the revolution. He contains in himself all the past and the future. His brief sojourn on earth is a benediction... He profoundly affects our destiny by giving us new eyes. The extension of consciousness by which evolution takes a leap forward is always the work of seer, the ‘krantadarsee’. Today a hundred years after his passing away, we remembe Sri. Tyagaraja with feelings of profound pride and gratitude which are tainted by no narrow considerations of patriotism or parochialism... He was tempted neither by pomp or power nor by the vanity of wealth. He strove with none; his heart was full of compassion.... Tyagaraja may well prove to be our greatest single contribution to the cause of world harmony.”

(ത്യാഗരാജാരാധനയുടെ ശതാബ്ദി മുൻനിർത്തി *ദി ഹിന്ദു* ദിനപത്രം പ്രസിദ്ധീകരിച്ച മുഖപ്രസംഗത്തിൽ നിന്ന്. 22.12.1946)

ആമുഖം

ഒരു നൂറ്റാണ്ടെങ്കിലുമായി, ആരാധകർ ഭക്തിപ്രശ്രയങ്ങളോടെ ‘ത്യാഗരാജസ്വാമികൾ’[1] എന്നുമാത്രം വിളിച്ചു പോരുന്ന, ത്യാഗരാജനാണ് (ക്രിസ്തുവർഷം 1767 – 1847) ദക്ഷിണേന്ത്യൻ സംഗീതത്തിന്റെ[2] ദൈവതം. പതിനഞ്ചാം ശതകത്തിൽ പുരന്ദരദാസനിൽനിന്നും ആരംഭിക്കുന്നതായി പരിഗണിക്കപ്പെടുന്ന[3] കർണ്ണാടകസംഗീതത്തിന്റെ ഇതഃപര്യന്തമുള്ള ചരിത്രത്തിൽ മറ്റൊരാളും ത്യാഗരാജനെപ്പോലെ സംഗീതത്തിന്റെ പരമ

പദമായി പരിഗണിക്കപ്പെട്ടിട്ടില്ല. ത്യാഗരാജനോടൊപ്പം ജീവിക്കുകയും കർണ്ണാടകസംഗീതത്തിലെ ത്രിമൂർത്തികളായി കണക്കാക്കപ്പെടുകയും ചെയ്യുന്നുണ്ടെങ്കിലും ശ്യാമശാസ്ത്രിയും (1762 - 1827) മുത്തുസ്വാമി ദീക്ഷിതരും (1775 - 1834) ത്യാഗരാജന്റെ അതുല്യപ്രഭാവത്തിന് സമാനമായ സ്വാധീനത്തിന്റെ ഉടമകളല്ലെന്ന് നിസ്സംശയം പറയാം. ദക്ഷിണേന്ത്യൻ സംഗീതലോകത്തെ ദൈവാവതാരങ്ങളായി അവർ പരിഗണിക്കപ്പെടാറില്ല. കർണ്ണാടക സംഗീതത്തിന് ക്ലാസിക്കൽ ദൃഢതയും ശാസ്ത്രീയമായ സംവിധാനത്തികവും നല്കുന്നവിധത്തിൽ മേളകർത്താപദ്ധതിക്ക് രൂപംനല്കിയ വെങ്കിടമഖിക്കോ[4] താളപ്പാക്കം അന്നമാചാര്യ[5] മുതൽ പാപനാശം ശിവൻ[6] വരെയുള്ള വാഗ്ഗേയകാര പരമ്പരയിലെ മറ്റാർക്കെങ്കിലുമോ ത്യാഗരാജന് സമാനമായ പദവിയും പരിവേഷവും ഒരിക്കലും കൈവന്നിട്ടില്ല. ദക്ഷിണേന്ത്യൻ സംഗീതമെന്ന സൗരയൂഥത്തിലെ ഗ്രഹങ്ങളും ഉപഗ്രഹങ്ങളുമാണവർ. ത്യാഗരാജനാണ് അതിന്റെ കേന്ദ്രം. കെട്ടടങ്ങാത്ത സൂര്യപ്രഭാവം. ത്യാഗരാജ സമാധിയുടെയും ത്യാഗരാജാരാധനയുടെയും ശതാബ്ദി മുൻനിർത്തി *ഹിന്ദു* ദിനപത്രം എഴുതിയ മുഖപ്രസംഗത്തിൽ ഭക്ത്യാദരപൂർവ്വം പറയുന്നതുപോലെ സഹസ്രാബ്ദത്തിനിടയിൽ ഒന്നോ രണ്ടോ തവണമാത്രം, മാനവചൈതന്യത്തിന്റെ സാരസംഗ്രഹം എന്ന നിലയിൽ പിറവിയെടുക്കുന്ന വിശുദ്ധജന്മമായാണ് ത്യാഗരാജൻ ഇപ്പോൾ മനസ്സിലാക്കപ്പെടുന്നത്. ഇത്രയും അധൃഷ്യവും അജയ്യവുമായ പദവിയിൽ കർണ്ണാടക സംഗീതലോകത്ത് മറ്റൊരാളും ഇക്കാലംവരെ നിലകൊണ്ടിട്ടില്ല.

അങ്ങേയറ്റം മതാത്മകവും[7] ചരിത്രനിരപേക്ഷവുമായ ഇത്തരമൊരു അവതാരപദവിയിലേക്ക് സ്വാഭാവികമായി കടന്നുനില്ക്കാൻ കഴിയും വിധം വിദൂരഭൂതകാലത്തിന്റെ തിരസ്കരണിക്കുള്ളിലല്ല ത്യാഗരാജന്റെ ജീവിതം അരങ്ങേറിയത്. ക്രിസ്തുവർഷം 1767 ൽ ജനിച്ച് 1847 ൽ അന്തരിച്ച അദ്ദേഹത്തിന്റെ ജീവിതം[8]കൊളോണിയൽ ഭരണവും പാശ്ചാത്യ ആധുനികതയുടെ ആശയാവലികളും സ്ഥാപനരൂപങ്ങളും ഇന്ത്യയിൽ ഇടംപിടിക്കുന്നതിന് സമകാലികമായിരുന്നു. തഞ്ചാവൂർ ജില്ലയിലെ തിരുവാരൂരിലാണ് ത്യാഗരാജൻ ജനിച്ചത്. ആന്ധ്രയിലെ കക്കർല എന്ന ഗ്രാമത്തിൽനിന്നും പതിനേഴാം നൂറ്റാണ്ടിലെ നായകഭരണകാലത്ത് തഞ്ചാവൂരിലേക്ക് കുടിയേറിയവരാണ് ത്യാഗരാജന്റെ മുൻതലമുറ. സംസ്കൃതപണ്ഡിതനും സ്മാർത്ത ബ്രാഹ്മണനുമായിരുന്ന രാമബ്രഹ്മമാണ് ത്യാഗരാജന്റെ പിതാവ്.[9] ഇദ്ദേഹം തഞ്ചാവൂർ കൊട്ടാരത്തിൽ രാമായണപാരായണത്തിന് നിയോഗിക്കപ്പെട്ട ആളായിരുന്നു. രാമബ്രഹ്മത്തിന്റെ പിതാവായ ഗിരിരാജബ്രഹ്മം അക്കാലത്തെ വലിയ കവികളിലൊരാളാണ്. ഗിരിരാജബ്രഹ്മം യക്ഷഗാനങ്ങളും വേദാന്ത കവിതകളും രചിച്ചു. ത്യാഗരാജന് എട്ട് വയസ്സുള്ളപ്പോൾ രാമബ്രഹ്മവും കുടുംബവും തിരുവയ്യാറിലേക്ക് മാറിത്താമസിച്ചു. തഞ്ചാവൂർ രാജാവിന്റെ ആസ്ഥാനവിദ്വാന്മാരിൽ ഒരാളായിരുന്ന വീണാ കാളഹസ്തി അയ്യരുടെ മകളായിരുന്ന സീതമ്മ

യാണ് ത്യാഗരാജന്റെ അമ്മ. രാമബ്രഹ്മം – സീതമ്മ ദമ്പതി കളുടെ മൂന്നാമത്തെ മകനായിരുന്നു ത്യാഗരാജൻ. പഞ്ചാപകേശൻ, രാമനാഥൻ എന്നിവരായിരുന്നു ത്യാഗരാജന്റെ ജ്യേഷ്ഠസഹോദരന്മാർ. ഇതിൽ രാമനാഥൻ ചെറുപ്രായത്തിൽത്തന്നെ മരിച്ചു. വിശുദ്ധചരിതങ്ങളുടെ (hagiography) പതിവുരീതിയിൽ ദുർവൃത്തനും ത്യാഗരാജനെ ഏറെ ദ്രോഹിച്ച ഒരാളുമായാണ് പഞ്ചാപകേശൻ വിവരിക്കപ്പെട്ടുവരുന്നത്. സംഗീതം ധനസമ്പാദന മാർഗ്ഗമാക്കണമെന്ന പഞ്ചാപകേശന്റെ ആവശ്യത്തെ ചെറുത്തുകൊണ്ടാണ് ത്യാഗരാജൻ നിസ്വനും കേവലഭക്തനുമായി തുടർന്നതെന്ന് ജീവചരിത്രഗ്രന്ഥങ്ങൾ ആവർത്തിച്ചു പറയുന്നുണ്ട്.

ആധുനിക ലോകചരിത്രത്തിലെ മഹാസംഭവങ്ങൾക്കൊപ്പമാണ് ത്യാഗരാജനും ജീവിച്ചത്. ഫ്രഞ്ച് വിപ്ലവം നടക്കുമ്പോൾ ത്യാഗരാജൻ ഇരുപത്തിരണ്ട് വയസ്സുള്ള യുവാവാണ് (നിശ്ചയമായും അദ്ദേഹം അതേക്കുറിച്ച് അറിഞ്ഞിരിക്കുവാൻ ഇടയില്ലെങ്കിലും). 1847 ൽ ത്യാഗരാജൻ അന്തരിക്കുമ്പോൾ യൂറോപ്പ് വ്യവസായവിപ്ലവത്തിലൂടെയും അത് ജന്മം നല്കിയ തൊഴിലാളി പ്രക്ഷോഭങ്ങളിലൂടെയും കടന്നുപോവുകയായിരുന്നു. ത്യാഗരാജന്റെ മരണത്തിന് രണ്ടുവർഷം മുമ്പുതന്നെ മാർക്സും എംഗൽസും ചേർന്ന് *ജർമൻ പ്രത്യയശാസ്ത്ര*വും അദ്ദേഹത്തിന്റെ മരണത്തിന്റെ തൊട്ടടുത്ത വർഷം *കമ്യൂണിസ്റ്റ് മാനിഫെസ്റ്റോ*യും പ്രസിദ്ധീകരിച്ചിരുന്നു. ഫ്രഞ്ച് വിപ്ലവത്തിന്റെ ഊർജ്ജപ്രസരമേറ്റുവാങ്ങി പാശ്ചാത്യ ക്ലാസിക്കൽസംഗീതത്തെ കാല്പനികതയുടെ തീവ്രവേഗങ്ങളിലേക്കും ഗാഢമായ വൈയക്തികതയിലേക്കും ധീരോദാത്തതയിലേക്കും ആനയിച്ച ബിഥോവൻ (1770 – 1827) ത്യാഗരാജന്റെ ജീവിതകാലത്തുതന്നെ ആധുനികതയുടെ മഹാവിപ്ലവത്തിന് വഴിതുറന്നിരുന്നു. ഇന്ത്യയിലാകട്ടെ അപ്പോഴേക്കും ബ്രിട്ടീഷ് ഭരണം പിടിമുറുക്കുകയും കൊളോണിയൽ/ആധുനിക സ്ഥാപനങ്ങൾ പലതും നിലവിൽവരികയും ചെയ്തിരുന്നു. ബ്രിട്ടീഷ് അധിനിവേശകരുമായുള്ള ഇന്ത്യയിലെ അവസാനത്തെ വമ്പൻ ചെറുത്തുനില്പിന് ശേഷം ടിപ്പുസുൽത്താൻ കീഴടങ്ങിക്കഴിഞ്ഞിരുന്നു. ആധുനിക പരിഷ്കൃതിയുടെ അടയാളങ്ങൾ പലതും – അച്ചടി, പത്രം, അലോപ്പതി, നീതിന്യായക്കോടതികൾ എന്നിങ്ങനെ – നിലവിൽവന്നു. ഇംഗ്ലീഷ് വിദ്യാഭ്യാസത്തിന്റെ ഗുണഫലങ്ങൾ കൈവന്ന പുതിയ നാഗരികമദ്ധ്യവർഗ്ഗം മതപരവും സാമുദായികവുമായ പല പരിഷ്കരണങ്ങൾക്കും മുൻകൈ എടുക്കുന്ന കാലമാണത്. രാജാറാം മോഹൻറായ് 'ബ്രഹ്മസമാജം' (1828) രൂപീകരിക്കുകയും പുതുതായി ഉയർന്നുവന്ന പരിഷ്കരണസമ്മർദ്ദങ്ങളെത്തുടർന്ന് വില്യം ബെന്റിക്പ്രഭു സതി നിരോധിക്കുകയും (1829) ചെയ്തിരുന്നു. സർ. വില്യം ജോൺസിന്റെ നേതൃത്വത്തിൽ ഏഷ്യാറ്റിക് സൊസൈറ്റി സ്ഥാപിതമാവുകയും (1784) കൽക്കത്തയും ബോംബെയും ലണ്ടനും ഉൾപ്പെടെയുള്ള കേന്ദ്രങ്ങളിൽനിന്ന് പൗരസ്ത്യവിജ്ഞാനത്തിന്റെ നാനാവിഭാഗങ്ങളിൽപ്പെട്ട ഗ്രന്ഥങ്ങൾ മാക്സ്മുള്ളർ മുതൽ ചാൾസ് വിൽക്കിൻസും എച്ച് എച്ച് വിൽസണും വരെയുള്ളവർ

പ്രസിദ്ധീകരിച്ചുകൊണ്ടിരിക്കുകയും ചെയ്തു. വെല്ലസ്ലി പ്രഭുവിന്റെയും വാറൻ ഹേസ്റ്റിംഗ്സിന്റെയും മറ്റും നേതൃത്വത്തിൽ അരങ്ങേറിയ ബ്രിട്ടീഷ് സാമ്രാജ്യത്വവികസനത്തിന്റേതായ ഈ ഘട്ടത്തിൽ (1785 -1856) തഞ്ചാവൂർ (1799), സൂറത്ത് (1800), കർണ്ണാട്ടിക് (1801) എന്നീ നാട്ടുരാജ്യങ്ങൾ ബ്രിട്ടീഷ് ഇന്ത്യയോട് കൂട്ടിച്ചേർക്കപ്പെട്ടു. സാമ്രാജ്യത്വ വികസനനയം കച്ചവടതാല്പര്യങ്ങൾക്കപ്പുറം ഇന്ത്യയുടെ വിദ്യാഭ്യാസ-ഭരണമേഖലകളിലാകെ ഇടപെടാൻ തുടങ്ങി. മെക്കാളെ പ്രഭു പില്ക്കാല ഇന്ത്യാചരിത്രത്തെ വഴിതിരിച്ചുവിട്ട വിദ്യാഭ്യാസനയത്തിനും (മെക്കാളെ മിനുറ്റ്സ്-1835) ഇന്ത്യൻ പീനൽകോഡിനും (1837) രൂപംനല്കുന്നതും ഈ കാലയളവിലാണ്.

ത്യാഗരാജൻ ജീവിച്ചിരുന്ന തഞ്ചാവൂരാകട്ടെ, ഇക്കാലത്ത് ശരഭോജി രണ്ടാമന്റെ ഭരണത്തിന് കീഴിൽ (1798 - 1832) പാശ്ചാത്യ സംസ്കൃതിയുമായുള്ള ദക്ഷിണേന്ത്യയിലെ, ഒരുപക്ഷെ ഇന്ത്യയിലെ തന്നെ, ഏറ്റവും വലിയ അഭിമുഖീകരണങ്ങൾ നടത്തിക്കൊണ്ടിരിക്കുകയായിരുന്നു. പാശ്ചാത്യവൈദ്യവും ആധുനിക ശരീരശാസ്ത്രവും മുതൽ യൂറോപ്യൻസംഗീതവും കുതിരയോട്ടവും വരെ പരിശീലിക്കുകയും പ്രയോഗിക്കുകയും ചെയ്ത ആളായിരുന്നു ശരഭോജി. ദക്ഷിണേന്ത്യൻ സംഗീതത്തിലും ഏറെ തല്പരനായിരുന്ന ശരഭോജിയുടെ കൊട്ടാരസദസ്സിൽ അക്കാലത്തെ വലിയ സംഗീതപണ്ഡിതന്മാർ ഉണ്ടായിരുന്നു.[10] *ഗാർഡിയൻ* ഉൾപ്പെടെയുള്ള ഇംഗ്ലീഷ് പത്രങ്ങൾ അദ്ദേഹം വരുത്തി വായിക്കുകയും തഞ്ചാവൂർ കൊട്ടാരത്തിൽ പാശ്ചാത്യസംഗീത മാതൃകയിൽ ഒരു വൃന്ദവാദ്യസംഘത്തെ രൂപപ്പെടുത്തുകയും ചെയ്തു.[11] ദേവനാഗരി ലിപിയിലുള്ള ആദ്യത്തെ അച്ചടിശാല മുതൽ പാശ്ചാത്യ സമ്പ്രദായത്തിലുള്ള ആശുപത്രിയും 'സരസ്വതിമഹൽ' എന്ന പ്രസിദ്ധമായ ഗ്രന്ഥാലയവും വരെയുള്ള ആധുനികസ്ഥാപനങ്ങൾ അദ്ദേഹം സ്ഥാപിച്ചു. കർണ്ണാടകസംഗീതം പാശ്ചാത്യമായ സ്വരാലേഖനസമ്പ്രദായം (notation) ഉപയോഗിച്ച് രേഖപ്പെടുത്താനുള്ള ശ്രമങ്ങളും ശരഭോജി നടത്തിയിരുന്നു.[12] തൃാഗരാജനെ തിരുവിതാംകൂർ കൊട്ടാരത്തിലേക്ക് ക്ഷണിച്ച[13] സ്വാതിതിരുനാൾ അക്കാലത്ത് തന്റെ നാട്ടുരാജ്യത്ത് ഇംഗ്ലീഷ് വിദ്യാലയങ്ങൾക്കും പബ്ലിക് ലൈബ്രറിക്കുമെല്ലാം തുടക്കംകുറിച്ചിരുന്നു. പത്തൊമ്പതാം ശതകത്തിന്റെ ആദ്യപകുതിയിൽ ഇന്ത്യയിലുടനീളം പ്രാദേശികഭാഷകളിൽ അച്ചടി പ്രചരിക്കുകയും വർത്തമാനപത്രങ്ങളും ആധുനിക സാഹിത്യ - വിജ്ഞാന രൂപങ്ങളും നിലവിൽവന്നു തുടങ്ങുകയും ചെയ്തിരുന്നു. ചരിത്രവും[14] ജീവചരിത്രവും മുതൽ സമ്പദ്ശാസ്ത്രവും പ്രകൃതിശാസ്ത്രവും വരെയുള്ള വിഷയങ്ങൾ അക്കാലത്ത് പ്രചരിച്ചു. ത്യാഗരാജന്റെ ശിഷ്യന്മാരിലൊരാൾതന്നെ അദ്ദേഹത്തിന്റെ ജീവചരിത്രം എഴുതി പ്രസിദ്ധീകരിക്കുന്നവിധത്തിൽ[15] ആസന്നഭൂതകാലത്തിന്റെ പരിധികൾക്കുള്ളിലായിരുന്നു ത്യാഗരാജന്റെ ജീവിതം. ആദ്യകാല ആധുനികത/അധിനിവേശ ആധുനികത (early/colonial modernity) എന്നൊക്കെ പല നിലകളിൽ പരാമർശി

ക്കപ്പെട്ടുവരുന്ന സമീപഭൂതകാലത്തിന്റെ സീമകൾക്കുള്ളിലായിരുന്നു ത്യാഗരാജന്റെ കലയും ജീവിതവും നിലകൊണ്ടത് എന്നർത്ഥം.

വസ്തുതകൾ ഇങ്ങനെയൊക്കെയാണെങ്കിലും ദക്ഷിണേന്ത്യൻ സംഗീതപഠനത്തിന്റെയും കർണ്ണാടക സംഗീതത്തെക്കുറിച്ചുള്ള ജനകീയഭാവനയുടെയും ലോകത്തിൽ 'ത്യാഗരാജസ്വാമികൾ' അതീതഭൂത കാലത്തിന്റെ പരിവേഷങ്ങൾക്കുള്ളിലാണ് നില കൊള്ളുന്നത്. ലൗകികതാല്പര്യങ്ങളെല്ലാം കയ്യൊഴിഞ്ഞ് ഉഞ്ഛര വൃത്തിയിലൂടെ[16] നിത്യജീവിതമാർഗ്ഗം കണ്ടെത്തിയ 'ത്യാഗരാജ സ്വാമികൾ' അതിഭൗതികവും ആദ്ധ്യാത്മികവുമായ ഒരു പ്രഭാവമായി കർണ്ണാടകസംഗീതത്തിന്റെ ഭാവനാചക്രവാളത്തിൽ ഇടംപിടിച്ചിരിക്കുന്നു. കേവല ഭക്തിയാൽ മാത്രം പ്രചോദിതമായ, അധികാരത്തെയും ലൗകികതൃഷ്ണകളെയും സമ്പൂർണ്ണമായി അകറ്റിനിർത്തിയ, ദൈവികപ്രഭാവത്തിന്റെ അവതാരരൂപം പോലെയാണ് ത്യാഗരാജൻ കഴിഞ്ഞ ഒരു നൂറ്റാണ്ടെങ്കിലുമായി ദക്ഷിണേന്ത്യൻ സംഗീതവേദിയിൽ നിറഞ്ഞുനില്ക്കുന്നത്. തനിക്ക് മുമ്പും പിമ്പും ജീവിച്ച അനവധി പ്രതിഭകൾ - വാഗ്ഗേയകാരന്മാരും സംഗീതശാസ്ത്രജ്ഞരും മുതൽ മഹാഗായകർ വരെ - ചരിത്രത്തിന്റെയും കാലബന്ധങ്ങളുടെയും അതിർത്തികൾക്കുള്ളിൽ, താരതമ്യേന വിനീതവും മാനുഷികവുമായ പ്രതിഭാവിലാസത്തിന്റെ ഉടമകളായി, നിലകൊള്ളുമ്പോൾ ത്യാഗരാജൻ കാലാതീതമായ കേവലതയായി, നിരാമയമായ സ്വാത്വികാനന്ദത്തിന്റെ ആകരമായി, ചരിത്രബന്ധങ്ങളെയും അതുളവാക്കിയ സംഘർഷങ്ങളെയുമെല്ലാം അസംഗതമാക്കുന്ന നാദസ്വരൂപമായി, ചരിത്രത്തിനും കാലത്തിനും പുറത്ത് നിലയുറപ്പിച്ചിരിക്കുന്നു.

എന്തുകൊണ്ടാണിങ്ങനെ? കലങ്ങിമറിഞ്ഞ ഒരു കാലത്തിന്റെ നടുവിൽ ജീവിക്കുകയും ആ കലക്കങ്ങളുടെ അടയാളങ്ങൾ പലനിലകളിൽ തന്റെ രചനകളിലും സംഗീതത്തിലും രേഖപ്പെടുത്തുകയും ചെയ്ത ഒരാളായിരുന്നു ത്യാഗരാജൻ. അങ്ങനെയൊരാൾ തന്നെ കാലത്തിന്റെയും ലോകബന്ധങ്ങളുടെയും കരസ്പർശമേല്ക്കാത്ത അനാദ്യന്ത വിശുദ്ധിയുടെ പരിവേഷവുമായി പില്ക്കാലങ്ങളിലേക്ക് കടന്നുകയറിയതെങ്ങനെയാണ്? സമകാലികരായ ഇതര സംഗീതപ്രതിഭകൾക്കെല്ലാം മുകളിൽ, അനശ്വരതയുടെ ധ്രുവദീപ്തി ചൊരിയുന്ന നക്ഷത്ര പ്രകാശമായി കർണ്ണാടകസംഗീതചരിത്രം ത്യാഗരാജനെ പ്രതിഷ്ഠിച്ചതെന്തുകൊണ്ടാവും? അഥവാ എന്താണാ ചരിത്രനിരപേക്ഷതയുടെ ചരിത്രപരമായ അർത്ഥം?

ഈ ചോദ്യങ്ങൾക്കുള്ള ഉത്തരം സംഗീതവിജ്ഞാനീയത്തിന്റെയോ (musicology) ഔപചാരികമായ സംഗീതചരിത്രത്തിന്റെയോ അതിരുകൾക്കുള്ളിൽനിന്നും കണ്ടെത്താനായെന്ന് വരില്ല. കലാചരിത്രത്തെ സംസ്കാരചരിത്രമെന്ന നിലയിൽ പരിഗണിക്കാനും കലയുടെ പ്രമേയ ലോകമെന്നതുപോലെ അതുളവാക്കുന്ന അനുഭൂതിപ്രപഞ്ചത്തെയും അതിന്റെ രൂപാവലികളെയും ചരിത്രവല്ക്കരിക്കാനും കഴിയുന്ന ഒരു വിശകലന സമീക്ഷയെ നാമിതിന് പിൻപറ്റേണ്ടതുണ്ട്.[17] അത്തരമൊരന്വേഷണ

ത്തിന്റെ പ്രാരംഭം എന്ന നിലയിൽ, 'ക്ലാസ്സിക്കൽ കലകൾ' എന്ന സവിശേഷജനുസ്സിനെക്കുറിച്ചുള്ള ധാരണകൾ ഇന്ത്യയിൽ പ്രാബല്യമാർജ്ജിക്കുകയും അവയുടെ വീണ്ടെടുപ്പിനായുള്ള നാനാതരം ശ്രമങ്ങൾ അരങ്ങേറുകയും ചെയ്ത ഒരു ചരിത്രസന്ധിയുടെ സാംസ്കാരികരാഷ്ട്രീയത്തിലേക്കും സാമൂഹ്യ ബലതന്ത്രങ്ങളിലേക്കും നാം ശ്രദ്ധതിരിക്കേണ്ടതുണ്ട്. 'ത്യാഗരാജസ്വാമികൾ' എന്ന കേവലപ്രതീതിയെ അതുവഴി മാത്രമേ നമുക്ക് ചരിത്രവല്ക്കരിക്കാൻ കഴിയൂ.

ഒന്ന് : ദേശീയാധുനികതയും ക്ലാസിക്കൽ കലകളും

പത്തൊമ്പതാം ശതകത്തിന്റെ അവസാനദശകങ്ങൾ മുതൽ തന്നെ ദേശീയപാരമ്പര്യത്തെക്കുറിച്ചും അതിന്റെ വീണ്ടെടുപ്പിനെക്കുറിച്ചുമുള്ള ആലോചനകളും അന്വേഷണങ്ങളും ഇന്ത്യയിൽ പ്രബലമാവുന്നുണ്ട്. ഒരു നൂറ്റാണ്ടോളം പഴക്കം വന്ന കോളനിഭരണം വഴി പാശ്ചാത്യാധുനികതയുടെ ആശയലോകവും സ്ഥാപനരൂപങ്ങളുമായി ഇന്ത്യയിലെ മദ്ധ്യവർഗ്ഗ ബുദ്ധിജീവികൾ അതിനകം വലിയ ബന്ധം സ്ഥാപിച്ചിരുന്നു. കോളനിഭരണത്തിന്റെ കേന്ദ്രങ്ങളായി വർത്തിച്ച പ്രധാന നഗരങ്ങളെ - കൽക്കത്തയും മദ്രാസും - കേന്ദ്രീകരിച്ച് പുതിയ ഒരു നാഗരിക മദ്ധ്യവർഗ്ഗ ബുദ്ധിജീവിവൃന്ദം (urban middle class intelligentsia) ഉയർന്നുവരികയും ചെയ്തിരുന്നു. കോളനി അധികാരവുമായി പലനിലകളിൽ ഇടപഴകുകയും ഒത്തുപോവുകയും ചെയ്ത സവർണ്ണ മധ്യവർഗ്ഗജാതി വിഭാഗങ്ങളിൽനിന്നാണ് ഈ ബുദ്ധിജീവിവിഭാഗം ഉയർന്നുവന്നത്.[18] ആധുനിക വ്യവസായങ്ങളിലോ വാണിജ്യസംരംഭങ്ങളിലോ കാർഷികവൃത്തിയിലോ എന്നതിലുപരി കൊളോണിയൽ ഭരണനിർവ്വഹണത്തിന്റെ ഭാഗമായ ജോലികളിലാണ് ഈ ബുദ്ധിജീവിവിഭാഗം ഏർപ്പെട്ടിരുന്നത്. ഇക്കാലത്തു തന്നെ ദേശീയതയുടെ ആശയാവലികൾക്കും ദേശീയസ്വാതന്ത്ര്യം എന്ന സങ്കല്പത്തിനും പതിയെപ്പതിയെ ചിറകുമുളച്ചുതുടങ്ങിയിരുന്നു. 1885 ൽ നിലവിൽവന്ന ഇന്ത്യൻ നാഷണൽ കോൺഗ്രസ് ഒരു പരിഷ്കരണസംരംഭമായാണ് ആദ്യം വിഭാവനം ചെയ്യപ്പെട്ടതെങ്കിലും ഒരു പതിറ്റാണ്ടിനുള്ളിൽത്തന്നെ അതിന്റെ താല്പര്യങ്ങളിൽ മാറ്റംവന്നു. 1905 ലെ ബംഗാൾ വിഭജന ത്തിനെതിരായി ഉയർന്ന വലിയ ബഹുജനപ്രക്ഷോഭം രാജ്യമെമ്പാടും ദേശീയബോധത്തിന്റെ അലയടികൾക്ക് കാരണമായി. ബാലഗംഗാധരതിലകന്റെ അറസ്റ്റും നാടുകടത്തലും അതേത്തുടർന്നുള്ള ബോംബെയിലെ തൊഴിലാളിപണിമുടക്ക്,[19] ബംഗാളിലെ നാനാതരം സായുധ വിപ്ലവശ്രമങ്ങൾ എന്നിങ്ങനെ പല നിലകളിൽ ഇരുപതാംനൂറ്റാണ്ടിന്റെ ആദ്യ പതിറ്റാണ്ടുകളിൽ ദേശീയബോധവും ബ്രിട്ടീഷ് വിരുദ്ധതയും വേരുപിടിക്കുന്നുണ്ടായിരുന്നു. 1915 ൽ ഗാന്ധിജി ദക്ഷിണാഫ്രിക്കയിൽനിന്ന് ഇന്ത്യയിൽ മടങ്ങിയെത്തുകയും പിന്നാലെ ദേശീയപ്രസ്ഥാനത്തിന്റെ നായകത്വം ഏറ്റെടുക്കുകയും ചെയ്തതോടെ സ്വാതന്ത്ര്യസമരത്തിന്റെ പ്രകൃതത്തിലും മാറ്റംവന്നു. സാമാന്യവല്ക്കരണത്തിന്റെ പരിമിതികളു

ണ്ടെങ്കിലും, ഗാന്ധിജിയുടെ രംഗപ്രവേശത്തോടെ ദേശീയപ്രസ്ഥാനം ഒരു ബഹുജനപ്രസ്ഥാനമായി മാറി എന്ന് പൊതുവെ പറയാം. ഒരുഭാഗത്ത് തീവ്രവാദനിലപാടുകാരും സായുധകലാപകാരികളും മറുഭാഗത്ത് പരിഷ്കരണവാദികളായ ഉദ്യോഗസ്ഥ അഭിഭാഷക സംഘവും എന്ന നിലയിൽ ചിത്രീകരിക്കപ്പെട്ടുവരുന്ന ദേശീയപ്രസ്ഥാനം അതോടെ വലിയ പരിവർത്തനങ്ങൾക്ക് വിധേയമായി. നിയമലംഘനം, അയിത്തോച്ചാടനം, നിർമ്മാണപ്രവർത്തനങ്ങൾ, ഖാദി, മദ്യവർജ്ജനം, കുടിൽവ്യവസായങ്ങൾ എന്നിങ്ങനെ ബഹുമുഖമായി വികസിച്ചുവന്ന ഗാന്ധിയൻ ദേശീയതാവാദവും അതോടൊപ്പം ഇടതുപക്ഷ കർഷകസമരങ്ങളും ഇന്ത്യൻ ജീവിതത്തിന്റെ സമസ്തതലങ്ങളെയും സ്പർശിക്കുകയും ആഴത്തിൽ പിടിച്ചുലയ്ക്കുകയും ചെയ്തു. ദേശീയബോധത്തിന്റെ ഈ തരംഗമേഖലയ്ക്ക് പുറത്ത് സ്വച്ഛന്ദമായി നിലകൊള്ളുന്ന ഒരു അടരും 1930 കളിലെ ഇന്ത്യൻ സാമൂഹ്യജീവിതത്തിലുണ്ടായിരുന്നില്ല (Chandra 1998: 282 - 83).

കോളനിഭരണത്തിന്റെ നടത്തിപ്പുകാരും അതിന്റെ ഗുണഭോക്താക്കളുമായ നാഗരിക - മദ്ധ്യവർഗ്ഗ - ബുദ്ധിജീവിവൃന്ദത്തിനും ഈ പുതിയ അലയടികളെ അഭിമുഖീകരിക്കാതിരിക്കാൻ കഴിയില്ലായിരുന്നു. എന്നാൽ അവർക്ക് ദേശീയതയെ ബ്രിട്ടീഷ്വിരുദ്ധ സമരങ്ങളുടെയോ ബ്രിട്ടീഷ് വിരുദ്ധ ആശയങ്ങളുടെയോ രൂപത്തിൽ ഏറ്റെടുക്കാനും സാദ്ധ്യമല്ലായിരുന്നു. ദേശീയതയെയും ദേശീയാവബോധത്തെയും പുതിയൊരു നിലയിൽ വിഭാവനം ചെയ്യേണ്ടതിന്റെയും ഏറ്റെടുക്കേണ്ടതിന്റെയും ആവശ്യകതയിലേക്ക് - ഒരർത്ഥത്തിൽ അനിവാര്യതയിലേക്കു തന്നെ - ഈ പുതിയ സന്ദർഭം നാഗരിക - ബുദ്ധിജീവിവിഭാഗത്തെ കൊണ്ടുചെന്നെത്തിച്ചു. ദേശീയ നവോത്ഥാനത്തെക്കുറിച്ചുള്ള ചർച്ചയുടെ സന്ദർഭത്തിൽ സുമിത് സർക്കാർ സൂചിപ്പിക്കുന്നതുപോലെ ബ്രിട്ടീഷ്വിരുദ്ധ സമരങ്ങളിലോ സാമ്രാജ്യത്വവിരുദ്ധ പ്രചാരവേല കളിലോ നേരിട്ടു പങ്കുചേരാതെ തന്നെ ദേശീയവാദികളായി നില കൊള്ളാൻ കഴിയുന്ന ഒരു സവിശേഷമായ പ്രവൃത്തിമണ്ഡലവും അതിന്റെ പ്രയോഗക്രമങ്ങളും ഈ സാമൂഹ്യവിഭാഗത്തിന് കണ്ടെത്തേണ്ടിയിരുന്നു (2009: 186 - 216). നവോത്ഥാനം എന്ന് പൊതുവായി പരാമർശിക്കപ്പെട്ടുവരാറുള്ള നാനാതരം പരിഷ്കരണസംരംഭങ്ങളുടെ പശ്ചാത്തലം ഇത്തരമൊന്നാണെന്ന് പല സാമൂഹ്യചിന്തകരും വിശദീകരിച്ചിട്ടുണ്ട് (Panicker 2007:133 - 144). ബ്രിട്ടീഷ് ആധിപത്യം വഴി രൂപപ്പെട്ട പുതിയ സാമൂഹ്യയാഥാർത്ഥ്യങ്ങളെ തിരിച്ചറിഞ്ഞ് തങ്ങളുടെ ജാതീയമായ മേൽക്കോയ്മ നിലനിർത്തുന്നതിനായി മേൽജാതി സമൂഹങ്ങളുടെ മുൻകൈയിൽ നടന്ന പരിശ്രമങ്ങൾകൂടിയായിരുന്നു ഇന്ത്യൻ നവോത്ഥാനം. നവോത്ഥാനപ്രക്രിയയെയപ്പാടെ ഇങ്ങനെ ഏകാത്മകമായി സംഗ്രഹിക്കുന്നത് സാധുവായിരിക്കില്ലെങ്കിലും, മേൽജാതി സമൂഹങ്ങളുടെ ആഭ്യന്തരനവീകരണവും പുനഃസംഘാടനവും അതിന്റെ കേന്ദ്രതാല്പര്യങ്ങളിലൊന്നായിരുന്നു എന്നത് സംശയരഹിതമായ കാര്യമാണ്.

ഭാരതീയകലകളുടെ നവോത്ഥാനമായും പാരമ്പര്യത്തിന്റെ വീണ്ടെടുപ്പായും വിവരിക്കപ്പെട്ടുവരുന്ന നാനാതരം പരിശ്രമങ്ങൾ ഇന്ത്യയിൽ പലയിടങ്ങളിലായി അരങ്ങേറുന്ന സന്ദർഭം ഇതാണ്. ഭരതനാട്യവും മോഹിനിയാട്ടവും കഥക്കും കഥകളിയും മുതൽ ചിത്രകലയും ക്ലാസിക്കൽ സംഗീതവും വരെയുള്ള വിവിധ മേഖലകളിൽ ഈ നവീകരണ സംരംഭങ്ങൾ അരങ്ങേറി. രുഗ്മിണി അരുണ്ഡേലിന്റെ നേതൃത്വത്തിൽ ഭരതനാട്യത്തിലും[20] വള്ളത്തോളിന്റെ നേതൃത്വത്തിൽ കഥകളിയിലും മോഹിനിയാട്ടത്തിലും[21] അബനീന്ദ്രനാഥ ടാഗോറിന്റെ നേതൃത്വത്തിൽ ചിത്രകലയിലും[22] വിഷ്ണു ദിഗംബർ പലുസ്കറിന്റെ നേതൃത്വത്തിൽ ഹിന്ദുസ്ഥാനി സംഗീതത്തിലും[23] നടന്ന നവീകരണ - നവോത്ഥാന ശ്രമങ്ങളുടെ പൊതുസന്ദർഭം ഇതാണ്. ഇതിന്റെ തന്നെ ഭാഗമായി കലാമണ്ഡലവും കലാക്ഷേത്രവും മദ്രാസ് മ്യൂസിക് അക്കാദമിയും ഗന്ധർവ്വ മഹാവിദ്യാലയവും ഉൾപ്പെടെയുള്ള 'ദേശീയ' കലാസ്ഥാപനങ്ങളും ഉയർന്നുവന്നു. മുകളിൽ പരാമർശിച്ച നാഗരിക - മദ്ധ്യവർഗ്ഗ ബുദ്ധിജീവിവിഭാഗത്തിന്റെ പങ്കാളിത്തം ഇവയിലോരോന്നിലും വ്യത്യസ്ത അനുപാതത്തിലായിരുന്നുവെങ്കിലും ഈ നവീകരണശ്രമങ്ങളുടെയും സ്ഥാപനങ്ങളുടെയും ഭൗതികാസ്പദമായി നിലകൊണ്ട സാമൂഹ്യവിഭാഗം അവരായിരുന്നു.

പരസ്പരപൂരകമായ രണ്ട് അടിസ്ഥാനതാല്പര്യങ്ങളുടെ ചട്ടക്കൂടിനുള്ളിലാണ് ഈ നവീകരണ സംരംഭങ്ങളെല്ലാം തന്നെ അരങ്ങേറിയത്. അതിലാദ്യത്തേത് ഫ്യൂഡൽ പ്രഭുത്വത്തിന്റെയും നാടുവാഴിത്തപരമായ ജീർണ്ണതയുടെയും പിടിയിൽനിന്ന് പാരമ്പര്യകലകളെ മോചിപ്പിക്കുക എന്നതായിരുന്നു. മദ്ധ്യകാല നാടുവാഴിത്തത്തിന്റെ ഭോഗലാലസതയുമായി കൂട്ടിയിണക്കപ്പെട്ട പാരമ്പര്യകലകളുടെ പൗരാണികമായ വിശുദ്ധിയും മഹിമയും വീണ്ടെടുത്ത് ദേശീയവും ഉൽക്കൃഷ്ടവുമായ ഒരു പാരമ്പര്യത്തിന്റെ ആവിഷ്കാരപ്രകാരങ്ങൾ (objectifications) എന്ന നിലയിൽ അവയെ സ്ഥാനനിർണ്ണയം ചെയ്യുക എന്ന താല്പര്യം. മറുഭാഗത്ത് പാശ്ചാത്യ അധിനിവേശത്തിന്റെയും അതുവഴി ഭാരതീയ ജീവിതത്തിൽ ഇടംപിടിച്ച പാശ്ചാത്യകലാസമ്പ്രദായത്തിന്റെയും കലർപ്പിൽനിന്നും ഭാരതീയകലകളെ മോചിപ്പിക്കുക എന്നതും. അങ്ങനെ ഒരുഭാഗത്ത് നാടുവാഴിത്ത ജീർണ്ണതയിൽനിന്നും മറുഭാഗത്ത് പാശ്ചാത്യ അധിനിവേശത്തിൽനിന്നും വിടുതി നേടിയ, സത്താപരമായിത്തന്നെ ഭാരതീയമായ, പാരമ്പര്യത്തിന്റെയും അതിന്റെ പ്രകാശന സ്ഥാനങ്ങളായ ദേശീയ - ക്ലാസിക് കലകളുടേയും സംസ്ഥാപനമായിരുന്നു ഈ നവീകരണശ്രമങ്ങളുടെ ലക്ഷ്യം (Thakurtha 2004: 205). ഈ പരിശ്രമത്തിൽ ദേശീയ - ക്ലാസിക് കലാപാരമ്പര്യത്തിന്റെ അപരമായി (other) ഓരോ കലാരൂപത്തെയും സംബന്ധിച്ച് ഓരോ വിപരീതപ്രഭാവവും പറഞ്ഞുറപ്പിക്കപ്പെട്ടു. ഭരതനാട്യത്തെയും മോഹിനിയാട്ടത്തെയും സംബന്ധിച്ച് ഇത് ഫ്യൂഡൽ പ്രഭുത്വത്തിന്റെ കുത്തഴിയലും ദേവദാസികളുടെ ലൈംഗികതയുമായിരുന്നുവെങ്കിൽ ചിത്രകലയെ സംബന്ധിച്ച് അത് രവിവർമ്മയും കമ്പനിസ്കൂൾ

ചിത്രകാരന്മാരും വഴി പടർന്നുകയറിയ അക്കാദമിക് റിയലിസമായിരുന്നു. കഥകിനെയും[24] ഹിന്ദുസ്ഥാനി സംഗീതത്തെയും സംബന്ധിച്ചാകട്ടെ മദ്ധ്യകാല ഇസ്ലാമികഭരണവും കൊട്ടാരജീവിതവുമായുള്ള കൂടിക്കലരലുകളുമാണ് അവയുടെ അധഃപതനത്തിന് വഴിതുറന്നതെന്ന വിശദീകരണമാണ് പ്രബലമായത്. ഇങ്ങനെ പാശ്ചാത്യ അധിനിവേശവും ഇസ്ലാമികഭരണവും മുതൽ അക്കാദമിക് റിയലിസവും നാടുവാഴിത്തത്തിന്റെ ഭോഗലാലസതയും വരെയുള്ള നാനാതരം അപരങ്ങളെ എതിർപാരമ്പര്യങ്ങളായി പറഞ്ഞുറപ്പിച്ചുകൊണ്ടാണ് ഭാരതീയസത്തയുടെ ആവിഷ്കാരപ്രകാരങ്ങളായി സങ്കല്പിക്കപ്പെട്ട ക്ലാസിക് കലാപാരമ്പര്യങ്ങൾ ഇരുപതാംനൂറ്റാണ്ടിന്റെ ആദ്യപതിറ്റാണ്ടുകളിൽ അരങ്ങിലെത്തിയത്.

കളങ്കരഹിതമായ ദേശീയഭൂതകാലത്തെക്കുറിച്ചുള്ള ഇന്ത്യൻ മദ്ധ്യവർഗ്ഗ ബുദ്ധിജീവിവിഭാഗത്തിന്റെ ഇത്തരം പ്രതീക്ഷകളാണ് 'ക്ലാസിക്കൽ കലകൾ' എന്ന ജനുസ്സിന് ജന്മം നല്കിയത്. ജീവിതത്തിന്റെ ദൈനംദിനത്വത്തിൽനിന്ന് അകന്നുനില്ക്കുന്നതും ശൈലീകൃതമായ ആവിഷ്കാരക്രമങ്ങളുള്ളതും സുദീർഘവും അഭംഗുരവുമായ പാരമ്പര്യം അവകാശപ്പെടാൻ കഴിയുന്നതുമായ കലകളെ കണ്ടെടുത്ത് അവയെ ദേശീയസത്തയുടെ പ്രകാശനസ്ഥാനങ്ങളും ആവിഷ്കാരപ്രകാരങ്ങളുമെന്ന് പറഞ്ഞുറപ്പിച്ചുകൊണ്ടാണ് കലാചരിത്രം 'ക്ലാസിക്കൽ കല'കളെ പ്രതിഷ്ഠിക്കുന്നത് (Soneji 2010:XV-XXXIV). ഇത്തരമൊരു പ്രതിഷ്ഠാപനത്തിന്റെ അടിസ്ഥാനപരമായ മുന്നുപാധികളിലൊന്ന് കലയിലെ ദേശഭേദങ്ങളെയും അവതരണഭേദങ്ങളെയും ഒഴിവാക്കി അവയ്ക്ക് ഏകീകൃതവും സ്ഥാപനബദ്ധവുമായ ഒരു ആഭ്യന്തരസ്വരൂപം പ്രദാനം ചെയ്യുക എന്നതാണ്. നാഗരിക മദ്ധ്യവർഗ്ഗത്തിന്റെ ബൗദ്ധികഭാവനയെ സംബന്ധിച്ചിടത്തോളം പ്രാദേശികതയാലോ പാഠാന്തരങ്ങളാലോ പാശ്ചാത്യതയാലോ കളങ്കപ്പെടാത്ത വിശുദ്ധഭൂതകാലത്തിന്റെ, അഥവാ 'യഥാർത്ഥവും കുലീനവുമായ' ഭാരതീയതയുടെ, അവതരണസ്ഥാനങ്ങളും ആവിഷ്കാരരൂപങ്ങളുമായിരുന്നു അവ. അധിനിവേശസന്ദർഭത്തിൽ ഇന്ത്യൻ മദ്ധ്യവർഗ്ഗം ഗാർഹികതയെക്കുറിച്ച് പുലർത്തിയ ധാരണകൾക്ക് സമാനമായിരുന്നു ക്ലാസിക്കൽ കലകളുടെ കളങ്കരഹിതവും ദേശീയവുമായ ഉള്ളടക്കത്തെക്കുറിച്ചുള്ള ധാരണകളും.[25] അക്കാലത്ത് ദേശീയവാദപരമായ ചരിത്രവിജ്ഞാനത്തെയെന്നപോലെ ഇന്ത്യൻ പൊതുബോധത്തെയും വലിയതോതിൽ സ്വാധീനിച്ചിരുന്ന പൗരസ്ത്യവാദപരമായ[26] ധാരണകൾ മേല്പറഞ്ഞതരത്തിലുള്ള കലാപാരമ്പര്യത്തെ വിഭാവനം ചെയ്യുന്നതിനും ഉപയുക്തമായിരുന്നു. 'ക്ലാസിക്കൽ' കലാപാരമ്പര്യത്തിന്റെ വീണ്ടെടുപ്പിനും പരിപോഷണത്തിനുമായുള്ള ഏത് ശ്രമവും ദേശീയതയ്ക്കും ദേശസംസ്കൃതിക്കും വേണ്ടിയുള്ള പരിശ്രമങ്ങൾ തന്നെയായി മനസ്സിലാക്കപ്പെട്ടു. ദേശീയ സ്വാതന്ത്ര്യപ്രക്ഷോഭത്തിന്റെ ഭാഗമായി ചേർന്ന സമ്മേളനത്തോടനുബന്ധിച്ചാണ് ഇത്തരം ചില വീണ്ടെടുപ്പുകൾക്ക് ഔപചാരികമായ തുടക്കം കുറിക്കപ്പെട്ടതെന്നും ഇവിടെ ഓർമ്മിക്കാവുന്നതാണ്.[27] ദേശീയതയു

മായും ദേശീയപ്രക്ഷോഭത്തിന്റെ താല്പര്യങ്ങളുമായും അത്രമേൽ പ്രകടമായ നാഭീനാളബന്ധം ഈ പരിശ്രമങ്ങൾക്കുണ്ടായിരുന്നു.

ദക്ഷിണേന്ത്യൻ ക്ലാസിക്കൽ സംഗീതത്തിന്റെ വ്യതിരിക്തതയെക്കുറിച്ച് ഇരുപതാം നൂറ്റാണ്ടിന്റെ ആദ്യപകുതിയിൽ ഉന്നയിക്കപ്പെട്ട വാദങ്ങൾക്ക് പിന്നിലും പൗരസ്ത്യവാദപരമായ വീക്ഷണങ്ങൾക്കുള്ള പങ്ക് വളരെ വലുതാണ്. ഒരുഭാഗത്ത് യൂറോപ്യൻ സംഗീതത്തിൽനിന്നും[28] മറുഭാഗത്ത് ഉത്തരേന്ത്യൻ സംഗീതത്തിൽനിന്നും വേറിട്ടുനില്ക്കുന്ന അനന്യമായ ഒരു ആവിഷ്കാരമേഖലയായാണ് കർണ്ണാടകസംഗീതം പൗരസ്ത്യവാദവ്യവഹാരങ്ങളിൽ ഇടംപിടിച്ചത്. ലയാത്മകതയ്ക്ക് (harmony) പകരം രാഗാത്മകതയിൽ (melody) അടിയുറച്ച സംഗീതമെന്നതാണ് യൂറോപ്യൻ സംഗീതത്തിൽനിന്നുള്ള കർണ്ണാടക സംഗീതത്തിന്റെ വ്യത്യസ്തതയുടെ അടിസ്ഥാനമെങ്കിൽ ഇസ്ലാമിക സ്വാധീനത്തിന് ഒട്ടും കീഴ്പ്പെടാത്ത വാമൊഴിപാരമ്പര്യം എന്നതാണ് ഉത്തരഭാരതസംഗീതത്തിൽ നിന്നുള്ള അതിന്റെ വ്യത്യാസമായി ഇത്തരം ചർച്ചകളിൽ പരിഗണിക്കപ്പെട്ടത്. ഭാരതീയസംഗീതം വായ്പാട്ടാണെങ്കിൽ (vocal) പാശ്ചാത്യസംഗീതം ഉപകരണസംഗീതമാണെന്നും (instrumental), കർണ്ണാടകസംഗീതം ആത്മീയമാണെങ്കിൽ പാശ്ചാത്യസംഗീതം സാങ്കേതികമാണെന്നും, കർണ്ണാടകസംഗീതം നൂറ്റാണ്ടുകളിലൂടെ വാമൊഴിയായി പകർന്നു പോരുന്നതാണെങ്കിൽ പാശ്ചാത്യസംഗീതം എഴുതപ്പെട്ട പാഠങ്ങളെ മുൻനിർത്തുന്നതാണെന്നുമുള്ള വ്യത്യാസങ്ങളുമെല്ലാം ഇത്തരം ചർച്ചകളിൽ പ്രാധാന്യത്തോടെ ഉന്നയിക്കപ്പെട്ടു (Weidman 2012:154). ഇതോടൊപ്പം കർണ്ണാടകസംഗീതത്തിന്റെ മതപരമായ വിശുദ്ധിയെക്കുറിച്ചുള്ള ആശയങ്ങളും പ്രബലമായി. ഇസ്ലാമികഭരണത്തിന് അടിപ്പെടാത്ത ദക്ഷിണേന്ത്യൻ സംഗീത പാരമ്പര്യം എന്ന ആശയം പത്തൊമ്പതാം ശതകത്തിൽ സംഗീത വിചാര മേഖലയിലെ പ്രബലസ്വാധീനമായിരുന്ന സി ആർ ഡെ ഉന്നയിച്ചു. തന്റെ സംഗീത ചരിത്രഗ്രന്ഥത്തിൽ (*The Music and Musical Instruments of South India and Decan* - 1891) അദ്ദേഹം ഊന്നിപ്പറഞ്ഞ ഈ വസ്തുത പില്ക്കാലത്ത് വലിയതോതിൽ സ്വീകരിക്കപ്പെടുകയും ആവർത്തിക്കപ്പെടുകയും ചെയ്തു. ഉത്തരഭാരതസംഗീതം ഇസ്ലാമികസ്വാധീനം മൂലം കൊട്ടാരസംഗീതമായി അധഃപതിച്ചപ്പോൾ ദക്ഷിണേന്ത്യൻ സംഗീതം അകളങ്കവും ആദ്ധ്യാത്മികവുമായി നിലനിന്നു എന്ന ധാരണയുടെ വ്യാപനത്തിന് ഇത് കാരണമായി. പൗരസ്ത്യ വാദധാരണകളെ പിൻപറ്റിക്കൊണ്ട്, ഭാരതീയപാരമ്പര്യത്തിന്റെ തകർച്ചയുടെ ആധാരഹേതുവായി ഇസ്ലാമിനെ പരിഗണിച്ച ദേശീയ മദ്ധ്യവർഗ്ഗം അനിസ്ലാമികമായ ഭാരതീയഭൂതകാലത്തെ പലനിലകളിൽ തേടിത്തുടങ്ങുന്നതും ഇക്കാലത്തുതന്നെയാണ്. അതുകൊണ്ട് ദക്ഷിണേന്ത്യൻ സംഗീതത്തിന്റെ വിശുദ്ധപദവിക്ക് സംഗീതചരിത്രപരമായ പ്രാധാന്യം മാത്രമല്ല ഉണ്ടായിരുന്നത്. മതവിഭാഗീയതകളെ മറികടന്ന സൂഫി സംഗീതത്തിന്റെയും നിരവധി നാടോടിസംഗീത പാരമ്പര്യങ്ങളുടെയും ചരിത്രമപ്പാടെ തമസ്കരിക്കപ്പെട്ടു. ഉത്തര

ഭാരതസംഗീതത്തെ ഇസ്ലാമികമോ ഇസ്ലാമിക കലർപ്പുകൾ ഉള്ളതോ ആയ താണ സംഗീതമെന്നും കർണ്ണാടകസംഗീതത്തെ യൂറോപ്യൻ - ഇസ്ലാമിസ്റ്റ് കളങ്കങ്ങൾക്ക് പുറത്തുനില്ക്കുന്ന പരിശുദ്ധ സംഗീതമെന്നുമുള്ള വിലയിരുത്തലുകൾ ഇതുവഴി വ്യാപകമായി.

ദക്ഷിണേന്ത്യൻ സംഗീതത്തിന്റെ കുലദൈവവും നാദരൂപവുമായി ത്യാഗരാജനെ വിഭാവനം ചെയ്യുന്ന നവീകരണശ്രമങ്ങളുടെ സ്വഭാവവും സന്ദർഭവും ഇത്തരമൊന്നാണ്. പതിനഞ്ചാം ശതകത്തിൽ ഭജനസംഗീതത്തിന്റെയും മറ്റും വഴികളിൽനിന്ന് രൂപംകൊള്ളുകയും ത്രിമൂർത്തികളിലൂടെ പുതിയൊരു ഘട്ടത്തിലേക്ക് കടക്കുകയും ചെയ്ത കർണ്ണാടക സംഗീതം അവതരണക്രമങ്ങളുടെയും ആസ്വാദന രീതികളുടെയുമെല്ലാം തലത്തിൽ വലിയ തോതിലുള്ള പുനർവിഭാവനങ്ങൾക്ക് വിധേയമാകുന്ന കാലയളവാണിത്. ഇരുപതാം നൂറ്റാണ്ടിന്റെ ആദ്യദശകങ്ങളിൽ ദക്ഷിണേന്ത്യൻ സംഗീതത്തിന്റെ രക്ഷാകർത്തൃത്വം ഫ്യൂഡൽ പ്രഭുത്വത്തിൽനിന്നും ആധുനികസഭകളിലേക്ക് പരിണമിച്ചെത്തി. പുതിയ സാങ്കേതികവിദ്യയും ആസ്വാദകസമൂഹവും[29] സംഗീതത്തിന്റെ അവതരണസമ്പ്രദായങ്ങളെ അടിമുടി ഉടച്ചുവാർത്തു. ഭജനസമ്പ്രദായത്തിന്റെയും ഭക്തിസംഗീതത്തിന്റെയും വഴിയിലൂടെ ജനപ്രിയമായി ഒരുഭാഗത്തേക്കും സ്വരപ്രസ്താരവും പല്ലവികളും മറ്റുമായി, സങ്കീർണ്ണമായ സാങ്കേതികപ്രയോഗങ്ങളായി, മറുഭാഗത്തേക്കും ഒഴുകിക്കൊണ്ടിരുന്ന പഴയ കർണ്ണാടകസംഗീതം കൃതികളിലും വ്യക്തിഗതമായ അനുഭൂതിയിലും അടിയുറച്ചുനില്ക്കുന്ന പുതിയ 'ക്ലാസിക്കൽ'സംഗീതമായി. വിശാലമായൊരർത്ഥത്തിൽ കർണ്ണാടകസംഗീതത്തിന്റെ ചരിത്രത്തിലെ വിചാരമാതൃകാവ്യതിയാനം (paradigm shift) എന്ന് വിശേഷിപ്പിക്കാവുന്ന പരിവർത്തനങ്ങളിലൂടെയാണ് ഇക്കാലത്ത് അത് കടന്നുപോയത്. ഈ പരിവർത്തന പ്രക്രിയയുടെ കേന്ദ്രവും ദക്ഷിണേന്ത്യൻ 'ക്ലാസിക്കൽ' സംഗീതത്തിന്റെ ദൈവതവുമായി ഉയർന്നുവന്ന പിതൃബിംബമായിരുന്നു 'ത്യാഗരാജ സ്വാമികൾ.'

രണ്ട് : കർണ്ണാടക സംഗീതം - ചരിത്രപരിണാമങ്ങൾ

ദക്ഷിണേന്ത്യൻ സംഗീതത്തിന്റെ പിതൃബിംബമായി ത്യാഗരാജൻ ഇടം നേടിയതിന്റെ പൊരുൾ തിരിയണമെങ്കിൽ കർണ്ണാടക സംഗീതത്തിന്റെ നാലഞ്ച് നൂറ്റാണ്ട് ദൈർഘ്യമുള്ള ചരിത്രപരിണാമത്തിലൂടെ നാം കടന്നുപോകേണ്ടതുണ്ട്. സവിശേഷമായ സാമൂഹ്യസന്ദർഭങ്ങളോട് പ്രതികരിച്ചുകൊണ്ടും രൂപഭാവതലങ്ങളിൽ സ്വയം പുതുക്കിപ്പണിതുകൊണ്ടുമാണ് കർണ്ണാടകസംഗീതം, മറ്റേതൊരു സാംസ്കാരിക വ്യവഹാരവുമെന്നതുപോലെ, ഇരുപതാം നൂറ്റാണ്ടിലേക്ക് എത്തിപ്പെട്ടത്. ഇത്തരം പ്രതികരണങ്ങളുടെയും ആഭ്യന്തര നവീകരണങ്ങളുടെയും അടയാളങ്ങൾ പലപ്പോഴും അങ്ങേയറ്റം പരോക്ഷമായാണ് കർണ്ണാടകസംഗീതത്തിന്റെ സ്വരൂപത്തിലും ഭാവസംസ്കാരത്തിലും ഉൾച്ചേർന്നിട്ടുള്ളത്.

അതുകൊണ്ടുതന്നെ പ്രാചീനതയുടെയും മതാത്മകതയുടെയും പരിവേഷത്തിനകത്ത് നിലകൊള്ളാൻ കർണ്ണാടകസംഗീതത്തിന് പൊതുവെ കഴിയാറുമുണ്ട്. കർണ്ണാടകസംഗീതത്തിന്റെ ചരിത്രപരിണാമങ്ങൾ വേറിട്ടാരാഞ്ഞ് അറിയേണ്ടിവരുന്നതിന്റെ കാരണവും മറ്റൊന്നല്ല.

(പതിനഞ്ചാം ശതകം മുതൽ പത്തൊമ്പതാം ശതകത്തിന്റെ അവസാനം വരെയുള്ള കാലയളവിൽ കർണ്ണാടകസംഗീതത്തിലുണ്ടായ പരിവർത്തനങ്ങളെയും അതിന്റെ പരിണാമപ്രക്രിയയെയും വിശദീകരിക്കാൻ തുടർന്നുവരുന്ന ഭാഗത്ത് ലക്ഷ്മി സുബ്രഹ്മണ്യന്റെ ഗ്രന്ഥത്തിലെ ആശയങ്ങളെയാണ് മുഖ്യമായും ആശ്രയിച്ചിരിക്കുന്നത് (Subrhmanian 2006: 28 - 45).[30] അതുകൊണ്ട് ഈ ഭാഗത്ത് പ്രത്യേകം പരാമർശ സൂചനകൾ നല്കിയിട്ടില്ല. ഇതര ഗവേഷകരുടെ ചില ആശയങ്ങളും ഇതോടൊപ്പം സ്വീകരിച്ചിട്ടുണ്ടെങ്കിലും മേല്പറഞ്ഞ പരിണാമ പ്രക്രിയയെ വിശദീകരിക്കുന്ന അടിസ്ഥാന ചട്ടക്കൂടും ആശയങ്ങളും ലക്ഷ്മി സുബ്രഹ്മണ്യന്റേതാണ്).

ലളിതമായി പറഞ്ഞാൽ മൂന്ന് സവിശേഷഘട്ടങ്ങളെങ്കിലും പിന്നിട്ടാണ് ദക്ഷിണേന്ത്യൻ സംഗീതം ഇരുപതാം നൂറ്റാണ്ടിലേക്ക് എത്തിയത്. പ്രാദേശികമായ അവതരണക്രമങ്ങളുടെയും സംഗീതസംസ്കാരങ്ങളുടെയും സംഗ്രഹമെന്ന നിലയിൽ, കർണ്ണാടകസംഗീതം എന്ന് പ്രത്യേകമായി പേരിട്ടുവിളിക്കാവുന്ന ഒന്നിലേക്കുള്ള പരിവർത്തനദശയാണ് ആദ്യഘട്ടം. *സംഗീതരത്നാകരവും*[31] പുരന്ദരദാസനും ഈ ഘട്ടത്തെ സൈദ്ധാന്തികമായും പ്രായോഗികമായും പ്രതിനിധീകരിക്കുന്നു. പുരന്ദരദാസനിൽനിന്നും ത്രിമൂർത്തികൾ എന്ന് പില്ക്കാലത്ത് വിശേഷിക്കപ്പെട്ട (ഈ വിശേഷണം 1930 കളിലാണ് നിലവിൽവന്നതെന്ന് അമൻദാ വൈഡ്മാൻ) ത്യാഗരാജൻ, മുത്തുസ്വാമി ദീക്ഷിതർ, ശ്യാമശാസ്ത്രി എന്നിവരുടേയും ശരഭോജി രണ്ടാമന്റേയും കാലത്തിലേക്കുള്ള സുദീർഘസഞ്ചാരത്തിന്റെ കാലമാണ് രണ്ടാം ഘട്ടം (പതിനഞ്ച് - പതിനെട്ട് നൂറ്റാണ്ടുകൾ). പദം, വർണ്ണം, കീർത്തനം, സ്വരജതികൾ, കൃതിയുടെ പ്രാരംഭരൂപങ്ങൾ, 72 മേളകർത്താ പദ്ധതി എന്നിങ്ങനെ കർണ്ണാടകസംഗീതത്തിന്റെ അസ്തിവാരങ്ങളായി പരിണമിച്ച മിക്കവിഭാഗങ്ങളും നിലവിൽവരുന്നത് ഇക്കാലത്താണ്. ത്രിമൂർത്തികളിൽ, പ്രത്യേകിച്ചും ത്യാഗരാജനിൽ, ഇത് ഉച്ചസ്ഥായിയിലെത്തുന്നു എന്നുപറയാം. ത്യാഗരാജൻ എന്ന അതീത ബിംബത്തെ കർണ്ണാടക സംഗീതത്തിന്റെ കേന്ദ്രമായി പ്രതിഷ്ഠിച്ച ക്ലാസിക്വല്ക്കരണത്തിന്റെ ഘട്ടമാണ് മൂന്നാമത്തേത്. പത്തൊമ്പതാം ശതകത്തിന്റെ പകുതി മുതലുള്ള ഒരു നൂറ്റാണ്ടാണ് (ഏകദേശം ക്രിസ്തുവർഷം 1850-1950) മൂന്നാം ഘട്ടത്തിന്റെ കാലയളവ്. പഴയ കർണ്ണാടകസംഗീതം മദ്രാസിലെ നാഗരിക മദ്ധ്യവർഗ്ഗത്തിന്റെ നേതൃത്വത്തിൽ 'ക്ലാസിക്കൽ സംഗീത'മായി ഉയിർത്തെഴുന്നേറ്റത് ഈ കാലയളവിലാണ്.

കൃഷ്ണാ നദിക്കും കാവേരിക്കും ഇടയിലുള്ള പ്രദേശത്തിന്റെ സംഗീതമെന്ന നിലയിൽ കർണ്ണാടകസംഗീതം ഭാരതീയസംഗീതത്തിന്റെ ശാഖ

കളിലൊന്നായി നിലകൊള്ളുന്നു എന്നതാണ് പൊതുവിലുള്ള ധാരണ. *സംഗീതരത്നാകര*ത്തിന്റെ പ്രമുഖ വ്യാഖ്യാതാവായ കല്ലിനാഥന്റെ (ക്രിസ്തുവർഷം 15 ാംശതകം) അഭിപ്രായത്തിൽ ഭാരതീയസംഗീതത്തിന്റെ ദാക്ഷിണാത്യശാഖയാണത്. എന്നാൽ നിലവിലുള്ള സംഗീതപ്രയോഗങ്ങളുടെ തെളിവുകൾ മുൻനിർത്തി ആലോചിച്ചാൽ പ്രാദേശികമായ സംഗീതരീതികൾ കൂടിക്കലർന്ന് ദക്ഷിണേന്ത്യൻ സംഗീതത്തിന്റെ പൊതുരൂപം കൈക്കൊണ്ടു എന്നാണ് ചില പില്ക്കാല പഠിതാക്കൾ അഭിപ്രായപ്പെടുന്നത്. തദ്ദേശീയമായ ആരാധനാപാരമ്പര്യങ്ങളും പില്ക്കാല വൈദികമതവും തമ്മിലുള്ള ഇടകലരലാണ് കർണ്ണാടക സംഗീതം എന്ന വകഭേദത്തിന് വഴിതുറന്നതെന്നാണ് ഇത്തരം ഗവേഷകർ പൊതുവെ കരുതുന്നത്. സംഘകാലത്തെ പണ്[32], പാണന്മാർ എന്നിവയും ദക്ഷിണേന്ത്യൻ ഭക്തിപ്രസ്ഥാനവും ശൈവപാരമ്പര്യത്തിലെ തേവാരം കൃതികളുമെല്ലാം പ്രതിനിധീകരിക്കുന്ന ദ്രാവിഡസംഗീതത്തിന്റെ വിഭിന്നധാരകളും ക്രിസ്തുവർഷം അഞ്ച്-ഏഴ് നൂറ്റാണ്ടുകളിലെ പല്ലവ - ചാലൂക്യ ഭരണകാലത്ത് പ്രാബല്യമാർജ്ജിച്ച സംസ്കൃത - വൈദിക പാരമ്പര്യവും തമ്മിലുള്ള വിനിമയങ്ങളിലാണ് ഇതിന് നാന്ദി കുറിക്കപ്പെട്ടത്. മാർഗ്ഗി - ദേശി ഭേദങ്ങൾ ക്രിസ്തുവർഷം ഏഴാം ശതകം മുതലേ പരാമർശവിധേയമാവുന്നുണ്ട്. സംസ്കൃതനാടകം വഴിവന്ന പാഠങ്ങളും സംഗീതപ്രയോഗങ്ങളുമാണ് മാർഗ്ഗിപാരമ്പര്യമായിത്തീർന്നതെങ്കിൽ പ്രാദേശികമായ ഗാനരീതികളാണ് ദേശിപാരമ്പര്യത്തിന് അടിത്തറയായത്. ക്രിസ്തുവർഷം ഒൻപത് - പന്ത്രണ്ട് നൂറ്റാണ്ടുകളിലെ ചോളഭരണകാലത്ത് മാർഗ്ഗി - ദേശി ഭേദങ്ങളെ മുൻനിർത്തുന്ന സംഗീതസംസ്കൃതിയും പ്രയോഗങ്ങളും ഡക്കാൺ മേഖലയിൽ നിലനിന്നുപോന്നതായി ഇപ്പോൾ കരുതപ്പെടുന്നുണ്ട്; അവയെക്കുറിച്ചുള്ള സുനിശ്ചിതമായ സൂചനകൾ ലഭ്യമല്ലെങ്കിലും.

ചോളഭരണത്തിന്റെ തകർച്ചയ്ക്ക് ശേഷം ക്രിസ്തുവർഷം പതിനാലാം ശതകത്തോടെ നിലവിൽ വന്ന വിജയനഗര ഭരണകാലത്താണ് ദക്ഷിണഭാരതത്തോട് ഭൂമിശാസ്ത്രപരമായി ചേർത്തുവയ്ക്കാവുന്ന സുനിശ്ചിത സ്വഭാവമുള്ള ഒരു സംഗീതപദ്ധതി രൂപംകൊള്ളുന്നത്. ഡക്കാൺ മേഖലയിലെ വിഭിന്ന ജീവിത- സാംസ്കാരിക പാരമ്പര്യങ്ങൾ വിജയനഗരഭരണത്തിൽ (1340 - 1565) കൂട്ടിയിണക്കപ്പെട്ടു. ഇക്കാലത്ത് തെലുങ്ക് ഭരണഭാഷ തന്നെയായി മാറി. തമിഴ് ഭക്തികവിതയും വിജയനഗരത്തിലെ തെലുങ്ക് - ബ്രാഹ്മണ സംസ്കൃതിയും തമ്മിലുള്ള വിനിമയങ്ങൾ പുതിയ രചനാരൂപങ്ങൾക്കും രംഗപ്രയോഗങ്ങൾക്കുമെല്ലാം ജന്മം നല്കി. പതിനാലാം ശതകത്തിൽ ജീവിച്ചിരുന്ന വിദ്യാരണ്യന്റെ (ജനനം 1320 എ ഡി) *സംഗീതസാരം* ഈ പുതിയ സന്ദർഭത്തിന്റെ സംഗീതശാസ്ത്രപരമായ സംഗ്രഹമാണെന്ന് വിശദീകരിക്കപ്പെടുന്നു.

വിജയനഗരകാലത്താണ് കർണ്ണാടകസംഗീതത്തിലെ പ്രമുഖ വിഭാഗമായി 'പ്രബന്ധം' ഉയർന്നുവരുന്നത്. ഹിന്ദുസ്ഥാനിയിലെ ദ്രുപദിന്റെ

യും കർണ്ണാടകസംഗീതത്തിലെ കൃതികളുടെയും പൂർവ്വരൂപം എന്ന നിലയിലാണ് പ്രബന്ധം വിവരിക്കപ്പെടുന്നത്. അക്കാലത്ത് നിലവിലുള്ള സംഗീതരൂപങ്ങളിൽനിന്ന് വ്യത്യസ്തമായി പ്രബന്ധത്തിൽ സാഹിത്യ പാഠവും സംഗീതപ്രയോഗവും തമ്മിലുള്ള ചേർച്ച കൂടുതൽ പ്രബല മായിരുന്നു. അതുകൊണ്ടുതന്നെ രാഗതാളപ്രയോഗങ്ങൾക്ക് കൂടുതൽ പ്രയോഗക്ഷമത കൈവരിക്കാനും വികാസമാർജ്ജിക്കാനും കഴിയുന്ന സംഗീതവിഭാഗങ്ങളിലൊന്നായി പ്രബന്ധം മാറി. ഗ്രാമം[33], മൂർച്ഛന[34] തുട ങ്ങിയവയെ കേന്ദ്രീകരിച്ചുകൊണ്ടുള്ള മുൻകാലപ്രയോഗക്രമങ്ങളിൽനിന്ന് പുതിയ രാഗമേള ക്രമത്തിലേക്കുള്ള സംക്രമണത്തിന്റെ ഘട്ടമായി ഇതി നെ കാണാം. വളരെ വൈകാതെ ഗ്രാമ - മൂർച്ഛനകൾ അപ്രത്യക്ഷമാ കുകയും കാവേരി - കൃഷ്ണാ തടങ്ങളിലെ സംഗീതമെന്ന നിലയിൽ രാഗമേളപാരമ്പര്യം ഉയർന്നുവരികയും ചെയ്തു. ഈ പരിവർത്തനപ്രക്രി യയുടെയും ഉദ്ഗ്രഥനത്തിന്റെയും സംഗ്രഹസ്ഥാനമായാണ് പുരന്ദര ദാസൻ (1484 - 1564) ഇപ്പോൾ വിലയിരുത്തപ്പെടുന്നത്. കർണ്ണാടക സംഗീ താഭ്യസനത്തിനുള്ള ക്രമങ്ങൾ ചിട്ടപ്പെടുത്തുകയും ഗീതങ്ങൾ, അഭ്യാസ ഗാനങ്ങൾ തുടങ്ങിയവയെല്ലാം രചിക്കുകയും ചെയ്ത പുരന്ദരദാസൻ കർണ്ണാടകസംഗീതത്തിന്റെ പില്ക്കാലജീവിതത്തിലേക്കുള്ള വഴി രൂപ പ്പെടുത്തുന്നതിൽ വലിയ പങ്കാണ് വഹിച്ചത്. പില്ക്കാല പാരമ്പര്യത്തിലെ ഏറ്റവും നിർണ്ണായകമായ സ്ഥാനമായി അദ്ദേഹം മാറിത്തീരുകയും ചെയ്തു. സുനിശ്ചിതമായ പ്രയോഗവ്യവസ്ഥകൾക്കും പാഠപാരമ്പര്യങ്ങൾ ക്കുമുള്ളിൽ നിലയുറപ്പിച്ചുകൊണ്ടുതന്നെ നൈസർഗ്ഗികമായ മനോധർ മ്മപ്രയോഗങ്ങളിലേക്ക് വികസിക്കാനുള്ള, കർണ്ണാടകസംഗീതത്തിന്റെ മൗലികസ്വഭാവത്തിന്റെ ആദ്യത്തെ മൂർത്തീകൃതരൂപമെന്ന പദവി പുരന്ദ രദാസന് അവകാശപ്പെട്ടതാണെന്ന് സംഗീത പഠിതാക്കൾ അഭിപ്രായ പ്പെടുന്നുണ്ട്. പുരന്ദരദാസനിലെത്തുന്നതോടെ ക്രമീകൃതവും ചിട്ടപ്പെ ട്ടതുമായ ഒരു പാരമ്പര്യത്തിന്റെയും പ്രയോഗത്തിന്റെയും തലത്തിലേക്ക് കർണ്ണാടകസംഗീതം പരിണമിച്ചെത്തി.

വിജയനഗരസാമ്രാജ്യത്തിന്റെ ശിഥിലീകരണത്തിന് വഴിതുറന്ന തളി ക്കോട്ട യുദ്ധവും (1565) അതിനെത്തുടർന്ന് നിലവിൽ വന്ന തഞ്ചാവൂർ, മധുര, ഇക്കേരി തുടങ്ങിയ മേഖലകളിലെ നായകഭരണവും കർണ്ണാ ടകസംഗീതത്തിന്റെ ചരിത്രപരിണാമത്തിലെ അടുത്ത നിർണ്ണായകസന്ദർ ഭമാണ്. ഈ പ്രവിശ്യകളിലെ, പ്രത്യേകിച്ചും തഞ്ചാവൂരിന്റെ, ഭൗതികാടി സ്ഥാനം താരതമ്യേന പരിമിതവും പടയോട്ടങ്ങൾ വഴി പുതിയ മേഖലകൾ കൈയടക്കാനുള്ള സാദ്ധ്യതകൾ കുറഞ്ഞതുമായിരുന്നതിനാൽ ഇവിട ത്തെ ഭരണാധികാരികൾ സാംസ്കാരിക പാരമ്പര്യങ്ങളുടെ സംരക്ഷ ണത്തിലും പരിപോഷണത്തിലും കൂടുതൽ ശ്രദ്ധ ചെലുത്തി. രഘുനാഥ നായക് (1600 - 1634), വിജയരാഘവ നായക് (1633 - 1673) തുടങ്ങിയ തഞ്ചാവൂരിലെ ഭരണാധികാരികൾ കവികളും സംഗീതജ്ഞരുമായിരുന്നു. പ്രബന്ധങ്ങളും നാടകങ്ങളും രചിക്കുകയും തെലുങ്ക് കൊട്ടാരഭാഷയായി

ഉറപ്പിക്കുകയും ചെയ്ത ഇവരുടെ ഭരണകാലത്ത് തഞ്ചാവൂർ കലയുടെയും വൈജ്ഞാനികതയുടെയും പ്രമുഖ കേന്ദ്രമായി മാറി. ഗോവിന്ദ ദീക്ഷിതരുടെ *സംഗീതസുധ*[35]യും വെങ്കടമഖിയുടെ *ചതുർദണ്ഡിപ്രകാശിക*യും (കുറിപ്പ് 3 കാണുക) രചിക്കപ്പെടുന്നത് ഇവരുടെ സംരക്ഷണത്തിനു കീഴിലാണ്. ശ്രേണീകൃതമായ ഒരു സംഗീതസംസ്കൃതിയുടെ ദൃഢീകരണം ഇക്കാലത്ത് സംഭവിച്ചതായി ലക്ഷ്മി സുബ്രഹ്മണ്യൻ പറയുന്നു. ഒരു ഭാഗത്ത് കൊട്ടാരം കേന്ദ്രീകരിച്ച് സംഗീത ശാസ്ത്രജ്ഞരും ഔപചാരികമായി സംഗീതം അഭ്യസിക്കുകയും പ്രയോഗിക്കുകയും ചെയ്യുന്ന പണ്ഡിതന്മാരും. മറുഭാഗത്ത് ക്ഷേത്രങ്ങളെ കേന്ദ്രമാക്കി നിലകൊള്ളുന്ന സംഗീത - നൃത്ത പ്രായോക്താക്കൾ. ഈ ഇരുതട്ടുകൾക്കിടയിൽ നിലകൊള്ളുകയും കൊട്ടാരത്തിനും ക്ഷേത്രത്തിനുമിടയിലെ വിനിമയസ്ഥാനങ്ങളായി പ്രവർത്തിക്കുകയും ചെയ്ത ദേവദാസികൾ മൂന്നാമതൊരുഭാഗത്ത്. ഇങ്ങനെ തട്ടുതിരിഞ്ഞതും ശ്രേണീബദ്ധവുമായ ഒരു സംഗീതസംസ്കൃതിക്ക് പതിനേഴാം നൂറ്റാണ്ടിലെ നായകഭരണം ജന്മം നല്കി.

തഞ്ചാവൂരിലെ നായകഭരണത്തിനുമേൽ മറാത്തയ്ക്ക് കൈവന്ന വിജയവും തൽഫലമായുണ്ടായ പുതിയ സാംസ്കാരികവിനിമയങ്ങളും മേല്പറഞ്ഞ സംഗീതസംസ്കൃതിയെ പലനിലകളിൽ പുതുക്കിപ്പണിതു. സമ്പ്രദായസംഗീതം ഇക്കാലത്ത് വ്യവസ്ഥപ്പെടുകയും അതിന്റെ രാഗ - താള ക്രമങ്ങൾ കൂടുതൽ നിയാമകത്വം കൈവരിക്കുകയും ചെയ്തു. കൊട്ടാരവും സംഗീതജ്ഞരും തമ്മിൽ ഒരുഭാഗത്തും സംഗീതജ്ഞരും ഭക്തസമൂഹവും തമ്മിൽ മറുഭാഗത്തും നടന്ന വിനിമയങ്ങൾ ദൂരവ്യാപകമായ ഫലങ്ങളാണ് ഉളവാക്കിയത്. സംഗീതാഭ്യസനത്തിന്റെയും ചിട്ടപ്പെടുത്തലിന്റെയും അവതരണത്തിന്റെയും ശാസ്ത്രനിർമ്മിതിയുടെയുമെല്ലാം തലങ്ങൾ വലിയതോതിൽ വികസിക്കുകയും കൊട്ടാരം ഇവയിലെല്ലാം നിർണ്ണായകസ്വാധീനമായി പ്രവർത്തിക്കുകയും ചെയ്തു. ഭരണകൂടത്തിന്റെ പിന്തുണകൊണ്ട് ഒരുഭാഗത്തും സമ്പ്രദായരീതിയിൽ മറുഭാഗത്തും വികസ്വരമായ സംഗീത - സാംസ്കാരികാന്തരീക്ഷം അനവധി സംഗീതജ്ഞർക്കും വാഗ്ഗേയകാരന്മാർക്കും ജന്മംനല്കി. ത്രിമൂർത്തികൾ എന്ന് പില്ക്കാലത്ത് വിളിക്കപ്പെട്ട, കർണ്ണാടകസംഗീതത്തിലെ വാഗ്ഗേയകാരന്മാർ - ത്യാഗരാജൻ, മുത്തുസ്വാമി ദീക്ഷിതർ, ശ്യാമശസ്ത്രി - ഈ കാലയളവിന്റെ സൃഷ്ടികളാണ്. ഇക്കാലത്ത്, ശരഭോജി മഹാരാജാവിന്റെ ഭരണത്തിനുകീഴിൽ തഞ്ചാവൂരിൽ കർണ്ണാടകസംഗീതം പലതരം പരിവർത്തനങ്ങളിലൂടെ കടന്നുപോയി. പാശ്ചാത്യസംഗീതത്തിലും ആധുനികസമ്പ്രദായങ്ങളിലും ഏറെ തല്പരനായിരുന്ന ശരഭോജിയുടെ നേതൃത്വത്തിൽ സ്വരാങ്കനം (notation) ഉൾപ്പെടെയുള്ള കാര്യങ്ങൾ ദക്ഷിണേന്ത്യൻ സംഗീതത്തിൽ പരീക്ഷിച്ചുനോക്കാനുള്ള ശ്രമങ്ങൾ നടക്കുന്നുണ്ട്. മറുഭാഗത്ത് ത്രിമൂർത്തികളുടെ, പ്രത്യേകിച്ചും ത്യാഗരാജന്റെ, സംഗീത പ്രതിഭയിൽ നിന്നും പിറവിയെടുത്ത രചനകൾ അക്കാലംവരെ നിലനിന്ന സംഗീത പാരമ്പര്യത്തെ വലിയതോതിൽ നവീകരിക്കുകയും തേച്ചുമിനു

ക്കുകയും ചെയ്തു. പുരന്ദരദാസൻ മുതലാരംഭിക്കുന്നതായി വിശദീകരിക്കപ്പെട്ടു വരുന്ന സംഗീതപാരമ്പര്യത്തിന് ക്ലാസിക്കൽ ദൃഢതയും വ്യാപ്തിയും കൈവരുന്നത് ഇവരുടെ ഇടപെടലോടെയാണെന്ന് പറയാം. വ്യത്യസ്തമെങ്കിലും പരസ്പരപൂരകമായ നിലയിലാണ് കൊട്ടാരസംഗീതവും ത്രിമൂർത്തികളുടെ വ്യക്തിഗതമായ രചനകളും പത്തൊമ്പതാം ശതകത്തിന്റെ ആദ്യപാദങ്ങളിൽ നിലകൊണ്ടത് എന്നർത്ഥം.

തഞ്ചാവൂർ കൊട്ടാരം കേന്ദ്രമായി അരങ്ങേറിയ സംഗീത പരിഷ്കരണശ്രമങ്ങൾ ചില ജനുസ്സുകളെയും രചനാരീതികളെയും ആധികാരികമായി പരിഗണിക്കുകയും അവയെ ശാസ്ത്രീയ സംഗീത പദ്ധതിയിലെ അടിസ്ഥാനരൂപങ്ങൾ എന്ന നിലയിലേക്ക് ഉയർത്തിക്കൊണ്ടുവരികയും ചെയ്തു. ശരഭോജിമഹാരാജാവിന്റെ നേതൃത്വത്തിൽ നടന്ന സ്വരാങ്കനത്തിന്റെ (notation) പ്രാധാന്യം വ്യക്തമാകുന്നത് ഈ സന്ദർഭത്തിലാണ്. ശരഭോജിയുടെ വ്യക്തിനിഷ്ഠമായ ആഭിമുഖ്യങ്ങൾ എന്നതിനപ്പുറം കർണ്ണാടകസംഗീതത്തിന്റെ ക്ലാസിക്വല്ക്കരണത്തിലേക്കുള്ള നിർണ്ണായകമായ പരിവർത്തനദശ തന്നെയായി ഇതിനെ പരിഗണിക്കേണ്ടതാണ്. 'നിധിചാല സുഖമാ' എന്നാലപിച്ച് കൊട്ടാര സൗഭാഗ്യങ്ങളുടെയും സമ്പദ് സമൃദ്ധിയുടെയും ക്ഷണങ്ങളിൽനിന്ന് അകന്നുനിന്നപ്പോഴും സംഗീത പരിഷ്കരണങ്ങളുടെ ഈ പുതിയ സന്ദർഭത്തോട് ത്യാഗരാജനും പ്രതികരിക്കാതെ പോയില്ല. പ്രാഥമികമായ ചില സ്വരാങ്കനങ്ങൾ അദ്ദേഹവും തന്റെ രചനകൾക്ക് നിർദ്ദേശിച്ചതായുള്ള വിശ്വാസത്തെ ഈ പ്രകരണത്തിൽവേണം വിലയിരുത്താൻ. പാശ്ചാത്യമാതൃകയിലുള്ള ചിട്ടപ്പെടുത്തലുകൾ നടപ്പിൽവരുത്തുക എന്നതിനപ്പുറം തന്റെ വ്യക്തിഗതമായ ശൈലിയുടെ ആധികാരികതയും അനന്യതയും രേഖപ്പെടുത്താനുള്ള ശ്രമമായി ഇതിനെ പരിഗണിക്കണമെന്ന് ലക്ഷ്മി സുബ്രഹ്മണ്യൻ അഭിപ്രായപ്പെടുന്നുണ്ട് (2006:11). ത്യാഗരാജന്റെ പില്ക്കാലതലമുറയെയും ശിഷ്യപരമ്പരയെയും സംബന്ധിച്ച് ഇത് പരമപ്രധാനമായിരുന്നുതാനും. ശൈലീപരമായി കൊട്ടാരസംഗീതത്തിലെ അലങ്കാരങ്ങൾക്കും അഭ്യാസമികവിനും പുറത്താണ് ത്യാഗരാജസംഗീതം നിലകൊണ്ടത്. സാഹിത്യപരമായി അത് ലളിതവും സുഗമവുമായിരുന്നു. അതേസമയം സംഗീതപരമായ വ്യാഖ്യാനങ്ങൾക്കും മനോധർമ്മങ്ങൾക്കും അങ്ങേയറ്റം ഇടംനല്കുന്ന ഒന്നായും ത്യാഗരാജകൃതികൾ നിലകൊള്ളുന്നു. പല്ലവി, അനുപല്ലവി, ചരണം എന്നിങ്ങനെയുള്ള മൂന്നുഭാഗങ്ങളിൽ സംഗതികളും രാഗസഞ്ചാരത്തിലെ അനന്തമായ സാദ്ധ്യതകളും സന്നിവേശിപ്പിക്കപ്പെട്ട ത്യാഗരാജകൃതികൾ ഒരുഭാഗത്ത് രാഗാത്മകതയുടെ സമ്പൂർണ്ണ ശേഷിയെയും മറുഭാഗത്ത് വ്യക്തിപരമായ അനന്യതയുടെ മുദ്രകളെയും ഉൾക്കൊള്ളുന്നവയായിരുന്നു. കൊട്ടാരസംഗീതത്തിന്റെ രൂപപരമായ ചിട്ടകളെ മാനിക്കാത്തതും പലപ്പോഴും അവയെ അട്ടിമറിക്കുന്നതുമായിരുന്നു ത്യാഗരാജസംഗീതം. പ്രഭുത്വത്തിന്റെ സംരക്ഷണത്തെയെന്നപോലെ പ്രഭു-കൊട്ടാരപാരമ്പര്യത്തിന്റെ സംഗീതക്രമങ്ങളെയും കൈയൊഴിഞ്ഞുകൊണ്ടാണ്

ഭക്തിയിലും വ്യക്തിഗതമായ സർഗ്ഗാത്മകതയിലും വേരോടിനില്ക്കുന്ന സംഗീതത്തിന് ത്യാഗരാജൻ രൂപംനല്കിയത്. ആധുനികമായ വൈയക്തികാനുഭൂതികളിലും പരമ്പരാഗതമെന്ന് തോന്നിപ്പിക്കുന്ന ഭക്തിയിലും വേരുറച്ച പുതിയ സംഗീതമായിരുന്നു അത്.

ഈ നിലയിൽ മനസ്സിലാക്കിയാൽ നിലവിലുള്ള പാരമ്പര്യത്തിന്റെ അതിർത്തികളെ വിപുലീകരിച്ചുകൊണ്ടും പുതിയ സംഗീതവിഭാഗങ്ങളെയും പ്രയോഗങ്ങളെയും അതിലേക്ക് വിളക്കിച്ചേർത്തുകൊണ്ടുമാണ് പതിനെട്ടാം ശതകത്തിൽ തഞ്ചാവൂരിൽ കർണ്ണാടകസംഗീതം നിലകൊണ്ടത് എന്ന് വ്യക്തമാവും.[36] ആധുനികതയുടെ പ്രാഗ്‌രൂപം എന്ന് വിശേഷിപ്പിക്കാവുന്ന പല സ്വഭാവസവിശേഷതകളും അത് ഇക്കാലത്ത് കൈവരിച്ചതായി പഠിതാക്കൾ കരുതുന്നു.[37] ത്രിമൂർത്തികളിൽ ഉൾപ്പെട്ട ഓരോരുത്തരും താന്താങ്ങളുടേതായ നിലകളിൽ ഇതിന് വലിയ സംഭാവനകൾ നല്കുകയും ചെയ്തു. മറ്റൊരുനിലയിൽ പറഞ്ഞാൽ ഈ നവീകരണ - വിപുലീകരണ പ്രക്രിയയ്ക്ക് നല്കിയ സംഭാവനകളാണ് അവരെ ത്രിമൂർത്തികൾ എന്ന പദവിയിലേക്ക് (അതിൽ പില്ക്കാലത്തെ മദ്രാസിലെ ദേശീയവാദ - മതാത്മക താല്പര്യങ്ങൾക്ക് വലിയ പങ്കുണ്ടെങ്കിലും) ഉയർത്തിയത്. കൊട്ടാരസംഗീതജ്ഞനായ സോണ്ടി വെങ്കിടരമണയ്യയുടെ ശിഷ്യനായിരുന്നുവെങ്കിലും ത്യാഗരാജൻ കൊട്ടാരത്തിലെ പാട്ടുകാരനായില്ല. ഭക്തിഭാവനയെയും സംഗീതത്തെയും ആഴത്തിൽ വിളക്കിച്ചേർത്ത് സംഗീതത്തെ വ്യക്തിപരമായ അനുഭൂതികളുടെ പ്രകാശനസ്ഥാനം എന്ന പദവിയിലേക്ക് ഉയർത്താൻ ത്യാഗരാജന് കഴിഞ്ഞു. അതേസമയം തന്നെ പഴയ ഭജനസംഗീതത്തെ പുതിയ 'ശാസ്ത്രീയ' സംഗീതത്തിലേക്ക് ഉദ്ഗ്രഥിക്കാനും അദ്ദേഹത്തിന് കഴിഞ്ഞു. ത്യാഗരാജനേക്കാൾ എത്രയോ ഏറിയതോതിൽ പുതിയ നാഗരിക സംഗീതപ്രയോഗങ്ങളുമായി സംവദിച്ചത് മുത്തുസ്വാമി ദീക്ഷിതരാണ്. സംഗതികളിലൂടെ മനോധർമ്മ സംഗീതത്തന്റെ കലാപരമായ സൂക്ഷ്മസാദ്ധ്യതകളാണ് ത്യാഗരാജൻ വികസിപ്പിച്ചതെങ്കിൽ ദീക്ഷിതരുടേത് കൊട്ടാരപാരമ്പര്യം വികസിപ്പിച്ചെടുത്ത സംഗീതശാസ്ത്രത്തിന്റെ കണിശവും ശാസ്ത്രീയവുമായ പ്രയോഗങ്ങളായിരുന്നു. ത്യാഗരാജനും മറ്റും പിൻപറ്റിയ ഗോവിന്ദ്യാചാര്യരുടെ[38] പദ്ധതിയേക്കാൾ വെങ്കടമഖിയുടെ മേളരാഗപദ്ധതിയെ തന്നെ അദ്ദേഹം പിന്തുടർന്നു. കൊട്ടാരവുമായുള്ള ബന്ധം മുത്തുസ്വാമിദീക്ഷിതരെ പാശ്ചാത്യ സംഗീതവുമായും പരിചയത്തിലാക്കി. 'നോട്ടുസാഹിത്യം' എന്ന് വിളിക്കപ്പെട്ടുവരുന്ന അർദ്ധ പാശ്ചാത്യമായ സംഗീതസാഹിത്യത്തിനും അതിന്റെ പ്രയോഗത്തിനും അദ്ദേഹം രൂപംനല്കുകയും ചെയ്തു.[39] ശ്യാമശാസ്ത്രിയുടെ സംഗീതജീവിതം ഇതിൽനിന്നും കുറച്ചൊക്കെ വ്യത്യസ്തമായിരുന്നു. തഞ്ചാവൂരിൽ ശരഭോജി രണ്ടാമന്റെ കൊട്ടാരം സംഗീതജ്ഞനായിരുന്ന ഗോപാലയ്യരിൽനിന്നും സംഗീതം പഠിച്ച ശ്യാമശാസ്ത്രി സംഗീതത്തെയും വൈദികാനുഷ്ഠാനങ്ങളെയും ചേർത്തുനിർത്തിയ ഒരാളായിരുന്നു. പാരമ്പര്യമായി പുരോഹിതവൃത്തിയിലേർപ്പെട്ട

ഒന്നായിരുന്നു ശ്യാമശാസ്ത്രിയുടെ കുടുംബം. ത്യാഗരാജന്റെ സംഭാവന കളോളം സമ്പന്നമല്ല ശ്യാമശാസ്ത്രിയുടെ രചനകൾ. അതേസമയം സ്വര പ്രയോഗങ്ങളെയും താളപ്രയോഗ ങ്ങളെയും അത്യന്തസൂക്ഷ്മതയോടെ കോർത്തിണക്കിയ രചനകളായി ശ്യാമശാസ്ത്രികളുടെ കൃതികൾ ഇപ്പോൾ പരിഗണിക്കപ്പെടുന്നുമുണ്ട്.

മൂന്ന് : ആധുനികത, സാങ്കേതികത, കർണ്ണാടക സംഗീതം

ഇങ്ങനെ, പത്തൊമ്പതാംശതകത്തിന്റെ ആദ്യപകുതി പിന്നിടുമ്പോ ഴേക്കും കർണ്ണാടകസംഗീതം രചനാശേഖരത്തിന്റെ കാര്യത്തിലും പ്രയോ ഗസമ്പ്രദായങ്ങളുടെ കാര്യത്തിലും അസാധാരണമായ വിധത്തിൽ സമ്പ ന്നമായിക്കഴിഞ്ഞിരുന്നു. ഔപചാരികമായി കൊട്ടാരത്തിന് പുറത്തായിരു ന്നെങ്കിലും ത്രിമൂർത്തികളുടെ സ്വാധീനം കൊട്ടാരസംഗീതമുൾപ്പെടെ കർ ണ്ണാടകസംഗീതത്തെ അടിമുടി പുതുക്കിപ്പണിയുകയും ചെയ്തു. കൊട്ടാ രത്തിലും പുറത്തുമായി സംഗീതപ്രയോക്താക്കൾ വൻതോതിൽ പെരുകി. അതേസമയംതന്നെ ബ്രിട്ടീഷ് ആധിപത്യം സംഗീതത്തിന് ലഭിച്ചിരുന്ന പഴയ രാജ - പ്രഭു പരിപോഷണത്തെ ദുർബ്ബലമാക്കുകയോ പലപ്പോഴും ഇല്ലാതാക്കുക തന്നെയോ ചെയ്തു. തഞ്ചാവൂർ ഉൾപ്പെടെയുള്ള കൊട്ടാ രങ്ങളിൽനിന്ന് കൊളോണിയൽ ഭരണകേന്ദ്രമായ മദ്രാസിലേക്ക് കർണ്ണാ ടകസംഗീത ത്തിന്റെ കേന്ദ്രം മാറുന്നത് ഈ പശ്ചാത്തലത്തിലാണ്. 1850 കൾ മുതൽക്കേ കൊട്ടാരങ്ങളിൽനിന്നും പ്രഭുമന്ദിരങ്ങളിൽനിന്നും ഗായ കർ പതിയെപ്പതിയെ മദ്രാസിലേക്ക് നീങ്ങിത്തുടങ്ങുന്നുണ്ട്. 1870 കളിൽ ഇത് ശക്തമാവുകയും മദ്രാസ് നഗരത്തിലെ ഉദ്യോഗസ്ഥവൃന്ദത്തിന്റെ പിന്തുണയോടെ പുതിയൊരു സംഗീത - ജീവിതസന്ദർഭത്തിലേക്ക് അവർ എത്തിപ്പെടുകയും ചെയ്തു. ഭാഷ്യം അയ്യങ്കാരെപ്പോലുള്ള പ്രഗല്ഭരായ അഭിഭാഷകർ, ദിവാൻ ബഹദൂർ രഘുനാഥറാവു വിനെപ്പോലുള്ള ഉന്നത ഉദ്യോഗസ്ഥർ തുടങ്ങിയവരൊക്കെ കർണ്ണാടകസംഗീതത്തിന്റെ പുതിയ രക്ഷാധികാരികളായി. ‘ഗായൻ സമാജ്’, ‘തഞ്ചാവൂർ സംഗീതവിദ്യാമഹാ ജനസംഘം’ തുടങ്ങിയ സ്ഥാപനങ്ങൾ നിലവിൽ വരികയും മേല്പറഞ്ഞ വർ ഉൾപ്പെടെയുള്ള ധാരാളംപേർ സംഗീതസംവാദങ്ങളിൽ പങ്കാളിക ളാവുകയും ചെയ്തു. ഇതിനുമുൻപുതന്നെ തഞ്ചാവൂർ, മധുര, രാമനാട്, എത്തയപുരം, മൈസൂർ, മദ്രാസ് എന്നീ കേന്ദ്രങ്ങളിലൂടെയുള്ള സംഗീത വിനിമയങ്ങൾ താരതമ്യേന ഏകീകൃതവും ഏകാത്മകവുമായ ഒരു സംഗീ തസംസ്കാരത്തിന് ജന്മം നല്കിയിരുന്നു. ത്യാഗരാജന്റെ ശിഷ്യപരമ്പര ഈ പ്രക്രിയയിൽ നിർണ്ണായകമായ പങ്കുവഹിക്കുകയും ചെയ്തു. ഹരികഥാകാലക്ഷേപം പോലുള്ള പുതിയ സംഗീതപ്രയോഗരൂപങ്ങൾ ഇക്കാലത്ത് പ്രാബല്യമാർജ്ജിച്ചു. കർണ്ണാടകസംഗീതത്തിന്റെ അത്യന്തം ജനകീയമായ പ്രയോഗസ്ഥാനങ്ങളിലൊന്നായിരുന്നു അത്. ഇങ്ങനെ ഒരു ഭാഗത്ത് ജനപ്രിയരൂപങ്ങളിലൂടെയും മറുഭാഗത്ത് സംഗീതസഭകളിലൂ ടെയും കർണ്ണാടകസംഗീതം പത്തൊമ്പതാംനൂറ്റാണ്ടിന്റെ അവസാന

ത്തോടെ പുതിയ ഒന്നായിത്തീർന്നു. മൈക്രോഫോൺ ഉൾപ്പെടെയുള്ള സാങ്കേതിക സജ്ജീകരണങ്ങളുടെയും, സഭകളിലെ പൊതു ആസ്വാദകസമൂഹത്തിന്റെയും രംഗപ്രവേശം ഈ പരിവർത്തനപ്രക്രിയയ്ക്ക് ഗതിവേഗം വർദ്ധിപ്പിക്കുകയും ചെയ്തു.

തഞ്ചാവൂരിൽനിന്ന് മദ്രാസ് നഗരത്തിലേക്കും മൈസൂർ, എത്തയപുരം, രാമനാട്, തിരുവിതാംകൂർ തുടങ്ങിയ കൊട്ടാരങ്ങളിലേക്കുമുള്ള കർണ്ണാടകസംഗീതത്തിന്റെ വ്യാപനത്തോടൊപ്പം പുതിയ ഒരു ആസ്വാദകസമൂഹത്തിന്റെ രംഗപ്രവേശവും ഉണ്ടായ കാര്യം സംഗീതപഠിതാക്കൾ പ്രത്യേകം പരാമർശിക്കുന്നുണ്ട്. പത്തൊമ്പതാം നൂറ്റാണ്ടിന്റെ അവസാന ദശകങ്ങളിൽ മേല്പറഞ്ഞ കേന്ദ്രങ്ങളിൽ, പ്രത്യേകിച്ചും കൊളോണിയൽ ഭരണകേന്ദ്രമായ മദ്രാസ് നഗരത്തിൽ, പുതിയ മദ്ധ്യവർഗ്ഗവിഭാഗം പ്രാബല്യം നേടിയിരുന്നു. മുൻപ് സൂചിപ്പിച്ചതുപോലെ കൊളോണിയൽ വിദ്യാഭ്യാസത്തിന്റെയും ഭരണസംവിധാനത്തിന്റെയും ഗുണഭോക്താക്കളും മുഖ്യമായും മേൽജാതി സവർണ്ണവിഭാഗങ്ങളിൽ നിന്ന് വന്നവരുമായിരുന്നു അവർ. കലയോടും സംസ്കാരപാരമ്പര്യത്തോടും വ്യത്യസ്തമായ നിലപാടുകളാണ് അവർ വച്ചുപുലർത്തിയിരുന്നത്. കലകളുടെ സംരക്ഷകരായി നിലകൊണ്ട മുൻകാല ഭരണാധികാരികളിൽനിന്ന് വ്യത്യസ്തമായി കൂടുതൽ വൈകാരികവും വ്യക്തിപരവുമായ ആഭിമുഖ്യമാണ് സംഗീതത്തോട് ഇവർ പുലർത്തിയിരുന്നത്. തങ്ങളുടെ സ്വത്വസംസ്ഥാപനത്തിന്റെ ഉപാധികളി ലൊന്നായാണ് ഈ അഭിജാത മദ്ധ്യവർഗ്ഗം ക്ലാസിക്കൽ കലകളെ പരിഗണിച്ചത് എന്നുപറയാം. കോളനിവാഴ്ചയുടെ സന്ദർഭത്തിൽ, അധിനിവേശത്തിന്റെ കടന്നാക്രമണങ്ങൾക്ക് വിധേയമാകാത്ത വിശുദ്ധവും ആദ്ധ്യാത്മികവുമായ ഒരു അനുഭവസ്ഥാനമായിരുന്നു ഇവർക്ക് സംഗീതം. പാശ്ചാത്യവിദ്യാഭ്യാസവും ആധുനിക വ്യക്തിബോധവും പാരമ്പര്യത്തെക്കുറിച്ചുള്ള പുതിയ ധാരണകളും കൂടിക്കലർന്ന ആസ്വാദനസന്ദർഭവും ഭാവുകത്വവുമാണ് ഈ അഭിജാത മദ്ധ്യവർഗ്ഗം പങ്കുവച്ചിരുന്നത്. ശിഷ്യപരമ്പര വഴിയുള്ള ത്യാഗരാജസംഗീതത്തിന്റെ വ്യാപനം ഈ മദ്ധ്യവർഗ്ഗത്തിന്റെ ആസ്വാദനത്തിലും അനുഭൂതിയിലും വലിയ സ്വാധീനം ചെലുത്തി. കൊളോണിയൽ നഗരകേന്ദ്രങ്ങളിൽ പാർപ്പുറപ്പിക്കുകയും പാശ്ചാത്യ വിദ്യാഭ്യാസമാർജ്ജിക്കുകയും പുതിയ ഭരണപദവികളിലേക്ക് നീങ്ങുകയും ചെയ്യുമ്പോൾത്തന്നെ തങ്ങളുടെ 'കളങ്കരഹിതമായ' സവർണ്ണസാംസ്കാരിക പാരമ്പര്യത്തെ, പ്രത്യേകിച്ചും അതിന്റെ ഉത്തമാവിഷ്കാരമായി അവർ പരിഗണിച്ചിരുന്ന കർണ്ണാടക സംഗീതത്തെ, ഈ അഭിജാതമദ്ധ്യവർഗ്ഗം ഉയർത്തിപ്പിടിച്ചു. ത്യാഗരാജസംഗീതമായിരുന്നു അവരെ സംബന്ധിച്ചിടത്തോളം ഈ പുതിയ അനുഭൂതിലോകത്തിന്റെ കേന്ദ്രങ്ങളിലൊന്ന്. അധികാരത്തിനും സമ്പത്തിനും ഭൗതികാസക്തികൾക്കും കീഴ്പ്പെടുത്താനാവാത്ത വിശുദ്ധാനുഭൂതിയുടെ പ്രതീകവും പ്രയോഗവുമായിരുന്നു അവരെ സംബന്ധിച്ചിടത്തോളം ത്യാഗരാജസംഗീതം.

മുകളിൽ സൂചിപ്പിച്ചതുപോലെ, പത്തൊമ്പതാം നൂറ്റാണ്ടിന്റെ അവസാനത്തോടെ ക്ലാസിക്കൽ സംഗീതത്തിന്റെയും നൃത്തത്തിന്റെയും പരമ്പരാഗതമായ രക്ഷാധികാരത്തിൽ വലിയ മാറ്റങ്ങളാണുണ്ടായത്. പഴയ പ്രഭുമന്ദിരങ്ങളിൽനിന്നും രാജസദസ്സുകളിൽനിന്നും പുതിയ സഭകളിലേക്ക് സംഗീതം നീങ്ങിത്തുടങ്ങിയതോടെ പുതിയ ഒരു ആസ്വാദകസമൂഹവും ഉയർന്നുവന്നു. ഇവരുടെ മുൻകൈയിൽ നിലവിൽവന്ന അവതരണ - ആസ്വാദനക്രമങ്ങൾ പാരമ്പര്യത്തിന്റെ വീണ്ടെടുപ്പ് എന്ന നിലയിൽ കൂടിയാണ് അരങ്ങേറിയത്. കർണ്ണാടകസംഗീതത്തിന്റെ ആധുനികരൂപം പാരമ്പര്യത്തിന്റെയും ആധുനികരൂപമായിരുന്നു എന്നർത്ഥം. 1927 ൽ മദ്രാസിൽ ചേർന്ന കോൺഗ്രസ് സമ്മേളനത്തിന്റെ ഭാഗമായി സംഘടിക്കപ്പെട്ട മ്യൂസിക് കോൺഫറൻസും തുടർന്ന് 1928 ൽ സ്ഥാപിക്കപ്പെട്ട മദ്രാസ് മ്യൂസിക് അക്കാദമിയും ഇത്തരത്തിലുള്ള പുതിയ പാരമ്പര്യനിർമ്മിതിയുടെ ചരിത്രത്തിലെ പരിസമാപ്തിമുഹൂർത്തങ്ങളാണ് എന്നുപറയാം. സംഗീതവും നൃത്തവും കുലത്തൊഴിലാക്കിയ പരമ്പരാഗത വിഭാഗങ്ങളിൽനിന്ന് ഇതിനെതിരെ വലിയ വിമർശനങ്ങളും എതിർപ്പുകളുമെല്ലാം ഉയർന്നുവന്നിരുന്നുവെങ്കിലും അവയൊന്നും കാര്യമായ ഫലമുളവാക്കിയില്ല. വിപുലവും മദ്ധ്യവർഗ്ഗാടിസ്ഥാനത്തിലുള്ളതുമായ ദേശീയപാരമ്പര്യത്തിന്റെ ആവിഷ്കാരങ്ങളെന്ന നിലയിൽ ഈ എതിർപ്പുകളെയെല്ലാം മറികടന്നുകൊണ്ട്, ക്ലാസിക്കൽ നൃത്ത - സംഗീത പാരമ്പര്യം പുനർനിർവ്വചിക്കപ്പെടുകതന്നെ ചെയ്തു.

ഇത്തരമൊരു പുനർനിർവ്വചനത്തിന് വഴിതുറന്നു കൊടുക്കുന്ന വിധത്തിൽ, ഇരുപതാം നൂറ്റാണ്ടിന്റെ പ്രാരംഭദശകങ്ങളിൽ, സംഗീതപ്രയോഗത്തിന്റെയും സംഗീതാസ്വാദനത്തിന്റെയും തലങ്ങളെ വലിയ തോതിൽ പുതുക്കിപ്പണിയാൻ പോന്ന ചില സാങ്കേതിക പരിവർത്തനങ്ങൾ അരങ്ങേറുകയുണ്ടായി. മൈക്രോഫോണിന്റെ വരവാണ് അതിൽ പരമപ്രധാനമായ ഒന്ന്. കർണ്ണാടകസംഗീതത്തിന്റെ പ്രകൃതത്തെയപ്പാടെ ഇത് മാറ്റിമറിച്ചതായി ഇപ്പോഴത്തെ പ്രമുഖ കർണ്ണാടക സംഗീതജ്ഞരിലൊരാളായ ടി എം കൃഷ്ണ പറയുന്നുണ്ട് (2013: 404). ഒരുഭാഗത്ത് പാട്ടുകാരുടെ സംഗീതാത്മകതയെയും മറുഭാഗത്ത് ആസ്വാദകരുടെ അനുഭവലോകത്തെയും ഇത് ഒരുപോലെ മാറ്റിമറിച്ചു. ലളിതമായി പറഞ്ഞാൽ പാട്ടുകാർക്ക് അവരുടെ സ്വാഭാവിക ശബ്ദത്തിലും സ്ഥായിയിലും പാടാൻ മൈക്രോഫോൺ വഴിതുറന്നു കൊടുത്തു. മുഴുവൻ ശ്രോതാക്കൾക്കും കേൾക്കാനാവുന്നവിധം പാടുന്നതിന് കൂടുതൽ ശ്രദ്ധ നല്കിയിരുന്ന പഴയ ആലാപനരീതിയിൽനിന്ന് ഗായകർ വഴിമാറി. ഇതേസമയത്തു തന്നെയാണ് കൊട്ടാര - പ്രഭുമന്ദിരങ്ങളിൽനിന്ന് നഗരകേന്ദ്രങ്ങളിലെ സഭകളിലേക്ക് സംഗീതാവതരണവേദിയും മാറിവന്നത്. ഇത്തരം സഭകളിലെ ആസ്വാദകസമൂഹം അടിസ്ഥാനപരമായി പഴയ ആസ്വാദകസമൂഹ ത്തിൽ നിന്ന് വ്യത്യസ്തരായിരുന്നു. അഭിജാത - നാഗരിക - മദ്ധ്യവർഗ്ഗത്തിലുൾപ്പെട്ട ഇവരുടെ ധ്യാനാത്മകവും ഏകാന്തവുമായ ആസ്വാദന വിഭവ

മാകാൻ പോന്ന വിധത്തിലുള്ള ആലാപനരീതിക്ക് മൈക്രോഫോണിന്റെ വരവ് കാരണമായി. ശ്രോതാക്കളുമായി ഗാഢവും വ്യക്തിപരവുമായ വൈകാരികഭാവങ്ങൾ പങ്കുവയ്ക്കുന്ന ഇപ്പോഴുള്ള ആലാപനവും ആസ്വാദനവും പുതിയ സംഗീതസന്ദർഭത്തിന്റെ സ്വഭാവമായി. പഴയമട്ടിലുള്ള ആലാപനം പലപ്പോഴും സംഗീതാസ്വാദനത്തിന് വിഘാതമായി പോലും പരിഗണിക്കപ്പെടാൻ തുടങ്ങി. മൈക്രോഫോണിന്റെ രംഗപ്രവേശത്തോടെ കർണ്ണാടകസംഗീതത്തിന്റെ ശബ്ദസംസ്കാരത്തിലുണ്ടായ ഇത്തരം പരിവർത്തനങ്ങളോട് ഒത്തുപോകാൻ പറ്റാത്തതാണ് നാഗസ്വരത്തെ ഒരു അപ്രധാന വാദ്യമാക്കി മാറ്റിയതെന്ന് സംഗീതപഠിതാക്കൾ കരുതുന്നുണ്ട് (നന്ദകുമാർ: 1997). എന്തായാലും മേൽജാതി വിഭാഗങ്ങളിലെ (അഭിജാത - നാഗരിക - മദ്ധ്യവർഗ്ഗം) അംഗങ്ങളായ വ്യക്തികളുടെ ആസ്വാദന വിഭവമായും അവരുടെ സ്വത്വസംസ്ഥാപനത്തിന്റെ ഉപാധിയായും കർണ്ണാടകസംഗീതം മാറിത്തീർന്ന (അതോടൊപ്പം നൃത്ത - സംഗീതമേഖലയിലെ പരമ്പരാഗത വിഭാഗങ്ങൾക്ക് അത് കൈമോശം വന്നതിന്റെയും) ഈ പരിവർത്തനപ്രക്രിയയിൽ മൈക്രോഫോണിന്റെ സാന്നിദ്ധ്യം പ്രധാന പങ്കാണ് വഹിച്ചത്.

ഇതോടൊപ്പം, ഇരുപതാം നൂറ്റാണ്ടിന്റെ ആദ്യപതിറ്റാണ്ടുകളിലുണ്ടായ റെക്കോഡിങ് ഇൻഡസ്ട്രിയുടെ വ്യാപനവും ശബ്ദലേഖന സാങ്കേതികവിദ്യയുടെ വളർച്ചയും കർണ്ണാടകസംഗീതത്തെ സ്വാധീനിക്കുകയുണ്ടായി. മനുഷ്യശബ്ദത്തിന്റെ പുനരുല്പാദനക്ഷമത, കാലത്തിന്റെ ചുരുക്കം എന്നിവ മുതൽ പരമ്പരാഗതമായ ഗുരുസ്ഥാനത്തെ ഗ്രാമഫോണുകളും റെക്കോഡുകളും കൊണ്ട് പകരംവയ്ക്കുന്നതു വരെയുള്ള വൻപരിവർത്തനങ്ങൾ ഇതിന്റെ ഫലമായി ഉണ്ടാകുന്നുണ്ട്. ശബ്ദലേഖനത്തിന്റെയും പ്രക്ഷേപണത്തിന്റെയും സാങ്കേതികവിദ്യ പരമ്പരാഗതമായ സംഗീതാദ്ധ്യയനത്തെയും ആവിഷ്കാരസമ്പ്രദായങ്ങളെയും കേൾവിശീലങ്ങളെയുമെല്ലാം മാറ്റിമറിച്ചു. സംഗീത അവതരണങ്ങളിലെ മുഖാമുഖബന്ധങ്ങൾ ഒഴിവായി എന്നതാണ് ഇതിന്റെ ആദ്യഫലം. സംഗീതജ്ഞർക്കും ആസ്വാദകർക്കുമിടയിൽ അക്കാലം വരെയുണ്ടായിരുന്ന പരസ്പരബന്ധം ശിഥിലമായി. ഇതോടൊപ്പം സംഗീതാവിഷ്കാരങ്ങളുടെ ഗതിവേഗം വൻതോതിൽ വർദ്ധിക്കുകയും ചെയ്തു. റെക്കോഡിങ്ങിന്റെ സാങ്കേതികതയാണ്, പാട്ടുകാരുടെ വൈഭവമല്ല, സംഗീതാവതരണങ്ങളുടെ കാലവും ഗതിവേഗവും നിർണ്ണയിക്കുന്നതിൽ പ്രധാനം എന്നു വന്നു (Weidman 2006:106-120). പാരമ്പര്യത്തെയും വിശുദ്ധിയെയും കുറിച്ചുള്ള ധാരണകളെയാകെ പൊളിച്ചുപണിയാൻ പോന്നതായിരുന്നു ഈ പുതിയ സന്ദർഭം.[40]

ഇത്ര തന്നെയോ, ഇതിനേക്കാളേറെയോ പരമ്പരാഗതബോദ്ധ്യങ്ങളിൽ ഉലച്ചിലുണ്ടാക്കിയ മറ്റൊരു പ്രമേയം സംഗീതലോകത്തിലെ ഗുരുസങ്കല്പത്തിന്റേതാണ്. സാങ്കേതികവിദ്യയുടെ അഭാവമാണ് പരമ്പരാഗതമായ വിശുദ്ധിയുടെയും വിശ്വസ്തതയുടെയും ആധാരമായിരുന്നത്.

ശബ്ദലേഖനം ഈ വിശ്വസ്തതയെ മാറ്റിമറിച്ചു. സവിശേഷ സമ്പ്രദായങ്ങളോടും കലർപ്പറ്റ പാരമ്പര്യത്തോടുമുള്ള വിശ്വസ്തത എന്ന പഴയ ബോധ്യം സാങ്കേതികമായി പുനർനിർവ്വചിക്കപ്പെട്ടു. പൊതുവേദികളിൽ അവതരിപ്പിക്കപ്പെടുകയും ശബ്ദലേഖനം ചെയ്യപ്പെടുകയും ചെയ്യുന്ന സംഗീതം പാരമ്പര്യത്തിന്റെയും വിശ്വസ്തതയുടെയും വഴി നിർണ്ണയിക്കാൻ തുടങ്ങി.[41] ഗുരുവിന്റെ സ്ഥാനം ഗ്രാമഫോൺ കൈയാളാൻ തുടങ്ങുകയും വിശ്വസ്തത സാങ്കേതികമായി നിർണ്ണയിക്കപ്പെടുവാൻ തുടങ്ങുകയും ചെയ്തു എന്നർത്ഥം.

ഭാരതീയസംഗീതത്തിന്റെ ആധുനികീകരണവുമായി ബന്ധപ്പെട്ട ഏറ്റവും നിർണ്ണായക പ്രശ്നങ്ങളിലൊന്നായിരുന്നു ഇത്. ഇരുപതാംനൂറ്റാണ്ടിന്റെ ആദ്യദശകങ്ങളിൽ ഹിന്ദുസ്ഥാനി സംഗീതത്തിലും കർണ്ണാടകസംഗീതത്തിലും അരങ്ങേറിയ ആധുനികീകരണശ്രമങ്ങൾ പ്രാഥമികമായും സംഗീതത്തെ സ്വരാങ്കനം (notation) ചെയ്യാനുള്ള ശ്രമങ്ങളുടേതായിരുന്നു. ഹിന്ദുസ്ഥാനി സംഗീതവേദിയിൽ വിഷ്ണുനാരായണൻ ഭട്ഖാണ്ഡെയുടെയും കർണ്ണാടകസംഗീതവേദിയിൽ ചിന്നസ്വാമി മുതലിയാർ മുതൽ സുബ്ബരാമദീക്ഷിതർ വരെയുള്ളവരുടെയും ശ്രമങ്ങൾ പാശ്ചാത്യമാതൃകയിൽ സംഗീതത്തെ രേഖപ്പെടുത്തുക എന്നതിലൂന്നിക്കൊണ്ടായിരുന്നു. ഇതേസമയത്തു തന്നെയാണ് സംഗീതത്തിന്റെ ശബ്ദലേഖനവും പ്രധാന ചർച്ചാവിഷയമാകുന്നത്. ഇവ രണ്ടും കർണ്ണാടകസംഗീതത്തിന്റെ ആധികാരികതയെയും വിശുദ്ധിയെയും ഇല്ലാതാക്കുന്ന ഘടകങ്ങളായി അക്കാലത്ത് മനസ്സിലാക്കപ്പെടുന്നുണ്ട്. ശബ്ദലേഖനവും സ്വരാങ്കനവും ഇന്ത്യൻ സംഗീതത്തിന്റെ ഹൃദയഭാഷയ്ക്ക് എതിരാണെന്ന് ശക്തമായി വാദിക്കപ്പെട്ടു.

ഗ്രാമഫോൺ റെക്കോഡുകളെയും സ്വരാങ്കനത്തെയും മുൻനിർത്തിയുള്ള പാരമ്പര്യ നഷ്ടഭീതിയുടെ ഏറ്റവും മികച്ച ആവിഷ്കാരങ്ങളിലൊന്നായി 1909 ൽ ആനന്ദകുമാരസ്വാമി എഴുതിയ ലേഖനത്തെ വൈഡ്മാൻ ചൂണ്ടിക്കാണിക്കുന്നു. ഭാരതീയസംഗീതത്തെ ഇതര സംഗീതപാരമ്പര്യങ്ങളിൽനിന്നും ഭിന്നമാക്കുന്ന അടിസ്ഥാന വസ്തുതയായി കുമാരസ്വാമി പരിഗണിച്ചത് ഗമകപ്രയോഗങ്ങ ളെയാണ്.[42] അത് എഴുതപ്പെടാവുന്ന സംഗീതമല്ല. ഗുരുമുഖത്തുനിന്നും ശിഷ്യന്റെ ചെവിയിലേക്ക് പകർന്നു കിട്ടുമ്പോഴേ അത് ആധികാരികമാവൂ. ഭാരതീയസംഗീതത്തെ ഭാരതീയമാക്കുന്ന അടിസ്ഥാനഘടകമാണ് - ഗമകപ്രയോഗങ്ങൾ - സ്വരാങ്കനം (notation) വഴി നഷ്ടപ്പെടുന്നതെന്ന് ആനന്ദകുമാരസ്വാമി കരുതി. അതുപോലെ ഗായകരുടെ ജൈവശരീരവുമായി ബന്ധമില്ലാത്ത കൃത്രിമ ശബ്ദമാണ് ഗ്രാമഫോണുകളിൽനിന്നും ലഭിക്കുന്നത്. ഏറ്റവും പരിപൂർണ്ണമായ സംഗീതം മാനുഷികമായ ശബ്ദത്തിലൂടെ വിനിമയം ചെയ്യപ്പെടുന്നതാണ്. ഗായകരുടെ കൈവിരൽസ്പർശം ഏറ്റവുമധികമുള്ള തന്ത്രിവാദ്യങ്ങളിലാണ് (string instruments) ഉപകരണസംഗീതം ഏറ്റവുമധികം മഹിതമായിരിക്കുന്നത്. പിയാനോയിലും ഹാർമോണിയത്തിലുമെല്ലാ

മുള്ളത് താണതരം സംഗീതമാണ്. ഭംഗിയേറിയ ഗ്രാമഫോണുകൾക്കും യാന്ത്രികമായ വയലിനുകൾക്കും തരംതാണ ഹാർമോണിയത്തിനുമെല്ലാം പിറകെ പോവുന്ന പുത്തൻ പ്രഭുവർഗ്ഗം ഭാരതീയസംഗീതത്തെ നശിപ്പിക്കുകയാണെന്ന് ആനന്ദകുമാരസ്വാമി കുറ്റപ്പെടുത്തി (1981:191).

ഈ നിലയിൽ പുതിയ സാങ്കേതികവിദ്യയും പാശ്ചാത്യസംഗീത സമ്പ്രദായങ്ങളും ഇന്ത്യൻ സംഗീതത്തിന്റെ വിശുദ്ധപദവിയെയും അദ്ധ്യാത്മമൂല്യത്തെയും തകർക്കുകയാണന്ന ശക്തമായ വിമർശനം നിലനില്ക്കെത്തന്നെയാണ് മദ്രാസ് മ്യൂസിക് അക്കാദമിയുടെ രൂപീകരണവും കർണ്ണാടകസംഗീതത്തിലെ സ്വരാങ്കനവും പുതിയ കച്ചേരിസമ്പ്രദായത്തിന്റെ രംഗപ്രവേശവും എല്ലാം നടന്നത്. 1904 ൽ സുബ്ബരാമദീക്ഷിതർ പ്രസിദ്ധീകരിച്ച *സംഗീതസമ്പ്രദായപ്രദർശിനി* കർണ്ണാടകസംഗീതത്തെ പാശ്ചാത്യമാതൃകയിൽ ശാസ്ത്രീയമായി രേഖപ്പെടുത്തുന്നതിനുള്ള വലിയ ശ്രമമായിരുന്നു.[43] 1928 ൽ മ്യൂസിക് അക്കാദമി നിലവിൽ വന്നതു മുതൽ സ്വരാങ്കനസമ്പ്രദായത്തെ അക്കാദമി ശക്തമായി പിന്തുണയ്ക്കുന്നുണ്ട്. ആധുനിക സംഗീതസഭകൾക്കും ആസ്വാദകസമൂഹത്തിനും ഇണങ്ങുന്ന മട്ടിൽ അരിയക്കുടി രാമാനുജ അയ്യങ്കാർ പുതിയ കച്ചേരിസമ്പ്രദായത്തിന് രൂപംകൊടുക്കുന്നതും ഇക്കാലത്താണ്. ഇരുപതാംനൂറ്റാണ്ടിന്റെ ആദ്യദശകത്തിൽ (1900-1910) മാത്രം ഗ്രാമഫോൺ കമ്പനി (പില്ക്കാലത്ത് His Masters Voice - HMV) നാലായിരത്തിലധികം റെക്കോഡിങ്ങുകൾ നടത്തുകയും അതെല്ലാം പുറത്തുകൊണ്ടുവരികയും ചെയ്തു. പാരമ്പര്യശുദ്ധിയെക്കുറിച്ചുള്ള ഉൽക്കണ്ഠകൾ പ്രബലമാവുന്ന സന്ദർഭത്തിൽ തന്നെ സർവ്വതലസ്പർശിയായ പരിവർത്തനങ്ങളിലൂടെ കർണ്ണാടക സംഗീതം കടന്നുപോകുന്നുണ്ടായിരുന്നു എന്നർത്ഥം.

ആധുനികീകരണത്തിന്റെ ഈ സവിശേഷസ്വഭാവവും അതിലുൾച്ചേർന്ന സംഘർഷങ്ങളും കർണ്ണാടക സംഗീതത്തിന്റെ ചരിത്രത്തിൽ അതുവരെയില്ലാത്ത ഒരു പുതിയ സന്ദിഗ്ദ്ധാവസ്ഥയ്ക്ക് ജന്മംനല്കി. ആധുനികീകരിക്കപ്പെടുന്നതോടൊപ്പംതന്നെ പാരമ്പര്യശുദ്ധി നിലനിർത്തണമെന്ന താല്പര്യം കൂടുതൽ കൂടുതൽ പ്രബലമായി. പരമ്പരാഗതവും മതാത്മകവുമായ ഒരു വിശുദ്ധലോകമായി സംഗീതത്തെ പരിഗണിക്കുവാനുള്ള താല്പര്യം ഏറിയേറിവന്നു. പുതിയ ഭൗതികതാല്പര്യങ്ങളാൽ അടിമുടി സ്വാധീനിക്കപ്പെടുമ്പോഴും ഭൗതിക താല്പര്യങ്ങളുടെ കളങ്കങ്ങളിൽനിന്നെല്ലാം അകന്നുനില്ക്കുന്ന ഒരു വിശുദ്ധലോകമാകാൻ കർണ്ണാടകസംഗീതവേദി താല്പര്യപ്പെട്ടു. മദ്രാസ് മ്യൂസിക് അക്കാദമിയുടെയും അക്കാദമി ജേണലിന്റെയും നിരന്തരശ്രമങ്ങളിലൂടെ വികസിച്ചുവന്ന കർണ്ണാടക സംഗീതചരിത്രം പ്രാഥമികമായി ഊന്നൽ നല്കിയത് അതിന്റെ പരിശുദ്ധിക്കും ഇസ്ലാമിക സ്വാധീനത്തിന് പുറത്തുള്ള അതിന്റെ നിലനില്പിലും തന്നെയാണ്. മുസ്ലീം സ്വാധീനത്തിന് വിധേയമാകാതെ നിലകൊണ്ട ഡക്കാൺ മേഖലയുടെയും വിജയനഗരത്തിന്റെയും 'സാം

സ്കാരികമായ അനന്യത' ഈ ചർച്ചകളിൽ നിരന്തരം ഉന്നയിക്കപ്പെട്ടു. ദക്ഷിണേന്ത്യൻ സംഗീതസംസ്കാരത്തിന്റെ നിർമ്മിതിയിൽ വിജയനഗരത്തിനുള്ള സ്ഥാനം കർണ്ണാടകസംഗീത ചർച്ചകളുടെ കേന്ദ്രപ്രമേയമായി. സവിശേഷമായ ഒരു സംഗീത ശൈലിയായി വികസിച്ചുവന്നതിനോടൊപ്പം കർണ്ണാടകസംഗീതം ഭക്തിസംഗീതത്തിന്റെയും കൊട്ടാരസംഗീതത്തിന്റെയും സംഗമസ്ഥാനമായിത്തീർന്നു എന്നതിന് ഈ ചരിത്രവിചാരങ്ങളിൽ വലിയ പ്രാധാന്യം കൈവന്നു. ഈ സംഗീതപദ്ധതിയുടെ ശാസ്ത്രീയവും സാങ്കേതി കവുമായ അടിസ്ഥാനം വെങ്കടമഖിയുടെ മേളരാഗപദ്ധതിയാണെന്ന കാര്യവും പറഞ്ഞുറപ്പിക്കപ്പെട്ടു (Subrahmanian 2006: 88).

ഇങ്ങനെ മനസ്സിലാക്കിയാൽ, സവിശേഷമായ ചില അടിസ്ഥാനങ്ങളിലാണ് ഇരുപതാംനൂറ്റാണ്ടിന്റെ ആദ്യദശകങ്ങളിൽ കർണ്ണാടകസംഗീതം പടുത്തുയർത്തപ്പെട്ടത് എന്ന് വ്യക്തമാവും. ഭക്തിപാരമ്പര്യം, അനിസ്ലാമികത, അനന്യമായ സാങ്കേതിക - ശാസ്ത്രീയ സ്വരൂപം തുടങ്ങിയ അടിസ്ഥാനസങ്കല്പങ്ങൾ കർണ്ണാടകസംഗീതത്തെക്കുറിച്ചുള്ള പില്ക്കാല ധാരണകളുടെ ആധാരമായിത്തീർന്നു. ഇത്തരം ധാരണകളെ മുൻനിർത്തി കർണ്ണാടകസംഗീതം, ഹിന്ദുസ്ഥാനി സംഗീതത്തിൽനിന്ന് വ്യത്യസ്തമായി, മാർഗ്ഗി പാരമ്പര്യത്തിന്റേതാണെന്ന് പ്രഖ്യാപിക്കപ്പെട്ടു. ഈ മാർഗ്ഗിപാരമ്പര്യത്തിന്റെ അടിസ്ഥാനമായി പറഞ്ഞുറപ്പിക്കപ്പെട്ടത് വെങ്കടമഖിയുടെ മേളരാഗ പദ്ധതിയായിരുന്നു. 1930 ൽ മദ്രാസ് മ്യൂസിക്ക് അക്കാദമി സമ്മേളനത്തിൽ നടത്തിയ അധ്യക്ഷപ്രസംഗത്തിൽ മുത്തയ്യഭാഗവതർ ഇക്കാര്യം എടുത്തുപറയുന്നുണ്ട്. ഒട്ടനവധി സംഗീതപണ്ഡിതന്മാരും ഗായകരും വാഗ്ഗേയകാരന്മാരും മേളരാഗപദ്ധതിയുടെ ഈ പ്രമാണപദവിയിൽ സംശയാലുക്കളായിരുന്നു എന്നതാണ് വാസ്തവം. കർണ്ണാടകസംഗീതത്തിന്റെ രാഗാത്മകസ്വരൂപത്തെ സംഗ്രഹിക്കാൻ ഇത്തരമൊരു പദ്ധതിക്ക് കഴിയില്ല എന്നാണ് അവരിൽ പലരും കരുതിയത്. എന്നാൽ കർണ്ണാടകസംഗീതത്തിന്റെ അനന്യതയ്ക്കും ഘടനാപരമായ ദൃഢതയ്ക്കും (structural solidity) വേണ്ടിയുള്ള ദേശീയവാദപരമായ താല്പര്യം ഈ എതിർസ്വരങ്ങളെ കീഴടക്കി. കർണ്ണാടകസംഗീതത്തെ സത്താവാദപരവും മതാത്മകവുമായ ചട്ടക്കൂടിനുള്ളിൽ ഉറപ്പിച്ചെടുക്കുന്നതിൽ ഈ സന്ദർഭവും വ്യവഹാരവും വലിയ വിജയം കൈവരിക്കുകയും ചെയ്തു. ഈ വിജയസന്ദർഭത്തിലെ നായകബിംബമായിരുന്നു 'ത്യാഗരാജസ്വാമികൾ.'

നാല് : ത്യാഗരാജസ്വാമികൾ എന്ന പിതൃബിംബം

ഇരുപതാം ശതകത്തിന്റെ പ്രാരംഭദശകങ്ങളിൽ കർണ്ണാടക സംഗീതത്തിന്റെ അവതരണ-ആസ്വാദനക്രമങ്ങളിലുണ്ടായ പരിവർത്തനങ്ങൾ സംഗീതസഭകൾ കേന്ദ്രീകരിച്ചുള്ള കച്ചേരികളെ കർണ്ണാടക സംഗീതത്തിന്റെ, പ്രത്യേകിച്ചും ദക്ഷിണേന്ത്യൻ സംഗീതത്തിന്റെ പുതിയ കേന്ദ്രമായിരുന്ന മദ്രാസിൽ, പ്രധാന അവതരണ സന്ദർഭമായി മാറ്റിത്തീർത്തു.

കൊട്ടാരങ്ങളെയും പ്രഭുമന്ദിരങ്ങളെയും ക്ഷേത്രസന്നിധികളെയും കേന്ദ്രമാക്കിക്കൊണ്ടുള്ള പഴയ പ്രയോഗ സന്ദർഭങ്ങളപ്പാടെ ഇല്ലാതായില്ലെങ്കിലും (പ്രത്യേകിച്ച് ക്ഷേത്രങ്ങളെ കേന്ദ്രീകരിച്ചുള്ള സംഗീതപരിപാടികൾ) പൊതുവിൽ അവയുടെ മേല്ക്കോയ്മ അവസാനിച്ചു എന്നു പറയാം. സംഗീതത്തിന്റെ രക്ഷാകർത്തൃത്വം രാജാക്കന്മാരിൽനിന്നും പ്രഭുക്കന്മാരിൽനിന്നും പൊതുസമൂഹത്തിലേക്ക് നീങ്ങി. കർണ്ണാടകസംഗീതത്തെ സംബന്ധിച്ചിടത്തോളം ഈ പൊതുസമൂഹത്തിന്റെ ഏറ്റവും പ്രബലമായ ആവിഷ്കാരരൂപമായിരുന്നു സംഗീതസഭകൾ. സംഗീതാവതരണവേദികൾ എന്നതിനപ്പുറം സംഗീതത്തിന്റെ മൂല്യവിചാരത്തിന്റെയും ഗുണദോഷ വിചിന്തനത്തിന്റെയും വേദികളായും ഇവ സ്ഥാനം നേടി.

ഈ പുതിയ അവതരണ-ആസ്വാദന സന്ദർഭവും അതിന്റെ സാംസ്കാരികരാഷ്ട്രീയവും കർണ്ണാടക സംഗീതവേദിയിൽ പുതിയ ചില ശ്രേണീവ്യവസ്ഥകൾക്ക് ജന്മം നല്കിയതായി അമൻദാ വൈഡ്മാൻ പറയുന്നുണ്ട്. ചില വാഗ്ഗേയകാരന്മാർ മറ്റുള്ളവരെക്കാൾ പ്രധാനികളായിത്തീർന്നതും താളത്തിനുമേലെ രാഗം ഉയർന്നുവന്നതും എഴുതപ്പെട്ട രചനകൾക്ക് (compositions) മനോധർമ്മപ്രകടനങ്ങളെക്കാൾ (improvisations) പ്രാധാന്യം കൈവന്നതും ഈ പുതിയ സന്ദർഭത്തിലാണെന്ന് അവർ ചൂണ്ടിക്കാട്ടുന്നു (2006:97). മണിക്കൂറുകൾ നീളുന്ന പല്ലവികൾക്കും അതുവഴിയുള്ള മനോധർമ്മപ്രകടനങ്ങൾക്കും പകരം പല രാഗങ്ങളിലുള്ളതും അതിദീർഘമല്ലാത്തതുമായ കൃതികളിലേക്ക് കച്ചേരികളുടെ അടിസ്ഥാനഘടന പരിവർത്തനപ്പെടുന്നത് ഇക്കാലത്താണ്.[44] ദീർഘമായ രാഗവിസ്താരങ്ങളിലൂടെയും സ്വരപ്രസ്താരങ്ങളിലൂടെയും ലയസംഗീതത്തിലൂടെയും ഗായകർ തങ്ങളുടെ വൈദഗ്ദ്ധ്യം പ്രകടിപ്പിക്കുന്ന പഴയ രീതിക്ക് പകരം കല്പിത സംഗീതത്തിന് - കൃതികൾക്കും കീർത്തനങ്ങൾക്കും - പ്രാധാന്യം നല്കിക്കൊണ്ട് അരിയക്കുടി രാമാനുജ അയ്യങ്കാർ പുതിയ കച്ചേരിപദ്ധതിക്ക് രൂപം നല്കി.[45] സാമാന്യമായി പറഞ്ഞാൽ ഒരു വർണ്ണത്തോടെ ആരംഭിക്കുന്നതാണ് അരിയക്കുടിയുടെ കച്ചേരി. തുടർന്ന് ഏറെ വിസ്തൃതമല്ലാത്ത രാഗാലാപനത്തോടെയും നിരവൽ, കല്പനാസ്വരങ്ങൾ[46] എന്നിവയോടും കൂടി വ്യത്യസ്ത രാഗങ്ങളിലുള്ള ഏതാനും കൃതികൾ, പിന്നീട് രാഗം - താനം - പല്ലവി (ചിലപ്പോൾ അതിന്റെ സ്ഥാനം തനിയാവർത്തനം ഉൾപ്പെടെയുള്ള ഒരു ത്യാഗരാജ കൃതിയുടെ അവതരണം കൈയാളിയെന്ന് വരാം), പിന്നാലെ തേവാരം, തിരുപ്പുഗഴ്, തിരുപ്പാവൈ, പദം, ജാവളി, തില്ലാന, ശ്ലോകം തുടങ്ങിയ താരതമ്യേന ലളിതമായ ഇനങ്ങളിൽ ചിലതിന്റെ അവതരണം. അതോടെ കച്ചേരി അവസാനിക്കുന്നു (ഇന്ദിരാമേനോൻ 2012 : 8 - 9). തനിയാവർത്തനം ഒന്നിലധികം തവണ ഉണ്ടാവുകയും ചെയ്യാം. രണ്ടര - മൂന്ന് മണിക്കൂറിൽ, ഒരു സായാഹ്നവേളയിൽ തുടങ്ങി രാത്രി ഏറെ നീളുംമുൻപേ അവസാനിപ്പിക്കാവുന്ന നിലയിൽ, പുതിയ പൊതുജനസഭകളുടെ ആവശ്യത്തിനുതകുന്ന നിലയിലാണ്, അരിയക്കുടി തന്റെ കച്ചേരിപദ്ധതിക്ക് രൂപം നല്കിയത്.[47]

സാങ്കേതികമായി പറഞ്ഞാൽ 1930 കളോടെ കർണ്ണാടകസംഗീതക ച്ചേരിയുടെ കേന്ദ്രം മനോധർമ്മത്തിൽനിന്നും രചനകളിലേക്ക് (compositions) എത്തിപ്പെട്ടു. ഗായകർ ആലപിക്കുന്ന കൃതികളാണ്, അല്ലാതെ അവതര ണവേളയിലെ മനോധർമ്മപ്രകടനങ്ങളല്ല സംഗീതാവതരണങ്ങൾ ലളിത സംഗീതമാണോ ശാസ്ത്രീയ (ക്ലാസിക്കൽ) സംഗീതമാണോ എന്ന് വേർ തിരിക്കപ്പെടുന്നതിന്റെ അടിസ്ഥാനം എന്നുവന്നു. ഗായകരുടെ മനോധർ മ്മപ്രകടനങ്ങൾക്ക് പുറത്ത്, അവയെ ആശ്രയിക്കാതെ രചനകളെ - മുഖ്യമായും കൃതികളെ - അടിസ്ഥാനമാക്കി നിലകൊള്ളുന്നതാണ് കർ ണ്ണാടകസംഗീതം എന്ന പുതിയ ബോദ്ധ്യം ഈ പരിവർത്തനസന്ദർ ഭത്തിന്റെ സൃഷ്ടിയാണ്. ആധുനികീകരണത്തിന്റെ സന്ദർഭം കർണ്ണാ ടകസംഗീതത്തിലുളവാക്കിയ വിചാര മാതൃകാവ്യതിയാനത്തിന്റെ അടി സ്ഥാനങ്ങളിലൊന്നും ഇതുതന്നെയാണെന്ന് അമൻദാവൈഡ്മാൻ പറയു ന്നു (2006: 97 - 98).

ഈ സവിശേഷ സന്ദർഭത്തിലാണ് 'ത്രിമൂർത്തികൾ' എന്ന സങ്കല്പം കർണ്ണാടകസംഗീതത്തിൽ വേരുപിടിക്കുന്നത്. ദക്ഷിണേന്ത്യൻ സംഗീത ചരിത്രത്തിലെ എണ്ണമറ്റ വാഗ്ഗേയകാരന്മാർക്കുമേൽ ത്യാഗരാജൻ, മുത്തു സ്വാമി ദീക്ഷിതർ, ശ്യാമശാസ്ത്രി എന്നിവർ - അതിൽത്തന്നെ ത്യാഗ രാജൻ - പ്രാമാണികപദവി കൈയാളാൻ തുടങ്ങി. കർണ്ണാടകസംഗീത ത്തിന്റെ ഹൃദയമായി പരിഗണിക്കപ്പെട്ടുതുടങ്ങിയ രചനകളുടെ കർത്താ ക്കൾ എന്ന നിലയിലാണ് ഇവർ ഈ പദവിയിലേക്ക് ഉയരുന്നത്. അതിൽ ത്തന്നെ സംഗീതാത്മകവും സാഹിതീയവും ആദ്ധ്യാത്മികവും മതാത്മ കവുമായ ഭാവതീവ്രത ഏറിനിന്ന കൃതികളുടെ അവതാരകൻ എന്ന നില യിൽ ത്യാഗരാജന്റെ സ്ഥാനം കൂടുതൽ കൂടുതൽ വലുതായി.[48] ത്യാഗ രാജന്റെ കൃതികൾ, പ്രത്യേകിച്ചും അദ്ദേഹത്തിന്റെ പഞ്ചരത്നകൃതികൾ, കർണ്ണാടക സംഗീതവേദിയിലെ മഹിതപാഠങ്ങളായി. ഇരുപതാം നൂറ്റാണ്ടിന്റെ അവസാനമെത്തുമ്പോഴേക്കും കർണ്ണാടകസംഗീതക്കച്ചേരി യിലെ ഒഴിവാക്കാത്ത ഇനങ്ങളിലൊന്നായി അത് മാറിത്തീർന്നു. എന്നുത ന്നെയല്ല, പഞ്ചരത്നകൃതികളുടെ ആലാപനത്തിന് മുൻപോ അതിന് പിന്നാലെയോ ഉള്ള മനോധർമ്മപ്രകടനങ്ങൾ ത്യാഗരാജനോടും ആസ്വാദ കസമൂഹത്തോടുമുള്ള അവഹേളനം പോലുമായി പരിഗണിക്കപ്പെടാൻ തുടങ്ങിയെന്ന് അമൻദാ വൈഡ്മാൻ ചൂണ്ടിക്കാട്ടുന്നുണ്ട് (2006: 99). 1940 കളിൽ ഇത്തരം മനോധർമ്മ പ്രകടനങ്ങൾ എത്രയും സ്വാഭാവികമായി രുന്നുവെങ്കിൽ ഇപ്പോഴത് അനാവശ്യവും അനാശാസ്യവുമായി പരിണ മിച്ചിരിക്കുന്നു.[49]

ത്യാഗരാജകൃതികളുടെ വ്യത്യസ്തപാഠങ്ങളെക്കുറിച്ചുള്ള ആലോ ചനകൾ പ്രധാനമാകുന്നത് ഈ പ്രകരണത്തിലാണ്. പ്രാഥമികമായി വാമൊഴിയായി കൈമാറ്റം ചെയ്യപ്പെട്ടവയാണ് ത്യാഗരാജകൃതികൾ. ത്യാഗ രാജന്റെ ശിഷ്യനായിരുന്ന വാലാജപ്പേട്ട് കൃഷ്ണസ്വാമി ഭാഗവതർ മാത്ര മാണ് ഇവയുടെ സ്വരപ്പെടുത്തിയ രൂപം ത്യാഗരാജന്റെ ജീവിതകാലത്ത്

രേഖപ്പെടുത്തിവച്ചിട്ടുള്ളത്. അതുപോലും രാഗങ്ങളുടെയും താളങ്ങളുടെയും കാര്യത്തിനപ്പുറം ആധികാരികത അവകാശ പ്പെടാവുന്നവയല്ല. പില്ക്കാലത്ത് കർണ്ണാടകസംഗീതത്തിന്റെ ആസ്വാദന - അവതരണ ക്രമങ്ങളിലെല്ലാം വന്നുചേർന്ന വ്യത്യാസങ്ങൾ ഈ രചനകളുടെ പ്രകൃതത്തിലാകെ മാറ്റം വരുത്തി. രാഗം, താളം, സാഹിത്യപാഠം എന്നിവയിലെല്ലാം ഇത്തരം പരിവർത്തനങ്ങൾ അരങ്ങേറുകയും അത് ത്യാഗരാജ കീർത്തനങ്ങളുടെ പാഠഭേദങ്ങൾക്ക് കാരണമാവുകയും ചെയ്തു.[50]

ത്യാഗരാജകീർത്തനങ്ങളെക്കുറിച്ചുള്ള ചർച്ചകളിൽ നിരന്തരമായി ഇടംപിടിക്കുന്ന ഒന്നാണ് ഈ വ്യത്യസ്ത പാഠപാരമ്പര്യവും അത് ജന്മം നല്കിയ ആധികാരികതാപ്രശ്നങ്ങളും. വാലാജാപ്പേട്ട്, ഉമയാൾപുരം, തില്ലെസ്ഥാനം എന്നീ ശിഷ്യപരമ്പരകൾ വഴിയാണ് ത്യാഗരാജകൃതികളുടെ വിഭിന്നപാഠങ്ങൾ നിലനിന്നുപോരുന്നത്. പത്തൊമ്പതാം ശതകത്തിന്റെ അവസാനത്തിൽ ത്യാഗരാജകൃതികൾ ചിട്ടപ്പെടുത്തി പ്രസിദ്ധീകരിച്ച ചിന്നസ്വാമിമുതലിയാർ (*Oriental Music in European Notation* - 1892) തന്നെ ത്യാഗരാജസംഗീതം നിരവധി പരിവർത്തനങ്ങൾക്ക് വിധേയമായിക്കഴിഞ്ഞ കാര്യം, മേല്പറഞ്ഞ പാഠഭേദങ്ങളെ മുൻനിർത്തി, ചൂണ്ടിക്കാണിച്ചിട്ടുണ്ട്. തില്ലെസ്ഥാനം നരസിംഹഭാഗവതർ 1908 ൽ പ്രസിദ്ധീകരിച്ച *ശ്രീ ത്യഗരാജകീർത്തനലു* എന്ന കൃതിയിലും വാലാജാപ്പേട്ട് രാമസ്വാമിഭാഗവതർ രചിച്ച *ശ്രീ ത്യാഗരാജോപനിഷത്തി*ലും (1937) ഇതേ പരാതി ആവർത്തിക്കപ്പെടുന്നുണ്ട്. ഇതുപോലെ മദ്രാസ് മ്യൂസിക് അക്കാദമിയുടെ സമ്മേളനങ്ങളിലെ രാഗ-രാഗലക്ഷണ ചർച്ചകളിലെ പ്രധാന പ്രമേയങ്ങളിലൊന്നും ത്യാഗരാജകീർത്തനങ്ങൾ തന്നെയായിരുന്നു (Rajan 2010:93). ത്യാഗരാജസംഗീതത്തിന്റെ വക്രീകരണത്തിനെതിരായ വിമർശനങ്ങൾ ഇരുപത്തിയൊന്നാം നൂറ്റാണ്ടിലും തുടരുന്നു എന്ന വസ്തുത (*The Hindu* Feb 21 & 28 : 2010 റീത്താരാജൻ ഉദ്ധരിക്കുന്നത്) ഒരു നൂറ്റാണ്ടിലധികം പിന്നിട്ടിട്ടും ത്യാഗരാജകീർത്തനങ്ങളുടെ പാഠഭേദത്തെക്കുറിച്ചുള്ള അവസാനിക്കാത്ത ഉൽക്കണ്ഠകളുടെ തെളിവായി പരിഗണിക്കാവുന്നതാണ്.

വാസ്തവത്തിൽ ഈ പ്രശ്നം രണ്ടുതലങ്ങളിൽ പരിശോധിക്കപ്പെടേണ്ടതുണ്ട്. അതിലാദ്യത്തേത് വ്യത്യസ്ത പാഠങ്ങൾക്ക് വഴിവയ്ക്കുന്ന വിധത്തിലുള്ള ത്യാഗരാജസംഗീതത്തിന്റെ പ്രകൃതവും ഉത്ഭവ - വികാസ പരിണാമങ്ങളുമാണ്. രണ്ടാമത്തേതും ഒരുപക്ഷേ കൂടുതൽ നിർണ്ണായകവുമായ കാര്യം ഈ പാഠഭേദങ്ങളെക്കുറിച്ചുള്ള പില്ക്കാല താല്പര്യങ്ങൾക്ക് പിന്നിലെ പ്രേരണകളെന്ത് എന്നതാണ്. ഇരുപതാം നൂറ്റാണ്ടിൽ കർണ്ണാടകസംഗീതത്തിന്റെ ദൈവതമായി ത്യാഗരാജൻ ഇടംപിടിച്ചതിന് പിന്നിലെ സാമൂഹികവും രാഷ്ട്രീയവുമായ ഘടകങ്ങളിലേക്ക് വെളിച്ചം വീശാൻ ഈ പ്രമേയങ്ങളെക്കുറിച്ചുള്ള ആലോചനകൾക്ക് കഴിയും.

നിത്യപൂജയുടെയും ഉഞ്ഛവൃത്തിയുടെയും ഭാഗമായാണ് ത്യാഗരാജൻ തന്റെ കൃതികൾ ആലപിച്ചതെന്നാണ് പൊതുവെ വിശ്വസിക്കപ്പെ

ടുന്നത്. ത്യാഗരാജൻ ത്യാഗരാജസ്വാമികളായി മാറിയ പില്ക്കാല ജീവചരിത്ര നിർമ്മാണങ്ങളുടെ ഫലമാവാം ഈ ദൈവിക - അദ്ധ്യാത്മ ബന്ധത്തിന്റെ വിളക്കിച്ചേർക്കലെന്ന് സാമൂഹ്യശാസ്ത്രപരിപ്രേക്ഷ്യത്തിലൂടെ ഇക്കാര്യം പഠനവിധേയമാക്കുന്നവർക്ക് കരുതാവുന്നതേയുള്ളൂ. അതിലെ വാസ്തവം എന്തുതന്നെയായാലും ത്യാഗരാജന്റെ സംഗീതം അക്കാലത്ത് നിലനിന്നിരുന്ന ഭജനസംഗീതത്തോടാണ് അടുപ്പം പുലർത്തുന്നത് എന്ന വസ്തുത നിരസിക്കാനാവില്ല.[51] ത്യാഗരാജകീർത്ത നങ്ങളുടെ അടിസ്ഥാനസ്വഭാവമായി വിശദീകരിക്കപ്പെടുന്ന പലതും - ആവർത്തിതസംഗീതം, വിവിധ സന്ദർഭങ്ങളിൽ ഉൾച്ചേർത്തിരിക്കുന്ന മദ്ധ്യമകാലസംഗതികൾ, താളപ്പകർച്ചകൾ തുടങ്ങിയവ- ഭജനസംഗീതത്തിന്റെ സംഭാവനയായി ചൂണ്ടിക്കാണിക്കപ്പെടുന്നു (Rajan 2010 : 96). പല ത്യാഗരാജകൃതികളുടെയും ഭജനരൂപത്തിലുള്ള ലളിതമാതൃകകൾ ഇപ്പോഴും ലഭ്യമാണുതാനും.[52] കച്ചേരികളിൽ നാമിപ്പോൾ കേൾക്കുന്നത് അവയുടെ പുനഃക്രമീകരിക്കപ്പെട്ട പില്ക്കാലപാഠങ്ങളാണ്. ത്യാഗരാജന്റെ ജീവിതകാലത്തുതന്നെ വലിയ പ്രചാരം കൈവന്ന ഈ രചനകൾ ഇരുപതാംനൂറ്റാണ്ടോടെ കർണ്ണാടകസംഗീത കച്ചേരിയുടെ അവിഭാജ്യഭാഗമായി. ശാസ്ത്രീയസംഗീതപദ്ധതിയുടെ മകുടമായി പരിഗണിക്കപ്പെടുന്ന രാഗം താനം പല്ലവിക്ക് പകരംനില്ക്കാൻ പോന്ന ഇനമായിപോലും ത്യാഗരാജകൃതികൾ മാറി. വിസ്തരിച്ചുള്ള രാഗാലാപനം, നിരവൽ, കല്പനാസ്വരങ്ങൾ, തനിയാവർത്തനം എന്നിവയെല്ലാം ഉൾപ്പെടുന്ന ആലാപനങ്ങൾ രാഗം താനം പല്ലവിക്ക് സദൃശമായ സംതൃപ്തിയും നിറവും ഗായകർക്ക് നല്കിത്തുടങ്ങി (Rajan 2010: 97). അതോടൊപ്പം ഭജനസംഗീതത്തിന്റെ സംഘബോധവും വൈകാരികതീവ്രതയും ത്രാസവും പകരുന്നവയായും ത്യാഗരാജകൃതികൾ മാറിത്തീർന്നു.

ത്യാഗരാജസംഗീതത്തിന്റെ ഈ സവിശേഷപ്രകൃതം കർണ്ണാടകസംഗീതത്തിന്റെ ചരിത്രത്തിൽ അടിസ്ഥാനപരമായ വഴിത്തിരിവിന് തന്നെ കാരണമായി. സാങ്കേതികതയും അവതരണപരമായ മികവും മേൽക്കൈ നേടിയിരുന്ന കർണ്ണാടകസംഗീതവേദിയെ കൃതികളിലേക്കും അവയുടെ ഭാവതീവ്രതയിലേക്കും അത് വഴിതിരിച്ചുവിട്ടു. പില്ക്കാലവാഗ്ഗേയകാരൻമാരെയെന്നല്ല, ത്യാഗരാജന്റെ സമകാലികരായ മുത്തുസ്വാമിദീക്ഷിതർ, ശ്യാമശാസ്ത്രി എന്നിവരുടെ സംഗീതത്തെയുൾപ്പെടെ അത് സ്വാധീനിക്കുകയും ചെയ്തു. പില്ക്കാലത്ത് അരിയക്കുടി രാമാനുജ അയ്യങ്കാർ പുതിയ കാലത്തിനും സദസ്സിനും ഇണങ്ങുന്ന മട്ടിൽ കച്ചേരിപദ്ധതി ചിട്ടപ്പെടുത്തിയപ്പോഴെന്നപോലെ, കർണ്ണാടകസംഗീതത്തിന്റെ ചരിത്രത്തിലെ നിർണ്ണായകമായ വഴിത്തിരിവായിരുന്നു അത്. അരിയക്കുടിയുടേത് സാങ്കേതികമായ പുനഃക്രമീകരണമായിരുന്നുവെങ്കിൽ ത്യാഗരാജന്റേത് സ്വകീയവും മൗലികവുമായ സർഗ്ഗവൈഭവത്തിന്റെ പിൻബലംകൊണ്ടുള്ള നവീകരണമായിരുന്നു എന്ന പരമപ്രധാനമായ വ്യത്യാസമുണ്ട്.

ഇങ്ങനെ മനസ്സിലാക്കിയാൽ ത്യാഗരാജകീർത്തനങ്ങളുടെ ഉത്ഭവ

സന്ദർഭത്തിൽനിന്നും ഏറെ വ്യത്യസ്തമായ നിലയിലാണ് അതിന്റെ പില്ക്കാലജീവിതമെന്ന് വ്യക്തമാവും. ഒരുഭാഗത്ത് ഭജനസംഗീതത്തിന്റെ ഭാവതീവ്രതയും സംഘരീതിയും നിലനിർത്തുമ്പോൾ തന്നെ ത്യാഗരാജ കൃതികളുടെ പില്ക്കാലജീവിതം അവയുടെ അടിസ്ഥാനപ്രകൃതത്തെ പുതുക്കിപ്പണിയുകയും ചെയ്തു. സംഗീതസഭകൾ വഴി രൂപപ്പെട്ട പുതിയ ആസ്വാദകസമൂഹത്തിന് കീർത്തനസംഗീതത്തിന്റെ ഭാവതീവ്രത കൂടുതൽ സ്വീകാര്യമായിരുന്നു. സാങ്കേതികജ്ഞാനത്തേക്കാളുപരി ആധുനികമായ ലാവണ്യബോധവും വൈയക്തികമായ ആസ്വാദനപ്രകൃതവും ഉള്ളവരായിരുന്നു പുതിയ കേൾവിസമൂഹത്തിലെ അംഗങ്ങൾ. ഈ കേൾവിസമൂഹത്തിന്റെ സംഗീതമായാണ് ത്യാഗരാജസംഗീതം ഇരുപതാംനൂറ്റാണ്ടിലേക്കെത്തിയത്. ആധുനികമായ അനുഭൂതിലോകത്തോട് കൂടുതൽ കൂടുതൽ ചേർന്നുപോകാൻ കഴിയുന്ന ഭാവലോകങ്ങൾ അതിൽ ഉയർന്നുനിന്നു.

ഇതേസമയം, ആധുനികതയോടൊപ്പം രംഗത്തെത്തിയ ചിട്ടപ്പെടുത്തലുകൾ ത്യാഗരാജകീർത്തനങ്ങളിലും നടക്കുന്നുണ്ടായിരുന്നു. കർണ്ണാടകസംഗീതത്തിന്റെ കുലപതിയായി ത്യാഗരാജൻ ആരാധിക്കപ്പെട്ടു തുടങ്ങിയതോടെ ത്യാഗരാജകൃതികളുടെ വിഭിന്നപാഠങ്ങൾ ഒരു പ്രശ്നമായിത്തുടങ്ങി. ത്യാഗരാജന്റെ രചനകളുടെ പാഠഭേദങ്ങളെക്കുറിച്ച് ചിന്നസ്വാമി മുതലിയാർ തുടങ്ങി ഉയർന്നുകേൾക്കുന്ന പരാതികൾ, വാസ്തവത്തിൽ ഇത്തരമൊരു സന്ദർഭത്തിന്റെ സൃഷ്ടിയാണ്. ഏകകർത്തൃകവും അഖണ്ഡവുമായ ഒരു വിശുദ്ധപാരമ്പര്യമായി ത്യാഗരാജനെ ഉറപ്പിച്ചെടുക്കേണ്ടത് ഈ പുതിയ സന്ദർഭത്തിന്റെ ആവശ്യമായിരുന്നു. ഭജനസംഗീതത്തിൽനിന്നും ത്യാഗരാജസംഗീതത്തിലേക്ക് കടന്നുകയറിയ ബഹുസ്വരാത്മകവും ജനകീയവുമായ സംഗീതസംസ്കാരത്തെ മെരുക്കിയെടുത്ത് ഏകാത്മകമായ പാഠങ്ങളായി ചിട്ടപ്പെടുത്തുന്നതിനിടയിലെ വൈരുദ്ധ്യങ്ങളാണ് ത്യാഗരാജകൃതികളുടെ പാഠഭേദങ്ങളെക്കുറിച്ചുള്ള പരാതികളും ചർച്ചകളും പരിഹാര നിർദ്ദേശങ്ങളുമായി ഉയർന്നുകേട്ടത് എന്നർത്ഥം. പാഠഭേദങ്ങളെ അംഗീകരിക്കുമ്പോൾപോലും അവയുടെ പ്രാധാന്യം കുറച്ചു കാണാനാണ് മിക്കവാറും പഠിതാക്കൾ ശ്രമിക്കുന്നത് എന്നതും ഇതുകൊണ്ടുതന്നെ.

ഇവിടെ ത്യാഗരാജസംഗീതത്തിന്റെയും ആധുനിക കർണ്ണാടകസംഗീതത്തിന്റെതന്നെയും അടിസ്ഥാന സവിശേഷതയായി പരിഗണിക്കപ്പെടുന്ന രാഗാത്മകതയുടെ സാംസ്കാരികരാഷ്ട്രീയം പ്രത്യേകപരിഗണന അർഹിക്കുന്നുണ്ട്. താളത്തിനുമേൽ രാഗത്തിന് കൈവന്ന മേല്ക്കോയ്മയാണ് അരിയക്കുടിവഴി ഉദ്ഘാടനം ചെയ്യപ്പെട്ട കച്ചേരിപദ്ധതിയുടെയും സംഗീതസഭകളിലൂടെ സംസ്ഥാപിതമായ ആധുനിക കർണ്ണാടകസംഗീതത്തിന്റെയും മൗലികമായ സവിശേഷത. മൃദംഗം, ഘടം, ധോലക്, ഗഞ്ചിറ, മോർസിങ്, കൊന്നക്കോൽ[53] എന്നിങ്ങനെ സങ്കല്പിക്കാവുന്ന വാദ്യങ്ങളെയെല്ലാം ഉൾക്കൊള്ളുന്ന, ലയപ്രധാനമായ 'ഫുൾബെഞ്ച്' കച്ചേരികൾ

1930 കളോടെ അപ്രത്യക്ഷമായി. ഇരുപതാംനൂറ്റാണ്ടിന്റെ ആദ്യദശകങ്ങളിൽ ഇവയെല്ലാം കച്ചേരിയുടെ അവിഭാജ്യഭാഗമായിരുന്നു. എന്നാൽ മുപ്പതുകളോടെ ഇത്തരം വാദ്യങ്ങളുടെ മുഴുനീളസാന്നിദ്ധ്യം കച്ചേരിയുടെ ശാസ്ത്രീയ (ക്ലാസിക്കൽ) സ്വഭാവത്തിന് കുറവ് വരുത്തുന്നതായി വിലയിരുത്തപ്പെടാൻ തുടങ്ങി. 'സംഗീത കൊലപാതകം' എന്നുപോലും അവ അപഹസിക്കപ്പെട്ടു.[54] കർണ്ണാടക സംഗീതത്തിൽ പുതുതായി മേൽക്കൈ നേടിയ രാഗാത്മകതയുടെയും വ്യക്തിനിഷ്ഠവും ധ്യാനാത്മകവുമായ ആസ്വാദനത്തിന്റെയും അന്തരീക്ഷത്തിന് വിഘാതമുണ്ടാക്കുന്ന ഒന്നായാണ് ഇവ വിലയിരുത്തപ്പെട്ടത്.

ഇത്തരമൊരു പരിവർത്തനത്തിന് പിന്നിൽ സൗന്ദര്യാത്മകവും അനുഭൂതിപരവുമായ ഘടകങ്ങൾക്കപ്പുറത്തുള്ള ചില പ്രമേയങ്ങളും ഇടംപിടിച്ചിട്ടുണ്ടെന്ന് പില്ക്കാലപഠിതാക്കൾ ചൂണ്ടിക്കാട്ടുന്നുണ്ട്. കർണ്ണാടക സംഗീതവേദിയിലെ താളപ്പെരുക്കങ്ങൾ അടിസ്ഥാനപരമായി ബന്ധപ്പെട്ടിരുന്നത് പെരിയമേളം, ചിന്നമേളം എന്നിവയുമായി ചേർന്നു പ്രവർത്തിച്ച അബ്രാഹ്മണ പാരമ്പര്യങ്ങളോടാണ്. ഇരുപതാം ശതകത്തിന്റെ ആദ്യദശകങ്ങളിൽ രാഗാത്മകസംഗീതവും സംഗീതസഭകൾ വഴിയുള്ള ബ്രാഹ്മണീകൃതമായ ആസ്വാദകസമൂഹവും പ്രാബല്യം നേടിയതോടെ മേല്പറഞ്ഞ താളവാദ്യങ്ങൾ സംഗീതവേദിയിൽനിന്ന് പിൻവാങ്ങാൻ നിർബ്ബന്ധിതമായി.[55] സംഗീതവേദിയിൽ ഇടംപിടിക്കേണ്ട വാദ്യോപകരണങ്ങൾ ഏതെല്ലാമെന്നും സംഗീതവേദിയിൽനിന്നും നാം കേൾക്കേണ്ടതെന്തെല്ലാമെന്നും തീരുമാനിച്ച ഒരു വ്യവഹാര ഘടനയ്ക്കുള്ളിൽത്തന്നെയാണ് എന്താണ് സംഗീതമെന്നും ആരാണ് ഗായകനെന്നുമുള്ള ചോദ്യങ്ങൾക്കും ഉത്തരം തീരുമാനിക്കപ്പെട്ടത് (Weidman 2006 : 102). കർണ്ണാടകസംഗീതത്തിന്റെ നാദസ്വരൂപമായി ത്യാഗരാജൻ വിഭാവനം ചെയ്യപ്പെട്ടത് സംഗീതശാസ്ത്രപരം മാത്രമായ പരിഗണനകളെ മുൻനിർത്തിയല്ലെന്ന വസ്തുതയാണ് ഇവിടെ വ്യക്തമാകുന്നത്. നൂറ്റാണ്ടുകൾ പിന്നിട്ട ഒരു പാരമ്പര്യത്തിൽ നിന്നും ഒരു മഹാനായ വാഗ്ഗേയകാരനെ കണ്ടെത്തുക എന്നതിനപ്പുറത്തുള്ള പല ഘടകങ്ങളും അതിലുൾച്ചേർന്നിരുന്നു. ഒരുഭാഗത്ത് ആധുനികമായ വ്യക്തിഭാവനയുടെയും ധ്യാനാത്മകമായ ആസ്വാദനത്തിന്റെയും ലോകങ്ങളോടും മറുഭാഗത്ത് ബ്രാഹ്മണീകൃതമായ സൗന്ദര്യാത്മകയുക്തികളോടും ഒത്തിണക്കം നേടിയ ഒരു വ്യവഹാരഘടനയ്ക്കുള്ളിലാണ് ത്യാഗരാജൻ എന്ന കുലദൈവതം ഉരുവംകൊണ്ടത് എന്നർത്ഥം.

ത്യാഗരാജസംഗീതത്തിന്റെ ആധുനികമായ സ്വീകാര്യതയ്ക്ക് കാരണമായ വസ്തുതകളിൽ ചിലത് അദ്ദേഹത്തിന്റെ ദിവ്യനാമകീർത്തനങ്ങളെക്കുറിച്ചുള്ള ആലോചനകളിൽനിന്ന് വെളിപ്പെട്ടുകിട്ടും. പഴയ ഭജന സംഗീതത്തിന്റെ താവഴിയിൽ പെടുന്ന രചനകളാണ് ദിവ്യനാമകീർത്തനങ്ങൾ. ആദ്യഘട്ടത്തിൽ ശാസ്ത്രീയ സംഗീതത്തിന്റെ ഭാഗമായി അത് പരിഗണിക്കപ്പെട്ടിരുന്നില്ല. ഭക്തിയെ സംഗീതത്തിന്റെ കേന്ദ്രമാക്കിയ ത്യാഗ

രാജൻ ഉഞ്ഛവൃത്തിയുടെ കൂടി ഭാഗമായാവണം ദിവ്യനാമകീർത്തനങ്ങൾ രചിച്ചത്. ലളിതമായി പറഞ്ഞാൽ ഈശ്വരനാമങ്ങളുടെ അവതരണമാണ് ദിവ്യനാമകീർത്തനങ്ങൾ. പ്രസിദ്ധമായ *വിഷ്ണുസഹസ്രനാമം* വിഷ്ണുവിനെ ആയിരം പേരുകളിൽ സ്തുതിക്കുന്ന നാമസങ്കീർത്തനമാണ്. ഭജനസംഗീതത്തിന് സംഗീതപരമായ പ്രാധാന്യവും മിഴിവും കൈവന്നത് ത്യാഗരാജനിലൂടെ യാണെന്ന് പറയാം. ഭദ്രാചലരാമദാസിന്റെ ഭജനകളുടെ നിഴൽവീണു കിടക്കുന്നതായി ചൂണ്ടിക്കാണിക്കപ്പെടുന്നുണ്ടെങ്കിലും (രവീന്ദ്രനാഥ് 1984:168) ത്യാഗരാജന്റെ ദിവ്യനാമകീർത്തനങ്ങൾ കർണ്ണാടകസംഗീത ചരിത്രത്തിലെ വഴിത്തിരിവിനെ സൂചിപ്പിക്കുന്ന ഒന്നാണ്. രണ്ട് നിലകളിലാണ് ഇത് പ്രാധാന്യമർഹിക്കുന്നത്. അതുവരെ സംഗീത ത്തിലെ രണ്ട് കൈവഴികൾപോലെ നിലകൊണ്ട സംഗീതവിദ്വാന്മാർക്കും ഭാഗവതന്മാർക്കും ഇടയിലുള്ള വിടവ് ത്യാഗരാജനോടുകൂടി അവസാനിച്ചതായി പി സാംബമൂർത്തി പറയുന്നുണ്ട്. സംഗീതവും ഭക്തിയും തമ്മിലുള്ള സമ്പൂർണ്ണമായ ഏകീഭാവം ദക്ഷിണേന്ത്യൻ സംഗീതത്തിന് കൈവരുന്ന സന്ദർഭം ഇതാണ്. പില്ക്കാലത്ത് ദക്ഷിണേന്ത്യൻ സംഗീതത്തിന്റെ അടിസ്ഥാനസ്വഭാവമായി പരിഗണിക്കപ്പെട്ട ഭക്തിഭാവനയുടെ അടിയുറച്ചതും ഇവിടെവച്ചാണെന്നും പറയാം.

ഇത്രതന്നെ പ്രാധാന്യമുള്ള മറ്റൊരുകാര്യം ദിവ്യനാമകീർത്തനങ്ങളുടെ ജനപ്രിയതയാണ്. ലളിതവും സുതാര്യവുമായ ശൈലിയിൽ ഏറ്റവും ജനപ്രീതിയാർജ്ജിച്ച രാഗങ്ങളിലാണ് ദിവ്യനാമകീർത്തനങ്ങൾ ചിട്ടപ്പെടുത്തപ്പെട്ടിട്ടുള്ളത്. വരാളി ഒഴികെ മറ്റൊരു വിവാദിമേളവും ഇവയിൽ കാണുന്നില്ല.[56] ശാസ്ത്രീയമായ രാഗപദ്ധതിയെ കണിശമായി പിന്തുടരുന്നതിന് പകരം തനിക്ക് പരിചിതമായ ഈണങ്ങളെയും വഴക്കങ്ങളെയും ഉപയോഗപ്പെടുത്തുകയാണ് ത്യാഗരാജൻ ചെയ്തതെന്ന് പറയാം. ലളിതമായ സംസ്കൃതത്തിലും തെലുങ്കിലുമായി രചിക്കപ്പെട്ട ദിവ്യനാമകീർത്തനങ്ങൾ വിപുലമായ ഒരു ആസ്വാദക വൃന്ദത്തെ/ഭക്തവൃന്ദത്തെ സംഗീതവുമായി ചേർത്തുനിർത്തി. ഈശ്വരനാമങ്ങളുടെ ആവർത്തനങ്ങൾക്കപ്പുറം ഭക്തിയുടെ താത്ത്വിക മാനങ്ങളെ അഭിസംബോധന ചെയ്യുന്ന സാഹിത്യമാണ് ത്യാഗരാജന്റെ രചനകളിലുണ്ടായിരുന്നത്. ധ്യാനാത്മകം (contemplative) എന്ന് വിശേഷിപ്പിക്കാവുന്ന ഒരു അനുഭവസ്ഥാനത്തേക്കുള്ള ക്ഷണപത്രങ്ങളായിരുന്നു അവ (Sankar 2009 : 1 - 17). സ്തുതികൾക്കപ്പുറം ആത്മാന്വേഷണപരമായ ഉള്ളടക്കം ദിവ്യനാമകീർത്തനങ്ങൾക്ക് നല്കുന്നതിനായി സവിശേഷമായ ഒരു രചനാരീതി ത്യാഗരാജൻ കൈക്കൊണ്ടതായി ദിവ്യനാമകീർത്തനങ്ങളെക്കുറിച്ച് വിപുലമായ പഠനം നടത്തിയ ദിവ്യാശങ്കർ അഭിപ്രായപ്പെടുന്നുണ്ട്. തന്റെ അറുപതോളം കീർത്തനങ്ങളിൽ ത്യാഗരാജൻ അഭിസംബോധന ചെയ്യുന്നത് സ്വന്തം മനസ്സിനെത്തന്നെയാണ്. ആലാപനവേളയിൽ ആത്മീയവും വ്യക്തിഗതവും ആത്മാന്വേഷണപരവുമായ ഒരു അനുഭവതലം അർച്ചനയിലെ പങ്കാളികൾക്ക് ഇതുവഴി കൈവരുന്നു. പലപ്പോഴും സാഹിത്യത്തിന്റെ ധ്വനി

ഭേദങ്ങൾക്ക് ഊന്നൽ നല്കാൻപോന്ന വിധത്തിലുള്ള സംഗതികൾ അദ്ദേഹം ഇവയിൽ അവതരിപ്പിക്കുകയും ചെയ്തു. ഒരേ ഈണത്തിൽ തന്നെ പാടുമ്പോഴും ചരണങ്ങൾക്ക് സംഗീതപരവും സാഹിത്യപരവുമായ സവിശേഷതയും അനന്യതയും കൈവരുന്നതിന് ഇത് കാരണമാകുന്നുണ്ട്. ഇതുവഴി മദ്ധ്യകാല സമൂഹത്തിലെ ഭജനസംഗീതത്തെ ആധുനിക സന്ദർഭത്തോട് ഇണങ്ങിപ്പോകുന്ന വ്യക്തിഗതമായ ആസ്വാദനവിഭവമായി ഉയർത്താൻ ത്യാഗരാജന് കഴിഞ്ഞു എന്നുപറയാം.

ഇങ്ങനെ, അക്കാലംവരെ വിരുദ്ധലോകങ്ങളായി നിലകൊണ്ട അനുഭവമേഖലകളെ ദിവ്യനാമകീർത്തനങ്ങളിലൂടെ ഇണക്കിനിർത്താൻ ത്യാഗരാജന് കഴിഞ്ഞു. പാണ്ഡിത്യവും ഭക്തിയും തമ്മിലും, പണ്ഡിത ന്മാരും ഭാഗവതന്മാരും തമ്മിലും, വ്യക്തിഗതമായ ആസ്വാദനവും ഭജനസംഗീതവും തമ്മിലും, ധ്യാനാത്മകതയും സംഘാവിഷ്കാരവും തമ്മിലും നിലനിന്നുപോന്ന വൈരുദ്ധ്യങ്ങൾക്ക് കുറുകെ നീങ്ങുന്നതായിരുന്നു ദിവ്യനാമകീർത്തനങ്ങളിലൂടെ ത്യാഗരാജൻ ഉദ്ഘാടനം ചെയ്ത സംഗീതാനുഭവം. ത്യാഗരാജനോടുകൂടി ദക്ഷിണഭാരതത്തിൽ ഭജനയുടെ ചരിത്രത്തിൽ ഒരു പുതിയ അദ്ധ്യായം ആരംഭിച്ചതായുള്ള സാംബമൂർത്തിയുടെ അഭിപ്രായത്തിന് പിന്നിലെ യാഥാർത്ഥ്യവും മറ്റൊന്നല്ല.

ത്യാഗരാജനിലൂടെ വികാസം നേടുകയും പൂർണ്ണത കൈവരിക്കുകയും ചെയ്തതായി പലരും കരുതുന്ന 'കൃതി' എന്ന സംഗീതജനുസ്സിന്റെ സവിശേഷതകളും ത്യാഗരാജസംഗീതത്തിന് അതുവഴി കൈവന്ന മൗലികതയും ഇവിടെ പരിഗണിക്കേണ്ടതാണ്. 'കൃതി' എന്ന പദം ത്യാഗരാജന് മുൻപും ധാരാളമായി ഉപയോഗിച്ചുകാണുന്നുണ്ട്. കീർത്തനങ്ങളും പദങ്ങളും പ്രബന്ധങ്ങളും ജാവളികളും മറ്റും ഉൾപ്പെടുന്ന രചനകളെ 'കൃതികൾ' എന്ന് സാമാന്യമായി വിശേഷിപ്പിച്ചുപോരുന്നുണ്ട്. താളപ്പാക്കം അന്നമാചാര്യയും പുരന്ദരദാസനും ഉൾപ്പെടെയുള്ളവർ തങ്ങളുടെ ചില രചനകളിൽ 'കൃതി' എന്നുപയോഗിക്കുന്നതും മേല്പറഞ്ഞ അർത്ഥത്തിലാണ്. ആധുനിക സംഗീത ചരിത്രകാരന്മാർ കൃതികളുടെ യഥാർത്ഥ പ്രയോക്താവായി കണക്കാക്കുന്ന ത്യാഗരാജൻ തന്നെ തന്റെ രചനകളിൽ മേല്പറഞ്ഞ സാമാന്യാർത്ഥത്തിൽ 'കൃതി' എന്നുപയോഗിച്ചിട്ടുമുണ്ട്.[57] എന്നാൽ സവിശേഷമായ ഒരു ഗാനവിഭാഗം എന്ന നിലയിൽ കർണ്ണാടകസംഗീതത്തിലെ കൃതികൾക്ക് ചില വ്യതിരിക്തതകൾ ഉണ്ട്. സ്ഥൂലമായ അർത്ഥത്തിൽ കൃതികൾക്കും കീർത്തനങ്ങൾക്കും തമ്മിൽ വ്യത്യാസമില്ലെങ്കിലും (പല്ലവി, അനുപല്ലവി, ചരണം എന്നിങ്ങനെയുള്ള വിഭജനക്രമം കീർത്തനങ്ങളും കൃതികളും ഒരുപോലെ പിന്തുടരുന്നു) അവയുടെ സൂക്ഷ്മസ്വരൂപങ്ങൾ തമ്മിൽ ഗാഢമായ വ്യത്യാസം നിലനില്ക്കുന്നുണ്ട്. കീർത്തനത്തിൽ നിന്നുത്ഭവിച്ച ഗാനരൂപമാണ് കൃതികളെന്നും കീർത്തനം ക്രിസ്തുവർഷം 1600 ൽത്തന്നെ നിലവിൽ വന്നിരുന്നുവെന്നും കൃതി എന്ന കൂടുതൽ ഉൽക്കൃഷ്ടവും വ്യത്യസ്തവുമായ രൂപഭേദം ക്രിസ്തുവർഷം 1800 നോടടുത്താണ് നിലവിൽ വന്നതെന്നും സംഗീതപണ്ഡിതർ കരുതുന്നു.[58]

കീർത്തനത്തിൽനിന്നും കൃതികളെ വേറിട്ടുനിർത്തുന്ന ചില വസ്തുതകൾ സംഗീതശാസ്ത്രകാരനായ വെങ്കടസുബ്രഹ്മണ്യയ്യർ നിർദ്ദേശിക്കുന്നത് ഇവിടെ ശ്രദ്ധാർഹമാണ്. കീർത്തനം സാഹിത്യപ്രധാനമാണെങ്കിൽ കൃതി സംഗീതപ്രധാനമാണ് എന്നതാണ് ആദ്യവ്യത്യാസമായി അദ്ദേഹം പറയുന്നത്. കീർത്തനത്തിൽ സംഗീതം സാഹിത്യത്തിന് തുണയാവുകയാണെങ്കിൽ കൃതിയിൽ സംഗീതത്തിന്റെ മാദ്ധ്യമമാണ് സാഹിത്യം.[59] കീർത്തനസാഹിത്യം പൊതുവിൽ ദേവസ്തുതികളായിരിക്കും. എന്നാൽ കൃതിയിലെ സാഹിത്യം സാഹിതീയതയുടെ പലതരം സാദ്ധ്യതകളെ ഉൾക്കൊള്ളുന്നു. തത്ത്വചിന്താപരമോ സാരോപദേശപരമോ വർണ്ണനാപരമോ സ്വാനുഭവാവതരണപരമോ ഒക്കെയായി കൃതിയിലെ സാഹിത്യം പരിണമിക്കാം. കീർത്തനത്തിൽ ചരണങ്ങൾക്ക് ധാതുഭേദം കാണില്ലെങ്കിൽ കൃതിയിൽ (ഒന്നിലധികം ചരണങ്ങൾ ഉള്ളപ്പോൾ) ധാതുഭേദം ഉണ്ടാകാം. കീർത്തനത്തിൽ രാഗത്തിന്റെ സാമാന്യസഞ്ചാരങ്ങളേ കാണാനാവൂ. രാഗഭാവം സൂക്ഷ്മസുന്ദരമായി ഇതൾ വിടർന്നുവരാവുന്ന നിലയിൽ രാഗത്തിന്റെ അപൂർവ്വപ്രയോഗങ്ങളും ധ്വനിഭേദങ്ങളും പ്രകടമാവുന്നത് കൃതികളിലാണ്. സംഗതികൾ, ചിട്ടസ്വരം, മദ്ധ്യകാലം, ചൊൽക്കെട്ട്, യമകം, യതി തുടങ്ങിയ അലങ്കാരപ്രയോഗങ്ങളെല്ലാം വ്യാപകമായികാണുന്നതും കൃതികളിലാണ് (വെങ്കടസുബ്രഹ്മണ്യയ്യർ 1990: 132). ഇതോടൊപ്പം കീർത്തനങ്ങൾ സംഘഗാനാലാപനത്തിനാണ് ഉപയുക്ത മാവുന്നതെങ്കിൽ കൃതികൾ വ്യക്തിഗതമായ ആലാപനത്തിനുള്ള ഉപാധികളാണ് എന്ന കാര്യവും ഇവ തമ്മിലുള്ള വ്യത്യാസമായി ചൂണ്ടിക്കാണിക്കാറുണ്ട് (സുനിൽ 2012 : 157).

ത്യാഗരാജസംഗീതത്തിന്റെ മൗലികസ്വഭാവമായും ത്യാഗരാജൻ കർണ്ണാടകസംഗീതത്തിന് നല്കിയ മൗലികസംഭാവനയായും പരിഗണിക്കപ്പെടുന്ന 'സംഗതി'കൾക്കും ഈ സന്ദർഭത്തിൽ പ്രാധാന്യമുണ്ട്. ത്യാഗരാജനു മുമ്പ് 'സംഗതികൾ' എന്ന ഗാനാലങ്കാരം കർണ്ണാടകസംഗീതത്തിന്റെ കേന്ദ്രപ്രമേയമായിരുന്നില്ല. ഒരു കൃതിയുടെ ഏതെങ്കിലും വരികൾ (മിക്കവാറും പല്ലവി) പാടുമ്പോൾ അതിന് കൂടുതൽ രൂപഭംഗിയും ഭാവദീപ്തിയും നല്കാൻവേണ്ടി പടിപടിയായി വളർത്തിക്കൊണ്ടുവരുന്ന മാറ്റങ്ങളാണ് 'സംഗതികൾ' എന്ന് അറിയപ്പെടുന്നത്. ആവർത്തനം തോറും ധാതുവിൽ പടിപടിയായും അങ്ങേയറ്റം സൗന്ദര്യാത്മകമായും വന്നുചേരുന്ന മാറ്റങ്ങളാണത്. സംഗതികളെ അതിസൂക്ഷ്മമായി വികസിപ്പിച്ചെടുക്കുകയും വ്യവസ്ഥപ്പെടുത്തുകയും ചെയ്ത ത്യാഗരാജൻ അതിനെ കർണ്ണാടകസംഗീതത്തിന്റെ ഹൃദയതത്ത്വമാക്കി മാറ്റി എന്നുതന്നെ പറയാം. ഒരേസമയം രണ്ട് അനുഭവമേഖലകളുടെ സംഗമസ്ഥാനങ്ങളാണ് സംഗതികൾ. ഒരുഭാഗത്ത് ആവർത്തനം വഴി കൈവരുന്ന ദാർഢ്യവും മറുഭാഗത്ത് ഓരോ ആവർത്തനവേളയിലും വരുത്തുന്ന സൂക്ഷ്മവ്യതിയാനങ്ങൾ കൊണ്ടുണ്ടാകുന്ന അനന്യതയും. അർത്ഥത്തിന്റെയും

അനുഭൂതിയുടെയും സൂക്ഷ്മഭേദങ്ങൾക്ക് ജന്മംനല്കിക്കൊണ്ട് രാഗശില്പത്തെ ദൃഢീകരിക്കുകയാണ് അവ ചെയ്യുന്നത്. രാഗത്തിന് അനന്തസാദ്ധ്യതകളും ഛായാഭേദങ്ങളും നല്കിക്കൊണ്ട്, ആലാപനത്തിലൂടെ ഇതൾവിടർന്നുവരുന്നവയാണ് സംഗതികൾ. അതേസമയം തന്നെ അവ രാഗത്തിന്റെ വ്യവസ്ഥാപിതമായ ചട്ടക്കൂടുകൾക്കുള്ളിൽത്തന്നെ നിലകൊള്ളുകയും ചെയ്യുന്നു. അതുവഴി ഒരുഭാഗത്ത്, ദിവ്യനാമസങ്കീർത്തനങ്ങളുടെയും ഭജനസംഗീതത്തിന്റെയും സംഘബോധത്തോടും മറുഭാഗത്ത്, ആധുനികമായ വൈയക്തികാനുഭൂതികളോടും വിനിമയങ്ങളിലേർപ്പെടാൻ കഴിവുള്ള ഒന്നായി കർണ്ണാടകസംഗീതം മാറിത്തീർന്നു. പുറമേക്ക് രൂപപരമായ നവീകരണം എന്നുതോന്നാമെങ്കിലും ആധുനികമായ ആസ്വാദനത്തിന്റെയും അനുഭൂതികളുടെയും ലോകങ്ങളോട് കർണ്ണാടകസംഗീതത്തെ ഏറ്റവുമധികം ചേർത്തുനിർത്തുന്നത് സംഗതികളാണ്. അപ്രതീക്ഷിതമായ അനുഭവലോകങ്ങളിലേക്ക് - ആഹ്ലാദപ്രഹർഷങ്ങൾ മുതൽ ധ്യാനാത്മകതയും ആത്മാന്വേഷണങ്ങളും വരെയുള്ള അനുഭവമേഖലകളിലേക്ക് - ആസ്വാദകരെ ഓരോ ആവർത്തനത്തിലും കൊണ്ടുപോകാൻ സംഗതികൾക്ക് കഴിഞ്ഞു.

ത്യാഗരാജസംഗീതത്തിൽ സംഗതികൾക്കുള്ള മറ്റൊരു സവിശേഷസ്വഭാവവും ഇവിടെ പരിഗണിക്കേണ്ടതാണ്. വാസ്തവത്തിൽ, സംഗതികൾ ആദ്യമായി പ്രയോഗിച്ചത് ത്യാഗരാജൻ തന്നെയാണോ എന്നത് സംശയകരമാണ്. ഇക്കാര്യത്തിൽ പഠിതാക്കൾ സംശയം പ്രകടിപ്പിക്കുന്നുണ്ട്. ത്യാഗരാജന് മുമ്പ് പല്ലവി പാടുമ്പോൾ രാഗാലാപനത്തിന് സദൃശമായ രീതിയിൽ മനോധർമ്മസംഗീതംപോലെ, സംഗതികൾ ഉപയോഗപ്പെടുത്തിയിരിക്കാം. എന്നാൽ ത്യാഗരാജൻ സംഗതികളുടെ പ്രയോഗത്തെ വ്യവസ്ഥാപിതമാക്കുകകൂടി ചെയ്തു. ത്യാഗരാജകൃതികൾക്ക് അദ്ദേഹത്തിന്റെ അതിവിപുലമായ ശിഷ്യപരമ്പരയിലൂടെ കൈവന്ന വ്യാപ്തിമൂലം ഈ വ്യവസ്ഥപ്പെട്ട പാഠങ്ങൾക്കും പ്രയോഗക്രമങ്ങൾക്കും കർണ്ണാടകസംഗീതത്തിന്റെ ആധുനികദശയിൽ വലിയ പ്രാധാന്യം കൈവരികയും ചെയ്തു. ഒരർത്ഥത്തിൽ കർണ്ണാടകസംഗീതത്തിന് 'ക്ലാസിക്കൽ' ദൃഢതയും വൈയക്തികമായ അനുഭൂതിയുടെ ലോകങ്ങളും ഒരുമിച്ചു കൈവന്നത് കൃതികളിലും സംഗതികളിലും ത്യാഗരാജൻ നടത്തിയ ഇടപെടലുകൾ വഴിയാണ്. പാരമ്പര്യത്തിൽനിന്ന് തനിക്ക് കൈവന്ന രൂപങ്ങളെയും സങ്കേതങ്ങളെയും ആധുനികമായ ഒരാസ്വാദകസമൂഹത്തിനും സന്ദർഭത്തിനും ഉപയുക്തമാകുന്ന മട്ടിൽ പുനഃക്രമീകരിക്കാൻ ത്യാഗരാജന് കഴിഞ്ഞു.[60] ഈ കഴിവാണ് പില്ക്കാലത്തെ ക്ലാസിക്വല്ക്കരണത്തിന്റെ ഘട്ടത്തിൽ, കർണ്ണാടകസംഗീതത്തിന്റെ നായകബിംബമായി ത്യാഗരാജനെ ഉയർത്തിക്കൊണ്ടുവന്ന സംഗീതശാസ്ത്രപരമായ അടിസ്ഥാനവസ്തുത.

കൃതികളുടെയും സംഗതികളുടെയും മേല്പറഞ്ഞ സവിശേഷതകൾ മുൻനിർത്തി ആലോചിച്ചാൽ ആധുനികമായ ഒരാസ്വാദക സമൂഹത്തിന്റെ

താല്പര്യങ്ങളോട് ഒരുഭാഗത്തും ക്ലാസിക്കൽ എന്ന നിലയിലുള്ള വ്യവസ്ഥാപനരീതികളോട് മറുഭാഗത്തും ഒത്തുപോകാനുള്ള അവയുടെ ശേഷി വ്യക്തമാകും. കേവലസ്തുതികൾക്കു പകരം ജീവിതത്തിന്റെ നാനാ വിതാനങ്ങളെ അഭിസംബോധന ചെയ്യുന്ന പ്രമേയങ്ങളെ (പ്രത്യേകിച്ചും വ്യക്തിഗതമായ അനുഭവലോകങ്ങളെ ഉൾക്കൊള്ളുന്ന പ്രമേയങ്ങളെ) ഏറ്റെടുക്കാനുള്ള കഴിവ്, രാഗഭാവങ്ങളെ ഇതൾവിടർത്തിയെടുക്കുന്ന ആലാപനരീതി വഴി വ്യക്തിഗതവും ധ്യാനാത്മകവുമായ ആസ്വാദനത്തിന്റെ വിഭവമായിരിക്കാനുള്ള ശേഷി, സംഗതികളുടെ സാന്നിദ്ധ്യം വഴി സംഗീത പ്രയോഗത്തിന് കൈവരുന്ന സൂക്ഷ്മസൗന്ദര്യം, സംഘസംഗീതത്തിന് പകരം വ്യക്തിനിഷ്ഠമായ അവതരണത്തിനും ആസ്വാദനത്തിനും നല്കുന്ന ഇടം എന്നിവ വഴി ആധുനികമായ സ്വകാര്യവ്യക്തി സങ്കല്പത്തോടും അത് ജന്മം നല്കിയ ധ്യാനാത്മകതയോടും ചേർന്നുപോകാൻ കൃതികൾക്ക് കഴിഞ്ഞു. കീർത്തനങ്ങൾ പകരുന്ന പറ്റ (സംഘ) ബോധത്തിന് പകരം ഒറ്റയ്ക്കൊരാളുടെ അനുഭൂതിപ്രപഞ്ചത്തെയാണ് കൃതികൾ അഭിസംബോധന ചെയ്യുന്നതെന്ന് പറയാം. ആ നിലയിൽ ആധുനികപൂർവ്വഘട്ടത്തിൽനിന്നും ആധുനികതയിലേക്കുള്ള കർണ്ണാടകസംഗീതത്തിന്റെ പരിവർത്തനത്തെ സംഗ്രഹിക്കുന്ന സംഗീതവിഭാഗമാണ് കൃതി എന്ന പുതിയ ജനുസ്സ്.[61] രൂപത്തെ, ഊറിക്കൂടിനില്ക്കുന്ന ഉള്ളടക്കം (sedimented content) എന്ന് ഇരുപതാംനൂറ്റാണ്ടിലെ സംസ്കാര പഠിതാക്കളിലൊരാൾ വിശേഷിപ്പിച്ചത്[62] കൃതികളെ സംബന്ധിച്ചിടത്തോളം നൂറുശതമാനം സാധുവാണ് എന്നർത്ഥം.

കർണ്ണാടകസംഗീതത്തെ അതിന്റെ മദ്ധ്യകാല ഭജന - കീർത്തന പാരമ്പര്യത്തിൽനിന്ന് പുറത്തു കൊണ്ടുവന്ന് 'ക്ലാസിക്കൽ' എന്ന ആധുനികസങ്കല്പത്തിന് അനുയോജ്യമായ ഒരു ജനുസ്സായി പരിവർത്തനപ്പെടുത്തുന്നതിൽ കൃതികൾ നിർണ്ണായകമായ പങ്കാണ് വഹിച്ചത്. പാരമ്പര്യത്തുടർച്ചയും ശൈലീകൃതവും വ്യവസ്ഥാപിതവുമായ അവതരണക്രമവും ജീവിതത്തിന്റെ ദൈനംദിനത്വത്തിൽനിന്നുള്ള വിടുതിയും ധ്യാനാത്മകമായ ആസ്വാദനത്തിന്റെ വിഭവമായിരിക്കാനുള്ള കഴിവും കൈവന്ന കലാരൂപങ്ങളാണ് ആധുനിക സന്ദർഭത്തിൽ ക്ലാസിക്കൽ കലകളായി പരിഗണിക്കപ്പെട്ടത്. അതോടൊപ്പം അവ ദേശീയവും സത്താപരവുമായ ചില മൂല്യങ്ങളുടെ ആവിഷ്കാര സ്വരൂപമാണെന്നും വിശദീകരിക്കപ്പെട്ടു. ഇത്തരമൊരു ക്ലാസിക് പദവിയിലേക്ക് കർണ്ണാടകസംഗീതത്തെ ചേർത്തുനിർത്താൻ ഏറ്റവും ഉപയുക്തമായ ജനുസ്സായിരുന്നു കൃതികൾ. സംഗതികൾ വഴി കൈവരുന്ന അലങ്കാരസാധ്യതകളും സൂക്ഷ്മസൗന്ദര്യവും നിലനിർത്തുമ്പോൾ തന്നെ ശില്പഭദ്രവും സുഘടിതവും ശൈലീവല്ക്കൃതവുമായിരുന്നു അവ. മദ്ധ്യകാല മതാത്മകബോധം ഏറിനിൽക്കുന്ന ഭജന/കീർത്തനങ്ങൾക്കും ശൃംഗാരപൂർണ്ണമായ പദങ്ങൾക്കും സാങ്കേതികത തെഴുത്തുനില്ക്കുന്ന പല്ലവികൾക്കുമെല്ലാം അപ്പുറത്തേക്ക് കടന്ന് അഭിജാതവും സുദൃഢവും ആധുനികവുമായ സൗന്ദര്യാനുഭവത്തിന്റെ ആധാരമായി

നിലകൊള്ളാൻ കൃതികൾക്ക് കഴിഞ്ഞു. ചരിത്രപരമായിരിക്കെത്തന്നെ ചരിത്രനിരപേക്ഷമെന്ന പ്രതീതിയുണർത്താനും ശൈലീകൃതമായ ശില്പദാർഢ്യംകൊണ്ട് പാരമ്പര്യത്തുടർച്ചയെ സംഗ്രഹിക്കാനും കഴിഞ്ഞ കൃതികൾ കർണ്ണാടകസംഗീതത്തിന്റെ ക്ലാസിക്കൽ പദവിയുടെയും അടിസ്ഥാനമായി മാറി.[63]

ഇരുപതാം നൂറ്റാണ്ടിന്റെ തുടക്കത്തിലരങ്ങേറിയ, കൃതികളുടെ ചിട്ടപ്പെടുത്തലിന്റേയും പുനഃപ്രകാശനത്തിന്റേതുമായ സന്ദർഭത്തിൽ ഏറ്റവും നിർണ്ണായകമായ പ്രാധാന്യം കൈവന്നത് ത്യാഗരാജകീർത്ത നങ്ങൾക്കും കൃതികൾക്കുമാണ്. മറ്റേതൊരു വാഗ്ഗേയകാരനേക്കാളു മധികം രചനകൾ ത്യാഗരാജന്റേതായി അപ്പോൾ ലഭ്യമായിരുന്നു എന്നതാണ് ഒരു കാരണം. പത്തൊമ്പതാം ശതകത്തിന്റെ രണ്ടാം പകുതി മുതൽക്കേ ത്യാഗരാജകൃതികൾ വൻതോതിൽ ഉപയോഗിക്കപ്പെടുകയും ദക്ഷിണേന്ത്യൻ സംഗീതത്തിന്റെ കേന്ദ്രപദവിയിലേക്ക് വന്നെത്തുകയും ചെയ്തിരുന്നു. ത്രിമൂർത്തികളിൽ ഉൾപ്പെട്ട മറ്റ് രണ്ടുപേരുമുൾപ്പെടെ, ദക്ഷിണേന്ത്യൻ സംഗീതചരിത്രത്തിൽ നാം കണ്ടുമുട്ടുന്ന മറ്റൊരു വാഗ്ഗേയകാരനുമില്ലാത്ത അതിവിപുലമായ ശിഷ്യപരമ്പര ത്യാഗരാജനുണ്ടായിരുന്നു.[64] പത്തൊമ്പതാം നൂറ്റാണ്ടിനൊടുവിൽത്തന്നെ അവരിൽ ചിലർ ത്യാഗരാജകൃതികൾ അച്ചടിപ്പിച്ച് പ്രചരിപ്പിക്കാൻ ശ്രമം നടത്തുകയും ചെയ്തിരുന്നു. ഇതോടൊപ്പം ത്യാഗരാജൻ വെറുമൊരു സംഗീതജ്ഞൻ എന്നതിനപ്പുറം പരമ്പരാഗത മൂല്യങ്ങളുടെ ഉത്തമപ്രതിനിധി എന്ന പദവിയിലേക്ക് ഉയർത്തപ്പെടുകയും ചെയ്തിരുന്നു. ത്യാഗരാജന്റെ ജീവചരിത്രരചയിതവായ വില്യം ജാക്സൺ പറയുന്നതുപോലെ ദക്ഷിണേന്ത്യയെയപ്പാടെ പുതുക്കിപ്പണിത പരിവർത്തനങ്ങളോടുള്ള പ്രതികരണവും ആ പരിവർത്തനങ്ങളെ ഉൾക്കൊള്ളാനുള്ള ശ്രമങ്ങളുടെ ഭാഗവും എന്ന നിലയിൽ ത്യാഗരാജകീർത്തനങ്ങളുടെയും കൃതികളുടെയും ആലാപനം മദ്രാസിലെ മേൽജാതി - മദ്ധ്യവർഗ്ഗ വിഭാഗങ്ങൾക്കിടയിൽ ഇക്കാലത്ത് പടർന്നുപിടിച്ചിരുന്നു (Jakson 1994: 130). ക്രമരാഹിത്യത്തിന്റെയും ശബ്ദകോലാഹലങ്ങളുടെയും രാഷ്ട്രീയ - സാമൂഹിക സന്ദർഭത്തിൽ പ്രശാന്തതയുടെയും പാരമ്പര്യവിശുദ്ധിയുടെയും നാദരൂപമായി ത്യാഗരാജൻ മനസ്സിലാക്കപ്പെടുകയും സ്വീകരിക്കപ്പെടുകയും ചെയ്തിരുന്നു. അതുകൊണ്ട് ത്യാഗരാജ രചനകളുടെ കൃത്യവും വ്യവസ്ഥാപിതവുമായ പാഠങ്ങളുടെ അവതരണം മദ്രാസ് മ്യൂസിക് അക്കാദമിയെ സംബന്ധിച്ചിടത്തോളം പരമപ്രധാനമായിത്തീർന്നു[65] (Subrahmanian 2006:91).

ഇങ്ങനെ, പാരമ്പര്യബദ്ധവും അതേസമയം തന്നെ ആധുനികവുമായ ഒരു ആവിഷ്കാരരൂപം എന്ന നിലയിലാണ് കൃതികൾ പതിനെട്ടാം ശതകത്തിന്റെ അവസാനത്തോടെ വികസിച്ചുവന്നത്. ത്യാഗരാജ സംഗീതത്തിലാകട്ടെ അവ സംഗതികളുടെ സാന്നിദ്ധ്യത്താൽ രാഗാത്മകതയുടെയും വൈയക്തികമായ അവതരണത്തിന്റെയും മാതൃകാരൂപമായി മാറി. കർണ്ണാടകസംഗീതത്തിന്റെ ചരിത്രത്തിലെ ഏറ്റവും വലിയ വഴിത്തിരിവിന്റേയും

നവീകരണത്തിന്റേയും കേന്ദ്രമായി ത്യാഗരാജൻ മാറിത്തീരുന്നത് ഇവിടെ വച്ചാണെന്ന് പറയാം. ഇതോടൊപ്പം പത്തൊമ്പതാം ശതകത്തിന്റെ ആദ്യപകുതിയിൽ തഞ്ചാവൂരിലരങ്ങേറിയ പരിവർത്തനങ്ങളും കൃതികളെ അനിവാര്യമാക്കിയിട്ടുണ്ടെന്ന് സംഗീതചരിത്രകാരന്മാർ പറയുന്നുണ്ട്. കൊട്ടാരത്തിന്റെയും പ്രഭുസംരക്ഷണത്തിന്റെയും തുണ നഷ്ടപ്പെട്ടുതുടങ്ങിയതോടെ പഴയമട്ടിൽ ദീർഘമായ വിശ്രമവേളകൾ ആവശ്യമുള്ള, സാങ്കേതികപ്രധാനവും അലങ്കാരപൂർണ്ണവുമായ സംഗീത പ്രയോഗങ്ങളും സംഗീതരൂപങ്ങളും കൂടുതൽ കൂടുതൽ അസ്വീകാര്യമായി.[66] വ്യക്തിഗതവും സുദൃഢവുമായ പുതിയ രൂപശില്പങ്ങൾ അനിവാര്യമായി. ഭജനസംഗീതത്തിന്റെ ഭക്തിഭാവത്തെ ഉൾക്കൊള്ളുന്നതും കൊട്ടാരസംഗീത ത്തിലെ സാങ്കേതികപ്രയോഗങ്ങളെ സ്വാംശീകരിക്കാൻ കഴിയുന്നതും അതേസമയം വ്യക്തിഗതമായ ധ്യാനാത്മകതയോട് ചേർന്നുപോകുന്നതുമായ ഒരു സുദൃഢരൂപത്തെ വികസിപ്പിച്ചെടുക്കേണ്ടത് ചരിത്ര പരമായ ഒരാവശ്യമായിരുന്നു. ചരിത്രപരമായ ഈ ആവശ്യത്തിന് തന്റെ കൃതികളിലൂടെ ഉത്തരം നല്കാൻ ത്യാഗരാജനു കഴിഞ്ഞു.

ത്യാഗരാജസംഗീതത്തെ ആധുനികമായ ഭാവുകത്വത്തോടും ആസ്വാദനസന്ദർഭത്തോടും ഇണക്കിച്ചേർക്കുന്നതിൽ അതിന്റെ സാഹിതീയമായ ഉള്ളടക്കത്തിനുള്ള സവിശേഷതകൾ കൂടി നാം ഇതോടൊപ്പം പരിഗണിക്കേണ്ടതുണ്ട്. തെലുങ്ക് ഭാഷയിലെ ഏറ്റവും വലിയ കവികളിലൊരാളായാണ് ത്യാഗരാജൻ ഇപ്പോൾ പരിഗണിക്കപ്പെട്ടു വരുന്നത്.[67] മറ്റേതെങ്കിലുമൊരു വാഗ്ഗേയകാരൻ, ത്യാഗരാജനെപ്പോലെ തന്റെ ഭാഷയുടെ കാവ്യചരിത്രത്തിലെ നിർണ്ണായക സ്ഥാനങ്ങളിലൊന്നായി പരിഗണിക്കപ്പെട്ടിട്ടില്ല. സംസ്കൃതത്തിലും സംസ്കൃതവും തെലുങ്കും ഇടകലർത്തിയും ത്യാഗരാജൻ കൃതികൾ രചിച്ചിട്ടുണ്ടെങ്കിലും അദ്ദേഹത്തിന്റെ രചനകളിലേറിയ പങ്കും സരളമായ തെലുങ്ക് ഭാഷയിലാണ്. തെലുങ്ക് ഒട്ടൊക്കെ സംസ്കൃതവല്ക്കരിക്കപ്പെട്ട ഒരു ഭാഷയായതിനാൽ (മലയാളംപോലെ) പലപ്പോഴും സരളമായ തെലുങ്കും അതോടൊപ്പമുള്ള ലളിത സംസ്കൃത പദങ്ങളും ചേർന്ന ത്യാഗരാജന്റെ രചനകൾ തെലുങ്ക് ഭാഷയ്ക്കപ്പുറത്തേക്ക് സുഗമമായി സഞ്ചരിക്കുന്നതായി ത്യാഗരാജകൃതികളുടെ സാഹിത്യപരമായ സവിശേഷതകളെക്കുറിച്ചുള്ള ചർച്ചയിൽ വില്യം ജാക്സൺ പറയുന്നുണ്ട് (1999: 143). ഹൈന്ദവസംസ്കാരം ജന്മം നല്കിയ മഹാപ്രതിഭകൾ വാല്മീകിയും കാളിദാസനും ത്യാഗരാജനുമാണെന്ന് അഭിപ്രായപ്പെടുന്ന ഗായകനും സംഗീതജ്ഞനുമായ ടി വി സുബ്ബറാവുവും (ത്യാഗരാജന് കൈവന്ന മതാത്മകപദവിയെയും ഈ പരാമർശം സൂചിപ്പിക്കുന്നുണ്ട്) ത്യാഗരാജകൃതികളുടെ സാഹിതീയമായ സൂക്ഷ്മതയെയും മഹത്വത്തെയുമാണ് രേഖപ്പെടുത്തുന്നത് (കെ പി എസ് മേനോൻ ഉദ്ധരിക്കുന്നത് 1984: 15).

ത്യാഗരാജ സംഗീതത്തിന്റെ സാഹിതീയമായ മൗലികതയെക്കുറി

ച്ചുള്ള ഏറ്റവും ശ്രദ്ധേയമായ നിരീക്ഷണങ്ങളിലൊന്ന് ഇരുപതാം നൂറ്റാണ്ടിലെ കർണ്ണാടകസംഗീതത്തിന്റെ ചരിത്രത്തിലെ നിർണ്ണായക സ്ഥാനങ്ങളിലൊന്നായ ജി എൻ ബാലസുബ്രഹ്മണ്യത്തിന്റേതാണ്. ഇംഗ്ലീഷ് സാഹിത്യത്തിൽ ഓണേഴ്സ് ബിരുദമുള്ള, ബിഥോവിന്റെ സംഗീതവും ഷേക്സ്പിയർ സാഹിത്യവും ആസ്വദിക്കാൻ കഴിവുണ്ടായിരുന്ന ഒരാളായിരുന്നു ജി എൻ ബി. ഓക്സ്ഫോഡ് ഇംഗ്ലീഷ് ഡിക്ഷ്ണറിയിലെ പിഴവ് ചൂണ്ടിക്കാട്ടി തിരുത്തിച്ച ആളായിരുന്നു അദ്ദേഹമെന്നും ഇന്ദിരാ മേനോൻ പറയുന്നുണ്ട്. ത്യാഗരാജന്റെ സാഹിതീയമായ മൗലികത ജി എൻ ബി രേഖപ്പെടുത്തിയിട്ടുണ്ട്: "ത്യാഗരാജന്റെ കവിത സ്വിൻബേണിന്റെയും കീറ്റ്സിന്റെയും കവിതയുടെ സ്വരമാധുരിയെക്കുറിച്ച് നമ്മെ ഓർമ്മിപ്പിക്കുന്നു. ഒപ്പം ഷെല്ലിയുടെ ചിന്തയുടെ സർഗ്ഗദീപ്തിയും അതിൽ കാണാം" (ഇന്ദിരാമേനോൻ ഉദ്ധരിക്കുന്നത് 2012: 173 – 74). ഇതിൽ ശ്രദ്ധേയമായ കാര്യം ആധുനികമായ ഭാവുകത്വത്തിന്റെ ആഭിമുഖ്യങ്ങളുമായി ത്യാഗരാജന് കൈവരുന്ന ചേർച്ചയാണ്. ചിന്താപരമായ ഗഹനതയും വൈയക്തികവും ധ്യാനാത്മകവുമായ ആസ്വാദനത്തിന്റെയും (ആലാപനത്തിന്റെയും) വിഭവമായിരിക്കാനുള്ള കഴിവും ത്യാഗരാജകൃതികളുടെ സാഹിതീയതയിൽ ഉൾച്ചേർന്നിരുന്നു. ഇരുപതാം നൂറ്റാണ്ടിലെ (ആധുനികമായ) ആസ്വാദനസന്ദർഭങ്ങളിൽ ഈ ഘടകം വലിയ പ്രാധാന്യം കൈവരിക്കുകയും ചെയ്തു. നിയോക്ലാസിക്കൽ പാണ്ഡിത്യത്തിന്റെ വിലയിരുത്തലിൽ താരതമ്യേന സാഹിത്യമൂല്യം കുറഞ്ഞവയായി പരിഗണിക്കപ്പെട്ട രചനകളായിരുന്നു ത്യാഗരാജന്റേത് എന്ന കാര്യം കൂടി ഇവിടെ ഓർമ്മിക്കാവുന്നതാണ്. സി തിരുമലനായിഡുവിനെയും അനന്തകൃഷ്ണശർമ്മയെയും പോലുള്ള ആദ്യകാല പണ്ഡിതന്മാർ ത്യാഗരാജന്റേത് സാഹിത്യമൂല്യമില്ലാത്ത രചനകളാണെന്ന് രേഖപ്പെടുത്തിയിട്ടുണ്ട് (Jackson 1999: 144). 1920 കളിൽ ത്യാഗരാജകൃതികൾ സമാഹരിച്ച് പ്രസിദ്ധപ്പെടുത്താൻ ചുമതലപ്പെടുത്തപ്പെട്ട കെ വി ശ്രീനിവാസയ്യങ്കാർ അവയിൽ പലതിലും രചനാപരവും വ്യാകരണപരവുമായ പിഴവുകൾ കണ്ടെത്തുകയും തിരുത്തലുകൾ നിർദ്ദേശിക്കുകയും ചെയ്തിട്ടുണ്ട്. ഗ്രാമ്യമായ പദപ്രയോഗങ്ങളും വ്യാകരണഭംഗങ്ങളും പരിഹരിച്ച് പല കൃതികളും അദ്ദേഹം പ്രസിദ്ധീകരിക്കുകയും ചെയ്തു (Jackson 1999: 160). പരമ്പരാഗതമായ ആലാപനരീതിക്ക് വഴങ്ങുന്നില്ല എന്നതിനാൽ ഈ തിരുത്തലുകൾ ഗായകസമൂഹമോ ആസ്വാദകസമൂഹമോ സ്വീകരിക്കുകയുണ്ടായില്ല. എന്നാൽ ആധുനികമായ ഒരു ആസ്വാദനസന്ദർഭവും ഭാവുകത്വവും നിലവിൽ വന്നതോടെ ത്യാഗരാജകൃതികൾ ഉയർന്ന സാഹിത്യമൂല്യമുള്ളവയായി വിലയിരുത്തപ്പെടാൻ തുടങ്ങി. വ്യക്തിഗതവും ധ്യാനാത്മകവുമായ അനുഭൂതിപ്രപഞ്ചവും സരളമായ ഭാഷയും സുതാര്യമായ പ്രമേയലോകവും തത്ത്വചിന്താപരമായ ആഭിമുഖ്യങ്ങളും അതിസൂക്ഷ്മമായ സംഗീതാത്മകതയും ഒത്തുചേർന്ന ത്യാഗരാജകൃതികൾ ആധുനികമായ ഭാവുകത്വത്തോട് അങ്ങേയറ്റം സംവാദശേഷിയുള്ള ഒന്നാ

യിരുന്നു. ഒരർത്ഥത്തിൽ സംഗീതപരമായി ത്യാഗരാജൻ കൈവരിച്ച മികവുകളെയെല്ലാം സംഗ്രഹിക്കുന്ന വിധത്തിൽ ത്യാഗരാജ കൃതികളുടെ സാഹിതീയത ഇരുപതാം നൂറ്റാണ്ടോടെ ഉയർന്നുവന്നു എന്നു പറയാം.

ത്യാഗരാജസാഹിത്യത്തിന് കൈവന്ന ഈ സവിശേഷമായ അംഗീകാരം 1940 കളിൽ കർണ്ണാടക സംഗീതാലാപനത്തിന്റെ ആന്തരിക യുക്തികളെയും ഒരളവുവരെ സ്വാധീനിച്ചു എന്നതാണ് വാസ്തവം. മുസിരി സുബ്രഹ്മണ്യയ്യരുടെയും മറ്റും ആലാപനത്തിൽ സാഹിതീയത വലിയ പ്രാധാന്യം നേടി. പാരമ്പര്യമായി പ്രചരിച്ചു വരുന്ന ആലാപനക്രമം കൃതിയുടെ സാഹിത്യമൂല്യത്തെ ഭഞ്ജിക്കുന്നതായി അനുഭവപ്പെടുന്ന സന്ദർഭത്തിൽ ആലാപനക്രമത്തിൽ മാറ്റം വരുത്താൻ തന്നെ മുസിരി ശ്രമിച്ചിട്ടുണ്ട്. തോഡി രാഗത്തിലുള്ള 'എന്തുദാഗിനാടോ' എന്ന ത്യാഗരാജ കൃതിയിൽ അനുപല്ലവിക്കും ചരണത്തിനും ഇടയിലെ ചിട്ടസ്വരങ്ങൾ സാഹിത്യഭംഗിക്ക് ചേരുന്നതല്ല എന്നതിനാൽ മുസിരി അത് പാടാറില്ലായിരുന്നുവെന്ന് ഇന്ദിരാമേനോൻ രേഖപ്പെടുത്തുന്നു (2012: 44). അതുപോലെ 'നഗുമോമു' എന്ന പ്രസിദ്ധമായ കൃതി ആലപിക്കുമ്പോൾ 'ഗഗനാനി കിലകു ബഹുദൂരം ബനിനാടോ' എന്ന വരിയിലെത്തുമ്പോൾ കല്പനാസ്വരങ്ങൾ ഉപേക്ഷിച്ച് ചരണത്തിന്റെ രണ്ടാമത്തെ വരിയിൽ കേന്ദ്രീകരിച്ചുകൊണ്ടാണ് മുസിരി പാടിയിരുന്നത്. ഇതുവഴി 'ഗഗനാനി' എന്ന പദത്തിന് ചുറ്റും ഒരു വികാരപ്രപഞ്ചം തന്നെ മുസിരി പടുത്തുയർത്തുന്നതായും ഇന്ദിരാമേനോൻ സൂചിപ്പിക്കുന്നുണ്ട്. കരുണരസത്തിന്റെ ആവിഷ്കാരത്തിന് ഉതകുന്ന മട്ടിൽ ശുദ്ധധൈവതത്തിന് പകരം ചതുശ്രുതിധൈവമാണ് മുസിരി ഉപയോഗിച്ചത്. ഈ കൃതിയുടെ വൈകാരിക തീവ്രതയെ മുസിരിയെപ്പോലെ മറ്റാർക്കും ആവിഷ്കരിക്കാനാകാത്തതുകൊണ്ടാകാം ഈ രചന പലപ്പോഴും അദ്ദേഹത്തിന്റെ പേരിൽ അറിയപ്പെടുന്ന സ്ഥിതിപോലും ഉണ്ടാവുകയും ചെയ്തു (ഇന്ദിരാമേനോൻ 2012: 44). സാഹിതീയമായ ഭാവഭദ്രത ഇരുപതാം നൂറ്റാണ്ടിലെ കർണ്ണാടകസംഗീതവേദിയിലെ പ്രധാന പരിഗണനാവിഷയമായിത്തീർന്നു എന്നകാര്യമാണ് ഇതെല്ലാം വ്യക്തമാക്കുന്നത്. ഇക്കാലത്ത് ത്യാഗരാജസംഗീതത്തിന് കൈവന്ന പുതിയ പദവിമൂല്യത്തിന് ഈ സാഹിതീയമായും ഗാഢബന്ധമുണ്ട്.

ത്യാഗരാജകൃതികളുടെ ഭാഷാപരമായ സവിശേഷതകൾ അവയുടെ സാഹിതീയതയുമായി വലിയ ബന്ധം പുലർത്തുന്നു എന്ന വസ്തുതയും നിരൂപകർ എടുത്തുപറയുന്നുണ്ട്. സംസ്കൃതവല്ക്കരിക്കപ്പെട്ടതാണെങ്കിലും സംഗീതാത്മകമായ ഭാഷയാണ്, ത്യാഗരാജൻ തന്റെ കൃതികളിലേറിയ പങ്കും രചിച്ച, തെലുങ്ക്. സ്വരങ്ങളിലവസാനിക്കുന്ന ശബ്ദസ്വരൂപമാണ് തെലുങ്ക് പദങ്ങളുടേത്. അതുകൊണ്ടുതന്നെ സംസ്കൃതമടക്കമുള്ള ഭാഷകളിലെ കർക്കശമായ ശബ്ദസഞ്ചയത്തിൽനിന്ന് വേറിട്ടുനില്ക്കുന്നതും ലയാത്മകവുമാണ് തെലുങ്ക് ഭാഷ. യൂറോപ്പിൽ ഇറ്റാലിയനെന്നതുപോലെ ദക്ഷിണേന്ത്യയിൽ ഏറ്റവും സംഗീതാത്മകതയുള്ള ഭാഷയാണ്

തെലുങ്ക് എന്നാണ് വില്യം ജാക്സൺ രേഖപ്പെടുത്തുന്നത് (1999: 143). അതേസമയംതന്നെ വലിയതോതിൽ സംസ്കൃതീകരിക്കപ്പെട്ട ഭാഷയുമാണത്. ഇത് ഒരുഭാഗത്ത് പദകോശത്തിന്റെ കാര്യത്തിലുൾപ്പെടെ തെലുങ്കിനെ സമ്പന്നമാക്കിയെങ്കിൽ മറുഭാഗത്ത് ഭാഷാപരമായ സവിശേഷതകൾ അതിനെ അങ്ങേയറ്റം സംഗീതാത്മകമാക്കുകയും ചെയ്തു. തെലുങ്കിനെ തന്റെ മുഖ്യഭാഷയായി സ്വീകരിക്കുകവഴി സംസ്കൃതത്തിന്റെ ആഢ്യപരിവേഷത്തെ കൈയൊഴിയാനും ഭക്തിപ്രസ്ഥാനകവികളെ ഓർമ്മിപ്പിക്കുന്ന മട്ടിൽ പ്രാദേശികഭാഷയുടെ സൂക്ഷ്മതകളെ തന്റെ രചനകളിൽ സന്നിവേശിപ്പിക്കാനും ത്യാഗരാജനു കഴിഞ്ഞു. ഭാവഗാനപരമായ ഒതുക്കവും വിമോഹകമായ ലാളിത്യവും നിർദ്ദേശകമായ ഋജുത്വവും ആസന്നസ്വഭാവവും തികഞ്ഞ ഭാഷയിലാണ് ത്യാഗരാജൻ തന്റെ കൃതികൾ രചിച്ചത് (Jackson 1999: 143). നവോത്ഥാനകാലത്ത് ഇന്ത്യയിലെ പ്രാദേശികഭാഷകൾക്ക് കൈവന്ന ഓജസ്സും ഭക്തിസാഹിത്യത്തിന്റെ വൈകാരികദീപ്തിയും അവയിലുണ്ടായിരുന്നു. കൃതികളുടെയും അവയിൽ താൻ നടപ്പിലാക്കിയ സംഗതികളുടെയും സംഗീതപരമായ സവിശേഷതകളെ സാഹിതീയമായ ഉള്ളടക്കത്തോട് കൂട്ടിയിണക്കി അതുല്യമായ ഒരു സൗന്ദര്യാനുഭവം പില്ക്കാലത്തിന് പകർന്നുനല്കാൻ ത്യാഗരാജന് കഴിഞ്ഞു. അതുകൊണ്ടുതന്നെ ഇരുപതാം നൂറ്റാണ്ടിന്റെ ആദ്യദശകങ്ങൾ മുതൽ ഇന്ത്യ ജന്മംനല്കിയ ഏറ്റവും മഹത്ത്വപൂർണ്ണമായ കാവ്യ-സംഗീത ജീവിതങ്ങളിലൊന്നായി ത്യാഗരാജൻ മനസ്സിലാക്കപ്പെടുകയും ചെയ്തു.

ഈ സവിശേഷസന്ദർഭത്തോടൊപ്പം ത്യാഗരാജന്റെ പില്ക്കാലചരിത്രത്തെ നിർണ്ണയിക്കുന്നതിൽ അദ്ദേഹത്തിന്റെ അതിവിപുലമായ ശിഷ്യപരമ്പരയും വലിയ പങ്കുവഹിക്കുകയുണ്ടായി. ത്രിമൂർത്തികളിൽ മറ്റാർക്കുമില്ലാത്ത ശിഷ്യപാരമ്പര്യത്തിന്റെ ഉടമയായിരുന്നു ത്യാഗരാജൻ. പത്തൊമ്പതാം നൂറ്റാണ്ടിൽത്തന്നെ അവരിൽ ചിലർ അദ്ദേഹത്തിന്റെ വിശുദ്ധചരിതങ്ങൾ എഴുതുകയും ത്യാഗരാജകൃതികളുടെ പതിപ്പുകൾ ധാരാളമായി പുറത്തുകൊണ്ടുവരികയും ചെയ്തു. അച്ചടിയുടെ വ്യാപനത്തോടെ ത്യാഗരാജകൃതികളുടെ സ്വരപ്പെടുത്തിയ പാഠങ്ങൾ വൻതോതിൽ പുറത്തുവന്നു. ഇരുപതാംശതകത്തിലുടനീളം ത്യാഗരാജന്റെ ജീവചരിത്ര വ്യാഖ്യാനങ്ങളും[68] ത്യാഗരാജകൃതികളുടെ പല പല പാഠങ്ങളും[69] പ്രസിദ്ധീകരിക്കപ്പെട്ടുകൊണ്ടിരുന്നു. ത്യാഗരാജ ശിഷ്യപരമ്പരയാകട്ടെ അവയുടെ ചിട്ടപ്പെട്ട രൂപങ്ങൾ പാടി ഉറപ്പിക്കുകയും ചെയ്തു. അങ്ങനെ മരണശേഷം ഒരു നൂറ്റാണ്ട് കഴിയുമ്പോഴേക്കും ശതാബ്ദങ്ങളുടെ ചരിത്രമുള്ള കർണ്ണാടക സംഗീതത്തിലെ അനാദിയായ പിതൃബിംബമായി ത്യാഗരാജൻ ഇടംപിടിച്ചു.

ഈ നിലയിൽ മനസ്സിലാക്കിയാൽ ദക്ഷിണേന്ത്യയിൽ സംഗീതചരിത്രത്തിലെയും സംസ്കാരചരിത്രത്തിലെയും നിർണ്ണായകമായ പരിവർത്തനദശകങ്ങളിലൊന്നിൽ, ആ പരിവർത്തനങ്ങളെ നിർണ്ണയിച്ച നാനാ

തരം പ്രഭാവങ്ങളുടെ സംഗമസ്ഥാനമെന്ന (convergence point) നിലയിലാണ് ത്യാഗരാജൻ കർണ്ണാടകസംഗീതത്തിന്റെ കേന്ദ്രമായി ഉയർന്നുവന്നത് എന്ന് വ്യക്തമാവും. ദേശീയവാദപരമായ ഭൂതഭാവന, അതിന്റെ ഭാഗമായി അരങ്ങേറിയ പാരമ്പര്യകലകളുടെ ക്ലാസിക്വല്ക്കരണം, നാഗരിക-മദ്ധ്യവർഗ്ഗ-ബുദ്ധിജീവി വിഭാഗത്തിന്റെ സാമൂഹ്യപദവിയുടെ സന്ദിഗ്ധസ്വഭാവം, പൗരസ്ത്യവാദം ജന്മം നല്കിയ അദ്ധ്യാത്മ സങ്കല്പം, നാടുവാഴിത്തത്തിന്റെയും രാജഭരണത്തിന്റെയും തകർച്ച, ഇതിനുപിന്നാലെ മദ്രാസ് കേന്ദ്രമായി വികസിച്ചുവന്ന സംഗീതസഭകൾ, ശബ്ദലേഖനത്തിന്റെയും അച്ചടിയുടെയും വ്യാപനം, വ്യക്തിഗതവും ധ്യാനാത്മകവുമായ അനുഭൂതിലോകത്തിന് കൈവന്ന മേൽക്കൈ, പുതിയ കച്ചേരിപദ്ധതിയും അത് കർണ്ണാടകസംഗീതവേദിക്കും ആസ്വാദകസമൂഹത്തിനും നല്കിയ അഭിജാതവും ബ്രാഹ്മണികവുമായ സ്വത്വപദവി, രാഗാത്മകതയുടെ സാംസ്കാരികരാഷ്ട്രീയം, കൊട്ടാരസംഗീതവും ഭജനസംഗീതവും തമ്മിൽ തഞ്ചാവൂരിൽ നടന്ന നാനാതരം വിനിമയങ്ങൾ, കൃതികൾ എന്ന സംഗീതവിഭാഗത്തിന്റെ പ്രാമാണികത, സംഗതികളുടെ സാങ്കേതികവും അനുഭൂതിപരവുമായ സവിശേഷതകൾ, ആധുനികമായ വ്യക്തിസങ്കല്പത്തോടും അതിന്റെ ധ്യാനാത്മകമായ സൗന്ദര്യഭാവനയോടും ഒത്തിണക്കമുള്ള ത്യാഗാജകൃതികളുടെ സാഹിതീയമൂല്യം, ശിഷ്യപരമ്പരയുടെ സുഘടിതമായ പ്രവർത്തനങ്ങൾ... എന്നിങ്ങനെ സാമൂഹികവും സംഗീതപരവുമായ നിരവധി ഘടകങ്ങൾ ഒത്തുചേർന്ന് ജന്മം നല്കിയ ചരിത്രപരമായ അനുഭൂതിയുടെയും അനന്യതയുടെയും പേരാണ് 'ത്യാഗ രാജ സ്വാമികൾ'. ജീവിതപ്രഭാവങ്ങളുടെ ആ അതുല്യമായ യോഗവൈഭവമാണ് അലൗകികമായ നാദരൂപമായി പരിണമിച്ച് ദക്ഷിണേന്ത്യൻ സംഗീതത്തിന്റെ പിതൃബിംബവും കാലനിരപേക്ഷമായ കേവലതയുമായി രൂപംപകർന്നത്. അങ്ങനെ, ചരിത്രം സ്വന്തം അടയാളങ്ങളെല്ലാം മായ്ച്ചു കളയുന്ന അനന്യസാധാരണമായ ഒരു ചരിത്രബിംബമായി ത്യാഗരാജൻ മാറിത്തീർന്നിരിക്കുന്നു. *ത്യാഗരാജയോഗ വൈഭവം...*[70]

(2013)

കുറിപ്പുകൾ

1. തന്റെ ജീവിതത്തിന്റെ അവസാനകാലത്ത് ത്യാഗരാജൻ സന്യാസാശ്രമം സ്വീകരിച്ചതിനാലാണ് 'ത്യാഗരാജസ്വാമികൾ' എന്ന് അദ്ദേഹം പരാമർശിക്കപ്പെട്ടുവരുന്നത് എന്നതാണ് ഇതേക്കുറിച്ചുള്ള പൊതുവിശദീകരണം. ഇംഗ്ലീഷിലെഴുതപ്പെട്ട ഗ്രന്ഥങ്ങളിലും പ്രബന്ധങ്ങളിലും ത്യാഗരാജൻ പലപ്പോഴും 'Saint Thyagaraja' എന്നാണ് പരാമർശിക്കപ്പെടുന്നത്. 2014 ജനുവരി 3 ന് *The Hindu* പ്രസിദ്ധീകരിച്ച അഭിമുഖത്തിലും പ്രശസ്ത സംഗീതജ്ഞയായ സുധാരഘുനാഥ് ത്യാഗരാജനെ 'Saint Thyagaraja' എന്ന് വിശേഷിപ്പിക്കുന്നത് കാണാം.

2. ദക്ഷിണേന്ത്യൻ സംഗീതം, കർണ്ണാടകസംഗീതം എന്നീ രണ്ടു പേരുകളും ഈ പ്രബന്ധത്തിൽ പൊതുവായി ഉപയോഗിച്ചുപോന്നിട്ടുണ്ട്. ഇന്ത്യൻ ഉപഭൂഖണ്ഡത്തിന്റെ തെക്കുഭാഗത്തെ സാംഗീതത്തെക്കുറിക്കാൻ ഉപയോഗിക്കുന്ന പേര് എന്നാണ് 'കർണ്ണാടകസംഗീത'ത്തെ പ്രമുഖസംഗീത പണ്ഡിതനായ പി സാംബമൂർത്തി വിവരിക്കുന്നത്. ഹരിപാലദേവന്റെ *സംഗീതസുധാകരം* (ക്രിസ്തുവർഷം പന്ത്രണ്ടാം ശതകം) മുതൽക്കേ ഈ പ്രയോഗം നിലവിലുണ്ടെന്ന് സാംബമൂർത്തി ചൂണ്ടിക്കാട്ടുന്നുണ്ട്. സാരംഗദേവന്റെ *സംഗീതരത്നാകര*ത്തിന്റെ വ്യാഖ്യാതാവായ കല്ലിനാഥൻ കാവേരിനദിക്കും കൃഷ്ണാനദിക്കും ഇടയിലുള്ള പ്രദേശത്തെ സംഗീതം എന്ന നിലയിലാണ് കർണ്ണാടകസംഗീതത്തെക്കുറിച്ച് പരമാർശിക്കുന്നത് (Sambamoorthy 1984 : 303).
3. കർണ്ണാടകസംഗീതാഭ്യസന പദ്ധതിക്ക് ആധാരമായ സ്വരാവലികൾ, അലങ്കാരങ്ങൾ, ഗീതം, ഠായം തുടങ്ങിയവയെല്ലാം രചിച്ചതും സൂളാദിസപ്ത താളങ്ങൾ പ്രചാരത്തിൽ കൊണ്ടുവന്നതും പ്രാരംഭപഠനത്തിന് മായാമാളവഗൗളരാഗം നടപ്പിലാക്കിയതും പുരന്ദരദാസൻ (1484–1564) ആയതിനാൽ കർണ്ണാടകസംഗീതം പുരന്ദരദാസൻ മുതൽ ആരംഭിക്കുന്നു എന്ന് സാമാന്യമായി പറയാറുണ്ട് എങ്കിലും ദക്ഷിണേന്ത്യൻ സംഗീതചരിത്രത്തിലെ പ്രധാനികളായ താളപ്പാക്കം അന്നമാചാര്യ (ജനനം 1408), *തിരുപ്പുഗഴി*ന്റെ കർത്താവായ അരുണഗിരിനാഥൻ (ജനനം 1450) എന്നിവരൊക്കെ പുരന്ദരദാസനും മുമ്പേ ജീവിക്കുകയും സംഗീതചരിത്രത്തിലെ നിർണ്ണായകമായ പല വഴിത്തിരിവുകൾക്കും തുടക്കംകുറിക്കുകയും ചെയ്തവരാണ്.
4. ക്രിസ്തുവർഷം 1620 ൽ പ്രസിദ്ധീകരിക്കപ്പെട്ട വെങ്കടമഖിയുടെ *ചതുർദണ്ഡിപ്രകാശിക*യാണ് കർണ്ണാടകസംഗീതത്തിന്റെ അടിസ്ഥാനവ്യാകരണമായി പരിഗണിക്കപ്പെടുന്നത്. ഇപ്പോൾ വ്യാപകമായി അംഗീകരിക്കപ്പെടുന്ന 72 മേളകർത്താപദ്ധതി അവതരിക്കപ്പെട്ടത് ആ ഗ്രന്ഥത്തിലാണ്. ഷഡ്ജം, പഞ്ചമം എന്നിവയെ (സ, പ എന്നീ സ്വരങ്ങൾ) പ്രകൃതിസ്വരങ്ങളായും ഋഷഭം, ഗാന്ധാരം, മദ്ധ്യമം, ധൈവതം, നിഷാദം എന്നിവയെ (രി, ഗ, മ, ധ, നി എന്നീ സ്വരങ്ങൾ) വികൃതിസ്വരങ്ങളായും കല്പിച്ച അദ്ദേഹം അവയ്ക്ക് ശുദ്ധഋഷഭം, ചതുശ്രുതിഋഷഭം, ഷഡ്ശ്രുതി ഋഷഭം, ശുദ്ധ ഗാന്ധാരം, സാധാരണ ഗാന്ധാരം, അന്തര ഗാന്ധാരം, ശുദ്ധമദ്ധ്യമം, പ്രതി മധ്യമം, ശുദ്ധ ധൈവതം, ചതുശ്രുതി ധൈവതം, ഷഡ്ശ്രുതി ധൈവതം, ശുദ്ധനിഷാദം, കൈശികി നിഷാദം, കാകളി നിഷാദം എന്നീ വകഭേദങ്ങൾ നിർദ്ദേശിക്കുകയും ചെയ്തു. വെങ്കടമഖിക്ക് മുമ്പ് വികൃതിസ്വരങ്ങളെ തീവ്രം, കോമളം എന്ന് മാത്രമേ തരംതിരിച്ചിരുന്നുള്ളൂ. 'സരിഗമപധനി' എന്ന ക്രമത്തിൽ ഒരു സ്ഥായിയിലുള്ള മേല്പറഞ്ഞ 16 സ്വരങ്ങളെ മാറ്റി മാറ്റി രാഗങ്ങൾ സൃഷ്ടിച്ചാൽ ആകെ 72 രാഗങ്ങൾ ഉണ്ടാക്കാമെന്നും (രാഗാംശരാഗങ്ങൾ - ജനകരാഗങ്ങൾ) ഈ അടിസ്ഥാനരാഗങ്ങളിലെ ചില സ്വരങ്ങൾ ഒഴിവാക്കിയും അന്യസ്വരങ്ങൾ കലർത്തിയും സ്വരപ്രയോഗങ്ങളിൽ വ്യത്യാസം വരുത്തിയും എത്രയെങ്കിലും പുതിയ രാഗങ്ങൾ (ജന്യരാഗങ്ങൾ) ഉണ്ടാക്കാമെന്നും വെങ്കടമഖി കണ്ടെത്തുകയുണ്ടായി. കർണ്ണാടകസംഗീതത്തിന് ശാസ്ത്രീയമായ ചിട്ടയും ക്രമവും പ്രദാനം ചെയ്ത ഈ സമീപനത്തിന്റെ അവതാരകനെന്ന നിലയ്ക്ക് കർണ്ണാടകസംഗീതത്തിന്റെ പാണിനിയായി വെങ്കടമഖി വിവരിക്കപ്പെടാറുണ്ട്. ന്യൂട്ടൺ ഗുരു

ത്വാകർഷണസിദ്ധാന്തം ആവിഷ്കരിച്ചതിന് സമാനമായ പ്രാധാന്യമാണ് കർണ്ണാടകസംഗീതത്തെ സംബന്ധിച്ചിടത്തോളം വെങ്കടമഖിയുടെ മേളരാഗപദ്ധതിക്കുള്ളത് എന്നാണ് ഒരു സംഗീതചരിത്രകാരൻ അഭിപ്രായപ്പെടുന്നത് (രവീന്ദ്രനാഥ് 1984 : 76).

5. പതിനഞ്ചാംശതകത്തിൽ തിരുപ്പതിയിൽ ജീവിച്ചിരുന്ന തെലുങ്ക് ബ്രാഹ്മണനാണ് താളപ്പാക്കം അന്നമാചാര്യർ. പല്ലവി, അനുപല്ലവി, ചരണം എന്നീ ഭാഗങ്ങളോടുകൂടിയ കീർത്തനങ്ങൾ ആദ്യം രചിച്ചത് അന്നമാചാര്യരാണെന്നാണ് കരുതപ്പെടുന്നത്. ഭജനപദ്ധതിയുടെ ഉപജ്ഞാതാവായി പരിഗണിക്കപ്പെടുന്നതും ഇദ്ദേഹമാണ്. അന്നമാചാര്യരുടെ മകനായ തിരുമലാചാര്യരും ചെറുമകനായ ചിന്നയ്യയും ചേർന്ന ത്രിത്വത്തെ 'താളപ്പാക്കം വാഗ്ഗേയകാരന്മാർ' എന്ന് വിളിച്ചുപോരുന്നു.

6. ഒരർത്ഥത്തിൽ കർണ്ണാടകസംഗീതചരിത്രത്തിലെ പ്രാമാണികരായ വാഗ്ഗേയകാരന്മാരിൽ അവസാനത്തെ ആളാണ് പാപനാശം ശിവൻ (1890 – 1973). തഞ്ചാവൂരിനടുത്ത് പോളകത്ത് ജനിച്ച അദ്ദേഹത്തിന് ഒരു അവധൂതന്റെ പരിവേഷം കൈവന്നിരുന്നു. അഞ്ഞൂറിൽപ്പരം കൃതികൾ രചിച്ച പാപനാശം ശിവനെ മദ്രാസ് മ്യൂസിക് അക്കാദമി സംഗീതകലാനിധി പുരസ്കാരം നല്കി ആദരിച്ചു.

7. ത്യാഗരാജന്റെ ജീവിതത്തിനും സംഗീതത്തിനും കൈവന്ന അങ്ങേയറ്റത്തെ മതാത്മകമൂല്യം നിമിത്തം അദ്ദേഹം അന്തരിച്ചു എന്നതിന് പകരം 'സമാധിയായി' എന്നാണ് സാധാരണ സംഗീതചരിത്രങ്ങളും സംഗീത ശാസ്ത്ര ഗ്രന്ഥങ്ങളും പരാമർശിക്കാറുള്ളത്. കേരളത്തിലെ സർവ്വകലാശാലകളിലെ ബിരുദ – ബിരുദാനന്തര സംഗീതവിദ്യാർത്ഥികളുടെ പഠനാവശ്യത്തെ മുൻനിർത്തി 1974 ൽ തയ്യാറാക്കിയ എസ് വെങ്കിട സുബ്രഹ്മണ്യ അയ്യരുടെ *സംഗീതശാസ്ത്രപ്രവേശിക* മുതൽ (1990:249) 2012 – ൽ പുറത്തുവന്ന വി ടി സുനിലിന്റെ *സംഗീത നിഘണ്ടു*വിൽവരെ (2012: 318) ഈ 'സമാധി' പ്രയോഗം കാണാം. ത്യാഗരാജൻ വാല്മീകിയുടെ അവതാരമാണെന്നും 24000 കൃതികൾ രചിച്ചെന്നുമെല്ലാമുള്ള ഐതിഹ്യങ്ങൾ *സംഗീതനിഘണ്ടു* ആവർത്തിക്കുന്നുണ്ട്. എന്തായാലും 750 – ഓളം കൃതികൾ മാത്രമാണ് ത്യാഗരാജന്റേതായി ഇതഃപര്യന്തം ലഭ്യമായിട്ടുള്ളത്.

8. ത്യഗരാജന്റെ ജനനദിവസത്തെക്കുറിച്ച് ആദ്യഘട്ടത്തിൽ ചില അവ്യക്തതകൾ നിലനിന്നിരുന്നു. ഇതേക്കുറിച്ചുള്ള ഏറ്റവും വിശദമായ ചർച്ച നടത്തിയിട്ടുള്ളത് എം എസ് രാമസ്വാമി അയ്യരാണ്. (*Thiagaraja : A Great Musician Saint* എന്ന ഗ്രന്ഥം – 1927). എങ്കിലും രാമസ്വാമി അയ്യർ നിർദ്ദേശിച്ച ജന്മദിവസം തെറ്റായിരുന്നു. പില്ക്കാലത്ത് കണ്ടെടുത്ത താളിയോല ജാതകത്തെ മുൻനിർത്തി പി സാംബമൂർത്തിയാണ് 1767 മെയ് 4 എന്ന ജനനത്തീയതി നിർദ്ദേശിച്ചത്. ഇന്ന് കർണ്ണാടകസംഗീത പണ്ഡിതർക്കിടയിൽ പൊതുസമ്മതിയുള്ളത് ഇതിനാണ്. ത്യാഗരാജന്റെ ചരമദിനം 1847 ജനുവരി 6 ആണ്. ചരമദിനത്തെക്കുറിച്ച് ഇത്തരം തർക്കങ്ങളൊന്നും ഉണ്ടായിട്ടില്ല.

9. ത്യാഗരാജന്റെ സ്മാർത്തബ്രാഹ്മണ പാരമ്പര്യത്തിന് കർണ്ണാടകസംഗീതത്തിന്റെ പില്ക്കാല ചരിത്രത്തെ സംബന്ധിച്ചിടത്തോളം വലിയ പ്രാധാന്യമുണ്ടെന്നാണ് ജീവചരിത്രകാരനും ത്യാഗരാജകൃതികളുടെ പരിഭാഷകനുമായ വില്യം ജാക്സൺ പറയുന്നത്. നിയോഗി, വൈദികി എന്നീ

രണ്ട് തെലുങ്ക് ബ്രാഹ്മണപാരമ്പര്യങ്ങളിൽ ആദ്യവിഭാഗക്കാർ താരതമ്യേന മതനിരപേക്ഷമായ വീക്ഷണത്തിനുടമകളും കൊട്ടാര - പ്രഭുമന്ദിരങ്ങളിലെ കണക്കുസൂക്ഷിപ്പുകാരുമായിരുന്നു. രണ്ടാമത്തെ വിഭാഗം സംസ്കൃതപാണ്ഡിത്യമുള്ളവരും പുരോഹിതവൃത്തി കൈക്കൊണ്ടവരുമാണ്. ത്യാഗരാജൻ രണ്ടാമത്തേതായ വൈദികി വിഭാഗത്തിലുൾപ്പെട്ട ബ്രാഹ്മണനായിരുന്നു. സ്മൃതികളെല്ലാം കർക്കശമായി പിന്തുടരാൻ ശ്രമിച്ച സ്മാർത്ത പാരമ്പര്യം ദൃഢവും അതിഭൗതികവുമായ ജീവിതദർശനത്തെയാണ് പിൻപറ്റിയത് (Jackson 1999:31).

10. ത്യാഗരാജസംഗീതത്തിന്റെ മഹിമയെക്കുറിച്ച് കേട്ടറിഞ്ഞ ശരഭോജി മഹാരാജാവ് തന്റെ കൊട്ടാരസഭയിലെ അംഗമാകാൻ അദ്ദേഹത്തെ ക്ഷണിച്ചുവെന്നും എന്നാൽ രാമഭക്തിയേക്കാൾ കവിഞ്ഞ സൗഭാഗ്യങ്ങളൊന്നുമില്ലെന്ന് കരുതിയ ത്യാഗരാജൻ ആ ക്ഷണം നിരസിച്ചതായും വ്യാപകമായി വിശ്വസിക്കപ്പെടുന്നു. ഈ സന്ദർഭത്തെ മുൻനിർത്തിയുള്ള അദ്ദേഹത്തിന്റെ രചനയാണ് കല്യാണിരാഗത്തിലുള്ള 'നിധിചാലസുഖമാ' എന്ന കൃതി.

11. 1803 ൽ ശരഭോജി മഹാരാജാവ് തന്റെ സൈന്യത്തിന്റെ പഥചലനസംഗീതം (marching tunes) എന്ന നിലയിൽ ചില ഇനങ്ങൾ ചിട്ടപ്പെടുത്തുകയുണ്ടായി. സൈന്യത്തിന്റെ ചടുലവും മന്ദഗതിയിലുള്ളതുമായ നീക്കങ്ങൾക്ക് ഇണങ്ങുന്ന വ്യത്യസ്ത ഇനങ്ങളാണ് അദ്ദേഹം സൈനികസംഗീതത്തിന് (military band) വേണ്ടി ചിട്ടപ്പെടുത്തിയത്. താരതമ്യേന അപ്രസക്തമായ ഒരു വസ്തുതയാണെങ്കിലും പാശ്ചാത്യമാതൃകയിൽ ഇന്ത്യയിൽ സംഗീതം രേഖപ്പെടുത്തപ്പെട്ട ആദ്യസന്ദർഭം എന്ന നിലയിൽ ഇത് പ്രധാനപ്പെട്ട ഒരു ഘട്ടമാണെന്ന് ലക്ഷ്മി സുബ്രഹ്മണ്യൻ രേഖപ്പെടുത്തുന്നു (2006: 4).

12. പത്തൊമ്പതാം നൂറ്റാണ്ടിന്റെ ആദ്യപാദങ്ങളിൽ (1798 - 1832) തഞ്ചാവൂർ ഭരിച്ചിരുന്ന ശരഭോജി രണ്ടാമൻ ബ്രിട്ടീഷ് ഉദ്യോഗസ്ഥന്മാരിലടക്കം ആശ്ചര്യം ജനിപ്പിച്ച വ്യക്തിത്വമായിരുന്നു. ഇംഗ്ലീഷ് അടക്കമുള്ള നിരവധി ഭാഷകളിൽ ഉയർന്ന പാണ്ഡിത്യമുണ്ടായിരുന്ന അദ്ദേഹം പ്രബുദ്ധതായുഗത്തിന്റെ (enlightenment) ആശയാവലികളാൽ പ്രചോദിതനായിരുന്നു. പതിനെട്ടാം ശതകത്തിലെ യൂറോപ്യൻ സാഹിത്യ വിജ്ഞാനഗ്രന്ഥങ്ങളുടെ ഇന്ത്യയിലെ ഏറ്റവും വലിയ സമാഹാരം ശരഭോജിയുടേതാണ്. ആധുനികശാസ്ത്രവും പാശ്ചാത്യസംഗീതസമ്പ്രദായങ്ങളും മുതൽ ശരീരവിജ്ഞാനവും ആധുനിക സസ്യശേഖരണവും വരെയുള്ള മേഖലകളിൽ ശരഭോജി താല്പര്യം പുലർത്തി. കൊളോണിയൽ ആധുനികതയുമായുള്ള ഇന്ത്യൻ മുഖാമുഖത്തിന്റെ ഏറ്റവും മികച്ച ആവിഷ്കാരമായാണ് ശരഭോജിയും അദ്ദേഹത്തിന്റെ ഭരണകാലത്തെ തഞ്ചാവൂരും വിലയിരുത്തപ്പെടുന്നത് (Nair : 2012). പത്തൊമ്പതാം നൂറ്റാണ്ടിന്റെ ആദ്യപാദങ്ങളിൽ തഞ്ചാവൂരിലുണ്ടായിരുന്ന ബിഷപ്പ് റെജിനാൾഡ് ഹെർബർ ഇംഗ്ലണ്ടിലുള്ള വിൽമർട്ട് ഹോർട്ടന് അയച്ച കത്ത് ശരഭോജി രണ്ടാമനെക്കുറിച്ചുള്ള കൊളോണിയൽ വിലയിരുത്തലിന്റെ തെളിവാണ്.

"I have been passing the last four days in the society of a Hindo prince; the Raja of Tanjore who quotes Fourcroy, Lavoisier, Linnaeus and Buffon fluently, has formed a more accurate judgement of the political merits of Shakespeare than that so felicitously expressed by

Lord Byron; at the same time, he is much respected by the English officers in his neighbourhood as a real good judge of the horse, and a cool, bold and deadly shot at the tyger. The truth is that he is an extraordinary man who having in early youth received such an education as old Schwartz, the celebrated missionary could give him, has ever since continued, in the midst of many disadvantages preserve his taste for and extend his knowledge of European literature while he has ever neglected the active exercises and frank soldierly bearing which become the descendant of the old Maratha conqueror and by which only in the present state of things, he has it in his power to gratify the prejudices of his people and prolong his popularity among them" (cited in Subrahmaniam: 2006: 8).

13. സ്വാതിതിരുനാളിന്റെ സദസ്സിലേക്ക് ത്യാഗരാജനെ ക്ഷണിക്കുന്നതിനായി ചെന്ന ഷഡ്കാലഗോവിന്ദമാരാരുടെ സംഗീതവൈഭവത്തിൽ സംപ്രീതനായാണ് ശ്രീരാഗത്തിലുള്ള 'എന്തരോ മഹാനുഭാവലു' എന്ന പഞ്ചരത്ന കൃതി ത്യാഗരാജൻ ആലപിച്ചതെന്ന് വിശ്വസിക്കപ്പെടുന്നു. 1842 ലാണ് ഇരുവരും തമ്മിലുള്ള കൂടിക്കാഴ്ച നടന്നത്.

14. പത്തൊമ്പതാംശതകത്തിന്റെ ആദ്യത്തിൽ - AD 1818 - സർ. ജയിംസ് മിൽ രചിച്ച *History of British India* യാണ് ആദ്യത്തെ 'ആധുനിക ഇന്ത്യാ ചരിത്ര'മായി പരിഗണിക്കപ്പെടുന്നത്. പ്രാദേശികഭാഷകളിലും പത്തൊമ്പതാം ശതകത്തിന്റെ രണ്ടാംപകുതിയോടെ ആധുനികാർദ്ധത്തിലുള്ള ചരിത്രരചനാശ്രമങ്ങൾ അരങ്ങേറുന്നുണ്ട്. തിരുവിതാംകൂറിൽ പാച്ചുമൂത്തതും (1867) ശങ്കുണ്ണിമേനോനും (1878) ഇക്കാലത്ത് ചരിത്രരചനാശ്രമങ്ങളിലേർപ്പെടുന്നുണ്ട്.

15. 1781 ൽ ജനിച്ച്, ത്യാഗരാജനോടൊപ്പം ദീർഘകാലം ജീവിച്ച വെങ്കടരമണ ഭാഗവതരാണ് ആദ്യമായി ത്യാഗരാജന്റെ ജീവചരിത്രം എഴുതിയത്. അദ്ദേഹം 1874 ൽ അന്തരിച്ചു. വെങ്കടരമണ ഭാഗവതരുടെ മകനായ കൃഷ്ണസ്വാമി ഭാഗവതരും (ജനനം 1824) ത്യാഗരാജന്റെ ജീവചരിത്രം എഴുതുകയുണ്ടായി. രണ്ട് കൃതികളും രചിക്കപ്പെട്ടത് തെലുങ്കിലാണ്. ഇവയുടെ രചനാകാലം കൃത്യമായി അറിയില്ലെങ്കിലും ത്യാഗരാജൻ അന്തരിച്ച് (1847) ഏറെ വൈകാതെ അവ രചിക്കപ്പെട്ടു എന്നാണ് കരുതപ്പെടുന്നത്.

16. നിത്യജീവിതം നിറവേറ്റുന്നതിനായി അരിയും മറ്റു ഭക്ഷണവസ്തുക്കളും ദാനമായി സ്വീകരിച്ചുകൊണ്ട് നാടുചുറ്റുന്ന സമ്പ്രദായം. ശിഷ്യരോടൊപ്പം കീർത്തനങ്ങളാലപിച്ച് ഉഞ്ഛവൃത്തിയിലേർപ്പെട്ടാണ് ത്യാഗരാജൻ ജീവിതമാർഗ്ഗം കണ്ടെത്തിയത്. പില്ക്കാലത്ത് ത്യാഗരാജന് കൈവന്ന പരിവ്രാജകപരിവേഷത്തിന് അടിത്തറയൊരുക്കിയ കാര്യങ്ങളിലൊന്ന് ഇതാണ്.

17. സംഗീതവിശകലനത്തിനായി പുതിയ ഒരു അന്തർവൈജ്ഞാനിക സമീപനം സ്വീകരിക്കണമെന്ന് നിർദ്ദേശിക്കുന്ന ജൂലി ഡൺബാർ സംഗീതവും സംസ്കാരവും എന്ന രണ്ട് വിപുലവ്യവസ്ഥകളുടെ പഠനമായി അത് മാറിത്തീരണം എന്ന് വിശദീകരിക്കുന്നു. താളം (harmony), രൂപം (form), നാദത്തിന്റെ വർണ്ണച്ഛായ (timbre or characterestic quality of sound that distinguishes one voice from another), രാഗം (melody), ലയം

(rhythm) എന്നീ ഘടകങ്ങൾ ഉൾപ്പെടുന്ന സംഗീതവ്യവസ്ഥയും വിശ്വാസ വ്യവസ്ഥകൾ, പെരുമാറ്റരീതികൾ, പാരമ്പര്യം, ചരിത്രം, മൂല്യസങ്കല്പങ്ങൾ എന്നിവയുൾക്കൊള്ളുന്ന സാംസ്കാരികവ്യവസ്ഥയും തമ്മിലുള്ള വിനിമയമായി സംഗീതാനുഭവം പഠിക്കപ്പെടണമെന്ന് അവർ നിർദ്ദേശിക്കുന്നു.

18. 1880 ൽത്തന്നെ ഇംഗ്ലീഷ് വിദ്യാഭ്യാസം നേടിയ ഇന്ത്യാക്കാരുടെ എണ്ണം അരലക്ഷം കവിഞ്ഞിരുന്നതായി സുമിത് സർക്കാർ ചൂണ്ടിക്കാട്ടുന്നു. 1887 ൽ ഇത് 2,98,000 ആയി ഉയരുകയും 1907 ൽ അഞ്ച് ലക്ഷം കവിയുകയും ചെയ്തു. 1883-84 കാലയളവിൽ ബംഗാളിൽ കോളേജ് വിദ്യാഭ്യാസം നേടിയവരിൽ 84.7 ശതമാനവും മൂന്ന് ഭദ്രലോകജാതിവിഭാഗങ്ങളിൽ നിന്നായിരുന്നു എന്ന കാര്യം അനിൽസീലിനെ ഉദ്ധരിച്ചുകൊണ്ട് അദ്ദേഹം വ്യക്തമാക്കുന്നു. മദ്രാസ്, ബോംബെ, പൂന എന്നിവിടങ്ങളിലും സ്ഥിതി സമാനമായിരുന്നു (Sarkar 1999: 67 - 68). 1894 ൽ മദ്രാസ് നഗരത്തിൽ ബിരുദധാരികളായിരുന്നവരിൽ 68.8 ശതമാനവും ബ്രാഹ്മണരായിരുന്നുവെന്നും എന്നാൽ ആ സമയത്ത് അവർ മദ്രാസിലെ ജനസംഖ്യയുടെ 3.1 ശതമാനം മാത്രമേ വരുമായിരുന്നുള്ളൂവെന്നും അനിൽസീൽ വ്യക്തമാക്കുന്നുണ്ട്. കോളനിവല്ക്കരണത്തിന്റെയും ആധുനികീകരണത്തിന്റെയും പ്രധാന ഗുണഭോക്താക്കളായിത്തീർന്നത് സവർണ്ണ മേൽജാതിവിഭാഗങ്ങളാണ് എന്നർത്ഥം. കർണ്ണാടകസംഗീതത്തിന്റെ 'ക്ലാസിക്‌വല്ക്കരണ'ത്തിന് അടിത്തറയൊരുക്കിയതും ഈ സാമൂഹ്യവിഭാഗമാണ്.

19. ബാലഗംഗാധരതിലകന്റെ അറസ്റ്റിൽ പ്രതിഷേധിച്ച് ബോംബെയിലെ തൊഴിലാളികൾ പണിമുടക്കിയതിനെ മുൻനിർത്തി ഇന്ത്യയിലെ തൊഴിലാളിവർഗ്ഗത്തിന് പ്രായപൂർത്തിയായി എന്നാണ് ലെനിൻ വിശേഷിപ്പിച്ചത്.

20. ദേവദാസികളുടെ സദിരാട്ടത്തിൽനിന്നും മദ്ധ്യകാല നാടുവാഴിത്തവുമായി അതിനുള്ള ബന്ധത്തിൽനിന്നും വിടുതി നേടിയ 'ദേശീയ നൃത്ത പാരമ്പര്യ'ത്തിന്റെ വീണ്ടെടുപ്പിനായാണ് രുഗ്മിണീദേവി അരുണ്ഡേൽ പരിശ്രമിച്ചത്. വി രാഘവൻ, ഇ കൃഷ്ണയ്യർ തുടങ്ങിയ നൃത്തപരിഷ്കർത്താക്കളുടെ പിന്തുണയോടെ അവർ നടത്തിയ ശ്രമങ്ങൾ ഈ മേഖലയിൽ വലിയ സ്വാധീനം ചെലുത്തി. 1935 ൽ രുഗ്മിണിദേവി അഡയാറിൽ കലാക്ഷേത്രം എന്ന സ്ഥാപനം ആരംഭിക്കുകയും ചെയ്തു. ഇന്ന് ഇന്ത്യൻ നൃത്തപഠനമേഖലയിലെ ഏറ്റവും പ്രമുഖ സ്ഥാപനമായി കലാക്ഷേത്രം നിലകൊള്ളുന്നു. (വിശദമായ ചർച്ചകൾക്ക് Peterson 2008 കാണുക).

21. കേരള കലാമണ്ഡലത്തെയും അതിനായുള്ള വള്ളത്തോൾ, മുകുന്ദരാജ തുടങ്ങിയവരുടെ ശ്രമങ്ങളെയും നാഗരിക-മദ്ധ്യവർഗ്ഗ ബുദ്ധിജീവിദൗത്യം എന്ന നിലയിൽ പരിഗണിക്കുന്നതിൽ ചില പോരായ്മകളുണ്ട്. ഇതര സന്ദർഭങ്ങളിലെന്നപോലെ നാഗരിക മദ്ധ്യവർഗ്ഗത്തിന്റെ പ്രകടമായ സാന്നിദ്ധ്യം ഇവിടെ കാണാനാവില്ല. അതോടൊപ്പം ഇതര സന്ദർഭങ്ങളിൽനിന്നും വ്യത്യസ്തമായി വള്ളത്തോൾ ഉൾപ്പെടെയുള്ളവർ ദേശീയപ്രസ്ഥാനത്തിൽ പ്രകടമായി പങ്കുചേരുകയും ബ്രിട്ടീഷ് വിരുദ്ധ നിലപാടുകൾ സ്വീകരിക്കുകയും ചെയ്തവരാണ്. എന്നിരുന്നാലും ദേശീയമായ കലാപാരമ്പര്യത്തിന്റെ വീണ്ടെടുപ്പ്, നാടുവാഴിത്തത്തിന്റെ സംരക്ഷണശൃംഖലകൾക്ക് പുറത്തേക്കുള്ള അവയുടെ കടന്നുവരവ്, അതിനായുള്ള നൂതനസ്ഥാപനങ്ങളുടെ രൂപീകരണം തുടങ്ങിയ കാര്യങ്ങളിൽ കഥകളിയും ഇതര 'ക്ലാസിക്കൽ' കലകളുമായി അടുത്ത സാദൃശ്യം നിലനില്ക്കുന്നുണ്ട്.

22. പാശ്ചാത്യമായ അക്കാദമിക് റിയലിസത്തിന്റെ സ്വാധീനത്തിന് കീഴ്പ്പെടാത്ത ഭാരതീയ ചിത്രകലയുടെ വീണ്ടെടുപ്പായിരുന്നു 'ബംഗാൾ സ്കൂൾ' എന്നറിയപ്പെട്ട ദേശീയവാദചിത്രകലയുടെ ലക്ഷ്യം. അബനീന്ദ്രനാഥ ടാഗോർ, ആനന്ദകുമാരസ്വാമി, ഒകാക്കുറ എന്നിവരുടെ ധൈഷണികവും കലാപരവുമായ നേതൃത്വത്തിൽ 1910-30 കാലയളവിൽ വികാസംപ്രാപിച്ച 'ബംഗാൾ സ്കൂൾ' അജന്ത മുതലാരംഭിക്കുന്ന ഭാരതീയ ചിത്രകലയുടെ ശരിയായ പ്രാതിനിധ്യം അവകാശപ്പെട്ടു. (വിശദമായ ചർച്ചയ്ക്ക് Takurtha 1992 കാണുക).

23. ഹിന്ദുസ്ഥാനി സംഗീതത്തിന്റെ നവീകരണത്തിനായി ഒരേസമയം വ്യത്യസ്തമാർഗ്ഗങ്ങളിലൂടെ വിഷ്ണു ദിഗംബർ പലൂസ്കർ, വിഷ്ണുനാരായൺ ഭട്ഖാണ്ഡെ എന്നിവർ ശ്രമിച്ചെങ്കിലും പലൂസ്കറാണ് ഇതിൽ വിജയം കണ്ടത്. പാശ്ചാത്യ ക്ലാസിക്കൽ സംഗീതത്തിന്റെ വഴികൾ പിൻപറ്റിക്കൊണ്ട്, പ്രത്യക്ഷത്തിൽ മതനിരപേക്ഷമായ നിലയിൽ, ഹിന്ദുസ്ഥാനി സംഗീതത്തിന്റെ നവീകരണത്തിന് ശ്രമിച്ച ഭട്ഖാണ്ഡെയുടെ ശ്രമങ്ങളേക്കാൾ മതാത്മകവും പാരമ്പര്യബദ്ധവുമായ നിലയിൽ സംഗീതപുനരുദ്ധാരണശ്രമം നടത്തിയ പലൂസ്കർക്കാണ് വലിയതോതിലുള്ള സ്വീകാര്യത കൈവന്നത്. അദ്ദേഹം സ്ഥാപിച്ച ഗന്ധർവ്വ മഹാവിദ്യാലയങ്ങൾ പില്ക്കാലത്ത് ഹിന്ദുസ്ഥാനി സംഗീതാഭ്യസനത്തിന്റെ ആധികാരിക കേന്ദ്രങ്ങളായി ഉയർന്നുവന്നു. (വിശദപഠനങ്ങൾക്ക് ജാനകി ബാഖ്ലെയുടെ ശ്രദ്ധേയമായ പഠനം കാണുക Bakhle 2006).

24. കഥക്കിനെ ക്ലാസിക്കൽ നൃത്തമായി പുനർനിർമ്മിക്കാൻ നടത്തിയ ശ്രമങ്ങളുടെ ഭാഗമായി ഒരുഭാഗത്ത് അതിന് വ്രജപാരമ്പര്യത്തിലെ രാസലീലയുമായി ബന്ധം കല്പിക്കപ്പെട്ടപ്പോൾ മറുഭാഗത്ത് അതിന്റെ മദ്ധ്യകാല ഇസ്ലാമിക ബന്ധങ്ങൾ മറച്ചുവയ്ക്കപ്പെടുകയും ചെയ്തു. ഉത്തരപൂർവ്വ ഭാരതത്തിലെ വൈഷ്ണവ സമൂഹങ്ങളിലും ജയ്പൂർ, ലഖ്നൗ, ബനാറസ്, മുഗൾ കൊട്ടാരങ്ങളിലുമായി വേരോടിപ്പടർന്ന ഈ നൃത്തരൂപം, ഇതോടെ, മുസ്ലിം ഭരണത്തിനും മുമ്പേ ഹൈന്ദവക്ഷേത്രങ്ങളിൽ പിറവിയെടുത്ത ഒന്നായി വിവരിക്കപ്പെടാൻ തുടങ്ങി.

25. ദേശീയപ്രസ്ഥാനത്തിന്റെ ഘട്ടത്തിൽ അധിനിവേശത്തിന്റെ കളങ്കമേല്ക്കാത്ത ആദർശസ്ഥാനമായി ഗാർഹികലോകത്തെ സങ്കല്പിക്കുകയും സ്ത്രീകളെ ഈ ആദർശസ്ഥാനത്തിന്റെ സംരക്ഷകരായി കരുതുകയും ചെയ്തതിന്റെ പ്രത്യയശാസ്ത്രവിവക്ഷകളെക്കുറിച്ച് പാർത്ഥാചാറ്റർജിയും മറ്റും വിശദമായി ചർച്ചചെയ്തിട്ടുണ്ട്. ദേശീയപ്രസ്ഥാനത്തെ മദ്ധ്യവർഗ്ഗപരമായ അടിത്തറയിൽ ഉറപ്പിച്ചുനിർത്തിയതിൽ ഈ വിശുദ്ധിസങ്കല്പത്തിന് വലിയ പങ്കുണ്ടായിരുന്നു. ഇന്ത്യൻ സ്ത്രീത്വത്തിന്റെ പുനരവതരണം (*rearticulation*) വഴിയാണ് ഗാർഹികതയുടെ ആദർശാത്മകവിശുദ്ധി പറഞ്ഞുറപ്പിക്കപ്പെട്ടതെന്ന് അദ്ദേഹം വ്യക്തമാക്കുന്നു. ദേശീയവ്യവഹാരത്തെ ഒരു പുരുഷവ്യവഹാരമായി മാറ്റിത്തീർക്കുന്നതിലും ഗാർഹികതയുടെ ആദർശവല്ക്കരണം വലിയ പങ്കുവഹിച്ചു.

26. പത്തൊമ്പതാം നൂറ്റാണ്ടിന്റെ തുടക്കം മുതൽ തന്നെ പൗരസ്ത്യവാദികളായ പണ്ഡിതന്മാരുടെ കൃതികൾ ധാരാളമായി പുറത്തുവരാൻ തുടങ്ങി. സാമ്രാജ്യത്വ ചരിത്രവിജ്ഞാനം പ്രാകൃതമെന്ന് അധിക്ഷേപിച്ച ഭാരതീയ പാരമ്പര്യത്തെ ആത്മീയതയുടെ സുവർണ്ണശോഭയാൽ ആവരണം ചെയ്യുക

യാണ് പൗരസ്ത്യവാദികൾ ചെയ്തത്. വില്യം ജോൺസും മാക്സ് മുള്ളറും ചാൾസ് വിൽക്കിൻസും എച്ച് എച്ച് വിൽസണെയുമെല്ലാം പോലുള്ള പൗരസ്ത്യവാദികൾ അവതരിപ്പിച്ച 'ഭാരതീയ പാരമ്പര്യമഹിമ' എന്ന സങ്കല്പം, അതിലെ പ്രത്യക്ഷമായ പ്രയോജനം മുൻനിർത്തിത്തന്നെ, ദേശീയവാദ ചരിത്രവിജ്ഞാനവും മുഖ്യധാരാ ദേശീയബോധവും ഏറ്റെടുത്തു (Thapar 2002: 16). ഭാരതീയകലകളെക്കുറിച്ചുള്ള മുഖ്യധാരാസങ്കല്പങ്ങളിൽ പൗരസ്ത്യവാദപരമായ വീക്ഷണങ്ങൾക്ക് ഇപ്പോഴും നിർണ്ണായകമായ ഇടമുണ്ട്.

27. 1927 ൽ മദ്രാസിൽ ചേർന്ന കോൺഗ്രസ് സമ്മേളനത്തിന്റെ തുടർച്ചയെന്ന നിലയിലാണ് 1928 ൽ മദ്രാസ് മ്യൂസിക് അക്കാദമി നിലവിൽ വരുന്നത്. അതുപോലെ ബംഗാൾ സ്കൂളിലെ ഏറ്റവും പ്രാമാണികനായ ചിത്രകാരനായി പരിഗണിക്കപ്പെട്ടുവരുന്ന നന്ദലാൽ ബോസിന്റെ പ്രധാനപ്പെട്ട രചനകളിൽ ചിലത് ഹരിപുര കോൺഗ്രസ് സമ്മേളനത്തിനുവേണ്ടി അദ്ദേഹം വരച്ചവയാണ്.

28. കോളനിവാഴ്ചയുടെ സ്വാധീനത്തിന് അല്പംപോലും വിധേയമാവാത്ത മേഖലകളിലൊന്നായി ദക്ഷിണേന്ത്യൻ സംഗീതത്തെ സ്ഥാനനിർണ്ണയം ചെയ്യാനുള്ള ശ്രമങ്ങൾ ഇപ്പോൾ പലനിലകളിൽ പുനഃപരിശോധിക്കപ്പെടുന്നുണ്ട്. കർണ്ണാടകസംഗീതത്തിൽ വയലിന് കൈവന്ന സ്ഥാനത്തെ മുൻനിർത്തിയുള്ള അമൻദാ വൈഡ്മാന്റെ പഠനം ഈ ദിശയിലെ പ്രധാന ശ്രമങ്ങളിലൊന്നാണ് (2006: 25 – 58). ഉപകരണ സംഗീതമേഖലയിൽ പത്തൊമ്പതും ഇരുപതും നൂറ്റാണ്ടുകളിലുണ്ടായ നവീകരണം ക്ലാസിക്കൽ സംഗീതത്തിന്റെ കാനോനീകരണത്തിൽ വഹിച്ച പങ്കിനെ മുൻനിർത്തിയാണ് വൈഡ്മാൻ തന്റെ അന്വേഷണങ്ങൾ നടത്തിയിട്ടുള്ളത്. ഫിഡിലിന്റെ സ്ഥാനം കൈയാളിക്കൊണ്ട് വയലിൻ കർണ്ണാടകസംഗീതത്തിലെ മുഖ്യ അകമ്പടിവാദ്യമായി മാറിത്തീർന്നതിനു പിന്നിലെ പ്രഭാവങ്ങളിൽ കൊളോണിയൽ ആധുനികതയ്ക്കുള്ള പങ്ക് അവർ വിശദമാക്കുന്നു. അതേസമയം, കർണ്ണാടകസംഗീതവേദിയിൽ പ്രയോഗത്തിലുള്ള വയലിൻ പാശ്ചാത്യ ഉപകരണമാണെന്ന് അംഗീകരിക്കുമ്പോൾ തന്നെ അതിന്റെ പ്രഭവസ്ഥാനം ഭാരതമായിരുന്നുവെന്ന് വാദിച്ചുകൊണ്ട് വയലിന്റെ വൈദേശികതയെ മറികടക്കാനാണ് ഔദ്യോഗികപഠിതാക്കൾ പലപ്പോഴും ശ്രമിച്ചിട്ടുള്ളത് (Raghavan 2007 : 248 - 54).

29. പൊതുസഭകളിൽ അവതരിക്കപ്പെടുന്ന 'ക്ലാസിക്കൽസംഗീത'മായി കർണ്ണാടകസംഗീതം മാറിത്തീർന്നതോടെ പുതിയ ആസ്വാദകവൃന്ദത്തിന്റെ രൂപീകരണത്തിനും അത് വഴിതുറന്നതായി അമൻദാ വൈഡ്മാൻ പറയുന്നു. ജാതീയമായും വർണ്ണപരമായും താരതമ്യേന ഏകാത്മകസ്വഭാവമുള്ള പുതിയ ഒരു ആസ്വാദകവൃന്ദം അതോടെ ഉടലെടുത്തു. വിവിധ ജാതിവിഭാഗങ്ങൾ കൂടിക്കലർന്ന പഴയ ആസ്വാദകസമൂഹത്തിൽനിന്നും ഏറെ വ്യത്യസ്തരായിരുന്നു ഇവരെന്നും അമൻദാ വൈഡ്മാൻ സൂചിപ്പിക്കുന്നു (2006 : 59).

30. കർണ്ണാടകസംഗീതത്തിന്റെ സമ്പ്രദായികചരിത്രങ്ങൾ അതിനെ മതാത്മകവും വ്യക്തികേന്ദ്രിതവും സാങ്കേതികവുമായാണ് പൊതുവെ വിശദീകരിക്കാറുള്ളത്. നമ്മുടെ മുഖ്യധാരാ സംഗീതപഠനകേന്ദ്രങ്ങളിൽ ഇപ്പോഴും കാര്യമായ വ്യത്യാസമൊന്നും ഇക്കാര്യത്തിലുണ്ടായിട്ടില്ല. ഇതിൽ

നിന്നും വ്യത്യസ്തമായി സാമൂഹ്യശാസ്ത്രപരവും സംസ്കാരചരിത്രപരവുമായി ഇക്കാര്യം വിശകലനം ചെയ്യുന്ന എന്നതിനാലാണ് ലക്ഷ്മി സുബ്രഹ്മണ്യന്റെ കൃതിയിലെ വിശദീകരണങ്ങളെ ഈ പഠനത്തിൽ പിൻപറ്റിയിട്ടുള്ളത് (Subrahmanian 2006 : 28 – 54).

31. ഭരതന്റെ *നാട്യശാസ്ത്ര*ത്തിന് സമാനമായ സ്ഥാനമാണ് കർണ്ണാടക സംഗീത ചരിത്രത്തിൽ *സംഗീതരത്നാകര*ത്തിന് പലരും കല്പിച്ചുകൊടുത്തിട്ടുള്ളത്. സാംരഗദേവൻ/ ശാർങ്ഗദേവൻ പതിമൂന്നാം ശതകത്തിൽ(?) സംസ്കൃതത്തിൽ രചിച്ച ഈ ലക്ഷണഗ്രന്ഥത്തിലെ ആദ്യത്തെ ആറ് അദ്ധ്യായങ്ങൾ സംഗീതത്തെക്കുറിച്ചും അവസാന അദ്ധ്യായം നൃത്തത്തെക്കുറിച്ചും പ്രതിപാദിക്കുന്നു. അക്കാലംവരെയുള്ള സംഗീതപ്രയോഗങ്ങളെയും വിജ്ഞാനത്തെയും സംഗ്രഹിക്കുന്ന കൃതിയാണിത്.

32. പ്രാചീന തമിഴ് സംഗീതത്തിൽ രാഗങ്ങൾക്കും ഗാനങ്ങൾക്കും നല്കിയിരുന്ന പേരാണ് 'പൺ' എന്നത്. 'പൺ' മേളരാഗങ്ങളെയും 'തിറം'ജന്യരാഗങ്ങളെയും കുറിക്കുന്ന പദങ്ങളാണെന്നും കരുതപ്പെടുന്നു. ഇവ സമ്പൂർണ്ണരാഗങ്ങളായിരുന്നില്ല എന്നാണ് പൊതുവെയുള്ള ധാരണ. കൗശികം (ഭൈരവി), പഴംപഞ്ചുരം (ശങ്കരാഭരണം), തക്കേശി (കാംബോജി), സദാരി (പന്തുവരാളി), ശെവ്വഴി (യദുകുലകാംബോജി), പഴംതക്ക (ആരഭി), പുറനീർമൈ (ഭൂപാളം), കുറിഞ്ചി (മലഹരി) എന്നിങ്ങനെ കർണ്ണാടക സംഗീതത്തിലെ രാഗങ്ങളോട് ചേർന്നുപോകുന്ന 'പൺ'-കൾ തമിഴ് സംഗീതത്തിലുണ്ട് (സുനിൽ 2012 : 423). കഥകളിയിൽ പ്രയോഗത്തിലുള്ള ഇന്ദിശ, ഇന്ദളം, പാടി, പുറനീർ തുടങ്ങിയ കേരളരാഗങ്ങൾ പ്രാചീന ദ്രാവിഡ സംഗീതത്തിലെ 'പൺ' - കൾ ആര്യാധിനിവേശത്തിന് വിധേയമാകാതെ നിലനിന്നതിന്റെ സൂചനകളാണെന്ന് സംഗീതചരിത്രകാരനായ ടി ലക്ഷ്മണൻപിള്ള (*Music of Travancore* എന്ന ഗ്രന്ഥം) അഭിപ്രായപ്പെടുന്നുണ്ട്.

33. പ്രാചീനസംഗീതത്തിലെ രാഗവ്യവസ്ഥയാണ് ഗ്രാമം. പരസ്പരം ഇണങ്ങി നില്ക്കുന്ന സ്വരങ്ങളുടെ ക്രമമായ വ്യവസ്ഥയെയാണ് 'ഗ്രാമം' എന്ന് പറയുന്നത്. *സംഗീതചന്ദ്രിക*യിൽ ആറ്റൂർ കൃഷ്ണപ്പിഷാരടി' രാഗങ്ങൾക്കും മൂർച്ഛനകൾക്കും താനങ്ങൾക്കും വർണ്ണാലങ്കാരപ്രബന്ധാദികൾക്കുമെല്ലാം ആസ്പദമായ ശുദ്ധ വികൃതിസ്വരങ്ങളുടെ സമൂഹം" എന്ന് ഗ്രാമത്തെ നിർവ്വചിക്കുന്നു. *സംഗീതരത്നാകര*ത്തിൽ ഷഡ്ജഗ്രാമം, മദ്ധ്യമഗ്രാമം, ഗാന്ധാരഗ്രാമം എന്നിങ്ങനെ മൂന്ന് ഗ്രാമങ്ങളെ സാരംഗദേവൻ നിർവ്വചിക്കുന്നുണ്ട്. *നാട്യശാസ്ത്രം* മദ്ധ്യമ, ഷഡ്ജ ഗ്രാമങ്ങളെക്കുറിച്ചു മാത്രമേ പറയുന്നുള്ളൂ (രവീന്ദ്രനാഥ് 1991 : 20).

34. 'രാഗത്തെ മൂർച്ഛിപ്പിക്കുന്നത് മൂർച്ഛന' എന്നാണ് മൂർച്ഛനകൾ നിർവ്വചിക്കപ്പെടുന്നത്. ഒരു ഗ്രാമത്തിലെ സ്വരങ്ങളുടെ സപ്തസ്വരക്രമത്തിലുള്ള ആരോഹണാവരോഹണത്തെയാണ് മൂർച്ഛനകൾ എന്ന് പറയുന്നത്. (രവീന്ദ്രനാഥ് 1991 : 21). ഗ്രാമത്തിൽനിന്ന് ഗ്രഹഭേദം വഴി ഉരുത്തിരിയുന്ന രാഗങ്ങൾ എന്നും ഇത് വിശദീകരിക്കപ്പെടുന്നു (സുനിൽ 2012 : 565).

35. 1614 – 28 കാലയളവിൽ തഞ്ചാവൂർ ഭരിച്ചിരുന്ന രഘുനാഥനായ്ക്കന്റെ മന്ത്രിയായിരുന്നു ഗോവിന്ദദീക്ഷിതർ. 24 മെട്ടുകൾ (frets) ഉള്ള വീണയുടെ ഉപജ്ഞാതാവായി പരിഗണിക്കപ്പെടുന്നത് ഇദ്ദേഹമാണ്. മുഖ്യമായും സാരംഗദേവന്റെ അഭിമതങ്ങളെ പിന്തുടർന്നുകൊണ്ടാണ് ഗോവിന്ദദീക്ഷിതർ *സംഗീതസുധ* രചിച്ചിട്ടുള്ളത്. താരതമ്യേന സാങ്കേതികവും സൂക്ഷ്മ

വുമാണെങ്കിലും *സംഗീതരത്നാകര*ത്തെ പിൻപറ്റുന്നതുമൂലം അക്കാലത്തുണ്ടായ പരിവർത്തനങ്ങളെ ഉൾക്കൊള്ളാൻ ദീക്ഷിതർക്ക് കഴിഞ്ഞില്ല എന്നാണ് ആധുനികപഠിതാക്കൾ കരുതുന്നത്.

36. ഇക്കാലത്തെ സംഗീതശാസ്ത്രഗ്രന്ഥങ്ങൾ സംഗീതപ്രയോഗമേഖലയിലുണ്ടായ പരിവർത്തനങ്ങളെ പൂർണ്ണാർത്ഥത്തിൽ പ്രകാശിപ്പിക്കുന്നില്ല എന്നാണ് ലക്ഷ്മി സുബ്രഹ്മണ്യന്റെ അഭിപ്രായം. ആധാരഷഡ്ജത്തിന് വലിയ പ്രാധാന്യം നല്കുന്ന വിധത്തിൽ മദ്ധ്യേഷ്യൻ തംബുർ (tambur) ന്റെ ഇന്ത്യൻ സംഗീതത്തിലേക്കുള്ള സ്വാംശീകരണവും രാഗമേളത്തിന് പേർഷ്യൻ സംഗീതശൈലിയോടുള്ള ഇണക്കങ്ങളും (ആചാര്യ ബൃഹസ്പതി പേർഷ്യൻ ശൈലിയായ Mukam ത്തിൽനിന്നാണ് രാഗമേളങ്ങൾ വികസിച്ചുവന്നതെന്ന് പറയുന്നുണ്ട്) ഉൾപ്പെടെ നാനാതരത്തിലുള്ള കൂടിക്കലരലുകൾ കർണ്ണാടകസംഗീതത്തിൽ 14 – 17 നൂറ്റാണ്ടുകളിൽ നടക്കുന്നുണ്ട്. രാമ അമാത്യന്റെ *സ്വരമേളകലാനിധി* (1550), ഗോവിന്ദ ദീക്ഷിതരുടെ *സംഗീതസുധ* (1614) തുടങ്ങിയ സംഗീതശാസ്ത്രഗ്രന്ഥങ്ങളെല്ലാം ഇത്തരത്തിൽ കർണ്ണാടകസംഗീതം വലിയ പരിവർത്തനങ്ങളിലൂടെ കടന്നുപോകുന്ന കാലത്ത് എഴുതപ്പെട്ടവയാണ്. പക്ഷേ, സാരംഗദേവന്റെ *സംഗീതരത്നാകര*ത്തോട് (1230?) ഒത്തുപോകാനുള്ള വ്യഗ്രതമൂലം പ്രയോഗതലത്തിലെ മേല്പറഞ്ഞ പരിവർത്തനങ്ങൾ വേണ്ടത്ര പരിഗണിക്കപ്പെടാതെ പോവുകയായിരുന്നുവെന്നും ഏകാത്മകവും അഖണ്ഡവും കലർപ്പില്ലാത്തതുമായ ദക്ഷിണേന്ത്യൻ സംഗീതം എന്ന മിത്തിന്റെ നിർമ്മിതിയിൽ ഇത് വലിയ സംഭാവനകൾ നല്കിയതായും അവർ പറയുന്നു (2006 : 33).

37. വിജയനഗരകാലത്ത് കർണ്ണാടകസംഗീതത്തിൽ ഇസ്ലാം ചെലുത്തിയ സ്വാധീനം ഇപ്പോൾ കൂടുതലായി പഠിക്കപ്പെടുന്നുണ്ട്. വിജയനഗര - ഭാമിനി ഭരണ മേഖലകൾ തമ്മിലുള്ള വിനിമയങ്ങൾ ഏകമുഖമായി ഹൈന്ദവമെന്നോ ഇസ്ലാമികമെന്നോ വിളിക്കാനാവാത്ത ഒരു സങ്കരസംസ്കൃതിക്ക് രൂപം നല്കിയതായി പുതിയ പഠിതാക്കൾ പറയുന്നു. തെലുങ്ക് - മറാത്ത - ബ്രാഹ്മണ സംസ്കാരത്തോടും സംഗീതത്തോടും വലിയ ആഭിമുഖ്യം പുലർത്തിയ ഇബ്രാഹിം അദിൽഷാ രണ്ടാമന്റെയും (1580 – 1627), പതിനാറാം ശതകത്തിൽ ക്ഷേത്രജ്ഞന് സംരക്ഷണം നല്കിയ ഗോൽക്കൊണ്ട നവാബിന്റെയുമെല്ലാം ചരിത്രം ഇതിന് തെളിവു തരുന്നതായും ഇവർ കരുതുന്നു. (Philip B. Wagoner, 'Sultan Among Kings', cited in Subrahmanian 2006 : 34).

38. ത്രിമൂർത്തികളുടെ കാലത്തിന് തൊട്ടു മുമ്പ് ജീവിച്ചിരുന്നതായി വിശ്വസിക്കപ്പെടുന്ന ഗോവിന്ദാചാര്യർ രചിച്ച *സംഗ്രഹചൂഡാമണി* വെങ്കടമഖിയുടെ മേളരാഗങ്ങളെ കുറിച്ച് ചർച്ച ചെയ്യുന്നു. തന്റെ കാലത്ത് പ്രചാരത്തിലിരുന്ന നിരവധി രാഗങ്ങളെക്കുറിച്ച് ഗോവിന്ദാചാര്യർ പ്രതിപാദിക്കുന്നുണ്ട്. ത്യാഗരാജൻ ഉപയോഗപ്പെടുത്തിയത് ഗോവിന്ദാചാര്യരുടെ പദ്ധതിയാണെന്നാണ് കരുതപ്പെടുന്നത് (വെങ്കടസുബ്രഹ്മണ്യയ്യർ 1990:237).

39. മുത്തുസ്വാമിദീക്ഷിതരുടെ സഹോദരനായ ബാലുസ്വാമിദീക്ഷിതരാണ് പാശ്ചാത്യസംഗീതോപകരണമായ വയലിനെ കർണ്ണാടകസംഗീതത്തിലേക്ക് ആനയിക്കുന്നതിൽ വലിയ പങ്കുവഹിച്ചത്.

40. ശബ്ദലേഖനം ചെയ്യപ്പെട്ട കർണ്ണാടകസംഗീതത്തിന്റെ ആസ്വാദനത്തിന് സഹായകമായ വിധത്തിൽ പലതരം പുസ്തകങ്ങളും ഇരുപതാം ശതക

ത്തിന്റെ ആദ്യപാദങ്ങളിൽ പുറത്തുവരുന്നു. കെ മധുരൈ മുതലിയാർ എഡിറ്റ് ചെയ്ത് പ്രസിദ്ധീകരിച്ച *ഗ്രാമഫോൺസംഗീത കീർത്തനാമൃതം* (1929 – 31), പ്രമുഖ കലാചിന്തകനും ഭരതനാട്യപരിഷ്കരണത്തിന്റെ നേതാക്കളിലൊരാളുമായ ഇ കൃഷ്ണയ്യർ രചിച്ച പരിചായകഗ്രന്ഥം (*Personalities in Present Day Music*) തുടങ്ങിയവയെല്ലാം പല അനുപാതങ്ങളിൽ ഈ ദൗത്യം ഏറ്റെടുത്ത രചനകളാണ്. ഗ്രാമഫോണിനെ ഒരു സംഗീതോപകരണം തന്നെയായാണ് മുതലിയാർ അവതരിപ്പിക്കുന്നതെങ്കിൽ എല്ലാത്തരം സംഗീതത്തിന്റെയും വകതിരിവില്ലാത്ത പ്രക്ഷേപണം സംഗീതസംസ്കാരത്തെ മലിനപ്പെടുത്തുന്നതായാണ് കൃഷ്ണയ്യർ കരുതിയത്. അതുകൊണ്ട് ശുദ്ധസംഗീതം വേർതിരിച്ച് വിശദീകരിക്കുന്നതിലായിരുന്നു അദ്ദേഹത്തിന്റെ ശ്രദ്ധ (Weidman 2012 : 167).

41. റെക്കോഡിങ്ങും റേഡിയോനിലയങ്ങളും സംഗീതത്തിന് പുതിയ ചിട്ടയും ഗതിവേഗവും നല്കി. സംഗീതാവതരണത്തിന്റെ സമസ്തതലങ്ങളിലും അത് സ്വാധീനം ചെലുത്തി. പുതിയൊരു ഭാവുകത്വത്തിലേക്ക് വഴിതുറക്കുന്ന ഒന്നുതന്നെയായിരുന്നു ശബ്ദലേഖനത്തിന്റെയും പ്രക്ഷേപണത്തിന്റെയും സാങ്കേതികവിദ്യ. ആകാശവാണിയുടെ ഡയറക്ടർ ജനറൽ ആയിരുന്ന നാരായണമേനോൻ ഇക്കാര്യം ഇങ്ങനെ രേഖപ്പെടുത്തിയിരിക്കുന്നു: "Broadcasting ..... will turn out to be the biggest single instrument of music education in our country.... It has given our musicians the qualities of precision and economy of statement. ....Broadcasting has also....given many of our leading musicians a better sense of proportion and a clearer definition of value that matter in music" (cited in Weidman 2012 : 167).

42. ശ്രോതാക്കൾക്ക് സുഖമുളവാക്കുന്ന വിധത്തിലുള്ള സ്വരങ്ങളുടെ കമ്പനമാണ് ഗമകം (സ്വരസ്യകമ്പോഗമകഃ ശ്രോതൃചിത്തസുഖാവഹഃ). സ്വരത്തിന്റെ മനോഹാരിത വർദ്ധിപ്പിക്കുന്ന വിധത്തിൽ അതിലടങ്ങിയ ശ്രുതികൾക്ക് പുറമെ തൊട്ടടുത്തുള്ള ശ്രുതികളെക്കൂടി തന്മയത്വത്തോടെ ഇണക്കിപ്പാടുന്ന രീതിയാണിത്. സ്വസ്ഥാനത്തുള്ള ശ്രുതിയേയും അന്യസ്ഥാനത്തുള്ള ശ്രുതിയുടെ ഛായയേയും ഗമിപ്പിക്കുന്നതിനാൽ 'ഗമകം' എന്നു പേർ എന്ന് വെങ്കടസുബ്രഹ്മണ്യയ്യർ (1990:196). സ്വരങ്ങൾ ആലപിക്കുമ്പോൾ അവയുടെ ഘനം കൂട്ടിയും കുറച്ചും നിയന്ത്രിച്ചും ആകർഷകവും മന്ദവും തെല്ലിട നീണ്ടുനില്ക്കുന്നതുമായ വിശേഷചലനങ്ങൾ സൃഷ്ടിക്കുകയാണ് ഗായകർ ചെയ്യുന്നത്. ഗമകപ്രയോഗങ്ങൾമൂലം ഒരു സ്വരത്തിനുതന്നെ വിഭിന്ന രാഗങ്ങളിൽ വ്യത്യസ്ത ഭാവം കൈവരുന്നു. പലതരം ഗമകപ്രയോഗങ്ങളെക്കുറിച്ച് (മുഖ്യമായും പതിനഞ്ചു വിധം) സംഗീതശാസ്ത്രഗ്രന്ഥങ്ങൾ പറയുന്നുണ്ട്. ഗായകരുടെ വ്യക്തിഗതമായ ആലാപനവൈദഗ്ദ്ധ്യത്തോട് അങ്ങേയറ്റം അടുത്തുനില്ക്കുന്ന ഗമകപ്രയോഗങ്ങളെ ചിട്ടപ്പെടുത്തി രേഖപ്പെടുത്താനുള്ള ശ്രമങ്ങൾ കർണ്ണാടകസംഗീതത്തിലെ ആധുനികീകരണശ്രമങ്ങളിലെ വൈരുദ്ധ്യങ്ങളെക്കൂടി പ്രകാശിപ്പിക്കുന്നുണ്ട്.

43. കർണ്ണാടക സംഗീതരചനകളെ ചിട്ടപ്പെടുത്തി അവതരിപ്പിക്കാനുള്ള ശ്രമം നിർണ്ണായകമായ തലത്തിലെത്തുന്നത് 1904 ൽ സുബ്ബരാമദീക്ഷിതർ *സംഗീതസമ്പ്രദായ പ്രദർശിനി* പ്രസിദ്ധീകരിക്കുന്നതോടെയാണ്. മുത്തു

സ്വാമി ദീക്ഷിതരും ത്യാഗരാജനും സ്വരാങ്കനത്തിന്റെ കാര്യത്തിൽ പ്രാഥമിക താല്പര്യങ്ങൾ പ്രദർശിപ്പിക്കുന്നതായി പൊതുവെ കരുതപ്പെടുന്നുണ്ട്. പിന്നീട് ത്യാഗരാജകൃതികൾ ചിട്ടപ്പെടുത്തി പ്രസിദ്ധീകരിച്ച ചിന്നസ്വാമി മുതലിയാരും ഈ ദിശയിൽ മുന്നേറുകയുണ്ടായി. എങ്കിലും കർണ്ണാടക സംഗീതത്തിന്റെ ഹൃദയമായി പരിഗണിക്കപ്പെടുന്ന ഗമകപ്രയോഗങ്ങളെ രേഖപ്പെടുത്താൻ അവർക്ക് കഴിഞ്ഞിരുന്നില്ല. ഇതിന് പര്യാപ്തമായ (?) ഒരു രീതി വികസിപ്പിച്ചെടുത്ത് കൂടുതൽ സമഗ്രമായ സ്വരാങ്കന സമ്പ്രദായത്തിന് വഴിതുറന്നത് സുബ്ബരാമദീക്ഷിതരാണ്.

44. രാഗവിസ്താരത്തിന്റെ പ്രകൃതത്തിൽ ഇരുപതാംനൂറ്റാണ്ടിന്റെ ആദ്യദശകങ്ങളോടെ വലിയ വ്യത്യാസമാണ് ഉണ്ടായത്. രാഗസ്വഭാവത്തെ തുടക്കം മുതൽ വെളിപ്പെടുത്തുന്ന ആലാപനരീതിയിലേക്ക് ഗായകർ എത്തിപ്പെട്ടത് ഇക്കാലത്താണ്. ദീർഘവിസ്തൃതമായ രാഗവിസ്താരവും രാഗച്ഛായയെ പതിയെപ്പതിയെ ഇതൾവിടർത്തിക്കൊണ്ടുവരുന്ന ആലാപനസമ്പ്രദായവും ശബ്ദലേഖനത്തിന്റെയും പ്രക്ഷേപണത്തിന്റെയും സന്ദർഭത്തിൽ ഒട്ടും സ്വീകാര്യമല്ലായിരുന്നു. ദ്വാരം വെങ്കിടസ്വാമിയുടെ റെക്കോഡിൽ അക്കാലത്ത് പരമ്പരാഗതമായി ഒരു മണിക്കൂറെങ്കിലും നീളുന്ന രാഗവിസ്താരം മൂന്നര മിനിറ്റിലേക്ക് ചുരുക്കിയ കാര്യം അമൻദാ വൈഡ്മാൻ ചൂണ്ടിക്കാണിക്കുന്നുണ്ട്. അഞ്ചുമിനിറ്റുകൊണ്ടാണോ ഇരുപതു മിനിറ്റുകൊണ്ടാണോ രാഗാലാപനം പൂർത്തിയാക്കേണ്ടത് എന്നത് തീരുമാനിക്കപ്പെടുന്നത് സമയലഭ്യതയെ മുൻനിർത്തിയാണെന്നും വൈഡ്മാൻ പറയുന്നു. (2012 : 174). ഗായകരുടെ നൈസർഗ്ഗികതയെ പ്രകാശിപ്പിക്കാൻ കഴിയുന്നവിധത്തിലുള്ള ബുദ്ധിപൂർവ്വമായ സമയക്രമീകരണം 1950 കൾ മുതലെങ്കിലും കർണ്ണാടകസംഗീതക്കച്ചേരികളുടെ അടിസ്ഥാനതത്ത്വം തന്നെയായി മാറിത്തീർന്നു.

45. തന്റെ കച്ചേരിപദ്ധതിയുടെ സ്വരൂപം അരിയക്കുടി ഇപ്രകാരം വിശദീകരിക്കുന്നു:
"The concert should begin with a varna, to be immediately followed by few fast-tempo kritis. A short and crisp alapana of two or three of ragas of the kritis to be sung, may be rendered. Kalpanaswara must be limited and propotionate, and restricted to a few pieces, after a resonable measure of niraval. The pieces selected should be of varied talas, and no two of the same tala need to be sung consecutively. In rendering the kalpanaswaras, for kritis or pallavis, it should be appropriate to adopt the traditional sarvalaghu pattern... An admixture of slow and fast tempo kritis alternately is preferable. The main raga for tana should be a ghanaraga familiar to the audience and the rendering of the alapana must be fairly lengthy.. In the alapana of rare ragas their distinctive character should reveal themselves and should neither be confused nor clash with ragas closely allied to or resembling them. A couple of opportunities may be given to the mridangam player... Padam, Javali, Tevaram, Tiryppugazh, Ashtapadi, Tarangam, Tillana, Ragamalika and Sloka must form Part II of the concert" ('The Concert Tradition', Ariyakkudi Ramanuja Iyengar, cited in Menon 2005: 22).

46. മനോധർമ്മസംഗീതത്തിലെ രണ്ട് പ്രധാന വിഭാഗങ്ങൾ. കൃതിയിലെ ഒരു സാഹിത്യവിഭാഗത്തെ, രാഗഭാവവും സാഹിത്യഭാവവും സ്ഥിരീകരിക്കത്തക്ക വിധത്തിൽ, വിവിധ സംഗതികൾ ചേർത്ത് ആലപിക്കുന്നതിനെയാണ് നിരവൽ എന്നുപറയുന്നത്. സാഹിത്യത്തിന്റെ ചില ഭാഗങ്ങളിൽ മനോധർമ്മമനുസരിച്ച് സംഗതികൾ കലർത്തി മാറ്റംവരുത്തി പാടുന്നു. നിരവൽ ചെയ്യുന്ന ഭാഗത്തിന് അനുസ്യൂതമായി താളത്തിനുള്ളിൽ നിന്നുകൊണ്ടും രാഗത്തെ കൂടുതൽ സുന്ദരമാക്കാൻ കഴിയുന്ന വിധത്തിൽ മനോധർമ്മമനുസരിച്ച് സ്വരങ്ങൾ പാടുന്നതാണ് കല്പനാസ്വരങ്ങൾ.

47. പില്ക്കാലത്ത് സാർവ്വത്രികമായി സ്വീകരിക്കപ്പെട്ടെങ്കിലും അരിയക്കുടിയുടെ പരിഷ്കരണങ്ങൾക്ക് കടുത്ത വിമർശനങ്ങളും നേരിടേണ്ടിവന്നിട്ടുണ്ട്. സംഗീതചരിത്രകാരൻകൂടിയായ രംഗരാമാനുജ അയ്യങ്കാർ എഴുതുന്നു:

> എല്ലാം ഒറ്റയടിക്ക് തകർക്കാനുള്ള നിയോഗം അരിയക്കുടിയുടേതായിരുന്നു. ശബ്ദത്തിന്റെ ശ്രുതി അദ്ദേഹം താഴ്ത്തിക്കൊണ്ടുവന്നു. കച്ചേരിക്ക് മൈക്രോഫോൺ അനിവാര്യമാക്കിത്തീർത്തു. വേഗത്തിലുള്ള ഒരു കുതിരനടയാണ് അരിയക്കുടിയുടെ പാട്ട്... പണ്ടൊക്കെ കച്ചേരിയുടെ അവസാനഭാഗത്ത് ഏതാനും മിനിറ്റ് സർവ്വാണിക്ക് ഭുജിക്കാനുള്ള ഒന്നുരണ്ട് പലവക വിഭവങ്ങൾ വിളമ്പുന്ന പതിവുണ്ടായിരുന്നു. സർവ്വാണിയെ ഉദ്ദേശിച്ചിട്ടുള്ള ത്രസിപ്പിക്കുന്നതും കാമോദ്ദീപകവുമായ വിഭവങ്ങൾക്ക് അരിയക്കുടി മുൻതൂക്കം നല്കി. കർണ്ണാടകസംഗീതത്തിന്റെ തനിമയ്ക്കും അതിൽ ലയത്തിനുണ്ടായിരുന്ന പ്രാമുഖ്യത്തിനും ഇതുകൊണ്ടുണ്ടായ നഷ്ടം മനസ്സിലാക്കാൻ 1925 ന് മുമ്പ് കച്ചേരി കേട്ടിട്ടുള്ളവർക്ക് മാത്രമേ കഴിയൂ. അരിയക്കുടിയുടെ കൈയിൽ ലയം രണ്ടാംതരവും അഗണ്യവുമായിത്തീർന്നു. ചുരുക്കത്തിൽ ഉദ്ദീപിപ്പിക്കുകയും പ്രകാശിപ്പിക്കുകയും ചെയ്യേണ്ടതിന് പകരം വിനോദിപ്പിക്കുക എന്നതിനായി ഊന്നൽ.

(Rangaramanuja Iyengar, R, *Musings of a Musician*, ഇന്ദിരാമേനോൻ ഉദ്ധരിക്കുന്നത് 2012 : 11).

48. കാവ്യവും സംഗീതവും തമ്മിൽ കൂട്ടിയിണക്കുന്നതിൽ ത്രിമൂർത്തികളിൽ ഏറ്റവുമധികം വിജയം നേടിയത് ത്യാഗരാജനാണെന്ന് സംഗീതപണ്ഡിതർ പൊതുവെ വിലയിരുത്തുന്നുണ്ട്. അദ്ദേഹത്തിന്റെ ഗേയനാടകങ്ങൾ - *നൗകാചരിത്രം, പ്രഹ്ലാദഭക്തിവിജയം*- എന്നിവ അനന്യമായ ഈ വൈഭവത്തിന്റെ തെളിവുകളായി ചൂണ്ടിക്കാണിക്കപ്പെടുന്നു. കർണ്ണാടകസംഗീതത്തിലെ ത്രിമൂർത്തികളിൽ ഉൾപ്പെട്ട ശ്യാമശാസ്ത്രി, മുത്തുസ്വാമി ദീക്ഷിതർ എന്നിവരേക്കാൾ വലിയ ജനപ്രിയതയും സ്വീകാര്യതയും ത്യാഗരാജസംഗീതത്തിന് കൈവന്നതിന് പിന്നിലെ പ്രധാന കാരണമായും ഇക്കാര്യം പരിഗണിക്കപ്പെട്ടുവന്നു (Bhagyavathi 1995: 130).

49. 1930 കളിൽ ദ്വാരം വെങ്കടസ്വാമിനായഡു തന്റെ വയലിൻ കച്ചേരികളിൽ പഞ്ചരത്നകൃതികൾ മനോധർമ്മപ്രകടനങ്ങളോടെ അവതരിപ്പിച്ചിരുന്ന കാര്യം അദ്ദേഹത്തിന്റെ മകൻ തന്നോട് പറഞ്ഞത് അമൻഡാ വൈഡ്മാൻ രേഖപ്പെടുത്തിയിട്ടുണ്ട്. തന്റെ ദൈനംദിന സാധകത്തിൽ വെങ്കടസ്വാമി

നായഡു നാട്ട, ഗൗള ആരഭി, വരാളി ശ്രീരാഗം എന്നീ രാഗങ്ങൾ - പഞ്ചരത്നകൃതികളുടെ രാഗങ്ങൾ - ഉൾപ്പെടുത്തിയിരുന്നു. ഇപ്പോഴാകട്ടെ പഞ്ചരത്നകൃതികളെന്നല്ല, അവ രചിക്കപ്പെട്ട രംഗങ്ങൾപോലും മനോധർമ്മ പ്രകടനങ്ങൾക്ക് സാദ്ധ്യത കുറഞ്ഞവയായാണ് പരിഗണിക്കപ്പെടുന്നത് (Weidman 2006 : 309 *fn.*)

50. രാഗം, താളം, സാഹിത്യപാഠം എന്നിവയിലെല്ലാം പലതരം വ്യത്യാസങ്ങൾ നിലനില്ക്കുന്നുണ്ട്. 'വല്ലഗാനക' എന്ന കീർത്തനം ശങ്കരാഭരണത്തിലും ഹരികാംബോജിയിലും പാടിപ്പോരുന്നുണ്ട്. 'രാഗസുധാരസ' എന്ന കീർത്തനത്തിന്റെ രാഗമായി മയൂരധ്വനിയും ആന്ദോളികയും നിർദ്ദേശിക്കപ്പെട്ടിട്ടുണ്ട്. ചില സന്ദർഭങ്ങളിൽ ഒരേ രാഗത്തിന് വ്യത്യസ്ത പാരമ്പര്യങ്ങളിൽ പല ലക്ഷണങ്ങൾ നിർദ്ദേശിക്കപ്പെടുന്നതായും ചൂണ്ടിക്കാണിക്കപ്പെടുന്നു. കർണ്ണാടക കാപ്പിയിൽ രചിക്കപ്പെട്ട ഒട്ടുമിക്ക കീർത്തനങ്ങളും ഹിന്ദുസ്ഥാനി കാപ്പിയിലേക്ക് പരിവർത്തനം ചെയ്യപ്പെട്ടു. താളപ്രകാരത്തിലും സമാനമായ മാറ്റങ്ങളുണ്ടായി. ഒരു തലമുറ ആദിതാളത്തിൽ ആലപിച്ചുപോന്ന 'നിഗ്ഗുമാലി' എന്ന കീർത്തനം ഇതരപരമ്പരകൾ 'ഝംപ' താളത്തിലാണ് പാടിപ്പോരുന്നത്. സാഹിത്യഭാഗങ്ങളിലും ധാരാളം പാഠഭേദങ്ങൾ കാണും. മേല്പറഞ്ഞവയെപ്പോലെ അവയ്ക്ക് സംഗീതജ്ഞർ പ്രാധാന്യം കല്പിക്കാറില്ലെന്ന് മാത്രം (Rajan 2010 : 93).

51. ത്യാഗരാജസംഗീതത്തെയും ത്യാഗരാജകീർത്തനങ്ങളെയും 15 - 17 നൂറ്റാണ്ടുകളിൽ ഉത്തരഭാരത്തിലരങ്ങേറിയ ഭക്തിപ്രസ്ഥാനത്തിന്റെ തുടർച്ചയായി പരിഗണിക്കണം എന്ന് പലരും അഭിപ്രായപ്പെടുന്നുണ്ട്. തുളസീദാസ്, കബീർ തുടങ്ങിയ ഭാഗവതോത്തമന്മാരുടെ സന്തതിയാണ് ത്യാഗരാജസ്വാമികൾ എന്നാണ് കെ പി എസ് മേനോൻ പറയുന്നത് (1984 : 14). ഉഞ്ഛവൃത്തിയും ത്യാഗരാജന്റെ ജീവിതകഥകളും അദ്ദേഹത്തിന്റെ രചനകളിൽ നിരന്തരം അലയടിക്കുന്ന ഭക്തിഭാവവും എല്ലാം ഇത്തരമൊരു വീക്ഷണത്തിന്റെ സന്ദർഭത്തിൽ പുതിയ അർത്ഥം കൈവരിക്കുകന്നതായി മനസ്സിലാക്കാം.

52. 'ഇന്ത കന്നാനന്ദമേമി', 'കോരിവാച്ചതിനയ്യ', 'യുക്തമുഗാഡു' എന്നിങ്ങനെയുള്ള പല കീർത്തനങ്ങളുടെയും ഭജനരൂപത്തിലുള്ള ലളിതപാഠങ്ങൾ നിലവിൽ ലഭ്യമാണ് (Rajan 2010 : 96).

53. താളാക്ഷരങ്ങളും ജതികളും ചൊല്ലുന്നതിനെയാണ് കൊന്നക്കോൽ/ കൊനുഗോൽ എന്നുപറയുന്നത്. മുൻകാലങ്ങളിൽ സംഗീതക്കച്ചേരിയുടെ ഭാഗമായിരുന്നു ഇതെങ്കിൽ ഇപ്പോഴത് താളവാദ്യക്കച്ചേരികളിലേക്കും നൃത്തവേദികളിലേക്കുമായി ചുരുങ്ങിയിരിക്കുന്നു.

54. പ്രസിദ്ധ സംഗീതജ്ഞനായ ജി എൻ ബാലസുബ്രഹ്മണ്യത്തിന്റെ പിതാവും സംഗീതശാസ്ത്രജ്ഞനുമായ ജി വി നാരായണസ്വാമിയുടെ വിവരണം. റോമാസാമ്രാജ്യത്തിന്റെ കാലത്ത് അരങ്ങേറിയിരുന്ന മല്ലയുദ്ധങ്ങളോടാണ് ഇത്തരം കച്ചേരികളെ അദ്ദേഹം താരതമ്യപ്പെടുത്തിയത് (ഇന്ദിരാമേനോൻ 2012 : 6).

55. കർണ്ണാടകസംഗീതത്തിലെ ആധുനിക ഭാവുകത്വത്തെ നിർണ്ണയിച്ച ബ്രാഹ്മണിക - വൈയക്തിക മൂല്യങ്ങൾ നാഗസ്വരത്തിന് മേൽ ചെലുത്തിയ സ്വാധീനത്തെക്കുറിച്ചും അതുവഴി അതിനെ താണ വാദ്യങ്ങളിലൊന്നാക്കിത്തീർത്തതിനെക്കുറിച്ചും ആർ നന്ദകുമാർ വിശദമായി പരിശോധിക്കു

ന്നുണ്ട്. ഒരുഭാഗത്ത് നാടോടിസംസ്കൃതിയിൽനിന്നുള്ള ഉത്ഭവവും നാടൻ ജനജീവിതവുമായുള്ള ബന്ധവുമാണ് നാഗസ്വരത്തെ ബ്രാഹ്മണമൂല്യങ്ങൾക്ക് അസ്വീകാര്യമാക്കിയതെങ്കിൽ മറുഭാഗത്ത് 'ക്ലാസിസിസം' ജന്മം നല്കിയ, ശബ്ദത്തെക്കുറിച്ചുള്ള പുതിയതരം സൗന്ദര്യാത്മകധാരണകളും അതിന് കാരണമായി. വായ്പാട്ടിന്റെയും വാദ്യസംഗീതത്തിന്റെയും ശൈലികൾ പരസ്പരം സ്വാധീനിച്ചുതുടങ്ങിയ ഘട്ടത്തിലും നാഗസ്വരബാണി അതിനെ സ്വീകരിച്ചില്ല എന്നദ്ദേഹം പറയുന്നു. അതുകൊണ്ട് മുഖ്യധാരാ വോക്കലിസത്തെ മുൻനിർത്തിയുള്ള വാദ്യങ്ങളുടെ ശ്രേണിയിൽ ഇടം പിടിക്കാൻ നാഗസ്വരത്തിന് കഴിയാതെ വന്നു. പഴയ പല്ലവിപ്രസ്ഥാനത്തിന്റെ ദീർഘവും സാവധാനപൂർണ്ണവുമായ രാഗവിസ്താരരീതിയോട് ഇണങ്ങിപ്പോവുന്നതായിട്ടും (സ്വരങ്ങളുടെയും സ്വരസ്ഥാനങ്ങളുടെയും സൂക്ഷ്മധ്വനികളെ അനായാസമായി സ്ഫുരിപ്പിക്കാൻ കഴിയുന്നതുകൊണ്ട് രാഗസ്വരൂപത്തെ അടുക്കടുക്കായി ഘടനാപരമായി വിസ്തരിക്കുകയാണ് നാഗസ്വരം ചെയ്യുന്നതെന്ന് നന്ദകുമാർ) നാഗസ്വരം കർണ്ണാടകസംഗീതത്തിന്റെ ആധുനികപ്രകരണത്തിൽ താണതരം വാദ്യങ്ങളിലൊന്നായി പരിഗണിക്കപ്പെടാൻ തുടങ്ങി. ഈ നിലയിൽ, ബ്രാഹ്മണികമൂല്യങ്ങളുടെ ഇരുനിലകളിലുള്ള സ്വാധീനമാണ് നാഗസ്വരത്തിന്റെ ആധുനികജീവിതത്തെ അധഃകൃതമാക്കിയത് എന്നാണ് നന്ദകുമാർ വിശദീകരിക്കുന്നത് (നന്ദകുമാർ 1998 : 217 – 52).

56. ഒരൊറ്റ ശ്രുതി അന്തരത്തോടുകൂടിയ ഒരു സ്വരത്തിന്റെ വകഭേദങ്ങളാണ് വിവാദിസ്വരങ്ങൾ. വിവാദിസ്വരങ്ങൾ ഉൾപ്പെടുന്ന സമ്പൂർണ്ണരാഗങ്ങളാണ് വിവാദിമേളങ്ങൾ (സുനിൽ 2012 : 662). ഒരു രാഗത്തിലെ ഏറ്റവും പ്രധാനമായതും വീണ്ടും വീണ്ടും പ്രയോഗിക്കപ്പെടുന്നതുമായ സ്വരത്തെ 'വാദി' എന്നും, പരസ്പരം എട്ടോ പന്ത്രണ്ടോ ശ്രുതികൾ അകലമുള്ള സ്വരങ്ങളെ 'സംവാദികൾ' എന്നും പറയും. 72 മേളകർത്താ പദ്ധതിയിലെ 40 മേളങ്ങളും വിവാദിദോഷത്തിന് വിധേയമാണ് എന്നതിനാൽ ഇവ ഒഴികെയുള്ള 32 മേളരാഗങ്ങൾ മാത്രമേ യഥാർത്ഥത്തിൽ ഉപയോഗപ്രദമായിട്ടുള്ളൂ എന്ന് കരുതുന്ന സംഗീതപണ്ഡിതന്മാർ ഉണ്ട്.

57. ശ്രീരഞ്ജിനി രാഗത്തിലുള്ള 'സൊഗസുഗാമൃദംഗതാളമു' എന്ന പ്രസിദ്ധരചനയിൽ

"യതി വിശ്രമ സദ ഭക്തി വി-
രതി ദ്രാക്ഷാരസ നവരസ
യുത *കൃതി* ചേ ഭജിയിഞ്ചെ
യുക്തി ത്യാഗരാജുനി തരമാ?"

എന്ന് ത്യാഗരാജൻ എഴുതുന്നത് സാമാന്യമായി കീർത്തനം എന്ന അർത്ഥത്തിലാണെന്നാണ് കെ പി എസ് മേനോൻ വിശദീകരിച്ചിട്ടുള്ളത് (മേനോൻ, 1979 : 180). ഈ ഭാഗത്ത് യതി തുടങ്ങിയ ഇതരഘടകങ്ങളെക്കുറിച്ച് പരാമർശിക്കുമ്പോഴും സംഗതികളെക്കുറിച്ച് (ത്യാഗരാജകൃതികളുടെ മുഖമുദ്രയായി പരിഗണിക്കപ്പെടുന്നത് സംഗതികളാണ്) സൂചനയില്ലാത്തതുകൊണ്ട് മേല്പറഞ്ഞ പരാമർശം കീർത്തനം എന്ന സാമാന്യ അർത്ഥത്തിൽത്തന്നെയാണെന്ന് വില്യം ജാക്സണും അഭിപ്രായപ്പെടുന്നു (Jackson 1999: 132).

58. കൃതി, കീർത്തനം എന്നീ പദങ്ങൾ തമ്മിൽ മുൻകാലങ്ങളിൽ അർത്ഥഭേദമില്ലാതിരുന്നതിനാൽ ഇപ്പോഴും അതുതന്നെയാണ് അഭികാമ്യം എന്ന് കെ

ടി രവീന്ദ്രനാഥ് വാദിക്കുന്നുണ്ട്. അത്തരത്തിൽ അർത്ഥവ്യത്യാസം കല്പിക്കുന്നത് അനാവശ്യമാണെന്നും അനുചിതമായ പുതിയ പരിഷ്കാരങ്ങളിലൊന്നാണതെന്നും അദ്ദേഹം കരുതുന്നു. പതിനേഴാം ശതകത്തിനൊടുവിൽ 'കോസല' മുദ്രയോടെ രചന നടത്തുകയും ജീവിതത്തിന്റെ അവസാനഘട്ടത്തിൽ ശ്രീരംഗം ക്ഷേത്രത്തിന് സമീപം താമസിക്കുകയും ചെയ്തിരുന്ന ശേഷയ്യങ്കാർ (ഏകദേശം 1640 - 1700 എ ഡി) ആണ് കൃതികളുടെ അവതാരകൻ എന്നാണ് രവീന്ദ്രനാഥിന്റെ വാദം. കൃതി, കീർത്തനം എന്ന വിഭജനം അനാവശ്യമാണെന്ന് പുതിയ ഗായകരിലൊരാളായ ടി എം കൃഷ്ണയും അഭിപ്രായപ്പെടുന്നു (2013 : 500).

59. കീർത്തനങ്ങൾ സാഹിത്യപ്രധാനവും കൃതികൾ സംഗീതപ്രധാനവുമാണെന്ന് പറയുമെങ്കിലും കീർത്തനങ്ങൾ സാമാന്യേന ദേവസ്തുതികളായതുകൊണ്ട് ആധുനികമായ ഒരു സന്ദർഭത്തിൽ അവയുടെ സാഹിതീയതയ്ക്കു വലിയ പ്രാധാന്യമൊന്നുമില്ല എന്നതാണ് വാസ്തവം. മറിച്ച് കൃതികളിലാകട്ടെ സുഭദ്രമായ ശില്പഘടനയ്ക്കുള്ളിലാണെങ്കിലും സാഹിത്യം ധ്യാനാത്മകചിന്തയെയും അനുഭൂതിലോകങ്ങളെയും ഉൾക്കൊള്ളുന്ന ഒന്നായാണ് നിലകൊള്ളുന്നത്. സംഗീതപരമായ സൂക്ഷ്മത ആസ്വാദന സന്ദർഭത്തിൽ അവയുടെ സാഹിതീയതയെ ഗഹനമാക്കുകയും ചെയ്യുന്നു.

60. മദ്രാസ് മ്യൂസിക് അക്കാദമി 2013 ലെ 'സംഗീതകലാനിധി' പുരസ്കാരം നല്കി ആദരിച്ച പ്രമുഖ സംഗീതജ്ഞയായ സുധാരഘുനാഥ് ഇതേക്കുറിച്ച് ഇങ്ങനെ അഭിപ്രായപ്പെടുന്നുണ്ട്.
"Saint Thyagaraja's kritis and his introduction of the sangathi that were largely set in madhyamakala were more appropriate for the modern concert paddhathi. GNB was of the opinion that close to about 60 percent of Thyagarajas kritis are in this Kala and that seems to be best for both lay and the learned listeners alike" (Raghunath 2014 : 3).

61. ഹിന്ദുസ്ഥാനി സംഗീതത്തിലെ ഖയാലുകളുമായി കൃതികളെ ചിലപ്പോഴൊക്കെ താരതമ്യപ്പെടുത്താറുണ്ടെങ്കിലും അവ തമ്മിലുള്ള മൗലികമായ വ്യത്യാസം രാഘവ് ആർ മേനോൻ ചൂണ്ടിക്കാട്ടുന്നുണ്ട്. ഖയാലുകളിൽ നിന്നും വ്യത്യസ്തമായി കൃതികൾ പണിക്കുറ തീർന്ന സുഭദ്രശില്പങ്ങളാണ്. അവതരണവേളയിൽ ഖയാലുകൾ നല്കുന്ന സ്വാതന്ത്ര്യമോ ശില്പപരമായ അയവോ കൃതികളിലില്ല. അവ കൂടുതൽ സുഘടിതവും സുഭദ്രവുമാണ് (1995:98)

62. രൂപം/ഉള്ളടക്കം എന്ന പരമ്പരാഗതവും യാന്ത്രികവുമായ ദ്വന്ദ്വകല്പനയെ വിമർശനവിധേയമാക്കുമ്പോഴാണ് പ്രമുഖ മാർക്സിസ്റ്റ് ചിന്തകനായ ഫ്രെഡറിക് ജെയിംസൺ രൂപത്തെ 'ഊറിക്കൂടിയ ഉള്ളടക്കം' (sedimented content) എന്ന് വിശേഷിപ്പിച്ചത്. രൂപം പ്രമേയങ്ങളെന്നപോലെ ചരിത്രത്തിന്റെ പലപല വിതാനങ്ങളെ ഉൾക്കൊള്ളുന്നുണ്ടെന്ന് അദ്ദേഹം വ്യക്തമാക്കി.

63. പട്ടിക്കാംതൊടി രാവുണ്ണിമേനോന്റെ നേതൃത്വത്തിൽ കഥകളിയിൽ അരങ്ങേറിയ നവീകരണത്തിന്റെ പ്രകൃതം വിശദീകരിക്കുന്ന സമയത്ത് കിള്ളിമംഗലം വാസുദേവൻ നമ്പൂതിരിപ്പാട് ചൂണ്ടിക്കാണിക്കുന്ന കാര്യങ്ങൾ, മറ്റൊരു നിലയിൽ മേല്പറഞ്ഞ വസ്തുതയിലേക്ക് തന്നെയാണ് വിരൽ

ചൂണ്ടുന്നത്. കഥകളിയുടെ ക്ലാസിക്കൽ ചിട്ടയെന്ന നിലയിൽ പട്ടിക്കാംതൊടി വഴി നിലവിൽവന്നത് രണ്ട് കാര്യങ്ങളായിരുന്നുവെന്ന് കിള്ളിമംഗലം പറയുന്നു. നൃത്യത്തിലേക്ക് നാട്യത്തെ സന്നിവേശിപ്പിക്കുകയും അതുവഴി രംഗപാഠമപ്പാടെ പുതുക്കിപ്പണിയുകയുമാണ് രാവുണ്ണിമേനോൻ ചെയ്തത്. കഥാപാത്രങ്ങളുടെ ക്ഷണികഭാവങ്ങൾക്കപ്പുറം പോയി സ്ഥായിയായ രസാനുഭവത്തിൽ അടിയുറച്ചവയായി കഥകളിയെ പുതുക്കിപ്പണിയാനാണ് അദ്ദേഹം മുതിർന്നത്. രസാവലംബിയായ നാട്യമെന്ന നിലയിലേക്കുള്ള കഥകളിയുടെ നവീകരണം അതിന്റെ ആധുനികീകരണത്തിന്റെ ചരിത്രത്തിലെ നിർണ്ണായകമായ ചുവടുവയ്പാണ്. ആധുനികമായ സ്വകാര്യവ്യക്തിബോധത്തിനും ആ വ്യക്തിബോധത്തിൽ അധിഷ്ഠിതമായ ധ്യാനാത്മകമായ ആസ്വാദന - അനുഭൂതി ക്രമത്തിനും പാകപ്പെട്ട ഒന്നായി കഥകളി മാറിത്തീർന്നു എന്നതാണ് ഇതിന്റെ ഫലം. രാവുണ്ണിമേനോന്റെ കലാവതരണത്തിന്റെയും രംഗാവതരണത്തിന്റെയും മൗലികമായ മൂല്യം ആംഗികലാവണ്യമല്ലെന്നും മറിച്ച് ഭാവപോഷകത്വമാണെന്നും വിശദീകരിക്കപ്പെടുന്നതിന്റെ ഉള്ളടക്കവും മറ്റൊന്നല്ല. പുതിയ ചിട്ടയിലേക്കുള്ള കഥകളിയുടെ ഉദ്ഗ്രഥനം ഒരേസമയം അതിനെ ആധുനികവും ക്ലാസിക്കലുമാക്കിത്തീർക്കുന്നു എന്നർത്ഥം. (2013 : 95 - 121)

64. ത്യാഗരാജ ശിഷ്യപരമ്പരയുടെ വംശാവലിക്ക് കെ ടി രവീന്ദ്രനാഥിന്റെ ഗ്രന്ഥം കാണുക.

65. വെങ്കടമഖിയുടെ മേളരാഗപദ്ധതിയെച്ചൊല്ലി കർണ്ണാടകസംഗീത പണ്ഡിതർക്കിടയിലുണ്ടായ തർക്കങ്ങൾക്ക് ഈ പ്രകരണത്തിൽ പ്രാധാന്യമുണ്ട്. മദ്രാസ് മ്യൂസിക് അക്കാദമിയുടെ ജേണലിന്റെ ആദ്യലക്കത്തിൽ സി സുന്ദരം അയ്യർ എഴുതിയ ലേഖനം ഈ ദിശയിലെ പ്രധാന ചുവടുവയ്പായിരുന്നു. മേളരാഗപദ്ധതിയുടെ അതിശക്തനായ വക്താവായിരുന്ന സുന്ദരം അയ്യർ ഇതിന്റെ ആവശ്യകത ചോദ്യം ചെയ്യപ്പെടുന്നതിൽ അസ്വസ്ഥത പ്രകടിപ്പിക്കുകയും ചെയ്തു. മറുഭാഗത്ത് ഹുളുഗുർ കൃഷ്ണമാചാരിയെ പോലുള്ള പണ്ഡിതന്മാർ വെങ്കടമഖിയുടെ മേളരാഗപദ്ധതിയുടെ സാധുതയെന്നല്ല ഉപയോഗ്യതയെത്തന്നെ ചോദ്യം ചെയ്തു. വെങ്കടമഖിയുടെ 72 മേളരാഗങ്ങളിൽ 32 എണ്ണം മാത്രമേ ഉപയോഗപ്രദമായവയായുള്ളൂ എന്നും മറ്റുള്ളവ പ്രയോഗക്ഷമമല്ലാത്തവയും മേളരാഗപദ്ധതിയുടെ നിർമ്മാണത്തിനായി കൃത്രിമമായി കെട്ടിച്ചമച്ചവയാണെന്നും അദ്ദേഹം വിമർശനമുന്നയിച്ചു. ദക്ഷിണേന്ത്യയിലെ പല സംഗീതജ്ഞരും ഇക്കാര്യം സമ്മതിക്കുന്നുണ്ടെന്നും അദ്ദേഹം അഭിപ്രായപ്പെട്ടു. പിന്നീട് ഇരുപതാംനൂറ്റാണ്ടിന്റെ മദ്ധ്യദശകങ്ങൾ വരെ ഈ തർക്കം അക്കാദമി വേദികളിലടക്കം തുടരുകയും ചെയ്തു. പൊതുസമ്മതത്തെ മുൻനിർത്തി കൃതികളുടെ രാഗസ്വഭാവം നിജപ്പെടുത്തുക, ജന്യ-ജനക ബന്ധം വിശദീകരിക്കുക, രാഗഭാവ പ്രകാശനത്തിൽ ഗായകർക്ക് ഏതളവ് വരെ സ്വാതന്ത്ര്യം ആകാമെന്നതിൽ ചില അതിർത്തികളും വ്യവസ്ഥകളും നിർദ്ദേശിക്കുക എന്നിവയെല്ലാം അക്കാദമിയുടെ ദൗത്യനിർവ്വഹണത്തിന്റെ ഭാഗമായിത്തീരുകയും ചെയ്തു (Subrahmanian 2006 : 90 - 91).

66. "As times changed, perhaps the need to find a less leisurely, more compact, memorable expressions of devotional art music moved Tyagaraja to explore possible variations in structures. A music of the

leisure class with the luxary of indulgent self-display and floried virtiosity had to be distilled into a viable form, keeping the best qualities alive. The compact kriti with set sangaties in a thematic climax was the form which evolved" (Jakson 1999 : 148).

67. തെലുങ്ക് കവിതയുടെ ചരിത്രം എന്ന നിലയിൽ കെ വെങ്കടേശ്വരറാവു എഡിറ്റ് ചെയ്ത് കേന്ദ്ര സാഹിത്യ അക്കാദമി പ്രസിദ്ധീകരിച്ച സമാഹാരത്തിൽ (*തെലുഗുകാവ്യമാല* 1957) ത്യാഗരാജന്റെ രണ്ട് കൃതികൾ ഉൾപ്പെടുത്തിയിട്ടുണ്ട്.

68. ത്യാഗരാജനെക്കുറിച്ച് പ്രസിദ്ധീകരിക്കപ്പെട്ട പ്രധാന ഗ്രന്ഥങ്ങൾ
(1) Venkataramana Bhagavathar with Tiruvarur Rama Rao, *Palmleaf Manuscripts of Thyagaraja's Songs and Biography* (Walajapet Manuscript collection), (2) C Thirumalayya Naidu. (1910) *Thyagayyar, The Great Musical Composer of South India.*, (3) K V Srinivasa Iyengar, (1912) *Thyagaraja Hrudayam*, (4) M S Ramaswami Iyer (1927) *Thyagaraja A Great Musician Saint.*, (5) Sanjeev Rao (1929) *Thyagaraja : Musician Saint, Life, Works, Mission*, (6) Vinjamuri Varaha Narasimhacharulu, (1934) *Thyagarajaswami Charuthra*, (7) K K Ramaswami Bhagavathar, (1935) *Thyagbrahmo Upanishad*, (8) T S Sundaresa Sarma (1940), *Sri. Thyagaraja Charithra.* (9) L Muthayya Bhagavathar (1941) *Thyagaraja Vijaya Kavya* (10) K V Ramachandran, (1947) *Thyagaraja : His Genius and Personality* (11) A V S Sarma, (1954) *Lines of Devotion Songs of Sri. Thyagaraja*, (12) M Venkataramiah, (1963) *Sri. Thyagaraja*, (13) C Ramanujachari & V, Raghavan, (1966) *The Spiritual Heritage of Thyagaraja*, (14) S Y Krishnaswami, (1968) *Thyagaraja: Saint and singer*, (15) Suddhanantha Bhjarathi, (1968) *Saint Thyagaraja The Divine Singer*, (16) P Sambamoorthy, (1970) *Great Composers (Volume II) Thyagaraja*, (17) T S Parthasarathi, (1976) *Sri. Thyagaraja: A Monograph*, (18) E N Purushothaman, (1978) *Thyagopanishad*, (19) C P Ramaswami Iyer, (1980) *Sri. Thyagabrahman & His Times*, (20) William J Jakson, (1991) *Thyagaraja: Life & Lyrics.* (കടപ്പാട്: Venkitasubrahmanian, 2010)

69. ത്യാഗരാജകൃതികൾ : പ്രധാന സമാഹാരങ്ങൾ
(1) A M Chinnaswami Mudaliyar, (1893) *Oriental Music and European Notation*, (2) S Subbarama Dikshitar, (1904) *Sangeetha Sampradaya Pradarsini.*, (3) T. Narasimha Bhagavathar, (1908) *Sadguru Thyagaraja Swami Keerthanalu.*, (4) E S Krishnaswami, (1911) *Thyagaraja sangeethavali*, (5) K V Srinivasa Iyengar, (1922) *Thyagaraja Hrudayam*, (6) K V Srinivasa Iyengar, (1930) Sri. Thyagarajaswami Kerthanalu., (7) Appa Rao, (1948) *Thyagaraja Keerthanalu.*, (8) T V Subbha Rao, (1951) *Sathguruswami Keerthananlu.*, (9) C S Ayyar, (1955) *Hundred and twenty Kritis of of Thyagaraja.*, (10) R Rangarmanuja Iyengar, (1965)

Krithimanimalai Vos. 1 & II, (11) C Ramanujachari & V Raghavan (ed.), (1966) *The Spiritual Heritage of Thyagaraja.*, (12) P Sambamoorthy, (ed.) (1962) *Nauka Charithram*, (13) T S Parthasarathi, (1967), *Sri. Thyagarajaswami Keerthanaikal.*, (14) Kalluri Veerabhadra-Sastri, (1975) *Thyagaraja Keerthanalu.*, (15) T S Parthasarathi (ed.) (1990). *Prahladha Bhakthi Vijayam*, (16) T K Govinda Rao, (1995) *Compositions of Thyaraja.*, (17) K P S Menon (1999) *Thyagarajasudha*, (18) *Thyagarajakrithikal* (2000), (19) P Janardanan, *Thyagaraja Ganasudha* (2013). (കടപ്പാട്: Venkitasubrahmanian, 2010).

70. ത്യാഗരാജന്റെ സംഗീതപ്രതിഭയെ സ്തുതിച്ചുകൊണ്ട് സമകാലികനും കർണ്ണാടകസംഗീതവേദിയിലെ ത്രിമൂർത്തികളിൽ ഒരാളുമായ മുത്തുസ്വാമിദീക്ഷിതർ രചിച്ച ആനന്ദഭൈരവി രാഗത്തിലുള്ള കൃതിയിലെ പ്രയോഗം.

സഹായകഗ്രന്ഥങ്ങൾ

ഇന്ദിരാമേനോൻ, 2012, *എപ്പടി പാടിനാരോ*, കോട്ടയം, മഹാത്മാഗാന്ധി സർവ്വകലാശാല/സാഹിത്യപ്രവർത്തക സഹകരണസംഘം.

കുമാരകേരളവർമ്മ പി ആർ, 2000, *ത്യാഗരാജകൃതികൾ*, തിരുവനന്തപുരം, സാംസ്കാരിക പ്രസിദ്ധീകരണവകുപ്പ്.

നന്ദകുമാർ ആർ, 1997, കേൾവിശീലങ്ങളുടെ സാമൂഹ്യശാസ്ത്രം, കൊച്ചി, *കേരളപഠനങ്ങൾ*, 6.

മേനോൻ കെ പി എസ്, 1984, *ത്യാഗരാജസുധ*, കോട്ടയം, നാഷണൽ ബുക്ക്സ്റ്റാൾ.

രവീന്ദ്രനാഥ് എ കെ, 1991, *ദക്ഷിണേന്ത്യൻ സംഗീതം*, തിരുവനന്തപുരം, സാംസ്കാരികപ്രസിദ്ധീകരണ വകുപ്പ്.

രവീന്ദ്രനാഥ് കെ ടി, 1984, *കർണ്ണാടക സംഗീതചരിത്രം*, കോട്ടയം, നാഷണൽ ബുക്ക് സ്റ്റാൾ.

വാസുദേവൻ നമ്പൂതിരിപ്പാട്, കിള്ളിമംഗലം, എം പി എസ് നമ്പൂതിരി, കലാമണ്ഡലം, 2012, *കഥകളിയുടെ രംഗപാഠചരിത്രം*, കോഴിക്കോട്, മാതൃഭൂമി ബുക്സ്.

വെങ്കടസുബ്രഹ്മണ്യയ്യർ എസ്, 1990, *സംഗീതശാസ്ത്രപ്രവേശിക*, തിരുവനന്തപുരം, കേരള ഭാഷാ ഇൻസ്റ്റിറ്റ്യൂട്ട്.

സുനിൽ വി ടി, 2012, *സംഗീതനിഘണ്ടു*, കോട്ടയം, ഡി സി ബുക്സ്.

Bakhle, Janaki, 2006, *Two Men and Music: Nationalism in the Making of an Indian Classical Tradition*, Delhi, Permanant Black.

Bhagyavathi V, 1995, *Tyagaraja's Naukachaaritramu*, Madras, Sarvani Sangeetha Sabha Trust.

Chandra, Bipan (ed.), 1998, *India's Struggle for Independance*, Delhi, Penguin Books.

Coomaraswami, Ananda, 1991, *Essays in National Idealism*, Delhi, Munshi Ram Manoharlal.

Dunbar Julie C, 2011, *Women Music Culture: An Introduction*, London, Routledge.

Jakson, William J, 1991, *Thyagaraja Life and Lyrics,* Delhi, *Oxford University Press.*

Krishna T M, 2013, *A Southern Music: The Karnatik Story*, Noida, Harper Collins.

Kuppuswami T V, 2004, *Lyrics of Thyagaraja*, Delhi, Adroit Publishers.

Krishnamurthy S V, 2000, *Know Your Thyagaraja*, Chennai, T R Publications.

Martin, Peter J, 2006, *Music and the Sociological Gaze*, New York, Manchester University Press.

Menon, Indira, 1999, *The Madras Quartet Women in Karnatic Music*, New Delhi, Roli Books

Menon, Indira, 2006, *Great Masters of Carnatic Music*, Chennai, Indialog.

Menon, Raghav R, 1995, *The Penguin Dictionary of Indian Classical Music*, Delhi, Penguin India Ltd.

Nair, Savithri Preetha, 2012, *Raja Serfoji II Science Medicine and Enlightenment in Tanjore*, New Delhi, Routledge.

Panickar, K N, 2007, *Colonialism, Culture and Resistance*, Delhi, Oxford University Press.

Peterson, Indira Viswanathan, Davesh Soneji (eds.), 2008, *Performing the Past : Reinventing the Arts in Modern India*, New Delhi, Oxford University Press.

Raghavan V, 2006, *Essays on Indian Music*, Chennai, V Raghavan centre for Performing Arts.

Raghunath, Sudha, 2014, 'Success is a Journey Not a Destination', *The Hindu* (Friday Review), January 3, 2014.

Rajan, Rita, 2010, 'DiÅerent Versions of Thyagaraja Kirtanas', *The Journal of Music Academy, Madras*. Vol 81, December 2010, Chennai.

Ramanujachari C, V Raghavan, 1966, *Spiritual Heritage of Thyagaraja*, Madras, Sree Ramakrishna Press.

Ravi N (Ed.), 2005, *The Hindu Speaks on Music*, Chennai, Kasturi & Sons Ltd.

Sankar, Vidya, 2009, *Saint Thagaraja's Divya Nama Kirtanas*,

Chennai, Parampara.

Sarkar, Sumit, 1999, *Modern India 1885-1947*, Delhi, Mac Millian India Ltd.

Sarkar, Sumit, 2004, *Writing Social History*, Delhi, Oxford University Press.

Sambamoorthy P, 1959, *Great Musicians*, Madras, Indian Music Publishing House.

Sambamoorthy P, 1984, *A Dictionary of South Indian Music and Musicians*, Madras, Indian Music Publishing House.

Soneji, Davesh (ed.), 2010, *Bharatanatyam*, Delhi, Oxford University Press.

Subrahmanian, Lakshmi, 2006, *From Tanjore Court to Madras Music Academy; A Social History of Music in South India*, Delhi, Oxford University Press.

Thakurtha, Tapti Guha, 1992, *The Making of a New Indian Art: Artists, Aesthetics and Nationalism in Bengal 1850 - 1920*, Cambridge, Cambridge University Press.

Thakurtha, Tapti Guha, 2004, *Monuments Objects Histories: Institutions of Art in Colonial and Post Colonial India*, Delhi, Permanant Black.

Thapar, Romila, 2002, *Early India From the Origins to A D 1300*, London, Allenlane Penguin.

Venkitasubrahmanian, T K, 2010, *Music as History in Tamil Nadu*, Delhi, Primus Books.

Viswanathan T, Mathew Harp Allen, 2004, *Music in South India: Experiaing Music Expressing Culture*, Newyork, Oxford University Press.

Weidman, Amanda, 2006, *Singing the Classical Voicing the Modern: The Post Colonial Politics of Music in South India*, Calcutta, Seagull.

ദേശഭാവനയുടെ ആട്ടപ്രകാരങ്ങൾ: ദേശീയാധുനികതയും ഭരതനാട്യത്തിന്റെ രംഗജീവിതവും

'എനിക്ക് വിശ്വാസമുണ്ട്. എന്നെങ്കിലുമൊരിക്കൽ സ്വച്ഛമായ ആകാശത്തിൽനിന്നും കോരിച്ചൊരിയുന്ന മഴപോലെ അതിശക്തമായി ഭൂമിക്കുമേൽ സംഗീതം പതഞ്ഞൊഴുകും. അതിൽ എല്ലാ താളവും ലയവും ഉണ്ടായിരിക്കും. അതിപ്രഗത്ഭരും സുന്ദരികളും സുന്ദരന്മാരുമായ പെൺകുട്ടികളും ആൺകുട്ടികളും നീണ്ടകാലുകളിൽ നൃത്തം ചെയ്യും...... ഈജിപ്തിലെ പിരമിഡുകളേക്കാൾ ഉന്നതമായ, ഗ്രീസിലെ പാർത്തിനോണിന് അതീതമായ, ഒരു സംസ്കാരത്തിനും ഇതുവരെ കാണാൻ കഴിയാതിരുന്ന അലൗകികമായ സൗന്ദര്യത്തിന്റെയും ശക്തിയുടെയും മൂർത്തീഭാവമായി ഞാനത് സ്വപ്നം കാണുന്നുണ്ട്.... ഒരു കരടുപോലും ഇല്ലാതെ, പാറക്കെട്ടുകളുള്ള പർവ്വതനിരയിലെ ഉത്തുംഗശൃംഗത്തിൽ ഒരു കാൽ കയറ്റിവച്ച്, ഇരുകൈകളും അറ്റ്ലാന്റിക്കിലേക്കും പെസഫിക്കിലേക്കും നീട്ടിപ്പിടിച്ച്, സുന്ദരമായ ശിരസ്സ് ആകാശത്തേക്ക് ഉയർത്തി, നെറ്റിയിൽ തിളങ്ങുന്ന നക്ഷത്രകിരീടവുമായി അമേരിക്ക നൃത്തം ചെയ്യും....' അതിൽ മുൻഗാമികളുടെ സ്വപ്നവും വീരനായകരുടെ ചലനങ്ങളും ഉണ്ട്. നീതിയും കരുണയും മാന്യമായ നിഷ്കളങ്കതയും ഉണ്ട്... നമ്മുടെ കുട്ടികൾ ഇങ്ങനെ നൃത്തം ചെയ്യുമ്പോൾ ജനാധിപത്യത്തെ പ്രതിനിധാനം ചെയ്യുന്ന സുന്ദരികളും സുന്ദരന്മാരുമായി അവർ വളരും. ഇതാണ് നൃത്തം ചെയ്യുന്ന അമേരിക്ക.'

- ഇസഡോറ ഡങ്കൻ

ആമുഖം

ഓർമ്മകളും പ്രതീക്ഷകളും ഇടകലർന്ന ഒരു ചരിത്രസന്ധിയിലാണ് ഭരതനാട്യം ക്ലാസിക്കൽ നൃത്തത്തിന്റെ ദേശീയമാതൃകയായി അര

ങ്ങിലെത്തിയത്. ഇസഡോറ ഡങ്കന്റെ സ്വപ്നംപോലെ നൃത്തം ചെയ്യുന്ന രാഷ്ട്രചൈതന്യത്തെക്കുറിച്ചുള്ള സ്വപ്നങ്ങൾ അന്ന് ഇവിടെയുമുണ്ടായിരുന്നു. ഇരുൾപടർന്ന രാഷ്ട്രജീവിതത്തിന്റെ വർത്തമാനത്തിനുമേൽ ഓർമ്മകൾകൊണ്ടും പ്രതീക്ഷകൾകൊണ്ടും പടുത്തുയർത്തപ്പെട്ട ഒന്നായിരുന്നു അത്. രുഗ്മിണീദേവി അരുണ്ഡേലിന്റെ ധ്യാനാത്മകതയിലൂടെയും ബാലസരസ്വതിയുടെ ഉടൽവേഗങ്ങളിലൂടെയും ദേശീയതയുടെ നാട്യഗൃഹമായി ഭരതനാട്യം മാറിത്തീർന്നു. ഇതിനു പിന്നാലെ ക്ലാസിക്കൽ പദവി അവകാശപ്പെട്ട ഇന്ത്യൻ നൃത്തരൂപങ്ങളുടെ[1] ചരിത്രത്തിന്റെയും ജീവിതത്തിന്റെയും മാതൃകാരൂപമായി അത് പരിഗണിക്കപ്പെട്ടുതുടങ്ങി.[2] ‘ഇതേ വടിവിൽ, ഇതേ ചുവടിൽ’ എന്ന് എല്ലാ നടനരീതികളും ഭരതനാട്യത്തിന്റെ രംഗജീവിതത്തെ പിൻപറ്റി.

വർത്തമാനത്തെ ചരിത്രമാക്കിക്കൊണ്ടാണ് രുഗ്മിണീദേവിയും ബാലസരസ്വതിയും നൃത്തം ചെയ്തത്. ആപത്തിന്റെ നിമിഷങ്ങളിൽ മനസ്സിലൂടെ മിന്നിമായുന്ന ഓർമ്മകളെ കൈയെത്തിപ്പിടിക്കലാണ് ചരിത്രം എന്ന പ്രസ്താവനയെ[3] ഓർമ്മിപ്പിക്കും വിധം ദേശചരിത്രത്തിന്റെ നിർണ്ണായകസന്ധികളിലൊന്നിൽ അവർ ഭൂതകാലത്തെ കൈയെത്തിപ്പിടിക്കുവാനും അതിന് രംഗപാഠം ചമയ്ക്കുവാനും ശ്രമിച്ചു. എല്ലാ ഓർമ്മകളിലും പ്രതീക്ഷകളും കലർന്നിരിക്കുന്നതുകൊണ്ട്, ഇവരുടെ നടനവും പ്രതീക്ഷകളുടെ വാഹനമായി.[4] രാഷ്ട്രചരിത്രത്തെക്കുറിച്ചുള്ള അഭിജാതമായ മഹത്വാഭിലാഷങ്ങളുടെ തികവുറ്റ നടനപാഠമായിരുന്നു രുഗ്മിണീദേവിയുടെ നൃത്തം. അതുകൊണ്ടുതന്നെ പില്ക്കാലത്ത് ഇന്ത്യയുടെ രാഷ്ട്രപതി പദവിയിലേക്ക് ആദരപൂർവ്വം വരവേല്ക്കപ്പെടുന്ന കലാകാരിയായി രുഗ്മിണീദേവി അരുണ്ഡേൽ മാറിത്തീർന്നു.[5] കലയുടെയും കലാകാരിയുടെയും സ്വാതന്ത്ര്യബോധത്തിന്റെ ഉയർന്ന ശിരസ്സായിരുന്നതിനാൽ രുഗ്മിണീദേവി ആ ക്ഷണം സ്വീകരിക്കുകയുണ്ടായില്ല എന്നുമാത്രം (Samson 2010:213). ഒരു ഇന്ത്യാക്കാരിക്ക് ലഭിക്കാവുന്ന ഏറ്റവും വിലോഭനീയമായ പദവി നിർമ്മമമായി കൈയൊഴിഞ്ഞശേഷം അവർ അഡയാറിലെ കലാക്ഷേത്രത്തിന്റെ പ്രവർത്തനങ്ങളിലും സാമൂഹികസേവനങ്ങളിലും മുഴുകി. അധികമൊന്നും അകലെയല്ലാതെ, ഒരു എതിർപാരമ്പര്യത്തിന്റെ ധ്വനികളുയർത്തി, ബാലസരസ്വതി നൃത്തം തുടരുന്നുണ്ടായിരുന്നു.

രുഗ്മിണീദേവിയുടെയും ബാലസരസ്വതിയുടെയും ചുവടുകളിൽ നിന്ന് പിറവിയെടുത്തത് നൃത്തത്തേക്കാളുപരി, നൃത്തത്തിന്റെ ചരിത്രം കൂടിയാണ്. നൃത്തവേദിയുടെ ചരിത്രത്തിൽ തങ്ങൾക്കും ഒരിടം കണ്ടെത്തുകയല്ല അവർ ചെയ്തത്. മറിച്ച്, നൃത്തത്തിന് ഒരു ചരിത്രം ചമയ്ക്കുകയാണ്. പുതിയ കാലത്തിന്റെയും പുതിയ ദേശത്തിന്റെയും മഹത്വാഭിലാഷങ്ങളെ ചുവടുകളിലേക്കും അടവുകളിലേക്കും പരാവർത്തനം ചെയ്ത് അവർ ദേശചരിത്രത്തിന്റെ നടനമാതൃകകളായി. പലപ്പോഴും തമ്മിൽത്തമ്മിലിടഞ്ഞും ചിലപ്പോൾ മാത്രം തമ്മിലിണങ്ങിയും അരങ്ങിൽ ജീവിച്ചവരായിരുന്നു അവർ. എങ്കിലും ഭൂതകാലത്തിന്റെ പ്രഭാവബിന്ദുക്കളാൽ

ഭൂതിമത്തായ ഭാവിയെ നെയ്തെടുക്കുന്നതിൽ അവർ പരസ്പരം തുണയായി. അങ്ങനെ, കാഞ്ചീപുരം സാരികളെയും കർണ്ണാടകസംഗീതത്തെയും പോലെ, ദക്ഷിണഭാരതത്തിലെ കുലീനമദ്ധ്യവർഗ്ഗത്തിന്റെ സാമൂഹ്യാഭിലാഷങ്ങളെ പൂരിപ്പിക്കാൻപോന്ന സാംസ്കാരികവിഭവങ്ങളി ലൊന്നായി ഭരതനാട്യം മാറിത്തീർന്നു. പാരമ്പര്യത്തിന്റെ മൂർത്തീകരണവും ആധുനികതയുടെ ആവിഷ്കാരപ്രകാരവുമായി ഒരേസമയം നിലകൊള്ളാൻ കഴിയുന്ന ഒരു 'പുതിയ' കലാരൂപം (Soneji 2010:xii).

ഒന്ന് : ദേവദാസികളും സദിരാട്ടവും

പത്തൊമ്പതാംനൂറ്റാണ്ടിന്റെ അവസാനപാദങ്ങളിൽ, തമിഴ് പാരമ്പര്യത്തിൽ വേരോടിപ്പടർന്ന നൃത്താവിഷ്കാരങ്ങൾ പരിഷ്കരണപ്രസ്ഥാനങ്ങളുടെ കൊടുങ്കാറ്റിൽ ആടിയുലയുകയായിരുന്നു. രാജകീയപ്രോത്സാഹനങ്ങളുടെയും പ്രഭുപ്രതാപത്തിന്റെയും പിൻബലത്തിൽ നൂറ്റാണ്ടുകൾ നിലനിന്ന നൃത്തപാരമ്പര്യത്തിനെതിരെ ആധുനികതയുടെ 'സദാചാര-ധാർമ്മികശക്തി' ഉഗ്രമായി പോരാടി[6]. 'ക്ഷേത്രാഭിസാരിക' കളായ ('temple prostitutes') ദേവദാസികളുടെ വിലാസലീലയായിമാത്രം പരിഗണിക്കപ്പെട്ട സദിരാട്ടത്തിന് ഈ പ്രചണ്ഡവാതങ്ങളെ പ്രതിരോധിക്കാനായില്ല. ദേവദാസിനൃത്തവിരുദ്ധ പ്രസ്ഥാനം (anti-nautch movement) ഉച്ചസ്ഥായിയിൽ എത്തിയപ്പോൾ മദ്രാസ് ഗവണ്മെന്റ് ക്ഷേത്രങ്ങളിലെ നൃത്തപ്രകടനത്തിന് വിലക്കേർപ്പെടുത്തി. ആട്ടത്തിന്റെയും പാട്ടിന്റെയും പാരമ്പര്യത്തെ തലമുറകളിലൂടെ കൈമാറിക്കൊണ്ടുവന്ന ഒരുകൂട്ടം മനുഷ്യർക്ക് അധമത്വം കല്പിച്ചും അവരുടെ ജീവനോപാധികൾ എന്നെന്നേക്കുമായി ഇല്ലായ്മ ചെയ്തും മുന്നേറിയ പരിഷ്കരണസംരംഭങ്ങൾക്ക് നൂറ്റാണ്ടുകൾ പിന്നിട്ട ഒരു നടനപാരമ്പര്യത്തെ സമ്പൂർണ്ണമായി തമസ്കരിക്കാനുള്ള ബലമുണ്ടായിരുന്നു. ധാർമ്മികമായും കലാപരമായും അധഃപതിച്ചതും ദുർബ്ബലവുമെന്ന് കൊളോണിയൽ ആധുനികതയുടെ മൂല്യവിചാരം മുദ്രകുത്തിയ സദിരാട്ടത്തെ[7] ഇനിമുതൽ തങ്ങൾ പിൻതാങ്ങില്ലെന്ന് മദ്രാസിലെ അഭിജാതസമൂഹം ഇക്കാലത്ത് പൊതുപ്രതിജ്ഞ എടുക്കാൻ തുടങ്ങിയിരുന്നു. പരിഷ്കരണത്തിന്റെ ഗതിവേഗം വർദ്ധിച്ച് 1927 ൽ സാമൂഹ്യപ്രവർത്തകയും സ്ത്രീപരിഷ്കരണവാദിയുമായ ഡോ. മുത്തുലക്ഷ്മി റെഡ്ഡി മദ്രാസ് ലെജിസ്ലേറ്റീവ് കൗൺസിലിൽ പെൺകുട്ടികളെ ക്ഷേത്രങ്ങളിൽ സമർപ്പിക്കുന്നത് നിരോധിക്കുന്നതിന് വ്യവസ്ഥചെയ്യുന്ന ഒരു ബിൽ അവതരിപ്പിച്ചു.[8] ഒരർത്ഥത്തിൽ നൂറ്റാണ്ടുകൾ പിന്നിട്ടുവന്ന ഒരു പാരമ്പര്യത്തിന്റെ ചരമമുഹൂർത്തമായിരുന്നു അത്. ഇതിനു പിന്നാലെ, 1947 ൽ മദ്രാസ് ലെജിസ്ലേറ്റീവ് അസംബ്ലി പാസാക്കിയ ബിൽ പ്രകാരം ('Madras Devadasis (Prevention of Dedication) Act') തമിഴ്നാട്ടിലെ ക്ഷേത്രങ്ങളിൽ പതിനാറ് വയസ്സ് കഴിഞ്ഞ പെൺകുട്ടികൾ നൃത്തം ചെയ്യുന്നതുതന്നെ നിരോധിക്കപ്പെട്ടു. നിയമം ലംഘിക്കുന്നവർക്ക് ആറുമാസം തടവും അഞ്ഞൂറ് രൂപ പിഴയുമായിരുന്നു വ്യവസ്ഥ ചെയ്തിരുന്നത്.

നൂറ്റാണ്ടുകൾ പിന്നിട്ട ഒരു നൃത്തപാരമ്പര്യം അങ്ങനെ ആധുനികതയുടെ രംഗപ്രവേശത്തോടെ കുറ്റകൃത്യങ്ങളുടെ പട്ടികയിലേക്ക് നീങ്ങി![9]

ഒട്ടൊക്കെ സന്ദിഗ്ദ്ധമായ സാമൂഹ്യപദവിയാണ് പതിനെട്ടും പത്തൊമ്പതും ശതകങ്ങളിൽ ദേവദാസികൾ എന്ന വിഭാഗം കൈയാളിപ്പോന്നത് ഒരു ഭാഗത്ത്. അക്കാലത്തെ ഇതര സ്ത്രീവിഭാഗങ്ങളിൽനിന്ന് വ്യത്യസ്തമായി, സാമൂഹികമായ നിർവ്വാഹകശേഷി (social agency) കൈവരിച്ചവരായിരുന്നു ഇവർ. മാതൃഗൃഹങ്ങളിൽ പാർക്കുകയും ഉന്നതവിഭാഗങ്ങളിലെ പുരുഷന്മാരുമായി ലൈംഗികബന്ധങ്ങളിൽ ഏർപ്പെടുകയും ചെയ്ത അവർ അഭ്യസ്തവിദ്യരുമായിരുന്നു. ഇങ്ങനെ, വിലാസപൂർണ്ണവും ഉത്തരഭാരതത്തിലെ മൗര്യാനന്തര ഭരണകാലത്തെ ഗണികകളെ ഓർമ്മിപ്പിക്കുന്നതുമായ ഉച്ഛ്വംഖലത്വം പുലർത്തുന്നവരായിരുന്നു ദേവദാസികൾ. തഞ്ചാവൂർ കൊട്ടാരം നർത്തകി(?)യായിരുന്ന മുദ്ദുപ്പളനിയുടെ രചനകൾ പുരുഷകേന്ദ്രിതമായ ഹിന്ദുസമൂഹത്തിനകത്ത് ദേവദാസികൾ കൈയാളിയിരുന്ന വിധ്വംസകമായ ഈ സാംസ്കാരികസ്ഥാനത്തിന്റെ തെളിവായി ചൂണ്ടിക്കാണിക്കപ്പെട്ടിട്ടുണ്ട് (Chakravorthy 1998:111). എന്നാൽ മറുഭാഗത്ത് കർക്കശമായ പെരുമാറ്റ-സദാചാര വ്യവസ്ഥകൾ ഈ സ്ത്രീകൾക്കുമേൽ അടിച്ചേല്പിക്കപ്പെടുകയും ചെയ്തിരുന്നു. പതിനെട്ടും പത്തൊമ്പതും ശതകങ്ങളിലെ തഞ്ചാവൂർ കൊട്ടാരരേഖകൾ ദേവദാസികൾ പുലർത്തേണ്ട പെരുമാറ്റമര്യാദകൾ വിശദമായി പ്രതിപാദിക്കുന്നു. ഇവ ലംഘിക്കാൻ മുതിരുന്നവർക്കെതിരെ കർക്കശമായ ശിക്ഷകൾ നടപ്പിലാക്കിയതിനും വേണ്ടത്ര തെളിവുകളുണ്ട് (Soneji 2010: XII). ദേവദാസികളുടെ വിലാസലോലുപത്വത്തെക്കുറിച്ച് പ്രചരിക്കുന്ന പൊതുധാരണകൾക്ക് വിരുദ്ധമാണിത്.

ദേവദാസിനൃത്തത്തെ ചൊല്ലിയുള്ള ആധുനികസംവാദങ്ങൾക്ക് തുടക്കംകുറിക്കുന്നത് 1875 ൽ ആണ്. ആന്ധ്രയിലെ രാജമുന്ദ്രിയിൽ നിന്നുള്ള കന്ദുകൗരി വീരേശലിംഗം (1878-1919) തന്റെ തെലുങ്കുമാസികയായ *വിവേകവർദ്ധിനി*യിൽ പ്രസിദ്ധീകരിച്ച ലേഖനമാണ് ഇതിന്റെ തുടക്കം. 'വേശ്യാലു' എന്ന ശീർഷകത്തിൽ പുറത്തുവന്ന ആ ലേഖനത്തിൽ അന്തപ്പുരനൃത്തവും അതിന്റെ സംസ്കാരവും പ്രബലമായിരുന്ന രാജമുന്ദ്രിയെ 'വേശ്യാഗൃഹങ്ങൾ തിങ്ങിനിറഞ്ഞ നാടാ'യാണ് വീരേശലിംഗം വിശേഷിപ്പിച്ചത്. അന്തപ്പുരനൃത്തത്തെയും നർത്തകികളെയും പ്രോത്സാഹിപ്പിക്കുന്ന പുരുഷന്മാരെ പരിഹസിച്ചുകൊണ്ട് *വേശ്യാപ്രിയ* എന്ന പ്രഹസനവും അദ്ദേഹം രചിച്ചു. തെലുങ്കിലെ ആദ്യമാസികയായ *വിവേകവർദ്ധിനി*യിലെ ഈ ചർച്ചകളാണ് ദേവദാസീനൃത്തവിരുദ്ധ പ്രസ്ഥാനത്തിന് തുടക്കംകുറിച്ചതെന്ന് പറയാം. *ഹിന്ദു* പത്രാധിപർ ആയിരുന്ന സുബ്രഹ്മണ്യ അയ്യർ നേതൃത്വം നല്കിയ 'മദ്രാസ് ഹിന്ദു സോഷ്യൽ റിഫോം അസോസിയേഷൻ' ദേവദാസി സമ്പ്രദായത്തിനെതിരെ മദ്രാസ് ഗവർണ്ണർക്ക് സമർപ്പിച്ച നിവേദനത്തിന് അനുകൂലമായ അഭിപ്രായം സമാഹരിക്കാനും വീരേശലിംഗം പരിശ്രമിച്ചിരുന്നു. ഇതിനു പിന്നാ

ലെയാണ് ഡോ. മുത്തുലക്ഷ്മി റെഡ്ഡിയുടെ ദേവദാസീനൃത്തവിരുദ്ധ സമരം ശക്തമാകുന്നത്.

ക്ഷേത്ര നൃത്തവേദിയുടെ തിരോധാനം നൃത്തം കുലത്തൊഴിലാക്കിയ ദേവദാസികളെ ബാധിച്ചത് പലനിലകളിലാണ്. ഒരുഭാഗത്ത് പുതിയ വേദികളിലേക്ക് അവരിൽ ചിലർ എത്തിപ്പെട്ടു; ആകാശവാണിയും ഗ്രാമഫോൺ റെക്കാർഡുകളും തുറന്നിട്ട സംഗീതവേദിയിലേക്ക്.[10] മറുപുറത്താകട്ടെ ക്ഷേത്ര-കൊട്ടാര നൃത്തവേദിയുടെ തകർച്ച ലൈംഗികത്തൊഴിലിലേക്ക് തിരിയാൻ ഇവരിൽ വലിയൊരു വിഭാഗത്തെ പ്രേരിപ്പിച്ചു.[11] ഇരുപതാം നൂറ്റാണ്ടിന്റെ ആരംഭത്തിൽ നർത്തകികളും ഗായികമാരും ഉൾപ്പെട്ടവരുടെ എണ്ണം 17023 ൽനിന്ന് 3527 ലേക്ക് കുത്തനെ താണപ്പോൾ, ലൈംഗികത്തൊഴിലിൽ ഏർപ്പെട്ടവരുടെ എണ്ണം പെട്ടെന്ന് പെരുകിയതായും ചൂണ്ടിക്കാണിക്കപ്പെടുന്നു (Chakravorthi 1998 : 112).

സദിരിനും ദേവദാസിസമ്പ്രദായത്തിനും എതിരെ നടന്ന മുന്നേറ്റങ്ങൾ സ്ത്രീവിമോചനപ്രസ്ഥാനമായാണ് സ്വയം തിരിച്ചറിഞ്ഞതും ആദർശാത്മകമായി അവതരിപ്പിക്കപ്പെട്ടതും. സ്ത്രീയുടെ മാതൃകാപദവിയായി ഈ പ്രസ്ഥാനങ്ങൾ നിർദ്ദേശിച്ചതാകട്ടെ, വീട്ടമ്മയായ ഭാര്യയുടെയും അമ്മയുടെയും സ്ഥാനങ്ങളാണ്. ദേവദാസികളുടെ വിവാഹേതര ലൈംഗികതയും ജാതിപദവിയുമാണ് പരിഷ്കരണപ്രസ്ഥാനങ്ങളെ നിർണ്ണയിച്ച കേന്ദ്രഘടകങ്ങൾ. അങ്ങനെ സ്ത്രീവിമോചനം എന്ന ആശയവും അതിനായുള്ള ആദ്യശ്രമങ്ങളും സ്ത്രൈണകാമനകൾക്കും സ്ത്രീശരീരത്തിനും മേലുള്ള അധിനിവേശങ്ങളായി മാറിത്തീരുന്ന, അങ്ങേയറ്റം വൈരുദ്ധ്യപൂർണ്ണമായ സ്ഥിതിവിശേഷമാണ്[12], തമിഴകത്ത് ഉടലെടുത്തത് (Hubel 2010 : 160-82).

ഇതേ സമയത്തുതന്നെ തമിഴകജീവിതത്തിൽ മറ്റൊരു പ്രബല സ്വാധീനം വളർന്നുവരുന്നുണ്ടായിരുന്നു ദ്രാവിഡപ്രസ്ഥാനം. ദ്രാവിഡപ്രസ്ഥാനം തമിഴ്പാരമ്പര്യത്തെക്കുറിച്ചുള്ള അധിനിവേശാത്മകധാരണകളെ പുനർവിചാരണയ്ക്ക് വിധേയമാക്കി. കൊളോണിയൽ ധാർമ്മികതയ്ക്കും സദാചാരയുക്തിക്കും കീഴ്പ്പെട്ട നാഗരികമദ്ധ്യവർഗ്ഗത്തിന്റെ മൂല്യബോധത്തെ പലനിലകളിൽ അത് ഇളക്കിപ്പണിതു. പാരമ്പര്യത്തെ പിഴുതെറിഞ്ഞുകൊണ്ടല്ല മറിച്ച് പലപല വിതാനങ്ങളിൽ അതിനെ പുതുക്കിപ്പണിതുകൊണ്ടാണ് സ്വയം ആധുനികീകരിക്കപ്പെടേണ്ടത് എന്ന ബോധം ദ്രാവിഡപ്രസ്ഥാനം തമിഴകത്തിന് നല്കി. ദേശീയവാദചരിത്രം (Nationalist History) ഇന്ത്യയിലെമ്പാടും ഉയർത്തിവിട്ട ഭൂതാഭിരതിയുടെ അലകൾ അക്കാലത്തെ തമിഴകജീവിതത്തെയും ഇളക്കുന്നു ണ്ടായിരുന്നു. ദ്രാവിഡപ്രസ്ഥാനവും ഈ അലകളിൽ ഊയലാടി. പ്രത്യക്ഷമായി യുക്തിപരതയിൽ അടിയുറച്ചുനിന്നപ്പോഴും, തമിഴകപാരമ്പര്യത്തിന്റെ വ്യതിരിക്തതയെ അത് പലനിലകളിൽ ഓർമ്മപ്പെടുത്തിക്കൊണ്ടിരുന്നു.[13] അങ്ങനെ കൊളോണിയൽ ആധുനികതയുടെ പരിഷ്കരണസംരംഭങ്ങൾക്ക് ആരാധ്യമായി തുടരാനാകാത്ത ഒരു വ്യവഹാരമണ്ഡലം പതിയെ

പ്പതിയെ തമിഴകത്ത് രൂപപ്പെട്ടുവന്നു.

അപ്പോഴാണ് പുതിയ യുഗം പിറന്നതായി പ്രഖ്യാപിച്ചുകൊണ്ട് രുഗ്മിണീദേവിയും ബാലസരസ്വതിയും അരങ്ങിലെത്തിയത്. ദേശീയപ്രസ്ഥാനത്തിന്റെ വിഷമസന്ധികളിലൊന്നിലെ ഗാന്ധിയുടെ രംഗപ്രവേശത്തെക്കുറിച്ച് നെഹ്റു തന്റെ ആത്മകഥയിൽ എഴുതിയതിനെ ഓർമ്മിപ്പിക്കുന്ന വരവായിരുന്നു അത്. 'ഇരുൾനിറഞ്ഞ ലോകത്തേക്ക് വെള്ളിവെളിച്ചം വീഴുന്നതുപോലെ'. പിന്നെ നമ്മുടെ നൃത്തവേദിക്ക് പഴയതായിത്തന്നെ തുടരാനാവുമായിരുന്നില്ല; അത് പഴയതായിത്തുടർന്നിട്ടുമില്ല. പഴയതിന് പുതുജീവിതം നല്കുകയല്ല അവർ ചെയ്തത്. പുതിയതിലേക്ക് പഴമയുടെ പ്രതീതികളും പ്രഭാവങ്ങളും ഇണക്കിച്ചേർത്തു കൊണ്ട്, ചരിത്രം എപ്പോഴും വർത്തമാനത്തിന്റെ അരങ്ങാണെന്ന് അവർ ഉറപ്പിക്കുകയായിരുന്നു.[14] അതോടെ ഭാരതീയനൃത്തവേദിക്ക് പ്രതാപപൂർണ്ണമായ ഒരു ചരിത്രം ലഭ്യമായി. ക്ലാസിക്കൽ നൃത്തകലയുടെ തിരനോട്ടം.

രണ്ട് : ഭരതനാട്യത്തിന്റെ ചരിത്രവിജ്ഞാനീയം

ഹിന്ദുസ്ഥാനി സംഗീതത്തിന്റെ ചരിത്രപരിണാമങ്ങളെ മുൻനിർത്തി സംഗീതചരിത്രകാരിയായ ജാനകി ബാഖ്‌ലെ പറയുന്നത് ഇരുപതാംനൂറ്റാണ്ടിന് മുമ്പ് ഇന്ത്യയിൽ ക്ലാസിക്കൽ സംഗീതം ഉണ്ടായിരുന്നില്ലെന്നാണ്[15]. പാട്ടിന്റെ പല വഴികളായിരുന്നു അന്നത്തേത്. ക്ഷേത്ര സംഗീതം, കൊട്ടാര സംഗീതം, സദിരോത്സവങ്ങളിലെ സംഗീതം, നാടോടിസംഗീതം, ഗാർഹിക സംഗീതം............ ഇങ്ങനെ പല രൂപങ്ങളിലായി പടർന്നുപരന്ന പാട്ടിന്റെ ലോകം. അതിലൊന്നുമാത്രമായി ശാസ്ത്രീയമായ ഒരാലാപനപദ്ധതിയും. പാടാൻ മാത്രമല്ല കേൾക്കാനും രസിക്കാനും ശിക്ഷണം വേണ്ട ഒരു പാട്ടുവഴി. പലപല പാരമ്പര്യങ്ങൾക്കിടയിൽ, അവയിലൊന്നു മാത്രമായി, അതും നിലനിന്നുപോന്നു. എന്നാൽ, പിന്നീടൊരു ഘട്ടത്തിൽ അതായി സംഗീതത്തിന്റെ ശരിരൂപവും 'ശാസ്ത്രീയ'പാഠവും. മറ്റെല്ലാം അനുബന്ധങ്ങളോ അപഭ്രംശങ്ങളോ ആയി. 'ശാസ്ത്രീയമാതൃക'യാൽ അളക്കപ്പെടേണ്ട അസംസ്കൃതരൂപങ്ങൾ.

ഭരതനാട്യത്തിന്റെ ക്ലാസിക്കൽ പദവിയെക്കുറിച്ച് ആലോചിക്കുമ്പോഴും ഇത് പ്രസക്തമാണ്. അനുഷ്ഠാനത്തിന്റെ ഭാഗമായും അല്ലാതെയും, കൊട്ടാരത്തിലും അമ്പലവളപ്പിലും ഗൃഹസദസ്സുകളിലും മറ്റും പലതായി തുടർന്നുപോന്ന നടനക്രമങ്ങളിൽനിന്ന് ഏകരൂപവും വ്യവസ്ഥാപിതവും ശാസ്ത്രീയവുമായ ഒരു നാട്യക്രമത്തിന്റെ വീണ്ടെടുക്കലായാണ് ഭരതനാട്യം നിലവിൽ വന്നത്. കൊളോണിയൽ ആധുനികതയും ദേശീയതയും പൗരസ്ത്യവാദവും കൈകോർത്തുനിന്ന ഒരു വ്യവഹാരമണ്ഡലം ജന്മം നല്കിയ നാട്യപ്രകാരമായിരുന്നു അത്. ആട്ടത്തിന്റെ ബഹുസ്വരങ്ങൾക്കുമേൽ തലയുയർത്തിയ ഏകസ്വരം; ഏകരൂപം. പുതുതായി കണ്ടെടുക്കപ്പെട്ട പഴമ.

ആധുനികതയുമായുള്ള ഇന്ത്യൻ മുഖാമുഖത്തിന്റെ അനന്തരഫല

ങ്ങളിലൊന്നുതന്നെ ഇത്തരത്തിലുള്ള ദേശീയപാരമ്പര്യങ്ങളുടെ പുനഃസ്ഥാപനമായിരുന്നു. ദക്ഷിണേന്ത്യയെ സംബന്ധിച്ചിടത്തോളം 'ആധികാരിക'മായ ദേശീയപാരമ്പര്യത്തിന്റെ ആകരമായിത്തീർന്നത് നൃത്തവും സംഗീതവുമാണ്.[16] പത്തൊമ്പതാം ശതകത്തിന്റെ അവസാന പതിറ്റാണ്ടുകളിലും ഇരുപതാം നൂറ്റാണ്ടിന്റെ ആദ്യപതിറ്റാണ്ടുകളിലുമായി നഗരകേന്ദ്രിത അഭിജാതസമൂഹങ്ങൾ സ്വന്തം പാരമ്പര്യത്തെക്കുറിച്ചുള്ള പുതിയ ചില പ്രതീക്ഷകളുടെ സമ്മർദ്ദം അനുഭവിക്കാൻ തുടങ്ങിയിരുന്നു. അധിനിവേശം, ആധുനികത, പൗരസ്ത്യവാദം എന്നിവയാൽ നിർണ്ണയിക്കപ്പെട്ട ഒരു വ്യവഹാരമണ്ഡലം ഇക്കാലത്ത് നിലവിൽവന്നു. വ്യത്യാസങ്ങളെയും വ്യതിരിക്തതകളെയും തേച്ചുമായ്ച്ചുകളയുന്നതും സത്താവല്ക്കരണത്തിൽ അധിഷ്ഠിതമായ സ്വാംശീകരണതന്ത്രം വഴി ഏകാത്മകമായ ഉള്ളടക്കം കല്പിക്കപ്പെട്ടതുമായ ദേശീയപാഠങ്ങളാണ് ഈ വ്യവഹാരത്തിനുള്ളിൽ പാരമ്പര്യമായി കണ്ടെടുക്കപ്പെട്ടത്. ഇതിന്റെ ഫലമായി, നാടോടി/ക്ലാസിക്കൽ (folk/classical) എന്ന വിപരീതദ്വന്ദ്വം വിഭാവനം ചെയ്യപ്പെടുകയും അതിന്റെ അതിർവരമ്പുകൾ പകുത്തുവയ്ക്കപ്പെടുകയും ചെയ്തു. ദേശീയമായ സത്താവല്ക്കരണത്തിന് വഴങ്ങാത്തവയെല്ലാം നാടോടിക്കലകളായി. ഏകമുഖവും ദേശീയവുമായ ശൈലീവല്ക്കരണത്തിനും സംഗ്രഹണത്തിനും വഴങ്ങുന്നവ ക്ലാസിക്കൽ പാരമ്പര്യത്തിന്റെ പാഠരൂപങ്ങളുമായി. ശാസ്ത്രീയമായി ചിട്ടപ്പെടുത്തപ്പെട്ടതും, മുഖ്യധാരാദേശീയതയുടെ സംസ്കൃത (സവർണ്ണ) സ്വരൂപത്തോട് വിനിമയം സാദ്ധ്യമായതുമായ ഒരു ക്ലാസിക്കൽ പാരമ്പര്യം ഇങ്ങനെ പണിതെടുക്കപ്പെട്ടു.[17] കലകളെ മുൻനിർത്തിക്കൊണ്ടുള്ള ഈ ദേശീയസത്താനിർമ്മാണപദ്ധതി, പൗരസ്ത്യവാദപരമായ ആശയങ്ങളുടെ പ്രഭാവത്താൽ, ആദ്ധ്യാത്മികതയുടെ ഒരു ആന്തരധാരയെ അതിന്റെ കാതലായി പരിഗണിക്കുകയും ചെയ്തു.[18]

നാട്യചരിത്രവും ദേശഭാവനയും

ദേശീയ ശാസ്ത്രീയനൃത്തങ്ങളുടെ വംശാവലിയും അദ്ധ്യാത്മത്തിന്റെ ആന്തരമണ്ഡലത്തിൽ അതിന് കല്പിക്കപ്പെട്ട ഇടവും കണക്കിലെടുത്താൽ സവർണ്ണ-കുലീന മദ്ധ്യവർഗ്ഗം തദ്ദേശീയ നൃത്തരൂപങ്ങളുടെ ക്ലാസിക്‌വല്ക്കരണത്തിന്റെ നായകത്വം കൈയാളിയതെങ്ങനെയെന്ന് വ്യക്തമാകുമെന്ന് ഇന്ദിരാപീറ്റേഴ്സനും ദവേഷ് സൊനേജിയും അഭിപ്രായപ്പെടുന്നു (2008:6). ക്ലാസിക് എന്ന ഗണകല്പന അതിന്റെ അപര (other) മായി എപ്പോഴും ഒരു നാടോടി പാരമ്പര്യം ആവശ്യപ്പെടുന്നുണ്ട്. ഇവിടെയാകട്ടെ കുലീന-മദ്ധ്യവർഗ്ഗ ദേശീയവാദികളുടെ മുൻകൈയിൽ നടന്ന ക്ലാസിക്‌വല്ക്കരണം നൃത്തസംഗീതത്തൊഴിലിൽ പരമ്പരാഗതമായി ഉൾപ്പെട്ടുനിന്ന സമുദായങ്ങളെയാണ് അപരമായി പരിഗണിച്ചത്. ബൂർഷ്വാ ദേശീയതയുടെ ഭാവുകത്വത്തിന് ഒരേ സമയം അഭിജാതവും സവർണ്ണവും ആധുനികവുമായി നിലനില്ക്കാൻ കെല്പുള്ള ദേശീയ

പാരമ്പര്യമാണ് ആവശ്യമുണ്ടായിരുന്നത്. എന്നാൽ ചിന്നമേളവും പെരിയ മേളവും[19] സദിരും മറ്റുമായി ദക്ഷിണേന്ത്യയിൽ നിലനിന്നിരുന്ന കലാ പാരമ്പര്യം മറ്റൊന്നായിരുന്നു. ജാതിബദ്ധവും കുലത്തൊഴിലായി കൈ മാറിപ്പോരുന്നതും അശാസ്ത്രീയവും കലർപ്പുകളുള്ളതും പ്രമാണരഹിത വും പ്രാദേശികവും ആധുനികേതരവുമായ ഒന്നായിരുന്ന സദിരിന്റെ പാരമ്പര്യം. ദേശീയപാരമ്പര്യത്തിനാവശ്യമായ പ്രാചീനതയുടെ പരിവേ ഷമോ പ്രമാണഭദ്രതയോ ശൈലീപരമായ ഏകതയോ ശാസ്ത്രീയതയോ അവയ്ക്ക് അവകാശപ്പെടാൻ കഴിയുമായിരുന്നില്ല. ഏറ്റവും മികവുറ്റതായി രിക്കുമ്പോൾപോലും അവ വിശ്വാസ്യയോഗ്യമായിരുന്നില്ല. മോശമായപ്പോ ഴാകട്ടെ അവ ആഭാസകരവുമായി (Peterson 2008:7). ഇത്തരമൊന്നിന് പകരം ദേശീയതയുടെ അഭിമാനകരമായ നീക്കിവയ്പായി പരിഗണിക്കാ വുന്ന ഒരു നാട്യപാരമ്പര്യത്തിന്റെ വീണ്ടെടുപ്പായിരുന്നു ക്ലാസിക്വല്ക്കര ണത്തിന്റെ താല്പര്യകേന്ദ്രം. ഭരതനാട്യമായി അവതരിച്ചത് ഇങ്ങനെ കണ്ടെടുക്കപ്പെട്ട പാരമ്പര്യമാണ്.

ബ്രാഹ്മണകുടുംബങ്ങളിലെ പെൺകുട്ടികൾ ഭരതനാട്യം അഭ്യസി ക്കാനും പ്രചരിപ്പിക്കാനും തയ്യാറാവണമെന്ന് ഇ കൃഷ്ണയ്യർ 1930 കളുടെ തുടക്കത്തിൽ ആവശ്യപ്പെടുന്നത് മേല്പറഞ്ഞ പശ്ചാത്തലത്തിലാണ്. ഭരതനാട്യത്തിന്റെ പുനരുജ്ജീവനത്തിന് തുടക്കംകുറിച്ചവരിലൊരാളായ കൃഷ്ണയ്യർ സ്വയം ഒരു വിദഗ്ദ്ധനർത്തകനും കലാവിമർശകനുമാ യിരുന്നു.[20] ക്ലാസിക്കൽ തമിഴ്പാരമ്പര്യത്തെ ദേശീയപാരമ്പര്യവുമായി ഇണക്കിച്ചേർക്കുന്ന പരിപ്രേക്ഷ്യമാണ് ഭരതനാട്യത്തിന്റെ ചരിത്രമായി അദ്ദേഹം അവതരിപ്പിച്ചത്. *നാട്യശാസ്ത്ര*ത്തിൽ പരാമർശവിധേയമാകുന്ന ദാക്ഷിണാത്യനാട്യം[21] അതിപ്രാചീനമാണെന്നും *നാട്യശാസ്ത്ര*ത്തിന്റെ കാലമായപ്പോഴേക്കും അത് ഇന്ത്യയിലുടനീളം പ്രചാരം നേടിയതായും കൃഷ്ണയ്യർ അഭിപ്രായപ്പെട്ടു. സംസ്കൃത പാഠങ്ങൾ ഈ നാട്യപ്ര യോഗത്തിന് ശാസ്ത്രീയമായ ഏകീകൃതരൂപം നല്കുകയും പിന്നാലെ തമിഴകത്തുൾപ്പെടെ ഈ ദേശീയനൃത്തപാഠം തുടരുകയുമാണ് ചെയ്തത്. പക്ഷേ, പില്ക്കാലത്തെ വിദേശ ആക്രമണം ഉൾപ്പെടെയുള്ള[22] നിരവധി കാരണങ്ങളാൽ ഈ ദേശീയപാഠത്തിന് ഉത്തരഭാരത ജീവിതത്തിൽ പ്രബലസ്വാധീനമാകാൻ കഴിഞ്ഞില്ല. എന്നാൽ തമിഴകം ഈ പാരമ്പ ര്യപ്രവാഹത്തെ ഉലയിലെ തീ പോലെ അണയാതെ കാത്തു. അങ്ങനെ തമിഴകത്തിന്റെ പൗരാണികതയും ഭാരതീയതയുടെ പ്രൗഢിയും ഒത്തിണ ങ്ങിയ നൃത്തപാഠമാണ് ഇപ്പോൾ ഭരതനാട്യമായി അരങ്ങിലുള്ളത് എന്നാ യിരുന്നു കൃഷ്ണയ്യരുടെ വിശദീകരണം (1957:11-25).

പ്രാദേശികതയെയും ദേശീയതയെയും സമന്വയിപ്പിക്കുന്ന ഈ ചരിത്രപാഠത്തിന് അനുയോജ്യമായ രംഗപാഠം ചമയ്ക്കാനും കൃഷ്ണയ്യർ ശ്രമിച്ചിരുന്നു. ദേവദാസി നർത്തകികളിൽനിന്ന് കൈവന്ന പ്രയോഗങ്ങളും തമിഴ്, തെലുങ്ക്, സംസ്കൃത കൃതികളും അദ്ദേഹം അരങ്ങിലവതരിപ്പിച്ചു. ഇതിലൂടെ സംസ്കൃതപാഠങ്ങൾക്ക് പ്രാദേശികവേരുകൾ കല്പിക്കു

കയാണ് കൃഷ്ണയ്യർ ചെയ്തതെന്ന് ജാനറ്റ്ഷിയ അഭിപ്രായപ്പെടുന്നു (2008:174–75). സദിരിന്റെയും ദേവദാസിനൃത്തത്തിന്റെയും താവഴി ദേശീയതയിൽനിന്ന് വേറിട്ടതല്ല, മറിച്ച്, അവ ദേശീയ നൃത്തപാരമ്പര്യത്തിന്റെ അസ്ഥിവാരമാണെന്നാ യിരുന്നു കൃഷ്ണയ്യരുടെ നിലപാട്. തമിഴ്-സംസ്കൃത പാഠങ്ങൾക്ക് തുല്യത കല്പിക്കുകയോ സംസ്കൃതപാഠത്തിന് മേല്ക്കോയ്മ കല്പിക്കുകയോ അല്ല കൃഷ്ണയ്യർ ചെയ്തത്; സംസ്കൃത പാഠത്തിന്റെ, അതുവഴി ദേശീയപാഠത്തിന്റെയും, ഉത്ഭവസ്ഥാനമായി തമിഴ് പാഠങ്ങളെ അവതരിപ്പിക്കുകയാണ്. അതുകൊണ്ടുതന്നെ *നാട്യശാസ്ത്ര*ത്തെ, രുഗ്മിണീദേവിയും മറ്റും കണ്ടതുപോലെ ഭരതനാട്യത്തിന്റെ പ്രജനകപാഠ (generative text) മായല്ല വിവരണാത്മകപാഠമായാണ് അയ്യർ പരിഗണിച്ചത്. ഇത്തരത്തിൽ തമിഴ്പാരമ്പര്യാഭിമാനത്തെയും സവർണ്ണ-സംസ്കൃത ദേശീയതയെയും സദിരിനെയും വിളക്കിച്ചേർക്കുന്ന ഒരു ചരിത്രവും അതിന്റെ രംഗപാഠവും നിർമ്മിക്കാനായിരുന്നു കൃഷ്ണയ്യരുടെ ശ്രമം. ഈ ശ്രമം നേരിടുന്ന ഏറ്റവും വലിയ വെല്ലുവിളിയായി അദ്ദേഹം കണ്ടത് സാമൂഹികമായും സദാചാരപരമായും പിൻനിരയിൽ നില്ക്കുന്ന ദേവദാസി സ്ത്രീകൾ ഈ നൃത്തപാരമ്പര്യത്തിന്റെ കൈവശാവകാശക്കാരായി നിലകൊള്ളുന്ന അവസ്ഥയെയായിരുന്നു. ഉന്നതകുലജാതകളായ ബ്രാഹ്മണസ്ത്രീകൾ ഭരതനാട്യത്തിന്റെ പഠിതാക്കളും പ്രചാരകരുമായി രംഗത്തുവരണമെന്ന കൃഷ്ണയ്യരുടെ ആഹ്വാനവും അതിനായി നടത്തിയ പരിശ്രമങ്ങളും ഈ പ്രതിസന്ധിക്കുള്ള പരിഹാരമായിരുന്നു.[23] അഭിജാതമായ ദേശീയപാരമ്പര്യത്തിന് അഭിജാതമായ വർത്തമാനജീവിതം നല്കാനുള്ള ശ്രമം.

ദേവദാസി സ്ത്രീകളെ ഒഴിവാക്കി അഭിജാതകുടുംബങ്ങളിലെ സ്ത്രീകൾ ഭരതനാട്യം പരിശീലിക്കുകയും അവതരിപ്പിക്കുകയും ചെയ്യണമെന്ന ഈ വാദം പക്ഷേ, പ്രമുഖ ഭരതനാട്യചരിത്രകാരനായ വി രാഘവന് സ്വീകാര്യമായിരുന്നില്ല. കൊമ്പിലിരുന്ന് തായ്ത്തടി മുറിക്കുന്നതുപോലുള്ള പ്രവൃത്തിയായാണ് അദ്ദേഹം ഇതിനെ കണ്ടത്. സവർണ്ണസ്ത്രീകൾ നൃത്തം പഠിക്കുകയും അതിൽ വൈഭവം നേടുകയും ചെയ്യുന്നത് നല്ലതു തന്നെയെങ്കിലും അതിന്റെ പേരിൽ നൂറ്റാണ്ടുകളുടെ നടനപാരമ്പര്യമുള്ള ഒരു സമുദായത്തെ നൃത്തവേദിയിൽനിന്നും പുറത്താക്കുന്നത്. ആ കലയെ ദുർബ്ബലപ്പെടുത്തുക മാത്രമേ ചെയ്യൂ എന്നദ്ദേഹം ഉറപ്പിച്ചു പറഞ്ഞു. തങ്ങളുടെ വൈഭവം അവർ സ്വന്തം വീട്ടുമുറ്റത്ത് പാഴാക്കിക്കളയണമെന്നു വരുന്നത് ആശാസ്യമായ പരിഷ്കരണരീതിയല്ല. മാത്രമല്ല, കലയ്ക്കായി സ്വന്തം ജീവിതം ഉഴിഞ്ഞുവച്ചവർക്ക് അതിലുണ്ടാകുന്ന വൈഭവം ഗാർഹിക ജീവിതത്തിന്റെ അനുബന്ധമായി കലാപ്രവർത്തനം കൊണ്ടുനടക്കുന്നവർക്ക് ഉണ്ടാവുകയില്ല. അതുകൊണ്ട് ദേവദാസികളിൽനിന്നും ഭരതനാട്യത്തെ മോചിപ്പിക്കുക എന്ന നവീകരണവാദികളുടെ നിലപാട് അസ്വീകാര്യവും കലയുടെ നിലനില്പിനെ സംബന്ധിച്ചിടത്തോളം അപകടകരവുമാണെന്നാണ് വി രാഘവൻ അഭിപ്രായപ്പെടുന്നത്.

രംഗവേദിയിലെ 'നവോത്ഥാനം' എന്ന പേരിൽ ഭരതനാട്യത്തിന് പകരം ടാഗോർ രൂപകല്പന ചെയ്തതുപോലുള്ള നൃത്തരൂപങ്ങളെ ആനയിക്കാനുള്ള ശ്രമങ്ങളെയും വി രാഘവൻ ശക്തമായി എതിർത്തു. സ്വധർമ്മം, സ്വദേശി, സ്വരാജ്യം - ഇതാണ് യഥാർത്ഥ നവോത്ഥാനമെന്ന് അദ്ദേഹം പറയുന്നു. അല്ലാതെ ടാഗോറോ മറ്റാരെങ്കിലുമോ രൂപംനല്കിയ കലാവിഷ്കാരങ്ങളെ കൃത്രിമമായി പറിച്ചുനടലല്ല. ദേവദാസികളുടെ നൃത്താവതരണം അസഭ്യവും അശ്ലീലവുമായിത്തോന്നുന്നവർക്ക് പടിഞ്ഞാറൻ സിനിമകളോടും അതിലെ നൃത്താവതരണങ്ങളോടും യാതൊരു വിയോജിപ്പുമില്ല എന്നത് വിചിത്രമാണ്. നവോത്ഥാനം ഭരതനാട്യത്തെ നിലനിർത്താനാവണമെന്നും മറ്റേതെങ്കിലുമൊരു നൃത്തരൂപം പകരം വയ്ക്കാനാവരുതെന്നും വി രാഘവൻ പറഞ്ഞു. പ്രൊഫഷണലിസത്തിന്റെ അഭാവം, നിലവാരത്തകർച്ച, ഉപരിപ്ലവത, നൃത്തവ്യവസ്ഥയോടുള്ള കൂറില്ലായ്മ, താല്ക്കാലിക നേട്ടങ്ങളിൽ തൃപ്തിയടയൽ - ഇവയെ കലയുടെ നവോത്ഥാനമായി തെറ്റിദ്ധരിക്കരുതെന്ന് അദ്ദേഹം താക്കീത് നല്കുകയും ചെയ്തു (Raghavan 2010 : 185-91).

വി രാഘവന്റെ *നാട്യചരിത്രം* രണ്ട് നിലകളിൽ സവിശേഷ പ്രാധാന്യമർഹിക്കുന്നു. ഒന്നാമതായി ഭരതനാട്യത്തെ ഇന്ത്യയിലെ പ്രാമാണികപാഠ (canonical text) പാരമ്പര്യത്തിൽ ഉറപ്പിച്ചുനിർത്താനുള്ള ഏറ്റവും വിപുലവും സമഗ്രവുമായ ശ്രമം അദ്ദേഹത്തിന്റേതാണ്. ഒറ്റതിരിഞ്ഞ സൂചനകൾപ്പുറം പോയി, നാട്യപ്രയോഗത്തിന്റെ സാങ്കേതികതലങ്ങളെ ചരിത്രപരമായി വിശദീകരിക്കാനും പ്രമാണപാഠസൂചനകളുമായി അവയെ കോർത്തിണക്കാനും അദ്ദേഹത്തിനു കഴിഞ്ഞു (2004:8-48). അതോടൊപ്പം തന്നെ പ്രായോഗികതലത്തിൽ ഈ നൃത്തപാരമ്പര്യത്തിന്റെ കൈകാര്യകർത്താക്കളായ ദേവദാസികളെ പടിയടച്ച് പുറത്താക്കാനുള്ള ശ്രമങ്ങളെ അദ്ദേഹം ചെറുക്കുകയും ചെയ്തു (2004 : 49 - 58). ഇങ്ങനെ പുറമേക്ക് പരസ്പരവിരുദ്ധം എന്ന് തോന്നാവുന്ന നിലപാടുകൾ ഉയർത്തിപ്പിടിച്ചുകൊണ്ട് ഒരുഭാഗത്ത് ഭരതനാട്യത്തിന്റെ പ്രയോഗമാതൃകകളെയും മറുഭാഗത്ത് ദേശീയമായ പ്രമാണപാഠങ്ങളെയും ഒത്തൊരുമിപ്പിക്കാനുള്ള സമർത്ഥമായ ശ്രമമായിരുന്നു അദ്ദേഹത്തിന്റേത്. നാട്യചരിത്രത്തിന്റെ ദേശവല്ക്കരണ ശ്രമങ്ങൾ കൈവരിച്ച ആദ്യവിജയം രാഘവനിലൂടെയായിരുന്നു എന്നുപറയാം.

ദേശീയ നൃത്തചരിത്രത്തിന്റെ മാതൃകാപാഠം

ദേശരാഷ്ട്രത്തിന്റെയും ദേശീയതയുടെയും പ്രത്യയശാസ്ത്രം ഭരതനാട്യത്തിന്റെ ചരിത്രനിർമ്മിതിയെ നിർണ്ണയിക്കുന്നതിന്റെ മാതൃകാപാഠം കപിലാവാത്സ്യായന്റെ *നൃത്തചരിത്ര*ത്തിലാണ് കാണാനാവുക. 1974 ൽ ഇന്ത്യാഗവണ്മെന്റിന്റെ പ്രക്ഷേപണ-വിവര മന്ത്രാലയം (Ministry of Information and Broadcasting) പ്രസിദ്ധീകരിച്ച *ഭാരതീയ ക്ലാസിക്കൽ നൃത്തകല* (*Indian Classical Dance*) ഭരതനാട്യം, കഥകളി, ഒഡീസി,

കഥക്, മണിപ്പൂരി എന്നീ നൃത്തരൂപങ്ങളുടെ ചരിത്രവും സാങ്കേതികസ്വരൂപവും വിശദമാക്കുന്ന ഗ്രന്ഥമാണ്. മുകളിൽ സൂചിപ്പിച്ചതുപോലെ, ക്ലാസിക്കൽ നൃത്തപാരമ്പര്യത്തിന്റെ മാതൃകാരൂപമായാണ് ഇവിടെ ഭരതനാട്യം പരിഗണിക്കപ്പെടുന്നത്. പ്രാദേശികതയുടെ അടയാളങ്ങളെ ഏറ്റവുമധികം കൈയൊഴിഞ്ഞതും (രുഗ്മിണീദേവിയുടെയും പിൻതലമുറയുടെയും പരിഷ്കരണങ്ങളിലൂടെ) *നാട്യശാസ്ത്ര*വുമായുള്ള സൂചകബന്ധം പുലർത്തുന്നതും[24] സംസ്കൃതബദ്ധമായ പ്രമേയപരിചരണത്താൽ മുഖ്യധാരാ ദേശീയതയുടെ പ്രത്യയശാസ്ത്രമണ്ഡലത്തിൽ ഇടംകൈയാളാൻ ഒട്ടും തന്നെ പ്രയാസമില്ലാത്തതുമായ നടനപദ്ധതിയായി ഭരതനാട്യം അതിനകം മാറിക്കഴിഞ്ഞിരുന്നു. ഈ സാദ്ധ്യതകളെ സംഗ്രഹിച്ചുകൊണ്ട് ഭരതനാട്യത്തിന് ദേശീയചരിത്രം നിർമ്മിക്കുകയാണ് കപിലാവാത്സ്യായൻ ചെയ്യുന്നത്.

ഈയൊരു നിർമ്മാണപദ്ധതിയുടെ ആമുഖമായി ചരിത്രാതീതകാലം മുതൽ ഇരുപതാം നൂറ്റാണ്ട് വരെ തുടർച്ചയുള്ള ഒരു നൃത്ത ചരിത്രം കപിലാവാത്സ്യായൻ അവതരിപ്പിക്കുന്നുണ്ട്. വിശദാംശങ്ങൾക്കപ്പുറം, ആധുനിക ദേശ-രാഷ്ട്രത്തിന്റെ ചരിത്രവുമായി ഇണങ്ങി നില്ക്കുന്ന നാട്യചരിത്രം നിർമ്മിച്ചെടുക്കാനുള്ള അതിലെ ശ്രമമാണ് നമ്മുടെ അന്വേഷണത്തിൽ പ്രാധാന്യമർഹിക്കുന്നത്. ഇത്തരമൊരു രേഖീയ ചരിത്രനിർമ്മിതിയുടെ അടിസ്ഥാനമെന്ന നിലയിൽ ഇന്ത്യൻ നൃത്ത-നാട്യ പാരമ്പര്യങ്ങളെ നാലു ചരിത്രഘട്ടങ്ങളായി അവർ വകതിരിക്കുന്നു. പ്രാക്ചരിത്രകാലം മുതൽ ബി സി രണ്ടാം ശതകം വരെയുള്ളതാണ് ആദ്യഘട്ടം. ഹരപ്പൻ സംസ്കൃതിയുടെ അവശേഷിപ്പുകളിലൊന്നായ നർത്തകി (dancing girl) യുടെ ശില്പം[25] മുതൽ ഗുഹാചിത്രങ്ങളിലെ സൂചനകളും വേദ-ഉപനിഷദ് പരാമർശങ്ങളും വരെയുള്ളവയാണ് ഈ കാലയളവിലെ നാട്യപ്രയോഗങ്ങളുടെ അടയാളങ്ങൾ. ഇതിനുപിന്നാലെ വരുന്ന, ബി സി രണ്ടാം ശതകം മുതൽ എ ഡി പതിനൊന്ന്-പന്ത്രണ്ട് നൂറ്റാണ്ടുകൾ വരെ നീളുന്ന, രണ്ടാംഘട്ടത്തെയാണ് ഭാരതീയ നൃത്തകലയുടെ പ്രതിഷ്ഠാപനവേളയായി കപിലാവാത്സ്യായൻ പരിഗണിക്കുന്നത്. മൗര്യശില്പങ്ങളിലെ നൃത്തവടിവുകൾ മുതൽ തഞ്ചാവൂരും ചിദംബരവും ഉൾപ്പെടെയുള്ള ക്ഷേത്രങ്ങളിലെ ശില്പരൂപങ്ങൾ[26] വരെയുള്ളവ ഒരുഭാഗത്തും *നാട്യശാസ്ത്രം*, *അഭിനയദർപ്പണം*, *സംഗീതരത്നാകരം* മുതലായ ശാസ്ത്രഗ്രന്ഥങ്ങൾ മറുഭാഗത്തുമായി വിപുലമായ ഒരു നാട്യപാരമ്പര്യത്തിന്റെ അടയാളങ്ങൾ ഈ കാലയളവ് ബാക്കി വച്ചിട്ടുണ്ട്. ഇത്തരം ഭൗതികാസ്പദങ്ങളെയും പ്രമാണപാഠങ്ങളെയും മുൻനിർത്തി ഭാരതീയ നാട്യപാരമ്പര്യത്തിന്റെ സംസ്ഥാപനവേളയായി ഈ കാലഘട്ടത്തെ കപിലാവാത്സ്യായൻ വിലയിരുത്തുന്നു. ക്രിസ്തുവർഷം പന്ത്രണ്ട് മുതൽ പതിനെട്ട് വരെ നൂറ്റാണ്ടുകളാണ് മൂന്നാം ഘട്ടത്തിലുള്ളത്. ക്ലാസിക്കൽനൃത്തം പ്രാദേശികപ്രയോഗങ്ങൾ വഴി പ്രകാശിതമാവുന്ന കാലമാണിത്. ഭരതനാട്യവും കഥകളിയും ഒഡീസിയും മണിപ്പൂരിയും കഥകും ഇക്കാല

ത്തിന്റെ ഉല്പന്നങ്ങളാണ്. അവസാനഘട്ടം ബ്രിട്ടീഷ് അധിനിവേശത്തിന്റെയും ദേശീയമായ പുനരുജ്ജീവന[27]ത്തിന്റേതുമാണ്. കോളനിവാഴ്ചക്കാലത്തെ തകർച്ചയെ മറികടന്ന് ആധുനികവും ദേശീയവുമായ നൃത്തരൂപങ്ങളായി പ്രാദേശിക പാരമ്പര്യങ്ങൾ വികസിച്ചുവന്നതിന്റെ കഥയാണ് ഈ ഘട്ടത്തിന്റേത്. കപിലാ വാത്സ്യായന്റെ ചരിത്രാഖ്യാനത്തിന്റെ പരിസമാപ്തി മുഹൂർത്തവും ഇതുതന്നെ (Vatsyayan 1992:1-8).

പ്രാക്ചരിത്രകാലത്തിൽനിന്ന് പടിപടിയായി വളർന്ന് ദേശീയരൂപങ്ങളായി വികസിച്ച നൃത്തപാരമ്പര്യങ്ങളുടെ ചരിത്രം വിഭാവനം ചെയ്യുന്നതിനിടയിൽ കപിലാവാത്സ്യായൻ പ്രത്യേകമായി ഊന്നൽനല്കുന്നത് *നാട്യശാസ്ത്രം* മുതലാരംഭിക്കുന്ന പ്രമാണപാരമ്പര്യത്തിന്റെ (canonical tradition) വ്യാപനത്തിലൂടെ സത്താപരമായി ഏകവും എന്നാൽ വ്യത്യസ്ത പ്രകാശനരീതികൾ അവലംബിക്കുന്നതുമായ പ്രയോഗക്രമങ്ങൾ ഇന്ത്യയിലുടനീളം വേരോടിപ്പടർന്നു എന്ന കാര്യത്തിനാണ്. ആന്ധ്രയിലെ *നൃത്തരത്നാവലി* (ജയസേനാപതി), ഗുജറാത്തിലെ *സംഗീതോപനിഷദ് സാരോദ്ധാര* (വചനാചാര്യ സുധാകലശ), അസമിലെ *ഹസ്തമുക്താവലി*, മണിപ്പൂരിലെ *ഗോവിന്ദസംഗീത ലീലാവിലാസം*, ഒഡീഷയിലെ *അഭിനയ ചന്ദ്രിക* (മഹേശ്വര മഹാപാത്ര), ബംഗാളിലെ *സംഗീതദാമോദരം*, തമിഴകത്തെ *സംഗീതമകരന്ദം*, *ആദിഭാരതം*, കേരളത്തിലെ *ബാലരാമഭാരതം*, *ഹസ്തലക്ഷണദീപിക*, രാജസ്ഥാനിലെ *നൃത്യരത്നകോശം* എന്നിങ്ങനെയുള്ള പ്രമാണഗ്രന്ഥങ്ങളെ *നാട്യശാസ്ത്ര*പാരമ്പര്യത്തിന്റെ പ്രാദേശികതലത്തിലേക്കുള്ള വ്യാപനത്തിന്റെ അനന്തരഫലങ്ങളായാണ് കപിലാ വാത്സ്യായൻ അവതരിപ്പിക്കുന്നത്. ക്രിസ്തുവർഷം പതിമൂന്നാം ശതകം മുതൽക്കുള്ള ഈ വ്യാപനമാണ് ക്ലാസിക്കൽ നൃത്തരൂപങ്ങളുടെ (കഥകളി, കഥക്, ഭരതനാട്യം, ഒഡീസി, മണിപ്പൂരി തുടങ്ങിയവ) പിറവിയിൽ പര്യവസാനിച്ചത്. മേല്പറഞ്ഞ പ്രമാണങ്ങൾ ഈ നൃത്ത-നാട്യാവിഷ്കാരങ്ങൾക്ക് താത്ത്വികാടിസ്ഥാനം ചമച്ചതായും വിശദീകരിക്കപ്പെടുന്നു. അങ്ങനെ ഇന്ത്യയുടെ വിവിധഭാഗങ്ങളിലെ, വ്യത്യസ്ത സംസ്കൃതികളിലെ, നൃത്ത-നാട്യപ്രയോഗങ്ങളെയാകെ പ്രമാണ-പ്രയോഗ തലങ്ങളിൽ സത്താവല്ക്കരിക്കുകയും ദേശീയവല്ക്കരിക്കുകയും ചെയ്യുന്ന ഒന്നായി കപിലാവാത്സ്യായന്റെ ചരിത്രനിർമ്മിതി മാറിത്തീരുന്നു. സാരംഗദേവന്റെ *സംഗീതരത്നാകരത്തിലെ* ശുദ്ധ, ദേശസ്ഥ സമ്പ്രദായങ്ങളെക്കുറിച്ചുള്ള പരാമർശത്തെ മുൻനിർത്തി പ്രാദേശികമായ നൃത്ത-നാട്യപ്രയോഗങ്ങൾ ദേശീയപാരമ്പര്യത്തിന്റെ വകഭേദങ്ങളാണെന്ന് പ്രമാണഭദ്രമായി പറഞ്ഞുറപ്പിക്കാനും അവർ മുതിരുന്നുണ്ട്. 'നാനാത്വത്തിലെ ഏകത്വം' എന്ന രാഷ്ട്രമുദ്രാവാക്യത്തെ നാട്യചരിത്രത്തിനുള്ളിൽ ഭദ്രമായി പ്രതിഷ്ഠിക്കുന്ന ചരിത്രനിർമ്മാണപദ്ധതിയായി കപിലാവാത്സ്യായന്റെ ആഖ്യാനം മാറിത്തീരുന്നതിങ്ങനെയാണ്.

ഭരതനാട്യത്തിന്റെ പൗരാണികത തർക്കമറ്റ വസ്തുത യാണെങ്കിലും. പിന്നിട്ട രണ്ടായിരം വർഷക്കാലത്തെ ഭരതനാട്യചരിത്രം പുനഃസൃഷ്ടി

ക്കുക വളരെയേറെ പ്രയാസകരമാണെന്ന് കപിലാ വാത്സ്യായൻ പറയുന്നുണ്ട് (1992:21). ഈ സന്ദിഗ്ദ്ധത അവരുടെ പിന്നീടങ്ങോട്ടുള്ള ചരിത്ര വ്യാഖ്യാനത്തിലുടനീളം നിലനില്ക്കുന്നുമുണ്ട്. രണ്ട് സ്രോതസ്സുകളിൽനിന്നാണ് ഭരതനാട്യത്തിന്റെ ചരിത്രരചനയ്ക്കാവശ്യമായ തെളിവുകൾ അവർ ശേഖരിക്കുന്നത്. ഒന്നാമത്തേത് സംഘംകൃതികൾ എന്ന് വിളിക്കപ്പെട്ടുവരുന്ന പ്രാചീന തമിഴക സാഹിത്യമാണ്. *ചിലപ്പതികാരം*, *മണിമേഖല* തുടങ്ങിയ കൃതികളിൽ പരാമർശിക്കപ്പെടുന്ന 'ശാന്തിക്കൂത്ത്' ക്ലാസിക്കൽ നൃത്തപദ്ധതിയെ സൂചിപ്പിക്കുന്നതാണെന്ന് കപിലാവാത്സ്യായൻ പറയുന്നു. പന്ത്രണ്ടാം ശതകത്തിൽ അടിയാർക്കുനല്ലാർ *ചിലപ്പതികാര*ത്തിനെഴുതിയ വ്യാഖ്യാനം ഈ നൃത്തരൂപത്തെക്കുറിച്ച് കൂടുതൽ തെളിവുകൾ നല്കുന്നതായും അവർ വാദിക്കുന്നു. ഇതിനു പിന്നാലെ *നാട്യശാസ്ത്ര*ത്തിലെ ഏകഹാര്യലാസ്യത്തെ[28]കുറിച്ചുള്ള സൂചനയെ പരാമർശിച്ചുകൊണ്ട്, ഇതാണ് ഇന്നത്തെ ഭരതനാട്യത്തിന്റെ ഉത്ഭവ സ്ഥാനം എന്നും കപിലാവാത്സ്യായൻ അഭിപ്രായപ്പെടുന്നു. ക്രിസ്തുവർഷം അഞ്ചാം ശതകം മുതൽക്കുള്ള നർത്തകിമാരുടേയും നൃത്താവതരണങ്ങളുടേയും പ്രതിമാശില്പങ്ങൾ ഭരതനാട്യത്തിലെ അർദ്ധ മണ്ഡല തത്ത്വത്തെ[29] നിരന്തരമായി പിൻപറ്റുന്നുണ്ട്. ഒഡീഷമുതൽ ഗുജറാത്ത് വരെയും ഖജുരാഹോ മുതൽ തിരുവനന്തപുരം വരെയും ഇടമുറിയാതെ തുടരുന്ന ഒരു പ്രയോഗക്രമമാണതെന്ന് കപിലാ വാത്സ്യായൻ അഭിപ്രായപ്പെടുന്നു (1992:21-24). ദേശീയമായ ഒരു നൃത്തപദ്ധതിയുടെ ആകരമായി ഭരതനാട്യത്തെ സ്ഥാനപ്പെടുത്താൻ പോന്ന തെളിവുകളാണ് ഇവ.

ഇങ്ങനെ, *നാട്യശാസ്ത്ര*ത്തിൽനിന്നും സംഘസാഹിത്യത്തിൽനിന്നും ചില സൂചനകൾ കണ്ടെടുത്ത് അവയെ അഖിലഭാരതീയമായ ഒരു നൃത്ത പദ്ധതിയുമായി കൂട്ടിയിണക്കിക്കൊണ്ടാണ് കപിലാവാത്സ്യായന്റെ ചരിത്ര നിർമ്മാണം മുന്നേറുന്നത്. പത്താംശതകം മുതൽക്കുള്ള നൃത്തശില്പങ്ങളിൽ ഇന്ത്യയിലുടനീളം ആവർത്തിക്കുന്ന അംഗവിതരണരീതിയെയും ഇതിന് തെളിവായി അവർ അവതരിപ്പിക്കുന്നു. ഈ നിലയിൽ ദാക്ഷിണാത്യവും ഔത്തരാഹവുമായ പ്രമാണപാഠങ്ങളിലേക്ക് (cannonical texts) വർത്തമാനപ്രയോഗങ്ങളെ കൂട്ടിവിളക്കുമ്പോഴും ചില അടിസ്ഥാനവൈരുദ്ധ്യങ്ങൾ അവരുടെ ആഖ്യാനത്തിൽ പരിഹരിക്കപ്പെടാതെ അവ ശേഷിക്കുന്നുണ്ട്. ഭരതനാട്യത്തിന്റെ ആസന്നഭൂതകാലത്തിലേക്ക് തിരിയുമ്പോൾ മേല്പറഞ്ഞ മാതൃകാപാഠം ഒട്ടൊക്കെ അപര്യാപ്തമായി ത്തീരുന്നു. ദക്ഷിണേന്ത്യയിൽ നിലനിന്നിരുന്ന ഭാഗവതമേളനാടകങ്ങളിലെ അപ്രധാനമായ ഒരിനമായിരുന്നു ഏകാംഗനൃത്തം എന്ന വസ്തുത, ഭരതനാട്യത്തെ മുൻനിർത്തി പടുത്തുയർത്തുന്ന ഈ നൃത്തചരിത്രത്തെ വൈരുദ്ധ്യ പൂർണ്ണമാക്കുന്നുണ്ട്. ഇതുപോലെ തന്നെയാണ് ദേവ/രാജ സ്തുതികളായി അവതരിപ്പിക്കുന്ന നൃത്തങ്ങളുടെ ഊന്നലിലുള്ള വ്യത്യാസത്തെക്കുറിച്ചുള്ള വിശദീകരണവും. കൊട്ടാരം നർത്തകികളുടെ രംഗ പാഠം വ്യത്യസ്തമായ ചില സാഹിത്യരചനകളെ ആശ്രയിച്ചിരിക്കാ

മെങ്കിലും ഭരതനാട്യത്തിന്റെ വളർച്ചയെയോ അതിന്റെ സത്താപരമായ സവിശേഷതയെയോ ഇത് അല്പംപോലും ബാധിച്ചില്ല എന്ന നിലപാടാണ് കപിലാവാത്സ്യായൻ സ്വീകരിക്കുന്നത്.[30] രുഗ്മിണീദേവി അരുണ്ഡേൽ ഉൾപ്പെടെയുള്ള പരിഷ്കർത്താക്കളുടെ അടിസ്ഥാനശ്രമം രാജസ്തുതിയും ശൃംഗാരോന്മുഖതയും ചേർന്ന് 'ദുഷിച്ച കല'യാക്കിത്തീർത്ത സദിരാട്ടത്തെ ആ താണപദവിയിൽനിന്ന് വീണ്ടെടുക്കുക എന്നതായിരുന്നു എന്ന വസ്തുത പരിഗണിച്ചാൽ കപിലാവാത്സ്യായന്റെ *നാട്യചരിതം* എങ്ങനെ സവർണ്ണ-മുഖ്യധാരാ ദേശീയതയുടെ ഭൂതാഭിരതിയാൽ നിയന്ത്രിക്കപ്പെടുന്നു എന്ന് വ്യക്തമാകും.

സവർണ്ണദേശീയതയുടെ നാട്യചരിത്രം

*നാട്യശാസ്ത്ര*ത്തെ മുൻനിർത്തിയുള്ള ഇത്തരം സവർണ്ണ-സംസ്കൃത - വ്യവഹാരങ്ങളുടെ തീവ്രമാതൃകയായി പരിഗണിക്കാവുന്ന പഠനമാണ് ഡോ. പത്മാസുബ്രഹ്മണ്യത്തിന്റെ *നാട്യശാസ്ത്രവും ദേശീയ ഐക്യവും* (*Natya Sasthra and National Unity*) എന്ന കൃതി. നവവേദാന്ത ദാർശനികരൂപകങ്ങളും വ്യവഹാരങ്ങളുംകൊണ്ട് ഇന്ത്യൻ കലാവിഷ്കരണങ്ങളെ ബ്രാഹ്മണീകരിക്കുന്നതിന്റെ മാതൃകാപാഠമാണ് ഈ കൃതി. *തൊൽക്കാപ്പിയ*വും *ചിലപ്പതികാര*വും പോലുള്ള പ്രാചീന തമിഴ് രചനകൾ മുതൽ അലങ്കാരശാസ്ത്രവും ആഗമങ്ങളും ആയോധനകലകളും പാശ്ചാത്യസംഗീതവും വരെയുള്ള ആവിഷ്കാരങ്ങളിൽനിന്ന് *നാട്യശാസ്ത്ര*ത്തിന്റെ തെളിവുകൾ കണ്ടെടുത്തുകൊണ്ട് ദേശീയവും സാർവ്വദേശീയവുമായ ഏകതയുടെ പ്രഭവമായി അതിനെ പ്രതിഷ്ഠിക്കാനാണ് പത്മാസുബ്രഹ്മണ്യം ശ്രമിക്കുന്നത്. പ്രാദേശിക നൃത്താവിഷ്കാരങ്ങളുടെ പാരമ്പര്യങ്ങൾക്കുമേൽ ദേശീയമായ ഏകപാരമ്പര്യത്തെ ഉറപ്പിച്ചെടുക്കലാണ് നമ്മുടെ അടിയന്തരകർത്തവ്യമെന്നാണ് അവർ അഭിപ്രായപ്പെടുന്നത് (1994:201-07). പ്രാദേശികപാരമ്പര്യങ്ങളോട് പറ്റിച്ചേർന്ന് നില്ക്കാനുള്ള ഭ്രാന്തമായ താല്പര്യമാണ് ('fanatic adhesiveness to the so called regional forms') ഇന്ത്യൻ നൃത്തം നേരിടുന്ന ഏറ്റവും വലിയ ഭീഷണിയെന്നും ഡോ. പത്മാസുബ്രഹ്മണ്യം പറയുന്നു (1994 : 203).

അഖിലഭാരതവ്യാപ്തിയുള്ള സംസ്കാരത്തിനുവേണ്ടിയും അതിന്റെ വൈദികമായ അടിസ്ഥാനത്തിനുവേണ്ടിയും അതിശക്തമായി വാദിച്ചുകൊണ്ടാണ് പത്മാസുബ്രഹ്മണ്യം തന്റെ വാദഗതികൾ വികസിപ്പിക്കുന്നത്. ഇതിനുവേണ്ടി ദ്രാവിഡഭാഷകളുടെ ഘടനയും വാക്യബന്ധവും (syntax) സംസ്കൃതത്തിന്റേതു തന്നെയാണെന്ന് വാദിക്കാനും, *തിരുക്കുറ*ളും *നീതിശാസ്ത്ര*വും തമ്മിലും, *തൊൽക്കാപ്പിയ*വും *നാട്യശാസ്ത്ര*വും തമ്മിലും സമാന്തരങ്ങൾ ഉറപ്പിച്ചെടുക്കാനും അവർ പണിപ്പെടുന്നുണ്ട്. ആര്യൻ കുടിയേറ്റത്തെക്കുറിച്ചുള്ള ചരിത്രപരമായ അറിവുകളെ മുഴുവൻ ഒറ്റയടിക്ക് തള്ളിക്കളയുകയും ആര്യരാഷ്ട്രം (Aryan Nation) എന്നതാണ് ദേശീയ ലക്ഷ്യമായി നാം സ്വീകരിക്കേണ്ടതെന്ന് പറഞ്ഞുവയ്ക്കാനും അവർ തയ്യാ

റാണ് (1997 : 18-20). ബുദ്ധന്റെ കാലം ബി സി 1800 ആണെന്നും ശങ്കരാചാര്യർ ജീവിച്ചത് ബി സി ആറാം ശതകത്തിലാണെന്നും അലക്സാണ്ടർ ഇന്ത്യയിലെത്തിയത് മൗര്യകാലത്തോടടുത്തല്ല, മറിച്ച്, ഗുപ്തകാലത്താണെന്നുള്ള 'സുദൃഢധാരണ'കൾക്ക് മേലെയാണ് തന്റെ നാട്യചരിത്രം ഡോ. പത്മാസുബ്രഹ്മണ്യം പടുത്തുയർത്തി യിട്ടുള്ളത്. ദേശാഭിമാനത്തെ പ്രചോദിപ്പിക്കുന്ന ഇത്തരം അടിസ്ഥാന വിവരങ്ങൾ താൻ എടുത്തുപറയുന്നത് വളച്ചൊടിക്കപ്പെട്ട ചരിത്രധാരണകളിൽനിന്ന് നമ്മെതന്നെ വിമോചിപ്പിക്കാനാണ് എന്നവർ വിശദീകരിക്കുന്നു. ഈ അടിസ്ഥാനധാരണകൾക്കുമേൽ മാത്രമേ രംഗകലകളുടെ പൊതുചരിത്രം പണിതെടുക്കാനാവുകയുള്ളത്രെ! (1997 : 22).

ദേശീയമായ ഈ ഏകതയാണ് നാട്യപ്രയോഗത്തിന്റെ സത്താപരമായ ഉള്ളടക്കത്തിന് ജന്മംനല്കുന്നത്. ഭാരതവർഷത്തിലെ നാട്യപ്രയോഗങ്ങളിൽ അന്തര്യാമിയായി വർത്തിക്കുന്ന മാർഗ്ഗി പാരമ്പര്യം വിവിധ ഏഷ്യൻ ഭൂഭാഗങ്ങളിലേക്ക് പടർന്നതായും അവർ പറയുന്നുണ്ട് (1997 : 32-33). പൊതുവായ ഭാരതീയപൈതൃകത്തിന്റെ പുനഃസൃഷ്ടിക്ക് ഈ മാർഗ്ഗിപാരമ്പര്യത്തിന്റെ വീണ്ടെടുപ്പ് അനിവാര്യമാണ്. *നാട്യശാസ്ത്രാ*നുസാരിയായ മാർഗ്ഗിപാരമ്പര്യത്തെ തന്റെ രംഗപ്രയോഗവുമായി ഇണക്കിനിർത്തുന്നതിനുവേണ്ടി അതിന് ഭരതനൃത്തം എന്ന് നാമകരണം ചെയ്യാനും അവർ തയ്യാറായി. ഭരതനാട്യം എന്ന പേര് സദിരിന്റെ തുടർച്ചകൾ പേറിനില്ക്കുന്ന ഒന്നാണ്. *നാട്യശാസ്ത്രം* നിർദ്ദേശിക്കുന്ന മാർഗ്ഗിപാരമ്പര്യത്തിന്റെ സുദൃഢമായ ആവിഷ്കാരമായി തന്റെ നൃത്തത്തെ ഉറപ്പിച്ചെടുക്കുന്നതിനാണ് ഭരതനൃത്തം എന്ന പേര് ഉപയോഗിച്ചതെന്നും ഡോ. പത്മാസുബ്രഹ്മണ്യം വ്യക്തമാക്കുന്നു (1997 : 158).

വൈവിദ്ധ്യത്തിന്റെ പേരിൽ ഇപ്പോൾ പ്രാദേശികപാരമ്പര്യങ്ങൾക്ക് നല്കിവരുന്ന പ്രാധാന്യവും പരിഗണനയും അർത്ഥശൂന്യമാണെന്നാണ് പത്മാസുബ്രഹ്മണ്യം വാദിക്കുന്നത്. മാർഗ്ഗി പാരമ്പര്യത്തിന്റെ ഉയിർത്തെഴുന്നേല്പ് അതിൽത്തന്നെ എല്ലാ ദേശീയ പാരമ്പര്യങ്ങളുടേയും ഉയിർത്തെഴുന്നേല്പ് കൂടിയായിരിക്കും. കഥക്കാകട്ടെ, കഥകളിയാകട്ടെ ഇതരരൂപങ്ങളാകട്ടെ അവയെ നയിക്കുന്ന അടിസ്ഥാനദർശനവും നാട്യനിയമങ്ങളും ഒന്നുതന്നെയാണ്. *നാട്യശാസ്ത്ര*ത്തിന്റെ ചില ഭാഗങ്ങളും പ്രയോഗക്രമങ്ങളും നിലനിർത്താനേ വ്യത്യസ്ത പ്രദേശങ്ങൾക്ക് കഴിഞ്ഞുള്ളൂ എന്നതിനാലാണ് ഇത്രമാത്രം വ്യത്യാസങ്ങൾ ഇന്ത്യയിലെ നാട്യരൂപങ്ങൾക്കുണ്ടായത്. കഥക് സമസ്ഥാനത്തെ അടിസ്ഥാനമാക്കുന്നുവെങ്കിൽ ഭരതനാട്യം ദ്വിഭംഗത്തെ മുൻനിർത്തി മണ്ഡലസ്ഥാനത്തെയും ഒഡീസി ത്രിഭംഗങ്ങളിലൂന്നുന്ന വൈഷ്ണവസ്ഥാനത്തെയും അടിസ്ഥാനമാക്കുന്നു. കൂടിയാട്ടവും യക്ഷഗാനവും മുതൽ തെരുക്കൂത്തും ഭാഗവതമേളവും വരെയുള്ള പ്രയോഗങ്ങൾ പൂർവ്വരംഗത്തെ സംബന്ധിച്ചിടത്തോളം ഇപ്പോഴും *നാട്യശാസ്ത്രാ*നു സാരിയാണ്. ഇങ്ങനെ നോക്കിയാൽ പ്രാദേശികമായ ഓരോ നാട്യ- നൃത്തപ്രയോഗവും മാർഗ്ഗിപാരമ്പര്യത്തിന്റെ ആവി

ഷ്കാരപ്രകാരങ്ങൾ ക്കപ്പുറം മറ്റൊന്നുമല്ല (1997: 126 - 77).

ഇങ്ങനെ, *നാട്യശാസ്ത്ര*ത്തിലേക്കും അതിന് അടിത്തറയായ അഖില ഭാരതീയസംസ്കൃതിയിലേക്കും ഇന്ത്യൻ നാട്യപ്രയോഗങ്ങളെയാകെ വിളക്കിച്ചേർക്കുന്ന നാട്യവിജ്ഞാനീയമാണ് ഡോ. പത്മാസുബ്രഹ്മണ്യം പണിതുയർത്തുന്നത്. പ്രാദേശികമായ എല്ലാ അടയാളങ്ങളും തേച്ചു മായ്ച്ച്, ബ്രാഹ്മണികമായ ഏകപാഠമായി ഭരതനാട്യത്തെ ഉറപ്പിച്ചെടുക്കാൻ നടന്ന ശ്രമങ്ങളുടെ തീവ്രവും വലിയൊരളവിൽ ആക്രാമകവുമായ (aggressive) ആവിഷ്കാരമായി ഈ ചരിത്രനിർമ്മിതിയെ വിലയിരുത്താനാവും.

ഇങ്ങനെ മനസ്സിലാക്കിയാൽ ദേശീയവാദപരമായ ഭരതനാട്യനിർമ്മിതിയുടെ ചരിത്രത്തിലെ കേന്ദ്രപ്രമേയം മേല്പറഞ്ഞ തരത്തിലുള്ള അതിന്റെ പാഠവല്ക്കരണമാണ് (textualization) എന്ന് വ്യക്തമാവും. *നാട്യശാസ്ത്ര*വുമായും[31] അഖിലഭാരതീയമായ സംസ്കൃതപാരമ്പര്യവുമായും ഭരതനാട്യത്തെ കണ്ണിചേർക്കാനുള്ള ശ്രമം പരിഷ്കരണ സംരംഭത്തിന്റെ കേന്ദ്രപ്രമേയമായിരുന്നു. ഇതുവഴി പ്രാദേശിക/ബ്രാഹ്മണേതര സമുദായങ്ങളുടെ കുലപാരമ്പര്യത്തിൽനിന്നും ഭരതനാട്യത്തെ അടർത്തിമാറ്റാനും ദേശീയവും സംസ്കൃതബദ്ധവുമായ ലാവണ്യചരിത്രത്തിന്റെ ഭാഗമായി അതിനെ പുനഃപ്രതിഷ്ഠിക്കാനും പരിഷ്കർത്താക്കൾക്ക് കഴിഞ്ഞു (Soneji 2010 : xxv). മദ്ധ്യ വർഗ്ഗമതാത്മകതയുമായി കൂട്ടിയിണക്കപ്പെട്ട നിലയിൽ ഭരതനാട്യത്തെ പുനരവതരിപ്പിക്കാനും ഇത് കാരണമായി. ബ്രാഹ്മണിക മൂല്യങ്ങൾ ഇടത്തരം കീഴ്ജാതിവിഭാഗങ്ങൾക്ക് പ്രിയങ്കരമായി അനുഭവപ്പെടുന്ന വിധത്തിലുള്ള ഏറ്റവും ഫലപ്രദമായ പുനഃസംവിധാനമായും ഇതിനെ മനസ്സിലാക്കാം (Hawley 2001:224).

ഈ നിലയിലുള്ള, ഭരതനാട്യത്തിന്റെ ചരിത്രനിർമ്മാണം നമ്മെ ദേശീയ ചരിത്രവാദികളുടെ (nationalist historians) ചരിത്രനിർമ്മാണസംരംഭങ്ങളെക്കുറിച്ച് പലനിലകളിൽ ഓർമ്മിപ്പിക്കുന്നു. സംഘം കവിതകളിൽ 'വിറളികൾ' എന്ന പേരിൽ പരാമർശിക്കപ്പെടുന്ന നർത്തകികളെയും *ചിലപ്പതികാര*ത്തിലെ മാധവിയെയും തഞ്ചാവൂരിലെ ബൃഹദേശ്വരക്ഷേത്രത്തിലെ രാജരാജചോളന്റെ ശാസനത്തിൽ പരാമർശിക്കപ്പെടുന്ന 'തളിച്ചേരി പെണ്ണുങ്ങ'ളെയും (തമിഴ് ശൈവപാരമ്പര്യത്തിലെ ക്ഷേത്രസ്ത്രീകളാണ് ഇവർ) മുൻനിർത്തി ക്ഷേത്രനർത്തകികളുടെ ചരിത്രാതീതപാരമ്പര്യത്തെ കണ്ടെത്തുകയും അതിനെ സമകാലിക നൃത്തചരിത്രവുമായി വിളക്കിച്ചേർക്കുകയും ചെയ്യുന്ന ആഖ്യാനയുക്തിയാണ് ഭരതനാട്യത്തിന്റെ മുഖ്യധാരാ ചരിത്ര നിർമ്മാണം ഇപ്പോഴും പിന്തുടരുന്നത് (Soneji. 2010: XIV). ദേശീയവും അഖണ്ഡവുമായ ഒരു നൃത്തപാരമ്പര്യത്തെ പണിതെടുക്കുന്ന ആഖ്യാനപദ്ധതിയുടെ അടിസ്ഥാനവും ഇതു തന്നെയാണ്. വിശദാംശങ്ങളിലെ വ്യത്യാസങ്ങൾക്കപ്പുറം, ക്ഷേത്രനർത്തകികളെയും ക്ഷേത്രനൃത്തത്തെയും ചരിത്രമുക്തവും കേവലവുമായി സ്ഥാനനിർണ്ണയം ചെയ്യുന്ന രീതി മുഖ്യധാരാചരിത്രത്തിൽ ഇപ്പോഴും മാറ്റമില്ലാതെ തുടരുന്നു എന്നർത്ഥം.

ഭരതനാട്യത്തിന്റെ ചരിത്രജീവിതം

മുഖ്യധാരാ ചരിത്രനിർമ്മാണത്തിന്റെ ഇത്തരം അവകാശവാദങ്ങൾ മാറ്റിവെച്ച് പരിശോധിച്ചാൽ, പതിനാറും പതിനേഴും നൂറ്റാണ്ടുകളിലെ നായകഭരണകാലത്തോടാണ് ഭരതനാട്യത്തിന്റെ ഉല്പത്തിയെ ബന്ധിപ്പിക്കാനാവുകയെന്ന് പഠിതാക്കൾ വ്യക്തമാക്കിയിട്ടുണ്ട്. ക്ഷേത്ര/കൊട്ടാരം നർത്തകികളും നൃത്താവിഷ്കാരങ്ങളും മറ്റും അതിനുമുമ്പും നിലനിന്നിട്ടുണ്ടെങ്കിലും നായകഭരണകാലത്താണ് ഇത്തരം സവിശേഷപദവികൾ ഒത്തുചേർന്ന് ദേവദാസി എന്ന പുതിയ പദവി ഉരുത്തിരിഞ്ഞുവന്നത്. ക്ഷേത്ര/കൊട്ടാര നൃത്തവും സംഗീതവും സവിശേഷമായ മാതൃദായ ഘടനയുമായി ഇണങ്ങിനില്ക്കുന്ന വിധത്തിൽ ദേവദാസി എന്ന സ്ഥാപനവും സ്വത്വപദവിയും നായകഭരണത്തോടൊപ്പം ഉയർന്നുവന്നു. കൊട്ടാരജീവിതവും രത്യാത്മകതയും ഐന്ദ്രിയതയും ഇടകലർന്ന പുതിയ നാട്യപ്രയോഗവും ഇതിന്റെ ഉല്പന്നമായിരുന്നു. ഈ പുതിയ സന്ദർഭം തന്നെയാണ് ക്ഷേത്രജ്ഞന്റെ രത്യാത്മകധ്വനികൾ ഏറിനില്ക്കുന്ന പദങ്ങളുടെയും കാലം. വിജയരാഘവ നായകന്റെ (1634-73) രക്ഷാകർതൃത്വം ലഭിച്ച കൊട്ടാരം കവിയായിരുന്നു ക്ഷേത്രജ്ഞൻ. പത്തൊമ്പതാം ശതകത്തിൽ സദിരിന്റെ സാഹിത്യഭണ്ഡാഗാരം ഏറിയകൂറും ക്ഷേത്രജ്ഞന്റെ പദങ്ങളായിരുന്നു. സ്ത്രൈണകാമനയെയും ലൈംഗികാനുഭൂതികളുടെ ശാരീരികമാനങ്ങളെയും മറയില്ലാതെ ആവിഷ്കരിക്കുന്നതായിരുന്നു അവ. തഞ്ചാവൂരിലെ നായകസദസ്സുകളിൽ അനവധി നർത്തകികൾ പ്രത്യക്ഷപ്പെടുന്നത് ഇക്കാലത്താണെന്നും ദേവദാസി പാരമ്പര്യത്തിന്റെ അവശേഷിപ്പുകളായി സമകാലിക നാട്യപ്രയോഗത്തിൽ തുടർച്ച കണ്ടെത്തിയ ഘടകങ്ങൾക്ക് - ക്ഷേത്രജ്ഞപദങ്ങൾ, നട്ടുവൻമാർ, ശബ്ദം, വർണ്ണം എന്നീ നൃത്തവിഭാഗങ്ങൾ - ഇക്കാലത്തിനപ്പുറം പഴക്കം കല്പിക്കാനാവില്ലെന്നും പഠിതാക്കൾ അഭിപ്രായപ്പെടുന്നുണ്ട് (Soneji 2010:XV). നായകഭരണകാലത്തിന്റെ ഊർജ്ജവും പ്രചോദനവുമാണ് കൊട്ടാരനർത്തകികളെയും കൊട്ടാരനൃത്തത്തെയും തഞ്ചാവൂരിൽനിന്നും പുതുക്കോട്ടയിലെയും രാമനാഥപുരത്തെയും രാജസ്ഥാനങ്ങളിലേക്കും പ്രഭുമന്ദിരങ്ങളിലേക്കും എത്തിച്ചതെന്നും അവർ ചൂണ്ടിക്കാണിക്കുന്നു.

നായകകാലത്തിനുശേഷം തഞ്ചാവൂരിൽ പ്രാബല്യം നേടിയ മറാത്താഭരണം രാജനർത്തകികൾക്ക് അതുവരെ നല്കിപ്പോന്ന പ്രോത്സാഹനവും സംരക്ഷണവും കൂടുതൽ ശക്തമായി തുടരുകയുണ്ടായി. നൃത്തപ്രയോഗങ്ങളുടെ ചിട്ടപ്പെടലും ക്രോഡീകരണവും ഇക്കാലത്താണ് ആരംഭിക്കുന്നത്. പില്ക്കാലത്ത് ദേശീയവാദപരമായ ചരിത്രനിർമ്മാണം ഭരതനാട്യത്തിന്റെ ചരിത്രത്തിലെ ഈ നിർണ്ണായകദശയെ തമസ്കരിക്കുകയാണ് ചെയ്തത്. തദ്ദേശീയ തമിഴ് സംസ്കാരവും തെലുങ്ക് സാഹിത്യവും മഹാരാഷ്ട്ര വഴി കൈമാറിക്കിട്ടിയ മുഗൾ കൊട്ടാരനൃത്ത പാരമ്പര്യവും കൂടിക്കലർന്ന ഒരു സവിശേഷസന്ദർഭമായിരുന്നു അത്. ശരഭോജി

മഹാരാജാവിന്റെയും (1798-1832) അദ്ദേഹത്തിന്റെ പിൻഗാമികളുടെയും കാലമായപ്പോഴേക്കും കൊട്ടാരനർത്തകികൾ അനുഷ്ഠാനപരവും ഉപചാരപൂർണ്ണവുമായ വേളകളിൽ നൃത്തമാടാൻ തുടങ്ങി. ആധുനികമായ അറിവിനും ആവിഷ്കാരക്രമങ്ങൾക്കും പ്രാബല്യമുള്ളതായിരുന്നു ശരഭോജിയുടെ സദസ്സ്. കൊളോണിയൽ ആധുനികതയുടെ ആശയലോകവും അനുഭൂതിഘടനയും അവിടെ മേൽക്കൈ നേടിത്തുടങ്ങിയിരുന്നു. തഞ്ചാവൂർ സഹോദരന്മാർ എന്നറിയപ്പെട്ട നട്ടുവൻമാർ - ചിന്നയ്യ, പൊന്നയ്യ, വടിവേലു, ശിവാനന്ദം - പരമ്പരാഗതനൃത്തത്തെ അടിമുടി ഉടച്ചുവാർത്ത് പുതുരൂപം നല്കുന്നതും അലാരിപ്പ്, ജതിസ്വരം, ശബ്ദം, വർണ്ണം, പദം, തില്ലാന, ശ്ലോകം എന്ന അവതരണക്രമം രൂപപ്പെട്ടതും ഇക്കാലത്താണ്.[32] പത്തൊമ്പതാം നൂറ്റാണ്ടിന്റെ രണ്ടാം പകുതിയായപ്പോഴേക്കും തഞ്ചാവൂരിൽനിന്നും പുതിയ അധികാരകേന്ദ്രമായ മദ്രാസിലേക്ക് ഈ നൃത്തം നീങ്ങിത്തുടങ്ങി. കൊട്ടാരത്തിൽ പിറവിയെടുത്ത പുതിയ നൃത്തജനുസ്സുകളും കൃതികളുമെല്ലാം 1850 കൾ മുതലാരംഭിച്ച ദേവദാസികളുടെ കുടിയേറ്റം വഴി കൊളോണിയൽ അധികാരകേന്ദ്രമായ മദ്രാസിലേക്ക് എത്തിപ്പെട്ടു. അങ്ങനെ കൊട്ടാരനർത്തകികളുടെ ശരീരത്തിലും മനസ്സിലും മുദ്രണം ചെയ്യപ്പെട്ട നിലയിൽ പുതിയ ഒരു നാട്യക്രമവും നടനപാരമ്പര്യവും മദ്രാസ് എന്ന കൊളോണിയൽ അധികാരകേന്ദ്രത്തിലേക്ക് വന്നെത്തി (Soneji 2010 : XVI).

ഭരതനാട്യത്തിന്റെ അടിസ്ഥാനരൂപകല്പന പൊതുവെ തഞ്ചാവൂർ സഹോദരന്മാരിൽ നിക്ഷിപ്തമാണെങ്കിലും, സമീപകാലപഠനങ്ങൾ ഇക്കാര്യത്തിൽ നിരവധി ഭേദഗതികളും അനുബന്ധങ്ങളും നിർദ്ദേശിക്കുന്നുണ്ട്. പതിനെട്ടാം ശതകത്തിന്റെ രണ്ടാംപകുതിയിൽ തഞ്ചാവൂർ കൊട്ടാരത്തിൽ നടന്ന പരിഷ്കരണങ്ങളും ചിട്ടപ്പെടുത്തലുമാണ് നാൽവർ സഹോദരന്മാരിലൂടെ തുടർന്നതെന്നും അതുവഴി പുതിയ നാട്യപ്രയോഗത്തിന് അടിത്തറയൊരുക്കിയതെന്നും പുതിയ പഠനങ്ങൾ പറയുന്നു (Harikrishnan 2008). *സംഗീതസാരാമൃതം*, *കുമാര സംഭവനിരുപന* എന്നീ സംസ്കൃത, മറാത്തി കൃതികളെ മുൻനിർത്തി മേല്പറഞ്ഞ സഞ്ചാരപഥത്തിന്റെ ചരിത്രം ഹരികൃഷ്ണൻ വിശദമായി പരിശോധിച്ചിട്ടുണ്ട്. ഒപ്പംതന്നെ ഗംഗൈമുത്തുപിള്ളയുടെയും (*നടന്തി വാദ്യരഞ്ജനം*), ദേവുപള്ളി വീരരാഘവമൂർത്തിയുടെയും (*അഭിനയസ്വയംബോധിനി*) രചനകളെ അടിസ്ഥാനമാക്കി ഭരതനാട്യം എന്ന ആധുനിക രംഗമാതൃകയിലേക്ക് തുടർച്ച കണ്ടെത്തിയ സദിരിന്റെ പ്രഭാവങ്ങളെ കണ്ടെടുക്കാനുള്ള ശ്രമവും അദ്ദേഹം നടത്തുന്നു. തഞ്ചാവൂർ സഹോദരന്മാരുടെ സ്വകാര്യപരിശ്രമമെന്ന നിലയ്ക്കല്ല, സുദീർഘമായ ഒരു പരിണാമപ്രക്രിയയുടെ ഭാഗമെന്ന നിലയിൽ വേണം ഭരതനാട്യത്തിന്റെ അടിസ്ഥാനഘടനയുടെ നിർമ്മിതിയെ നോക്കിക്കാണേണ്ടത് എന്നാണിവിടെ വാദിക്കപ്പെടുന്നത്.

ഭരതനാട്യത്തിന്റെ ചരിത്രജീവിതത്തെ സാമൂഹ്യബന്ധങ്ങളെയും അധികാരസ്ഥാനങ്ങളെയും മുൻനിർത്തി വിശകലനം ചെയ്യാനുള്ള

ഇത്തരം ശ്രമങ്ങൾ, പക്ഷേ, വളരെയൊന്നും വിജയിക്കുകയുണ്ടായില്ല. ദേശീയപാരമ്പര്യത്തിന്റെ ആവിഷ്കാരപ്രകാരമായി അതിനെ സ്ഥാന നിർണ്ണയം ചെയ്യാനുതകുന്ന ഘടകങ്ങൾ കണ്ടെടുക്കപ്പെടുകയും വിശദീക രിക്കപ്പെടുകയും ചെയ്തപ്പോൾ മറുപുറത്ത്, ഈ പദവിയെ അലോസര പ്പെടുത്താൻ പോന്ന പ്രയോഗരൂപങ്ങൾ ചരിത്രശൂന്യമായ അപഭ്രംശങ്ങളാ യിത്തീർന്നു. ചരിത്രം വർത്തമാനത്തിന്റെ ഭൂതപ്രതീതിയായിത്തുടരുന്നത് മൗനംകൊണ്ടുകൂടിയാണെന്നർത്ഥം. ഭരതനാട്യം ഈ മൗനത്തിനു നല്കുന്ന തെളിവാണ് ജാവളികളുടെ ചരിത്രവിജ്ഞാനീയം.

ജാവളികൾ എന്ന ശൂന്യമേഖല

ഭരതനാട്യത്തിന്റെ പുനരുജ്ജീവനവും ദേശീയവല്ക്കരണവും അതിന്റെ ചരിത്രവിജ്ഞാനീയത്തിലും ആന്തരഘടനയിലും അവതരണ ക്രമത്തിലും ചെലുത്തിയ സ്വാധീനത്തിന്റെ വലിയ തെളിവുകളിലൊന്ന് ജാവളികളുടെ പദവിയിൽ വന്ന മാറ്റമാണ്. അലാരിപ്പ്, ജതിസ്വരം, ശബ്ദം, വർണ്ണം, പദം, തില്ലാന എന്നിവയോടൊപ്പം നിലകൊണ്ടിരുന്ന ജാവളികൾ ഇന്ന് ഭരതനാട്യവേദിയിലെ അധഃകൃതരൂപങ്ങളി ലൊന്നായിത്തീർ ന്നിട്ടുണ്ട്. നമ്മുടെ നൃത്തനിരൂപകരിലൊരാൾ ചൂണ്ടിക്കാട്ടിയിട്ടുള്ളതു പോലെ ഭരതനാട്യത്തിന്റെ അഭിജാത-കുലീന വേദിയിൽനിന്നും പുറത്താ ക്കപ്പെട്ട ജാവളികളാണ് മുഖ്യധാരാ കമ്പോളസിനിമയിലെ നൃത്താവിഷ്കാ രങ്ങളായി പുനരുജ്ജീവനം നേടിയത് (Soneji 2010 a : 87-111). ഐന്ദ്രി യവും വിലാസപൂർണ്ണവും ചടുലവുമായ ജാവളികളുടെ രംഗജീവിതം ദേശീയനൃത്തമായി പുനർവിഭാവനം ചെയ്യപ്പെട്ട ഭരതനാട്യത്തിന്റെ കുലീ നപ്രതീതികളോട് ഒത്തുപോകുന്നതായിരുന്നില്ല. അതുകൊണ്ട് വാസനാ വേഗങ്ങളുടെ ആവിഷ്കാരപ്രകാരമായി ദീർഘകാലം സദിരിലും ദക്ഷി ണേന്ത്യൻ നൃത്തത്തിലും ഇടംപിടിച്ച ഈ ജനുസ്സ് ഒട്ടൊക്കെ അനഭി ജാതമായ ഇനങ്ങളിലൊന്നായി ക്ലാസിക്കൽ നൃത്തത്തിന്റെ പരിധിക്ക് പുറ ത്തേക്ക് നീക്കിനിർത്തപ്പെട്ടിരിക്കുന്നു.

വീണാധനമ്മാളുടെ മകളും പ്രമുഖ സംഗീതജ്ഞയുമായ ടി ബൃന്ദ സമാഹരിച്ച മുപ്പതോളം തെലുങ്ക് ജാവളികൾ ഉൾപ്പെടുന്ന ഒരു ഗ്രന്ഥ ത്തിന് ആമുഖമെഴുതുമ്പോൾ പ്രമുഖ ഭരതനാട്യചരിത്രകാരനായ വി രാഘവൻ നടത്തിയ അഭിപ്രായപ്രകടനം ഈ പ്രകരണത്തിൽ വളരെ യേറെ പ്രാധാന്യമർഹിക്കുന്നതായി ദവേഷ് സൊനേജി ചൂണ്ടിക്കാട്ടു ന്നുണ്ട്. താരതമ്യേന സമീപകാലത്ത് നിലവിൽവന്നതാണെങ്കിലും ജാവളി കളുടെ ഉത്ഭവചരിത്രം ദുരൂഹമായിരിക്കുന്നുവെന്നാണ് വി രാഘവൻ അഭി പ്രായപ്പെട്ടത്. ഭരതനാട്യത്തിന്റെ ദേശീയ നൃത്ത പദവിയിലേക്കുള്ള ഉയർ ച്ച അതിന് സുദൃഢവും രേഖീയവുമായ ചരിത്രം അനിവാര്യമാക്കിത്തീർ ത്ത സന്ദർഭത്തിലാണ് ജാവളികൾ ഒരു പ്രശ്ന മേഖലയായി മാറിത്തീർ ന്നത്. പദങ്ങളിൽ നിന്നുതന്നെയാണ് ജാവളികളുടെയും ഘടനയും ആഖ്യാനക്രമവും ഉരുത്തിരിഞ്ഞു വന്നിട്ടുള്ളതെങ്കിലും അഭിജാതമായ

നാട്യപാരമ്പര്യത്തിലേക്ക് ഇണക്കിച്ചേർക്കാനാവാത്ത വിധത്തിലുള്ള ഐന്ദ്രിയതയും വിലാസലോലുപത്വവും ജാവളികൾ പുലർത്തുന്നുണ്ട്. ഭരതനാട്യത്തിന് ചരിത്രം ചമച്ച വേളയിൽ ജാവളികളുടേത് ഒരു ശൂന്യ മേഖലയായി ഒഴിച്ചുനിർത്തപ്പെട്ടത് നിഷ്കളങ്കമായല്ല എന്നർത്ഥം.

മതനിരപേക്ഷമായ കൊട്ടാരനൃത്തമായാണ് ജാവളികൾ അവയുടെ പ്രഭവകാലത്ത് നിലനിന്നത്. കൊളോണിയൽ മദ്രാസിലെ സവർണ്ണരായ മേൽത്തട്ടുകാരായിരുന്നു അതിന്റെ സംരക്ഷകർ, 'ജാവളികർത്താക്കൾ' എന്നറിയപ്പെട്ട കലാരസികരായ ഉദ്യോഗസ്ഥർ അതിന്റെ സാഹിത്യരചയിതാക്കളും (Soneji 2010 b:88). മദ്ധ്യകാലജീവിതരീതിയുടെ പിൻവാങ്ങലിനും ആധുനികസമൂഹത്തിന്റെ രൂപീകരണത്തിനും ഇടയിലുള്ള ഒരു അന്തരാളദശയിലാണ് ജാവളികൾ പ്രബലമാകുന്നത്. 1890 നും 1910 നും ഇടയ്ക്കുള്ള കാലയളവിൽ ദക്ഷിണേന്ത്യൻ നൃത്ത-നാടക സംഗീത വേദിയിൽ ജാവളികളുടെ വകഭേദങ്ങൾ അങ്ങേയറ്റം ജനപ്രിയമായിരുന്നു. 'ഇശൈ നാടകം' എന്നറിയപ്പെട്ട തമിഴ് ജനപ്രിയനാടകങ്ങളിലെ ഇനങ്ങളായാണ് ഇവ അന്ന് രംഗത്തെത്തിയത്. ഇവയുടെ സാഹിത്യം ഇരുപതാം നൂറ്റാണ്ടിന്റെ ആദ്യപതിറ്റാണ്ടുകളിൽ വലിയതോതിൽ അച്ചടിക്കപ്പെടുന്ന ഇനങ്ങളിലൊന്നായിരുന്നു. *ഗന്ധർവ്വകല്പവല്ലി* (1912), *ശൃംഗാരജാവളി* (1924) തുടങ്ങിയ സമാഹാരങ്ങൾ ഇക്കാലത്ത് വലിയ പ്രചാരം നേടി. എന്നിട്ടും ഭരതനാട്യത്തിന്റെ ചരിത്രനിർമ്മാണ സംരംഭങ്ങളിൽ ഇവയുടെ ചരിത്രം ദുരൂഹവും സന്ദിഗ്ദ്ധവുമായിത്തീർന്നത് ഈ നൃത്തരൂപം അവതരിപ്പിക്കുന്ന അനുഭവലോകത്തിന്റെ പ്രത്യേകതകൊണ്ടാവണം. പില്ക്കാല ചരിത്രനിർമ്മാണം വീണ്ടെടുക്കാനാഗ്രഹിച്ച ക്ഷേത്രനർത്തകിയുടെയോ ക്ഷേത്രനൃത്തത്തിന്റെയോ മതാത്മകലോകമല്ല ജാവളികളിലുള്ളത്. മറിച്ച്, നാഗരികവും വിലാസലോലവുമായ കൊട്ടാരനൃത്തത്തിന്റെ ഐന്ദ്രിയ ഭംഗികളാണ്. അതുകൊണ്ടുതന്നെ ദേശീയമായ ആവശ്യങ്ങൾക്കിണങ്ങുന്ന രൂപത്തിലേക്ക് അവയെ പരാവർത്തനം ചെയ്യുക എളുപ്പമല്ലായിരുന്നു. സമീപഭൂതകാലത്തിന്റെ സൃഷ്ടിയായിരുന്നിട്ടും ജാവളികളുടെ ചരിത്രം വി രാഘവനെപ്പോലുള്ള ഭരതനാട്യ ചരിത്രനിർമ്മാതാക്കൾക്ക് ദുരൂഹമായിത്തീർന്നതും അതുകൊണ്ടാവണം.

ജാവളികൾ പൊതുവിൽ സ്ത്രൈണകാമനകളുടെ നിരങ്കുശമായ ആവിഷ്കാരമാണ്. അവയുടെ സാഹിത്യപാഠം നായികയുടെ വീക്ഷണകോണിലൂടെ അവതരിപ്പിക്കപ്പെടുന്നതും സ്ത്രീയുടെ രാഗവാസനകളുടെ ഉച്ഛൃംഖലമായ പ്രകാശനവുമായിരുന്നു. അനുഭൂതിപരമായി പടിഞ്ഞാറൻ സല്ലാപശാലാനൃത്തത്തോടാണ് (salon dance) ഇവ ചേർന്നുനില്ക്കുന്നതെന്ന് നിരൂപകർ അഭിപ്രായപ്പെടുന്നുണ്ട് (Soneji 2010b:97). പദങ്ങളിലെ പ്രമേയകല്പനകളിൽ കാണുന്നതിനേക്കാൾ തുറന്നതും ദൃഢവുമാണ് ജാവളികളിലെ പ്രതിപാദ്യങ്ങൾ. ഇരുപതാം ശതകത്തിന്റെ ആദ്യദശകത്തിൽ സുബ്ബരായഡു ശാസ്ത്രി (1880-1950) രചിച്ച ജാവളികളിലൊന്നിൽ ആർത്തവകാലത്ത് തന്നെ സമീപിച്ച കൃഷ്ണനെ പരിഹസിക്കുന്ന

നായികയെ ചിത്രീകരിച്ചിട്ടുണ്ട്. ശുദ്ധിയും അശുദ്ധിയുമെല്ലാം സൃഷ്ടിച്ച ദൈവങ്ങൾ തന്നെ അതെല്ലാം ലംഘിക്കാൻ പുറപ്പെടുന്നതിനെയാണ് നായിക അവിടെ പരിഹസിക്കുന്നത്. 'ദൈവമാണെങ്കിലും നീ കാത്തിരിക്കുക തന്നെ വേണ'മെന്നും അവൾ പറയുന്നുണ്ട്. ഇത്തരത്തിലുള്ള നിരങ്കുശമായ പ്രതിപാദ്യങ്ങളുടെ ആവിഷ്കാരത്തിന് ഇണങ്ങുന്ന മുദ്രകളും നർത്തകികൾ നിലനിർത്തിപ്പോന്നു (രതിവേഴ്ചയുടെ വിവിധ രീതികളെ ആവിഷ്കരിക്കുന്നതിനാൽ 'രതിമുദ്രകൾ' എന്നാണവ അറിയപ്പെട്ടത്). അതുപോലെതന്നെ നായികയുടെ നഖശിഖാന്തവർണ്ണനയും ജാവളികളിൽ പ്രധാനമായിരുന്നു. ഇങ്ങനെ പ്രമേയതലത്തിലും ആഖ്യാനതലത്തിലും ഭരതനാട്യത്തിന്റെയും ദേശീയനൃത്തപാരമ്പര്യത്തിന്റെയും അഭിജാതപരിധികളെ ഉല്ലംഘിക്കുന്നവയായിരുന്നു ജാവളികൾ. ചരിത്രശൂന്യമായ ഒരു അപഭ്രംശമായി നൃത്തചരിത്രത്തിന്റെ അരികിലേക്ക് അവ ഒതുക്കിനിർത്തപ്പെട്ടതും മറ്റൊന്നുകൊണ്ടല്ല.[33]

ഇങ്ങനെ മനസ്സിലാക്കിയാൽ, കൃഷ്ണയ്യരുടെ ചരിത്രത്തിൽനിന്ന് പത്മാസുബ്രഹ്മണ്യത്തിന്റെ ചരിത്രാഖ്യാനത്തിലേക്കുള്ള ദൂരം ഭരതനാട്യത്തിന്റെ ദേശീയ ചരിത്രനിർമ്മിതിയുടെ രണ്ടറ്റങ്ങളാണ് എന്ന് വ്യക്തമാകും. 1930 കളിൽ ആരംഭിച്ച ഭരതനാട്യ പരിഷ്കരണത്തിന്റെ ആധാരയുക്തികൾ എന്തൊക്കെയായിരുന്നു എന്ന് അരനൂറ്റാണ്ട് അപ്പുറവും ഇപ്പുറവും ഇരുന്ന് രേഖപ്പെടുത്തുകയായിരുന്നു അവർ. ഇതിനിടയിൽ വി രാഘവനെയും മകരന്ദബോസിനെയുംപോലെ വേറെയും ചിലർ ഈ നാട്യപ്രകാരത്തിന്റെ ചരിത്രമെഴുതി. അന്തിമമായി 1930 കൾ മുതലുള്ള അരനൂറ്റാണ്ടിനിടയിൽ ഭരതനാട്യം അതിന്റെ സ്വന്തം ചരിത്രം പണിതീർത്തു എന്ന് പറയാം. നിരവധി നർത്തകികളും കലാവിമർശകരും പങ്കുചേർന്ന ഒന്നായിരുന്നു ഈ ചരിത്രനിർമ്മാണം. ഈ സംരംഭങ്ങളുടെ നടുനായകമായി അരങ്ങിൽ നിലകൊണ്ടത് രണ്ടുപേരായിരുന്നു; രുഗ്മിണീദേവി അരുണ്ഡേലും ബാലസരസ്വതിയും. തങ്ങളുടെ ഉടൽവേഗങ്ങളാൽ അവർ ഒരു നാട്യപ്രകാരത്തിന്റെ ചരിത്രത്തിന് ജീവൻ പകർന്നു.

മൂന്ന്: രുഗ്മിണീദേവി അരുണ്ഡേൽ - ദേശീയതയുടെ നാട്യപ്രകാരം

സാധാരണനിലയിൽ ഭരതനാട്യനർത്തകിയാകാൻ കഴിയുന്ന പശ്ചാത്തലമായിരുന്നില്ല രുഗ്മിണീദേവിയുടേത്. പരമ്പരാഗതമായി ദേവദാസികുലത്തിൽപ്പെട്ട സ്ത്രീകൾ മാത്രം ചെയ്തുപോന്ന സദിരാട്ടത്തിന്റെ ലോകത്തിലേക്ക് ആദ്യം കടന്നുചെന്ന ബ്രാഹ്മണസ്ത്രീ അവരായിരുന്നു. മധുരയിലെ തമിഴ് ബ്രാഹ്മണകുടുംബങ്ങളിലൊന്നിൽ[34], 1886 ൽ, സംസ്കൃതവിദ്വാനായ നീലകണ്ഠശാസ്ത്രിയുടെയും സംഗീതജ്ഞയായ ശേഷമ്മാളുടെയും മകളായി പിറന്ന, ആനിബസന്റിന്റെ തിയോസഫിക്കൽ സൊസൈറ്റിയിലെ പ്രമുഖ പ്രവർത്തകയായിത്തീർന്ന, വിശ്വപ്രസിദ്ധ നർത്തകിയായ അന്നാ പാവ്‌ലോവയുടെയും[35] ഇസഡോറ ഡങ്കന്റെ[36] ശിഷ്യയായ എലിനോർ എൽഡർ-ടെയും കീഴിൽ നൃത്തം പരിശീലിച്ച, തിയോ

സഫിസ്റ്റായ ജോർജ്ജ് സിഡ്നി അരുണ്ഡേലിനെ 1920 ൽ വിവാഹം കഴിച്ച രുഗ്മിണിദേവിക്ക് ക്ഷേത്രനർത്തകിമാർ നടത്തിപ്പോന്ന സദിരാട്ടം പോലെ 'അനഭിജാതവും അമാന്യ'വുമായ നൃത്തപാരമ്പര്യത്തിലേക്ക് കടന്നുചെല്ലുക സ്വാഭാവികമായിരുന്നില്ല. 1920 വരെ അവർ ഇന്ത്യൻ നൃത്തരൂപങ്ങളിലേതെങ്കിലുമൊന്ന് പരിശീലിക്കുകയും ചെയ്തിരുന്നില്ല. തന്റെ ആത്മീയപാരമ്പര്യത്തിന്റെ പിന്തുടർച്ചാവകാശിയായി രുഗ്മിണീദേവിയെ പരിഗണിച്ച ആനിബസന്റ് സൊസൈറ്റിയുടെ ആഭിമുഖ്യത്തിലുള്ള ലോക മാതൃപ്രസ്ഥാനത്തിന്റെ (World Mother Movement) നേതൃത്വത്തിലേക്ക് നിർദ്ദേശിച്ചത് അവരെയായിരുന്നു.[37] ഇങ്ങനെ രുഗ്മിണീദേവി ആഗോളപൗരത്വത്തിലേയ്ക്ക് ഉയരുകയും ലോകമെമ്പാടും സഞ്ചരിക്കുകയും ചെയ്തുകൊണ്ടിരിക്കുമ്പോഴാണ്, 1930 കളിലെ തമിഴകം ദേശീയ/ദ്രാവിഡ പ്രസ്ഥാനങ്ങളുടെ സമ്മർദ്ദത്താൽ സദിരാട്ടത്തെക്കുറിച്ചുള്ള പുതിയ ചർച്ചകൾക്കും സംവാദങ്ങൾക്കും വേദിയായത്. സദിരിന്റെ ദേശീയമായ പുനരുജ്ജീവനത്തിനുവേണ്ടി അതിശക്തമായി വാദിച്ചുകൊണ്ട് മദ്രാസ് മ്യൂസിക് അക്കാദമി അക്കാലത്ത് രംഗത്തുവന്നു. ഉന്നതനായ സംസ്കൃതപണ്ഡിതനായ വി രാഘവൻ ഭരതനാട്യത്തിന്റെ ചരിത്രം രചിക്കുകയും[38] സംസ്കൃതപാരമ്പര്യത്തിന്റെ വംശാവലിയിൽ അതിന് ഇടംനല്കുകയും ചെയ്തു. ഇതേകാലത്തുതന്നെയാണ് ഇ കൃഷ്ണയ്യരെപ്പോലെയുള്ള പ്രാമാണികരായ നർത്തകർ നാഗരികരായ മദ്ധ്യവർഗ്ഗ-കുലീന കുടുംബങ്ങളിലെ സ്ത്രീകൾ ഭരതനാട്യം പഠിക്കാനും പ്രചരിപ്പിക്കാനും രംഗത്തിറങ്ങണമെന്ന് ആഹ്വാനം ചെയ്തത്. ഭരതനാട്യവും അതിന്റെ പുനരുജ്ജീവനവും നൃത്തത്തിന്റെയും നാട്യത്തിന്റെയും മാത്രം പ്രശ്നമല്ലായിരുന്നു. ഇരമ്പുന്ന കടലിലെ തിരമാലകളിലൊന്നായിരുന്നു അത്. ദേശീയതയുടെ കടലിരമ്പം.

1933 ൽ മദ്രാസ് മ്യൂസിക്ക് അക്കാദമിയിൽ വച്ച് രണ്ട് ദേവദാസി നർത്തകികൾ[39] അവതരിപ്പിച്ച നൃത്തം കാണാനിടവന്നതാണ് രുഗ്മിണീദേവിയെ തിരിച്ചുവരാത്തവിധം ഭരതനാട്യത്തിന്റെ ലോകത്തിലേക്ക് കൈപിടിച്ചുകൊണ്ടുപോയത്. ഭരതനാട്യത്തിന്റെ പുനരുജ്ജീവന ചരിത്രം വിശകലനം ചെയ്യുമ്പോൾ അവന്തി മേദുരി പറയുന്നതുപോലെ, രുഗ്മിണീദേവി നൃത്തം കാണുക മാത്രമല്ല ചെയ്തത്. ഒപ്പം, വി രാഘവനെപ്പോലുള്ള പണ്ഡിതന്മാർ തയ്യാറാക്കിയ വംശാവലിചരിത്രം ആഴത്തിൽ പഠിക്കുകയും സാഹിത്യപാഠത്തെ സൂക്ഷ്മമായി വിശകലനം ചെയ്യുകയും ചെയ്തിരുന്നു. ഈ അന്വേഷണങ്ങളിലൂടെ കൈവന്ന നിഗമനങ്ങളെയാണ് ദേശീയമായ രംഗപാഠനിർമ്മിതിയുടെ ആധാരമായി അവർ ഉപയോഗപ്പെടുത്തിയത് (Meduri 2008:138).

രുഗ്മിണീദേവിയുടെ വിഭാവനങ്ങളിൽ വി രാഘവൻ ഭരതനാട്യത്തിന് നല്കിയ വിശദീകരണത്തിന് വലിയ പങ്കാണുള്ളത്. ബാലസരസ്വതിയോടൊപ്പം ചേർന്ന് *ഭരതനാട്യം* എന്ന ഗ്രന്ഥം രചിക്കുക കൂടി ചെയ്ത രാഘ

വൻ തമിഴ് ദേവദാസിപാരമ്പര്യവും ദേശീയ (ഭാരതീയ) നാട്യപാരമ്പര്യവുമായുള്ള സംഗമസ്ഥാനമായി ഭരതനാട്യത്തെ അവതരിപ്പിച്ച ഒരാളായിരുന്നു. ഒരർത്ഥത്തിൽ, ഇന്ദിരാ പീറ്റേഴ്സൺ വിശദീകരിക്കുന്നതുപോലെ, മാർഗ്ഗി-ദേശി ഭേദങ്ങളുടെ നിരാസവും അവയ്ക്കിടയിൽ വിഭാവനം ചെയ്യപ്പെട്ട സമന്വയത്തിന്റെ അവതരണവുമായിരുന്നു വി രാഘവന്റേത് (1998:41). *നാട്യശാസ്ത്ര*വുമായി ബന്ധം കല്പിക്കപ്പെട്ട ഒരാവിഷ്കാര പദ്ധതിയെയും, തമിഴ് ദേവദാസി പാരമ്പര്യത്തിൽ വേരോടിയ ഒരു പ്രയോഗചരിത്രത്തെയും ഇണക്കിച്ചേർത്തുകൊണ്ടാണ് രാഘവൻ ഭരതനാട്യത്തിന് ചരിത്രം ഉണ്ടാക്കിയത്.[40] രാഘവന്റെ കാഴ്ചപ്പാടിൽ വീണ്ടെടുക്കേണ്ടത് അനഭിജാതമായ സദിരാട്ടത്തെയല്ല ദേശപാരമ്പര്യത്തെ തിടമ്പേറ്റി നില്ക്കുന്ന ഭരതനാട്യത്തെയാണ്. ആ വീണ്ടെടുപ്പാകട്ടെ ഒരേ സമയം ദേശീയവും പ്രാദേശികമായ മഹത്വാഭിലാഷങ്ങളുടെ പൂർത്തീകരണവുമായിരുന്നു.

സദിരിൽനിന്ന് ഭരതനാട്യത്തിലേക്കുള്ള ഈ പരാവർത്തനത്തിന് പ്രായോഗികമായി പല വൈഷമ്യങ്ങളെയും അഭിമുഖീകരിക്കാനുണ്ടായിരുന്നു. ഇസഡോറ ഡങ്കനെപ്പോലൊരു നർത്തകി ക്ലാസിക്കൽ യവനകലയെ അമൂർത്തമായി വിഭാവനം ചെയ്തതുപോലെ, ഭരതനാട്യത്തെ അമൂർത്തവും പ്രകരണമുക്തവുമായി വിഭാവനം ചെയ്യാനും വീണ്ടെടുക്കാനും കഴിയുമായിരുന്നില്ല. ഈ പാരമ്പര്യം സുതാര്യശുഭ്രവും മനോഹരവുമായ കേവലസങ്കല്പമായി കൈപ്പിടിയിൽ ഒതുങ്ങുമായിരുന്നില്ല. ക്ഷേത്രവും ക്ഷേത്രനർത്തകിമാരുമായി, നട്ടുവനാരും സദിരുമായി പ്രക്ഷീണവും അനഭിജാതവുമായ പാരമ്പര്യത്തിന്റെ ലോകം രുഗ്മിണീദേവിയുടെ മുന്നിലുണ്ടായിരുന്നു. ഈ പാരമ്പര്യത്തോട് സംവദിച്ചുകൊണ്ടേ ക്ലാസിക്കൽ നൃത്തപാരമ്പര്യത്തിന്റെ വീണ്ടെടുപ്പായി ഭരതനാട്യത്തെ അവതരിപ്പിക്കാനാവുമായിരുന്നുള്ളൂ. രുഗ്മിണീദേവി അരുണ്ഡേലിന്റെ മുന്നിലുള്ള വെല്ലുവിളിയും മറ്റൊന്നായിരുന്നില്ല.

പാരമ്പര്യവും ആധുനികീകരണവും

നാട്യശാസ്ത്രം, നട്ടുവനാർ, ക്ഷേത്രവേദി ഇവ മൂന്നുമായിരുന്നു രുഗ്മിണീദേവിയുടെ പരിഷ്കരണപദ്ധതിയുടെ ആധാരസാമഗ്രികൾ എന്ന് അവന്തിമേദുരി പറയുന്നുണ്ട്. മുൻപ് പറഞ്ഞതുപോലെ, 1930 കളിൽ മദ്രാസ് മ്യൂസിക് അക്കാദമി നേതൃത്വം നല്കിയ നവീകരണസംരംഭങ്ങൾ സദിരാട്ടത്തെ ഭരതനാട്യമായി പുനർവിഭാവനം ചെയ്യുകയും നട്ടുവനാരെ നർത്തകർക്ക് മുകളിൽ പ്രതിഷ്ഠിക്കുകയും ചെയ്തുകൊണ്ട് ഒരു പുതിയ പാരമ്പര്യത്തെ കണ്ടെടുക്കാൻ തുടങ്ങിയിരുന്നു. രുഗ്മിണീദേവിക്കാകട്ടെ ഇതോടൊപ്പം തിയോസഫിക്കൽ സൊസൈറ്റിയുടെ സാർവ്വലൗകികതാദർശനത്തെയും ഉൾക്കൊള്ളേണ്ടതുണ്ടായിരുന്നു. സാർവ്വദേശീയമായ സൗന്ദര്യമൂല്യ ങ്ങളിൽ അടിയുറച്ച ദേശീയനൃത്തമായി ഭരതനാട്യത്തെ പുനരുജ്ജീവിപ്പിക്കുന്നതിലൂടെ മാത്രമേ രുഗ്മിണീദേവിക്ക് തന്റെ

പ്രത്യയശാസ്ത്രപ്രചോദനങ്ങളെ തൃപ്തിപ്പെടുത്താനാവുമായിരുന്നുള്ളൂ. അവരുടേത് കൂടുതൽ വലിയ സ്വപ്നങ്ങളായിരുന്നു.

പാരമ്പര്യവുമായുള്ള വിനിമയത്തിനായി രുഗ്മിണീദേവി കൈക്കൊണ്ടത് അരങ്ങിലും ആഹാര്യത്തിലും ഭൂതകാലത്തെ പ്രതീതമാക്കുന്ന രീതിയാണ്. ഭരതനാട്യത്തിന്റെ ദേശീയചരിത്രം രചിച്ച വി രാഘവൻ ദൈവം, ക്ഷേത്രം, ഗുരു എന്നിങ്ങനെയൊരു ത്രിത്വപദ്ധതിയെ സദിരുമായി ബന്ധിപ്പിച്ചിരുന്നു. ഈ പാരമ്പര്യസൂചനകളെ അരങ്ങിലും ആഹാര്യത്തിലും സന്നിവേശിപ്പിക്കുകയാണ് രുഗ്മിണീദേവി ചെയ്ത ആദ്യത്തെ കാര്യം. പാശ്ചാത്യ നൃത്തരൂപങ്ങളിൽ പരിശീലനം നേടി ഒരു രാജ്യാന്തരനർത്തകിയുടെ ശരീരഭാഷ സ്വായത്തമാക്കിയ അവർ ഒരുഭാഗത്ത് പരമ്പരാഗതനർത്തകിയുടെ അലങ്കാരങ്ങൾ - ചിലങ്ക, കേശ-കർണ്ണാ ഭരണങ്ങൾ, വളകൾ, പതക്കം, അരമണി എന്നിങ്ങനെ - അണിയുകയും കാലങ്ങളായി നിലനില്ക്കുന്ന ഒരു നൃത്തപാരമ്പര്യത്തിന്റെ തുടർച്ചയായി സ്വയം അവതരിപ്പിക്കുകയും ചെയ്തു. മറുഭാഗത്ത് തിയോസഫിക്കൽ സൊസൈറ്റിയുമായി ബന്ധമുള്ള മാഡം കസാൻ, അലക്സ് എൽമോർ, മേരി എൽമോർ എന്നിവരുടെ സഹായത്തോടെ നർത്തകരുടെ വസ്ത്രമാതൃക പരിഷ്കരിക്കുകയും ചെയ്തു.[41] അതോടൊപ്പം ബ്രിട്ടീഷ് രംഗകലയിൽനിന്ന് കടംകൊണ്ട പ്രകാശ സംവിധാനവും രുഗ്മിണീദേവി നൃത്തവേദിയിലേക്ക് ആനയിച്ചു. ഇത് സദിരിന്റെ പ്രാദേശികപ്രകരണത്തെയും സാർവ്വദേശീയ നൃത്തകലയുടെ വർത്തമാനത്തെയും മുഖാമുഖം നിർത്തുന്ന ഒരിടപെടലായിരുന്നു. പ്രാദേശികവും ചരിത്രബദ്ധവുമായ ഒരു ആട്ടപ്രകാരം ആധുനികവും സാർവ്വദേശീയവുമായ അവതരണക്രമത്തിലേക്ക് പരാവർത്തനം ചെയ്യപ്പെടുന്നതിന്റെ ആദ്യപടിയായിരുന്നു അത്.[42]

സദിരിൽനിന്ന് ഭരതനാട്യത്തിലേക്കുള്ള പരിവർത്തനം ആ പേരിലെ മാറ്റത്തിൽത്തന്നെ വലിയ ധ്വനിമൂല്യമുള്ള ഒന്നാണ്. ഭരതനാട്യം എന്ന പേരിന് ആഴമേറിയ ഒരു മാന്ത്രികതയുണ്ട്. ഭരതന്റെ *നാട്യശാസ്ത്ര*ത്തോടും പ്രപഞ്ചനർത്തകനായ നടരാജനോടും അതുവഴി അതിഭൗതികമായ സൗന്ദര്യ - അദ്ധ്യാത്മമൂല്യങ്ങളോടും വിനിമയങ്ങൾ സ്ഥാപിച്ചെടുക്കുന്ന പേരാണത്. ഈ പുതിയ സാദ്ധ്യതകൾ മുഴുവൻ ഉപയോഗപ്പെടുത്താനായതാണ് രുഗ്മിണീദേവിയുടെ ഇടപെടലുകളെ അസാധാരണമായ വിധത്തിൽ വിജയകരമാക്കിത്തീർത്തത്. തന്റെ ആദ്യരംഗാവതരണം തന്നെ *നാട്യശാസ്ത്ര*ത്തിലെ സംസ്കൃതശ്ലോകങ്ങൾ (അതോ *അഭിനയദർപ്പണ*ത്തിലെ ശ്ലോകങ്ങളോ എന്നത് വ്യക്തമല്ലെന്ന് മേദുരി) പശ്ചാത്തലത്തിൽ മുഴങ്ങവേ, രുഗ്മിണീദേവി നടരാജന് സമർപ്പിച്ചു. പിന്നീട് രംഗവേദിയിൽ തന്നെ നടരാജവിഗ്രഹത്തിന് സ്ഥിരമായ ഇടം നല്കാനും അവർ തയ്യാറായി. അങ്ങനെ പ്രപഞ്ചനടനത്തിന്റെ അദ്ധ്യാത്മ- അതിഭൗതിക ധ്വനികളെ ലൗകികമായി പരാവർത്തനം ചെയ്യുന്ന ആവിഷ്കാരപ്രകാരം (objectification) എന്ന പദവിയിലേക്ക് ഭരതനാട്യം എത്തിപ്പെട്ടു.[43]

ഈ പരാവർത്തനപ്രക്രിയയിൽ സുപ്രധാന പങ്കു വഹിച്ചത് രുഗ്മി

ണീദേവി നടത്തിയ നൃത്തവേദിയുടെ പരിഷ്കരണമാണ്. സദിരിന്റെ രംഗവേദിയും അവതരണക്രമവും അപ്പാടെ അവർ അഴിച്ചുപണിതു. നർത്തകിക്ക് പിന്നാലെ നീങ്ങിക്കൊണ്ടിരുന്ന വാദ്യസംഘത്തെയും ഗായകരെയും വേദിയുടെ അരികിൽ വർണ്ണശബളമായ ചിത്രകമ്പളത്തിൽ ഇരുത്തി. പ്രൊസീനിയം തിയേറ്ററിന്റെ രൂപമാതൃക പിന്തുടരുന്ന രംഗവേദിയുടെ മറുഭാഗത്ത് നടരാജവിഗ്രഹം പ്രതിഷ്ഠിക്കുകയും ചെയ്തു.[44] അതോടൊപ്പം വാദ്യസംഘത്തിന്റെ നായകനായി പഴയ നട്ടുവനാരെ, ഗുരുപദവിയിൽ പ്രതിഷ്ഠിച്ചു. ഇതോടെ ഗുരുവും ദൈവവും നർത്തകിയുടെ ഇടത്തും വലത്തുമായി ഇടംപിടിക്കുന്ന ക്ഷേത്ര സങ്കേതമായി രംഗവേദി മാറി. സംഗീതജ്ഞനും പ്രകാശസംവിധായകനുമായ കോൺറാഡ് വേൾഡ്റിങ്ങും അലക്സ് എൽമോറും രംഗവേദിയിലേക്ക് പുതിയ വെളിച്ചം കൊണ്ടുവന്നു. പരമ്പരാഗത നൃത്തവേദിയിലെ ഏകമുഖമായ വെളിച്ചത്തിനുപകരം പുതിയ രംഗവേദിയിൽ വെളിച്ചം നാടകീയവും പ്രതീതിപരവുമായിത്തീർന്നു. ക്ഷേത്രപ്രതീതി ഉളവാക്കാൻപോന്ന രംഗപടവും പശ്ചാത്തലസംഗീതവും തയ്യാറാക്കി അവ സ്ഥിരമായി ഉപയോഗപ്പെടുത്തിപ്പോന്നതിനെക്കുറിച്ച് രുഗ്മിണീദേവിയുടെ സ്റ്റേജ് മാനേജരായിരുന്ന സി ടി നാച്ചയപ്പൻ പറയുന്നുണ്ട്. ഇങ്ങനെ പഴയ ക്ഷേത്രനൃത്തം പുതിയ ക്ഷേത്രനൃത്ത വേദിയിലേക്ക് നീങ്ങുകയായിരുന്നു. നടരാജവിഗ്രഹവും കൊളുത്തിവച്ച വിളക്കും ക്ഷേത്രപശ്ചാത്തലവും ഗുരുസാന്നിദ്ധ്യവും ചേർന്ന് സദിരിനെ ആട്ടത്തിൽനിന്ന് നാട്യത്തിലേക്ക് സ്ഥാനാദേശം ചെയ്തു. ആൾക്കൂട്ടത്തിനു നടുവിൽ ആടിയിരുന്ന നർത്തകി ഉയർന്ന രംഗവേദിയിൽ ഏകാകിയായി നൃത്തമാടി. ഈ പുതിയ നൃത്തം, നർത്തകിയും പ്രപഞ്ചചൈതന്യവും തമ്മിലുള്ള വിനിമയങ്ങളുടെ വാഹകമായി. ഉടൽ വടിവുകളുടെ സുഭഗസഞ്ചാരങ്ങൾ, അതീതദ്ധ്വനി നിറഞ്ഞ അർച്ചനകളും ആരായലുകളുമായി. ശൃംഗാരം പൂത്തുലയുന്ന പദങ്ങൾ അലൗകികധ്വനിയിലേക്ക് നീളുന്ന കീർത്തനമായി. ഭാവപ്രധാനമായ നാട്യം അമൂർത്തമായ ശുദ്ധനൃത്തമായി. ഭരതനാട്യം! (Meduri 2008:133-64).

അദ്ധ്യാത്മം, മദ്ധ്യവർഗ്ഗം, ദേശീയത

രുഗ്മിണീദേവി ഉദ്ഘാടനം ചെയ്ത, ഇന്ത്യൻ ക്ലാസിക്കൽ നൃത്തത്തിന്റെ പുനരുജ്ജീവനത്തിന്റെയും നവോത്ഥാനത്തിന്റെയും കേന്ദ്രത്തിൽ വളരെ പ്രബലമായി നിലകൊള്ളുന്ന ഒരാശയം 'പരമ്പര'യെക്കുറിച്ചുള്ളതാണ്. ബഹുസ്വരവും വൈരുദ്ധ്യപൂർണ്ണവുമായ നാട്യപ്രയോഗങ്ങൾക്കുമേൽ സംസ്കൃതബദ്ധവും ഏകാത്മകവുമായ പാരമ്പര്യത്തിന് ലഭിച്ച മേൽക്കൈയാണ് പരമ്പര എന്ന സങ്കല്പനത്തിന്റെ ആധാരം. വിവിധ നൃത്തരൂപങ്ങളുടെ പരമ്പരാഗത പ്രയോക്താക്കളിൽനിന്നും ഇന്ത്യൻ നഗരങ്ങളിലെ കുലീനമദ്ധ്യവർഗ്ഗം നാട്യപ്രയോഗാധികാരം നേടിയെടുക്കുന്നത് ഈ സന്ദർഭത്തിലാണ്. യഥാർത്ഥ ഭൂതകാലത്തിൽനിന്നുള്ള ഇത്തര

മൊരു വിച്ഛേദത്തെ മറയ്ക്കുന്ന ഒന്നായാണ് നവോത്ഥാനം എന്ന ആശയം ഇവിടെ പ്രവർത്തിക്കുന്നത്.

ഭരതനാട്യത്തിന്റെ ചരിത്രപരിണാമങ്ങൾ പഠനവിധേയമാക്കിയവർ 'മായ്ച്ചെടുക്കൽ പ്രക്രിയ' (process of erasure) എന്ന് വിവരിച്ച ഈ പ്രയോഗത്തിന്റെ ഒരാവിഷ്കാരമാണ് രുഗ്മിണീദേവി അരുണ്ഡേലിന്റെ ഗുരുസങ്കല്പത്തിലുള്ളത്. പരമ്പരാഗത നർത്തകികൾക്കു പകരം അഭിജാതബ്രാഹ്മണരെ ഗുരുപരമ്പരയിൽ ഉറപ്പിച്ചെടുക്കുക വഴി സദിരിന്റെ ഭൂതച്ഛായയിൽനിന്നും ഭരതനാട്യം ഒരളവുവരെ വിമോചിതമായി. ഇതിന് സമാനമായി ഉത്തരഭാരതത്തിലും പുരുഷ കേന്ദ്രീകൃതമായ നാട്യപാരമ്പര്യം പടുത്തുയർത്തപ്പെടുന്നുണ്ടായിരുന്നു. ലളിതമായി പറഞ്ഞാൽ ഇന്ത്യൻ ക്ലാസിക്കൽ നൃത്തത്തിന്റെ നവോത്ഥാനത്തിന്റെ കേന്ദ്രത്തിൽ പ്രബലമായി നിലകൊണ്ടത് പലപ്പോഴും നർത്തകികളായിരുന്നില്ല. മറിച്ച്, അഭ്യസ്തവിദ്യരും സവർണ്ണരും ദേശീയവാദികളുമായ പുരുഷന്മാരായിരുന്നു. ഭരതനാട്യനവോത്ഥാനത്തിന്റെ കേന്ദ്രബിംബങ്ങളായ ഇ കൃഷ്ണയ്യരെയും വി രാഘവനെയും പോലെ. ഇതോടൊപ്പം വി രാഘവനെയും ആനന്ദകുമാരസ്വാമിയെയും പോലുള്ളവർ ഭരതനാട്യത്തിന്റെ പാഠവല്ക്കരണത്തിനും (textulization) നേതൃത്വം നല്കി. രുഗ്മിണീദേവിയുടെ കലാക്ഷേത്രവും (അഡയാർ), വള്ളത്തോളിന്റെ കലാമണ്ഡലവും (കേരളം) നിർമ്മലാജോഷിയുടെ ഹിന്ദുസ്ഥാനി സംഗീതവിദ്യാലയവും (ദില്ലി) പ്രഹ്ലാദദാസിന്റെ നൃത്യഭാരതിയും (കൽക്കത്ത) പോലുള്ള സ്ഥാപനങ്ങൾ മേല്പറഞ്ഞ വ്യവഹാരമണ്ഡലങ്ങൾക്കുള്ളിൽ - സവർണ്ണത, ദേശീയത, ആധുനികത - ക്ലാസിക്കൽ നൃത്തത്തെ പുനർനിർമ്മിക്കുവാൻ പരിശ്രമിക്കുകയും അതിൽ വിജയിക്കുകയും ചെയ്ത സ്ഥാപനങ്ങളാണ്. പില്ക്കാലത്ത് സ്വതന്ത്രഭാരതത്തിൽ നിലവിൽവന്ന വിവിധ ദേശീയ അക്കാദമികളിൽ പൂർത്തീകരിക്കപ്പെട്ടത് ഈ സാംസ്കാരികദൗത്യമാണ് (Chakravorthy 1998: 115-117).

അമേരിക്കൻ പര്യടനത്തിനുശേഷം ഇന്ത്യയിലെത്തിയ രുഗ്മിണീദേവി ചിദംബരത്തെ നടരാജന് മുന്നിൽ തന്റെ നൃത്തരൂപം സമർപ്പിച്ചു. അക്കാലത്തുതന്നെ ആനന്ദകുമാരസ്വാമിയുടെ പ്രസിദ്ധഗ്രന്ഥം (*Dance of Siva*) ശിവനടത്തെ അതിഭൗതികമായ പ്രപഞ്ചനൃത്തമായി അവതരിപ്പിച്ചിരുന്നു. നടരാജനുമായി ഏകീഭവിക്കുന്നതിലൂടെ അതീതത്തിന്റെ ധ്വനിമൂല്യങ്ങളിലേക്ക് ഭരതനാട്യം കൂടുതൽ ചേർത്തുവയ്ക്കപ്പെട്ടു എന്നു പറയാം. ഇതോടൊപ്പം തമിഴ് ശിവസങ്കീർത്തനങ്ങൾ ചിട്ടപ്പെടുത്തി രംഗത്തവതരിപ്പിക്കാനും രുഗ്മിണീദേവി തയ്യാറായി. അതോടെ സദിരിന്റെ ചരിത്രജീവിതത്തിന്റെ അടയാളങ്ങൾ തീർത്തും തുടച്ചുനീക്കപ്പെട്ട ഒന്നായി ഭരതനാട്യം. ദേവദാസിക്ക് പകരം പ്രപഞ്ചനർത്തകനായ നടരാജൻ നാട്യപ്രഭവമായി. നടരാജനെയും *നാട്യശാസ്ത്ര*ത്തെയും സന്നിവേശിപ്പിക്കുന്നതിലൂടെ ദേശീയമായ ഒരു നാട്യപ്രകാരത്തിന്റെ ആവിഷ്കാരമാതൃകയാകാനും ഒപ്പം എല്ലാ അതിരുകളേയും അതിലംഘിക്കുന്ന പ്രപഞ്ച

നടനത്തിന്റെ അരങ്ങാകാനും ഭരതനാട്യത്തിന് കഴിവുണ്ടായി. മുകളിൽ സൂചിപ്പിച്ചതുപോലെ സദിരിന്റെ ആഹാര്യത്തെയും അടവുകളെയും പരിഷ്കരിച്ച് സ്വാംശീകരിച്ചുകൊണ്ട് പാരമ്പര്യത്തിന്റെ തുടർക്കണ്ണിയായി ഭരതനാട്യം മുമ്പേ സ്വയം അടയാളപ്പെട്ടിരുന്നു. ഇങ്ങനെ ഒരേസമയം പ്രാദേശികവും ദേശീയവും സാർവ്വദേശീയവുമായ ചിഹ്നവ്യവസ്ഥകൾ സമന്വയിക്കുന്ന നൃത്തരൂപമായി ഭരതനാട്യം മാറി. നടരാജവിഗ്രഹത്തിനു മുന്നിലെ നിലവിളക്കിന്റെ വെളിച്ചവും ബ്രിട്ടീഷ് രംഗസംവിധാനമാതൃകയെ പിൻപറ്റിയ കോൺറാഡ് വേൾഡ്റിങ്ങിന്റെ പ്രകാശസജ്ജീകരണവും രുഗ്മിണീദേവിയുടെ അരങ്ങിൽ ഒത്തിണക്കത്തോടെ നിന്നു. ചരിത്രാതീതമായ അദ്ധ്യാത്മശോഭയും ആധുനികമായ അരങ്ങുവെളിച്ചവും തമ്മിലുള്ള ഈ മേളനം ഒരർത്ഥത്തിൽ രുഗ്മിണീദേവി ആസൂത്രണം ചെയ്ത നൃത്തപരിഷ്കാരങ്ങളുടെ പ്രതീകസംഗ്രഹമാണെന്ന് പറയാം. പുതിയ മദ്ധ്യവർഗ്ഗ-ഉപരിവർഗ്ഗ നാഗരികതയുടെ ആവശ്യങ്ങൾക്കും ഭാവനാബന്ധങ്ങൾക്കും ഇണങ്ങുംവിധം പ്രാചീനമായ നാട്യബിംബാവലികൾക്ക് ആധുനിക രംഗപാഠത്തിന്റെ സങ്കേതവും സ്വരൂപവും നല്കുകയും ഒപ്പംതന്നെ അവയ്ക്ക് ചരിത്രാതീതശോഭ പകരുകയും ചെയ്തുകൊണ്ടാണ് രുഗ്മിണീദേവി തന്റെ പരിഷ്കരണദൗത്യം പൂർത്തിയാക്കിയത്. ഭരതനാട്യത്തെ ദേശീയ ക്ലാസിക്കൽ നൃത്തരൂപമാക്കിയത് ഈ പരിഷ്കരണപദ്ധതിയാണ്. ഇന്ത്യയിലെ ഇതര നൃത്തരൂപങ്ങളുടെ പുനരുജ്ജീവനത്തിന്റെ മാതൃകയായി അത് സ്ഥാനംനേടിയതും മറ്റൊന്നുകൊണ്ടല്ല.[45]

1944 ൽ രുഗ്മിണീദേവി നൃത്തനാടകം (dance drama) എന്ന പുതിയ ജനുസ്സിന് രൂപംനല്കിക്കൊണ്ട് നൃത്തവേദിയെ പിന്നെയും പരിഷ്കരിക്കുകയുണ്ടായി. തഞ്ചാവൂരിലെ അനുഷ്ഠാനനാടകമായ ഭാഗവതമേളം, കേരളത്തിലെ കഥകളി, ദേവദാസികളുടെ കുറവഞ്ചിനൃത്തം, തനിക്ക് പരിചയമുള്ള പാശ്ചാത്യനൃത്തരൂപങ്ങൾ ഇവയിൽനിന്നെല്ലാം സ്വാധീനമുൾക്കൊണ്ടും, അവയിൽ പലതിനെയും സ്വാംശീകരിച്ചുകൊണ്ടുമാണ് നൃത്തനാടകം എന്ന ഇനം അവർ വികസിപ്പിച്ചെടുത്തത്. 1949 മുതൽ *രാമായണ*ത്തിലെയും *ഗീതഗോവിന്ദ*ത്തിലെയും മറ്റും പ്രമേയങ്ങൾക്ക് നൃത്തനാടകരൂപം നല്കി രുഗ്മിണീദേവി അവതരിപ്പിച്ചുപോന്നു. ഇത് ഭരതനാട്യത്തിന്റെ അഭിനയ - അവതരണ പദ്ധതിയെയും നിർണ്ണായകമായി സ്വാധീനിച്ചതായാണ് നിരൂപകർ പറയുന്നത്. പരമ്പരാഗതമായി ഭരതനാട്യത്തിന്റെ ഏകാംഗ അഭിനയ/അവതരണ പദ്ധതി രേഖീയ ഗതിയിൽ ചരിക്കാത്തതും ഭാവഗാനാത്മവുമാണ് (non-linear and lyrical). പുതിയ ആഖ്യാനവല്ക്കരണം ഒരുഭാഗത്ത് ഭരതനാട്യത്തിന്റെ ഉള്ളടക്കത്തിലും മറുഭാഗത്ത് ഭരതനാട്യത്തിൽ ഉപയോഗപ്പെടുത്തിപ്പോന്ന സംഗീതരൂപങ്ങളിലും വലിയ മാറ്റങ്ങൾക്ക് കാരണമായി. ദക്ഷിണേന്ത്യൻ സംഗീതപാഠങ്ങളായ കൃതികളും കീർത്തനങ്ങളും ഭരതനാട്യത്തിന്റെ സാഹിത്യപാഠങ്ങളായി. ഇത് പുരാണപ്രമേയങ്ങളെ കൂടുതൽ കൂടുതലായി രംഗവേദിയിലേക്ക് കൊണ്ടുവരുന്നതിന് നർത്തകർക്ക് പ്രേരണ

യായിത്തീരുകയും ചെയ്തു. പില്ക്കാലത്ത് നാഗരിക മദ്ധ്യ-ഉപരിവർഗ്ഗത്തിന്റെ മതാത്മക അഭിരുചികൾക്കും ആസ്വാദനശീലങ്ങൾക്കും ഇണങ്ങുന്ന മട്ടിൽ ശബ്ദവും വർണ്ണവും പോലുള്ള പ്രയോഗരൂപങ്ങളുടെ സാഹിത്യപാഠങ്ങൾ പുതുക്കിയെഴുതപ്പെടുന്നതിലാണ് ഇത് ചെന്നെത്തിയത്. ഫലത്തിൽ, ഭരതനാട്യം അതിന്റെ സ്വന്തം ചരിത്രജീവിതത്തെ അകമേ തിരുത്തിയെഴുതിയ സന്ദർഭങ്ങളിലൊന്നുമായി നൃത്തനാടകങ്ങളുടെ അവതരണത്തെ പരിഗണിക്കാം (Soneji 2010 : xxx).

അദ്ധ്യാത്മത്തിന്റെയും ദേശീയ-ആധുനികതയുടെയും അരങ്ങായി നിലവിൽവന്ന ഈ 'പാരമ്പര്യം' രുഗ്മിണീദേവിക്ക് പിന്നാലെവന്ന നർത്തകിമാരാൽ പല നിലകളിൽ ആവർത്തിക്കപ്പെടുകയും ഉറപ്പിക്കപ്പെടുകയും ചെയ്തു. യാമിനി കൃഷ്ണമൂർത്തി നടരാജവിഗ്രഹത്തെ സംസ്കൃതരചനകളുടെ അവതരണവേദിയിൽ പ്രതിഷ്ഠിച്ചപ്പോൾ കമലാ ലക്ഷ്മണൻ തമിഴ്കൃതികളുടെ അവതരണത്തിനാണ് അത് ഉപയോഗപ്പെടുത്തിയത്. പുതിയ നാഗരികനർത്തകർ രുഗ്മിണീദേവിയുടെ നൃത്തവേദിയെ പല നിലകളിൽ പരിഷ്കരിച്ച് താന്താങ്ങളുടെ പ്രാദേശിക ക്ഷേത്രപാരമ്പര്യങ്ങളുമായി ഇണക്കിനിർത്താൻ ശ്രമിച്ചു. ഗുരുവായും നട്ടുവനാരായും അദ്ധ്യാപകർ വിശേഷിപ്പിക്കപ്പെട്ടു. നാനാത്വത്തെ സംഗ്രഹിക്കുന്നതും പാരമ്പര്യങ്ങളിൽ വേരോട്ടമുള്ളതും അദ്ധ്യാത്മപ്രഭാവം തികഞ്ഞതും അഭിജാതവുമായ മഹാപാരമ്പര്യമായി കണ്ടെടുക്കപ്പെട്ട ഭരതനാട്യം[46], ദേശീയതയുടെ ആട്ടപ്രകാരവും നാട്യക്രമവുമായി ഇടംപിടിച്ചു.

ഒരർത്ഥത്തിൽ ആധുനിക ഇന്ത്യൻചിത്രകലയിൽ ജന്മമെടുത്ത ദേശീയവാദപ്രസ്ഥാനമായ ബംഗാൾ സ്കൂളിനെ ഓർമ്മിപ്പിക്കുന്നതാണ് ഇന്ത്യയുടെ ദേശീയ ക്ലാസിക്കൽ നൃത്തപാരമ്പര്യത്തിന്റെ സംസ്ഥാപനവും. ആനന്ദകുമാരസ്വാമിയും ഇ ബി ഹാവേലും സിസ്റ്റർ നിവേദിതയും ഒകാകുറയുമെല്ലാം ചേർന്ന് ഇന്ത്യൻ ചിത്രകലയിലെ ഭാരതീയതയെ നിർവ്വചിച്ചതാണ് ബംഗാൾ സ്കൂളിന്റെ പ്രത്യയശാസ്ത്ര അടിത്തറയായിത്തീർന്നത്. ഈ നിലയിലല്ലെങ്കിലും ചില പാശ്ചാത്യരും പുരുഷന്മാരും ഇന്ത്യയിലെ ദേശീയ ക്ലാസിക് നൃത്തത്തെ രൂപപ്പെടുത്തുന്നതിൽ പ്രധാന പങ്കാണ് വഹിച്ചത്. റൂത്ത് ഡെനിസ്, ടെഡ്ഷാൻ എന്നിവരും രാഗിണീദേവി, ഇന്ദ്രാണി റഹ്മാൻ (രാഗിണീദേവിയുടെ മകൾ), ഉദയ്ശങ്കർ, രാംഗോപാൽ തുടങ്ങിയ നർത്തകരുമാണ് ഭാരതീയനൃത്തത്തിന് ഇരുപതാം ശതകത്തിന്റെ മദ്ധ്യദശകങ്ങളിൽ ലോകനൃത്തവേദിയിൽ ഇടംനേടിക്കൊടുത്തത്. ഇന്ത്യയിലാകട്ടെ ഇ കൃഷ്ണയ്യരെയും രവീന്ദ്രനാഥടാഗോറിനെയും പോലുള്ളവർ 'ദേശീയ' നൃത്തപാരമ്പര്യങ്ങളുടെ സമുദ്ധാരകരും അവതാരകന്മാരുമായി രംഗത്തെത്തി. തഞ്ചാവൂർ സഹോദരന്മാരുടെ പിന്മുറക്കാരനായ മീനാക്ഷിസുന്ദരംപിള്ളയെ തേടിക്കണ്ടെത്തി അദ്ദേഹത്തിൽനിന്നും പന്തനല്ലൂർ ശൈലിയിലുള്ള നാട്യശൈലി പഠിച്ച് അവതരിപ്പിച്ചുകൊണ്ടാണ് കൃഷ്ണയ്യർ ഭരതനാട്യം പ്രചരിപ്പിച്ചത് (Lynton 1995 : 21-14).)

ആദ്യം ദുരന്തമായും പിന്നെ പ്രഹസനമായും ആവർത്തിക്കുന്ന ചരി

ത്രം, ഭരതനാട്യത്തെ ക്ഷേത്രത്തിലേക്ക് മടക്കിക്കൊണ്ടുവന്നപ്പോൾ രുഗ്മിണീദേവി അതിനോട് ശക്തിയായി വിയോജിക്കുകയാണ് ചെയ്തത്. 1980 കളിൽ ദേശീയനൃത്തോത്സവങ്ങൾ സംഘടിപ്പിക്കപ്പെട്ടു തുടങ്ങിയപ്പോൾ കൊണാർക്കും ചിദംബരവും പോലുള്ള ക്ഷേത്രസങ്കേതങ്ങൾ അതിനുള്ള വേദികളായി നിർദ്ദേശിക്കപ്പെട്ടു. പ്രശസ്ത കലാപണ്ഡിതയായ കപിലാ വാത്സ്യായന്റെ നേതൃത്വത്തിൽ നടന്ന ഈ ശ്രമങ്ങളോട് രുഗ്മിണീദേവി അങ്ങേയറ്റം വിമുഖയായിരുന്നുവെന്ന് കപിലാവാത്സ്യായൻ രേഖപ്പെടുത്തുന്നുണ്ട്. (Cited in Meduri 2008:154). 'ക്ഷേത്രത്തിലേക്ക് മടങ്ങുക' എന്ന കപിലാവാത്സ്യായനന്റെ പദ്ധതിയെ വിമർശിക്കുക മാത്രമല്ല അവർ ചെയ്തത്. ഭരതനാട്യത്തിനും നൃത്താവിഷ്കാരങ്ങൾക്കുമായി തന്റെ കലാക്ഷേത്രത്തിൽ കൂത്തമ്പലത്തിന്റെ മാതൃകയിൽ അത്യന്തം മികവുറ്റ ഒരു നൃത്തവേദി പണിതീർക്കുകയും ചെയ്തു. ഇതിലൂടെ അരനൂറ്റാണ്ടുകാലം, മൂന്നു തലമുറയിലെ നർത്തകർ നൃത്തമാടിയ ക്ഷേത്രനൃത്തവേദിക്ക് ശാശ്വതത്വം നല്കുകയാണോ രുഗ്മിണീദേവി ചെയ്തതതെന്ന് അവന്തി മേദുരി ചോദിക്കുന്നുണ്ട്. അതല്ലെങ്കിൽ ക്ഷേത്രനൃത്തവേദിയുടെ സാമൂഹ്യചരിത്രം വിസ്മരിച്ച ഭരണകൂടത്തോട് അവർ കലഹിക്കുകയായിരുന്നിരിക്കാം. എന്തായാലും ചരിത്രത്തിന്റെ വിപരീതനിലയിലുള്ള ആവർത്തനം രുഗ്മിണീദേവി ഇഷ്ടപ്പെട്ടില്ല. കലാക്ഷേത്രത്തിന് സർവ്വകലാശാലാപദവി നല്കാനുള്ള നീക്കങ്ങളേയും രുഗ്മിണീദേവി അനുകൂലിച്ചില്ല. ഭരണകൂടത്തിന്റെ ആധുനികീകരണശ്രമങ്ങൾ ലക്ഷ്യബോധമില്ലാത്തതും ആത്മാവില്ലാത്തതുമാണെന്നായിരുന്നു അവരുടെ വിമർശനം. അങ്ങനെ ഇന്ത്യൻ നൃത്തവേദിയുടെ ആധുനികീകരണത്തിന്റെ നായികയായ അവർ, ഭരണകൂടത്തിന്റെ ആധുനികീകരണശ്രമങ്ങളോട് ഇടഞ്ഞുകൊണ്ടാണ് ജീവിതത്തിൽനിന്ന് പിൻവാങ്ങിയത്. ആധുനികത ഒറ്റമുഖമുള്ള ദേവനല്ലെന്ന് രുഗ്മിണീദേവിയും അക്കാലത്ത് തിരിച്ചറിഞ്ഞിരിക്കണം.

നാല് : ബാലസരസ്വതി - തമിഴകദേശീയതയും ഭരതനാട്യവും

1958 ൽ സംഗീതനാടക അക്കാദമി ആദ്യത്തെ ദേശീയ നൃത്തസെമിനാർ (National Dance Seminar) ദില്ലിയിൽ സംഘടിപ്പിച്ചപ്പോൾ ഭരതനാട്യത്തെയും ഭരതനാട്യത്തിന്റെ നവീകരണത്തെയും കുറിച്ച് സംസാരിക്കാൻ ക്ഷണിച്ചത് രുഗ്മിണീദേവി അരുണ്ഡേലിനെ ആയിരുന്നു. ഭരതനാട്യത്തിന്റെ അരങ്ങ് മുതൽ ആഹാര്യം വരെയുള്ള തലങ്ങളിൽ താൻ വരുത്തിയ പരിഷ്കാരങ്ങൾ വിവരിച്ചശേഷം അദ്ധ്യാത്മത്തിന്റെ ലാവണ്യമാണ് ഭരതനാട്യത്തിലുള്ളതെന്ന് സമർത്ഥിക്കാനാണ് അവർ ശ്രമിച്ചത്. സെമിനാറിൽ സംബന്ധിക്കാനെത്തിയ ബാലസരസ്വതി രുഗ്മിണീദേവിയുടെ ഈ അവകാശവാദത്തെ ചോദ്യം ചെയ്തു.[47] ബാലസരസ്വതി തമിഴിലാണ് അവിടെ സംസാരിച്ചത്. ഭരതനാട്യത്തിന്റെ പാരമ്പര്യവും പ്രഭവ

വുമായി ദേവദാസികളെ ഉയർത്തിക്കാണിച്ചുകൊണ്ട് പുതിയ നാഗരികമദ്ധ്യവർഗ്ഗത്തിന്റെ ആദ്ധ്യാത്മികലാവണ്യത്തിലേക്ക് അതിനെ സംഗ്രഹിക്കാനുള്ള ശ്രമങ്ങളെ ബാലസരസ്വതി വിമർശിച്ചു. എന്നാൽ ദേവദാസികൾക്കെതിരെ ഉയർന്നുവന്ന വിമർശനങ്ങളെക്കുറിച്ചോ തമിഴകത്തെ പരിഷ്കരണപ്രസ്ഥാനങ്ങളെക്കുറിച്ചോ ബ്രിട്ടീഷ് ഭരണകൂടം ദേവദാസികൾക്കെതിരെ നടത്തിയ നിയമനിർമ്മാണത്തെക്കുറിച്ചോ സ്വാതന്ത്ര്യഭാരതത്തിലെ ഭരണകൂടം ആ നിയമത്തിന് തുടർന്നും സാധൂകരണം നല്കുന്നതിനെക്കുറിച്ചോ അവർ ഒന്നും പറയുകയുണ്ടായില്ല. ഭരതനാട്യത്തിന്റെ പില്ക്കാലചരിത്രത്തെ നിർണ്ണയിക്കാൻപോന്ന മൗനമായിരുന്നു അത്.

തമിഴ് ലാവണ്യപാരമ്പര്യവുമായി ഭരതനാട്യത്തെ ഇണക്കിനിർത്തുകയായിരുന്നു ബാലസരസ്വതി. തമിഴ് പാരമ്പര്യത്തെ ബ്രാഹ്മണിക-സംസ്കൃത പാരമ്പര്യത്തിൽനിന്ന് ഭിന്നമായി കാണാൻ ശ്രമിച്ചപ്പോൾതന്നെ പുതിയ ഒരു ദേശീയമാനവും സാർവ്വദേശീയമാനവും അതിന് നല്കാനും അവർ പണിപ്പെട്ടു. രുഗ്മിണീദേവി ഭരതനാട്യത്തെ ദേശവല്ക്കരിക്കാനും ബാലസരസ്വതി അതിനെ ഒരു പ്രാദേശികാവിഷ്കാരമായി അഥവാ, സദിരാട്ടമായി, നിലനിർത്താനും ശ്രമിച്ചു എന്ന നിഗമനം, പുറമേക്ക് സ്വാഭാവികമായി അനുഭവപ്പെടാമെങ്കിലും, ഏറെയൊന്നും സാധുവായിരിക്കില്ല. ദക്ഷിണേന്ത്യൻ നടനപ്രയോഗങ്ങളിൽനിന്ന് ഭരതനാട്യത്തിന്റെ ചരിത്രവും പാരമ്പര്യവും കണ്ടെത്താനും സാർവ്വലൗകികമായ ഒരു ഉള്ളടക്കം അതിന് നല്കാനുമായിരുന്നു ബാലസരസ്വതിയുടെ ശ്രമം. ഇതിനായി പതിനെട്ടും പത്തൊമ്പതും നൂറ്റാണ്ടുകളിലെ തഞ്ചാവൂർ കൊട്ടാരത്തിലേക്കും ഗുരു-ശിഷ്യബന്ധത്തിലേക്കും ഭരതനാട്യത്തെ കൊണ്ടുപോവുകയാണ് അവർ ചെയ്തത് (O'Shea 2008:179). തമിഴ്കൃതികൾ, ദേവദാസികൾ, ദക്ഷിണേന്ത്യൻ ഭക്തിപാരമ്പര്യം എന്നീ മൂന്ന് ആരൂഢങ്ങളിലാണ് ബാലസരസ്വതി ഭരതനാട്യത്തെ പ്രതിഷ്ഠിച്ചത്. ഇ കൃഷ്ണയ്യരും രുഗ്മിണീദേവിയും ചെയ്തതുപോലെ അഖിലഭാരതീയവ്യാപ്തിയുള്ള ഒരു നൃത്തമാതൃകയുടെ ആദിരൂപമായി ഭരതനാട്യത്തെ കാണാൻ ബാലസരസ്വതി തയ്യാറായിരുന്നില്ല. ദക്ഷിണേന്ത്യൻ സംഗീതത്തിന്റെയും സാഹിത്യത്തിന്റെയും നൃത്തത്തിന്റെയും തുടർച്ചയിൽ ഭരതനാട്യത്തെ സ്ഥാനപ്പെടുത്തുവാനായിരുന്നു അവരുടെ ശ്രമം. രംഗാവതരണവേളകളിൽ തമിഴ്-തെലുങ്ക് രചനകൾക്ക് മുൻഗണന നല്കിക്കൊണ്ടും ശൃംഗാരഭക്തിയെ കേന്ദ്രമാക്കി നിലനിർത്തിക്കൊണ്ടും[48] ഈ ചരിത്രവീക്ഷണത്തിന് രംഗപാഠം രചിക്കാൻ അവർ ശ്രമിച്ചു. ഈ ഊന്നൽ സംസ്കൃതോന്മുഖമായ പാഠങ്ങൾക്ക് മേൽ ദേവദാസി പാരമ്പര്യത്തിൽ അടിയുറച്ച മറ്റൊരു പാഠത്തെ പ്രതിഷ്ഠിക്കാൻ അവരെ സഹായിച്ചു. ഭരതനാട്യത്തിലെ ആധികാരികതയുടെ ഉറവിടം ബാലസരസ്വതിയെ സംബന്ധിച്ചിടത്തോളം ദേവദാസി പാരമ്പര്യമായിരുന്നു. ശൃംഗാരവും ഭക്തിയും തമ്മിലുള്ള വൈകാരികവിനിമയങ്ങളെ കാത്തുസൂക്ഷിച്ചതും നിലനിർത്തി

യതും ദേവദാസികളാണ്. തമിഴ് ലാവണ്യദർശനത്തിൽ രത്യാത്മ കതയ്ക്ക് പ്രത്യേക സ്ഥാനമുണ്ടെന്നും അവർ വാദിച്ചുപോന്നു. തമിഴ് നൃത്തപാരമ്പര്യം ഭക്തിയെ രത്യാത്മകശൃംഗാരമായി ഉൾക്കൊള്ളുക യാണ് ചെയ്തത്.[49] 'എനിക്കറിയാവുന്നിടത്തോളം ഭരതനാട്യം ഭക്തിയുടെ രൂപമാണ്. തമിഴും ഭക്തിയുടെ രൂപമാണ്. അതുകൊണ്ട് തമിഴും ഭരതനാട്യവും ഒരേ പാരമ്പര്യത്തിന്റെ ഭാഗങ്ങളാണ്' എന്ന് തന്റെ ചരിത്രവീക്ഷണത്തിന് അവർ വിശദീകരണം നല്കി.[50]

രേഖീയമായ ആഖ്യാനത്തിനും നാടകീയതയ്ക്കും ഊന്നൽ നല്കിയ രുഗ്മിണീദേവിയുടെ രംഗഭാഷ ബാലസരസ്വതിക്ക് സ്വീകാര്യമായിരുന്നില്ല. ഭക്തികവിതയുടെ വൈകാരികദീപ്തിയെയും ഭാവഗാനാത്മകതയെയും പിൻപറ്റാനാണ് അവർ തന്റെ നാട്യപ്രയോഗങ്ങളിൽ ശ്രമിച്ചുകൊണ്ടിരു ന്നത്. അവരുടെ പല രംഗാവതരണങ്ങളും കാമുകഭാവം കൈക്കൊണ്ട ദൈവത്തോടുള്ള അർച്ചനകളായിരുന്നു. ഇതാകട്ടെ തമിഴ്-തെലുങ്ക് ഭക്തി കവിതാപാരമ്പര്യത്തിലെ സ്വാഭാവികരീതിയുമായിരുന്നു. ബാലസരസ്വതി മടങ്ങിച്ചെന്ന മറ്റൊരു പാരമ്പര്യം സംഘം കവിതകളുടേതാണ്. വിരഹി ണിയായ നായിക കാമുകനെ വീണ്ടെടുക്കാൻ തോഴിയോട് നടത്തുന്ന സഹായാഭ്യർത്ഥനയുടെയും അതിന്റെ ഭാഗമായ വിവരണങ്ങളുടെയും വിപുലമായ ശേഖരം സംഘം കവിതകളിലുണ്ട്. നാട്യപ്രയോഗത്തെ ഈ സാഹിത്യപാഠവുമായി ചേർത്തുവച്ചപ്പോൾ തമിഴ് സാഹിത്യ-നൃത്ത പാര മ്പര്യങ്ങളുടെ സമന്വയമായി അത് മാറിത്തീരുകയും ചെയ്തു.

ശൃംഗാരവും ഭക്തിയും

രുഗ്മിണീദേവിയുടെ നാട്യപ്രകാരത്തിൽനിന്നുള്ള ബാലസരസ്വതി യുടെ വിടുതിയുടെ കേന്ദ്രം ശൃംഗാരത്തിന് ഭരതനാട്യത്തിലുള്ള ഇടമെന്ത് എന്ന ചോദ്യവുമായി ബന്ധപ്പെട്ടതാണ്. ഭക്തി ഭരതനാട്യത്തിന്റെ അനു ഭൂതിയുടെ കേന്ദ്രമാണെന്ന നിലപാട് ബാലസരസ്വതിക്കും ഏറക്കുറെ സ്വീകാര്യമായിരുന്നു. ഭക്തിയുടെ ആവിഷ്കാരപ്രകാരം എന്തായിരിക്കണം എന്നതിലാണ് ബാലസരസ്വതി രുഗ്മിണീദേവിയോട് വിയോജിച്ചത്. ഏതെങ്കിലുമൊരു ദൈവതത്തോടുള്ള അർച്ചനാഭാവമായി ഭക്തിയെ പ്രകാശിപ്പിക്കുകയാണ് രുഗ്മിണീദേവി ചെയ്തത്. രത്യാത്മകധ്വനികളുള്ള പദങ്ങളെയും നാട്യപ്രയോഗങ്ങളെയും അവർ തന്റെ അഭിനയപദ്ധതി യിലൂടെ 'ശുദ്ധീകരിച്ചു'. ക്ഷേത്രജ്ഞന്റേതു പോലുള്ള, രതിപ്രകാണ്ഡങ്ങ ളായി നിലനില്ക്കുന്ന പദങ്ങൾ കഴിയുന്നത്ര ഒഴിവാക്കിക്കൊണ്ടാണ് രുഗ്മിണീദേവി തന്റെ നാട്യക്രമം പടുത്തുയർത്തിയത്. ഭരതനാട്യത്തിന്റെ 'യഥാർത്ഥചൈതന്യ'ത്തിൽ നിന്ന് അകന്നുനില്ക്കുന്ന ഒന്നിനേയും താൻ അംഗീകരിക്കില്ലെന്ന[51] നിലപാടായിരുന്നു അവരുടേത്. പാരമ്പര്യം ഏക മുഖമായി സ്വീകരിക്കപ്പെടേണ്ടതല്ല[52]. കാമനാവേഗങ്ങളിൽനിന്ന് പിറവി യെടുക്കുന്ന ഉടൽവടിവുകൾ ഇന്ത്യയുടെ യഥാർത്ഥ പാരമ്പര്യമല്ലെന്നും അവർക്ക് ഉറപ്പുണ്ടായിരുന്നു.[53]

ബാലസരസ്വതിയുടെ നൃത്തം ഭരതനാട്യത്തിന്റെ ഇത്തരത്തിലുള്ള ഉപരിവർഗ്ഗപരവും സവർണ്ണവുമായ പുനരവതരണത്തിനെതിരായ പ്രതിരോധമായിരുന്നു. രത്യാത്മകധ്വനികൾ നിറഞ്ഞ പരമ്പരാഗത പ്രയോഗരൂപങ്ങളിൽ (ജാവളികളും പദങ്ങളും മറ്റും) നിന്ന് ഊർജ്ജം സ്വീകരിച്ചുകൊണ്ട് 1940 കളിൽ മദ്രാസിലെ നാഗരികമദ്ധ്യവർഗ്ഗത്തിന്റെ അഭിരുചികളാൽ നിർണ്ണയിക്കപ്പെട്ട പുതിയ രംഗാവതരണങ്ങളെ അവർ ചെറുത്തു. പക്ഷേ, മറുഭാഗത്ത് ഭരതനാട്യത്തിന് മതാത്മകമാനം നല്കുന്നതിൽ ബാലസരസ്വതി തന്റേതായ സംഭാവന നല്കുകയും ചെയ്തു. സദിരിന്റെ കൊട്ടാര-പൊതു പാരമ്പര്യത്തെക്കുറിച്ച് മിക്കവാറും മൗനം പാലിക്കുകയും ദേവദാസികളുടെ ക്ഷേത്രനൃത്തമായി അതിനെ പറഞ്ഞുറപ്പിക്കുകയുമാണ് ബാലസരസ്വതി ചെയ്തത്. അദ്ധ്യാത്മത്തിന്റെയും അതിഭൗതികത്തിന്റെയും വ്യവഹാരങ്ങളെ, ബാലസരസ്വതിയും ആവർത്തിക്കുന്നുണ്ടായിരുന്നു. എന്നാൽ ഇത് സവർണ്ണ-ബ്രാഹ്മണ വ്യവഹാരത്തിന്റെ അതേ വഴിയിലായിരുന്നില്ല. ദേവദാസികൾ വഴി നൃത്തപാരമ്പര്യത്തിലുണ്ടായ 'പതനം' എന്ന ആശയത്തെ അവർ അടിമുടി നിരസിച്ചു. പക്ഷേ, അക്കാലത്ത് പ്രബലമായിരുന്ന ദേശീയതയുടെയും മതാത്മകതയുടെയും വീക്ഷണങ്ങൾക്ക് പുറത്തേക്ക് നൃത്തത്തെ ആനയിക്കാൻ ബാലസരസ്വതിക്കും കഴിയുമായിരുന്നില്ല. ദേശീയമായ മതാത്മകതയോടൊപ്പം സാർവ്വദേശീയമായ ആത്മീയതയുടെ മണ്ഡലമായും നൃത്തത്തെ കാണുകയാണ് അവർ ചെയ്തത്. ഇതാകട്ടെ ആന്തരികതയുടെയും വൈകാരികതയുടെയും ലോകമാണ് താനും. നൃത്തപരിപാടികളുടെ ഭാഗമായി അമേരിക്കയിലുടനീളം സഞ്ചരിക്കുകയും, അമേരിക്കൻ സർവ്വകലാശാലകളിൽ നൃത്തം പഠിപ്പിക്കുകയും ചെയ്ത ബാലസരസ്വതിക്ക്[54] തന്റെ ആസന്നസന്ദർഭത്തെയും ദേവദാസി പാരമ്പര്യത്തെയും വൈരുദ്ധ്യങ്ങളില്ലാതെ ഇണക്കിനിർത്താൻ കഴിഞ്ഞു.

അദ്ധ്യാത്മത്തിന്റെ പുനർവിഭാവനം

ഭരതനാട്യത്തെ അദ്ധ്യാത്മത്തിന്റെ അനുഭവലോകമായി പുനർനിർമ്മിക്കുന്നതിൽ ബാലസരസ്വതി അതിന് നല്കിയ വ്യാഖ്യാനത്തിനുള്ള പങ്ക് വളരെ വലുതാണ്. ഭരതനാട്യത്തിന്റെ അവതരണക്രമത്തെയും ആന്തരികഘടനയെയും യോഗാത്മകവും അതിഭൗതികവുമായ ഒരു വ്യാഖ്യാനം വഴി അവർ പുനർവിഭാവനം ചെയ്തു. ഭരതനാട്യക്കച്ചേരിയിലെ ആദ്യ ഇനമായ അലാരിപ്പ് കേവലമായ താളപ്പകർച്ചയാൽ നർത്തകിയുടെ ശരീരത്തെയും അതുവഴി മനസ്സിനെയും ഏകാഗ്രവും ശുദ്ധവുമാക്കുന്നതായി അവർ വിശദീകരിച്ചു. അത് ശരീരത്തെ നിത്യനൈമിത്തികങ്ങളിൽനിന്ന് മോചിപ്പിച്ച് പുതിയൊരു പ്രകരണത്തിന് പാകമായ വിധത്തിൽ ക്രമപ്പെടുത്തുന്നു. താളശുദ്ധിയുടെ ഈ ഘട്ടം പിന്നാലെ താളവും രാഗവും ചേർന്ന ജതിസ്വരത്തിലേക്കാണ് ചെന്നുചേരുക. ഗതിയും രാഗവും ഒത്തിണങ്ങിയ ജതിസ്വരം ശബ്ദത്തിലേക്ക് തുറക്കുന്നു. വാക്കും അർത്ഥ

വും രാഗതാളങ്ങളുമായി ഒത്തുചേർന്ന് പുതിയൊരു അനുഭവലോക മായിത്തീരുന്നത് ഇവിടെവച്ചാണ്. വർണ്ണം ഈ അനുഭവലോകത്തിന്റെ പൂർണ്ണസാക്ഷാല്ക്കാരമാണ്. താളരാഗങ്ങളുടെ സൂക്ഷ്മഭേദങ്ങളുടെ ആവിഷ്കാരം. സ്വന്തം സർഗ്ഗവൈഭവത്തെയും പാരമ്പര്യത്തെയും പൂർണ്ണ മായി പ്രകാശിപ്പിക്കാൻ നർത്തകിക്ക് കഴിയുന്നത് ഇവിടെവച്ചാണ്. ഇതിനു പിന്നാലെ വരുന്ന പദങ്ങൾ പ്രശാന്തവും നിർവൃതിദായകവുമായ വില യനവേളയാണ്. പ്രപഞ്ചചൈതന്യവുമായുള്ള ഏകീഭാവത്തിന്റെ മുഹൂർ ത്തമാണിത്. ഇവിടെനിന്നും താളത്തിന്റെ കുത്തൊഴുക്കിലേക്കുള്ള പൊട്ടി ത്തുറക്കലാണ് തില്ലാന. അന്തിമമായി, ശ്ലോകത്തിലൂടെയുള്ള നിർവ്വഹ ണവും പിൻവാങ്ങലും. അതോടെ ഭരതനാട്യക്കച്ചേരി പൂർത്തിയാവുന്നു. ഇങ്ങനെ താളമാത്രമായ അലാരിപ്പിൽ തുടങ്ങി, താളവും രാഗവും കലർന്ന ജതിസ്വരം വഴി. രാഗതാളങ്ങളും അർത്ഥവും ഒത്തിണങ്ങിയ ശബ്ദ ത്തിലേക്കും അതിന്റെ പൂർണ്ണസ്വരൂപമായ വർണ്ണത്തിലേക്കും വളർന്ന്, താളം പിൻവാങ്ങിനില്ക്കുന്നതും സംഗീതവും അർത്ഥവും ഒത്തുചേർ ന്നതുമായ പദങ്ങളിലെത്തിച്ചേർന്ന്, രാഗതാളങ്ങളുടെ മേളനമായ തില്ലാന യിലേക്കും അവിടെനിന്ന് താളരഹിതമായ ശ്ലോകത്തിലേക്കും പിൻവാങ്ങി പൂർത്തിയാക്കുന്ന ആന്തരികഘടനയാണ് ഭരതനാട്യത്തിന്റേത് എന്ന് ബാലസരസ്വതി വിശദീകരിച്ചു.

തന്റെ ഈ വിശദീകരണത്തെ ഒരു മഹാക്ഷേത്രത്തിന്റെ വാസ്തു ഘടനയോട് ബാലസരസ്വതി ബന്ധിപ്പിക്കുകയും ചെയ്തിട്ടുണ്ട്. ക്ഷേത്ര ത്തിന്റെ ഗോപുരകവാടം (അലാരിപ്പ്) പിന്നിട്ട് അർദ്ധമണ്ഡപം (ജതിസ്വരം) വഴി മുഖമണ്ഡപത്തിലേക്കും (ശബ്ദം) പിന്നാലെ ദൈവസാന്നിദ്ധ്യത്തി ലേക്കും (വർണ്ണം) എത്തിപ്പെട്ട് ശ്രീകോവിലിലെ ദേവചൈതന്യവുമായി ഏകാന്തതയിൽ തന്മയീഭവിച്ച് (പദം) ഭജനയുടെയും കർപ്പൂരാർച്ച നയുടെയും ശബ്ദമുഖരിതമായ ലോകത്തിലേക്ക് (തില്ലാന) മടങ്ങിവന്ന് ദേവസ്തുതി (ശ്ലോകം) വഴി ആരാധന പൂർത്തീകരിക്കുകയാണ് ഓരോ നർത്തകിയും ചെയ്യുന്നത്. ഈ ആഖ്യാനക്രമത്തിൽ പദങ്ങളുടെ അവ തരണത്തിന് അവർ അതിപ്രധാനമായ സ്ഥാനം നല്കി. ക്ഷേത്രവിസ്തൃ തിയുടെ ബൃഹദാകാരങ്ങളും എടുപ്പുകളുടെ ഗംഭീരതയുമെല്ലാം (ശബ്ദ, വർണ്ണങ്ങൾ) പിൻവാങ്ങിനില്ക്കുന്ന ശ്രീകോവിലിന്റെ ഇരുണ്ട ഏകാന്ത തയിൽ, വർണ്ണത്തിന്റെ താളപ്രചണ്ഡത പദങ്ങളുടെ ഹൃദയചാരുതയാർന്ന മന്ത്രസംഗീതത്തിലേക്ക് വഴിമാറിയ വേളയിൽ, നർത്തകിയും ദൈവചൈ തന്യവുമായുള്ള ആത്മസല്ലയനത്തിന്റെ ലോകമായാണ് പദാഭിനയത്തെ ബാലസരസ്വതി വിശദീകരിച്ചത്. ഇവിടെവച്ച് യോഗവും മന്ത്രശാസ്ത്രവും ഒത്തിണങ്ങുന്ന നാട്യയജ്ഞം തന്നെയായി ഭരതനാട്യം മാറിത്തീരുന്നു (Balasaraswathi 2010 : 199-200).

ഇങ്ങനെ മനസ്സിലാക്കിയാൽ, ഭരതനാട്യത്തിന്റെ മതാത്മകമാന ത്തെയോ ഭക്തിയെയോ അല്ല മറിച്ച് ഐന്ദ്രിയതയെ അടിമുടി നിരാക രിക്കുന്ന പുനരുജ്ജീവനവാദികളുടെ നിലപാടിനെയാണ് ബാലസരസ്വതി

പ്രധാനമായും വെല്ലുവിളിച്ചത് എന്ന് വ്യക്തമാകും. ശൃംഗാരത്തെ അഭിനയത്തിന്റെ നിയാമകമായി പരിഗണിച്ച അവർ അത് ഒരിക്കലും വിഷയാസക്തമോ കാമപരവശമോ അല്ലെന്നും ഉറപ്പിച്ചു പറഞ്ഞു. ദൈവികവും മാനുഷികവുമായ അനുഭവലോകങ്ങളുടെ മേളനം ശൃംഗാരത്തിലെന്നപോലെ മറ്റെവിടെയും സാദ്ധ്യമാവില്ല. ഭക്തിയുടെ ലാവണ്യാത്മകമായ അടിത്തറയാണ് ശൃംഗാരം. തന്റെ വ്യക്തിപരമായ അനുഭവത്തിന്റെ അടിസ്ഥാനത്തിലാണ് ഇക്കാര്യം പറയുന്നതെന്നും ബാലസരസ്വതി വ്യക്തമാക്കി. അമൂർത്തമായ നൃത്തം ഭരതനാട്യത്തിലെ ദൈവാനുഭവത്തെ നിഷേധിക്കലാണ്. അത് കലയ്ക്കുവേണ്ടി മാത്രമുള്ള കലയാണ്. ദൈവികത കേന്ദ്രത്തിലെത്തുമ്പോൾ ശൃംഗാരം ഭക്തിയായി പരിണമിക്കും. ഐന്ദ്രിയത ശുദ്ധ ചൈതന്യമായി രൂപാന്തരപ്പെടും.[55]

ഒരർത്ഥത്തിൽ ആധുനികമായ കലാദർശനത്തിന്റെ വിമർശനമായി ഇതിനെ പരിഗണിക്കാം. സ്വയംപൂർണ്ണമായ ഒരനുഭൂതിസ്ഥാനമായി കലയെ പരിഗണിച്ചുകൊണ്ട്, ലാവണ്യത്തെ അവിടെ കുടിയിരുത്തുകയാണ് ആധുനികത ചെയ്തത്. ശുദ്ധനൃത്തം കലയ്ക്കുവേണ്ടിയുള്ള കല മാത്രമാണെന്ന ബാലസരസ്വതിയുടെ വാദം കലയുടെ സ്വയംപൂർണ്ണതയെക്കുറിച്ചുള്ള ആധുനികമായി നിലപാടുകളെ നിരസിക്കുന്നുണ്ട്. കല മറ്റൊന്നിലേക്കുള്ള വഴി കൂടിയാകാം. ഇങ്ങനെ മൂർത്തവും ഐന്ദ്രിയവും ശരീരബദ്ധവും പ്രാദേശികവുമായ ആരൂഢങ്ങളിൽ തന്റെ ആട്ടപ്രകാരത്തെ ഉറപ്പിച്ചുനിർത്താനുള്ള ശ്രമമാണ് ബാലസരസ്വതി നടത്തിയത്. ദേശീയതയുടെ ആവശ്യങ്ങളെ അഭിസംബോധന ചെയ്യുമ്പോഴും, ആധുനികതയുടെ ലാവണ്യദർശനത്തെക്കുറിച്ചുള്ള സംവാദവേദികൂടിയായി തന്റെ നാട്യപ്രയോഗങ്ങളെ അവർ നിലനിർത്തി.

പ്രാദേശികലാവണ്യപാരമ്പര്യവുമായുള്ള ഈ ഇണക്കംമൂലം, രുഗ്മിണീദേവിയുടെ രംഗപ്രയോഗങ്ങളിൽ ഇടംകിട്ടാതെപോയ ദൈവതങ്ങൾ ബാലസരസ്വതിയുടെ അരങ്ങിൽ ഇടംപിടിച്ചു. രുഗ്മിണീദേവി നടരാജനെയും ശ്രീരാമനെയുംപോലുള്ള, സന്മാർഗ്ഗിഷ്ഠരും തീവ്രവിരക്തരുമായ, ദൈവങ്ങളെ വേദിയിൽ കൊണ്ടുവന്നപ്പോൾ ബാലസരസ്വതി ശ്രീകൃഷ്ണനെയും മുരുകനെയുംപോലെ ലീലാലോലുപരായ ദൈവങ്ങളെയാണ് നാട്യാവതരണത്തിനായി തെരഞ്ഞെടുത്തത്. ഇതിൽത്തന്നെ മുരുകൻ എന്ന ദ്രാവിഡദൈവം കൂടുതൽ വലിയ പ്രാധാന്യം നേടുകയും ചെയ്തു. തമിഴിലെ മുരുകസങ്കീർത്തനങ്ങളും തെലുങ്കിലെ കൃഷ്ണപദങ്ങളും പ്രത്യേകമായി തെരഞ്ഞെടുത്തുകൊണ്ട് ലീലാപരതയിൽ വേരോട്ടമുള്ളതും ഐന്ദ്രിയവും അമൂർത്തതയ്ക്കപ്പുറം പോകുന്നതും ശരീരബദ്ധമായ അഭിനയത്തിലൂന്നുന്നതുമായ ഒരു നടനരീതി ബാലസരസ്വതി വികസിപ്പിച്ചെടുത്തു (O'shea 2008:180). 'മലരുപൊരിയുന്നതുപോലെ' എന്ന് പഴമക്കാരുടെ ഓർമ്മയിൽ തെളിയുന്ന അവരുടെ രംഗപ്രയോഗങ്ങൾ ഒരേസമയം ഈ ലീലാപരതയുടെയും ശരീരബദ്ധതയുടെയും ഉല്പന്നങ്ങളായിരുന്നു. നടനചാരുതയുടെ ദ്രാവിഡപ്പെരുമയായി അത് ഭരത

നാട്യത്തിന്റെ ചരിത്രത്തിൽ തുടരുന്നു.

രുഗ്മിണീദേവിയുടെ അമൂർത്തമായ അഖിലഭാരതീയതക്കെതിരെ തെന്നിന്ത്യൻ നടനപാരമ്പര്യം എന്ന എതിർനിലയെ ഉയർത്തിപ്പിടിച്ചെങ്കിലും ദേശീയതയുടെ ആവശ്യങ്ങളെ അഭിസംബോധന ചെയ്യുന്നതിൽ ബാലസരസ്വതിയുടെ ആട്ടപ്രകാരം പരാജയപ്പെട്ടില്ല. ഭാരതീയത എന്ന സർവ്വാശ്ലേഷകമായ മൂല്യത്തെ ബാലസരസ്വതിയും അംഗീകരിച്ചിരുന്നു. ഇന്ത്യയിലെ വിവിധ നടനരീതികളിലും നൃത്തപാരമ്പര്യങ്ങളിലും നിലീനമായിരിക്കുന്ന മൂല്യമായി അവർ ഇതിനെ കണക്കാക്കി. ദ്രാവിഡമെന്നോ ദക്ഷിണേന്ത്യൻ എന്നോ വിശേഷിപ്പിക്കാവുന്ന ഒരു നൃത്തപാരമ്പര്യത്തിനായി വാദിക്കുമ്പോൾത്തന്നെ, സംസ്കൃത പാരമ്പര്യത്തിനൊപ്പം തന്നെ നില്ക്കുന്ന ഒരു ദേശീയപാഠവും പാരമ്പര്യവുമാണത് എന്ന് വാദിക്കാനാണ്; സംസ്കൃത-ബ്രാഹ്മണ പാരമ്പര്യത്തിന്റെ വിപരീതമാവാനല്ല അവർ ആഗ്രഹിച്ചത്. ബഹുസ്വരമായ ദേശീയപാരമ്പര്യത്തെക്കുറിച്ചുള്ള, അല്ലെങ്കിൽ ബഹുസ്വരാത്മകമാവേണ്ട ദേശീയതയെക്കുറിച്ചുള്ള ഒരു വീക്ഷണമായിരുന്നു അത്. ഇതുകൊണ്ടുതന്നെ ഒരേസമയം അബ്രാഹ്മണപാരമ്പര്യത്തെ ഉയർത്തിപ്പിടിക്കുന്ന തമിഴ് ഇശൈ സംഘത്തിന്റെയും ബ്രാഹ്മണപാരമ്പ്യത്തിലൂന്നുന്ന മദ്രാസ് മ്യൂസിക് അക്കാദമിയുടെയും വേദികളിൽ പ്രത്യക്ഷപ്പെടാൻ അവർക്ക് സാധിക്കുകയും ചെയ്തു.

കേവലഭക്തിയെ കേന്ദ്രത്തിൽ പ്രതിഷ്ഠിക്കുന്ന ഭരതനാട്യം ബ്രാഹ്മണ്യത്തിന്റെ നൃത്തപ്രകാരമാണെന്ന് ബാലസരസ്വതി ഉറപ്പിച്ചുപറഞ്ഞിരുന്നു. ബാലസരസ്വതിയുടെ ഈ വീക്ഷണം ഇരുപതാം നൂറ്റാണ്ടിന്റെ ആദ്യപകുതിയിൽ തമിഴകത്ത് അരങ്ങേറിയ പരിഷ്കരണസംരംഭങ്ങളുമായി ഒത്തുപോകുന്നതായിരുന്നില്ല. ഒരർത്ഥത്തിൽ അവർതന്നെ മുന്നോട്ടുവച്ച നൃത്തസംവിധാനത്തിലെ ഒത്തുതീർപ്പുകളെ (choreographic reconciliations) അട്ടിമറിക്കുന്നതായിരുന്നു ഈ നിലപാട്. ദേശവും പ്രദേശവും തമ്മിലും, സംസ്കൃതവും തമിഴും തമ്മിലും, പാഠവും പ്രയോഗവും തമ്മിലുമുള്ള പുതിയ ഒത്തുതീർപ്പുകൾ കൂടിയായാണ് ബാലസരസ്വതിയുടെ രംഗപ്രയോഗങ്ങൾ വികസിച്ചുവന്നത്. ദേവദാസി പാരമ്പര്യത്തേയും ശൃംഗാരത്തേയും പ്രകീർത്തിക്കുന്ന ബാലസരസ്വതിയുടെ നിലപാടിൽ തന്റെതന്നെ രംഗപ്രയോഗങ്ങളുമായും, പുതിയ അന്തരീക്ഷവുമായും കടുത്ത വൈരുദ്ധ്യമുണ്ടായിരുന്നു. സദിരിനെയും അതിനെ നിലനിർത്തിയ ദേവദാസികുലത്തെയും ദ്രാവിഡപ്രസ്ഥാനങ്ങൾ പൊതുവെ കൈയൊഴിയുകയാണല്ലൊ ചെയ്തത്. വെള്ളാളസമുദായം തന്നെ സദിരിൽനിന്നും ഭരതനാട്യമെന്ന നിലയ്ക്കുള്ള അതിന്റെ പരിഷ്കൃത ജീവിതത്തിൽ നിന്നുമെല്ലാം ഏറക്കുറെ പിൻവാങ്ങി. ദേവദാസി പാരമ്പര്യം ഉയർത്തിപ്പിടിക്കുന്ന നർത്തകിയായി ബാലസരസ്വതി മാത്രമേ അപ്പോൾ അവശേഷിച്ചിരുന്നുള്ളൂ. മദ്രാസ് മ്യൂസിക് അക്കാദമിയുടെ അഭിജാതമായ വേദികളിൽ, ഭരതനാട്യമായി സദിരിനെ പരാവർത്തനം ചെയ്യാൻ ഉത്സുകമായിരുന്ന മേൽജാതി അരങ്ങുകളിൽ, തന്റെ നൃത്താ

വിഷ്കാരങ്ങൾ ബാലസരസ്വതി അവതരിപ്പിക്കുകയും ചെയ്തിരുന്നു. ഈ നിലയിൽ പ്രകടമായ വൈരുദ്ധ്യങ്ങളുടെ നടുവിലാണ് തന്റെ നൃത്ത പാരമ്പര്യവും അതേക്കുറിച്ചുള്ള വീക്ഷണങ്ങളുമായി അവർ നില കൊണ്ടത്.

കലയുടെയും അനുഭൂതിയുടെയും സാർവ്വലൗകികതയെ ക്കുറിച്ചുള്ള വീക്ഷണങ്ങൾ ഉപയോഗപ്പെടുത്തിക്കൊണ്ടാണ് ബാലസര സ്വതി ഈ വൈരുദ്ധ്യത്തിന് പരിഹാരം കണ്ടതെന്ന് ഭരതനാട്യത്തിന്റെ സാമൂഹ്യ ചരിത്രത്തെക്കുറിച്ച് പഠിച്ചവർ അഭിപ്രായപ്പെടുന്നുണ്ട്. എല്ലാ കലകളും ആത്മീയതയുടെ ഉന്നതമൂല്യങ്ങളെയാണ് ലക്ഷ്യമാക്കു ന്നതെന്ന് ബാലസരസ്വതി വാദിക്കുന്നതിന്റെ സാംഗത്യം ഇതാണ്. പക്ഷേ, ബാലസരസ്വതിയെ സംബന്ധിച്ചിടത്തോളം ഈ ആത്മീയമൂല്യം ഭരതനാട്യത്തിന് കൈവരുന്നത് വൈകാരികതയിലൂടെയും അതു നല്കുന്ന ആന്തരികതയിലൂടെയുമാണ്. വൈകാരികതയിലുള്ള ഊന്നൽ വഴി ഭരതനാട്യത്തിന്റെ പ്രാദേശിക പാരമ്പര്യത്തെ നിലനിർത്തിക്കൊണ്ടു തന്നെ അതിനെ സാർവ്വദേശീയകലയുമായി ബന്ധപ്പെടുത്താൻ ബാല സരസ്വതിക്കു കഴിഞ്ഞു (Balasaraswathy 1991:23). ദേവദാസിപാരമ്പര്യ ത്തിന്റെ മഹത്വവല്ക്കരണത്തോടൊപ്പംതന്നെ പുതിയകാലവു മായുള്ള വിനിമയങ്ങൾ നിലനിർത്താൻ അത് വഴിതുറന്നുകൊടുത്തു. അന്തിമ മായി ഇന്ത്യൻ ദേശീയതയ്ക്ക് ബഹുസ്വരാത്മകപാഠം ചമയ് ക്കുന്ന നാട്യ പ്രയോഗമായി ബാലസരസ്വതിയുടെ രംഗപ്രയോഗങ്ങൾ മാറിത്തീർന്നു.

ഫലശ്രുതി

ലിംഗപദവിയെയും ലൈംഗികതയെയും കുറിച്ചുള്ള തന്റെ പ്രഖ്യാത നിരീക്ഷണങ്ങൾക്കിടയിൽ നാട്യപരത (performativity) എന്ന ആശയം ജൂഡിത്ത് ബട്ലർ അവതരിപ്പിക്കുന്നുണ്ട് (1999:171-90). ലിംഗപദവിയുടെ വ്യവഹാരമണ്ഡലത്തിനകത്ത് നിരന്തരമായി അരങ്ങേറുന്ന നാട്യങ്ങളാണ് (performances) ലൈംഗികതയെ സാദ്ധ്യമാക്കുന്നതെന്ന് അവർ പറഞ്ഞു. യാഥാർത്ഥ്യം നാട്യപരമാണ് (performative); സത്താപരമല്ല. ഒരു നില യ്ക്ക് ആലോചിച്ചാൽ, ഭരതനാട്യവും ഇങ്ങനെ നാട്യപരമായി നിലവിൽ വന്ന യാഥാർത്ഥ്യമാണ്. ആധുനികതയുടെ ആധാരസാമഗ്രികളിൽ ചില തുകൊണ്ട് ദേശീയമായ ഒരു നാട്യപാരമ്പര്യം പണിതെടുക്കപ്പെട്ടതിന്റെ കഥയാണത്. തുടക്കത്തിൽ പറഞ്ഞതുപോലെ ആട്ടപ്രകാരങ്ങളുടെ ചരി ത്രമല്ല അത്. മറിച്ച് ആട്ടപ്രകാരങ്ങളിലൂടെ നിലവിൽവന്ന ചരിത്രം. വർ ത്തമാനം ഭൂതകാലത്തിൽ സ്വന്തം മുഖം നോക്കിക്കാണുന്നതാണ് ചരിത്രം എന്ന പഴയപാഠത്തിന്റെ തുടർച്ചയിൽ, ഭൂതകാലത്തെ നാട്യചരിത്രത്തി ലൂടെയും പണിതെടുക്കാം എന്ന് ഇത് നമ്മെ ഓർമ്മിപ്പിക്കുന്നു. അങ്ങ നെ പണിതെടുക്കപ്പെടുന്ന ഭൂതകാലമാവട്ടെ നാട്യത്തിന്റെ മാത്രമല്ല, രാഷ്ട്രത്തിന്റെയും ഭൂതകാലമായി പ്രവർത്തിക്കുന്നു.

(2011)

കുറിപ്പുകൾ

1. ഇന്ത്യയിലെ ക്ലാസിക്കൽ നൃത്തരൂപങ്ങൾ ഏതെല്ലാമാണ് എന്നതിനെക്കുറിച്ച് ഖണ്ഡിതമായ തീർപ്പ് പറയുക എളുപ്പമല്ല. ഇന്ത്യൻ നൃത്തകലയുടെ ഔദ്യോഗിക ചരിത്രകാരിയായി പരിഗണിക്കാവുന്ന പ്രശസ്ത കലാവിമർശക കപിലാവാത്സ്യായൻ ഭരതനാട്യം, കഥകളി, ഒഡീസി, കഥക്, മണിപ്പുരി എന്നിവയെയാണ് ക്ലാസിക്കൽ നൃത്തരൂപങ്ങളായി പരിഗണിക്കുന്നത്. കുച്ചുപ്പുടി, യക്ഷഗാനം, ചൗ, മോഹിനിയാട്ടം തുടങ്ങിയ നൃത്തരൂപങ്ങളൊന്നും അവരുടെ പരിഗണനയിൽ വന്നിട്ടില്ല. വാചികാഭിനയത്തിന്റെ അഭാവംകൊണ്ട് ചൗ നൃത്തരൂപങ്ങളും വാചികത്തിന്റെ അമിതപ്രയോഗത്താൽ യക്ഷഗാനവും ക്ലാസിക്കൽ നൃത്തത്തിൽനിന്നും അകന്നു നില്ക്കുന്നതായി കപിലാവാത്സ്യായൻ പറയുന്നു. സമീപകാലത്ത് കുച്ചുപ്പുടി ഭരതനാട്യം പോലെ ഒരു ക്ലാസിക്കൽ രൂപമാകാൻ ശ്രമിക്കുന്നുണ്ടെങ്കിലും നിർണ്ണായകമായ ഒരു സ്ഥാനം അതിന് ഇപ്പോഴും കൈവന്നിട്ടില്ലെന്നാണ് അവരുടെ അഭിപ്രായം (Vatsyayan 1997:V-VI).
2. സത്താപരമായി ഭരതനാട്യമാണ് ഭാരതീയനൃത്തമെന്നും മറ്റെല്ലാ ഇന്ത്യൻ നൃത്തരൂപങ്ങളും അതിന്റെ വകഭേദങ്ങൾ മാത്രമാണെന്നുമുള്ള വീക്ഷണം ഭരതനാട്യനവോത്ഥാനത്തിന്റെ വക്താക്കൾ ഉറപ്പിച്ച് പറഞ്ഞിരുന്നു. “Essentially all Indian Dance is Bharata Natya, though only one school of art is known by the name” എന്നാണ് രുഗ്മിണീദേവി അരുണ്ഡേൽ ഇതേക്കുറിച്ച് പറയുന്നത് (2010:194). ഭരതനാട്യത്തിന്റെ ചരിത്രകാരനായ വി രാഘവനും ഇതേനിലപാടാണ് ഉള്ളത് (2004:1).
3. “To articulate the past historically does not mean to recognize it ‘the way it really was’. It mean to seize hold of a memory as it flashes up at a moment of danger” - Walter Benjamin : 'Theses on the Philosophy of History'. Thesis No: VI (Benjamin 1994:247). പാരമ്പര്യത്തിന്റെ ഉള്ളടക്കത്തിലും പാരമ്പര്യത്തെ വീണ്ടെടുക്കാൻ ശ്രമിക്കുന്നവരിലും വീണ്ടെടുപ്പിന്റെ മുഹൂർത്തത്തെ നിർണ്ണയിച്ച ആപത്ത് സ്വാധീനം ചെലുത്തിക്കൊണ്ടിരിക്കുമെന്നും വാൾട്ടർ ബെൻയമിൻ പറയുന്നതും (1994:247) ഭരതനാട്യത്തിന്റെ ചരിത്രനിർമ്മാണത്തെ സംബന്ധിച്ചിടത്തോളം സാധുവായ ഒരാശയമാണ്.
4. ഭൂതകാലസംഭവങ്ങളെയോ അനുഭവങ്ങളെയോ നിസ്സംഗമായി ഓർത്തെടുക്കുന്ന പ്രക്രിയയല്ല സ്മരണ. സങ്കീർണ്ണവും ബഹുമുഖവുമായ ഒരു പ്രക്രിയയാണ് അത്. സ്മരണാബിംബങ്ങൾ വർത്തമാനത്തിൽ നടക്കുന്ന സമരണാസംഭവത്തിന്റെ ഉല്പന്നങ്ങളാണ്. സ്മരണാസംഭവമാകട്ടെ തൃഷ്ണാപ്രവാഹങ്ങളാൽ പൂരിതവുമാണ്. അതുകൊണ്ട് ഓർമ്മ ഭൂതകാലത്തിന്റെ നിസ്സംഗവും നിഷ്കളങ്കവുമായ പുനരായനമല്ല. വർത്തമാനത്തിന്റെ പ്രതീക്ഷകളും പ്രത്യാശകളും ഭീതികളും അഭിലാഷങ്ങളും കൂടിക്കലർന്നു നില്ക്കുന്ന അനുഭൂതിസ്ഥാനമാണത്. ഇതേക്കുറിച്ചുള്ള വിശദമായ ചർച്ചയ്ക്ക് ഉദയകുമാറിന്റെ പഠനം കാണുക (ഉദയകുമാർ 1994:33-60).
5. 1977 ലെ മൊറാർജിദേശായി സർക്കാരിന്റെ കാലത്താണ് രാഷ്ട്രപതി പദത്തിലേക്ക് രുഗ്മിണീദേവി ക്ഷണിക്കപ്പെട്ടത്. ആ ക്ഷണം നിരസിച്ച അവർ പില്ക്കാലത്ത് തന്റെ നൃത്തവിദ്യാലയമായ കലാക്ഷേത്രത്തിന് സർവ്വ

കലാശാലപദവി നല്കാമെന്ന സർക്കാർ വാഗ്ദാനവും നിരസിക്കുകയുണ്ടായി (രാജശേഖരൻ 2005:24).

6. ക്ഷേത്ര-കൊട്ടാരം നർത്തകികളുടെ 'അധഃപതനത്തെ' മുൻനിർത്തി ബംഗാളിലെ നവോത്ഥാനനായകനായ കേശവചന്ദ്രസെൻ ഒരിക്കൽ പറഞ്ഞത് 'അവളുടെ മൃദുവചനങ്ങൾ ഭാരതത്തിന്റെ ക്ഷയമാണ്, അവളുടെ പുഞ്ചിരി ഭാരതത്തിന്റെ മരണവും' എന്നാണ് (Chakravorthy 1998:111). ഇത്തരം വീക്ഷണങ്ങൾ പിന്നീട് ദേശീയാധുനികതയുടെ മുഖ്യപ്രമേയങ്ങളിലൊന്നായ ഗാർഹികതയുടെ ആദർശവല്ക്കരണത്തിന് അസ്ഥിവാരം ചമയ്ക്കുകയും ചെയ്തു.

7. പത്തൊമ്പതാംനൂറ്റാണ്ടിന്റെ ഒടുവിലും ഇരുപതാംനൂറ്റാണ്ടിന്റെ ആദ്യപാദത്തിലും ബ്രിട്ടീഷ് അധികാരികൾ ദേവദാസിനൃത്തവിരുദ്ധപ്രസ്ഥാനത്തിന് പൂർണ്ണപിന്തുണയാണ് നല്കിയിരുന്നത്. 1905 ൽ വെയിത്സ് രാജകുമാരന് സ്വീകരണം നല്കുമ്പോൾ ദേവദാസിനൃത്തം ഉണ്ടാകരുതെന്ന് അധികാരികൾ കർശനനിർദ്ദേശം നല്കി. 'I am entirely in accord with what is known as anti-nautch movement' എന്നാണ് ഉന്നത ബ്രിട്ടീഷ് ഉദ്യോഗസ്ഥനായിരുന്ന തഴ്സ്റ്റൻ ഇതേക്കുറിച്ച് പറയുന്നത് (Cited in Gaston 1996:210).

8. മദ്രാസ് പ്രവിശ്യയിലെ ആദ്യ വനിതാഡോക്ടറായിരുന്നു മുത്തുലക്ഷ്മി റെഡ്ഡി. സ്വാതന്ത്ര്യപൂർവ്വ ഇന്ത്യയിലെ ആദ്യ വനിതാനിയമനിർമ്മാതാവ് എന്ന പദവിയും (മദ്രാസ് ലെജിസ്ലേറ്റീവ് കൗൺസിൽ അംഗം എന്ന നിലയിൽ) അവർക്ക് അവകാശപ്പെട്ടതാണ്. ഗാന്ധിജിയുടെയും പെരിയോർ രാമസ്വാമിനായ്ക്കരുടെ സ്വാഭിമാനപ്രസ്ഥാനത്തിന്റെയും അനുയായി ആയിരുന്ന മുത്തുലക്ഷ്മി റെഡ്ഡി സ്ത്രീകളുടെ ശാരീരിക-സാമൂഹ്യ-ആരോഗ്യ പരിരക്ഷണത്തെ മുൻനിർത്തിയുള്ള നിരവധി നിയമനിർമ്മാണങ്ങൾക്ക് നേതൃത്വം നല്കിയിട്ടുണ്ട്. 1927 ലും 1930 ലും 1947 ലും അവർ നടത്തിയ ഇടപെടലുകൾ വഴിയാണ് ദേവദാസികളായി സ്ത്രീകളെ ക്ഷേത്രങ്ങളിൽ സമർപ്പിക്കുന്ന സമ്പ്രദായം നിരോധിക്കപ്പെട്ടത്. 1927 ൽ മദ്രാസ് മ്യൂസിക് അക്കാദമി സ്ഥാപിതമായ വർഷം തന്നെയാണ് ഡോ. മുത്തുലക്ഷ്മി റെഡ്ഡി മദ്രാസ് നിയമനിർമ്മാണസഭയിൽ ഇതുസംബന്ധിച്ച് പ്രമേയം അവതരിപ്പിച്ചത്. ദേവദാസികളായി സ്ത്രീകളെ ക്ഷേത്രങ്ങളിൽ സമർപ്പിക്കുന്ന ചടങ്ങ് നിരോധിക്കുന്നതിന് ബില്ല് തയ്യാറാക്കാൻ നിർദ്ദേശിക്കുന്ന പ്രമേയമാണ് അന്ന് ഏകകണ്ഠമായി പാസാക്കപ്പെട്ടത്.

9. ഒരുതരത്തിൽ ബ്രിട്ടീഷ് കൊളോണിയലിസം ജന്മംനല്കിയ കുറ്റവാളി ഗോത്രങ്ങൾ (Criminal Tribes) എന്ന ആശയത്തിന് സമാനമാണിത്. അധിനിവേശാധികാരവുമായി ഒരുതരത്തിലുള്ള ഒത്തുതീർപ്പുകൾക്കും വിനിമയങ്ങൾക്കും തയ്യാറാവാതിരുന്ന ഗോത്രവാസികളാണ് അവിടെ ജന്മനാ 'കുറ്റവാളികളാ'യിത്തീർന്നത്. ഇവിടെയാകട്ടെ കൊളോണിയൽ ആധുനികതയുടെ സൗന്ദര്യ-സദാചാര സങ്കല്പവുമായുള്ള വിനിമയങ്ങളുടെ അഭാവമാണ് നർത്തികകളെ 'കുറ്റവാളികളാ'ക്കിത്തീർക്കുന്നത്.

10. പദം, വർണ്ണം മുതലായ ഇനങ്ങളുടെ പ്രയോഗം ദേവദാസികളായ നർത്തകികളെ ആദ്യംമുതല്ക്കേ ഉയർന്ന സംഗീതപരിജ്ഞാനത്തിന്റെ ഉടമകളാക്കിയിരുന്നു. നൃത്തം ചെയ്യുന്നതോടൊപ്പം ഭാവപൂർത്തിക്കായി പദങ്ങൾ ആലപിക്കുന്ന രീതി അവർ പുലർത്തിപ്പോന്നു. ഇതുവഴി ജാവളികൾ, പദ

ങ്ങൾ, വർണ്ണങ്ങൾ തുടങ്ങിയ സംഗീതരൂപങ്ങളുടെ വലിയൊരു ശേഖരം ഒട്ടുമിക്ക പാരമ്പര്യനർത്തകികൾക്കും കൈമുതലായുണ്ടായി. ഇന്ദിരാ മേനോൻ പറയുന്നതുപോലെ ആപത്തിന്റെ കാലത്ത് ഈ പഴയ പ്രയോഗ വൈഭവം അവർക്ക് തുണയായി. നൃത്തവേദിയിൽനിന്നും സംഗീതവേദിയിലേക്ക് പൊടുന്നനെ കളംമാറാൻ ഇതവർക്ക് സഹായകമാവുകയും ചെയ്തു (Menon 1999 : 51-55).

11. പരിഷ്കരണപ്രസ്ഥാനം ദേവദാസി സമൂഹത്തിലെ പുരുഷന്മാരുടെ സ്വത്വധാരണകളെയും അടിമുടി മാറ്റിമറിച്ചു. തമിഴകത്ത് 'ഇശൈവെള്ളാളർ' എന്ന പുതിയ സമുദായസ്വത്വത്തിലേക്കും ആന്ധ്രയിൽ 'സൂരിബാലിജർ' എന്ന സ്വത്വപദവിയിലേക്കും തങ്ങളെത്തന്നെ പരാവർത്തനം ചെയ്തുകൊണ്ടാണ് പരിഷ്കരണപ്രസ്ഥാനങ്ങളുടെ സമ്മർദ്ദങ്ങളെ ദേവദാസിസമൂഹത്തിലെ പുരുഷന്മാർ ഉൾക്കൊണ്ടത്. അങ്ങനെ ആണത്തത്തിന്റെയും സ്ത്രൈണ ലൈംഗികതയ്ക്കുമേലുള്ള ആധിപത്യത്തിന്റെയും പിതൃദായത്തിന്റെ പുനഃസ്ഥാപനത്തിന്റെയും സന്ദർഭമായോ അതിനായുള്ള സംവാദവേദിയായോ പരിഷ്കരണപ്രസ്ഥാനങ്ങൾ മാറിത്തീർന്നു. ദേവദാസികളായ സ്ത്രീകൾ ഒട്ടുമിക്കവാറും ഈ സംവാദങ്ങളിൽനിന്ന് ഒഴിച്ചു നിർത്തപ്പെടുകയും ചെയ്തു (Soneji 2010 : xxii).
12. ദേശീയാധുനികതയും നവോത്ഥാനവും 'സ്ത്രീപ്രശ്ന'ത്തിന് പരിഹാരം നിർദ്ദേശിച്ചത് മാതൃത്വത്തിന്റെയും ഗാർഹികതയുടെയും ആദർശവല്ക്കരണം വഴിയാണ്. ഇത് ഭൂതകാലത്തിന്റെ സവിശേഷമായ പുനഃക്രമീകരണത്തിനും അതുവഴി സവിശേഷമായ പാരമ്പര്യ നിർമ്മിതികൾക്കും വഴിവയ്ക്കുകയും ചെയ്തു. സ്ത്രൈണകാമനകളും രത്യാത്മകതയും ഇതോടെ ഒരു വലിയ പ്രതിബന്ധമായി മനസ്സിലാക്കപ്പെടാൻ തുടങ്ങി. ഇവയെ മറച്ചുവയ്ക്കുന്ന ആഖ്യാനങ്ങൾ സ്ത്രീ ചരിത്രങ്ങളായി പുറത്തുവരികയും ചെയ്തു. വൈദികകാലത്തെ ദാസികളെ മുൻനിർത്തിയുള്ള ഇത്തരം പാരമ്പര്യനിർമ്മാണത്തിന്റെ ചരിത്രം ഉമാചക്രവർത്തി (2006: 3-35) വിശദമായി പരിശോധിച്ചിട്ടുണ്ട്. കേരളീയ നവോത്ഥാനത്തെ മുൻനിർത്തിയുള്ള ചർച്ചയ്ക്ക് ജെ ദേവികയുടെ പഠനം (2010:111-162) കാണുക.
13. വൈദിക-ബ്രാഹ്മണിക പാരമ്പര്യത്തിൽനിന്നും ഭിന്നമായ മറ്റൊരു ഭൂതകാലത്തെക്കുറിച്ചുള്ള ഇത്തരം ധാരണകളെ ഉറപ്പിച്ചെടുക്കാനും അതുവഴി ദേശീയാവബോധത്തിൽ പിളർപ്പുകൾ സൃഷ്ടിക്കാനും അധിനിവേശ ശക്തികൾ ആദ്യംമുതലേ ശ്രമിച്ചിരുന്നതായി സുമിത് സർക്കാർ പറയുന്നു. 1886 ലെ മദ്രാസ് സർവ്വകലാശാലയിലെ ബിരുദദാനചടങ്ങിൽ പ്രസംഗിക്കവേ മദ്രാസ് ഗവർണ്ണർ പറഞ്ഞത് അദ്ദേഹം ഉദ്ധരിക്കുന്നുണ്ട് : "You are a pure Dravidian race. I should like to see the pre-sanskrit element amongst you asserting itself rathermore."(Sarkar 1999: 57-8).
14. "The classical dance styles of contemporary India are the reconstructions of the fragments of antiquity. On one level they have great antiquity which links them with the past, on another they are contemporary and recent.... each time recasting the past, but not the past." (Vatsyayan 1992:2).
15. ഹിന്ദുസ്ഥാനി സംഗീതത്തിന്റെ ആധുനികീകരണപ്രക്രിയ ദേശീയതയുടെ സമ്മർദ്ദംമൂലം അദ്ധ്യാത്മത്തിന്റെ പ്രത്യയശാസ്ത്രത്താൽ പൂരിതമായിത്തീർ

ന്നതിന്റെ ചരിത്രം ജാനകി ബാഖ്‌ലെ വിവരിക്കുന്നുണ്ട്. വിഷ്ണു ദിഗംബർ പലുസ്കർ, വിഷ്ണുനാരായൺ ഭട്ഖാണ്ഡെ എന്നിവർ നേതൃത്വം നല്കിയ ഹിന്ദുസ്ഥാനി സംഗീതത്തിന്റെ ആധുനികീകരണം ഇന്ത്യൻ ദേശീയ തയുടെ മതാത്മക ധ്വനികൾക്ക് കീഴ്പ്പെട്ട് പലുസ്കറിന്റെ അദ്ധ്യാത്മ പ്രത്യയശാസ്ത്രത്തെ സ്വാംശീകരിക്കുകയായിരുന്നുവെന്ന് അവർ വ്യക്ത മാക്കുന്നു (Bakhle 2005:3-19). ബാലസരസ്വതിയുടെ നാട്യപ്രകാരത്തേക്കാൾ കവിഞ്ഞ ദേശീയമാനം രുഗ്മിണീദേവിയുടെ അവതരണക്രമത്തിന് കൈവന്നതും, ഡി കെ പട്ടാംബാളിന്റെ സംഗീതത്തേക്കാൾ എം എസ് സുബ്ബലക്ഷ്മിയുടെ സംഗീതം മഹത്വവല്ക്കരിക്കപ്പെട്ടതും ഇതിന്റെ തുടർച്ചയിൽ മനസ്സിലാക്കാവുന്ന കാര്യമാണ്.

16. സവർണ്ണവും സ്ത്രൈണവുമായി നിർണ്ണയിക്കപ്പെട്ട രാഷ്ട്രചൈതന്യത്തെ യാണ് ആധുനികദേശരാഷ്ട്രം അതിന്റെ കലാപാരമ്പര്യമായി വീണ്ടെ ടുക്കാൻ ശ്രമിച്ചത്. ഇത് മുഖ്യമായും അരങ്ങേറിയത് ഉന്നതകുലജാതരായ സ്ത്രീകളുടെ ശരീരത്തിലും ശാരീരത്തിലും ക്ലാസിക്കൽ നൃത്ത-സംഗീത പാരമ്പര്യങ്ങൾ ആലേഖനം ചെയ്തുകൊണ്ടാണ്. ബ്രാഹ്മണസ്ത്രീകൾ നൃത്തം പഠിക്കുവാൻ മുന്നിട്ടിറങ്ങണമെന്ന് ഇ കൃഷ്ണയ്യർ ആവശ്യപ്പെട്ട തിന്റെ പ്രകരണവും ഇതാണ് (Soneji 2010 : xxiv).

17. ദേശീയതയുടെ വ്യവഹാരമണ്ഡലത്തിലരങ്ങേറിയ പാരമ്പര്യനിർമ്മാണ ത്തിന്റെ മികച്ച മാതൃകകളിലൊന്നായി കഥക്കിന്റെ ക്ലാസിക്‌വല്ക്കരണ ത്തെ കാണാം. ഉത്തര-പൂർവ്വ ഭാരതത്തിലെ വൈഷ്ണവസമൂഹങ്ങളിലും ജയ്പൂർ, ലഖ്നൗ, ബനാറസ്, മുഗൾകൊട്ടാരങ്ങളിലും വേരോടിപ്പടർന്ന ഈ നൃത്തരൂപം ക്ലാസിക് പദവി കൈവരിച്ചതോടെ മുസ്ലീംപൂർവ്വ ഇന്ത്യ യിലെ ഹൈന്ദവക്ഷേത്രങ്ങളിൽനിന്ന് പിറവിയെടുത്ത ഒന്നായി വിശദീകരി ക്കപ്പെടാൻ തുടങ്ങി. ഏകാത്മകവും ഹൈന്ദവവുമായ നൃത്തപാരമ്പര്യമായി കഥക് ക്ലാസിക് രൂപമാർജ്ജിച്ചു. അതോടൊപ്പം കഥക്കിനും വ്രജപാരമ്പര്യ ത്തിലെ രാസലീലയ്ക്കും തമ്മിൽ ഗാഢമായ ബന്ധം ആരോപിക്കപ്പെടു കയും ചെയ്തു (Kothari 1988: 17).

18. കൊളോണിയൽ ആധുനികതയുടെ വ്യവഹാരമണ്ഡലം ഇന്ത്യൻ ദേശീയ തയ്ക്ക് സവിശേഷമായ ഒരു ആദ്ധ്യാത്മികമൂല്യം പ്രദാനം ചെയ്തിരുന്നു. സ്വാധികാരത്തിന്റേയും സ്വയംപര്യാപ്തതയുടേതുമായ ഈ ആന്തരിക മണ്ഡലം അധിനിവേശത്താൽ കളങ്കപ്പെടാത്തതും ഇടമുറിയാത്തതുമായ ഒന്നായാണ് വിലയിരുത്തപ്പെട്ടത്. ക്ലാസിക്കൽ കലകളും സാഹിത്യവും ഈ ആന്തരലോകത്തിന്റെ ആവിഷ്കാരപ്രകാരങ്ങളായും വിശദീകരിക്ക പ്പെട്ടു (Chatterjee 1996: 12). അങ്ങനെ ക്ലാസിക്കൽ കലാപാരമ്പര്യ ത്തിന്റെ വീണ്ടെടുപ്പ് അദ്ധ്യാത്മത്തിൽ അടിയുറച്ച ദേശീയപാരമ്പര്യത്തിന്റെ തന്നെ വീണ്ടെടുപ്പായിത്തീർന്നു.

19. സദിരിന്റേയും മറ്റും അകമ്പടിയായി ഉപയോഗിക്കപ്പെട്ടിരുന്ന വാദ്യവൃന്ദവും ഒപ്പം ആ നൃത്തരൂപവുമാണ് ചിന്നമേളം. മൃദംഗം, താളം, മുഖവീണ എന്നി വയാണ് ഇതിനുപയോഗിക്കപ്പെട്ടിരുന്ന വാദ്യോപകരണങ്ങൾ. പില്ക്കാ ലത്ത് ക്ലാരനറ്റും ഇവയോടൊപ്പം ഉൾപ്പെട്ടുതുടങ്ങി. ഉത്സവാഘോഷ ങ്ങളുടെ ഭാഗമായും അല്ലാതെയും നടക്കുന്ന ഘോഷയാത്രകളിൽ ഉപയോ ഗിക്കപ്പെട്ട വാദ്യവൃന്ദമാണ് പെരിയമേളം എന്നറിയപ്പെടുന്നത്. നാഗസ്വരം, തകിൽ, താളം, ഒട്ടുവാദ്യം എന്നിവയാണ് ഇതിലുപയോഗിക്കപ്പെട്ടിരുന്ന

വാദ്യങ്ങൾ.

20. മീനാക്ഷി സുന്ദരംപിള്ളയിൽനിന്നു തന്നെ നൃത്തം അഭ്യസിച്ച ഇ കൃഷ്ണയ്യർ ഭരതനാട്യത്തിന്റെ ഒരു മാതൃകാപാഠത്തിന് രൂപംനല്കുകയും അതിന്റെ സോദാഹാരണപ്രഭാഷണങ്ങൾ (lecture demonstrations) മദ്രാസ് ഉൾപ്പെടെയുള്ള നഗരങ്ങളിൽ നടത്തുകയും ചെയ്തിരുന്നു (O'shea 2010:298).

21. "ചതുർവ്വിധാ പ്രവൃത്തിസ്തു
പ്രോക്താ നാട്യപ്രയോക്തൃഭിഃ
ആവന്തീ ദാക്ഷിണാത്യ ച
പാഞ്ചാലീ ചൌഡ്രമാഗധീ"
(*നാട്യശാസ്ത്രം* 14 : 33)

(നാട്യവൃത്തിയെ ആവന്തി, ദാക്ഷിണാത്യം, പാഞ്ചാലി, ഔഡ്രമാഗധി എന്നിങ്ങനെ ദേശഭേദം മുൻനിർത്തി നാലായി തിരിക്കുന്നു *നാട്യശാസ്ത്രം.* ദാക്ഷിണാത്യർക്ക് നൃത്തം, സംഗീതം, വാദ്യം ഇവ അധികമുണ്ടാകുമെന്നും അംഗാഭിനയം ലളിതവും മധുരവുമായിരിക്കുമെന്നും നിർദ്ദേശിക്കുന്നു).

22. സാമ്രാജ്യത്വ ചരിത്രവിജ്ഞാനീയം (Imperialist hsitoriography) ജന്മം നല്കിയ മുസ്ലീം ഇന്ത്യ, ഇസ്ലാമിക അധിനിവേശം തുടങ്ങിയ ആശയങ്ങൾ ദേശീയാവബോധത്തിൽ എത്രത്തോളം ആഴത്തിൽ ഇടംപിടിച്ചു എന്ന തിന്റെ ഉദാഹരണമാണ് ഇത്തരം വിശദീകരണങ്ങൾ. ഇ കൃഷ്ണയ്യരുടെ വിവരണം മുതൽ ഇന്റർനെറ്റിലെ സ്വതന്ത്ര വിവരശേഖരമായ വിക്കി പീഡിയ ഭരതനാട്യത്തെക്കുറിച്ച് നല്കുന്നവിവരണത്തിൽ വരെ ഇത് തുടരു ന്നു. ഒരുഭാഗത്ത് ദാക്ഷിണാത്യം എന്ന് *നാട്യശാസ്ത്രം* വിവരിക്കുന്ന നൃത്ത രൂപത്തിൽ ഭരതനാട്യത്തിന്റെ വേരുകൾ കണ്ടെത്താൻ ശ്രമം നടക്കുമ്പോൾ തന്നെയാണ് മറുഭാഗത്ത് അഖിലഭാരതീയമായ നൃത്തരൂപം ആദികാലം മുതലേ ഇവിടെനിലനിന്നിരുന്നുവെന്നും വിദേശ ആക്രമണം അതിനെ ഇല്ലാതാക്കുകയാണ് ചെയ്തത് എന്നും വാദിക്കപ്പെടുന്നത്. എല്ലാ വർത്ത മാന പരാധീനതകൾക്കും കാരണമായി ഇസ്ലാമിനെയും മുസ്ലീമിനെയും പ്രതിഷ്ഠിക്കുക എന്ന യുക്തി ദേശീയാധുനികതയുടെ അബോധമായി തുടരുന്നതിന്റെ അടയാളമാണിത്.

23. "Bharatanatya was still in the hands of exponents of old professional class with all its possible and lurking dangers pointed out by social reformers. The efforts of the present writer were turned towards steadility taking it out of their hands and introducing it among cultured family women of respectable class" (Krishna Iyer cited in Soneji 2010 : xxiv).

24. ഭരതമുനിയുടെ *നാട്യശാസ്ത്ര*ത്തെയും അഭിനവഗുപ്തൻ അതിന് പതി നൊന്നാം നൂറ്റാണ്ടിൽ ചമച്ച വ്യാഖ്യാനത്തേയും ഭരതനാട്യത്തിന്റെ സാങ്കേ തികസ്വരൂപത്തിൽ ഉൾച്ചേർത്തുകൊണ്ടാണ് ഇരുപതാം ശതകത്തിന്റെ തുടക്കത്തിൽ സദിരിന്റെ 'അധഃപതനത്തെ' മറികടക്കാൻ പരിഷ്കർത്താ ക്കൾ ശ്രമിച്ചത് (Chakravorthy 1998 : 107).

25. 'നർത്തകി' (Dancing Girl) എന്നപേരിൽ അറിയപ്പെടുന്ന ഹരപ്പൻ ശില്പം യഥാർത്ഥത്തിൽ ഏതെങ്കിലുമൊരു നൃത്തനിലയെ (posture) പ്രതിനിധാ നം ചെയ്യുന്നതാണോ എന്ന കാര്യം വളരെയേറെ സംശയകരമാണ്. മോ

ഹൻ ജൊദാരോയിൽനിന്ന് ലഭിച്ച നഗ്നയായ ഒരു പെൺകുട്ടിയുടെ ശില്പമാണ് Dancing Girl എന്ന് അറിയപ്പെടുന്നത്. വസ്തുതാപരമായ വിവരണം എന്നതിലുപരി ആലങ്കാരിക നാമകരണം എന്ന നിലയിലേ അതിനെ പരിഗണിക്കേണ്ടൂ. ഷെറീൻ രത്നാകരെപ്പോലുള്ള പുരാവിജ്ഞാനീയ വിദഗ്ദ്ധർ കൂടുതൽ വിപുലമായ ഒരു ശില്പവ്യൂഹത്തിന്റെ ഭാഗമായിരിക്കണം ഇത് എന്ന് കരുതുന്നുണ്ട്. സമാനരൂപമുള്ള മറ്റൊരു ശില്പത്തിന് വിരൂപയായ സഹോദരി (Ugly Sister) എന്നാണ് അവർ പേരിട്ടിരിക്കുന്നത് എന്നതും ഇവിടെ ഓർമ്മിക്കേണ്ടതാണ് (Ratnagar 2002:81-84).

26. നൃത്തസ്ഥാനങ്ങളെ ശില്പരൂപങ്ങളിലാവിഷ്കരിക്കുന്ന ക്ഷേത്രങ്ങൾ ഇന്ത്യയിലുടനീളമുണ്ട്. എങ്കിലും തഞ്ചാവൂരിലും ചിദംബരത്തും ഈ സമ്പ്രദായം പരമകാഷ്ഠയിലെത്തുന്നു എന്നുപറയാം. *നാട്യശാസ്ത്രം* നാലാം അദ്ധ്യായത്തിൽ പ്രതിപാദിക്കുന്ന ഉകരണങ്ങൾ മുഴുവൻ ഇവിടെ ശില്പരൂപത്തിൽ ആവിഷ്കരിക്കപ്പെട്ടിരിക്കുന്നു.

27. സദിരിൽനിന്നും ഭരതനാട്യത്തിലേക്കുള്ള പരിവർത്തനത്തെക്കുറിക്കുന്നതിന് പുനരുജ്ജീവനം (revival) എന്ന പദമാണ് സാധാരണയായി ഉപയോഗിച്ചുവരുന്നത്. എന്നാൽ ഇത് തികച്ചും അപര്യാപ്തമായ ഒരു വിവരണമാണെന്ന് പല നൃത്തകലാനിരൂപകരും ചൂണ്ടിക്കാട്ടിയിട്ടുണ്ട്. പുനരുജ്ജീവനത്തിനപ്പുറം അത് നടനക്രമത്തെയും സാഹിത്യ-ഗാനശേഖരത്തെയും ആകമാനം പുതുക്കിപ്പണിത പുനർനിർമ്മാണവും (re-construction) ഭരതനാട്യം എന്ന പുനർനാമകരണവും (re-naming) പാരമ്പര്യഘടകങ്ങളെ പുതുതായി വിന്യസിക്കുന്ന പുനഃസ്ഥാപനവും (re-storation) കൊട്ടാര-ക്ഷേത്രവേദിയിൽനിന്ന് ആധുനികരംഗവേദിയിലേക്കുള്ള പുനർസ്ഥാനനിർണ്ണയനവും (re-situation) പാരമ്പര്യസമൂഹങ്ങൾക്കുപകരം പുതിയ വിഭാഗങ്ങളെ പ്രതിഷ്ഠിക്കുന്ന പുനരാവാസവും (re-population) എല്ലാം ഉൾപ്പെട്ട അതിവിപുലമായ ഒരു സങ്കീർണ്ണ പ്രക്രിയയായിരുന്നുവെന്ന് മാത്യു അലൻ പറയുന്നു (Allen 2010:206).

28. "ആത്മാനുഭൂതശംസീ
പരസംശ്രയവർണ്ണനാവിശേഷസ്തു
വിവിധാശ്രയോ ഹി ഭാണോ
വിജ്ഞേയസ്ത്വേകഹാര്യശ്ച"
(*നാട്യശാസ്ത്രം* 20:95)

എല്ലാവരുടെ ഭാഗവും ഒരാൾതന്നെ അഭിനയിക്കുന്നതിനെയാണ് ഏകഹാര്യം എന്ന് *നാട്യശാസ്ത്രം* വിവക്ഷിക്കുന്നത്.

29. *അഭിനയദർപ്പണ*ത്തിൽ മണ്ഡലഭേദങ്ങളെക്കുറിച്ച് പറയുന്നതാണ് അർദ്ധമണ്ഡലത്തെക്കുറിച്ചുള്ള ആദ്യത്തെ പ്രാമാണിക പരാമർശമായി കരുതിപ്പോരുന്നത്. ഇന്ത്യൻ നൃത്തപാരമ്പര്യങ്ങൾക്കെല്ലാം ബാധകമായ അടിസ്ഥാനനിലയായി ഇത് പരിഗണിക്കപ്പെടുന്നു. അരമണ്ഡലം എന്നും ഉക്കരമണ്ഡലി എന്നുമെല്ലാം പരാമർശിക്കപ്പെട്ടുപോന്ന ഈ നില കപിലാവാത്സ്യായന്റെയും മറ്റും പില്ക്കാല വിശദീകരണങ്ങളിൽ സാർവ്വലൗകിക നൃത്തഭാഷയുടെ ആധാരമാകാൻപോന്ന മട്ടിൽ ജ്യാമതീയ സംജ്ഞാവലികളിലേക്ക് പരാവർത്തനം ചെയ്യപ്പെടുന്നുണ്ട്:
"(In) the *arthamandali* position, the feet are sideways and kness also

bend sideways..... The entire movement pattern is built from the first movement in which the feet are turned sideways, the knees are bent and the arms either extended out or placed firmly on the waist. In terms of geometrical design the dancer is trying to achieve a series of triangles. The line joining the two shoulders may be conceived as the base of one triangle and the waist as the imaginery apex of the inverted triangle. From this apex a second triangle is conceived with the thighs as the two sides and the line joining the two knees as the base of this triangle. The third triangle is formed by the space covered by the two calves and the line joining two knees. The arms reinforce this by forming other triangles on either side - the extended arm forming one side of the triangle and the line joiningh the hand to the knee suggesting the second side" (1992:25)
അർദ്ധമണ്ഡലിക്ക് പടിഞ്ഞാറൻ ക്ലാസിക്കൽ ബാലെയിലെ demiplie നോട് സമാനത കല്പിച്ചുകൊണ്ട് കപിലാവാത്സ്യായനൻ ഈ നിലയെ സാർവ്വ ലൗകിക നൃത്തഭാഷയുടെ അടിസ്ഥാനമായും വിഭാവനം ചെയ്യുന്നുണ്ട് (1992:26).

30. "It is true that the solo dance was only one of the many classical forms prevalent in South India; it is also true that the solo dance was at best a part of the *Bhagavatamela Natakams* of the region. How ever it would not be incorrect to say that the *ekaharya laysa* of the *Natyasastra* was a distinct form and the solo Bharathanatyam is a direct descendant of this form. Whether the dancer was the devadasi of the temple or the court dancer of the maratha kings of Tanjore, her techinic followed strictly the patterns which has been used for ages. The only difference between the temple dancers and the court dancers seems to have one of attitude" (Vatsyayan 1992: 22-3).

31. 1866 നും 1888 നും ഇടയ്ക്കുള്ള, രണ്ട് പതിറ്റാണ്ടിലധികം വരുന്ന കാലയളവിനിടയിൽ ഫ്രാൻസ്, ഇംഗ്ലണ്ട്, ജർമ്മനി എന്നിവിടങ്ങളിലെ പൗരസ്ത്യ വിജ്ഞാനികളായ പണ്ഡിതന്മാരാണ് *നാട്യശാസ്ത്ര*ത്തിന്റെ ശകലങ്ങൾ പലയിടങ്ങളിൽ നിന്നായി കണ്ടെത്തിത്തുടങ്ങിയത്. 1894 ൽ പണ്ഡിറ്റ് കാശിനാഥ പാണ്ഡുരംഗ പൂരബ്, പണ്ഡിറ്റ് ശിവദത്ത എന്നിവർ ചേർന്ന് *നാട്യശാസ്ത്ര*ത്തിന്റെ വർത്തമാനപാഠം പ്രസിദ്ധീകരിച്ചു. ഇതിനു പിന്നാലെ ഇന്ത്യയിലെ നൃത്താവിഷ്കാരങ്ങളെയെല്ലാം *നാട്യശാസ്ത്ര*വുമായി കണ്ണി ചേർക്കുന്നതിനും അഖിലഭാരതീയമായ ഒരു നാട്യപ്രയോഗത്തിന്റെ ചരിത്രം നിർമ്മിച്ചെടുക്കുന്നതിനുമുള്ള ശ്രമങ്ങൾ വൻതോതിൽ അരങ്ങേറി. ദേശീയതയുടെ വിപുല വ്യവഹാരങ്ങളിലേക്ക് പ്രാദേശികാവിഷ്കാരങ്ങളെ സ്വാംശീകരിക്കാൻ പോന്ന പാഠരൂപം എന്ന നിലയിൽ *നാട്യശാസ്ത്രം* ദേശീയപാരമ്പര്യത്തിന്റെ മാതൃകാപാഠമായിത്തീരുകയും ചെയ്തു.

32. ഭരതനാട്യക്കച്ചേരിയുടെ ഭാഗമായ ശബ്ദം (അലാരിപ്പ്, ജതിസ്വരം, ശബ്ദം, വർണ്ണം, പദം, തില്ലാന, ശ്ലോകം എന്നിങ്ങനെ ഏഴ് ഘടകങ്ങളാണ് ഇപ്പോൾ ഭരതനാട്യത്തിന്റെ അവതരണക്രമത്തിലുള്ളത്) പ്രാഥമികമായും ദേവവർണ്ണനയാണ്. ഇത് കൂടുതൽ രതിഭാവമാർജ്ജിച്ച് രാജ/പ്രഭുവർണ്ണനയായും

മാറാം. ഇത്തരത്തിൽ മനുഷ്യപ്രകീർത്തനമായി മാറാൻ കഴിയുന്നതുകൊണ്ട് മുസ്ലിം കൊട്ടാരങ്ങളിൽ ഇടം കിട്ടിയ ഇനമായി ഇത് മാറിത്തീർന്നു. ഈ ഇടം പിന്നീട് ഇതിന്റെ സംഗീതപ്രയോഗത്തിന് വഴിതുറന്നതായും സൂചിപ്പിക്കപ്പെടുന്നു (Lynton 1995:10).

33. ജാവളികളുടെ സംഗീതശില്പത്തിന്റെ ഉല്പത്തിയെക്കുറിച്ച് പ്രബലമായ രണ്ട് ആഖ്യാനങ്ങൾ നിലവിലുണ്ട്. ആദ്യത്തേത് അനുസരിച്ച് പത്തൊമ്പതാം ശതകത്തിൽ മൈസൂർ കൊട്ടാരത്തിലാണ് ഇതിന്റെ പിറവി. മൈസൂർ രാജാക്കന്മാരായിരുന്ന കൃഷ്ണരാജ-ചാമരാജ വൊഡയാർമാരുടെ പരിരക്ഷണത്തിനു കീഴിൽ തഞ്ചാവൂർ നാൽവരിലൊരാളായ ചിന്നയ്യയാണ് ഈ ഗാനങ്ങൾ ചിട്ടപ്പെടുത്തിയതത്രേ. മറ്റൊരു വിശദീകരണമുള്ളത് സ്വാതിതിരുനാളിന്റെ കാലത്ത് തിരുവിതാംകൂർ കൊട്ടാരത്തിൽ ചിന്നയ്യയുടെ ഇളയസഹോദരനായ വടിവേലുവാണ് ജാവളികൾ ചിട്ടപ്പെടുത്തിയത് എന്നാണ്. മൈസൂർ കൊട്ടാരത്തിലെ രണ്ട് ഹസ്തലിഖിതങ്ങളെ മുൻനിർത്തി, ആദ്യത്തേതാണ് കൂടുതൽ വിശ്വസനീയം എന്ന് നൃത്തചരിത്രപഠിതാക്കൾ കരുതുന്നുണ്ട് (Soneji 2910 b : 89).

34. ഡോ. മുത്തുലക്ഷ്മി റെഡ്ഡിയുടെ പിതാവ് ഒരു ബ്രാഹ്മണനും മാതാവ് ദേവദാസിവിഭാഗത്തിൽപ്പെട്ടവരും ആയിരുന്നു എന്നാണ് ഭരതനാട്യ ഗവേഷകനായ അമൃത് ശ്രീനിവാസൻ പറയുന്നത്. എന്നാൽ മുത്തുലക്ഷ്മി റെഡ്ഡിയുടെ ജീവചരിത്രകാരനായ ജെ നരസിംഹൻ അവരുടെ മാതാവ് ബ്രാഹ്മണസ്ത്രീ ആയിരുന്നു എന്ന് വ്യക്തമാക്കുന്നുണ്ട്.

35. റഷ്യൻ ബാലെനർത്തകിയായ അന്നാ പാവ്ലോവയുടെ (1881-1931) ലോകപര്യടനം ബാലെയുടെ ആധുനികീകരണത്തിലും പുനരുജ്ജീവനത്തിലും നിർണ്ണായക പങ്കാണ് വഹിച്ചത്. മിഷേൽ ഫോകിൻ (Michel Fokin) സംവിധാനം നിർവ്വഹിച്ച *Dying Swan* പോലുള്ള ഏകാംഗനൃത്തങ്ങൾ ആധുനികമായ ലാവണ്യാത്മകതയിലേക്കുള്ള ബാലെയുടെ കടന്നുവരവായി പരിഗണിക്കപ്പെടുന്നുണ്ട്. നൃത്തത്തിന്റെ അക്കാദമികനിയമങ്ങളെ കാര്യമായി പരിഗണിക്കാതിരിക്കുകയും അനന്യസാധാരണമായ നൃത്തപാടവം പ്രകടിപ്പിക്കുകയയും ചെയ്തു അവർ. ഒരർത്ഥത്തിൽ ആധുനികമായ വ്യക്തിഗതാനുഭൂതിയെ ക്ലാസിക്കൽ ബാലെയിലേക്ക് ആനയിക്കുകയായിരുന്നു അന്നാ പാവ്ലോവ. 1928 ൽ അന്നാ പാവ്ലോവയെ പരിചയപ്പെട്ട രുഗ്മിണീദേവി ലണ്ടനിൽവച്ച് ക്ലിയോനോർദി (Cleo Nordi) യുടെ കീഴിലും റഷ്യൻ ബാലെ അഭ്യസിച്ചു. പിന്നീട് 1934-35 ൽ തഞ്ചാവൂർ നാൽവരിൽ പ്രധാനിയായ ചിന്നയ്യയുടെ പിൻതലമുറക്കാരനായ പന്തനല്ലൂർ മീനാക്ഷിസുന്ദരംപിള്ളയിൽനിന്ന് ഭരതനാട്യത്തിലും അവർ പരിശീലനം നേടി (Soneji 2010 : xxix).

36. പ്രാചീനഗ്രീസിന്റെ നൃത്തസംസ്കാരത്തിന്റെ പുനഃസൃഷ്ടിയായിരുന്നു ഇസഡോറ ഡങ്കന്റെ (1877-1927) ആദർശവും സ്വപ്നവും. നൃത്തം ആത്മാവിന്റെ അനുഭൂതികളുടെ പ്രകാശനമായിരിക്കണം എന്ന് കരുതിയിരുന്ന അവർ പടിഞ്ഞാറൻ ബാലെയെ ആത്മീയമായി ശൂന്യമായ അഭ്യാസപ്രകടനമായാണ് കണ്ടത്. പ്രകൃതിയുടെ താളത്തെ ഉടലിലൂടെ പ്രകാശിപ്പിക്കുന്ന നൈസർഗ്ഗിക നൃത്തമായി അവർ തന്റെ നൃത്തപ്രയോഗത്തെ വികസിപ്പിച്ചെടുത്തു. ഒരർത്ഥത്തിൽ പടിഞ്ഞാറൻ നൃത്തത്തിന്റെ ക്ലാസിക്കൽ പ്രമാണഭദ്രതയ്ക്കെതിരെ, വൈയക്തികാനുഭൂതിയുടെ കാല്പനികവേഗങ്ങളെ

പ്രതിഷ്ഠിക്കാനാണ് ഇസഡോറ ഡങ്കൻ ശ്രമിച്ചത്. തന്റെ നൃത്താവിഷ്കാരങ്ങളിൽ ഇത് വിജയകരമായി നിറവേറ്റാൻ അവർക്ക് കഴിഞ്ഞുവെങ്കിലും, ഒരു നൃത്തവിദ്യാലയം സ്ഥാപിച്ച് ഈ രീതിക്ക് തുടർച്ചയും ശാശ്വതത്വവും നല്കാനുള്ള ശ്രമങ്ങൾ പരാജയപ്പെടുകയാണുണ്ടായത്.

37. 1924 ൽ തിയോസഫിക്കൽ സൊസൈറ്റിയും ആനിബസന്റും ചേർന്ന് 'ലോകമാതാവ്' (World Mother) എന്ന പദവി ചാർത്തിക്കൊടുത്തതിനെത്തുടർന്നാണ് രുഗ്മിണീ അരുണ്ഡേൽ 'ദേവി' എന്ന് പേരിനോടൊപ്പം സ്ഥിരമായി ഉപയോഗിച്ചുതുടങ്ങിയത്.

38. ഭരതനാട്യം എന്നപേരിന്റെ പിതൃത്വം വി രാഘവനിൽ ആരോപിക്കപ്പെടാറുണ്ടെങ്കിലും ഈ നാമകരണത്തിന്റെ ചരിത്രം വിഷമം പിടിച്ച ഒരു പ്രശ്നമാണ്. പുരന്ദരദാസന്റെ കീർത്തനങ്ങളിലൊന്നിൽ ദക്ഷിണേന്ത്യൻ നൃത്തത്തെ ഭരതനാട്യം എന്ന് പരാമർശിക്കുന്നതിനെ മുൻനിർത്തി പതിനഞ്ചാംശതകം മുതൽക്കേ ഭരതനാട്യം നിലനില്ക്കുന്നതായി വാദിക്കപ്പെടുന്നുണ്ട്. പിന്നീട് ഘനം കൃഷ്ണയ്യരുടെയും സുബ്രഹ്മണ്യഭാരതിയുടെയും രചനകളിലും ഈ പദം ഇടം നേടിയിട്ടുണ്ട്. വി രാഘവനല്ല ഇ കൃഷ്ണയ്യരാണ് ഭരതനാട്യം എന്ന പേര് പുതിയ നൃത്തപാഠത്തിന് നല്കിയതെന്നും വാദമുണ്ട്. ഏതായാലും 1930 കളിൽ പഴയ സദിരാട്ടത്തിന്റെ പരിഷ്കൃതരൂപം ഭരതനാട്യം എന്ന് വിളിക്കപ്പെട്ടുതുടങ്ങി എന്നത് തർക്കരഹിതമാണ്. എന്നാൽ ഈ വാദങ്ങളെയെല്ലാം ചോദ്യംചെയ്യുന്ന തെളിവുകളും ഇപ്പോൾ പുറത്തുവന്നിട്ടുണ്ട്. 1805 ൽ രാഘവയ്യാചാരി പ്രസിദ്ധീകരിച്ച ഒരു ലേഖനത്തിൽ ഈ പേര് കാണാം. പത്തൊമ്പതാം ശതകത്തിന്റെ പ്രാരംഭദശയിൽ ഭരതനാട്യത്തിന്റെ അവതരണക്രമം എന്തായിരുന്നു എന്നതിനെക്കുറിച്ച് രാഘവയ്യാചാരിയുടെ ലേഖനം (A short account of the Dancing Girls, treating concisely on the general principles of Dancing and Singing, with translations of two Hindo Songs' (Soneji (ed.) 2010: 3-12).) സൂചന നല്കുന്നുണ്ട്. 'മേളപ്രാപ്തി' (താളപ്രധാനമായ ആമുഖം) 'തോടയമംഗളം' (രാമനെ പ്രകീർത്തിക്കുന്ന 'ജയ ജാനകിരാമ' എന്ന സ്തുതി), തഞ്ചാവൂരിലെ രാജാവായ പാർത്ഥിപസിംഹനെ സ്തുതിക്കുന്ന 'സലാം ദരുവു' (Hymn of Salam) എന്നീ ആമുഖഭാഗങ്ങൾക്ക് പിന്നാലെയാണ് അഭിനയപ്രധാനമായ'പദം', 'വർണ്ണം', 'കീർത്തനം' എന്നിവ വരുന്നത്. ആന്ധ്രയുടെ തീരദേശത്തെ ചില സമുദായങ്ങൾ നൃത്താവതരണത്തിന് ഈ ക്രമം ഇപ്പോഴും പിന്തുടരുന്നതായി ദവേഷ് സൊനേജിയുടെ പഠനത്തിൽ പറയുന്നുണ്ട്. (Soneji 2008 : 238-312).

39. ഇ കൃഷ്ണയ്യരുടെ ശ്രമഫലമായി 1931 മാർച്ച് 15-നാണ് പി കെ ജീവരത്നം, പി കെ രാജലക്ഷ്മി എന്നിവർ ചേർന്ന് മദ്രാസ് മ്യൂസിക്ക് അക്കാദമിയിൽ ഭരതനാട്യം ആദ്യമായി അവതരിപ്പിച്ചത്. ഇതേത്തുടർന്നുണ്ടായ അവതരണങ്ങളിലൊന്നാണ് രുഗ്മിണീദേവി കണ്ടത്. പി കെ രാജരത്നം, എം ഡി ഗൗരി എന്നിവരായിരുന്നു അന്ന് അരങ്ങിൽ.

40. ആധികാരികമായ ഭാരതീയ ഭൂതകാലത്തിന്റെ കണ്ടെത്തലിന് സമാനമായ സംഭവം തന്നെയാണ് ആധികാരികമായ നാട്യപാരമ്പര്യത്തിന്റെയും നൃത്തരൂപത്തിന്റെയും കണ്ടെത്തലുകളും (Chakravorthy 1998: 109).

41. രുഗ്മിണിദേവി രൂപകല്പനചെയ്ത വസ്ത്രമാണ് ഇപ്പോഴും ചെറിയ ഭേദഗ

തികളോടെ ഭരതനാട്യത്തിന് ഉപയോഗിച്ചുവരുന്നത്. (Soneji 2010 : xxx).

42. ഭരതനാട്യത്തെ 'ശാസ്ത്രീയമായ' രംഗകലയാക്കി വികസിപ്പിച്ചെടുക്കുക യെന്നത് അതിന്റെ നവീകരണ സംരംഭങ്ങളുടെ താല്പര്യങ്ങളിലൊന്നായിരുന്നു. ഇതിന്റെ ഭാഗമായി ബാലെകൾക്ക് ഉപയോഗപ്പെടുത്തിവന്ന ലേഖനസമ്പ്രദായം (labo notation) സ്വീകരിച്ച് ഭരതനാട്യം ചിട്ടപ്പെടുത്താൻ ഇരുപതാം ശതകത്തിന്റെ പകുതിയോടെ ശ്രമം നടന്നു. പിന്നീട് പ്രശസ്ത നർത്തകിയായ പത്മാസുബ്രഹ്മണ്യം ഭരതനാട്യത്തിന് തനതായ ഒരു ലേഖനസമ്പ്രദായം രൂപപ്പെടുത്തുവാനുള്ള ശ്രമം നടത്തുകയും ചെയ്തു (Lynton 1995: 9).

43. ഈ പരിശ്രമത്തിന്റെ ഭാഗമായി തങ്ങൾ കൈക്കൊണ്ട രീതികളെക്കുറിച്ച് അവരുടെ സംഘാംഗമായ എസ് ശാരദ പറയുന്നു : "Three verses in praise of Nritya Ganapathi, Natarajan and Ambal were usually recited by a few of us from behind the curtains, before Rukmini Devi's performances were started. At times Rukmini Devi also joined in the recitation. This paved the way for sanctifying atmosphere while the dancer created later." (cited in Lynton 1995:25).

44. "People have Nataraja on the stage because I started it. People copy what I do. Dance is a form of worship. Why not have Nataraja? I am a person with devotion and a religious person. It is not just there as a decoration." - Rukmini Devi Arundale (cited in Gaston 2010 : 279).

45. ഭരതനാട്യം ഇന്ത്യൻ സമൂഹത്തിൽ കൈവരിച്ച ഇടം പാശ്ചാത്യനാടുകളിൽ ബാലേക്ക് കൈവന്ന പദവിക്ക് സമാനമാണെന്ന് ചില നൃത്തചരിത്ര പഠിതാക്കൾ പറയുന്നുണ്ട്. രണ്ടും മറ്റൊരു കാലത്തിന്റെ അവശിഷ്ട രൂപങ്ങളിൽ നിന്ന് കണ്ടെടുക്കപ്പെട്ട 'ക്ലാസിക്'രൂപങ്ങളാണ്; നാടോടിക്കലകളിൽ നിന്നും വ്യത്യസ്തമായി രണ്ടിനെയും വിലയിരുത്തുന്നതിന് സുനിശ്ചിത മാനദണ്ഡങ്ങൾ ഉണ്ട്; രണ്ടിന്റെയും ആസ്വാദനത്തിന് സാങ്കേതികപരിജ്ഞാനം ആവശ്യമാണ്; സമൂഹത്തിലെ അഭിജാത-കുലീന വിഭാഗങ്ങളുടെ രക്ഷാകർതൃത്വത്തിന് കീഴിലാണ് ഇരുരൂപങ്ങളും നിലനിന്നത്; രണ്ടും കച്ചേരിവേദികളിലാണ് (concert stage) അരങ്ങേറിപ്പോന്നത്; രണ്ടിടത്തും നർത്തകികൾക്ക് പ്രതിഫലം ലഭിക്കുന്നുണ്ട്; ദീർഘമായ പരിശീലനത്തിന് ശേഷമാണ് നർത്തകികൾ/നർത്തകർ അരങ്ങിലെത്തുക എന്നിങ്ങനെ നിരവധി സാദൃശ്യങ്ങൾ ഭരതനാട്യത്തിനും ബാലെയ്ക്കും തമ്മിലുണ്ട്. എന്നാൽ ഭരതനാട്യത്തിന്റെ പൂർവ്വപാരമ്പര്യത്തിനുള്ള മതാത്മകമാനം ബാലെയിൽ ഒട്ടുംതന്നെയില്ല. പാരമ്പര്യ നർത്തകികളാൽ പരിപാലിക്കപ്പെട്ട ഒരു ഭൂതകാലവും അതിനില്ല (Gaston 2010 : 273-74).

46. ഭരതനാട്യത്തിന്റെ വർത്തമാനജീവിതം സദിരിന്റെ കാലത്തുനിന്നും, 1940-50 കളിലെ നവീകരണഘട്ടങ്ങളിൽ നിന്നുമെല്ലാം ഭിന്നമായി കൂടുതൽ കൂടുതൽ അനുഷ്ഠാനപരമായിത്തീരുന്നുണ്ടെന്ന വിമർശനം ഇപ്പോൾ പ്രബലമാണ്. ഭരതനാട്യത്തിന്റെ പ്രാചീനതയും പാരമ്പര്യമഹിമയും ഉറപ്പിച്ചെടുക്കുന്നതിനുവേണ്ടി അതിലെ മതാത്മകഘടകങ്ങൾക്ക് കൂടുതൽ ഊന്നൽ നല്കുന്ന രീതി ഇപ്പോൾ വ്യാപകമാണ്. കൊട്ടാരത്തിലും പ്രഭുമന്ദിരങ്ങളിലും ക്ഷേത്രങ്ങളിലുമായി നിലനിന്ന സദിരിന്റെ രംഗജീവിതം മതപരമെന്നതിനേക്കാൾ മതനിരപേക്ഷമായിരുന്നു. എന്നാൽ 1940 കളിലെ

നവീകരണം ഈ മതനിരപേക്ഷ പാരമ്പര്യത്തെ ഒട്ടാകെ തമസ്കരിച്ച്, ക്ഷേത്രകേന്ദ്രിതവും മതാത്മകവുമായ ഏകമാനത്തിലേക്ക് ഭരതനാട്യത്തെ സംഗ്രഹിക്കുകയുണ്ടായി. പില്ക്കാലനൃത്തവേദിയാകട്ടെ ഈ മതാത്മ കമാനത്തിന്റെ ദൃഢീകരണത്തിനാണ് വഴിവച്ചതും (Gaston 2010: 276).

47. 1930-50 കാലയളവിലെ ഭരതനാട്യപുനരുജ്ജീവനത്തിന്റെ കേന്ദ്രസ്ഥാനത്ത് നിലകൊണ്ടിരുന്നപ്പോഴും ബാലസരസ്വതിയുടെയും രുഗ്മിണീദേവിയുടെ യും ജീവിതം ഒട്ടൊക്കെ വൈരുദ്ധ്യപൂർണ്ണമായിരുന്നു. ദേവദാസി പാരമ്പ ര്യമുള്ള കുടുംബത്തിലാണ് ബാലസരസ്വതിയുടെ ജനനമെങ്കിൽ രുഗ്മി ണീദേവി ബ്രാഹ്മണകുടുംബത്തിലാണ് ജനിച്ചത്. 1925 ൽ ഏഴുവയസ്സു മാത്രം പ്രായമുള്ളപ്പോൾ, അരങ്ങിലെത്തിയ ബാലസരസ്വതി 1984 ൽ 66 ാം വയസ്സുവരെ അവിടെ തുടർന്നു. രുഗ്മിണീദേവിയാകട്ടെ തന്റെ മുപ്പത്തി യൊന്നാം വയസ്സിലാണ് അരങ്ങിലെത്തിയത്; 1935 ൽ. 1950 ൽ ഡൽഹി യിലെ അവതരണത്തോടെ അവർ രംഗവേദിയിൽനിന്ന് പിൻവാങ്ങുകയും ചെയ്തു.

48. "Sringara stands supreme in the range of emotions. No other emotion is better capable of reflecting the mystic union of human with divine. I say this with deep personal experience of dancing to many great devotional songs which have had no element of sringara in them. Devotional songs are of course necessary. However sringara is cardinal emotion." (Balasaraswathi 1991:24).

49. "The flesh which is considered to an enemy of the spirit, having been made a vehicle of the divine in the discipline of the dance and Sringara, which is considered to be the greatest obstacle to spiritual realisation, has itself, we shall realise, become an instrument uniting the dancer with divinity" (Balasaraswathi 2010 : 200).

50. "As far as I know, Bharata Natyam is Bhakthi. Tamil is Bhakthi. I believe, therefore, that Bhakthi and Tamil are part of the same tradition" (Balasaraswathi 2010 :197).

51. "I had definitely decided that the dance were essentially spiritual and I could not accept that which had gone away from the true spirit of Bharathanatyam" (Rukmini Devi (cited in Gaston 1996 : 108).

52. "I learnt fully in the traditional way and with great love for the pure and traditional Bharathanatyam. I must say that I could not accept all I found. We are very anxious to follow the traditional way, but within the tradition there are elements that are not permanent beauty, as well as those that have to be discarded". - Rukmini Devi (ibid).

53. ഈ നിലപാട് മൂലം പല സമകാലികരായ നർത്തകരുമായി രുഗ്മിണീദേവി അഭിപ്രായഭിന്നതയിലാവുകയും ചെയ്തു. രാജ്യാന്തര പ്രശസ്തി നേടിയ രാംഗോപാലിന്റെ ആഹാര്യം അവർക്ക് സ്വീകാര്യമായിരുന്നില്ല. രാംഗോ പാൽ ഇതേക്കുറിച്ച് പറഞ്ഞ അഭിപ്രായം കൗതുകകരമാണ്: " I am going to follow the bronzes in the temple. I have a beautiful figure. Rukmini Devi used to say, 'where did you get the idea of dancing naked ?' and I would say 'where did you get the idea of going inside the temple

with your eyes closed ?' Look at the those bronzes. Siva is almost naked." (ibid, 176).

54. രുഗ്മിണീദേവിയുടെ നിലയിലല്ലെങ്കിലും (അവർ ആദ്യം ഒരു ദേശീയ വാദിയും പിന്നാലെ മാത്രം നർത്തകിയുമായിരുന്നെന്ന് ഹാരിയറ്റ്ലിന്റൺ) അന്താരാഷ്ട്ര പ്രശസ്തി കൈവരിച്ച നർത്തകിയായിരുന്നു ബാലസര സ്വതിയും. ബാലസരസ്വതിയുടെ പേരിൽ ലോകപ്രശസ്തമായ അമേരി ക്കൻ നൃത്തോത്സവത്തിൽ (Americn Dance Festival) ഒരു പുരസ്കാരം തന്നെ ഏർപ്പെടുത്തിയിട്ടുണ്ട്.

55. " The nritta part is utterly breft of sensual movements......... With god as the centre, all those (erotic) emotions and feelings are also divinized (sic) and elevated from the level of sensual to that of the spiritual" (Balasraswathi 1993:38).

സഹായകഗ്രന്ഥങ്ങൾ

ഉദയകുമാർ, 1994, 'സ്മരണ, ആത്മകഥാഖ്യാനം, സ്ത്രീ: വർഷങ്ങൾക്കുമുമ്പ്-നെ ആസ്പദമാക്കിയ ചിന്തകൾ', ഇ വി രാമകൃഷ്ണൻ (എഡി.), *സ്ത്രീ, സ്വത്വം, സമൂഹം: മാധവിക്കുട്ടി പഠനങ്ങൾ*, കോഴിക്കോട്, പൂർണ്ണ പബ്ലിക്കേഷൻസ്.

ദേവിക ജെ, 2010, *കുലസ്ത്രീയും ചന്തപ്പെണ്ണും ഉണ്ടായതെങ്ങനെ?* തിരുവനന്തപുരം സെന്റർ ഫോർ ഡെവലപ്മെന്റ് സ്റ്റഡീസ്.

നാരായണപിഷാരടി, കെ പി (വിവ:), 1981, *ഭരതമുനിയുടെ നാട്യശാസ്ത്രം*, തൃശ്ശൂർ, കേരള സാഹിത്യ അക്കാദമി.

ബാലകൃഷ്ണപിള്ള, കേസരി, 1984, 'നടനകല', വിജയൻ എം എൻ (എഡി.) *കേസരിയുടെ സാഹിത്യവിമർശനങ്ങൾ*, കോട്ടയം, സാഹിത്യപ്രവർത്തകസഹകരണസംഘം.

രാജശേഖരൻ പി കെ, 2005, *മഹച്ചരിതമാല* (വാല്യം 3), കോട്ടയം, ഡി സി ബുക്സ്.

Allen, Mathew Harp, 2010,"Rewritting the Script of South Indian Dance' in Soneji (ed.), *Bharatanatyam*, Delhi, Oxford University Press.

Arundale, Rukmini Devi, 1985, 'Bharatanatyam Sastra in Practice', in Leela Ramachandran (ed.), *Bharatanatyam Yesterday, Today and Tommorrow*, Delhi, Suajtha Dinesh, pp. 17-28.

Arundale, Rukmini Devi, 2010, 'The Spiritual Background of Indian Dance' in Soneji (ed.), *Bharatamatyam*, Delhi, Oxford University Press.

Bakhle, Janaki, 2005, *Two Men and Music: Nationalism in the Making of an Indian Classical Tradition*, Delhi, Oxford University Press.

Balasaraswathi T, 1991, *Bala on Bharathanatyam*, Madras, Sruthi Foundations.

Balasaraswathi T, 2010, 'Bharat Natyam' in Soneji (ed.), *Bharatamatyam*, Delhi, Oxford University Press.

Benjamin, Walter, 1992, *Illuminations*, London, Fontana Press.

Butler, Judith, 1999, *Gender Trouble: Feminism and the Subversion of Identity*, London, Routledge.

Chakravarthi. Uma, 2006, 'Whatever Happened to Vedic Dasi?: Orientalism, Nationalism and Script of the Past', *Beyond the Kings and Brahmins of 'Ancient' India*, Delhi, Tulika.

Chakravorthi, Pallabi, 1998. 'Hegemony Dance and Nation : The construction of Classical Dance in India', *South Asia Vol XXI*, No. 2, pp. 107-120.

Chatterjee, Partha, 1996, *Nation and Its Fragments: Colonial and Post Colonial Histories*, Princeton, Princeton University Press.

Coorlawala, Uttara, 2005. 'The Birth of Bharathanatyam and Sanskritized Body' in Avanthi Madurai (ed.), *Rukmini Devi Arundale*, Delhi, Motilal Benarsidas.

Dhananjayan V.P., 1991, *A Dancer on Dance*, Madras, Bharatha Kalanjali.

Gaston, Anne Marie, 1996, *Bharathanatyam: From Temple to Theatre*, New Delhi, Manohar.

Gaston, Anne Marie, 2010, 'Dance and the Hindu Women' in Soneji (ed.), *Bharatanatyam*, Delhi, Oxford University Press.

Harikrishnan, 2010, 'Inscribing Practice', in Soneji (ed.), *Bharatanatyam*, Delhi, Oxford University Press.

Hawley, John Straton, 2001, 'Modern India and the Questions of Middle-class Religion', *International of Hindu Studies 5*(3), pp. 217-25

Hubel, Teressa, 2010, 'The High Cost of Dancing : When the Indian Women's Movement went after Devadasis?' in Soneji (ed.), *Bharatanatyam*, Delhi, Oxford University Press.

Kothari, Sunil, 1988, *Kathak : Indian Classical Dance Art*. New Delhi. Pankaj Publications.

Krishna Iyer, E,1957, *BhrathaNatya and Other Dances of Tamilnadu*, Baroda, M.S. University Press.

Lynton, Harriet Ronken, 1995, *Born to Dance*, Madras, Orient Longman.

Madras Devadasi Association, 2010, 'The humble memorial of the Devadasis of Madras Presidncy' in Soneji (ed.), *Bharatamatyam*, Delhi, Oxford University Press.

Meduri, Avanthi, 2008, 'Temple Stage as Historical Allegory in Bharathanatyam: Rukmini Devi as Dance - historian' in Indira Viswanathan Peterson and Davesh Soneji (eds.), *Performing Pasts: Reinventing the Arts in Modern South India*, Delhi, Oxford University Press.

Menon, Indira, 1996 : *The Madras Quarlett : Women in Karnatic Music,* Delhi, Rolli Books.

O' Shea, Janet, 2008, 'Serving Two Masters: Bharathanatyam and Tamil Cultural Production' in Indira Viswanathan Peterson and Davesh Soneji (eds.), *Performing Pasts: Reinventing the Arts in Modern South India*, Delhi, Oxford University Press.

O' Shea, Janet, 2010, 'Home in the World?' in Soneji (ed.), *Bharatanatyam*, Delhi, Oxford University Press.

Peterson, Indira Viswanathan, 1998, ' The Evolution of Kuravanji Dance Drama in Tamil Nadu : Negotiating the Folk and Classical in the Bharatha Natyam Canon', *South Asia Research* 18(10), pp. 39-72.

Raghavan V,1974, 'Baratha Natya', Madras, *Journal of Music Academy* Vol 45, pp. 233-62.

Raghavan V, 2004, *Splendours of Indian Dance*, Chennai, V. Raghavan Centre for Performing Arts.

Raghavan V, 2010, 'Bharatha Natya- Classic Indian Dance' in Soneji (ed.), *Bharatanatyam*, Delhi, Oxford University Press.

Ramnarayanan, Gouri, 1984, 'Rukmini Devi : A Quest for Beauty', Madras, *Sruti* 8, pp. 17-20.

Ratnagar, Shereen, 2002, *Understanding Harappa Civilization in the Greater Indus Valley*, Delhi, Tulika.

Reddi, Muthulakshmi, 2010, 'Why should the Devadasi Institution in the Hindu Temples be Abolished' in Soneji (ed.), *Bharatanatyam*, Delhi, Oxford University Press.

Samsan, Leela, 2010, *Rukmimi Devi: A life*, Delhi, Penguin.

Sarabhai, Mrinalini, 1979, *The Sacred Dance of India*, Bombay, Bharatiya Vidya Bhavan.

Sarkar, Sumit, 1999, *Modern India 1885-1947*, Delhi, Macmillan.

Soneji, Davesh, 2008, 'Memory and the Recovery of Identity' in Indira

Viswanathan Peterson and Davesh Soneji (eds.), *Performing Pasts: Reinventing the Arts in Modern South India*, Delhi, Oxford University Press.

Soneji, Davesh, (ed.), 2010, *Bharathanatyam*, Delhi, Oxford University Press.

Soneji, Davesh, 2010 a, 'Salon to Cinema: The Distinctly Modern Life of Telegu Javali' in Soneji (ed.), *Bharatanatyam*, Delhi, Oxford University Press.

Srinivasn, Amrit 1985. 'Reform and Revival: The Devadasi and Her Dance', *Economic and Political Weekly* 20 (44), pp.1869-76.

Subrahmaniam, Lakshmi, 2006, *From Tanjore Court to the Madras Music Academy: A Social History of Music in south India*, Delhi, Oxford University Press.

Subrahmanyam, Padma, 1997, *Natyasastra and National Unity*, Tripunithura, Sree Ramavarma Govt. Sanskrit College.

Tharu, Susi & K. Lalitha (eds.), 1998, *Women Writing in India 600 BC to Present*. Delhi, Oxford University Press.

Vatsyayan, Kapila, 1992, *Indian Classical Dance*, Delhi, Publication Division, Ministry of Information and Broadcasting, Govt. of India.

ഭാഗം രണ്ട്

കലയിലെ ഉഭയജീവിതം : രവിവർമ്മയും കൊളോണിയൽ ആധുനികതയും

ഒന്ന്

ആനന്ദകുമാരസ്വാമിയും ഹാവേലും ചൊരിഞ്ഞ ശകാരങ്ങളുടെ ഇരുട്ട് രവിവർമ്മയ്ക്കു ചുറ്റും ഇപ്പോഴുമുണ്ട്. സംസ്കാരപഠനത്തിന്റെ തെളിച്ചങ്ങൾ ഉപയോഗപ്പെടുത്തിക്കൊണ്ടുള്ള ഒട്ടനവധി പുനർവായനകൾ 1990 കൾ മുതൽ ഉണ്ടായെങ്കിലും രവിവർമ്മയുടെ കലയെക്കുറിച്ചുള്ള സാമാന്യബോധത്തെ ഇപ്പോഴും നിയന്ത്രിച്ചുപോരുന്നത് പഴയ വിമർശനപാഠങ്ങളാണ്[1]. രവിവർമ്മയുടെ ചിത്രങ്ങളിൽ ഒന്നുപോലും നേരിൽ കാണാതെ, അവയുടെ വികൃതമായ ഒലിയോഗ്രാഫുകൾ - അച്ചടിക്കോപ്പികൾ - മാത്രം മുൻനിർത്തിയാണ് ആനന്ദകുമാരസ്വാമി രവിവർമ്മ ചിത്രങ്ങളിലെ 'കലാശൂന്യതയേയും' 'ഭാവനാശൂന്യത'യേയും പരിഹസിച്ചത്. എങ്കിലും രവിവർമ്മയുടെ കലയെ സംബന്ധിച്ച കാഴ്ചപ്പാടുകളെ ആ വിമർശനങ്ങൾ ഇപ്പോഴും സ്വാധീനിച്ചുപോരുന്നു[2]. രവിവർമ്മയുടെ ചിത്രങ്ങളൊന്നും താൻ നേരിൽക്കണ്ടിട്ടില്ലെന്ന് ആനന്ദകുമാരസ്വാമി സമ്മതിച്ചിട്ടുണ്ട്. താൻ കണ്ട അച്ചടിക്കോപ്പികളിൽ 'സുകേശി', 'മലബാർ സുന്ദരി' മുതലായവ മനോഹരങ്ങളായ രചനകളാണെന്നും അദ്ദേഹം അഭിപ്രായപ്പെടുന്നു[3]). എങ്കിലും രവിവർമ്മച്ചിത്രങ്ങളിൽ പ്രകടമാകുന്ന അരങ്ങിന്റെ സ്വഭാവവും ഭാവനാശൂന്യതയും ഇതിഹാസവിഷയങ്ങൾ ചിത്രീകരിക്കുമ്പോഴുള്ള ഭാരതീയതയുടെ അഭാവവും ഗുരുതരമായ പിഴവുകളാണെന്ന് അദ്ദേഹം കുറ്റപ്പെടുത്തി. ഇന്ത്യൻ ജീവിതത്തെക്കുറിച്ച് ഉപരിപ്ലവമായി പഠിച്ച ആർക്കും വരയ്ക്കാവുന്നവയാണ് രവിവർമ്മച്ചിത്രങ്ങളെന്നും അവ നിശ്ചയമായും രണ്ടാംതരം രചനകളാണെന്നും അദ്ദേഹം വിധി പ്രഖ്യാപിക്കുകയും ചെയ്തു.

1896 ൽ കൽക്കത്തയിലെ ഗവൺമെന്റ് സ്കൂൾ ഓഫ് ആർട്സിന്റെ

പ്രിൻസിപ്പലായി ചുമതലയേല്ക്കുമ്പോൾതന്നെ ഇ ബി ഹാവേലിന് ഇന്ത്യൻ കലാസമ്പ്രദായങ്ങളെക്കുറിച്ച് സ്വന്തമായ നിലപാടുകളുണ്ടായിരുന്നു. കൽക്കത്തയിലെത്തിയ ഉടനെതന്നെ എഴുതിയ ഒരു തുറന്ന കത്തിൽ പാശ്ചാത്യശൈലിയെ അനുകരിക്കുന്നത് അവസാനിപ്പിച്ച് ഭാരതീയ പാരമ്പര്യം ഉൾക്കൊള്ളാൻ ഇന്ത്യയിലെ ചിത്രകാരന്മാർ തയ്യാറാവണമെന്ന് ഹാവേൽ ആഹ്വാനം ചെയ്തു. യന്ത്രവല്ക്കൃതമായ യൂറോപ്യൻ നഗരങ്ങളിൽ വസിക്കുകയും ഭൂതകാല ഗൃഹാതുരതയിൽ മുഴുകി ജീവിക്കുകയും ചെയ്ത അഭിജാതരായ പാശ്ചാത്യപണ്ഡിതന്മാരുടെ പൗരസ്ത്യ പ്രണയത്തിന്റെ പ്രത്യയശാസ്ത്രവിവക്ഷകളാൽ നിയന്ത്രിക്കപ്പെട്ടിരുന്ന ഹാവേൽ രവിവർമ്മയുടെ ചിത്രങ്ങൾക്കെതിരെ കഠിനമായ വിമർശനമാണ് അഴിച്ചുവിട്ടത്. അത്യന്തം ഭാവനാത്മകമായ ഭാരതീയ കാവ്യസന്ദർഭങ്ങളുടെ ചിത്രീകരണത്തിൽ രവിവർമ്മ കാണിക്കുന്ന വേദനാകരമായ കലാശൂന്യതയെ നിശിതമായി വിമർശിച്ച ഹാവേൽ സാങ്കേതികമായ എത്ര വലിയ മികവിന്റെ പേരിലും ഈ 'പാപം' പൊറുക്കാനാവില്ലെന്നും പറഞ്ഞുവച്ചിട്ടുണ്ട്. രചനാശൈലി എന്നനിലയിൽ രവിവർമ്മ കൈക്കൊണ്ട റിയലിസ്റ്റ് 'കൗശലങ്ങളോ' ഭാരതീയ 'പ്രമേയങ്ങളോ' ആണ് ഈ ചിത്രങ്ങൾക്ക് പെരുമ നേടിക്കൊടുത്തതെന്ന് ഹാവേൽ ഇകഴ്ത്തിപറയുകയും ചെയ്തു[4].

വ്യവസായവിപ്ലവാനന്തര യൂറോപ്പിനോടുള്ള പരാങ്മുഖതമൂലം പൗരസ്ത്യനാടുകളിലെ സ്വസ്ഥത തേടിയെത്തിയ യൂറോപ്യൻ കുലീന വൃന്ദം പദാർത്ഥത്തിനും ഭൗതികതയ്ക്കും അപ്പുറം നില്ക്കുന്ന ആത്മാവും ആത്മീയതയും എന്ന സങ്കല്പത്തിൽ ഭാരതീയ സംസ്കൃതിയുടെ അടിത്തറയൊരുക്കാനാണ് ശ്രമിച്ചത്. കൽക്കത്തയിലെ കലാവിദ്യാലയത്തിൽ പാരമ്പര്യ ഭാരതീയചിത്രങ്ങൾ പ്രതിഷ്ഠിക്കുകയും അവിടെ ഉണ്ടായിരുന്ന പാശ്ചാത്യ ശില്പങ്ങളുടെ പകർപ്പുകൾ വലിച്ചെറിയുകയും ചെയ്ത ഹാവേൽ പൗരസ്ത്യവാദത്തിന്റെ മേല്പറഞ്ഞ കാഴ്ചകളോട് കൈകോർത്താണ് നിലയുറപ്പിച്ചത്. ഇന്ത്യൻ കലയിലുടനീളവും മദ്ധ്യയുഗങ്ങളിലെ ക്രിസ്തീയ കലകളിലും പ്രകടമാകുന്നത് സൗന്ദര്യം പദാർത്ഥത്തിലല്ല ആത്മാവിലാണ് അന്തഃസ്ഥിതമായിരിക്കുന്നത് എന്ന ആശയമാണെന്നും ദേവതാരൂപങ്ങളുടെ നിർമ്മിതിയിൽ ഇന്ത്യൻ ശില്പി തന്റെ ആത്മീയ ദർശനത്തെയാണ്, ദൃഷ്ടിഗോചരമായ ബാഹ്യരൂപത്തെയല്ല ആശ്രയിക്കേണ്ടതെന്നും ഹാവേൽ പറയുന്നു[5]. ഭാരതീയ ജനതയുടെ മൗലിക സ്വഭാവം നിസ്സംഗതയും ധ്യാനാത്മകതയും ആണെന്ന് നിരീക്ഷിച്ച പൗരസ്ത്യവാദത്തിന്റെ കുലപതിയായ മാക്സ് മുള്ളറുടെ വാക്കുകളോട് ("not the active, combative and acquisitive, but the passive, meditative and reflective")[6] ഹാവേലിന്റെ സ്വരത്തി നുള്ള സാധർമ്മ്യം ശ്രദ്ധേയമാണ്. കാല്പനിക മിസ്റ്റിസിസത്തിലും ആശയവാദത്തിലും പൗരസ്താഭിമുഖ്യങ്ങളിലും വേരുറച്ച കലാസങ്കല്പത്തിന്റെ മുൻധാരണകളിൽ ഇന്ത്യൻ കലകളെ അപ്പാടെ പിടിച്ചുനിർത്തുവാൻ ശ്രമിച്ച ഹാവേൽ[7]

രാജാരവിവർമ്മ

രവിവർമ്മയുടെ കലയെ വിലയിരുത്തുന്നതിനുള്ള മാനദണ്ഡങ്ങൾ രൂപപ്പെടുത്തിയതും ഈ ആശയപരിസരങ്ങളിൽ നിന്നാണ്.

ആനന്ദകുമാരസ്വാമിക്കും ഹാവേലിനും പിന്നാലെ ഉയർന്നുവന്ന രവിവർമ്മവിമർശന പരമ്പര പൊതുവിൽ മേല്പറഞ്ഞ വാദങ്ങളുടെ പിന്തുടർച്ചയോ ആവർത്തനമോ ആയിരുന്നു. അബനീന്ദ്രനാഥ ടാഗോർ, നന്ദലാൽ ബോസ്, എം എഫ് ഹുസൈൻ, കെ സി എസ് പണിക്കർ, അരവിന്ദഘോഷ് തുടങ്ങിയവരെല്ലാം ഇതേ വാദങ്ങൾ തന്നെ വിവിധരൂപങ്ങളിൽ ആവർത്തിച്ചുപോന്നു. ഭാരതീയ ചിത്രകലയിലെ 'ഒരബദ്ധവിഷ്കംഭം' എന്നായിരുന്നു അരവിന്ദഘോഷിന്റെ നിരീക്ഷണം. രവിവർമ്മയുടെ ജീവചരിത്രം സംബന്ധിച്ച തെറ്റിദ്ധാരണകൾപോലും വിമർശനങ്ങൾക്ക് അടിത്തറയായി. അധിനിവേശത്തിന്റെ ദൃശ്യപ്രത്യയശാസ്ത്രമാണ് രവിവർമ്മച്ചിത്രങ്ങളിലുള്ളതെന്നാണ് പൊതുവായി വാദിക്കപ്പെട്ടത്. ബ്രിട്ടീഷുകാർ ഇവിടെ പ്രചരിപ്പിച്ച കമ്പനി സ്കൂൾ ശൈലിയിൽ പരിശീലനം നേടിയ രവിവർമ്മ, മൃതപ്രായമായ അക്കാദമിക് റിയലിസത്തെ ഭാരതീയ ചിത്രകലയിലേക്ക് സന്നിവേശിപ്പിച്ചതായി ആക്ഷേപിക്കപ്പെട്ടു. (1850 ൽ സ്ഥാപിതമായ മദ്രാസിലേയും 1854 ൽ സ്ഥാപിതമായ കൽക്കത്തയിലേയും ഇൻഡസ്ട്രിയൽ ആർട്സ് സ്കൂളുകളിൽ പെയിന്റിങ് പരിശീലനം ആരംഭിക്കുന്നത് 1870 കളിലാണ്. 1862 - നോടടുത്ത് തിരുവനന്തപുരത്തും ഇത്തരം ഒരു സ്ഥാപനം നിലവിൽ വന്നതായി തിരുവിതാംകൂർ ഭരണ റിപ്പോർട്ടിൽ (1862 - 63) സൂചനയുണ്ട്[8]. 1848 ൽ ജനിച്ച രവിവർമ്മ ഈ സ്ഥാപനങ്ങളുടെ സ്വാധീനം പ്രബലമാകുന്നതിന് ഏറെ മുമ്പുതന്നെ സ്വന്തമായ ഒരു ശൈലിയിലേക്ക് എത്തിച്ചേർന്നിരുന്നു; അത് ബ്രിട്ടീഷ് ശൈലിയോട് ഏറെ അടുപ്പമുള്ളതായിരുന്നുവെങ്കിലും.)

വസ്തുതാപരമായ തെറ്റിദ്ധാരണകളെ അടിസ്ഥാനപ്പെടുത്തി വളർന്നുവന്ന രവിവർമ്മ വിമർശനങ്ങളുടെ വ്യാപ്തി വിസ്മയകരമാംവിധം വിപുലമാണ്. തിരുവിതാംകൂറിലെ ഒരു രാജാവോ രാജകുമാരനോ ആണ് രവിവർമ്മയെന്നും അദ്ദേഹത്തിന്റെ രചനകൾക്ക് വമ്പിച്ച പ്രശസ്തി കൈവന്നത് ഇതുകൊണ്ടാണെന്നും വിമർശനം ഉയർന്നു. രാജബന്ധു വായ രവിവർമ്മയെ സഹായിക്കുവാൻ തിരുവിതാംകൂർ മഹാരാജാവ് പേരും പെരുമയും സംഘടിപ്പിച്ചുകൊടുക്കുകയായിരുന്നുവെന്നും ബറോഡ, മൈസൂർ രാജാക്കന്മാർ രവിവർമ്മയെക്കൊണ്ട് ചിത്രങ്ങൾ വരപ്പിച്ചത് അതിനാലാണെന്നും വ്യാഖ്യാനങ്ങളുണ്ടായി. (എന്നാൽ വിശാഖം തിരുനാളിന്റെ കാലത്ത് തിരുവിതാംകൂർ കൊട്ടാരം തന്നെ രവിവർമ്മയ്ക്ക് നിരോധിത മേഖലയായിരുന്നു. യൂറോപ്യൻ ചിത്രകാരന്മാരുടെ രചനകൾ നേരിൽ കാണുവാൻ വിദേശ പര്യടനം നടത്തുവാൻ രവിവർമ്മ ആഗ്രഹിച്ചിരുന്നെങ്കിലും രാജാവിന്റെ അനുമതി ലഭിക്കാതിരുന്നതുമൂലം അദ്ദേഹത്തിന്റെ ആ അഭിലാഷം നിറവേറാതെ പോവുകയാണുണ്ടായത്.) ബ്രിട്ടീഷ് വാഴ്ചയെ പിന്തുണക്കുകയും ബ്രിട്ടീഷ് കലാകാരന്മാരാൽ പരിശീലിക്കപ്പെടുകയും ചെയ്തതിനാലാണ് രവിവർമ്മയ്ക്ക് കോളനി മേലധികാരിക

ളുടെ സഹായം ലഭിച്ചതെന്നും സമ്പന്നമായ ഭാരതീയ ചിത്രകലാ പാരമ്പര്യത്തെ, പ്രത്യേകിച്ച് ചുവർ ചിത്രരചനാശൈലിയെ രവിവർമ്മ പരിപൂർണ്ണമായി അവഗണിച്ചത് ബ്രിട്ടീഷ് വാഴ്ചയോടുള്ള വിധേയത്വം കൊണ്ടാണെന്നും വിശദീകരണമുണ്ടായി. ദേശീയ സ്വാതന്ത്ര്യ പ്രക്ഷോഭത്തിന്റെയും സാമ്രാജ്യത്വ വിരോധത്തിന്റെയും പില്ക്കാല പശ്ചാത്തലത്തിൽ ഈ വിശദീകരണങ്ങൾക്ക് വലിയൊരളവിൽ സ്വീകാര്യതയും കൈവന്നു.

രണ്ട്

പത്തൊമ്പതാം ശതകത്തിന്റെ രണ്ടാം പകുതിയോടെ പ്രാബല്യം നേടിയ ദേശീയ നവോത്ഥാനത്തിന്റെ സവിശേഷതകളെ തിരിച്ചറിഞ്ഞുകൊണ്ടുവേണം രവിവർമ്മയേയും അദ്ദേഹത്തിന്റെ കലയേയും വിലയിരുത്തേണ്ടത്. ദേശീയ നവോത്ഥാനത്തോടൊപ്പം 19-ാം നൂറ്റാണ്ടിന്റെ രണ്ടാം പകുതിയിൽ തന്നെയാണ് രവിവർമ്മയുടെ കലാജീവിതവും രൂപപ്പെടുന്നത്. ഒരേസമയം പാരമ്പര്യബദ്ധവും ആധുനികവുമാകുവാൻ ശ്രമിച്ച ഇന്ത്യൻ നവോത്ഥാനത്തിന്റെ പ്രത്യയശാസ്ത്രഭൂമികയിൽ നിലയുറപ്പിച്ചതിനാൽ, രവിവർമ്മയ്ക്ക് ഒരേസമയം അഖിലേന്ത്യാ വ്യാപ്തിയുള്ള കാഴ്ചക്കോൺ (pan - Indian Vision) പണിതെടുക്കുവാൻ ശ്രമിച്ച ദേശീയവാദിയും വിക്ടോറിയൻ മൂശയിൽ തീർക്കപ്പെട്ട കലാകാരനുമായി നിലയുറപ്പിക്കേണ്ടിവന്നു[9]. വിദേശ ഭരണം സാമ്പത്തിക - രാഷ്ട്രീയ ആധിപത്യം പൂർണ്ണമായി കൈവരിച്ചുകഴിഞ്ഞ, നവോത്ഥാനത്തിന്റേയും ആധുനികീകരണത്തിന്റേയും പൊതുദിശ പാശ്ചാത്യവല്ക്കരണമാണെന്ന് (കൃത്യമായി പറഞ്ഞാൽ ഇംഗ്ലീഷ് വല്ക്കരണമാണെന്ന്) കണക്കാക്കപ്പെട്ടിരുന്ന, ഒരു കാലഘട്ടത്തെയാണ് രവിവർമ്മയ്ക്ക് അഭിമുഖീകരിക്കേണ്ടിയിരുന്നത്. അതോടൊപ്പം കൊളോണിയൽ ഭരണത്തിനുകീഴിൽ സാമ്രാജ്യത്വവിരോധത്തിലൂന്നി നിന്നുകൊണ്ട് പുതിയൊരു ദേശീയ ബോധം രൂപപ്പെട്ടുവരുന്നുമുണ്ടായിരുന്നു. ഈ പുതിയ ദേശീയബോധം ആഭ്യന്തരമായ നിരവധി വൈരുദ്ധ്യങ്ങളെ ഉൾക്കൊണ്ടിരുന്നു. പാശ്ചാത്യാധിപത്യത്തിനും കൊളോണിയൽ ചൂഷണത്തിനുമെതിരായ സമരമായി ഉയർന്നുവന്ന ദേശീയപ്രസ്ഥാനം ദേശീയ സ്വത്വസ്ഥാപനത്തിന്റെ കാരണവും ഫലവുമായാണ് നിലനിന്നതെന്ന് പറയാം[10]. ദേശീയ പ്രസ്ഥാനത്തിന്റേയും രാഷ്ട്രത്വത്തിന്റേയും രൂപീകരണത്തെ നിർണ്ണയിച്ച മേല്പറഞ്ഞ ആഭ്യന്തര വൈരുദ്ധ്യങ്ങൾ 19-ാം ശതകത്തിലെ സാഹിത്യദർശനത്തിലും കലാചിന്തയിലും പ്രകടമായി കാണാനാവും[11].

പത്തൊമ്പതാം നൂറ്റാണ്ടിന്റെ രണ്ടാം പകുതിയിൽ പ്രത്യക്ഷപ്പെട്ട പല വീക്ഷണഗതികളും അവയുടെ പ്രതിനിധികളും ഈ ആഭ്യന്തര വൈരുദ്ധ്യത്തെ ഏറ്റുവാങ്ങിയത് ആധുനികതയും യാഥാസ്ഥിതികതയും എന്ന വിപരീതങ്ങളായാണ്. ഭാരതീയ പൗരാണികതയെയും തത്ത്വചിന്തയെയും നവീനവീക്ഷണത്തിലൂടെ കാണുവാൻ ശ്രമിക്കുക എന്നത് പാശ്ചാത്യ

വിദ്യാഭ്യാസം ലഭിച്ചവരുടെ ശീലമായപ്പോൾ തന്നെ, സ്വന്തം നവീനബോധത്തെ സാമൂഹ്യതലത്തിൽ എങ്ങനെ ആവിഷ്കരിക്കണമെന്നതിൽ അവർ സംശയം പുലർത്തുകയും ചെയ്തു. *ഇന്ദുലേഖ* എന്ന നോവലിലൂടെ മലയാളത്തിലെ കഥാസാഹിത്യത്തിന് ആധുനികയുടെ മുഖം നല്കുകയും മരുമക്കത്തായത്തിന്റേയും സംബന്ധവിവാഹത്തിന്റേയും കൊള്ളരുതായ്മകളെ രൂക്ഷമായി പരിഹസിക്കുകയും ചെയ്ത ചന്തുമേനോൻ സംബന്ധവിവാഹ സമ്പ്രദായം തുടരേണ്ടതാണെന്ന് അതുസംബന്ധിച്ച കമ്മീഷനിൽ അംഗമായിരിക്കെ അഭിപ്രായപ്പെട്ടിട്ടുണ്ട്[12]. ദേശീയ നവോത്ഥാനത്തിന്റെ അലയൊലികൾക്ക് ബംഗാളി ഭാഷയിൽ ആവിഷ്കാരം നല്കിയ ബങ്കിം ചന്ദ്രചാറ്റർജി ബംഗാളി ഭാഷയിൽ ഒരു പത്രം തുടങ്ങുന്നതിന് എതിരായിരുന്നു എന്നതും ശ്രദ്ധേയമായ സംഗതിയാണ്[13]. ഭാഷയുടെ പ്രൗഢിയും ശുദ്ധിയും നഷ്ടപ്പെടുവാൻ ഇത് ഇടയാക്കുമെന്നാണ് അദ്ദേഹം കരുതിയിരുന്നത്.

ഇംഗ്ലീഷ് ഭാഷയിലൂടെ ആധുനിക ജീവിതബോധം നേടിയ ഫ്യൂഡൽ പ്രഭുക്കന്മാരുടെയും നാട്ടുരാജാക്കന്മാരുടെയും ബ്രിട്ടീഷ് ഉദ്യോഗസ്ഥന്മാരുടെയും ഈ കാഴ്ചപ്പാട് ക്രമേണ ഇന്ത്യയുടെ ചിന്താമേഖലകളിലാകെ പടരുന്നത് കാണാം. ഇംഗ്ലീഷ് ഭാഷ എന്ന മാദ്ധ്യമത്തിലൂടെ ഭാരതീയർ ഇക്കാലത്ത് 'വിശ്വസാഹിത്യം' തിരിച്ചറിഞ്ഞു തുടങ്ങി. ഭാരതീയതയെ തന്നെ പുതുതായി തിരിച്ചറിയാൻ ഇത് കാരണമായി. 1870-കാലഘട്ടത്തിൽ മദ്രാസ് ഗവർണ്ണറായിരുന്ന നേപ്പിയർ പാശ്ചാത്യ റിയലിസ്റ്റ് രീതിയുടെ

ഗായികാംഗനമാർ

കരുത്ത് ഉപയോഗപ്പെടുത്തിക്കൊണ്ട് *മഹാഭാരതം, രാമായണം* തുടങ്ങിയ ഇതിഹാസങ്ങളുടെ അനന്തസാദ്ധ്യതകളെ ചിത്രീകരിക്കുവാൻ ഭാരതീയ കലാകാരന്മാരോട് ആവശ്യപ്പെടുന്നത് ഈ സാഹചര്യത്തിലാണ്[14]. യാഥാർത്ഥ്യത്തിന്റെ പ്രതീതി ഉളവാക്കുന്ന റിയലിസം എന്ന ചിത്രകലാശൈലി ഭാരതത്തിന് കൈവരുന്നതും ഇക്കാലത്താണ്. ഈ ശൈലിയിലുള്ള പ്രാവീണ്യവും 'യൂറോപ്യൻ റൊമാന്റിസിസത്തിന്റെ ചില സ്വഭാവങ്ങളും അതിൽനിന്ന് സ്വായത്തമാക്കിയ ദൃശ്യബോധവും പുരാണ കഥകളെ ഒരു മായിക യാഥാർത്ഥ്യത്തിൽ അവതരിപ്പിക്കുവാനുള്ള കഴിവും നവീന മാദ്ധ്യമമായ എണ്ണച്ചായം ഉപയോഗിക്കുന്നതിലുള്ള സാമർത്ഥ്യവും കൈവരിച്ചതോടെയാണ് ഇംഗ്ലീഷ് വിദ്യാഭ്യാസം ലഭിച്ച പുതിയ ഉന്നതവർഗ്ഗങ്ങളുടെ പ്രതിനിധിയായ ഏറ്റവും ഉയർന്ന കലാകാരനായി രവിവർമ്മ മാറിത്തീർന്നത്[15]. അതോടൊപ്പം സ്വതന്ത്ര വ്യക്തിയെന്നനിലയിൽ കലാകാരനെ സംബന്ധിച്ച പുതിയ ഒരു കാഴ്ചപ്പാടും രവിവർമ്മയിലൂടെ രൂപപ്പെട്ടുവന്നു.

അഭ്യസിച്ച കുലത്തൊഴിൽ ചെയ്യുന്ന അജ്ഞാതനാമാവായ കരകൗശലക്കാരൻ എന്ന അവസ്ഥയിൽനിന്ന് സ്വന്തം വ്യക്തിപരതയുടെ ആധികാരികയിൽ നിലയുറപ്പിച്ച 'സ്വതന്ത്ര' കലാകാരൻ എന്ന പദവിയിലേക്കുള്ള ചിത്രകാരന്റെ പരിവർത്തന മുഹൂർത്തത്തെ ഇന്ത്യൻ കലാചരിത്രത്തിൽ അടയാളപ്പെടുത്തിയ വ്യക്തിയായിരുന്നു രവിവർമ്മ[16]. അഭ്യസ്തവിദ്യരായ ഒരു പുതിയ മദ്ധ്യവർഗ്ഗ സമൂഹം ഉടലെടുത്തുവരുന്ന സാഹചര്യത്തിൽ അവരുടെ അദൃശ്യസാന്നിദ്ധ്യത്തെ അഭിസംബോധന ചെയ്തുകൊണ്ടാണ് രവിവർമ്മ ആധുനിക ഇന്ത്യൻ ചിത്രകലയിലെ ആദ്യ പഥികനായത്. യാഥാർത്ഥ്യത്തെ നേർപ്പകർപ്പായി കാണാൻ കഴിയുമെന്നും ചരിത്രം രേഖീയമായ പുരോഗതിയുടെ പാതയിലൂടെയാണ് വികസിക്കുന്നതെന്നും കരുതിയ ഈ പുതിയ സമൂഹത്തിലാണ് രവിവർമ്മ ബ്രിട്ടീഷ് അക്കാദമിക് റിയലിസത്തിന്റെ - അതുവരെ പാശ്ചാത്യകലയുടെ വൈഭവത്തിന് തെളിവായി പരിഗണിക്കപ്പെട്ടിരുന്ന സമ്പ്രദായം കൂടിയാണത്. - മാതൃകകൾ അവതരിപ്പിച്ചത്. ഇന്ത്യൻ നവോത്ഥാനത്തിന്റെ വൈരുദ്ധ്യങ്ങൾക്ക് രൂപംനല്കിയ ഈ ചരിത്രസന്ധിയുടെ ബലതന്ത്രം രവിവർമ്മച്ചിത്രങ്ങളുടെ ദൃശ്യപ്രത്യയ ശാസ്ത്രത്തിലും പ്രകടമാണ്. *ഇന്ദുലേഖ* എഴുതുമ്പോൾ തന്നെ സംബന്ധ വിവാഹത്തെ പിന്തുണയ്ക്കാൻ കഴിഞ്ഞ ചന്തുമേനോനെ രൂപപ്പെടുത്തിയ ചരിത്രപരമായ സംഘർഷാത്മകതയിൽ രവിവർമ്മയും ഉൾപ്പെട്ടിരുന്നു എന്നർത്ഥം[17].

*ഇന്ദുലേഖ*യുടെ അവതാരികയിൽ ചന്തുമേനോൻ എണ്ണച്ചായത്തേയും റിയലിസ്റ്റ് പെയിന്റിങ്ങിനേയും മുൻനിർത്തി തന്റെ രചനാപദ്ധതിയെ ന്യായീകരിക്കുവാൻ നടത്തുന്ന ശ്രമം ചരിത്രപരമായി ഏറെ പ്രാധാന്യമുള്ള ഒന്നാണ്. ചന്തുമേനോൻ എഴുതുന്നു:

"സാധാരണ ഈ കാലങ്ങളിൽ നടക്കുന്ന മാതിരിയുള്ള സംഗതികളെ മാത്രം കാണിച്ചും ആശ്ചര്യകരമായ യാതൊരു അവസ്ഥകളേയും കാണി ക്കാതെയും ഒരു കഥ എഴുതിയാൽ അത് എങ്ങനെ ആളുകൾക്ക് രസിക്കും എന്ന് ഈ പുസ്തകം എഴുതുന്നകാലത്ത് മറ്റുചിലർ എന്നോട് ചോദിച്ചിട്ടുണ്ട്. അതിന് ഞാൻ അവരോട് മറുപടി പറഞ്ഞത് - എണ്ണച്ഛായചിത്രങ്ങൾ യൂറോപ്പിൽ എഴുതുന്നമാതിരി ഈ ദിക്കിൽ കണ്ടുരസിച്ചു തുടങ്ങുന്നതിനു മുമ്പ്, ഉണ്ടാവാൻ പാടില്ലാത്തവിധമുള്ള ആകൃതിയിൽ എഴുതിയിട്ടുള്ള നരസിംഹമൂർത്തിയുടെ ചിത്രം, ശ്രീകൃഷ്ണൻ സാധാരണ രണ്ടുകാൽ ഉള്ളവർക്ക് നില്ക്കാൻ ഒരുവിധത്തിലും പാടില്ലാത്ത വിധം കാൽ പിണച്ചുവച്ച് ഓടക്കുഴൽ ഊതുന്നമാതിരിയുള്ള ചിത്രം, വലിയ ഫണമുള്ള അനന്തന്റെ ചിത്രം, വലിയ രാക്ഷസന്മാരുടെ ചിത്രം ഇതുകളെ നിഴലും വെളിച്ചവും നിമ്നോന്നതസ്വഭാവവും സ്ഫുരിക്കപ്പെടാത്ത മാതിരിയിൽ രൂക്ഷങ്ങളായ ചായങ്ങൾ കൊണ്ട് എഴുതിയത് കണ്ട് രസിച്ച് ആ വക എഴുത്തുകാർക്ക് പലവിധ സമ്മാനങ്ങൾ കൊടുത്തുവന്ന പലർക്കും ഇപ്പോൾ അതുകളിൽ വിരക്തി വന്ന് മനുഷ്യന്റെയോ മൃഗത്തിന്റെയോ വേറെ വസ്തുക്കളുടെയോ സാധാരണ സ്വഭാവങ്ങൾ കാണിക്കുന്ന എണ്ണച്ഛായാചിത്രം, വെള്ളച്ഛായാചിത്രം ഇതുകളെക്കുറിച്ച് കൗതുകപ്പെട്ട് എത്രകണ്ട് സൃഷ്ടി സ്വഭാവങ്ങൾക്ക് ചിത്രങ്ങൾ ഒത്തുവരുന്നുവോ അത്രകണ്ട് ആ ചിത്രകാരന്മാരെ ബഹുമാനിച്ചുവരുന്നത് കാണുന്നില്ലയോ, അതുപ്രകാരം തന്നെ കഥകൾ സ്വാഭാവികമായി ഉണ്ടാവാൻ പാടുള്ള വൃത്താന്തങ്ങളെക്കൊണ്ടുതന്നെ ഭംഗിയായി ചമച്ചാൽ കാലക്രമേണ ആവക കഥകളെ അസംഭവ്യ സംഗതികളെക്കൊണ്ടു ചമയ്ക്കപ്പെട്ട പഴയ കഥകളേക്കാൾ രുചിക്കുമെന്നാകുന്നു[18].

പ്രതിനിധാനത്തിന്റെ തലത്തിലെ വാസ്തവപ്രതീതിയെ സാധൂകരിക്കുവാൻ ചന്തുമേനോൻ തള്ളിപ്പറയുന്ന മതാത്മക ബിംബങ്ങളുടെ ലോകം, പക്ഷേ, രവിവർമ്മ ചിത്രങ്ങളിൽ ഉപേക്ഷിക്കപ്പെടുന്നില്ല. കേസരി ബാലകൃഷ്ണപിള്ള സൂചിപ്പിച്ചതുപോലെ ദേവീദേവന്മാരുടെ ചിത്രം വരച്ച ആധുനികനായ കലാകാരനായിരുന്നു രവിവർമ്മ[19]. കൊളോണിയൽ ആധുനികതയുടെ ബലതന്ത്രങ്ങൾക്കകത്ത് നിലയുറപ്പിച്ചുകൊണ്ട്, പാരമ്പര്യത്തേയും ആധുനികതയേയും ചിത്രപ്രതലത്തിൽ വച്ചുതന്നെ സമന്വയിപ്പിക്കാനുള്ള ശ്രമം രവിവർമ്മയിലുണ്ട്. *ഇന്ദുലേഖ*യിലും മലബാർ മാര്യേജ് കമ്മീഷൻ റിപ്പോർട്ടിലുമായി പിളർന്നുനില്ക്കുന്ന ചന്തുമേനോന്റെ കൊളോണിയൽ കർത്തൃപദവിയേക്കാൾ സംഘർഷഭരിതമായ ഒരു കർത്തൃത്വത്തെ രവിവർമ്മ ചിത്രങ്ങളിൽനിന്ന് നമുക്ക് വായിച്ചെടുക്കാനാവും. പുരാണനായികമാരെ സാരിയുടുപ്പിച്ചയാൾ എന്ന

പരിഹാസപൂർണ്ണമായ നിരീക്ഷണത്തിന് ഇതോടെ കൈവരുന്ന അർത്ഥ വിവക്ഷകൾ വളരെയേറെയാണ്.

ഇന്ത്യൻ ആധുനികതയുടെ വൈരുദ്ധ്യാത്മകമായ ഉള്ളടക്കം രൂപപ്പെട്ടുവന്ന സാഹചര്യത്തെ കൊളോണിയൽ വാഴ്ച സൃഷ്ടിച്ച പ്രതിസന്ധിയുമായി ബന്ധപ്പെടുത്തി കലാനിരൂപകനായ ഗീതാകപൂർ ചർച്ചചെയ്യുന്നത് വളരെ ശ്രദ്ധേയമാണ്.

> കൊളോണിയൽ ഭരണത്തിന്റെ കടന്നുകയറ്റത്തിന്റെ ഫലമായി ഇന്ത്യൻ ചിത്രരചയിതാക്കൾക്ക് സ്വന്തം അടിത്തറ നഷ്ടമായി. ലക്ഷ്യമില്ലാതെ ഉഴലുന്ന ഒരുവനായി അവർ മാറി. ഇവിടെനിന്നും ആധുനികതയിലേക്ക് കടന്നുകയറുവാനുള്ള ശ്രമത്തിനിടയിൽ ഇന്ത്യൻ ചിത്രകാരൻ സ്വത്വപരമായ വമ്പിച്ച ഒരു പ്രതിസന്ധിയെ നേരിടുകയും ചെയ്തു. ഇന്ത്യയിലെ ചിത്രകാരന്മാർ ആധുനിക ലോകത്തേക്ക് പ്രവേശിച്ചത് കൃത്രിമമായ ഒരു പ്രക്രിയയിലൂടെയാണ്...... പാശ്ചാത്യരാജ്യങ്ങളിൽ ആധുനികത ക്രമാനുഗതമായി വളർന്നുവന്ന ഒന്നായിരുന്നു. അതിന്റെ വികാസം ചരിത്രപരമായിരുന്നു. എന്നാൽ മൂന്നാം ലോക രാജ്യങ്ങളെ സംബന്ധിച്ചിടത്തോളം ആധുനികത വ്യത്യസ്തമാണ്. ദേശീയ സംസ്കാരത്തിന്റെ തകർച്ചയും വികസിത വ്യാവസായിക രാജ്യങ്ങളുടെ പുരോഗമനപരമായ യുക്തിബോധത്തിന്റെ പുറമേനിന്നുള്ള അടിച്ചേല്പിക്കലുമായിരുന്നു ഇവിടെ ആധുനികത. സമകാലീന ഇന്ത്യൻ ചിത്രകാരന്റെ പതനം ഈ ദിശാവ്യതിയാനത്തിന്റെ ഏറ്റവും നല്ല ഉദാഹരണമാണ്[20].

ഗീതാകപൂർ പറയുന്ന 'പുറമെനിന്നുള്ള അടിച്ചേല്പ്പിക്കൽ' ആണ് രവിവർമ്മയുടെ കലയിൽ അക്കാദമിക് റിയലിസത്തിന്റെ രൂപത്തിൽ ആവിഷ്കൃതമായത്. പാശ്ചാത്യകല കൈയൊഴിഞ്ഞ ഈ റിയലിസ്റ്റ് രചനാരീതി, പക്ഷേ, ഏതു ഭാരതീയനെ സംബന്ധിച്ചിടത്തോളവും അന്ന് തീർത്തും പുതുതായിരുന്നു. പ്രകൃതിയുടെ തനിപകർപ്പ് ചിത്രതലത്തിൽ ആവിഷ്കരിക്കാനുള്ള ശ്രമം പാശ്ചാത്യകലയിൽ നവോത്ഥാന കാലത്ത് തന്നെ വിജയം കൈവരിച്ചിരുന്നു. പതിനഞ്ചാം ശതകത്തിൽ ജീവിച്ചിരുന്ന യാൻ വാൻഐക്കി (Jan Van Eyck) ന്റെ 'അർനോൾഫിലി വിവാഹം' (*The Arnofili Marriage* -1434) എന്ന പ്രസിദ്ധ ചിത്രത്തിലേക്കെത്തുമ്പോൾ യാഥാർത്ഥ്യത്തിന്റെ പകർപ്പ് എന്ന ആശയം പൂർണ്ണമായും വിജയം നേടിക്കഴിഞ്ഞതായി കാണാം. യാഥാർത്ഥ്യത്തിന്റെ സ്ഥലരാശികളെ ചിത്രപ്രതലത്തിൽ അതേപടി ആവിഷ്കരിക്കുക എന്നതാണ് ഇതിന്റെ പ്രാഥമിക ഉപാധി. അടുത്തുള്ളവയെ അവയുടെ തനിവലിപ്പത്തിലും കൃത്യമായും അകലം കൂടുന്തോറും വലിപ്പം കുറഞ്ഞും തെളിച്ചം കുറ

ഞ്ഞും കാണുന്നവിധത്തിൽ ആവിഷ്കരിക്കുവാൻ കഴിയുന്നതോടെ ചിത്രകാരൻ 'കാഴ്ചയുടെ യാഥാർത്ഥ്യ'ത്തെ പിടിച്ചെടുക്കുന്നു എന്നു പറയാം. അകലേക്കു നീങ്ങുന്തോറും കാഴ്ചയുടെ വ്യക്തത നഷ്ടമാവുകയും ചക്രവാളബിന്ദുവിൽ ദൃശ്യം മായുകയും ചെയ്യുന്നു എന്നതാണ് 'യാഥാർത്ഥ്യ'ത്തിന്റെ കാഴ്ചപൊരുളായി നാം കരുതിപ്പോരുന്നത്[21]. നവോത്ഥാനത്തോടെ രൂപപ്പെട്ടുവന്ന മനുഷ്യ കേന്ദ്രിത (anthropocentric) ലോകവീക്ഷണമാണ് ഇന്ദ്രിയനിഷ്ഠമായ ഈ യാഥാർത്ഥ്യബോധത്തിന് രൂപംനല്കിയത്. ഇതോടെ സ്ഥലത്തിന്റെ ത്രിമാനസ്വഭാവത്തെ യാഥാർത്ഥ്യത്തിന്റെ ത്രിമാനസ്വഭാവം തന്നെയായി അംഗീകരിക്കാനും ചിത്ര പ്രതലത്തിൽ അത് ആവിഷ്കരിക്കാനും ശ്രമം ആരംഭിച്ചു. 'പ്രകൃതിയുടെ പകർപ്പായ കല'യിൽ പ്രകൃതിയിലെന്നപോലെ തന്നെ സ്ഥലം ആവിഷ്കരിക്കപ്പെട്ടു. സമീപദൃശ്യങ്ങൾ ആദ്യവും വിദൂരദൃശ്യങ്ങൾ പിന്നാലെയുമായി ക്രമാനുഗതമായി ആവിഷ്കൃതമായപ്പോൾ സ്ഥലം പിൻവാങ്ങി ചക്രവാളത്തിൽ മറയുന്ന യാഥാർത്ഥ്യപ്രതീതി സാദ്ധ്യമായി. ഈ യാഥാർത്ഥ്യ പ്രതീതിക്കിണങ്ങും വിധം എണ്ണച്ചായത്തിൽ വെളിച്ചത്തിന്റെയും നിഴലിന്റെയും (കറുപ്പും വെളുപ്പുമായ നിറങ്ങളുടെ) വിനിയോഗവും കൈവരിക്കാനായതോടെ പാശ്ചാത്യചിത്രകല കാണുന്നതിനെ അതുപോലെ പകർത്തുന്ന കാഴ്ചവട്ടം (perspective) കൈവരിക്കുകയും ചെയ്തു.

യൂറോപ്പിലെ നവോത്ഥാനകലയുടെ പ്രധാന ഘടകങ്ങളിലൊന്ന് ക്രൈസ്തവമായ മതാത്മക ഘടകങ്ങളിൽനിന്ന് വിടുതിനേടാനുള്ള നിരന്തരശ്രമമായിരുന്നു[22]. മതാത്മകവീക്ഷണത്തിൽനിന്ന് പുറത്തുകടക്കുവാനുള്ള നവോത്ഥാന ശ്രമങ്ങളുടെ പൈതൃകം പാശ്ചാത്യ റിയലിസ

വിരാടകൊട്ടാരത്തിലെ ദ്രൗപദി

ത്തിനും അവകാശപ്പെടാനാവും. നവോത്ഥാനത്തിനും നവീകരണ പ്രസ്ഥാനത്തിനും പിന്നാലെ അരങ്ങേറിയ വ്യവസായവിപ്ലവവും പ്രബുദ്ധതാപ്രസ്ഥാനവും ഫ്രഞ്ച് വിപ്ലവമുൾപ്പെടെയുള്ള സാമൂഹിക ക്ഷോഭങ്ങളും മാനുഷികയാഥാർത്ഥ്യത്തെ സംബന്ധിക്കുന്ന ബോധത്തെ വിപുലീകരിക്കുകയും ദൃഢീകരിക്കുകയുമാണ് ചെയ്തത്. ഫ്രഞ്ച് വിപ്ലവത്തിന്റെ പ്രേരണകളെക്കൂടി ഉൾക്കൊണ്ട് വളർന്നുവന്ന റൊമാന്റിക് പ്രസ്ഥാനം പ്രകൃതിയെ മനുഷ്യവല്ക്കരിക്കുവാനുള്ള ശ്രമത്തിലേർപ്പെടുന്നതും കാണാം. ('മാനുഷികമായ' വൈകാരികതയുടെ പ്രതിഫലനങ്ങളോ പ്രഭാവങ്ങളോ ആയാണ് പ്രകൃതി വേഡ്സ് വർത്തിലും മറ്റും പ്രതിനിധാനം ചെയ്യപ്പെടുന്നത്.) പത്തൊമ്പതാം ശതകത്തിന്റെ രണ്ടാം പകുതിയിൽ ഈ മനുഷ്യകേന്ദ്രിത യാഥാർത്ഥ്യ ബോധം ഭാരതീയ ജീവിതത്തിലേക്കും കലയിലേക്കും വ്യാപിച്ചുതുടങ്ങി. ഭാരതത്തിലെ 'ആധുനികത'യുടെ സന്ദർഭം ഇതാണ്. സ്ഥലത്തെ കീഴടക്കിയ ചിത്രകലാരീതി ബ്രിട്ടീഷ് അക്കാദമിക് പഠനം വഴി ഇവിടെ പ്രചരിച്ചുതുടങ്ങുന്ന ഇക്കാലമാകുമ്പോഴേക്ക് പാശ്ചാത്യകലയിൽനിന്ന് അത് പിൻവാങ്ങിത്തുടങ്ങിയതായി കാണാം. മാത്രമല്ല, ബ്രിട്ടീഷ് അക്കാദമിക് റിയലിസം ഇറ്റലി, ജർമ്മനി, ഫ്രാൻസ്, ഹോളണ്ട് തുടങ്ങിയ രാജ്യങ്ങളിലെ റിയലിസ്റ്റ് ശൈലിയുമായി താരതമ്യപ്പെടുത്തുമ്പോൾ ഏറെ ദുർബ്ബലവുമായിരുന്നു. വിക്ടോറിയൻ അക്കാദമിക് റിയലിസത്തിന്റെ തരംതാണ വകഭേദങ്ങളിലൊന്നായി പരിഗണിക്കപ്പെട്ടുവരുന്ന സൗത്ത് കെൻസിങ്ടൺ ശൈലിയാണ് ഇന്ത്യയിൽ ബ്രിട്ടീഷുകാർ സ്ഥാപിച്ച ആർട്സ് സ്കൂളുകളിൽ പരിശീലിപ്പിച്ചിരുന്നതെന്നും കലാചരിത്രകാരന്മാർ ചൂണ്ടിക്കാട്ടിയിട്ടുണ്ട്.

കൊയ്ത്തുകാരി

യഥാതഥ പ്രതിനിധാനത്തിന്റെ ചരിത്രപരമായ ദൗത്യം പരമ്പരാഗതവും വിശുദ്ധവുമായ ആഖ്യാനത്തിന്റെ ജ്ഞാന വ്യവ

സ്ഥയെ അപഗൂഢവല്ക്കരിക്കലാണെന്ന് (demystification of the traditional and sacred narrative paradigm) ഫ്രെഡറിക് ജയിംസൺ നിരീക്ഷിക്കുന്നുണ്ട്. മതനിരപേക്ഷമായ ഒരു അഴിച്ചെടുക്കലായി (secular decoding) അദ്ദേഹം ഇതിനെ വിവരിക്കുന്നു[23]. രവിവർമ്മയുടെ കലയിൽ പക്ഷേ ഇത് സംഭവിക്കുന്നത് പരിമിതവും ഭാഗികവുമായാണ്. കൊളോണിയൽ ആധുനികതയുടെ ബലതന്ത്രത്തിനുള്ളിൽ സ്വയം സ്ഥാനപ്പെടുത്തുന്ന രവിവർമ്മയ്ക്ക് ജെയിംസൺ സൂചിപ്പിക്കുന്ന മതനിരപേക്ഷമായ അഴിച്ചെടുക്കൽ അതേപടി നിർവ്വഹിക്കാനാവുമായിരുന്നില്ല. പാരമ്പര്യവുമായുള്ള മുഖാമുഖത്തിന്റെ ഈ സന്ദർഭത്തിൽ രവിവർമ്മ ഭാരതീയ മതാത്മകതയുടെ ഭ്രമാത്മകഭാവനയെ (fantacy) ചരിത്രവല്ക്കരിക്കപ്പെട്ട യഥാതഥ രൂപാവലിയിലേക്ക് മാറ്റിയെഴുതുകയാണ് ചെയ്തതെന്നു പറയാം. രണ്ടു ലോകവീക്ഷണങ്ങൾക്കിടയിലെ, മിത്തിനും ചരിത്രത്തിനുമിടയിലെ, പൗരാണികതയ്ക്കും നവീനതയ്ക്കുമിടയിലെ, മാദ്ധ്യസ്ഥമായിരുന്നു രവിവർമ്മയുടെ കലയും സങ്കേതവും[24]. ദേവതാവർണ്ണനയുടെ ലക്ഷണശാസ്ത്രത്തോടോ ധ്യാനശ്ലോകങ്ങളിലെ രൂപസങ്കല്പത്തോടോ അല്ല സ്ഥലകാലബദ്ധമായ മാനുഷിക യാഥാർത്ഥ്യത്തോട് ഒത്തുപോകുവാനാണ് രവിവർമ്മയുടെ പുരാണചിത്രങ്ങൾ ശ്രമിച്ചുകൊണ്ടിരിക്കുന്നത്. അനുരാധാ കപൂർ പറയുന്നത് എണ്ണച്ചായത്തിന്റെ സാങ്കേതികവിദ്യ യഥാതഥത്വം വഴിയുള്ള ഈ മാദ്ധ്യസ്ഥത്തെ ഒരളവോളം അനിവാര്യമാക്കുന്നുവെന്നാണ്. ഇങ്ങനെ കൊളോണിയൽ ആധുനികത, പാരമ്പര്യം, എണ്ണച്ചായം ഇവ തമ്മിൽ കലർന്നു നില്ക്കുന്ന റിയലിസമാണ് രവിവർമ്മയുടേത്. അതിനാൽ ജെയിംസൺ പറയുന്ന മതനിരപേക്ഷമായ അഴിച്ചെടുക്കലിന് (decode) പകരം മതാത്മകമായ പഴയ ജ്ഞാനവ്യവസ്ഥയെ പുതിയ രൂപാവലിയിലേക്ക് അഴിച്ചുകൂട്ടുക (recode) യാണ് അവ ചെയ്യുന്നത്. പഴയതിനേക്കാൾ വീര്യവത്തും ജനപ്രിയവുമായ ഒന്നായി പ്രവർത്തിക്കുവാൻ ഈ പുതിയ രൂപഭാഷയ്ക്ക് കഴിയുകയും ചെയ്യും (പില്ക്കാലത്ത് നാടകവും ചലച്ചിത്രവും ചെയ്തതുപോലെ). ഇങ്ങനെ ദൈവങ്ങൾക്ക് മാനു

പച്ചക്കറിവില്പനക്കാരി

ഷികരൂപം നല്കിക്കൊണ്ട് രവിവർമ്മ നടത്തിയ ഇടപെടലുകൾ മതവും രാഷ്ട്രീയവും തമ്മിൽ അതുവരെ നിലനിന്ന ബന്ധത്തിന് പുതിയ അർത്ഥം നല്കുന്നുണ്ട്. വിഗ്രഹലക്ഷണപരമായ അടയാളങ്ങൾ മാത്രമായി അതുവരെ നിലനിന്ന ചിഹ്ന ങ്ങൾക്ക് ഇതോടെ ചരിത്രപരമായ വാസ്തവികതയുടെ പ്രതീതി കൈവന്നു. ഐതിഹ്യാത്മകതയ്ക്ക് മേൽ യഥാതഥത്വവും ഭൂതകാല ത്തിനു മേൽ വർത്തമാനകാലവും പ്രവർത്തനക്ഷമത നേടുകയും രണ്ടു വിതാനങ്ങളും വർത്തമാനത്തിന്റെ പ്രവർത്തനപഥത്തിന്റെ ഭാഗമാവുകയാണ് ചെയ്യുന്നത്. ഭൂതവും വർത്തമാനവും തമ്മിലടുക്കുകയും മതാത്മക ആഖ്യാനം പരിചിത രൂപങ്ങളിലൂടെ ദൈനംദിന ജീവിതത്തിന്റെ സമീപസ്ഥത കൈ വരിക്കുകയും ചെയ്യുന്നു. (പുരാണ നായികമാരെ സാരിയുടുപ്പിച്ചയാൾ എന്ന വിവരണം ഓർക്കുക.) ഭൂതവും വർത്തമാനവും ഒട്ടൊക്കെ ഒന്നുതന്നെയായിത്തീരുന്നു. ദൈവങ്ങളുടെ ഐതിഹാസികകാലം ചരിത്രകാലമോ വർത്തമാനകാലം പോലുമോ ആയിത്തീരുന്നു[25]. അതുകൊണ്ട് മതനിരപേക്ഷമായ ജ്ഞാനവ്യവസ്ഥയിലേക്കുള്ള പരിപൂർണ്ണമായ അഴിച്ചെഴുതലായി രവിവർമ്മയുടെ കലയെ വിവരിക്കുന്നത് അതിവാദമായിരിക്കും. എങ്കിലും രവിവർമ്മയുടെ കല നിറവേറ്റിയ ചരിത്രദൗത്യങ്ങളെ പരിഗണിക്കാതിരുന്നാൽ അത് കലാനിരൂപണത്തിന്റെ വലിയ പരാജയമുഹൂർത്തങ്ങളിലൊന്നായിരിക്കും. രവിവർമ്മയുടെ റിയലിസത്തിന്റെ സാങ്കേതിക പരിമിതികളേയും മറ്റും പ്രധാന പരിഗണനാവിഷയമാക്കിയ നമ്മുടെ ആദ്യ കലാനിരൂപണത്തിനും ആധുനികതാവാദികളുടെ അമൂർത്ത സൗന്ദര്യാന്വേഷണത്തിനും വന്നു പിണഞ്ഞ ഗതികേടും ഇതുതന്നെ യാണ്.

'മൃതപ്രായമായ പാശ്ചാ ത്യ റിയലിസത്തെ' ഭാരതീയ ചിത്രകലയിൽ സന്നിവേശിപ്പിക്കുക വഴി രവിവർമ്മ സ്വദേശി ചിത്രകലയുടെ അധോഗതിക്ക് വഴി തുറക്കുകയായിരുന്നുവെന്നും മറ്റുമുള്ള ലളിതമായ വ്യാഖ്യാനങ്ങൾ അപ്രസക്തമായിത്തീരുന്നത് ഈ ചരിത്രപശ്ചാത്തലത്തിലാണ്. പാശ്ചാത്യ റിയലിസത്തിന്റെ 'മൃതപ്രായത്വം' യഥാർത്ഥത്തിൽ പാശ്ചാത്യം തന്നെയായ ഒരനുഭവമാണ്. പത്തൊമ്പതാം ശതകത്തിലെ ഭാരതത്തെ സംബന്ധിച്ചിടത്തോളം പാശ്ചാത്യ റിയലിസ്റ്റ് ശൈലി

ശന്തനുവും മത്സ്യഗന്ധിയും

പുതിയൊരു ദൃശ്യഭാഷ തന്നെയായിരുന്നു. ഇംഗ്ലീഷ് ഭാഷയിലൂടെ വിശ്വസാഹിത്യത്തിന്റെയും സാർവ്വ ദേശീയതയുടെയും (ദേശീയതയുടെയും!) പുതിയൊരു മൂല്യവ്യവസ്ഥയിലേക്ക് കടന്നുചെന്ന ഭാരതീയ ജനത, പുതുതായി കൈവന്ന ഈ ദൃശ്യഭാഷയിലൂടെ ലോകത്തെ പുതിയൊരു രീതിയിൽ കാണുകയായിരുന്നു. പാശ്ചാത്യ റിയലിസത്തിന്റെ 'മൃതപ്രായത്വ'ത്തിന്റെ ചരിത്രപരതയെ അവഗണിച്ച് അതിനെ ഇന്ത്യൻ ചിത്രകലയിലേക്കാനയിച്ച പിന്തിരിപ്പനായി രവിവർമ്മയെ വിലയിരുത്തുന്ന സമീപനത്തെ നിർണ്ണയിച്ചിരുന്നത് ഓറിയന്റലിസ്റ്റ് - യൂറോകേന്ദ്രിത കാഴ്ചപ്പാടുകളാണെന്നും ഇത് വ്യക്തമാക്കുന്നു.

ഭാരതീയ കലാചരിത്രത്തിന്റെ മേല്പറഞ്ഞ സവിശേഷപശ്ചാത്തലത്തിൽ രവിവർമ്മയെ വിലയിരുത്താൻ ശ്രമിച്ച നിരൂപകർ രവിവർമ്മയുടെ മൗലികപ്രാധാന്യം നേരത്തെതന്നെ തിരിച്ചറിഞ്ഞിട്ടുണ്ട്. ആധുനിക ഇന്ത്യൻ രാഷ്ട്രത്തിന്റെ നിർമ്മാതാക്കളിലൊരാളായി രവിവർമ്മയെ നോക്കിക്കണ്ട രാമാനന്ദ ചാറ്റർജി 1907 ൽ *മോഡേൺ റിവ്യൂ*വിൽ ആധുനിക ഇന്ത്യയിലെ മഹാനായ ചിത്രകാരൻ എന്ന പദവി രവിവർമ്മയ്ക്ക് നല്കുന്നുണ്ട്. തന്റെ അഭിപ്രായത്തിൽ ആധുനിക ഇന്ത്യയിലെ കല, മൂന്ന് ദൗത്യങ്ങളാണ് നിറവേറ്റേണ്ടത് എന്ന് അദ്ദേഹം പറയുന്നു. ഒന്ന്: ഭൂതകാല മഹിമകളുടെ പുനഃസൃഷ്ടി എന്ന ചരിത്രദൗത്യം. രണ്ട്: ആസ്വാദകന്റെ ചിന്താപരവും വികാരപരവുമായ നിലവാരം ഉയർത്തുക എന്ന ധാർമ്മികദൗത്യം. മൂന്ന്: ദേശനിർമ്മിതി എന്ന രാഷ്ട്രീയദൗത്യം. രവിവർമ്മയുടെ പുരാണചിത്രങ്ങൾ ഇവ മൂന്നും ഒരുമിച്ച് നിർവ്വഹിച്ചതായി അദ്ദേഹം വിലയിരുത്തി[26]. പില്ക്കാലത്തുണ്ടായ അശോക് മിത്രയുടെ നിരീക്ഷണവും ശ്രദ്ധേയമാണ്:

> പുതിയ യൂറോപ്യൻ പഠനം വഴി ഇന്ത്യൻ തത്ത്വചിന്തയ്ക്കും സാഹിത്യത്തിനും കൈവന്ന നേട്ടങ്ങൾ ചിത്രകലയിൽ കൈവരിക്കാനായിരുന്നു രവിവർമ്മയുടെ ശ്രമം. ഇന്ത്യൻ ചിത്രകലയിൽ അത്യന്തം നൂതനമായ ഘടകങ്ങൾ ഉൾച്ചേർക്കാൻ അദ്ദേഹം പരിശ്രമിച്ചു. യൂറോപ്യൻ ചിത്രണസമ്പ്രദായം പഠിച്ച അദ്ദേഹമാണ് കാഴ്ചവട്ടം (perspective) ഇന്ത്യൻ ചിത്രകലയിലേക്ക് കൊണ്ടുവന്നത്. എണ്ണച്ചായം എന്ന പുതിയ മാദ്ധ്യമത്തെയും അദ്ദേഹം ഇന്ത്യയിലേക്ക് ആനയിച്ചു. ഈ പുതിയ ഉപാധികളെ ഭാരതീയ സന്ദർഭത്തിൽ പ്രയോഗിക്കാനാണ് അദ്ദേഹം ശ്രമിച്ചത്. കാഴ്ചയുടെ പുതിയ ഒരു രീതിയാണ്, കേവലം ഒരു ചിത്രകലാ സമ്പ്രദായമല്ല, രവിവർമ്മ സൃഷ്ടിച്ചത്. ഛായാചിത്രങ്ങളിലും (portraits), ഭൂഭാഗ ചിത്രങ്ങളിലും (landscapes) വെളിച്ചത്തിന്റെ തിളങ്ങുന്ന മേഖലകളെ സൃഷ്ടിച്ച അദ്ദേഹം ഭാരതീയമായ വെളിച്ചത്തിലേക്ക് എണ്ണച്ചായത്തെ രൂപപ്പെടുത്തുകയായിരുന്നു. രവിവർമ്മയുടെ ചിത്രങ്ങളെ യൂറോപ്യൻ സാങ്കേതികരീതിയുടെ വിലകുറഞ്ഞതും ലക്ഷ്യരഹിതവുമായ അനുകരണമായി കാണുന്നത് തെറ്റാണ്. ലഭ്യമായ

യൂറോപ്യൻ ഉപാധികൾ ഉപയോഗിച്ച് തനിക്കുചുറ്റും നോക്കുകയാണ് രവിവർമ്മ എല്ലായ്പ്പോഴും ചെയ്തുകൊണ്ടിരുന്നത്. അങ്ങനെ ചെയ്യുമ്പോഴാകട്ടെ തന്റെ കാഴ്ചയ്ക്ക് ഇണങ്ങുംവിധത്തിൽ അദ്ദേഹമതിനെ പരിഷ്കരിച്ചു കൊണ്ടുമിരുന്നു. സാഹിത്യത്തിന്റെയും തത്ത്വചിന്തയുടെയും മേഖലയിൽ രാജേന്ദ്രലാൽ മിത്രയും ബങ്കിം ചന്ദ്രനും ചെയ്യുവാൻ ശ്രമിച്ചതു തന്നെയാണ് രവിവർമ്മയും ചെയ്തത്. യൂറോപ്യൻ ദൃഷ്ടിക്ക് രവിവർമ്മ വിലകുറഞ്ഞ ഒന്നായി അനുഭവപ്പെടാം. അവരെ സംബന്ധിച്ച് രവിവർമ്മയുടെ കല വ്യക്തമായും അനുകരണം മാത്രമാണ്. ദുർഗ്ഗേശനന്ദിനിയുടെ ഇംഗ്ലീഷ് വിവർത്തനം വായിച്ചാൽ വാൾട്ടർ സ്കോട്ടിന്റെ കൃതികളുമായി പരിചയമുള്ള ഒരു ഇംഗ്ലീഷുകാരനും ഇതുതന്നെ തോന്നും. യൂറോപ്യൻ ദൃഷ്ടിയിൽ രവിവർമ്മ വെറും അനുകരണവും മുഗൾ രജപുത്രചിത്രങ്ങൾ മനോഹരവും ആവേശമുണർത്തുന്നതുമായിരിക്കും, അവ വ്യത്യസ്തമായതുകൊണ്ടു മാത്രം[27].

കാഴ്ചയുടെ നേർപ്പകർപ്പിലൂടെ 'യാഥാർത്ഥ്യ'ത്തെ കീഴ്പ്പെടുത്തുന്ന പുതിയ കലാതന്ത്രം, ഇന്ത്യയിൽ രവിവർമ്മയിലൂടെ രൂപപ്പെട്ടുവരുമ്പോൾ 'യാഥാർത്ഥ്യം' കാഴ്ചയുടെ നേർപ്പകർപ്പല്ലെന്ന ബോധം ഇംപ്രഷനിസ്റ്റ് സമ്പ്രദായങ്ങളിലൂടെ പാശ്ചാത്യലോകത്ത് വികസിച്ചുവരികയായിരുന്നു. സുദീർഘമായ ഒരു റിയലിസ്റ്റ് പാരമ്പര്യത്തിന്റെയും ഫോട്ടോഗ്രാഫിയുടെ കടന്നുവരവിലൂടെ രൂപപ്പെട്ട 'നാചറലിസ്റ്റ് പരിപൂർണ്ണത'യുടെയും സന്ദർഭത്തി ലാണ് പാശ്ചാത്യകലയിൽ ഇത്തരം പ്രസ്ഥാനങ്ങൾ ഉടലെടുത്തത്. യൂറോപ്പിൽ പ്രചരിച്ച ജാപ്പനീസ് കളർ പ്രിന്റുകളുമായുള്ള പരിചയം ഇംപ്രഷനിസ്റ്റ് ചിത്രകാരന്മാരെ പത്തൊമ്പതാം ശതകത്തിന്റെ മദ്ധ്യത്തിൽ അഗാധമായി സ്വാധീനിച്ചിട്ടുമുണ്ട്. ജപ്പാനിലെ 'യൂകി യോയെ' എന്ന പ്രസ്ഥാനം മാനെ, ദെഗാ, ഗോഗിൻ തുടങ്ങിയവരുടെ രചനകളെ പ്രകടമായിത്തന്നെ സ്വാധീനിച്ചത് നേരത്തെതന്നെ ചൂണ്ടിക്കാണിക്കപ്പെട്ടു കഴിഞ്ഞതാണ്. യാഥാർത്ഥ്യത്തെയും ചിത്രപ്രതലത്തിലെ അതിന്റെ

ഹംസദമയന്തി

പ്രതിനിധാനത്തെയും സംബന്ധിച്ച സുദീർഘമായ അന്വേഷണങ്ങളിലൂടെയാണ് പാശ്ചാത്യകല റിയലിസത്തെ പിന്നിട്ടതെന്ന് നാം കാണാതിരുന്നുകൂടാ. യാഥാർത്ഥ്യത്തെ സംബന്ധിച്ച അനുഭൂതികളെ കഴിയുന്നത്ര തീവ്രതയോടെ ആവിഷ്കരിച്ച കാരവാഗ്ഗിയോയുടേയും വൈയക്തികമായ അന്തർജ്ഞാനാത്മകഭാവം ദൃശ്യത്തിന് പകരുവാൻ ശ്രമിച്ച ദെലക്രോയുടേയും (ദെലക്രോയ് തന്നെ ബ്രിട്ടീഷ് റിയലിസത്തിലെ പ്രധാനികളിലൊരാളായ റെയ്നോൾഡ്സിന്റെ ആരാധകനായിരുന്നു) തന്റെ രചനകൾക്ക് ഗാർഹികതയുടെ തരളഭാവം (homeliness) നല്കിയ റൂബൻസിന്റെയും ഭൂഭാഗചിത്രണത്തിൽ ശ്രദ്ധേയമായ ഔന്നത്യം പുലർത്തിയ നാചറലിസ്റ്റ് സ്കൂളിലെ കോൺസ്റ്റബിളിന്റെയുമെല്ലാം പാരമ്പര്യം പാശ്ചാത്യ റിയലിസത്തിനുണ്ട്. പാശ്ചാത്യ കലാചരിത്രത്തിലെ ഏറ്റവും സങ്കീർണ്ണവും കുഴപ്പം പിടിച്ചതുമായ പദമാണ് റിയലിസമെന്ന് ഹെർബർട്ട് റീഡ് അഭിപ്രായപ്പെടുന്നതും അതുകൊണ്ടാണ്. ഇത്രയും വിപുലമായ റിയലിസ്റ്റ് പാരമ്പര്യത്തിന്റെ പിൻബലത്തോടെയാണ് പാശ്ചാത്യകല റിയലിസത്തെ പില്ക്കാലത്ത് മറികടന്നത്.

റിയലിസത്തിന്റെയും എണ്ണച്ചായത്തിന്റെയും ലോകത്തേക്ക് ഏകാകിയായി നടന്നുകയറിയ രവിവർമ്മയ്ക്ക് അഭിമുഖീകരിക്കാനുണ്ടായിരുന്നത് റിയലിസത്തിന്റെ മഹാപാരമ്പര്യത്തെയെന്നതിലുപരി അതിന്റെ നിർവ്വഹണസന്ധിയെ ആയിരുന്നു. രവിവർമ്മയ്ക്കു മുമ്പേ കൽക്കത്ത ആർട്സ് സ്റ്റുഡിയോയിൽ നിന്നുള്ള ലിത്തോഗ്രാഫുകൾ ഇന്ത്യൻ മഹാ

മോഹിനിയും രുഗ്മാംഗദനും

നഗരങ്ങളിൽ, കുറഞ്ഞ തോതിലാണെങ്കിലും, പ്രചരിച്ചിരുന്നു. ഐതിഹ്യാത്മക പ്രമേയവും പാശ്ചാത്യ രചനാശൈലിയും തന്നെയാണ് അവയും പുലർത്തിയിരുന്നതെങ്കിലും വൈകാരികപ്രതീതിയുടെ അഭാവം അവയിൽ അത്യന്തം പ്രകടമായിരുന്നതായി അക്കാലത്തെ പ്രമുഖ നിരൂപകനായ ബാലേന്ദ്രനാഥ ടാഗോർ പറയുന്നുണ്ട്. രവിവർമ്മയുടെ പുരാണചിത്രങ്ങൾക്ക് കൽക്കത്തയിൽ അനിതരസാധാരണമായ പ്രശംസയും പ്രചാരവും ലഭിച്ചതിന് പിന്നിൽ ഈയൊരു ഘടകവുമുണ്ട്. കൽക്കത്ത ആർട്സ് സ്റ്റുഡിയോക്കാർ പ്രകൃത്യാനുസൃത രൂപങ്ങളെ

ഭഗവത്ദൂത്

വികൃതമാക്കിയപ്പോൾ രവിവർമ്മ സാഹിത്യപരമായ വിവരങ്ങൾക്കും ബിംബങ്ങൾക്കും പ്രകൃത്യാത്മക (natural) പ്രതീതി നല്കിയെന്നാണ് ബാലേന്ദ്രനാഥടാഗോർ അഭിപ്രായപ്പെട്ടത്. (സിസ്റ്റർ നിവേദിതയുടെ കഠിനമായ ആക്ഷേപത്തിന് വിധേയമായ) 'അർജ്ജുനനും സുഭദ്രയും' എന്ന ചിത്രം ഇതിന് ഉത്തമ ഉദാഹരണമായി അദ്ദേഹം ചൂണ്ടിക്കാട്ടുകയും ചെയ്തു[28]. ഐതിഹ്യാത്മക ഭൂതകാലത്തിന്റെ യഥാതഥാവിഷ്കാരത്തിൽ നേടിയ ഈ വിജയത്തിന്, പക്ഷേ, റിയലിസത്തിന്റെ ചരിത്രാനുഭവങ്ങളുടെ അഭാവത്തിൽ സ്വയം ന്യായീകരിക്കുവാൻ കഴിയുമായിരുന്നില്ല. റിയലിസ്റ്റ് കാഴ്ചക്കോണിന്റെ കൊളോണിയൽ ബന്ധം അതിനെ ഏകമുഖമായി വിലയിരുത്തുന്നതിന് പിന്നീട് വഴിവയ്ക്കുകയും ചെയ്തു. ചരിത്രപരമായ ഈ വൈപരീത്യങ്ങളെ ഇന്ത്യൻ ചിത്രകലയിൽ റിയലിസത്തിന് തോളേറ്റേണ്ടിവന്നു. പാശ്ചാത്യ റിയലിസത്തിലൂടെ നടത്തിയ യാഥാർത്ഥ്യവുമായുള്ള അഭിമുഖീകരണം ഇവിടെ വിപരീതദിശയിൽ അരങ്ങേറിയതിന് കാരണമിതാണ്. ചിത്രഭാഷയിൽ രവിവർമ്മ നിറവേറ്റിയ ദൗത്യങ്ങളാണ് പില്ക്കാലത്ത് അമൃതഷെർഗിൽ വിപരീതമായ ഒരു ക്രമത്തിൽ തുടരുന്നതെന്ന് അശോക്മിത്ര നിരീക്ഷിക്കുന്നതും ഇതുകൊണ്ടാണ്. ടാഗോറിന്റെയും ജാമിനി റോയുടെയും ശൈലിയിൽനിന്നും തീർത്തും വ്യത്യസ്തമായ ശൈലി സ്വീകരിച്ച അമൃതാഷെർഗിൽ മോഡലുകളെ ഉപയോഗപ്പെടുത്തിക്കൊണ്ടാണ്

രചനയിൽ ഏർപ്പെട്ടത്. രവിവർമ്മയുടേതിൽ നിന്ന് അടിസ്ഥാനപരമായ വ്യത്യസ്തത പുലർത്തിയ 'നാചചറലിസ'മാണ് അമൃതഷെർഗിലിന്റേതെന്ന ശിബ്നാരായൺ റേയുടെ സൂചനയിലും മേല്പറഞ്ഞ വിപരീത ക്രമത്തിന്റെ പ്രശ്നം ഉന്നയിക്കപ്പെടുന്നുണ്ട്[29]. ബ്രിട്ടീഷ് അക്കാദമിക് റിയലിസത്തിന് പ്രവേശനം നല്കുകവഴി ഭാരതീയ ചിത്രകലയുടെ ആധുനിക സന്ദർഭത്തിന് വിപരീതക്രമത്തിലുള്ള ഒരു തുടക്കം കുറിക്കുകയായിരുന്നു രവിവർമ്മ. ഈ വിപരീതക്രമമാകട്ടെ രവിവർമ്മയുടെ വൈയക്തിക പ്രേരണകൾ കൊണ്ട് എന്നതിലുപരി ചരിത്രപരമായി നിർണ്ണയിക്കപ്പെട്ടതുമായിരുന്നു[30].

മൂന്ന്

1848 ഏപ്രിൽ 29 ന് ജനിച്ച രവിവർമ്മ ഔപചാരികമായ ചിത്രകലാഭ്യസനം ഒരിക്കലും നടത്തിയിട്ടില്ല. രവിവർമ്മ ജനിക്കുകയും ജീവിക്കുകയും ചെയ്ത കാലത്ത് മുഗൾ, രജപുത്ര, പഹാഡി തുടങ്ങിയ ഭാരതീയ ചിത്രകലാശൈലികളെല്ലാം തിരുവിതാംകൂറിനെ സംബന്ധിച്ച് തീർത്തും അപരിചിതമായിരുന്നു. ബ്രിട്ടീഷ് ഭരണത്തിന്റെ സ്ഥാപനത്തോടെ മുഗൾ ചിത്രകല നാശോന്മുഖമായിക്കഴിഞ്ഞിരുന്നു. ഇത്തരമൊരു കാലഘട്ടത്തിൽ കലാജീവിതം ആരംഭിച്ച രവിവർമ്മയ്ക്കു മുമ്പിൽ ഭാരതീയ ചിത്രകലാപാരമ്പര്യമെന്ന് പറയാൻ തക്കതായ ഒന്നും അവശേഷിച്ചിരുന്നില്ല എന്നതാണ് യാഥാർത്ഥ്യം. (എന്നാൽ ഭാരതീയ കാവ്യപാരമ്പര്യം പൊതുവിലും, മലയാളത്തിലെ മണിപ്രവാളപാരമ്പര്യം പ്രത്യേകിച്ചും, ഏറ്റെടുത്ത സ്ത്രീരൂപസങ്കല്പം രവിവർമ്മ ചിത്രങ്ങളിൽ പ്രകടമാണെന്ന് കൃഷ്ണചൈതന്യ പറയുന്നു[31]. അന്യവല്ക്കൃതവും രത്യാത്മകവുമായ ഒരു അപരസംസ്കൃതിയായി കിഴക്കിനെ നോക്കിക്കണ്ട ഓറിയന്റലിസ്റ്റ് കാഴ്ചശീലത്തിന് അനുയോജ്യമായ ഒന്നായി

ഇരുമ്പഴിക്കുള്ളിലെ സ്ത്രീ

ജിപ്സികൾ

രുന്നു രവിവർമ്മയുടെ ഈ സ്ത്രീരൂപ നിർമ്മാണ പദ്ധതിയെന്ന് ഗീതാകപൂർ കൃഷ്ണ ചൈതന്യയുടെ നിഗമനത്തെ പിൻപറ്റിക്കൊണ്ട് നിരീക്ഷിച്ചിട്ടുമുണ്ട്[32]). അജന്തയുടെയും സിത്തനവാസലിന്റെയും മറ്റും പാരമ്പര്യങ്ങളിൽനിന്ന് വളർന്നുവന്ന തദ്ദേശീയമായ ചുവർചിത്രകലയും പത്തൊമ്പതാം ശതകത്തിലേക്കെത്തുമ്പോഴേക്കും കേവലമായ ആവർത്തനങ്ങൾ കൊണ്ട് സർഗ്ഗാത്മകമാനം നഷ്ടമായ 'കരകൗശല'മായിക്കഴിഞ്ഞിരുന്നു. തിരുനന്തിക്കര, കാന്തളൂർ തുടങ്ങിയ ക്ഷേത്രങ്ങളിലെയും ചിതറാൽ ഗുഹാക്ഷേത്രത്തിലെയും ചിത്രങ്ങൾ പ്രതിനിധാനം ചെയ്യുന്ന പ്രഥമഘട്ടവും മട്ടാഞ്ചേരിയിലെ രാമായണചിത്രങ്ങളും ഉളങ്കുന്നപ്പുഴ, വടക്കുന്നാഥൻ, തൃക്കൊടിത്താനം എന്നീ ക്ഷേത്രങ്ങളിലെ ചിത്രങ്ങൾ പ്രതിനിധാനം ചെയ്യുന്ന രണ്ടാംഘട്ടവും, മട്ടാഞ്ചേരി കൊട്ടാരത്തിലെ കോവണിത്തളം, കീഴ്ത്തളം എന്നിവിടങ്ങളിലേയും അങ്കമാലി, അകപ്പറമ്പ്, കാഞ്ഞൂർ പള്ളികൾ, പത്മനാഭപുരം കൊട്ടാരം, പുന്ധരികപുരം, തൃപ്രയാർ, പനയന്നാർകാവ്, പത്മനാഭസ്വാമി ക്ഷേത്രം എന്നിവിടങ്ങളിലെയും ചിത്രങ്ങൾ പ്രതിനിധാനം ചെയ്യുന്ന മൂന്നാംഘട്ടവും[33] പിന്നിട്ടുകഴിഞ്ഞ കേരളീയ ചുവർചിത്രകല പത്തൊമ്പതാംശതകത്തിന്റെ തുടക്കത്തിൽ വലിയൊരളവിൽ സ്തംഭനാവസ്ഥയെ അഭിമുഖീകരിക്കുകയായിരുന്നു. രാജവാഴ്ചയുടെ പരിചരണമോ ദേശീയപ്രസ്ഥാനത്തിന്റെ പരിഗണനയോ ചുവർചിത്രകലയ്ക്ക് അന്ന് ലഭിച്ചിരുന്നില്ല. ഏറെ പ്രകീർത്തിക്കപ്പെട്ട അജന്ത ചിത്രങ്ങൾ തന്നെ സവിശേഷപഠനത്തിന് വിധേയമാകുന്നത് പത്തൊമ്പതാം ശതകത്തിന്റെ അവസാനത്തോടെയാണ്[34]. ആ സ്ഥിതിയിൽ രാജാരവിവർമ്മയെ സംബന്ധിച്ചിടത്തോളം ഭാരതീയ ചിത്രകലാപാരമ്പര്യമെന്ന് എടുത്തുപറയുവാൻ തോന്നിക്കുന്ന വിധത്തിൽ ഒന്നും അവശേഷിപ്പിച്ചിരുന്നില്ല.

തഞ്ചാവൂരിൽ നിന്നെത്തിയ അളഗിരിനായിഡുവിന്റെയും മധുരയിൽ നിന്നെത്തിയ രാമനായ്ക്കരുടെയും വരവാണ് തിരുവിതാംകൂറിലെ ചിത്രകലയിൽ അക്കാലത്തുണ്ടായ പ്രധാന സംഭവം. കേരളത്തിലെ കലാകാരന്മാർക്ക് കാൻവാസ് എന്ന പുതിയ ചിത്രപ്രതലത്തെ അവർ പരിചയ

പ്പെടുത്തി. കൃത്യമായ അതിർവരമ്പുകളുള്ള കാൻവാസ് ചിത്രത്തെ പശ്ചാത്തലത്തിൽനിന്ന് ഭിന്നമായ അസ്തിത്വമുള്ള ഒന്നാണെന്ന് പ്രഖ്യാപിക്കുകയും സ്വന്തം മാനദണ്ഡങ്ങളാൽ മാത്രം വിലയിരുത്തപ്പെടേണ്ടുന്ന സ്വാച്ഛന്ദ്യം അതിന് നല്കുകയുമാണ് ചെയ്യുന്നത്. നമ്മുടെ കലാചരിത്രത്തെ സംബന്ധിച്ചിടത്തോളം ചുവർചിത്രങ്ങളിൽനിന്നും ഭാരതീയ കലാപാരമ്പര്യത്തിൽ നിന്നുമുള്ള മൗലികമായ ഒരു വ്യതിയാനത്തിന്റെ സന്ദർഭം കൂടിയാണ്, ഇത്.

കിളിമാനൂർ കൊട്ടാരത്തിലെ ഭിത്തികളിൽ കരി കൊണ്ടു വരച്ചുനടന്ന രവി വർമ്മയുടെ പ്രതിഭയെ ആദ്യം തിരിച്ചറിയുന്നത് അമ്മാവനായ രാജരാജവർമ്മയാണ്. ഒരു ചിത്രകാരൻ കൂടിയായ രാജരാജവർമ്മ, രവിവർമ്മയ്ക്ക് ചിത്രരചനയിൽ ആദ്യപാഠങ്ങൾ പകർന്നുനല്കിയിട്ടുമുണ്ട്. (തിരുവനന്തപുരം കൊട്ടാരത്തിലെ ചിത്രകാരനായി നിയമിതനായ അളഗിരി നായിഡുവിന്റെ തഞ്ചാവൂർ ശൈലി നോക്കിക്കണ്ട് ചിലതെല്ലാം പഠിച്ച ആളായിരുന്നു രാജരാജവർമ്മ. അളഗിരി നായിഡുവിൽനിന്ന് രവിവർമ്മ ചിത്രകല അഭ്യസിച്ചതായി വിൻസന്റ് സ്മിത്ത് മുതൽ സച്ചിദാനന്ദൻ (93 ൽ എഴുതിയ ലേഖനത്തിൽ) വരെ പറയുന്നുണ്ട്. സ്വാതിതിരുനാളിന്റെ സദസ്യനായിരുന്ന അളഗിരി നായിഡു 1847 ൽ ആണ് അന്തരിച്ചത്. രവിവർമ്മ ജനിക്കുന്നത് 1848 ലും. 1862 ൽ തന്റെ 14 - ാം വയസ്സിലാണ് രവിവർമ്മ ആദ്യമായി തിരുവനന്തപുരത്തെത്തുന്നത്. തിരുവനന്തപുരം കൊട്ടാരത്തിലെത്തിയശേഷം രവിവർമ്മ രാമസ്വാമി നായ്ക്കരിൽ നിന്ന് യൂറോപ്യൻ ശൈലി പരിശീലിക്കാനായി ശ്രമിക്കുന്നുണ്ട്. നായ്ക്കർ അതിന് അനുമതി നല്കിയില്ല. ഇതിനെത്തുടർന്ന് നായ്ക്കരുടെ സഹായിയായ അറുമുഖം പിള്ളയിൽനിന്നാണ് രവിവർമ്മ എണ്ണച്ചായത്തിന്റെ സാങ്കേതികവിദ്യ പഠിച്ചുതുടങ്ങുന്നത്.

1886 ൽ ഡച്ചുകാരനായ തിയഡോർ ജെൻസൻ എന്ന പോർട്രെയിറ്റ് പെയിന്റർ വൈസ്രോയി സർ ലോറൻസിന്റെ ശുപാർശക്കത്തുമായി തിരുവിതാംകൂർ കൊട്ടാരത്തിലെത്തിയത് രവിവർമ്മയുടെ കലാജീവിതത്തിലെ പ്രധാന സംഭവമായി സാധാരണ പറഞ്ഞുപോരാറുണ്ട്. യൂറോപ്പിൽ വലിയ വിജയങ്ങളൊന്നും നേടാനാവാതെ വരുന്ന ചിത്രകാരന്മാർ പതിനെട്ടാം നൂറ്റാണ്ടിൽ പലപ്പോഴായി ഇന്ത്യയിൽ

ഇന്ദ്രജിത്തിന്റെ വിജയം

വന്നുപോകാറുണ്ടായിരുന്നു. അവരിൽ പലരും ഇന്ത്യയിലെ പ്രകൃതിദൃശ്യങ്ങൾ വരച്ച് യൂറോപ്പിൽ പ്രദർശിപ്പിച്ചു പോരുകയും ചെയ്തിരുന്നു. ജെൻസനെ വരവേറ്റ ആയില്യം തിരുനാൾ രവിവർമ്മയ്ക്ക് എണ്ണച്ചായത്തിന്റെ സങ്കേതം പഠിപ്പിച്ചുകൊടുക്കുവാൻ ആവശ്യപ്പെട്ടെങ്കിലും ജെൻസൻ അതിന് തയ്യാറായില്ല. താൻ വരയ്ക്കുന്നത് നോക്കിക്കണ്ടുകൊള്ളാൻ അനുവാദം നല്കിയെന്നത് മാത്രമാണ് ജെൻസനിൽ നിന്ന് രവിവർമ്മയ്ക്ക് കിട്ടിയ ആനുകൂല്യം. ഏകദേശം ഒരു മാസക്കാലത്തോളം രവിവർമ്മ ജെൻസന്റെ ചിത്രരചന നോക്കിക്കാണുകയും ചെയ്തു. യൂറോപ്യൻ ചിത്രകലാശൈലിയിൽ രവിവർമ്മയ്ക്ക് ലഭിച്ച 'വിദഗ്ദ്ധ' ശിക്ഷണം ഈ ഒരുമാസക്കാലത്തെ നോക്കിക്കാണൽ മാത്രമാണ്[35]. (കിളിമാനൂർ കൊട്ടാരത്തിൽ കഴിയുന്ന കാലത്ത് ഇറ്റാലിയൻ മാസ്റ്റേഴ്സിന്റെ ചിത്രങ്ങളുടെ പകർപ്പുകൾ രവിവർമ്മ കണ്ടിട്ടുണ്ടായിരുന്നു. പത്തൊമ്പതാം ശതകത്തിന്റെ രണ്ടാം പകുതിയിൽ ജീവിച്ചിരുന്ന ലൂയി ബൗല്ങ്, ഗുസ്താവ് ബൗല്ങ്, അഡോൾഫ് ബോർഗ്രൂ തുടങ്ങിയ ചിത്രകാരന്മാരുടെ രചനകളുടെ പകർപ്പുകളും രവിവർമ്മ കാണാനിടയായി. ഫ്രഞ്ച് കലാചരിത്രത്തിൽ ഇവർക്ക് ഒരു സ്ഥാനവും ലഭിച്ചിട്ടില്ലെങ്കിലും ഇവരുടെ ചിത്രങ്ങൾ മാത്രമേ യൂറോപ്പിൽ നിന്ന് രവിവർമ്മയ്ക്ക് ലഭിച്ചിരുന്നുള്ളൂ. താരതമ്യത്തിനോ വിവേചനത്തിനോ അവസരമില്ലാതെപോയ അത്തരമൊരവസ്ഥയിൽ ഈ ചിത്രകാരന്മാരുടെ രചനകളെ യൂറോപ്യൻ ചിത്രകലയിലെ ഉയർന്ന നേട്ടങ്ങളായാണ് രവിവർമ്മ വിലയിരുത്തിയത്. ലൂയി ബൗല്ങ്റുടെ സ്ത്രീരൂപങ്ങളും ബോർഗ്രൂവിന്റെ 'ട്രയംഫ് ഓഫ് വീനസ്', 'ചാരിറ്റി' തുടങ്ങിയ രചനകളും രവിവർമ്മയെ ഏറെ സ്വാധീനിക്കുകയും ചെയ്തു[36]. *കലാമാസിക (Magazine of Art)* യുടെ 1898 പതിപ്പ് രവിവർമ്മ കണ്ടിട്ടുണ്ടെന്നും അതിലെ റോയൽ അക്കാദമി ചിത്രങ്ങളുടെ പകർപ്പുകൾ അദ്ദേഹത്തെ സ്വാധീനിച്ചിരിക്കാമെന്നും പാർഥാ മിറ്റർ സൂചിപ്പിക്കുന്നുണ്ട്. എന്നാൽ 1898 നും വളരെ മുമ്പു തന്നെ രവിവർമ്മ എണ്ണച്ചാ

സൈരന്ധ്രി

യത്തിന്റെ സാങ്കേതികതയിലും അതിനനുസൃതായ പ്രമേയകല്പനയിലും കൈത്തഴക്കം നേടിക്കഴിഞ്ഞിരുന്നു എന്നത് ഇപ്പോൾ വ്യക്തമാണ്.)

എണ്ണച്ചായത്തിന്റെ സങ്കേതം കൈവശപ്പെടുത്തുവാനുള്ള രവിവർമ്മയുടെ ശ്രമങ്ങളെക്കുറിച്ചുള്ള ഇത്തരം വിവരങ്ങൾ കലാകാരനെ മുൻനിർത്തിയുള്ള ഐതിഹ്യനിർമ്മിതിയുടെ (mythology in the making) ഘടകം പ്രബലമാണെന്ന് ഗീതാകപൂർ പറയുന്നു. ഒരു സവിശേഷ സാങ്കേതികവിദ്യയിൽ കൈത്തഴക്കം നേടാനുള്ള കലാകാരന്റെ ശ്രമം എന്നതോടൊപ്പം കോളനി അധികാരിയുടെ ഉന്നതവിജ്ഞാനം സ്വായത്തമാക്കാനുള്ള തദ്ദേശീയപ്രജയുടെ - സ്വന്തം ജനതയ്ക്കുവേണ്ടി അഗ്നി കവരുന്ന അതിധീരന്റെ - കഥ കൂടിയായി ഇത് മാറിത്തീരുന്നുണ്ടെന്നാണ് അവരുടെ നിരീക്ഷണം[37]. വാസ്തവത്തിൽ ഒരു തദ്ദേശീയ കലാകാരൻ തടസ്സങ്ങളെ മറികടന്ന് വിജയം നേടുന്നതിന്റെ കഥ എന്നതിനപ്പുറം ദേശീയ ഭാവനയുടെ ഒരു പ്രവർത്തനരൂപമായി ഇത് പരിഗണിക്കപ്പെടണം. പറഞ്ഞുവരുന്നത്, മുകളിൽ സൂചിപ്പിച്ച വസ്തുതാപരമായ വിശദാംശങ്ങൾ തെറ്റാണെന്നോ കെട്ടിചമയ്ക്കപ്പെട്ടതാണെന്നോ അല്ല. മറിച്ച് ഈ വിശദാംശങ്ങൾ ചേർത്തുവച്ച് പണിതെടുക്കുന്ന ആഖ്യാനത്തിന് കൊളോണിയൽ ആധുനികതയുടെ പ്രകരണത്തിൽ അതിന്റെ പ്രാഥമികാർത്ഥത്തെ കവിഞ്ഞുനില്ക്കുന്ന ഒട്ടനവധി വിവക്ഷകളുണ്ടെന്നാണ്. നവോത്ഥാന ചിത്രകലയുടെ നായകരെക്കുറിച്ചും ഇത്തരം ആഖ്യാനങ്ങൾ വേണ്ടത്രയുണ്ട് എന്ന വസ്തുതയും ഇവിടെ പരിഗണിക്കപ്പെടണം[38]. കലാകാരൻ എന്ന 'സ്വതന്ത്രവ്യക്തി'യുടെ നിർമ്മിതി സാദ്ധ്യമാകുന്ന പുതിയ ഒരു ജ്ഞാനസമുച്ചയ (paradigm) ത്തിലെ സവിശേഷാവിഷ്കാരം എന്ന പദവി ഇതിനുണ്ടെന്നാണ് നാം മനസ്സിലാക്കേണ്ടത്. ജീവചരിത്രപരമായ ചില വിശദാംശങ്ങൾ ചേർത്തുവച്ച് 'കലാകാരവ്യക്തി'യുടെ രൂപപ്പെടലിന്റെ 'ചരിത്രം' നിർമ്മിക്കുന്ന പ്രക്രിയയാണിവിടെ അരങ്ങേറുന്നത്. അവ വാസ്തവങ്ങൾ തന്നെയാണെങ്കിൽപ്പോലും ആ ആഖ്യാനം ചരിത്രപരമായ ഒരു സവിശേഷ ദൗത്യം നിറവേറ്റുന്നുണ്ട്.

കീചകനും സൈരന്ധ്രിയും

രവിവർമ്മയുടെ കലാജീവിതത്തിന് അഖിലേന്ത്യാതലത്തിൽ

നളദമയന്തി

പ്രസക്തിയും വ്യാപ്തിയും ലഭിക്കുന്നത് 1873 ൽ മദ്രാസിൽ നടന്ന ഫൈൻ ആർട്സ് എക്സിബിഷനോടെയാണ്. തിരുവനന്തപുരം കൊട്ടാരത്തിലെ ഔദ്യോഗിക ചിത്രകാരനായ രാമസ്വാമി നായ്ക്കർ അടക്കമുള്ള നിരവധി ഭാരതീയരും ഒട്ടനവധി വിദേശികളും പങ്കെടുത്ത ചിത്രപ്രദർശനത്തിൽ രവിവർമ്മയുടെ 'കുളിമുറിയിലെ നായർ യുവതി' (*Nair Lady at the Toilet*) എന്ന ചിത്രത്തിനാണ് ഗവർണ്ണറുടെ ഗോൾഡ് മെഡൽ ലഭിച്ചത്. പിന്നീട് വിയന്നയിൽ നടന്ന ചിത്രപ്രദർശനത്തിലും ഈ ചിത്രം സമ്മാനം നേടി[39]. 1874 ൽ രവിവർമ്മയുടെ തമിഴ് യുവതി (*Tamil Lady*) യും 1876 ൽ അദ്ദേഹത്തിന്റെ 'ശകുന്തളാ പത്രലേഖനം' (*Sankutala's Love Letter*) എന്ന ചിത്രവും ഒന്നാം സ്ഥാനത്തിനർഹമായി. 'ശകുന്തളാ പത്രലേഖനം' എന്ന ചിത്രത്തിലാണ് ഇന്ത്യൻ ചിത്രകലയിൽ ഒരുപക്ഷേ ആദ്യമായിത്തന്നെ സാഹിത്യം ചിത്രത്തിന്റെ പ്രമേയമായിത്തീരുന്നത്. രവിവർമ്മയുടെ കലാജീവിതത്തെയും ഭാരതീയ കലാചരിത്രത്തെയും വഴിതിരിച്ചുവിടാൻ കഴിഞ്ഞ രചനയായി ഇന്ന് ആ ചിത്രം വിലയിരുത്തപ്പെടുന്നുണ്ട്. പ്രദർശനം അവസാനിച്ച ഉടനെ ബക്കിങ്ഹാം പ്രഭു ഈ ചിത്രം വിലകൊടുത്തു വാങ്ങി. 1855 ൽ *ശാകുന്തള*ത്തിന്റെ ഇംഗ്ലീഷ് പരിഭാഷ തയ്യാറാക്കിയ സർ. മോണിയർ വില്യംസ് അതിന്റെ അഞ്ചാം പതിപ്പ് മുതൽ (1887) രവിവർമ്മയുടെ ഈ ചിത്രത്തിന്റെ പകർപ്പാണ് മുഖചിത്രമായി ഉപയോഗിച്ചത്. ഭാരതീയ ജീവിതത്തെയും അതിന്റെ പൗരാണിതകയെയും ശരിയായി അടയാളപ്പെടുത്തുന്ന ദൃശ്യങ്ങളായി രവിവർമ്മച്ചിത്രങ്ങൾ അന്ന് വീക്ഷിക്കപ്പെട്ടിരുന്നു എന്നാണിതിനർത്ഥം. പൗരസ്ത്യവാദികൾക്കും ദേശീയവാദികൾക്കും ഒത്തിണങ്ങിനില്ക്കാവുന്ന ഒരു ലക്ഷണശാസ്ത്രത്തിന്റെ രൂപപ്പെടൽ ഇവിടെ സംഭവിക്കുന്നുണ്ട്. ഇന്ത്യയിലെ പൗരാണിക കഥാപാത്രങ്ങളുടെയും ദേവീദേവന്മാരുടെയും ചിത്രങ്ങൾ വരച്ചുകൊണ്ടാണ് രവിവർമ്മ ആധുനിക പാശ്ചാത്യ ചിത്രരചനാശൈലിയെ ഇന്ത്യയിലേക്കാനയിച്ചത് എന്ന കേസരി ബാലകൃഷ്ണപിള്ളയുടെ

അഭിപ്രായവും വിരൽചൂണ്ടുന്നത് ഇതിലേക്കാണ്.

രവിവർമ്മയുടെ പുരാണചിത്രങ്ങൾ വേറിട്ട പരിശോധനയ്ക്ക് വിധേയമാക്കേണ്ടത് ഈ സന്ദർഭത്തിലാണ്. പുരാണചിത്രങ്ങളിൽ രവിവർമ്മ ഭൂതകാലത്തെ അളവുകളാക്കിയെന്നും ആഢ്യനാടുവാഴിവർഗ്ഗം അവയെ സ്വന്തം ഗൃഹാതുരത്വത്തിലേക്ക് വലിച്ചെടുക്കുകയും നവവ്യാപാരിവർഗ്ഗം അവയെ സ്വദേശിയുടെ പ്രതീകങ്ങളാക്കുവാൻ മത്സരിക്കുകയായിരുന്നുവെന്നും രവിവർമ്മയെക്കുറിച്ചുള്ള വിമർശന ലേഖനത്തിൽ അഷീഷ് രാജാദ്ധ്യക്ഷ പറയുന്നു[40]. ഭൂതകാലത്തെ സമകാലീനാനുഭവത്തിന് പ്രത്യക്ഷപ്പെടുത്തുന്നതിനേക്കാൾ സമകാലീന പ്രതികര ണത്തെ നിർമ്മിച്ചെടുക്കാനുള്ള ശ്രമമായിരുന്നു പുരാണചിത്രങ്ങളിൽ രവിവർമ്മ ചെയ്തതെന്നും അദ്ദേഹം തുടരുന്നു. ഭൂതകാലത്തെക്കുറിച്ചുള്ള ഏത് ആഖ്യാനവും 'ഭൂതകാലത്തെ പ്രത്യക്ഷപ്പെടുത്തുക' മാത്രമല്ലെന്നും അത്തരത്തിലുള്ള എല്ലാ ആഖ്യാനങ്ങളിലും 'സമകാലീന പ്രതികരണം' അടങ്ങിയിട്ടുണ്ടെന്നും ഇന്ന് സംശയമില്ലാതെ തന്നെ തിരിച്ചറിഞ്ഞുകഴിഞ്ഞിട്ടുണ്ട്. ആനന്ദകുമാരസ്വാമിയും മറ്റും അതിരുകളില്ലാതെ പ്രശംസിച്ച അബനീന്ദ്രനാഥ ടാഗോറിന്റെയും ബംഗാൾ സ്കൂൾ ചിത്രകാരന്മാരുടെയും രചനകളിലും ഭൂതകാലം കേവലരൂപത്തിൽ പ്രത്യക്ഷപ്പെടുകയല്ല ചെയ്യുന്നത്. ഓറിയന്റലിസ്റ്റ് പ്രേരണകളാലും ദേശീയ പ്രസ്ഥാനത്തിന്റെ ആവേശത്താലും പ്രചോദിതമായ ഒരു കാലഘട്ടത്തിലെ, ഭൂതകാലത്തെക്കുറിച്ചുള്ള ‘സമകാലികപ്രതികരണം’ തന്നെയാണ് ബംഗാൾ സ്കൂളിന്റെ രചനാസമ്പ്രദായത്തിലും നാം കണ്ടെത്തുന്നത്. രാജാരവിവർമ്മയുടെ കലയിൽ ‘പൗരാണിക ഭാരതജീവിതത്തിന്റെ സൗന്ദര്യവും സൗഭാഗ്യവും’ കണ്ടെത്തുവാൻ മോണിയർ വില്യംസിനെ പ്രേരിപ്പിച്ച ഘടകങ്ങളുടെ പില്ക്കാല പ്രേരണകളാണ് അബനീന്ദ്രനാഥിനെയും കൂട്ടുകാരെയും അജന്തയുടെ പാരമ്പര്യത്തിലേക്ക് തിരിയുവാനും ഹാവേലിനെയും ആനന്ദകുമാരസ്വാമിയെയും അവയെ കലവറയില്ലാതെ വാഴ്ത്തുവാനും പ്രേരിപ്പിച്ചത്. രവിവർമ്മ ചിത്രങ്ങളിലെ ഭൂതകാലം നാഷണലിസ്റ്റ് - ഓറിയന്റലിസ്റ്റ് ആശയാവലികൾക്കകത്ത് നിർമ്മിക്കപ്പെട്ട ക്ലാസിക്കൽ ഭൂതകാലം തന്നെയായിരുന്നു എന്നകാര്യവും ഇവിടെ മറന്നുകൂടാത്തതാണ്. ദേശീയവാദത്തിന്റെ സുവർണ്ണയുഗ കല്പനകളോട് ഒത്തിണങ്ങാത്തതായി രവിവർമ്മ ഏറെയൊന്നും വരച്ചിട്ടില്ല. കാളിദാസകൃതികളിലും ഇതിഹാസ പുരാണങ്ങളിലും സന്നിഹിതമായതായി കരുതപ്പെട്ട ക്ലാസിക്കൽ ഭൂതകാലം ദേശീയ ആധുനികതയുടെ ആവേശങ്ങളിലൊന്നായിരുന്നു. ദേശീയ ആധുനികതയുടെ ഭൂതകാലസ്മൃതികളിൽ നിന്ന് മദ്ധ്യകാല ഇസ്ലാമിക ജീവിതം മാത്രമല്ല, ബൗദ്ധ - ജൈന പാരമ്പര്യങ്ങളും ഒഴിവാക്കപ്പെട്ടു[41]. ഇന്ത്യൻ നവോത്ഥാനം കൊണ്ടാടിയ നാഗരിക ഭൂതകാലം ഹൈന്ദവ നാഗരികതയുടേതായിരുന്നു എന്നർത്ഥം. രവിവർമ്മയുടെ കലയും ഇതിനോട് ഒത്തിണങ്ങിതന്നെയാണ് നിന്നത്. പിന്നാലെ വന്ന ബംഗാൾ സ്കൂളുകാരുടെ സൗന്ദര്യ പ്രത്യയശാസ്ത്രത്തിന്റെ ആധാ

രങ്ങളും ഏറെയൊന്നും വ്യത്യസ്തമായിരുന്നില്ല. ചരിത്രസന്ദർഭങ്ങളുടെ ബഹുരൂപതയെ തിരിച്ചറിയാതെ പോകുന്ന കലാനിരൂപണം എപ്പോഴും ചെന്നുവീഴുന്ന ചതിക്കുഴികളിൽ തന്നെയാണ് പലപ്പോഴും രവിവർമ്മ വിമർശകരും ചെന്നുവീണതെന്ന് ഇത് നമ്മെ ഓർമ്മിപ്പിക്കുന്നു.

തിരുവനന്തപുരത്ത് ഒരു ആർട്ട് ഗ്യാലറി സ്ഥാപിക്കുന്നതിനുവേണ്ടി രവിവർമ്മ നടത്തിയ ശ്രമങ്ങളും അദ്ദേഹം നടത്തിയ ചിത്രപ്രദർശനവും ജീവചരിത്രപരമായ വിവരങ്ങൾ എന്നതിനപ്പുറം ആധുനികതയുടെ കലാദർശനവുമായി കൂട്ടിച്ചേർത്ത് വായിക്കേണ്ട വസ്തുതകളാണ്. 1895 ആഗസ്ത് 31 ന് അന്നത്തെ തിരുവിതാംകൂർ ദിവാനായിരുന്ന എസ് ശങ്കര സുബ്ബയ്യർക്ക് എഴുതിയ കത്തിൽ തിരുവനന്തപുരത്ത് ഒരു ആർട്ട് ഗ്യാലറി സ്ഥാപിക്കേണ്ടതിന്റെ ആവശ്യകതയെക്കുറിച്ച് രവിവർമ്മ വിശദമായി പ്രതിപാദിക്കുന്നുണ്ട്. തിരുവിതാംകൂറിനെപ്പോലെ പുരോഗമിച്ചുകൊണ്ടിരിക്കുന്ന ഒരു ദേശത്തെ സംബന്ധിച്ചിടത്തോളം ഒരു ആർട്ട് ഗ്യാലറി ഒഴിച്ചുകൂടാനാകാത്തതാണെന്ന് അദ്ദേഹം ആ കത്തിൽ പറയുന്നു[42]. കലയുടെ സ്വയം ശാസകത്വവും മൂല്യനിരപേക്ഷതയുമാണ് ഒരു ഗ്യാലറിയിൽ പ്രദർശിപ്പിക്കപ്പെടുന്നതിലൂടെ കലാവസ്തു കൈവരിക്കാൻ ശ്രമിക്കുന്നത്. ഗ്യാലറിയുടെ വെളുത്ത ചുവരുകളിൽ പ്രദർശിപ്പിക്കപ്പെടുമ്പോൾ, പരസ്പരം വേറിട്ടുനിന്ന്, സ്വന്തം ലോകത്തിന് തനതായി മൂല്യവും അർത്ഥവും നല്കുന്ന, സ്വന്തം മാനദണ്ഡങ്ങളാൽ മാത്രം വിലയിരുത്തപ്പെടേണ്ടതായ ഒന്നായി മാറാൻ കലാസൃഷ്ടി ശ്രമിക്കുകയാണെന്ന് സാമൂഹ്യശാസ്ത്രകാരനായ പിയറി ബോർദ്യു അഭിപ്രായപ്പെടുന്നത് ശ്രദ്ധേയമാണ്. ഒരു കലാസൃഷ്ടി അന്യാപേക്ഷ കൂടാതെ അതിൽത്തന്നെ അർത്ഥവും അനുഭവവും കണ്ടെത്തുമ്പോഴാണ് അത് ആധുനിക കലയുടെ ഉയർന്നരൂപം കൈവരിക്കുന്നതെന്ന് ആധുനികതയുടെ മുഖ്യസൈദ്ധാന്തികനായ ഗ്രീൻബർഗും പറയുന്നുണ്ട്[43]. (ബാർഥ് ടാബ്ലോകളെക്കുറിച്ച് പറയുന്നത് ഈ സന്ദർഭത്തിൽ പ്രസക്തമാണെന്ന് തോന്നുന്നു. ചട്ടക്കൂടിനകത്തുള്ളതിനെ പ്രകാശത്തിലേക്കും കാഴ്ചയിലേക്കും ഉയർത്തുകയും പുറത്തുള്ളതിനെ ശൂന്യതയിലേക്ക് ഉപേക്ഷിക്കുകയും ചെയ്യുന്നവയാണ് 'ടാബ്ലോ'കളെന്നാണ് ബാർഥ് നിരീക്ഷിക്കുന്നത്[44]. കൃത്യമായ അതിർവരമ്പുകളുള്ള കാൻവാസും അന്യാപേക്ഷ കൂടാതെ അവ തൂങ്ങിക്കിടക്കുന്ന ഗ്യാലറികളും ചേർന്നാണ് ഈ ചട്ടക്കൂടിനെ യാഥാർത്ഥ്യമാക്കുന്നത്). ശ്രീമൂലം തിരുനാളിന്റെ കാലത്ത് തിരുവനന്തപുരത്ത് ഒരു ആർട്ട് ഗ്യാലറി സ്ഥാപിക്കുന്നതിനുവേണ്ടി രവിവർമ്മ നടത്തുന്ന ശ്രമങ്ങൾക്കും അത് സാധിതമാകാതെപോയ സന്ദർഭത്തിൽ പിന്നീടൊരിക്കൽ അദ്ദേഹം നടത്തിയ എക്സിബിഷനും ആധുനികതയുടെ സൗന്ദര്യദർശനപരമായ ഈ കാഴ്ചപ്പാടിൽനിന്ന് നോക്കിയാൽ വളരെ പ്രാധാന്യമുണ്ട്. ഭാരതീയ/കേരളീയ ജീവിതത്തിലേക്കുള്ള ആധുനികതയുടെ രംഗപ്രവേശത്തിലടങ്ങിയ ആഭ്യന്തരവൈരുദ്ധ്യങ്ങളെയാണ് രവിവർമ്മ ഇവിടെയും പ്രതിനിധീകരിക്കുന്നത്.

പന്തുകളിക്കുന്ന സ്ത്രീ

കലയുടെ സ്വയംപ്രകാശന ശേഷിയിലും അതിന്റെ അനന്യമായ നിലനില്പിലും ഊന്നിനില്ക്കുന്ന ആധുനികതയുടെ കലാവീക്ഷണത്തിൽ - ബോധപൂർവ്വമല്ലെങ്കിലും - പങ്കുപറ്റുന്നതോടൊപ്പം തന്നെ തന്റെ കല രാജാധികാരത്തിന്റെ മേൽത്തലപ്പുകൾ വിട്ട് സാമാന്യജനങ്ങൾക്കിടയിൽ എത്തിച്ചേരണമെന്ന ആധുനികമായ ജനാധിപത്യ വീക്ഷണവും രവിവർമ്മ പുലർത്തിയിരുന്നു. 1891 ൽ ബറോഡയിലെ രാജകൊട്ടാരത്തിലേക്കുള്ള ചിത്രങ്ങളുമായി അനുജനും ചിത്രകാരനുമായ രാജരാജവർമ്മയോടൊപ്പം പുറപ്പെട്ട രവിവർമ്മ ബോംബെയിൽ അവ പ്രദർശിപ്പിക്കുന്നുണ്ട്. പിന്നീട് ആ ചിത്രങ്ങൾ ക്കു ലഭിച്ച പ്രതിഫലവും സ്വന്തം സമ്പാദ്യത്തിലെ വലിയൊരു പങ്കും ഉപയോഗപ്പെടുത്തി 1891 ൽ ബോംബെയിൽ ഒരു ലിത്തോഗ്രാഫ് പ്രസ്സ് തുടങ്ങാനും തന്റെ ചിത്രങ്ങളുടെ പകർപ്പുകൾ അച്ചടിച്ച് രാജ്യമെമ്പാടും വിതരണം ചെയ്യാനും രവിവർമ്മ തയ്യാറായി. കലയിലെ ജനാധിപത്യവല്ക്കരണം സംബന്ധിച്ച പുതിയൊരു വീക്ഷണം കൂടിയായിരുന്നു ഇത്. രവിവർമ്മയുടെ ഈ പരിശ്രമത്തോടെയാണ് പുരാണങ്ങളിലെ ദേവീദേവന്മാരുടെ വർണ്ണചിത്രങ്ങൾ ഭാരതീയ സമൂഹത്തിന് ആരാധനായോഗ്യമായ വിധത്തിൽ ലഭ്യമായത്. കേരളത്തിലെ മദ്ധ്യവർഗ്ഗ ഹൈന്ദവ ഗൃഹങ്ങളിലെ പൂജാമുറികളിൽ ആരാധിക്കപ്പെട്ടുപോരുന്ന പതിനായിരക്കണക്കിന് ദൈവരൂപങ്ങൾ രവിവർമ്മച്ചിത്രങ്ങളോ അവയുടെ അനുകരണങ്ങളോ ആണ്. പുതിയ നാഗരിക മദ്ധ്യവർഗ്ഗത്തിന് കൈയെത്തിച്ചാൽ തൊടാവുന്നത്ര അടുത്ത് അവരെ എത്തിച്ചതും രവിവർമ്മയുടെ ശ്രമങ്ങളാണ്. ഇതിഹാസ പുരാണങ്ങളിൽ സ്ഥലകാലബന്ധങ്ങൾക്ക് അപ്പുറത്ത്, ഇതിഹാസസ്ഥലത്തിലും കാലത്തിലുമായി, നിലകൊണ്ടിരുന്ന ദേവരൂപങ്ങളെയും നായികാനായകന്മാരെയും പാശ്ചാത്യ ശൈലിയിൽ മിഥ്യാപരമായ സ്ഥലരൂപയാഥാർത്ഥ്യം (illusion of space form) എന്ന കാഴ്ചവട്ടത്തിന്റെ സാങ്കേതികത ഉപയോഗപ്പെടുത്തി തന്റെ സ്ഥലത്തിലേയും കാലത്തിലേയും അതിരുകളിൽ നിലനില്ക്കുന്ന, തൊടാൻ കഴിയുന്ന യാഥാർത്ഥ്യമാക്കുകയാണ് രവിവർമ്മ തന്റെ ചിത്രങ്ങളിൽ ചെയ്തത്[45]. അതോടൊപ്പം വാണിജ്യപരമായൊരടിസ്ഥാനത്തിൽ അവ അച്ചടിച്ചു വിതരണം ചെയ്യാൻകൂടി കഴിഞ്ഞതോടെ താൻ

ദ്രൗപദിയും സിംഹികയും

കൂട്ടിക്കൊണ്ടുവന്ന നവീന ദൃശ്യബോധത്തിന് ജനകീയ മായ വ്യാപ്തി നല്കാനും രവിവർമ്മയ്ക്ക് കഴിഞ്ഞു. യാന്ത്രികമായ പുനരുല്പാദനത്തിന്റെ കാലത്ത് കലയ്ക്ക് അതിന് അതുവരെ ലഭിച്ചിരുന്ന സവിശേഷപദവി നഷ്ടപ്പെടുമെന്നും സൗന്ദര്യാനുഭവത്തിന്റെ നിഗൂഢതയെ തകർത്ത് ജനാധിപത്യ പരമായൊരു ഉള്ളടക്കം അതിനും നല്കുവാൻ പുതിയ സാങ്കേതികവിദ്യക്കു കഴിയുമെന്നും ഫോട്ടോഗ്രാഫിയേ യും സിനിമയേയും മുൻനിർത്തിയുള്ള ചർച്ചയിൽ വാൾട്ടർ ബഞ്ചമിൻ അഭിപ്രായപ്പെട്ടതും ഇവിടെ ശ്രദ്ധിക്കേണ്ടതാണ്[46]. ദൈവങ്ങൾക്ക് പുതിയൊരു വിഗ്രഹലക്ഷണം (iconography) തന്നെ കൊണ്ടു വരാൻ രവിവർമ്മ ചിത്രങ്ങളുടെ അച്ചടിക്കോപ്പികൾക്ക് കഴിഞ്ഞു. രവിവർമ്മ ചിത്രങ്ങളുടെ തിളക്കമേറിയ പകർപ്പുകൾ കലണ്ടർ ചിത്രങ്ങളായും തെരുവു ചിത്രങ്ങളായും മാറിത്തീർന്നതിനെ വിമർശിക്കുന്നവർ (അഷീഷ് രാജാദ്ധ്യക്ഷ) ആ ചിത്രങ്ങൾ ശിവകാശി പ്രിന്റുകളിലൂടെയും മറ്റും അഖിലഭാരതീയമായ ഒരു പുതിയ ദൃശ്യബോധത്തെ രൂപപ്പെടുത്തിയെന്ന വസ്തുത കാണാതെപോയി. വ്യവസായ കലയിലൂടെ രൂപപ്പെട്ട ഈ ദൃശ്യ ബോധം ഇന്ത്യൻ ജനകീയതയുടെ തന്നെ ദൃശ്യബോധമായി. യാന്ത്രിക പുനരുല്പാദനത്തിലൂടെ ആവിഷ്കൃതമായ ഐതിഹാസികവും ഐതിഹ്യാത്മകവുമായ പ്രതീക ലോകം പുതിയ ദേശീയ അവബോധത്തിന്റെ ആധാര സാമഗ്രികളിലൊന്നായിത്തീർന്നു എന്നർത്ഥം. ഇന്ത്യൻ ദേശീയതയുടെ സാംസ്കാരിക മൂലധനമായിത്തീർന്നത് സവർണ്ണ - വൈദിക സംസ്കൃതിയാണ് എന്നതു കൊണ്ടാണ് രവിവർമ്മയുടെ കലയെ ഈ പദവിയിലേക്ക് ഉയർത്തിയത് എന്ന കാര്യവും ഇവിടെ കാണാതെ പൊയ്ക്കൂടാ. കല, സാങ്കേതികവിദ്യ, സാമ്പത്തികജീവിതം, കമ്പോളം തുടങ്ങിയവയെ ഉൾക്കൊള്ളുന്ന വിപണന കലയുടേതായ ഈ ഘട്ടത്തിൽ ഭാരതപ്പഴമയേയും അതിന്റെ പ്രൗഢിയേയും ദേശീയപ്രസ്ഥാ

നത്തിന്റെ ആവശ്യങ്ങൾക്കിണങ്ങുംവിധം അവതരിപ്പിക്കാനും രവിവർമ്മയ്ക്കു കഴിഞ്ഞു[47]. അക്ഷരാർത്ഥത്തിൽ തന്നെ കുടിൽതൊട്ട് കൊട്ടാരം വരെ പടർന്ന നവീന ദൃശ്യബോധത്തിന്റെ ആവിഷ്കാരമാകുവാൻ രവിവർമ്മച്ചിത്രങ്ങൾക്കു കഴിഞ്ഞത് ഈ പശ്ചാത്തലത്തിലാണ്. തന്റെ ചലച്ചിത്രങ്ങളിലെ ഭാരതീയതയ്ക്ക് രവിവർമ്മച്ചിത്രങ്ങളുമായുള്ള ബന്ധം ഏറ്റുപറയുന്ന ദാദാസാഹേബ് ഫാൽക്കെയും ഇക്കാര്യം തന്നെയാണ് വെളിപ്പെടുത്തുന്നത്[48].

മുഖ്യധാരാ ഇന്ത്യൻ വാണിജ്യ സിനിമയെക്കുറിച്ചുള്ള വിശകലനത്തിനിടയിൽ അർജ്ജുൻ അപ്പാദുരൈ അവതരിപ്പിക്കുന്ന ചില ആശയങ്ങൾ രവിവർമ്മച്ചിത്രങ്ങളെ സംബന്ധിച്ചിടത്തോളവും സാധുവാണെന്ന് ചൂണ്ടിക്കാണിക്കപ്പെടുന്നുണ്ട്. ദേശീയ യഥാതഥത്വം (nationalist realism) മുതലാളിത്ത യഥാതഥത്വം (capitalist realism) എന്നീ പരികല്പനകളാണ് അപ്പാദുരൈ അവതരിപ്പിക്കുന്നത്. രാഷ്ട്രഭാവന കേന്ദ്രമായിവരുന്ന പ്രമേയങ്ങളുടെയും കഥാരൂപങ്ങളുടെയും ബിംബങ്ങളുടെയും പ്രതീകങ്ങളുടെയും ശ്രേണിയെ ദേശീയ റിയലിസം എന്ന് അപ്പാദുരൈ വിശേഷിപ്പിക്കുന്നു. അതുപോലെ വ്യത്യസ്ത വാണിജ്യതാല്പര്യങ്ങളുടെയും സംരംഭകത്വങ്ങളുടെയും ഉല്പന്നമെന്നനിലയിൽ മുഖ്യധാരാ സിനിമയിൽ ഉരുത്തിരിയുന്ന ലാവണ്യസങ്കരം (hybrid aesthetic) മുതലാളിത്ത റിയലിസം എന്നും വിവരിക്കപ്പെടുന്നു. നായികാനായകന്മാരുടെ ശൈലീവിന്യാസങ്ങളെ കേന്ദ്രീകരിച്ച് പകിട്ടിന്റെയും പുതുമോടിയുടെയും ചലനാത്മകതയുടെയും ബഹുരൂപമായ നൂതനബിംബാവലി, മുഖ്യധാരാ സിനിമ നിർമ്മിച്ചെടുക്കുന്നതായി അപ്പാദുരൈ പറയുന്നു[49]. ജനപ്രിയമായ ദൃശ്യസംസ്കൃതിയുടെ ഈ അടിസ്ഥാനസ്വഭാവത്തെ പത്തൊൻപതാം നൂറ്റാണ്ടിൽ പൂർവ്വദർശനം ചെയ്യുവാൻ രവിവർമ്മ ചിത്രങ്ങൾക്കു കഴിഞ്ഞു എന്നതാണ് ഫാൽക്കെയുടെ പരാമർശം വെളിപ്പെടുത്തുന്നത്. ആധുനികതയുടെ അടിസ്ഥാനമായി നിലകൊള്ളുന്ന ദേശീയതയെയും മുതലാളിത്തത്തെയും ഉൾക്കൊണ്ടു നില്ക്കുന്ന ദൃശ്യഭാഷയുടെ ലോകമാണ് രവിവർമ്മ ചിത്രങ്ങളുടേത് എന്ന് ഇത് നമ്മെ ഓർമ്മിപ്പിക്കുന്നു.

പത്തൊൻപതാം ശതകത്തിന്റെ അവസാന ദശകങ്ങളിൽ സമൂർത്തരൂപം നേടിക്കൊണ്ടിരുന്ന ഇന്ത്യൻ ദേശീയത രവിവർമ്മയുടെ ദൃശ്യപ്രത്യയശാസ്ത്രത്തിൽ വഹിച്ച പങ്കെന്തായിരുന്നു എന്ന ചോദ്യം ഇവിടെ പ്രധാനമാണ്. രവിർമ്മയുടെ സ്ത്രീരൂപചിത്രണം സംബന്ധിച്ച ചില വിമർശനങ്ങൾ ഇത്തരമൊരന്വേഷണത്തിന്റെ കേന്ദ്ര വിഷയമായി വരും. ബറോഡയിലെ ഭരണാധികാരിയായിരുന്ന സായിജി റാവുവിനുവേണ്ടി *രാമായണ*ത്തിലെയും *മഹാഭാരത*ത്തിലെയും കഥാസന്ദർഭങ്ങൾ പതിനാല് ചിത്രങ്ങളിലായി വരയ്ക്കുവാൻ 1888 ൽ രവിവർമ്മ നിയോഗിക്കപ്പെടുകയുണ്ടായി. ഈ ദൗത്യമേറ്റെടുത്ത ശേഷം രവിവർമ്മ തന്റെ സ്ത്രീരൂപങ്ങൾക്ക് അഖിലഭാരതീയമായ ഒരു വസ്ത്രമാതൃക കണ്ടെത്തുവാൻ വിപുലമായ തോതിൽ യാത്രചെയ്തു. മഹാനഗരങ്ങളായ

ഭീഷ്മപ്രതിജ്ഞ

ദില്ലിയും ലാഹോറും ഔധും കാശിയും കൽക്കട്ടയും ക്ഷേത്ര നഗരങ്ങളായ തഞ്ചാവൂരും ചിദംബരവും ശ്രീരംഗവും മധുരയുമെല്ലാം സന്ദർശിച്ച ശേഷമാണ് രവിവർമ്മ തന്റെ നായികമാരുടെ വസ്ത്രമായി സാരി ഉപയോഗിക്കുവാൻ തീരുമാനിച്ചത്. (രവിവർമ്മ ഏറെയും സഞ്ചരിച്ചത് ഉത്തരേന്ത്യൻ നഗരങ്ങളിലൂടെയാണെന്നും അദ്ദേഹത്തിന്റെ സ്ത്രീ മാതൃക കൂടുതൽ കൂടുതൽ ആര്യവും ദേശീയമന്വയത്തിന്റെ പേരിൽ അനാര്യഘടകങ്ങളെ കയ്യൊഴിയുന്നതുമാണെന്ന് ഗീതാകപൂർ പറയുന്നു).

അഖിലഭാരതീയ വ്യാപ്തിയുള്ള ഒരു വസ്ത്രധാരണരീതിയും അന്ന് നിലവിലില്ലെന്നിരിക്കെയാണ്, 'യാഥാർത്ഥ്യത്തിന്റെ നേർപ്പകർപ്പുകാരനായ' രവിവർമ്മ ഒരു പുതിയ വസ്ത്രഭാഷ (dress code) വഴി അഖിലഭാരതീയതയുടെ ഉള്ളടക്കത്തെ മുൻകൂറായി സൃഷ്ടിക്കുവാൻ ശ്രമിച്ചത്. 'പുരാണ നായികമാരെ സാരിയുടിപ്പിച്ചയാൾ' എന്ന് രവിവർമ്മയെ ആക്ഷേപിച്ചവർ ഈയൊരു തെരഞ്ഞെടുപ്പിലടങ്ങിയ ചരിത്രപരമായ പ്രേരണകളേയും പ്രാധാന്യത്തേയും ഉൾക്കൊണ്ടിട്ടില്ല. 'തറ്റുടുത്തു നടന്ന ശൃംഗാരത്തെ വള്ളത്തോൾ സാരിയുടുപ്പിച്ചു' എന്ന മുണ്ടശ്ശേരിയുടെ അഭിപ്രായം രവിവർമ്മച്ചിത്രങ്ങൾക്കാണ് യോജിക്കുക എന്ന് വിജയകുമാർ മേനോൻ മറ്റൊരു സന്ദർഭത്തെ മുൻനിർത്തി അഭിപ്രായപ്പെട്ടത് ഇവിടെയും പ്രസക്തമാണ്. ശൃംഗാരത്തിന് സഭ്യതയുടെയും സമ്മാന്യതയുടെയും പരിവേഷമണിയിച്ചതിനപ്പുറമുള്ള പ്രാധാന്യം ഇതിനുണ്ട്. പത്തൊമ്പതാം ശതകത്തിന്റെ അവസാന ദശകങ്ങളിലും മാറ് മറയ്ക്കാനുള്ള അവകാശം കേരളീയ സ്ത്രീകൾക്ക് ലഭിച്ചില്ലെന്നിരിക്കെയാണ് രവിവർമ്മ സാരിയും ബ്ലൗസുമണിഞ്ഞ നായികമാരുടെ മാതൃകാരൂപങ്ങളെ തന്റെ ചിത്രങ്ങളിൽ വരച്ചുചേർത്തത്. 1889 ൽ വരച്ച 'നിലാവിലെ സ്ത്രീ'യിൽ (Lady in the Moon Light) തന്നെ

സരസ്വതി

രവിവർമ്മ ഈ വസ്ത്രമാതൃക ഉപയോഗിച്ചിരുന്നതു കാണാം. അതേകാലത്ത് (1889 ൽ തന്നെ) എഴുതപ്പെട്ട *'ഇന്ദുലേഖ'*യിൽ മേൽമുണ്ടു കൊണ്ട് മാറുമറച്ച നായികയെയാണ് ചന്തുമേനോൻ അവതരിപ്പിക്കുന്നതെന്നും ഇവിടെ ഓർക്കണം. പത്തൊൻപതാം ശതകത്തിലെ അഭ്യസ്തനാഗരികവർഗ്ഗം അക്കാലത്തെ സാമൂഹ്യ സാംസ്കാരിക പരിവർത്തനങ്ങളോട് പ്രതികരിച്ച രീതിയിൽ തന്നെയാണ് രവിവർമ്മ തന്റെ ചിത്ര ങ്ങളിലൂടെ സംസാരിച്ചത്. ഒരേ സമയം രണ്ട് ലോകത്തിലും കാലത്തിലും ഉൾപ്പെട്ടുപോയ ആവിഷ് കാരങ്ങളാണവ. ദേവീദേവന്മാരെ വരച്ചുകൊണ്ടാണ് രവിവർമ്മ പാശ്ചാത്യശൈലി ഇവിടെ പ്രചരിപ്പിച്ചതെന്ന കേസരിയുടെ നിരീക്ഷണത്തോടൊപ്പം തന്റെ രചനകളിലെ സ്ത്രീരൂപങ്ങളെ സാരിയുടുപ്പിച്ച രവിവർമ്മ ഇന്ത്യയിൽ അന്ന് രൂപപ്പെട്ടുവരുന്ന ദേശീയ ബോധത്തെ, അതിന്റെ സവർണ്ണസ്വരൂപത്തെ, വസ്ത്രഭാഷകൊണ്ട് അടയാളപ്പെടുത്തുക കൂടി ചെയ്യുകയായിരുന്നുവെന്നും പറഞ്ഞുവയ്ക്കണം. ഇരുപതാം ശതകത്തിന്റെ രണ്ടാം പകുതിയെത്തും മുമ്പേ ഇന്ത്യയിലെ മദ്ധ്യവർഗ്ഗസമൂഹത്തെ സംബന്ധിച്ചിടത്തോളമെങ്കിലും സാരി ദേശീയവസ്ത്രത്തിന്റെ പദവി നേടിക്കഴിഞ്ഞ കാര്യവും കണക്കിലെടുക്കേണ്ടതുണ്ട്. രവിവർമ്മയേക്കാൾ ബോധപരമായ ഒരുപടി മുന്നിലായിരുന്നു ചന്തുമേനോൻ എന്ന നിരീക്ഷണം (സച്ചിദാനന്ദൻ) *ഇന്ദുലേഖ*യുടേയും, 'നിലാവിലെ സ്ത്രീ' (Lady in the Moon Light) യുടേയും പശ്ചാത്തലത്തിൽ ഏറെയൊന്നും വിലമതിക്കപ്പെടില്ലെന്നും ഇത് തെളിയിക്കുന്നു.

1892 - 93 കാലയളവിൽ ചിക്കാഗോ എക്സിബിഷനിൽ പ്രദർശിപ്പിക്കുന്നതിനായി രവിവർമ്മ വരച്ച പത്ത് ചിത്രങ്ങൾക്ക് രവിവർമ്മചിത്രങ്ങളിലെ ദേശീയതയെയും സ്ത്രീരൂപനിർമ്മിതിയെയും സംബന്ധിച്ചുള്ള ചർച്ചകളുടെ സന്ദർഭത്തിൽ സവിശേഷപ്രാധാന്യമുണ്ട്. ഇന്ത്യയിലെ വിവിധ പ്രദേശങ്ങളിലെ സ്ത്രീകളെ ചിത്രീകരിക്കുന്ന ഒരു പരമ്പരയാണ് അദ്ദേഹം തയ്യാറാക്കിയത്. സവർണ്ണ മലയാള സ്ത്രീകൾ

ശകുന്തളയുടെ ജനനം

(*Here Comes Papa, Malabar Beauty*), മുസ്ലീം സ്ത്രീകൾ (*Begum at Bath, Expectation*), പാഴ്സിവധു (*Decking the Bride*), മറാത്തി വനിത (*Sisterly Remembrance*), ദക്ഷിണേന്ത്യൻ ബ്രാഹ്മണ യുവതി (*At the well*), നാടോടി സ്ത്രീ (*Gypsy Family*), പരിഷ്കാരിയായ പട്ടണയുവതി (*Bombay Singer*) തുടങ്ങിയ വിഭാഗങ്ങളുടെ നരവംശപരമായ മാതൃകാരൂപങ്ങളായി ഇവയെ കണക്കാക്കാം. ഇവ രവിവർമ്മ യ്ക്ക് രണ്ട് മെഡലുകൾ നേടിക്കൊടുക്കുകയും വംശീയമാതൃകകളുടെ ചിത്രീകരണം എന്നനിലയിൽ മികച്ച രചനകൾ എന്ന് പ്രശംസിക്കപ്പെടുകയും ചെയ്തു. വ്യത്യസ്ത ശരീരഘടനയും വംശീയ പ്രകൃതിയുമുള്ള മാതൃകാരൂപങ്ങൾ എന്നനിലയിൽ പരിഗണിക്കപ്പെട്ട ഈ രചനകൾ, പക്ഷേ, തദ്ദേശീയതയുടെ മികച്ച പ്രതിനിധാനങ്ങൾ എന്ന നിലയിലാണ് ഇന്ത്യയിൽ സ്വീകരിക്കപ്പെട്ടത്. കോളനി അധികാരത്തിന്റെയും കൊളോണിയൽ ജ്ഞാനവ്യവസ്ഥയുടെയും സന്ദർഭത്തിൽ സ്വയം നിർണ്ണയിക്കേണ്ടിവന്ന 'ഭാരതീയ' സ്വത്വത്തിന്റെ വൈരുദ്ധ്യത്തെയാണിത് വെളിവാക്കുന്നത്. അധിനിവേശത്തിന്റെ ഇരയെന്ന നിലയിലുള്ള പ്രജാവല്ക്കരണത്തിന്റെ ഇരട്ടമുഖം ഇവിടെ വ്യക്തമാണ്. വിജയിയും കീഴ്പ്പെട്ടവനും എന്നീ ഇരട്ടനിലകളിലുള്ള പ്രജാവല്ക്കരണം (subjectification) ആണ് ഇവിടെ അരങ്ങേറുന്നത്. അതുകൊണ്ടാണ് ഈ ചിത്രങ്ങൾ ഒരേസമയം തദ്ദേശീയതയുടെ ആത്മബോധവും കോളനി അധികാരത്തിന്റെ പഠനവസ്തുവും ആയി നിലക്കൊള്ളുന്നത്.

കിഴക്കും പടിഞ്ഞാറും തമ്മിലുള്ള മുഖാമുഖത്തിന്റെ ബലതന്ത്രം തന്നെയാണ് രവിവർമ്മയുടെ ദൃശ്യപ്രത്യയശാസ്ത്രത്തെ നിർണ്ണയിച്ചുപോന്നതെങ്കിലും[50] ഏകാത്മക ദേശീയതയുടേതായ കൃത്രിമബോധം അദ്ദേഹത്തിന്റെ രചനകളിൽ ആധിപത്യം നേടിയിട്ടില്ല. രവിവർമ്മയുടെ 'ഗായികാവൃന്ദം' (*Galaxy of Musicians*) എന്ന ചിത്രം ഇതിന് തെളിവാണ്. ഓറിയന്റലിസ്റ്റ് പ്രേരണകളാലും ദേശീയവാദത്താലും സമ്പൂർണ്ണമായി നിയന്ത്രിക്കപ്പെട്ടുപോന്ന അക്ഷയമൈത്രേയ യെപ്പോലുള്ളവർ ഭാരതീയ ശില്പമാതൃകകളുടെ തനിപ്പകർപ്പുകളായാലേ ഇന്ത്യൻ ചിത്രകാരന്മാരുടെ രചനകളെ നീതീകരിക്കാനാവൂ എന്ന

അച്ഛൻ വരുന്നു

മതപുനരുദ്ധാരണപരമായ വാദങ്ങളിലേക്കുവരെ പില്ക്കാലത്ത് ചെന്നെത്തിയെന്നതിന്റെ പശ്ചാത്തലത്തിലാണ് ഈ ചിത്രം ഇന്ന് സവിശേഷ പ്രസക്തി കൈവരിക്കുന്നത്. ഓരോ പ്രദേശത്തെയും വ്യത്യസ്ത വസ്ത്രധാരണ രീതികളെയും ശരീരഘടനയെയും നിലനിർത്തിക്കൊണ്ട് ഭാരതീയതയെന്ന ആശയത്തിലടങ്ങിയ വൈകാരികതയെ കണ്ടെടുക്കുവാനുള്ള സ്വദേശി ശ്രമമാണ് ഈ ചിത്രത്തിലുള്ളതെന്ന് ഗീതാകപൂർ പറയുന്നു. സ്ത്രീരൂപങ്ങളുടെ പ്രതിനിധാനം വഴിരൂപപ്പെ ടുന്ന ദേശീയ - സാംസ്കാരിക സമന്വയത്തിന്റെ ബിംബനിർമ്മിതിയാണ് ഈ ചിത്രമെന്നും അവർ പറയുന്നുണ്ട്. നിശ്ചയമായും അത് ദേശീയ നോട്ടത്തിലുൾച്ചേർന്ന ആൺനോട്ടത്തിന്റെയും അടയാളമാണ്. നാഗരികതയുടെ കൃത്രിമ ശ്രേണിയിൽ സ്ത്രീശരീരത്തെ ഒരുമിച്ചിണക്കി അണിനിരത്തിക്കൊണ്ട് അതിനെ ദിവ്യവല്ക്കരിക്കുകയാണ് ഈ രചന ചെയ്യുന്നതെന്നും തുടർന്ന് വിശദീകരിക്കപ്പെടുന്നുണ്ട്. ദേശീയമായ ആൺനോട്ടത്തിന്റെ അധികാരപരിധിയിൽ നിലനില്ക്കുന്ന ഏകത്വഭാവനയുടെ പ്രകാശനം[51]. വംശീയമാതൃകകളുടെ കയറ്റുമതിയെന്ന് അഷീഷ് രാജാദ്ധ്യക്ഷയുടെ അധിക്ഷേപത്തിന് ഗീതാകപൂറിന്റെ ഈ നിരീക്ഷണം മികച്ച ഉത്തരമാകുന്നുണ്ട്. ചിത്രപരമായ ഐക്യം (pictorial unity) എന്ന പ്രാഥമിക ചിത്രകലാധർമ്മം വളരെ ദുർബ്ബലമായിട്ടുള്ളതും എണ്ണച്ചായത്തിന്റെ വർണ്ണസമൃദ്ധിയിൽ വ്യക്തികളുടെ ആത്മനിഷ്ഠവ്യക്തിത്വം മുങ്ങിപ്പോയതുമായ രചനയെന്ന് വിമർശിക്കപ്പെട്ടിട്ടുള്ളപ്പോൾ (വിജയകുമാർ മേനോൻ) തന്നെ, ഒരു പ്രത്യേക ചരിത്രഘട്ടത്തിലെ സംസ്കാരചിഹ്നങ്ങളായ ശരീരഘടന, പ്രാദേശികത, വസ്ത്രം, ആഭരണം, കേശസംവിധാനം തുടങ്ങിയ നിരവധി വസ്തുതകളുടെ ദൃശ്യപ്രമാണമാണ് (visual documentation) ഈ ചിത്രമെന്ന വസ്തുത അത്യന്തം പ്രധാനമാണ്.

രവിവർമ്മയുടെ സ്ത്രീരൂപ ചിത്രീകരണത്തിലടങ്ങിയ വിവക്ഷകളെക്കുറിച്ച് ഗൗരവമേറിയ അന്വേഷണങ്ങൾ മുമ്പേ നടന്നിട്ടുണ്ട്[52]. അദ്ദേഹം രചിച്ച മലയാളി വനിതകളുടെ പോർ ട്രെയിറ്റുകളും സമകാലിക ഗാർഹി

ശ്രീരാമന്റെ ചാപഭഞ്ജനം

കാന്തരീക്ഷത്തെ പ്രമേയമാക്കുന്ന സ്ത്രീചിത്രങ്ങളും ഭിന്നമായ പ്രത്യയശാസ്ത്ര വിവക്ഷകളാണ് പ്രകടിപ്പിക്കുന്നത്. 'മാവേലിക്കര അമ്മത്തമ്പുരാൻ' (*An Amma Thampuran of Mavelikara*), 'മിസിസ് രാമനാഥറാവു' (*Mrs. Ramanatha Rao*) തുടങ്ങിയ ചിത്രങ്ങളിലെ സ്ത്രീരൂപങ്ങളിൽ പുരുഷാധിപത്യപരമായ സാമൂഹ്യവാഴ്ചയ്ക്കു വഴങ്ങി പുറംലോകവുമായുള്ള സമ്പർക്കവും സഹകരണവും നഷ്ടപ്പെട്ട സ്ത്രീജീവിതമാണ് അടയാളപ്പെടുത്തിയിട്ടുള്ളത്. ഈ ചിത്രങ്ങളിലെ സ്ത്രീരൂപങ്ങളിൽ പ്രകടമാകുന്നത് പിൻവാങ്ങിനില്ക്കുന്ന ആത്മബോധത്തിന്റെയും നിരോധിക്കപ്പെട്ട വൈകാരികലോകത്തിന്റെയും ഉടമകളായ സ്ത്രീകളുടെ സ്വത്വനഷ്ടം തന്നെയാണ്. തറവാടുകളും മരുമക്കത്തായവും ചേർന്ന് സൃഷ്ടിക്കുന്ന, അങ്ങേയറ്റം ഇടുങ്ങിയ, ചലനാത്മകയും വ്യക്തിത്വസ്ഥാപനവും അനുവദിക്കപ്പെട്ടിട്ടില്ലാത്ത, ഒരു ലോകത്തിലെ സ്ത്രീജീവിതത്തിന്റെ പ്രതിനിധാനമാണ് ഈ പോർ ട്രെയിറ്റുകളിലുള്ളത്. ഇത്തരം ചിത്രങ്ങളിലെ സ്ത്രീരൂപങ്ങളുടെ അങ്ങേയറ്റം ദീപ്തിരഹിതമായ മുഖഭാവവും ആയാസപൂർണ്ണമായ അംഗവിന്യാസവും മേല്പറഞ്ഞ സ്വഭാവമുള്ളവയാണ്. ബാഹ്യജീവിതം പരിപൂർണ്ണമായി നിഷേധിക്കപ്പെട്ട സന്ദർഭത്തിൽ, ആത്മനിഷ്ഠതയുടെ ആഭ്യന്തരലോകത്തിലേക്ക് ഉൾവലിഞ്ഞ് അവിടെ സ്വത്വസ്ഥാപനം നടത്തേണ്ടിവരുന്ന സ്ത്രീജീവിതത്തിന്റെ ഉള്ളടക്കത്തെ രവിവർമ്മ ഈ ഛായാചിത്രങ്ങളിൽ 'യഥാതഥ'മായി ചിത്രീകരിക്കുന്നു.

പോർട്രെയിറ്റുകളിലെ സ്ത്രീരൂപചിത്രീകരണത്തിൽനിന്ന് ഭിന്നമായ ഒരു ദൃശ്യഭാഷയാണ് രവിവർമ്മയുടെ ഗാർഹിക ജീവിത സംബന്ധിയായ ചിത്രങ്ങളിലെ സ്ത്രീരൂപങ്ങളുടെ ആവിഷ്കാരത്തിലുള്ളത്. 'അച്ഛൻ വരുന്നു' (*Here Comes Papa*), 'മലബാർ സുന്ദരി' (*Malabar Beauty*), 'വീണ വായിക്കുന്ന സ്ത്രീ' (*Veena Player*) തുടങ്ങിയ ചിത്രങ്ങളിലെ സ്ത്രീകൾ ഛായാചിത്രങ്ങളിലെ സ്ത്രീകളിൽ നിന്നു വ്യത്യസ്തമായി, തങ്ങളിലേക്ക് ഉൾവലിയുന്നതിനുപകരം പുറംലോകത്തെ അഭിമുഖീ

സേതുബന്ധനം

കരിക്കുന്നവരാണ്. ബാഹ്യലോകത്തെയും അവിടത്തെ ജീവിതവിനിമയങ്ങളെയും കൈയൊഴിയുന്ന, നിസ്സംഗമായ ഒരുതരം സ്വീകരണസന്നദ്ധത (കീഴടങ്ങൽ?) പ്രകടിപ്പിച്ചുകൊണ്ട് കാൽനഖം കൊണ്ട് ചിത്രം വരച്ചും തലകുനിച്ചും ചുവന്നുതുടുത്തും നില്ക്കുന്ന നായികമാരുടെ പാരമ്പര്യത്തെയും രവിവർമ്മ ഇവിടെ കൈയൊഴിയുന്നതായി കാണാം. തങ്ങളിൽനിന്ന് പുറംലോകത്തിലേക്കു നോക്കുന്ന ഈ സ്ത്രീകൾ അവിടെയുള്ള ജീവിതവുമായി കണ്ണിചേർക്കപ്പെട്ട സവിശേഷ വ്യക്തികളാണ്. സാമൂഹ്യതലത്തിൽ പുതുതായി രൂപപ്പെട്ടുവരുന്ന മതനിരപേക്ഷവും ജനാധിപത്യപൂർണ്ണവുമായ പൊതുമണ്ഡലത്തിൽ കാലൂന്നിനില്ക്കുന്ന വ്യക്തികളാണ് ഈ സ്ത്രീകൾ എന്ന് സാമാന്യമായി പറയാം. ബൂർഷ്വാ ദേശീയതയുടെ കടന്നുവരവോടെ രൂപപ്പെട്ട ആധുനിക കർത്തൃസങ്കല്പമാണ് സാമൂഹ്യജീവിതത്തോടുള്ള പ്രതികരണങ്ങളിലൂടെ തന്റെ സവിശേഷവും സ്വകാര്യവുമായ വ്യക്തിത്വം പ്രദർശിപ്പിക്കുന്ന സ്വതന്ത്ര വ്യക്തികളെ ഉയർത്തിക്കൊണ്ടുവന്നത്. രവിവർമ്മയുടെ ഇത്തരം സ്ത്രീരൂപങ്ങൾ പങ്കുചേരുന്നത് ഈ വ്യക്തിത്വബോധവുമായാണ്.

പത്തൊമ്പതാം ശതകത്തിലെ തിങ്ങിനിറഞ്ഞ മരുമക്കത്തായ കൂട്ടുകുടുംബങ്ങളിലെ സ്ത്രീജീവിതത്തിന്റെ യാഥാർത്ഥ്യത്തെയല്ല രവിവർമ്മ ഈചിത്രങ്ങളിൽ ആവിഷ്കരിക്കുന്നത്. പൊതുജീവിതത്തിൽ നിന്ന് പിൻവാങ്ങിയ മതം വ്യക്തിയുടെ സ്വകാര്യതയുടെ ലോകത്തേക്ക് നീങ്ങുകയും കൂടുതൽ മാനുഷികവും യുക്ത്യാധിഷ്ഠിതവും ആധുനികവുമായ ഒരു സാമൂഹ്യസന്ദർഭം സാദ്ധ്യമായിത്തീരുകയും ചെയ്യുന്നതോടെയാണ് നിസ്സംഗരായ സ്വീകർത്താക്കൾ എന്നപദവിയിൽനിന്ന് സജീവമായ പൗരത്വത്തിന്റെ ഉടമകളെന്ന നിലകളിലേക്ക് സ്ത്രീകളുടെ ജീവിതം പരിണമിക്കുന്നത്. ആദർശവൽകൃതമായ ഗാർഹികാന്തരീക്ഷത്തിൽ ജീവിതപങ്കാളിയെ കാത്തിരിക്കുന്ന കുലീന നായികയായി അവൾ മാറുന്നു. കേരളീയ ജീവിതത്തിന്റെ പൊതുയാഥാർത്ഥ്യം

എന്നതിലുപരി, നാഗരികമായ ഒരനുഭവമായി രൂപമെടുക്കുവാൻ തുടങ്ങുന്ന ഈ പുതിയ ജീവിതസന്ദർഭത്തെയാണ് രവിവർമ്മ 'മലബാർ സുന്ദരി' (*Malabar Beauty*), 'അച്ഛൻ വരുന്നു' (*Here Comes Papa*) തുടങ്ങിയ ചിത്രങ്ങളിൽ വെളിപ്പെടുത്തുന്നത്. റിയലിസം എന്നത് കാഴ്ചയുടെ നേർപ്പകർപ്പ് മാത്രമല്ലെന്നും അവബോധത്തിന്റെ സവിശേഷതലത്തിൽ നിന്നുകൊണ്ട് നടത്തുന്ന ബിംബങ്ങളുടെ തെരഞ്ഞെടുപ്പും അതിലുൾപ്പെടുന്നുവെന്നും കലാനിരൂപകർ മുമ്പേതന്നെ വ്യക്തമാക്കിയിട്ടുള്ള കാര്യം ഇവിടെ ഓർമ്മിക്കണം. പാശ്ചാത്യ റിയലിസത്തിന്റെ വക്താക്കളിൽ പ്രധാനിയായ കൂർബെയുടെ 'ചിത്രശാലയുടെ ഉൾത്തളം' (*Interior of My Studio*) എന്ന ചിത്രത്തെക്കുറിച്ചുള്ള ചർച്ചയിൽ ചിത്രകാരൻ സ്വതന്ത്രേച്ഛയുള്ള കലാകാരന്റെ പദവി കൈവരിക്കുന്നതിന്റെ പ്രഖ്യാപനം അതിലടങ്ങിയിരിക്കുന്ന കാര്യം വിജയകുമാർ മേനോൻ ചൂണ്ടിക്കാണിക്കുന്നു[53]. സംസ്കൃതകാവ്യങ്ങളിലും മണിപ്രവാള കാവ്യങ്ങളിലും കാണുന്നവിധത്തിൽ മാദകത്വമുള്ള ശരീരഘടനയുള്ളവരെയാണ് രവിവർമ്മ വരച്ചതെങ്കിലും - അത്രത്തോളം അത് മേധാവിത്വപൂർണ്ണമായ പുരുഷകാഴ്ചയുടെ ലോകത്താണ് നിലകൊള്ളുന്നതെന്നും വ്യക്തമാണ് - നാടുവാഴിത്തത്തിന്റെ പഴയലോകത്തോട് വിടപറയുവാനൊരുങ്ങുന്നതും ദേശീയ ബൂർഷ്വാസിയുടെ മൂല്യസങ്കല്പങ്ങളോട് (അണുകുടുംബവും അതിലെ നായികയായ ഭാര്യ/അമ്മ എന്ന വ്യക്തിത്വകല്പനയും ഉൾപ്പെടെ) ചേർന്നുനില്ക്കുന്നതുമായ ഒരു പ്രത്യയശാസ്ത്രത്തിന്റെ ദൃശ്യപരിസരമാണ് അവ അവതരിപ്പിക്കുന്നത്.

മേല്പറഞ്ഞ ഗണത്തിൽപ്പെടുന്ന തന്റെ രചനകളിൽ രവിവർമ്മ പുരുഷരൂപങ്ങളെ ഒഴിവാക്കിക്കൊണ്ട് സംഘർഷരഹിതമായ ഒരു ആദർശലോകത്തേക്കുള്ള പിന്മടക്കം നടത്തുകയായിരുന്നുവെന്ന നിരീക്ഷണവും നിലവിലുണ്ട്. ആധുനികതയിലേക്ക് കാലൂന്നിയ സമൂഹത്തിന് സ്വീകാര്യമായ പുരുഷ വസ്ത്രവിധാനം കണ്ടെത്താനാകാത്തതാണ് ഇതിന് കാരണമെന്ന നിരീക്ഷണം ശ്രദ്ധേയമാണ്. 'അച്ഛൻ വരുന്നു' (*Here Comes Papa*) എന്ന ചിത്രത്തെ അടിസ്ഥാനമാക്കിയുള്ള ഒരു പരിശോധനയിൽനിന്ന് തെളിഞ്ഞുകിട്ടുന്ന കാര്യങ്ങൾ പക്ഷേ വ്യത്യസ്തമായ ഒരു നിഗമനമാണ് നല്കുന്നത്. ചിത്രപ്രതലത്തിനു പുറത്താണ് അച്ഛൻ. മകനിൽ കണ്ണുനട്ട് പുറത്തേക്ക് (ഭാവിയിലേക്കും സമൂഹത്തിലേക്കും) വിരൽ ചൂണ്ടുന്ന അമ്മയുടെ പ്രസ്താവത്തിന്റെ സ്വരത്തിലാണ് ചിത്രത്തിന് പേര് നല്കപ്പെട്ടിരിക്കുന്നത്. മാദകമായ ശരീരത്തിനുടമയായിരിക്കുമ്പോഴും അമ്മയിൽ 'കുലീനത'യുടെ ലക്ഷണങ്ങൾ ഏറിനില്ക്കുന്നു. ഭാര്യ/മാതാവ് എന്ന വ്യക്തിത്വ കല്പനയ്ക്ക് സാധുത നല്കുന്നതാണ് ഈ ചിത്രത്തിലെ സ്ത്രീരൂപം. മരുമക്കത്തായത്തിൽനിന്ന് മക്കത്തായത്തിലേക്കുള്ള പരിവർത്തനസന്ദർഭമാണ് ചിത്രത്തിന്റെ കാലം. ചിത്രത്തിന്റെ ദൃശ്യപരിധിയിൽ കടന്നുനില്ക്കാവുന്ന വിധം അച്ഛൻ ഒരു

യാഥാർത്ഥ്യമായിട്ടില്ലെന്നർത്ഥം. ആസന്നമായ സാമൂഹ്യപരിവർത്തനത്തിന്റെ ഫലപ്രാപ്തിയിലാണ് 'അച്ഛൻ' ചിത്രത്തിന്റെ ദൃശ്യപരിധിയിൽ സ്ഥാനം നേടുക. അങ്ങനെ ഈ ചിത്രം യാഥാർത്ഥ്യത്തിന്റെ പ്രതിനിധാനമാകുവാൻ ശ്രമിക്കുന്നതോ ടൊപ്പം ഭാവിയുടെ യാഥാർത്ഥ്യത്തെ പ്രതീക്ഷിക്കുക കൂടി ചെയ്യുന്നു. രവിവർമ്മ ചിത്രങ്ങളിൽ മരുമക്കത്തായ തറവാടിന്റെ നായകനായ 'കാരണവർ' ഒരിക്കൽപ്പോലും കടന്നുവരുന്നില്ലെന്ന കാര്യവും വെളിപ്പെടുത്തുന്നത് അവ ഭാവിയുടെ യാഥാർത്ഥ്യത്തെയാണ് പ്രതിനിധാനം ചെയ്യുന്നത് എന്ന വസ്തുത ആണ്[54]. സാമൂഹ്യജീവിതത്തിന്റേയും കൂട്ടുകുടുംബത്തിന്റേയും സംഘർഷങ്ങളിൽനിന്ന് അകന്നുനില്ക്കുന്ന 'സ്ത്രീലോക'ത്തെ ചിത്രീകരിക്കുന്നതിനപ്പുറം ഈ ചിത്രങ്ങൾ ആ സംഘർഷങ്ങളിൽനിന്നും രൂപമെടുക്കാനിരിക്കുന്ന ഭാവിയാഥാർത്ഥ്യങ്ങളുടെ പ്രതിനിധാനത്തിനാണ് ശ്രമിക്കുന്നത്.

ദേശീയ ആധുനികതയുടെയും ഓറിയന്റലിസത്തിന്റെയും പിടിയിലമർന്ന നമ്മുടെ കലാനിരൂപണം ഇക്കാര്യങ്ങളൊന്നും കാണാതെ രവിവർമ്മ ചിത്രങ്ങളുടെ 'സൗന്ദര്യപരമായ ശൂന്യത'യിൽ ചെന്നുനില്ക്കുകയാണ് പതിവ്. എന്നിരുന്നാലും അവ ചൂണ്ടിക്കാണിക്കുന്ന രചനാപരമായ പ്രശ്നങ്ങൾ ഗൗരവമേറിയവ തന്നെയാണ്. രവിവർമ്മയുടെ ചിത്രഭാഷയ്ക്കും ശൈലിക്കും പോരായ്മക ളേറെയുണ്ടെന്നു തന്നെയാണിതിനർത്ഥം. പുരാണകഥാസന്ദർഭങ്ങളെ ചിത്രീകരിക്കുന്ന 'മോഹിനിയും രുഗ്മാംഗദനും', 'വിരാടസഭയിലെ ദ്രൗപതി', 'കൃഷ്ണദൂത്', 'ഇന്ദ്രജിത്തിന്റെ വിജയം' തുടങ്ങിയ ചിത്രങ്ങളിലെല്ലാം അരങ്ങിന്റെ സ്വഭാവം പ്രകടമാണ്. കഥകളിയോടും പാഴ്സി നാടകവേദിയോടുമെല്ലാം അടുത്ത പരിചയം പുലർത്തിയിരുന്ന രവിവർമ്മയെ അവ നന്നായി സ്വാധീനിച്ചിട്ടുണ്ട്. ഇത്തരം ചിത്രങ്ങളിലെ കഥാപാത്രങ്ങൾ അരങ്ങിൽനിന്ന് കാണികളെ അഭിമുഖീകരിക്കുന്നതു

അർജ്ജുനനും സുഭദ്രയും

പോലെയാണ് ചിത്രീകരിക്കപ്പെട്ടിട്ടുള്ളത്. നാടകീയരംഗങ്ങളെല്ലാം അവിടെ നാടകരംഗങ്ങളായി മാറുകയും മെലോഡ്രാമ ചിത്രത്തിൽ ആധിപത്യമുറപ്പിക്കുകയും ചെയ്യുന്നു.

നാടകീയമുഹൂർത്തങ്ങൾ അരങ്ങുപ്രതീതി ജനിപ്പിക്കുന്നതുപോലെ, ആഴത്തിന്റെ ചിത്രീകരണത്തിലും രവിവർമ്മയുടെ കല പലപ്പോഴും പരാജയമടയുന്നുണ്ട്. ശരീരത്തിന്റെ അനുപാതം ചിത്രതലത്തിൽ നിലനിർത്തുന്നതിലും (അർജ്ജുനനും സുഭദ്രയും) ചലിക്കുന്ന രൂപങ്ങളെ ശരിയായ പരിപ്രേക്ഷ്യത്തിൽ അവതരിപ്പിക്കുന്നതിലും (വരുണദർപ്പഹരണം) അദ്ദേഹം ചിലപ്പോഴൊക്കെ പരാജയപ്പെട്ടു. ആടയാഭരണങ്ങൾക്ക് അമിതമായ പൊലിമ നല്കാനുള്ള വാസനയും (ക്ഷേത്രത്തിലെ ദാനം, പന്തുകളിക്കുന്ന സ്ത്രീ) വിമർശിക്കപ്പെട്ടിട്ടുണ്ട്. പശ്ചാത്തലരംഗങ്ങൾക്ക് അരങ്ങിലെ പിൻകർട്ടന്റെ സ്വഭാവം വരുന്ന ചിത്രങ്ങളും (വിശ്വാമിത്രനും മേനകയും, ഭരതനും സിംഹക്കുട്ടിയും) അദ്ദേഹ ത്തിന്റെ രചനകളിലുണ്ട്. കേരളീയ ഭിത്തിചിത്രങ്ങളുടെയോ കളമെഴുത്തിന്റെയോ സമൃദ്ധപാരമ്പര്യത്തെ ഉൾക്കൊള്ളുവാൻ രവിവർമ്മ ഒട്ടുംതന്നെ പരിശ്രമിച്ചിട്ടില്ലെന്ന - അതിന് ചരിത്രപരമായ കാരണങ്ങൾ ഉണ്ടെങ്കിൽ തന്നെയും - വിമർശനവും ഒട്ടൊക്കെ സാധുവാണ്. (രവിവർമ്മയുടെ നായികമാർ വൃഥാസ്ഥൂലമായ ശരീരത്തിന്റെ ഉടമകളാണെന്നും, 'ഹംസദമയന്തി'യിലെ നായികയ്ക്ക് പ്രായമേറിയെന്നും, 'തിരിഞ്ഞുനോക്കുന്ന ശകുന്തള'യിൽ വൃദ്ധയായ ഗൗതമി വേണ്ടിയിരുന്നില്ലെന്നും - പുറംതിരിഞ്ഞു നടക്കുന്ന വൃദ്ധയായ ഗൗതമി ജീവിതവിരക്തിയുടെ സിംബലാണെന്നും ചിത്രത്തിന് വൈകാരിക പൊരുത്തം (emotional symetry) നല്കുന്നത് അതാണെന്നും മറ്റു ചിലർ പറയുന്നുമുണ്ട് - മറ്റുമുള്ള ഇംപ്രഷനിസ്റ്റിക് നിരീക്ഷണങ്ങളും രവിവർമ്മ വിമർശനങ്ങളെന്നപേരിൽ ധാരാളമായി

വിശ്വാമിത്രനും മേനകയും

കണ്ടുവരാറുണ്ട്.)

ഏതൊരു കലാനിർമ്മിതിയിലും ഉള്ളടങ്ങിയിരിക്കുന്നതുപോലെ തന്റെ കാലത്തിന്റെയും സ്ഥലത്തിന്റെയും പ്രേരണകളോടുള്ള പ്രതികരണം രവിവർമ്മയുടെ കലയിലും സന്നിഹിതമായിട്ടുണ്ട്. താൻ ജീവിച്ച ചരിത്രസന്ദർഭത്തിന്റെയെന്നപോലെ തന്റെ വൈയക്തികപ്രതിഭയുടെ പരിമിതികളും രവിവർമ്മയുടെ ചിത്രഭാഷയെ ദുർബ്ബലമാക്കി. എങ്കിലും ശൈലീപരമായി അക്കാദമിക് റിയലിസത്തിന്റെ വഴിയിലൂടെ സഞ്ചരിക്കുമ്പോൾ തന്നെ ചുരുക്കം ചില രചനകളിൽ (പിശുക്കൻ, നളദമയന്തി) ഇംപ്രഷനിസ്റ്റ് സ്വഭാവം കൈവരിക്കുവാൻ അദ്ദേഹത്തിനു കഴിഞ്ഞു. നളദമയന്തിയുടെ പശ്ചാത്തലമായ വനത്തിന്റെ ചിത്രണത്തിൽ ഇംപ്രഷനിസ്റ്റ് സ്വഭാവം ദ്യോതിപ്പിക്കുന്ന അസ്പഷ്ടത ഉളവാക്കുന്ന ബ്രഷ്ചലനങ്ങളുടെ (Brush Stroke) സവിശേഷത കാണാമെന്ന് കലാനിരൂപകർ ചൂണ്ടിക്കാട്ടിയിട്ടുമുണ്ട്. ആധുനികതയിലേക്കു നീങ്ങുന്ന ദേശീയ ദൃശ്യബോധത്തിന്റെ ചിത്രകാരനായിരുന്നു രവിവർമ്മ. എണ്ണച്ചായം എന്ന മാദ്ധ്യമം ഉപയോഗിച്ച് അഖിലഭാരത വ്യാപ്തിയുള്ള പുതിയ ദൃശ്യബോധം രൂപപ്പെടുത്തുവാൻ അദ്ദേഹത്തിനു കഴിഞ്ഞു. അഭ്യസ്തവിദ്യരായ നാഗരിക മദ്ധ്യവർഗ്ഗത്തിന് ഭൂതകാലപ്രൗഢി ആസ്വദിച്ചുകൊണ്ട് വർത്തമാനകാലത്തിൽ ജീവിക്കുവാൻ കഴിയുന്നവിധത്തിലുള്ളതായിരുന്നു രവിവർമ്മ ചിത്രങ്ങളിലെ ദൃശ്യഭാഷ[55]. ആധുനിക വിദ്യാഭ്യാസം നല്കിയ നവീനതാബോധം പുലർത്തുമ്പോൾ തന്നെ പൗരാണികതയുടെ പ്രൗഢിയിൽ പങ്കുചേരുവാൻ രവിവർമ്മച്ചിത്രങ്ങൾ ഈ നാഗരിക സമൂഹത്തെ പ്രാപ്തമാക്കി. ബംഗാളി ചിത്രകാരന്മാർ വരച്ച ദേവീദേവന്മാരുടെ ചിത്രങ്ങൾക്ക് വേണ്ടത്ര സ്വീകാര്യത കൈവരാതിരുന്നപ്പോൾ രവിവർമ്മ വരച്ച ദേവതാരൂപങ്ങൾ സാർവ്വത്രികമായി സ്വാഗതം ചെയ്യപ്പെട്ടതിനു കാരണമിതാണ്. ദേശീയപ്രസ്ഥാനത്തിന്റെ പ്രേരണകളെ ഉൾക്കൊണ്ടു വളർന്ന സമകാലിക പാരമ്പര്യബോധത്തെ ആവിഷ്കരിക്കുവാൻ കഴിയുന്ന പുതിയ ഒരു ലക്ഷണശാസ്ത്രത്തിന് (Naturalist Iconography) രൂപംനല്കുകയാണ് രവിവർമ്മ

ജടായുവധം

ചെയ്തത്[56]. പാരമ്പര്യത്തെയും ആധുനികതയെയും ഉൾക്കൊള്ളുന്ന ഈ വഴക്കം ഇരുലോകങ്ങളിലൂടെയും സഞ്ചരിക്കുവാൻ കഴിയുന്ന ഉഭയജീവിത്വം അദ്ദേഹത്തിന്റെ കലയ്ക്ക് പ്രദാനം ചെയ്തു[57]. (തന്റെ വിപുലമായ യാത്രകളിൽ താൻ പരിചയപ്പെട്ട ഇംഗ്ലീഷ് പെരുമാറ്റരീതികൾ സ്വാംശീകരിക്കുവാനോ ഇംഗ്ലീഷ് സംഭാഷണഭാഷയായി ഉപയോഗിക്കുവാനോ രവിവർമ്മ ശ്രമിച്ചില്ലെന്ന് ഒരു ജീവ ചരിത്രകുറിപ്പ് പറയുന്നുണ്ട്. യൂറോ പ്യൻ രക്ഷാധികാരത്തെയും പ്രാദേശികമായ കുലീനതയെയും സ്വന്തം മതബോധത്തെയും കൂട്ടിയിണക്കിനിർത്തുവാനുള്ള അദ്ദേഹത്തിന്റെ ശ്രമം എന്ന നിലയിലാണ് ഇക്കാര്യം അവിടെ പരാമർശിക്കപ്പെട്ടിട്ടുള്ളത്[58]). അധിനിവേശത്തിന്റെ ബലതന്ത്രങ്ങളാൽ നിർണ്ണയിക്കപ്പെടുമ്പോഴും പ്രാദേശികതയുടെയും ദേശീയതയുടെയും ഉള്ളടക്കത്തെ സ്വാംശീകരിച്ച രചനകളായി രവിവർമ്മയുടെ ചിത്രങ്ങൾ മാറിയതിന്റെ പശ്ചാത്തലമിതാണ്. പാശ്ചാത്യശൈലിയിൽ ദേവീദേവന്മാരെ വരയ്ക്കുകയും നിലവിലുള്ള മാതൃകകളെ മറികടക്കുകയും കലയുടെ ആധുനീകരണത്തിനും ജനാധിപത്യവല്ക്കരണത്തിനും വേണ്ടി അബോധപൂർവ്വമായെങ്കിലും പരിശ്രമിക്കുകയും പ്രാദേശികതയുടെ മുദ്രകൾ പേറുന്ന ദേശീയതയെ ഭാവനചെയ്യുകയും 'സന്യാസാദർശനത്തിന്റെ പ്രചാരണത്തോടെ നഷ്ടപ്പെട്ട ജീവിതാഹ്ലാദം ഭാരതീയകലയിൽ പുനഃസ്ഥാപിക്കുകയും ചെയ്ത' (രാമാനന്ദ ചാറ്റർജി) രവിവർമ്മയുടെ കല കേരളീയ സമൂഹത്തിൽ പുതുതായി രൂപപ്പെട്ടുവരുന്ന സ്വയം പര്യാപ്ത കർത്തൃത്വങ്ങളെ പ്രതീക്ഷിക്കുകയായിരുന്നു.

(2000/2004 ൽ പരിഷ്കരിച്ചത്)

കുറിപ്പുകൾ

1 രാമാനന്ദ ചാറ്റർജിയെപ്പോലൊരു ആദ്യകാല നിരൂപകന് ശേഷം രവിവർമ്മയുടെ കലയെ അഭിനന്ദനപരമായി വിലയിരുത്തുവാൻ തുടക്കത്തിൽ ഏറെപ്പേർ ഉണ്ടായിരുന്നില്ല. രവിവർമ്മയുടെ മരണശേഷം അദ്ദേഹത്തിന്റെ കലയെക്കുറിച്ചുള്ള സമഗ്രമായൊരു പഠനം രാമാനന്ദ ചാറ്റർജി *മോഡേൺ റിവ്യൂ*വിൽ പ്രസിദ്ധീകരിക്കുകയുണ്ടായി (*Modern Review* Vol. 1, No. 1 - 6, January - June 1907). എന്നാൽ *മോഡേൺ റിവ്യൂ*വിന്റെ അടുത്ത ലക്കത്തിൽത്തന്നെ രവിവർമ്മയ്ക്കെതിരായ രൂക്ഷവിമർശനവുമായി സിസ്റ്റർ നിവേദിത രംഗത്തെത്തി. രാഷ്ട്രത്തിന്റെയും കലയുടെയും ഐക്യത്തെക്കുറിച്ച് ഉറപ്പിച്ചുപറഞ്ഞുകൊണ്ട്, ആത്മീയതയോ കുലീനതയോ പുലർത്താത്തവയാണ് രവിവർമ്മയുടെ രചനകൾ എന്നവർ കുറ്റപ്പെടുത്തി. ഇതിനുപിന്നാലെയാണ് ഹാവേൽ, ആനന്ദകുമാരസ്വാമി, ബംഗാൾ സ്കൂളുകാർ തുടങ്ങിയവരുടെ കടന്നാക്രമണത്തിന് രവിവർമ്മ വിധേയനായത്. പില്ക്കാലത്ത് അശോക് മിത്ര (The Forces Behind the Modern Movement, *Lalithakala Contemporary* No. 1, Delhi, 1961.) കൃഷ്ണചൈതന്യ (*Ravivarma*, Lalithakala Academy, Delhi, 1960.) എന്നിവർ നടത്തിയ പഠനങ്ങളിൽ രവിവർമ്മയുടെ കല വസ്തുതാപരമായി വിലയിരുത്ത

പ്പെടുന്നുണ്ട്. ദേശീയതയുടെ ആശയപരിസരത്തോട് ബന്ധപ്പെടുത്തിക്കൊണ്ടാണ് മിത്ര രവിവർമ്മയെ വിലയിരുത്തിയത്. എങ്കിലും രവിവർമ്മയുടെ കലയെക്കുറിച്ചുള്ള പൊതുവായ കാഴ്ചപ്പാടിൽ ഈ പഠനങ്ങളും ഏറെയൊന്നും മാറ്റംവരുത്തിയിട്ടില്ല. ഇ എം ജെ വെണ്ണിയൂരിന്റെ കൃതിയെക്കുറിച്ചും (*Raja Ravivarma*, Govt. of Kerala, Trivandrum, 1981). ഏറക്കുറെ ഇതുതന്നെ പറയാം. എന്നാൽ എൺപതുകളുടെ രണ്ടാംപകുതിയോടെ ഈ സ്ഥിതിയിൽ കാര്യമായ മാറ്റംവന്നു. തപ്തി ഗുഹാതാക്കുർത്താ (Westernisation and Tradition in South Indian Painting in the Ninenteenth Century : The role of Raja Ravi Varma, *Studies in History* Vol. 2, No. 2, 1986. *The Making of a New 'Indian' Art : Artists, Aesthetics and Nationalism in Bengal 1850 - 1920*, Cambridge University Press, 1992.) ഗീതാകപൂർ ('Ravi Varma : Representational Dilemnias of a Nineteenth Century Painter' *Journal of Arts and Ideas* No. S 17-18, 1989.) Partha Mitter (*Art and Nationalism in Colonial India 1850 - 1922 Occidental Orientations*, Cambridge University Press, 1994.) ആർ സി ശർമ്മ, രൂപികാ ചാവ്‌ല (eds) : *Raja Ravi Varma - New perspectives*, National Museum, Delhi, 1993.) ആർ നന്ദകുമാർ ('Raja Ravi Varma in the Realm of Public', *Journal of Arts and Ideas* No. S 27-28, March 1985. 'Missing Male The female figure of Ravi Varma and the concepts of family, Marriage anf Fatherhood in Nineteenth Century Kerala', *South Indian Studies*, No. 1 January - June 1996.) വിജയകുമാർ മേനോൻ (*രവിവർമ്മ*, ലളിതകലാ അക്കാദമി, തൃശ്ശൂർ, 2001.) തുടങ്ങിയവരുടെ പഠനങ്ങൾ അഖിലേന്ത്യാതലത്തിലും കേരളത്തിലും രവിവർമ്മ വ്യത്യസ്തമായി മനസ്സിലാക്കപ്പെടുന്നതിന് വഴിവച്ചു. പിന്നിട്ട രണ്ട് പതിറ്റാണ്ടിൽ രവിവർമ്മയെക്കുറിച്ചുള്ള ജീവചരിത്രപരമായ പഠനങ്ങൾ വേറെയും ഉണ്ടായിട്ടുണ്ട്; ഒരു നോവൽ ഉൾപ്പെടെ. പക്ഷേ, പരമ്പരാഗതമായ വിചാരരീതികളിൽനിന്ന് വിടുതിനേടിയവരായിരുന്നില്ല എന്നതിനാൽ രവിവർമ്മയെക്കുറിച്ചുള്ള വിലയിരുത്തലുകളെ അവയ്ക്ക് കാര്യമായി സ്വാധീനിക്കുവാൻ കഴിഞ്ഞില്ല.

2 എം വി ദേവൻ : *ദേവസ്പന്ദനം*, ഡി സി ബുക്സ്, കോട്ടയം, 1999. ആധുനിക ഇന്ത്യൻ ചിത്രകലയുടെ ഉദ്ഘാടകരായി അബനീന്ദ്രനാഥടാഗോർ, അമൃതഷെർഗിൽ, ജാമിനിറായ് എന്നിവരെയാണ് ദേവൻ ഇവിടെ നിർദ്ദേശിക്കുന്നത്. ആധുനികത (modernity) എന്ന സാമൂഹ്യ/ചരിത്രാവസ്ഥയെ സൂക്ഷ്മമായി പരിഗണിക്കാതെയുള്ള ഈയൊരു വിചാരരീതി ആധുനികതാവാദത്തിന്റെ (modernism) സാമാന്യസ്വഭാവമായിരുന്നു. ബംഗാൾ സ്കൂളുകാരെപ്പോലെ ആധുനികതാവാദികളും രവിവർമ്മയെക്കുറിച്ച് പൊതുവേ ആക്ഷേപസ്വരത്തിലാണ് സംസാരിച്ചത്. (രവിവർമ്മയെക്കുറിച്ച് പ്രശംസാപരമായ ഒരു കുറിപ്പും ദേവന്റെ പുസ്തകത്തിലുണ്ട്.)

3 E M J Venniyoor : *Raja Ravi Varma*, Trivandrum, Govt. of Kerala, 1987. ഒലിയോഗ്രാഫുകൾക്കുവേണ്ടി രവിവർമ്മ തന്റെ ചിത്രങ്ങളുടെ വേറെ കോപ്പികൾ വരച്ചതായി *'രാജാരവിവർമ്മ'* എന്ന ജീവചരിത്ര നോവലിൽ നോവലിസ്റ്റ് രഞ്ജിത്ത് ദേശായി പറയുന്നു. നാലു വർണ്ണങ്ങൾ മാത്രം ഉപയോഗിച്ച് തിരക്കിട്ട് രചിച്ച ഈ ചിത്രങ്ങളിൽ നിന്നാണ് അച്ചടിക്കോ

പ്പികൾ തയ്യാറാക്കിയത്. കേംബ്രിഡ്ജ് സർവ്വകലാശാല പ്രസിദ്ധീകരിച്ച *Art and Nationalism in Colonial India* (Partha Mitter - 1994) എന്ന ഗ്രന്ഥത്തിൽ രവിവർമ്മയുടെ 'ശകുന്തള'യുടെ യഥാർത്ഥ പകർപ്പും അച്ചടി ക്കോപ്പിയും പ്രസിദ്ധീകരിച്ചിട്ടുള്ളത് താരതമ്യം ചെയ്താൽ അച്ചടികോപ്പി യിലെ ഭീമമായ 'കലാശൂന്യത' എളുപ്പം മനസ്സിലാവും.

4 "The art which truely reflects the fictitious culture of Indian Universities and the teaching of Anglo - Indian Art Schools is exhibited in the paintings of Ravi Varma .... His pictures invariably manifest a most painful lack of poetic faculty in illustrating the most imaginative Indian poetry and allegory; and the cardinal sin is not to be atorned for by any kind of skill in technical execution" E B Havel. Cited in Partha Mitter : *Art and Nationalism in Colonial India 1850 - 1922*, Cambridge University Press, 1994.

5 E B Havel : *The Ideals of Indian Art,* (Cited in R Nandakumar, 'ആധുനിക ഇന്ത്യൻ ചിത്രകല', *കലാവിമർശം - മാർക്സിസ്റ്റ് മാനദണ്ഡം*, നിള, കൊച്ചി, 1983.)

6 Max Muller : *India : What can it Teach Us,* (Cited in Romila Thaper, *Ancient Indian Social History*, Orient Longman, Delhi 1996.)

7 ആർ നന്ദകുമാർ: 'ആധുനിക ഇന്ത്യൻ ചിത്രകല', *കലാവിമർശം, മാർക്സിസ്റ്റ് മാനദണ്ഡം*, കൊച്ചി, 1983.

8 R Nandakumar : 'Painting and Sculpture in Modern Kerala : A historical overview' in P J Cheriyan (ed) *Essays on Cultural Formation of Kerala*, Kerala State Gazatters Department, Trivandrum, 1999.

9 Geetha Kapur : *When was Modernism*, Tulika, Delhi, 2000.

10 Bipin Chandra (et al) : *India's struggle for Independance*, Penguin, Delhi, 1992.

11 ബ്രിട്ടീഷ് ഭരണകൂടത്തിൽനിന്നും കൈസർ ഇ. ഹിന്ദ് ബഹുമതി ലഭിച്ച ഏക ചിത്രകാരനായിരുന്നു രവിവർമ്മ. അതേസമയം രാഷ്ട്രനിർമ്മാണ ത്തിനും ദേശീയബോധത്തിന്റെ വളർച്ചയ്ക്കും വമ്പിച്ച സംഭാവനകൾ നല് കിയ കലാകാരനായാണ് ഇന്ത്യൻ നാഷണൽ കോൺഗ്രസ് രവിവർമ്മയെ പരിഗണിച്ചത്. അഖിലേന്ത്യാ കോൺഗ്രസ് കമ്മിറ്റിയുടെ നേതൃത്വത്തിൽ 1903 ൽ മദ്രാസിൽ സംഘടിപ്പിച്ച ഇൻഡസ്ട്രിയൽ എക്സിബിഷനിലെ കലാപ്രദർശനത്തിന്റെ വിധികർത്താക്കളായി രവിവർമ്മയും സഹോദരനും ക്ഷണിക്കപ്പെട്ടിട്ടുമുണ്ട്. ദാദാബായ് നവറോജിയും ഗോഖലെയും അടക്ക മുള്ള ദേശീയവാദികൾ ഭാരതദേശീയതയുടെ പ്രതിനിധിയും മാതൃകയും എന്ന പരിഗണനയാണ് രവിവർമ്മയ്ക്ക് നല്കിയത്.

12 പി കെ ബാലകൃഷ്ണൻ : *ചന്തുമേനോൻ ഒരു പഠനം*, എസ് പി സി എസ്, കോട്ടയം, 1977.

13 N S Ganguly : *Tradition, Modernity, Development* (Cited in R Nandakumar ആധുനിക ഇന്ത്യൻ ചിത്രകല; *കലാവിമർശം - മാർക്സിസ്റ്റ് മാനദണ്ഡം*, നിള, കൊച്ചി, 1983.)

14 സ്വാതന്ത്ര്യാനന്തര കാലഘട്ടത്തിൽ മദ്രാസ് ആർക്കൈവ്സിലെ രേഖകളിൽ നിന്നാണ് നേപ്പിയറുടെ ഈ പ്രസംഗം സംബന്ധിച്ച വിവരം ലഭിക്കുന്നത്.

രവിവർമ്മയുടെ രചനാശൈലിക്ക് പ്രേരണയായിത്തീർന്നത് നേപ്പിയറുടെ പ്രസംഗമാണെന്ന് പില്ക്കാലത്ത് വിമർശനമുയർന്നിട്ടുണ്ട്. എന്നാൽ രവിവർമ്മ ഈ പ്രസംഗങ്ങളെക്കുറിച്ച് അറിഞ്ഞിരിക്കാനുള്ള സാദ്ധ്യത പുതിയ പഠനങ്ങൾ തള്ളിക്കളയുന്നു.

15 വിജയകുമാർ മേനോൻ : 'ഭാരതത്തിൽ ആധുനിക കലയുടെ പശ്ചാത്തലം', *സുകൃതം മാസിക*, തൃശ്ശൂർ, ജൂൺ 1994.

16 ആർ നന്ദകുമാർ : 'ആധുനിക ഇന്ത്യൻ ചിത്രകല'. തന്റെ ചിത്രങ്ങളുടെ വ്യാജപകർപ്പുകൾ വ്യാപകമായി വിറ്റഴിക്കപ്പെടുന്നതായി മനസ്സിലാക്കിയ സന്ദർഭത്തിൽ രവിവർമ്മ സുഹൃത്തും അഭ്യുദയകാംക്ഷിയും ഉന്നതനായ ദേശീയനേതാവുമായ ഗോപാലകൃഷ്ണ ഗോഖലെയോട് അത് തടയാനാവശ്യമായ നിയമനിർമ്മാണം നടത്തണമെന്ന് അഭ്യർത്ഥിച്ച കാര്യം ഇവിടെ പ്രാധാന്യമർഹിക്കുന്നുണ്ട്. തന്റെ രചനകളുടെ സമ്പൂർണ്ണ അധികാരം തനിക്കുതന്നെയാണെന്ന ഈ കാഴ്ചപ്പാടിൽ കരകൗശലവിദഗ്ദ്ധൻ (artisan) എന്നനിലയിൽനിന്നും കലാകാരൻ എന്നനിലയിലേക്കുള്ള പരിവർത്തനത്തിന്റേയും പ്രഖ്യാപനം കൂടി അടങ്ങിയിരിക്കുന്നു.

17 1867 മുതൽ ദേശീയ സാംസ്കാരികപ്രദർശനം എന്നനിലയിൽ കൽക്കത്തയിൽ 'ഹിന്ദുമേള' സംഘടിപ്പിച്ചുപോന്ന നബഗോപാൽമിത്ര (നാഷണൽ പേപ്പർ, നാഷണൽ സ്കൂൾ എന്നിവയുടെ കൂടി സ്ഥാപകനായ മിത്രയുടെ ദേശീയഭ്രമം അദ്ദേഹത്തിന് 'നാഷണൽ മിത്ര' എന്ന ഇരട്ടപ്പേരും സമ്മാനിച്ചുവത്രേ) ദ്വിജേന്ദ്രനാഥടാഗോറിന്റെ അഭിപ്രായപ്രകാരം 1872 ലെ മേളയിൽ തദ്ദേശീയ ചിത്രരചനയുടെ മാതൃകയെന്നനിലയിൽ ഒരു ചിത്രം പ്രദർശിപ്പിക്കുകയുണ്ടായി. ബ്രിട്ടീഷ് സാമ്രാജ്യദേവതയുടെ മുമ്പാകെ സ്വയം സമർപ്പിക്കുന്ന ഭാരതത്തിലെ വ്യത്യസ്ത ജനവിഭാഗങ്ങളുടെ ചിത്രമാണ് അങ്ങനെ പ്രദർശിപ്പിക്കപ്പെട്ടത്. ഇത് ദ്വിജേന്ദ്രനാഥടാഗോറിന്റെ വിമർശനത്തിന് വിധേയമാവുകയും ചെയ്തു. ദേശീയത, ആധുനികത എന്നിവയുടെ ഉഭയസ്വഭാവം വ്യക്തമാക്കുന്ന ഒന്നെന്ന നിലയിൽ ഈ സംഭവത്തിന് സവിശേഷപ്രസക്തിയുണ്ട്. Partha Mitter : *Art and Nationalism in Colonial India.* Cambridge University Press, 1997.

18 ഒ ചന്തുമേനോൻ : *ഇന്ദുലേഖ* (അവതാരിക), ഡി സി ബുക്സ്, കോട്ടയം, 1999.

19 കേസരി എ ബാലകൃഷ്ണപിള്ള : *നവീനചിത്രകല*, ലളിതകലാ അക്കാദമി, തൃശ്ശൂർ, 1988.

20 'Geetha Kapur : An Art Critic in India' (Cited in R Nandakumar, ആധുനിക ഇന്ത്യൻ ചിത്രകല, *കലാവിമർശം മാർക്സിസ്റ്റ് മാനദണ്ഡം,* നിള, കൊച്ചി, 1983.)

21 വിജയകുമാർ മേനോൻ : *രവിവർമ്മ*, ലളിതകലാ അക്കാദമി, തൃശ്ശൂർ, 2000.

22 Herbert Read : *The Meaning of Art*, Rupa and Co. Delhi, 1992. നവോത്ഥാനകലയെ സംബന്ധിക്കുന്ന ചർച്ചകളിലെല്ലാം ഈ ആശയം ഏറിയും കുറഞ്ഞും ഉന്നയിക്കപ്പെടുന്നുണ്ട്.

23 Frederic Jameson : *The Political Unconsciousness : Narrative as a Socially Symbiolic Act*, Meuthun, London, 1981.

24 Christopher Pinney : 'Indian Magical Realism : Notes on Popular Visual Culture' in Gautam Bhadra (et al) (eds), *Subaltern Studies*

Vol. X, OUP, Delhi, 1999.

25 Anuradha Kapoor : 'Diety to Crusader : The changing Iconography of Ram' cited in Christopher Pinney, 'Indian Magical Realism' *Subalterm Studies, Vol. X*, OUP, Delhi, 1999.

26 Ramachandra Chatterjee : *'Ravivarma'* cited in Tapti Guha - Takurtha 'Orientalism, Nationalism and the Reconstruction of 'Indian' 'Art in Culcutta' in Catherine B Asher and Thomas R Metcalf (eds) *Perceptions of South Asias Visual Past*. Oxford and IBH, Delhi, 1994.

27 Asok Mitra, Cited in E M J Venniyoor : *Raja Ravi Varma*, Govt. of Kerala, Trivandrum, 1987. പുരാണങ്ങളിൽനിന്നും സംസ്കൃതസാഹിത്യത്തിൽനിന്നും കണ്ടെടുത്ത വികാരപാരവശ്യം നിറഞ്ഞുനില്ക്കുന്ന മുഹൂർത്തങ്ങൾ ചിത്രീകരിക്കുമ്പോൾ പൊതുവായ ഒരു ഐതിഹാസിക ഭൂതകാലത്തിലല്ല രവിവർമ്മ തന്റെ നായികമാരെ പ്രതിഷ്ഠിച്ചത്. കേരളീയം എന്നു വിളിക്കാവുന്ന ഭാവപരിസരം പ്രമേയത്തിനു നല്കുവാൻ അദ്ദേഹത്തിനു കഴിഞ്ഞു. അതോടൊപ്പം വിക്ടോറിയൻ കലാപാരമ്പര്യത്തിനിണങ്ങുംവിധം ചിത്രങ്ങൾക്ക് സാർവ്വലൗകികത നല്കാനായി, ഇംഗ്ലീഷ് കവിതകളും മറ്റും അടിക്കുറിപ്പായി ചേർക്കുകയും ചെയ്തു. തനിക്കു ലഭിച്ച ഉപാധികളിലൂടെ ചുറ്റും നോക്കുകയാണ് രവിവർമ്മ ചെയ്തതെന്ന അശോക് മിത്രയുടെ നിരീക്ഷണം ഓർക്കുക.

28 Balendranath Tagore : 'Ravi Varma : Hindu Debdebir Chitra' cited in Thakurtha, Oxford and IBH, Delhi 1994.

29 ശിബ്നാരായൺ റേ : 'ഇന്നത്തെ ഇന്ത്യൻ ചിത്രകല' *സംസ്കാരകേരളം*, ഡിസംബർ 93.

30 മദ്ധ്യകാല യൂറോപ്യൻ ചിത്രകലയുടെ അവസാനഘട്ടത്തിൽ കാണുന്നതു പോലെ 1880 നോടടുത്ത് രവിവർമ്മ പരമ്പരാഗതമായ പരന്ന ശൈലിയും അക്കാദമിക് റിയലിസത്തിന്റെ മായികദീപ്തി കലർന്ന ശൈലിയും മാറിമാറി സ്വീകരിക്കുന്നതായി ചൂണ്ടിക്കാണിക്കപ്പെട്ടിട്ടുണ്ട്. Partha Mitter: *Art and Nationalism in Colonial India*, Cambridge University Press, 1997.

31 Krishna Chaithanya : *Ravi Varma.* Lalithakala Academy, Delhi, 1984.

32 Geetha Kapur : *When was Modernism* ? Tulika, Delhi, 2000.

33 എം ജി ശശിഭൂഷൺ : *കേരളത്തിലെ ചുവർചിത്രങ്ങൾ*, കേരള ഭാഷാ ഇൻസ്റ്റിറ്റ്യൂട്ട്, തിരുവനന്തപുരം, 1994.

34 1819 ൽ തന്നെ അജന്ത ചിത്രകലാചരിത്രത്തിന്റെ വിഷയമായെങ്കിലും 1896 ൽ പ്രസിദ്ധപ്പെടുത്തിയ *The Paintings in the Budhist Cave Temples of Ajanta* എന്ന ജെ ഗ്രിഫ്ത്സിന്റെ കൃതിയാണ് ഇതേക്കുറിച്ചുള്ള പ്രമുഖമായ അവലോകനം.

35 തിയഡോർ ജൻസണിൽ നിന്ന് രവിവർമ്മയ്ക്ക് യാതൊരു പരിശീലനവും ലഭിച്ചിട്ടില്ലെന്ന് കരുതാനാവില്ലെന്ന് പാർത്ഥാമിറ്റർ പറയുന്നു. അക്കാദമിക് റിയലിസത്തിൽ രവിവർമ്മ കാണിക്കുന്ന കൈത്തഴക്കം കേവലം കാഴ്ചയിൽ നിന്ന് മാത്രം നേടാനാവുന്നതല്ലെന്നതാണ് മിറ്ററുടെ നിഗമനം. '*Khizhakkepat Palat Family*', '*Princess Tarabai*' തുടങ്ങിയ ചിത്രങ്ങളിൽ നിന്ന് *Maharani Chimna Bai ll*, '*Portrait of a Lady*', '*Princess*

Tarabai' യുടെ രണ്ടാം പതിപ്പ് തുടങ്ങിയവയിലേക്കെത്തുമ്പോൾ രവിവർമ്മ പൊടുന്നനെ പ്രദർശിപ്പക്കുന്ന കൈത്തഴക്കം പരിശീലനം വഴി തന്നെ ലഭിച്ചതാവുമെന്നാണ് സൂചന. പത്മനാഭസ്വാമി ക്ഷേത്രത്തിലെ ചുവർചിത്രങ്ങളിൽ 'നാച്ചുറലിസം' കാണുന്ന മിറ്ററുടെ നിഗമനങ്ങൾ പൂർണ്ണമായി സ്വീകരിക്കാനാവുന്നതല്ലെങ്കിലും ഇത് ഗൗരവപൂർവ്വം പരിഗണിക്കേണ്ട ഒന്നാണെന്ന് തോന്നുന്നു.

36 E M J Venniyoor : *Raja Ravi Varma*, Govt. of Kerala, Trivandrum, 1987.

37 Geetha Kapur : *When was Modernism ?* Tulika, Delhi, 2000.

38 Ernst Kris and Otto Kurz : *Legend, Myth and Magic in the Image of Artist : A Historical Experiment*, New Haven, 1979.

39 1873 ലെ വിയന്ന യൂണിവേഴ്സൽ എക്സിബിഷനിൽ രവിവർമ്മ ചിത്രം സമ്മാനിതമായി എന്നത് പില്ക്കാലത്ത് പ്രചരിപ്പിക്കപ്പെട്ട കഥകളിലൊന്നായിരിക്കുമെന്നാണ് പാർത്ഥാമിറ്ററുടെ അഭിപ്രായം. 1873 ലെ പ്രദർശനം സംബന്ധിച്ച ആർക്കൈവ്സ് രേഖകൾ മുഴുവനും പരിശോധിച്ച മിറ്റർക്ക് രവിവർമ്മയുടെ പേര് കണ്ടുകിട്ടിയില്ല. അതേസമയം രാമസ്വാമി നായ്ക്കരുടെ '*A Lady Playing an Indian Lute*' എന്ന ചിത്രം പ്രദർശനത്തിനെത്തിയതിന്റെ വിവരം *A Classified and Descriptive Catalogue of Indian Department* (Vienna Universal Exhibition, 1873) ൽ ഉണ്ടെന്നും മിറ്റർ പറയുന്നു.

40 കെ സച്ചിദാനന്ദൻ : 'രവിവർമ്മയുടെ മുഹൂർത്തം' എന്ന ലേഖനത്തിൽ ഉദ്ധരിച്ചത് *ദേശാഭിമാനി വാരാന്തപ്പതിപ്പ്*, ആഗസ്ത് 8, 1993.

41 Geetha Kapur : *When was modernism ?* Tulika, Delhi, 2000.

42 Letter from Ravi Varma to Sankara Subha Iyer, The Archives Treasury, State Archives, Kerala, Trivandrum. 1992. Cited in R. Nandakumar 'Painting and Sculptures in Modern Kerala : A Historical Overview, Cultural Formation of Kerala, P J Cheriyan (ed), Gazatters Dept., Trivandrum, 1999.

43 Glennward : *Post Modernism* : Hodder & Stoughtom, London 1997.

44 Roland Barthes : *Image, Music, Text*, Fontana/Collins, London, 1979.

45 വിജയകുമാർ മേനോൻ : 'ഭാരതത്തിൽ ആധുനിക കലയുടെ പശ്ചാത്തലം, *സുകൃതം മാസിക*, തൃശ്ശൂർ, ജൂൺ 1994. രവിവർമ്മയുടെ ചിത്രങ്ങളിൽ പൗരാണിക കഥാപാത്രങ്ങളുടെ അതിമാനുഷഭാവമല്ല, മറിച്ച് ആന്തരിക വികാരങ്ങളുടെ സഹജപ്രകാശനമാണ് മുന്നിട്ടുനില്ക്കുന്നതെന്ന് ബാലേന്ദ്രനാഥ ടാഗോർ നിരീക്ഷിക്കുന്നുണ്ട്. കൽക്കത്ത ആർട്ട്സ് സ്റ്റുഡിയോക്കാരുടെ ചിത്രങ്ങളെ പിന്തള്ളി രവിവർമ്മ ചിത്രങ്ങൾ ദേശീയാംഗീകാരം നേടിയത് അവയിലെ ഈ മാനുഷികതയാലാണെന്ന് അദ്ദേഹം പറയുന്നു.

46 Walter Benjamin, 'The Work of Art in the Age of Mechanical Reproduction,' *Illuminations*. Fontana/Collinsial, London, 1979.

47 കാലത്തിലെ ഒരു 'സ്ബ്ധ മുഹൂർത്ത'ത്തെ അവതരിപ്പിച്ച് വിപുലമായ ഒരു കഥപറയുന്ന ആഖ്യാനാത്മക ചിത്രങ്ങൾ (narrative paintings) രവിവർമ്മയാണ് ആദ്യമായി ഇന്ത്യൻ ചിത്രകലയിൽ അവതരിപ്പിക്കുന്നത്. ജോഷ്വാ റെയ്നോൾഡ്സ് പറയുന്നതുപോലെ, 'ഭാവനയെ പൂർവ്വപാര

മ്പര്യത്തിലേക്ക് നയിച്ച്' ചരിത്രത്തെ ആധികാരികമായി പുനഃസൃഷ്ടിക്കുവാനുള്ള ശ്രമമാണ് രവിവർമ്മ നടത്തിയത്. ദേശീയവാദികളായ ചരിത്രകാരന്മാർ (Nationalist Historians) ഇന്ത്യയുടെ ഭൂതകാലമഹിമയെ ഉയർത്തിക്കാട്ടിക്കൊണ്ട് സാമ്രാജ്യവാഴ്ചയെ വെല്ലുവിളിക്കാനാവശ്യമായ ചരിത്രബോധത്തിന്റെ നിർമ്മിതിയിൽ ഏർപ്പെട്ടുവരുന്ന കാലയളവിൽ തന്നെയാണ് രവിവർമ്മ ഇതിഹാസ പുരാണ സന്ദർഭങ്ങളിൽ നിന്ന് പ്രമേയങ്ങൾ സ്വീകരിച്ചുകൊണ്ടുള്ള ആഖ്യാനാത്മക ചിത്രങ്ങൾ രചിക്കുവാൻ മുതിരുന്നത്. അഖില ഭാരതീയ വ്യാപ്തിയുള്ള ഒരു കാല്പനിക ഭൂതകാലം അദ്ദേഹത്തിന്റെ ഇത്തരം രചനകളിലൂടെ രൂപപ്പെട്ടുവന്നു. 'പുരാവസ്തുപര'മായ വിശദാംശങ്ങൾ കൊണ്ട് ക്ലാസിക്കൽ കാലഘട്ടത്തെ പുനഃസൃഷ്ടിച്ച ഡേവിഡിന്റെ ചിത്രങ്ങളിലെന്നപോലെ, വാസ്തുശില്പപരവും മറ്റുമായ വിശദാംശങ്ങൾ കൊണ്ട് കുലീനവും പ്രൗഢവുമായ ഐതിഹാസിക ഭൂതകാലം നിർമ്മിക്കുവാൻ രവിവർമ്മയ്ക്കു കഴിഞ്ഞു. കോളനിവാഴ്ചക്കെതിരെ രൂപപ്പെട്ടുവരുന്ന ദേശീയബോധത്തിന് തുണയാകുവാൻ കെല്പുള്ള ഈ പ്രൗഢഭൂതകാലബോധം രവിവർമ്മയുടെ ചരിത്രസന്ദർഭത്തെ ഫലപ്രദമായി വെളിപ്പെടുത്തുന്നുമുണ്ട്.

48 വിക്ടോറിയൻ കല ഗ്രിഫിത്തിനെ സ്വാധീനിച്ചതിന് സമാനമാണീ അനുഭവം. പിന്നീട് ഇന്ത്യയിലെ വെള്ളിത്തിരയിലും കലണ്ടർ താളുകളിലും നിറഞ്ഞുനിന്ന സ്ത്രീരൂപങ്ങളുടെ ആദിമ മാതൃകയാണ് രവിവർമ്മ അവതരിപ്പിച്ചത്.

49 Arjun Appadurai and Carol. A. Brickenridge : 'Public Modernity in India' Cited in Christopher Pinney, *Subalten Studies Vol. X*, OUP, Delhi, 1999.

50 *Lake Pichola* എന്ന രവിവർമ്മയുടെ ചിത്രം ലാന്റ്സ്കേപ്പ് വിഭാഗത്തിൽ പെടുന്ന ആദ്യത്തെ ഇന്ത്യൻ രചനയാണെന്ന വസ്തുതയും പ്രാധാന്യമർഹിക്കുന്നു. നിരീക്ഷിതയാഥാർത്ഥ്യമെന്ന നിലയിൽ പ്രകൃതി ചിത്രത്തിൽ സ്ഥാനംനേടുന്നു എന്നതാണ് ലാന്റ്സ്കേപ്പുകൾക്ക് പിന്നിലുള്ള ലോകവീക്ഷണത്തിന്റെ അടിത്തറ. ശരീരം/ആത്മാവ്, വ്യക്തി/സമൂഹം, ദ്രവ്യം/ആശയം, ഭൗതികം/ആത്മീയം തുടങ്ങിയ വിപരീതദ്വന്ദ്വങ്ങളിലൂന്നി വളർന്നുവരുന്ന ലോകവീക്ഷണത്തിന്റെ പിന്തുടർച്ചയിലാണ് നിരീക്ഷണവിധേയമാവുന്ന ബാഹ്യയാഥാർത്ഥ്യമായി പ്രകൃതി മാറുന്നത്. നിരീക്ഷകയും നിരീക്ഷിതയാഥാർത്ഥ്യവും എന്ന ഒരു ദ്വന്ദ്വാത്മകത നവോത്ഥാന കാലഘട്ടം മുതൽ തന്നെ യൂറോപ്യൻ ചിത്രകലയിൽ ലാന്റ്സ്കേപ്പുകളുടെ രൂപത്തിൽ സ്ഥാനം നേടിയിട്ടുണ്ട്. ജ്ഞാനോദയവും ആധുനികതയും വളർന്നുവന്നത് ഈ ലോകവീക്ഷണത്തിൽ പങ്കുചേർന്നുകൊണ്ടും അതിനെ ആവർത്തിച്ച് ഉറപ്പിച്ചുകൊണ്ടുമാണ്. ആദ്യത്തെ ആധുനിക ഇന്ത്യൻ ചിത്രകാരനായ രവിവർമ്മ ഇന്ത്യയിലെ ആദ്യത്തെ ലാന്റ്സ്കേപ്പ് ചിത്രം വരയ്ക്കുന്നതിലടങ്ങിയ ചരിത്രയാഥാർത്ഥ്യം ഇതാണ്. മേല്പറഞ്ഞ ലോകവീക്ഷണം മുന്നോട്ടുവയ്ക്കുന്ന പാശ്ചാത്യം/പൗരസ്ത്യം എന്ന ദ്വന്ദ്വാത്മക വൈരുദ്ധ്യത്തിൽ പങ്കുചേർന്നുകൊണ്ടാണ് രവിവർമ്മ തന്റെ '*Triumph of Indrajit*' എന്ന ചിത്രം വരച്ചതെന്ന കാര്യം ചൂണ്ടിക്കാണിക്കപ്പെട്ടിട്ടുണ്ട്. ഓറിയന്റലിസ്റ്റ് ലക്ഷണശാസ്ത്രം (iconography) പൗരസ്ത്യരൂപങ്ങളിലാരോപിച്ച കാമവും ക്രൗര്യവും ഈ ചിത്രത്തിന്റെ ഭാവപരിസര

ത്തിൽ നിറഞ്ഞുനില്ക്കുന്നുണ്ട്. ഇന്ത്യയുടെ ഭൂതകാലത്തെ പാശ്ചാത്യദൃഷ്ടിയിലൂടെ കാണുവാനുള്ള ശ്രമമാണിവിടെയുള്ളത്. ഇന്ത്യൻ നവോത്ഥാനത്തിന്റെ പൊതുസ്വഭാവങ്ങളിലൊന്നാണിത്.

51 Geetha Kapur : *When was Modernism ?* Tulika, Delhi, 2000.

52 R Nandakumar : 'The Missing Male' : *South Indian Studies No. 1*, Kochi, 1996. നന്ദകുമാറിന്റെ 'Raja Ravi Varma in the Reakm of the Public', *Journal of Arts and Ideas* (No. 527 - 28) എന്ന ലേഖനത്തിലും, '*Here Comes Papa*' എന്ന ചിത്രത്തെ മുൻനിർത്തി വിജയകുമാർമേനോൻ *മാതൃഭൂമി*യിലെഴുതിയ ലേഖനത്തിനും ഇക്കാര്യം ചർച്ചചെയ്യപ്പെടുന്നുണ്ട്.

53 വിജയകുമാർ മേനോൻ : *ആധുനിക കലാദർശനം*, കറന്റ് ബുക്സ്, തൃശ്ശൂർ, 1993.

54 R Nandakumar : 'The Missing Male', *South Indian Studies, No. 1*, Kochi, 1996

55 വിജയകുമാർമേനോൻ : 'ഭാരതത്തിൽ ആധുനികകലയുടെ പശ്ചാത്തലം', *സുകൃതം മാസിക*, തൃശ്ശൂർ, ജൂൺ 94.

56 Partha Mitter : *Art and Nationalism in Colonial India*, Cambridge University Press, 1994

57 ഉന്നതകുലജാതനായ ഒരാൾ ചിത്രകലപോലെ അധഃപതനോന്മുഖമായ ഒരു കലയെ സ്വീകരിക്കുവാൻ കാണിച്ച 'ധാർമ്മിക ധീരത'യെ മുൻനിർത്തിയാണ് രവിവർമ്മയുടെ മരണാനന്തരം *മോഡേൺ റിവ്യൂ* അദ്ദേഹത്തെ പ്രശംസിക്കുന്നത്. ഇന്ത്യയിലെ ആദ്യത്തെ 'മാന്യനായ ചിത്രകാരൻ' എന്ന് രാമാനന്ദ ചാറ്റർജി രവിവർമ്മയെ വിശേഷിപ്പിക്കുന്നു.

58 Rajanai Rajagopal : 'Ravi Varma : A Biographical Sketch' in R C Sarma (ed) *Raja Ravi Varma : New Perspectives,* National Museum, Delhi, 1993.

അമൃതാഷെർഗിൽ:
വിഷാദഭാവനയുടെ ചരിത്രമൂല്യം

"As soon as I put my foot on Indian soil my painting underwent a change not only in subject and spirit, but in technical expression becoming more fundamentally Indian. I realised my artistic mission then: to interpret the life of Indians and particularly of poor Indians pictorially, to paint the silent images of infinite submission and patience, to depict the angular brown bodies, strangely beautiful in their ugliness, to reproduce on canvas the impression their sad eyes created on me"

- Amrita Sher-Gil

ആമുഖം

അനന്യവും അത്യന്തം അസാധാരണവുമായിരുന്നു അമൃതാ ഷെർഗിലിന്റെ കലയും ജീവിതവും. ആധുനിക ഇന്ത്യൻ ചിത്രകലയുടെ ചരിത്രത്തിൽ മറ്റാരെയെങ്കിലും കുറിച്ച് ഈ വാക്കുകൾ ഇത്രമേൽ അർത്ഥ പൂർണ്ണമായി ഉപയോഗിക്കാനാവില്ല. ഒരു അഗ്നിശലഭത്തെപ്പോലെ അവർ തന്റെ കലയ്ക്കും കാലത്തിനും കുറുകെ നീങ്ങി. സമകാലിക കലയിൽ വസ്തുവല്ക്കൃതമോ ആദർശവല്ക്കൃതമോ ആയ അപരത്തി ന്റെ (objectified or idealised other) പദവിയിലേക്ക് നീക്കിനിർത്തപ്പെട്ട ഇന്ത്യൻ ജീവിതത്തെ തന്റെ രചനകളിലൂടെ അവർ മറികടന്നു. ഭാരതീയ കലാചരിത്രത്തിൽ നാം കണ്ടുമുട്ടുന്ന മഹാരഥികളിലൊരാളും ഇത്രയും കുറഞ്ഞ കാലംകൊണ്ടും ഇത്ര ചെറിയ ജീവിതംകൊണ്ടും തന്റെ പ്രവൃ ത്തിലോകത്തെ ഇതുപോലെ പുതുക്കിപ്പണിതിട്ടില്ല. ഇത്രമേൽ വിധ്വം

അമൃതാഷെർഗിൽ - സ്റ്റുഡിയോയിൽ

സകമായും വിലാസപൂർണ്ണമായും അവരിലാരെങ്കിലും ജീവിച്ചിട്ടില്ല. തന്നോടൊപ്പം ജീവിച്ച കലാതല്പരരും അല്ലാത്തവരുമായ പരശ്ശതം പേരെ ഇതുപോലെ വ്യാമുഗ്ദ്ധരാക്കാൻ മറ്റാർക്കെങ്കിലും കഴിഞ്ഞിട്ടുമില്ല. അമൃതാഷെർഗിൽ ഇതെല്ലാമായിരുന്നു.

ഇന്ത്യൻ ചിത്രകലയിൽ ആധുനികതയുടെ ഏറ്റവും അർത്ഥ വത്തായ അവതരണസ്ഥാനമായിരുന്നു അമൃതാഷെർഗിൽ. മോഡേണിസ്റ്റ് കലയുടെ ചരിത്രമപ്പാടെ പരിശോധിച്ചാലും മൂന്ന് പതിറ്റാണ്ട് തികയാത്ത ജീവിതവും ഒരു വ്യാഴവട്ടം പിന്നിടാത്ത രചനാകാലവും കൊണ്ട്, ഇന്ത്യയെപ്പോലെ സുദീർഘപാരമ്പര്യവും അനന്തവൈവിദ്ധ്യവുമുള്ള ജനതയ്ക്കും അവരുടെ കലയ്ക്കും ആധുനികതയുടെ വഴി തുറന്നുകൊടുത്ത മറ്റൊരാളെ കാണാനാവില്ല. ഭാരതീയചിത്രകലയുടെ ഭൂപടത്തിൽ ശ്രദ്ധേയയായ ഒരു ചിത്രകാരിയെപ്പോലും കണ്ടുമുട്ടാൻ കഴിയാത്ത ഒരു കാലയളവിലാണ്, ദേശീയതയുടെയും ദേശീയപ്രസ്ഥാനത്തിന്റെയും അശ്വരഥമേറി അബനീന്ദ്രനാഥടാഗോറും നന്ദലാൽബോസും മറ്റും ഇന്ത്യൻ ചിത്രകലയുടെ നടുനായകത്വം കൈയാളിപ്പോന്ന കാലത്താണ്, ഇരുപതു വയസ്സുപോലും തികഞ്ഞിട്ടില്ലാത്ത അമൃതാ ഷെർഗിൽ ഈ മഹാപാരമ്പര്യങ്ങൾക്കെതിരെ ആധുനികതാവാദത്തിന്റെ അവതരണസ്ഥാനങ്ങളിലൊന്നായി നിലയുറപ്പിച്ചത്. എത്രയുംവേഗം തോറ്റുപോകുമായിരുന്ന ആ സമരത്തിൽ അമൃതാഷെർഗിൽ, പക്ഷേ, പരാജയപ്പെട്ടില്ല. തന്റെ ചെറിയ ജീവിതംകൊണ്ട് ഇന്ത്യൻ ചിത്രകലയുടെ ചരിത്രത്തെയും ഭാവുകത്വത്തെയും അവിശ്വസനീയമായ നിലയിൽ വഴിതിരിച്ചുവിട്ടതിനു ശേഷമാണ്, 1941 ൽ, അമൃതാഷെർഗിൽ അന്തരിച്ചത്. അപ്പോൾ അവർക്ക് ഇരുപത്തിയെട്ട് വയസ്സ് തികഞ്ഞിരുന്നില്ല!

1930 കളുടെ പകുതിയോടെ പാരീസിലെ കലാപരിശീലനം അവസാനിപ്പിച്ച് അമൃതാഷെർഗിൽ ഇന്ത്യയിലേക്കെത്തുമ്പോൾ ഇന്ത്യൻ ചിത്രകല ആധുനികതാപ്രസ്ഥാനത്തിലേക്ക് (modernism) ചുവടുകൾ വച്ച് തുടങ്ങിയിരുന്നു. ഇന്ത്യയിലെ പൊതുജീവിതത്തിലും അക്കാലത്ത് നിർണ്ണായകമായ പരിവർത്തനങ്ങൾ അരങ്ങേറുകയായിരുന്നു. ദേശീയപ്രസ്ഥാനവും ഗാന്ധിജിയും ഇടതുപക്ഷരാഷ്ട്രീയത്തിന്റെ വ്യാപനവുമെല്ലാം ചേർന്ന് ആധുനിക ഇന്ത്യയുടെ ചരിത്രം പുതിയൊരു വഴിത്തിരിവിലേക്ക് എത്തിപ്പെടുന്ന കാലമാണത്. ഇതിന്റെ തുടർച്ചയെന്നപോലെ ഭാരതീയ കലാചരിത്രവും വലിയ മാറ്റങ്ങളിലൂടെ കടന്നുപോവുകയായിരുന്നു. രവിവർമ്മയേയും ബംഗാൾ സ്കൂളിനേയും പിന്നിട്ട് ആധുനികതാപ്രസ്ഥാനത്തിന്റെ രചനാസങ്കേതങ്ങളിലേക്കും കലാദർശനത്തിലേക്കും ഇന്ത്യൻ ചിത്രകല പതിയെ നീങ്ങിത്തുടങ്ങിയിരുന്നു. ഗഗനേന്ദ്രനാഥടാഗോറും രവീന്ദ്രനാഥടാഗോറും ജാമിനിറോയും മറ്റും വഴിയായി ക്യൂബിസത്തിന്റെയും എക്സ്പ്രഷനിസത്തിന്റെയും തദ്ദേശീയകലയുടെയും പുതിയ വഴികൾ അപ്പോൾ ഉദ്ഘാടനം ചെയ്യപ്പെടുന്നുണ്ടായിരുന്നു. ബിനോദ് ബിഹാരി മുഖർജിയും രാംകിങ്കറും മറ്റും ആധുനിക

തയ്ക്ക് രാഷ്ട്രീയവും ചരിത്രപരവുമായ ഉള്ളടക്കം നല്കാൻ തയ്യാറെടുക്കുന്നുണ്ടായിരുന്നു. പുരോഗമനകലയുടെ (progressive art) പുതിയ ദശകത്തിന്റെ അവതാരകരാകാൻ വേണ്ടി എം എഫ് ഹുസൈനും മറ്റും ബോംബെയിൽ ഒരുങ്ങിത്തുടങ്ങിയിരുന്നു.

ഇതിനിടയിലാണ് അമൃതാഷെർഗിൽ ഇന്ത്യയിലേക്ക് മടങ്ങിയെത്തിയത്. ഇന്ത്യൻ ചിത്രകലയിലെ ആധുനികതാപ്രസ്ഥാനത്തിന്റെ ചരിത്രത്തിന് നിർണ്ണായകമായ തുടക്കം കുറിക്കാൻ അവർക്ക് കഴിഞ്ഞു. ഇന്ത്യൻ ചലച്ചിത്രവേദിക്ക് സത്യജിത്ത്റായ് എന്തായിരുന്നുവോ അതായിരുന്നു ഇന്ത്യൻ ചിത്രകലയിൽ അമൃതാഷെർഗിൽ. ഇംഗ്ലണ്ടിൽ നിന്ന് നിയോ - റിയലിസ്റ്റ് സിനിമയുടെ വ്യാകരണവും സൗന്ദര്യശാസ്ത്രവും പഠിച്ച് മടങ്ങിയെത്തിയതിനുശേഷം സത്യജിത്ത്റായ് തദ്ദേശീയ കലാസിനിമയുടെ ഭാഷയും സൗന്ദര്യദർശനവും വികസിപ്പിച്ചെടുത്തതുപോലെ മോഡേണിസ്റ്റ് ചിത്രകലയുടെ സങ്കേതങ്ങളിൽനിന്ന് തദ്ദേശീയ ആധുനികതയുടെ സ്വരൂപവും വ്യാകരണവും നിർദ്ധാരണം ചെയ്തെടുക്കാൻ അവർക്ക് കഴിഞ്ഞു. ഗഗനേന്ദ്രനാഥിനോളവും രവീന്ദ്രനാഥടാഗോറിനോളവും പാശ്ചാത്യമുദ്രകൾ പേറാതെയും ജാമിനിറായോളം ആധുനികതയിൽനിന്ന് അകലാതെയുമാണ് അമൃതാഷെർഗിൽ ഇന്ത്യൻചിത്രകലാചരിത്രത്തിൽ മോഡേണിസ്റ്റ് കലയുടെ അവതരണസ്ഥാനമായി നിലയുറപ്പിച്ചത്. നമ്മുടെ കലാചരിത്രത്തെ സംബന്ധിച്ചിടത്തോളം യുഗനിർണ്ണായകമായ ഒരു സംക്രമണമുഹൂർത്തമായിരുന്നു അത്.

ഭൂതകാലാഭിരതിയിൽനിന്ന് വിടുതിനേടിയ ഇന്ത്യൻ ചിത്രഭാഷയുടെ കണ്ടെടുക്കലിനോടൊപ്പം അങ്ങേയറ്റം പുരുഷകേന്ദ്രിതമായ ഇന്ത്യൻ ചിത്രകലയിൽ പ്രബലമായ ഒരു എതിർലോകം തുറന്നിടാനും അമൃതാഷെർഗിലിന് കഴിഞ്ഞു. ലിംഗപദവിയുടെയോ ആൺനോട്ടത്തിന്റെയോ സാംസ്കാരികരാഷ്ട്രീയം ഒട്ടും തെളിഞ്ഞുവന്നിട്ടില്ലാത്ത ഒരു കാലയളവിലാണ്, ഫ്രഞ്ച് ഫെമിനിസമെന്നല്ല സിമോൺ ദ ബുവ്വയുടെ ലിംഗപദവിവിചാരങ്ങൾ പോലും പിറവിയെടുത്തിട്ടില്ലാത്ത ഒരു കാലയളവിലാണ്, രവിവർമ്മ-ബംഗാൾ സ്കൂൾ പാരമ്പര്യങ്ങളെയെന്നപോലെ ആധുനികതാപ്രസ്ഥാനത്തിന്റെ പുരുഷകേന്ദ്രിത വീക്ഷണങ്ങളെയും അമൃതാഷെർഗിൽ മറികടന്നത്. ആധുനിക ചിത്രകലയ്ക്ക് സ്ത്രീവാദപരമായ ഉള്ളടക്കം നല്കിയ കാതീ കോൾവിറ്റ്സിനെയും (Kathee Kollwitz) ജോർജ്ജിയ കീഫെയെയും (Georgia O' Keeffe) ഫ്രിഡാ കാലോയെയും (Frida Kahlo) പോലെ, സ്വന്തം ഇച്ഛയുടെ ബലത്തിൽ സ്വച്ഛന്ദമായി രചനയിലേർപ്പെട്ടുകൊണ്ട്, ആധുനിക ഇന്ത്യൻ ചിത്രകലയെ സ്ത്രീജീവിതത്തിന്റെയും സ്ത്രൈണാനുഭവങ്ങളുടെയും ലോകങ്ങളിലേക്ക് ആനയിക്കാൻ അവർക്ക് കഴിഞ്ഞു. 1930 കളുടെ തുടക്കത്തിൽ വരച്ച സെൽഫ് പോർട്രെയിറ്റുകൾ മുതൽ 'മൂന്ന് പെൺകുട്ടികൾ' (*Group of Three Girls*), 'പർവ്വതവാസിനികൾ' (*Hill Women*), 'വധുവിന്റെ ചമയഗൃഹം' (*Bride's Toilet*),

'വിശ്രമം' (*Resting*), 'രണ്ടുപെൺകുട്ടികൾ' (*Two Girls*) വരെയുള്ള അമൃതയുടെ സുപ്രധാന ചിത്രങ്ങളുടെയെല്ലാം അടിയൊഴുക്കായി സ്ത്രീയുടെ ജീവിതലോകങ്ങളും കാമനാവേഗങ്ങളും, പുറമേയ്ക്ക് സ്തബ്ധവും വിഷാദനിർഭരവുമായ നിലകളിലാണെങ്കിലും, തുടരുന്നുണ്ട്. (അമൃതാഷെർഗിലിന്റേതായി ഇപ്പോൾ ലഭ്യമായ 170-ഓളം ചിത്രങ്ങളിൽ പതിനേഴെണ്ണത്തിൽ മാത്രമേ പുരുഷന്മാരെ ചിത്രീകരിക്കുന്നുള്ളൂ. മറിച്ച്, പ്രകടമായ സ്ത്രീസാന്നിദ്ധ്യമില്ലാത്ത ചിത്രങ്ങൾ അവരുടെ മൊത്തം രചനകളിൽ നാലിലൊന്നുപോലും കാണില്ലതാനും). സ്ത്രീജീവിതത്തിന്റെയും സ്ത്രൈണാനുഭവങ്ങളുടെയും ആവിഷ്കാരം വഴി ആധുനിക ഭാരതീയ കലയെ ഇതേ അളവിൽ വഴിതിരിച്ചുവിട്ട മറ്റൊരു കലാകാരിയെ അമൃതാഷെർഗിലിന് മുമ്പോ അവർക്ക് ശേഷമോ നമുക്ക് കാണാനാവില്ല.[1]

ഒരു അഗ്നിശലഭത്തിന്റെ ജീവിതം

'മേഘജ്യോതിസ്സുതൻ ക്ഷണികജീവിതം' എന്ന കവിവാക്യത്തെ ഓർമ്മിപ്പിക്കുന്നതായിരുന്നു അമൃതാഷെർഗിലിന്റെ ജീവിതം. 1913 ജനുവരി 30 ന് തുടങ്ങി 1941 ഡിസംബർ 5 ന് അർദ്ധരാത്രിയിൽ പൊടുന്നനെ അവസാനിച്ചുപോയ ഒന്ന്. *ആധുനിക ഇന്ത്യൻ ചിത്രകല യുടെ ചരിത്ര*ത്തിൽ കൃഷ്ണചൈതന്യ സൂചിപ്പിക്കുന്നതുപോലെ, മറ്റു പലരും ഗൗരവമേറിയ കലാപ്രവർത്തനങ്ങൾക്ക് തുടക്കം കുറിക്കുന്ന കാലമായപ്പോഴേക്കും അവരുടെ ജീവിതം അവസാനിച്ചിരുന്നു. സാധാരണ ഒരു ചിത്രകാരിക്ക്/ചിത്രകാരന് സ്വന്തമായ ശൈലി വികസിപ്പിച്ചെടുക്കാൻ വേണ്ട കാലവും പ്രവൃത്തിപരിചയവും ഒന്നും അമൃതാഷെർഗിലിന് ലഭിച്ചില്ല. എങ്കിലും, അതുല്യമായ തന്റെ രചനാവൈഭവത്തിന്റെ പിൻബലത്താൽ മിന്നൽവെളിച്ചംപോലെ അവർ ജീവിച്ചു മറഞ്ഞു.

കാല്പനികവും വന്യവുമായ ഒരു നിഗൂഢഭംഗി അമൃതാഷെർഗിലിന്റെ വ്യക്തിജീവിതത്തെ ആവരണം ചെയ്ത് നില്ക്കുന്നുണ്ട്. കീറ്റ്സിനെയും റിംബോവിനെയും പോലുള്ള കവികളുടെ ജീവിതത്തിന് കൈവന്ന ഒരുതരം വിഭ്രാമകശോഭ. അതുകൊണ്ട് പലപ്പോഴും അമൃതാഷെർഗിലിന്റെ രചനാപരമായ മികവുകളെക്കാളും ഇന്ത്യൻ ചിത്രകലയിൽ അവർ കൊണ്ടുവന്ന വലിയ പരിവർത്തനങ്ങളെക്കാളും മാദ്ധ്യമശ്രദ്ധ ലഭിച്ചത് അമൃതയുടെ വ്യക്തിജീവിതത്തിനാണ്.[2] ഇരുപതാം നൂറ്റാണ്ടിന്റെ ആദ്യപകുതിയിൽ ആധുനികതാപ്രസ്ഥാനം ഇന്ത്യൻ കലാജീവിതത്തിൽ ഇടം നേടിയിട്ടില്ലാത്ത ഒരു സന്ദർഭത്തിലാണ് അമൃതാഷെർഗിൽ മോഡേണിസ്റ്റ് കലാകാരിയുടെ/കലാകാരന്റെ എക്കാലത്തേയും വലിയ ഇന്ത്യൻ മാതൃകകളിലൊന്നായി ജീവിച്ചത്. യൂറോപ്പിൽ അത് മോഡേണിസ്റ്റ് പരീക്ഷണങ്ങൾ അരങ്ങേറിക്കൊണ്ടിരുന്ന കാലമായിരുന്നു. ആ പരീക്ഷണങ്ങളെല്ലാം നേരിൽകണ്ട് പരിചയപ്പെടുകയും മോഡേണിസ്റ്റുകളുടെ ബൊഹീമിയൻ ജീവിതം സ്വയം പരീക്ഷിച്ചുനോക്കുകയും ചെയ്തതിനു ശേഷമാണ് അമൃതാഷെർഗിൽ ഇന്ത്യയിലേക്ക് എന്നേക്കുമായി

ഉംറാവ് സിംഗ്
അമൃതാഷെർഗിളിന്റെ അച്ഛൻ

മടങ്ങിയത്. കലാമേഖലയിൽ ബംഗാൾ സ്കൂളിന്റെ ഭൂതകാലാഭിരതിയും പൊതുജീവിതത്തിൽ ദേശീയപ്രസ്ഥാനത്തിന്റെ ആവേശവും ഗാന്ധിയൻ മൂല്യങ്ങളുടെ സ്വാധീനവുമെല്ലാം അത്രമേൽ പ്രബലമായിരുന്ന ഘട്ടത്തിലും അമൃതയുടെ കലയും ജീവിതവും അതിനെയൊക്കെ മറികടക്കാൻ പോന്നതായി. ഗാന്ധിജിയോടും നെഹ്റുവിനോടും[3] കത്തിടപാടുകൾ നടത്താനും ആശയവിനിമയത്തിലേർപ്പെടുവാനും അമൃതയ്ക്ക് കഴിഞ്ഞിരുന്നു. അമൃതയെ ചൂഴ്ന്നു നിന്നിരുന്ന നിരങ്കുശമായ പ്രണയ - രതി ജീവിതങ്ങളുടെ കഥകളും[4] അവരുടെ അസാധാരണമായ രൂപസൗഭാഗ്യവുമൊന്നും ഇത്തരം ഇടപെടലുകളിൽ നിന്നും അവരെ തടഞ്ഞില്ല. പില്ക്കാലത്ത് അമൃതയുടെ സുഹൃത്തുക്കളിലൊരാൾ രേഖപ്പെടുത്തിയതുപോലെ അസാധാരണവും വന്യവുമായ ഊർജ്ജത്താൽ പ്രചോദിതമായിരുന്നു അവരുടെ മനസ്സ്. വിഷാദത്തിലേക്കും കടുത്ത നിരാശകളിലേക്കും നിരന്തരം കൂപ്പുകുത്തുന്ന ഒരു ആന്തരികപ്രകൃതം അവർക്കുണ്ടായിരുന്നുവെങ്കിലും (അമൃതയുടെ ജീവചരിത്രങ്ങളെല്ലാം ഇതിനെക്കുറിച്ച് പറയുന്നുണ്ട്) അതിനെ മറികടന്നുപോകുന്ന അപാരമായ സർഗ്ഗശേഷി അമൃതയുടെ കൈമുതലായിരുന്നു. ആധുനിക ഇന്ത്യൻചിത്രകലയെ അവർ വഴിതിരിച്ചുവിട്ടതും മറ്റൊന്നുകൊണ്ടല്ല.

(അമൃതാഷെർഗിലിന്റെ നിരങ്കുശമായ പ്രണയജീവിതവും അതിന്റെ ഗതിഭേദങ്ങളും അവരുടെ വ്യക്തിഘടനയുടെ സവിശേഷതകളിലേക്കെന്നപോലെ കലാജീവിതത്തിന്റെ ഉള്ളടരുകളിലേക്കും വെളിച്ചം വീശുന്നുണ്ട്. ആന്തരികമായ ഏകാന്തതയും വിഷാദാത്മ കതയും തന്റെ പ്രണയങ്ങളോടൊപ്പംതന്നെ അവർ കൊണ്ടുനടന്നു. അനവധി പ്രണയങ്ങൾ അവർക്കുണ്ടായിരുന്നുവെങ്കിലും (മാൽക്കം മഗ്റിഡ്ജ് മുതൽ കലാചരിത്രകാരന്മാരായ കാൾ ഖണ്ഡാലവാലയും ചാൾസ് ഫാബ്രിയും

മേരി അന്റോയ്നെറ്റ്
അമൃതാഷെർഗിളിന്റെ അമ്മ

വരെ നിരവധി പേർ അമൃതയുടെ പ്രണയ - സൗഹൃദവൃന്ദത്തിൽ ഉൾപ്പെട്ടിരുന്നു. പണ്ഡിറ്റ് നെഹ്റുവുമായും അമൃതയ്ക്ക് വികാരോഷ്മളമായ ഇത്തരമൊരു ബന്ധമാണ് ഉണ്ടായിരുന്നതെന്ന് അമൃതാഷെർഗിലിന്റെ ജീവചരിത്രകാരിയായ യശോധര ഡാൽമിയ മുതൽ ഖുശ്വന്ത് സിങ് വരെയുള്ളവർ അഭിപ്രായപ്പെടുന്നു) അവയൊന്നും അമൃതയിൽ യാതൊരുവിധ മുദ്രയും അവശേഷിപ്പിച്ചിട്ടില്ലെന്നാണ് അവരുടെ ദീർഘകാല സുഹൃത്തായിരുന്ന മാൽക്കം മഗ്ഗ്റിഡ്ജ് പറയുന്നത്. വൈകാരികമായി ഒട്ടൊക്കെ തണുത്ത പ്രകൃതത്തിനുടമയായിരുന്നു അമൃതയെന്നും മഗ്ഗ്റിഡ്ജ് അഭിപ്രായപ്പെടുന്നു. തന്റെ സൗഹൃദങ്ങൾക്കും പ്രണയത്തിനുമുള്ള ഈ സന്ദിഗ്ദ്ധസ്വഭാവം അമൃതാഷെർഗിൽ തന്നെ രേഖപ്പെടുത്തിയിട്ടുമുണ്ട്. താൻ ഒരു പ്രണയബന്ധത്തിൽ ഉൾപ്പെടുമ്പോഴേക്കും പങ്കാളിയോട് ഒരുതരം ശത്രുതാമനോഭാവം കൈവരിക്കുമെന്നും അതുകൊണ്ട് ഏറെ പ്രയാസങ്ങളൊന്നുമില്ലാതെ പ്രണയബന്ധങ്ങൾക്ക് പുറത്തുകടക്കാൻ തനിക്ക് കഴിയാറുണ്ടെന്നുമാണ് അവർ ഇതേക്കുറിച്ച് തന്റെ കത്തുകളിൽ എഴുതുന്നത്. ("At the commensment of a love affair I usually conceive a passionate antagonism akin almost to hatred for my lovers, which serves as a stimulant in a way, and also enable me to bring my love affairs to a rapid and painless termination.") ഇതേ സമയം തന്നെ കടുത്ത ഏകാന്തതയും വിഷാദവും ആത്മനിന്ദയും അവർ അനുഭവിക്കുകയും ചെയ്തു. പുറമേയ്ക്ക് ചുവന്നുതുടുത്ത എന്നാൽ അകമേ ചീഞ്ഞുപോയ ഒരു ആപ്പിൾ പഴം പോലെയാണ് താനെന്നും അവർ അമൃതാഷെർഗിൽ മറ്റൊരിക്കൽ എഴുതി. ('I am like an apple, all red from outside, but rotten inside'). ഇന്ത്യൻ ഗ്രാമീണ ജീവിതത്തിന്റെ അടിസ്ഥാനഭാവമായി അമൃത തന്റെ

ഇർവിൻ ബക്തായ് -
അമൃതാഷെർഗിളിന്റെ അമ്മാവൻ

അമൃതയും ഭർത്താവ് വിക്ടർ ഇഗാനും

രചനകളിൽ വരച്ചു ചേർത്തത് തന്റെ തന്നെ വിഷാദത്തെയാണെന്ന് ചില നിരൂപകർ കരുതുന്നു).

ഇത്തരമൊരു സവിശേഷസ്വഭാവം അമൃതാഷെർഗിലിന് കൈവന്നതിൽ അവരുടെ ജീവിതപശ്ചാത്തലത്തിനും കാര്യമായ പങ്കുണ്ട്. ഫോട്ടോഗ്രാഫറും ബഹുഭാഷാപണ്ഡിതനും കാലിഗ്രാഫി വിദഗ്ദ്ധനും ദേശീയവാദിയും പഞ്ചാബിലെ പ്രഭുപാരമ്പര്യത്തിൽപ്പെട്ട ആളുമായ സർദാർ ഉംറാവ് സിങ് ഷെർഗിലിന്റെയും ബുഡാപെസ്റ്റിലെ സമ്പന്ന ഉപരിവർഗ്ഗ കുടുംബത്തിലെ മേരി അന്റോയ്നെറ്റിന്റേയും മകളായാണ് അമൃതാഷെർഗിൽ 1913 ജനുവരി 30 ന് ജനിച്ചത്. ബ്രിട്ടീഷ് കോടതിയിൽ ഉദ്യോഗസ്ഥനായി പ്രവർത്തിക്കുകയും ലണ്ടനിൽ പഠനം നടത്തുകയും ചെയ്ത ആളായിരുന്നു ഉംറാവ് സിങ് ഷെർഗിൽ. (കൊളോണിയൽ കാലഘട്ടത്തിലെ ഏറ്റവും മികച്ച ഇന്ത്യൻ ഫോട്ടോഗ്രാഫർമാരിൽ ഒരാളായിരുന്ന ഉംറാവ് സിങ്[5] മകളെ മോഡലാക്കിക്കൊണ്ട് എടുത്ത ചിത്രങ്ങൾ അമൃതാഷെർഗിലിന്റെ കലാപരമായ വ്യക്തിത്വത്തിലേക്കും അതിന്റെ സവിശേഷപ്രകൃതത്തിലേക്കുമുള്ള മികച്ച പ്രവേശകങ്ങളായി ഇപ്പോൾ പരിഗണിക്കപ്പെട്ടു വരുന്നു. ഉംറാവ് സിങ്ങും അമൃതയും തമ്മിലുള്ള ബന്ധത്തിന്റെ വൈകാരികമാനങ്ങളിലേക്കും ആ ചിത്രങ്ങൾ വെളിച്ചം വീശുന്നതായി പലരും അഭിപ്രായപ്പെട്ടിട്ടുണ്ട്). മഹാരാജ രഞ്ജിത്ത് സിങ്ങിന്റെ ചെറുമകളുടെ സഹയാത്രിക (travelling companion) ആയിരുന്ന മേരി അന്റോയ്നെറ്റിനെ ലണ്ടനിൽ വച്ചാണ് ഉംറാവ് സിങ് പരിചയപ്പെടുന്നത്. 1912 ജനുവരിയിൽ ഉംറാവ് സിങ് മേരിയെ വിവാഹം കഴിക്കുകയും ഹംഗറിയിലേക്ക് പോവുകയും ചെയ്തു. 1913 ൽ ഹംഗറിയിൽ വച്ചാണ് അമൃത ഷെർഗിൽ ജനിച്ചത്.

ഹംഗറിക്കാരനായ പിതാവിന്റെയും ഫ്രഞ്ചുകാരിയായ മാതാവിന്റെയും അഞ്ച് മക്കളിൽ ആദ്യത്തെയാളായിരുന്നു അമൃതയുടെ അമ്മ

ഇന്ദിരഷെർഗിൽ - അമൃതയുടെ സഹോദരി

യായ മേരി.[6] സംഗീതജ്ഞയും പിയാനോ വിദഗ്ദ്ധയുമായിരുന്ന അവർ സംഗീതജീവിതമാണ് ആഗ്രഹിച്ചതെങ്കിലും അത് നിറവേറുകയുണ്ടായില്ല. തന്റെ ഇന്ത്യൻ യാത്രയിൽ കൂടെ സഞ്ചരിക്കാൻ കലാസമ്പന്നയായ ഒരു യുവതിയെ ആവശ്യമുണ്ടെന്ന് കാണിച്ച് രാജകുമാരിയായ ബാംബ നല്കിയ പരസ്യം കണ്ട് അവർ അതിന് അപേക്ഷിക്കുകയും തെരഞ്ഞെടുക്കപ്പെടുകയുമാണ് ഉണ്ടായത്. രാജകുമാരിയോടൊപ്പം ഇന്ത്യയിലുടനീളം അവർ സഞ്ചരിച്ചു. ഈ യാത്രയ്ക്കിടയിലാണ് ലാഹോറിൽ വച്ച് മേരി അന്റോയ്നെറ്റ് ഉംറാവ് സിങ്ങിനെ കണ്ടുമുട്ടുന്നതും അവർ പ്രണയബദ്ധരായി വിവാഹിതരാവുന്നതും. (പ്രശസ്തകവി മുഹമ്മദ് ഇഖ്ബാലുമായി അവർ പ്രണയത്തിലായിരുന്നുവെന്നും ഇഖ്ബാൽ അവർക്കായി പ്രണയ കവിതകൾ എഴുതിയിരുന്നുവെന്നും വിവാൻ സുന്ദരത്തിന്റെ ഗ്രന്ഥത്തിൽ സൂചിപ്പിക്കുന്നുണ്ട്). അമൃതയെ കൂടാതെ ഷെർഗിൽ ദമ്പതിമാർക്ക് 1914 ൽ മറ്റൊരു മകൾ കൂടി ജനിച്ചു. ഇന്ദിര (പ്രശസ്ത ചിത്രകാരൻ വിവാൻ സുന്ദരത്തിന്റെ അമ്മ).[7] അമൃതയുടെ അകാലത്തിലുള്ള മരണം മാതാപിതാക്കളെ ആഴത്തിൽ ഉലയ്ക്കുകയുണ്ടായി. പരാജയപ്പെട്ട നിരവധി ആത്മഹത്യാ ശ്രമങ്ങൾക്ക് ശേഷം 1948 ജൂലൈ 31- ന് മേരി അന്റോയ് നെറ്റ് സ്വയം നിറയൊഴിച്ച് മരിച്ചു. അമൃതയുടെയും മേരിയുടെയും മരണശേഷം രണ്ടാമത്തെ മകളോടൊപ്പം സിംലയിലും ഡൽഹിയിലും കഴിഞ്ഞ ഉംറാവ് സിങ് സ്മൃതിനാശത്തിനടിപ്പെട്ട് കുറച്ചു കാലം കൂടി ജീവിച്ചു. 1954 ൽ ഉംറാവ്സിങ്ങും ലോകത്തോട് വിട വാങ്ങി.

മാതാപിതാക്കൾ വഴി കൈവന്ന ഈ സാംസ്കാരികമിശ്രഭാവം അമൃതയുടെ ജീവിതത്തിലും കലയിലും പല പല അനുപാതങ്ങളിൽ നിലനില്ക്കുന്നതായി നിരൂപകർ ചൂണ്ടിക്കാട്ടിയിട്ടുണ്ട്. മുകളിൽ സൂചിപ്പിച്ചതുപോലെ ദേശീയപ്രസ്ഥാനത്തിന്റെ കാലയളവിലെ ആദർശാത്മകമായ ജീവിത ബോദ്ധ്യങ്ങൾക്ക് കുറുകെ നീങ്ങാനും, അത്തരം സഞ്ചാരങ്ങൾക്ക് ശേഷവും സമകാലികകലാജീവിതത്തിൽ ഉന്നതമായ പദവിയിൽ തുടരാനും അമൃതയ്ക്ക് കഴിഞ്ഞത് അതുകൊണ്ടാവണം. വിലാസപൂർണ്ണമായ അവരുടെ ജീവിതസഞ്ചാരങ്ങളെക്കുറിച്ചുള്ള നിറം പിടിപ്പിച്ചതും അല്ലാത്തതുമായ കഥകൾ എത്രയെങ്കിലുമുണ്ടായിട്ടും, നന്ദലാൽബോസിനെയും ജാമിനിറായെയും പോലുള്ളവർ പ്രതിബദ്ധവും സമർപ്പിത

അമൃതയും അച്ഛനും

വുമായ വ്യക്തിജീവിതത്തിന്റെയും കലാജീവിതത്തിന്റെയും പിൻബലത്തിൽ സമകാലികകലയിൽ കേന്ദ്രസ്ഥാനം കൈയാളിക്കൊണ്ടിരുന്നപ്പോഴും, അമൃതാ ഷെർഗിലിന്റെ കല അവമതിക്കപ്പെടാതിരുന്നത് ഈ സവിശേഷ സാംസ്കാരിക പാരമ്പര്യത്തിന്റെ കൂടി പിൻബലം കൊണ്ടായിരുന്നു. ഇത്രതന്നെ പ്രാധാന്യത്തോടെ അമൃതാഷെർഗിലിന്റെ രചനാസമ്പ്രദായത്തിലും അവരുടെ സാംസ്കാരികമിശ്രഭാവം സ്വാധീനം ചെലുത്തിയിട്ടുണ്ട്. ഭാരതീയതയെക്കുറിച്ചുള്ള അതിപ്രബലമായ സമകാലികബോദ്ധ്യങ്ങളെ മറികടന്ന് ആധുനിക ഇന്ത്യൻ ചിത്രകലയ്ക്ക് വഴിതുറക്കാൻ അവർ കഴിവുനേടിയതും അതുകൊണ്ടാണെന്ന് പറയാം.

അമൃതയുടെയും ഇന്ദിരയുടെയും പിറവിക്ക് ശേഷം ഹംഗറിയിൽ നിന്ന് ഇന്ത്യയിലേക്ക് മടങ്ങാനാണ് ഷെർഗിൽ കുടുംബം തീരുമാനിച്ചിരുന്നത്. പക്ഷേ, 1914 - ഓടെ പൊട്ടിപ്പുറപ്പെട്ട ഒന്നാം ലോകമഹായുദ്ധം ആ പദ്ധതിക്ക് തടസ്സമായി. ബുഡാപെസ്റ്റിൽനിന്നും മേരിയുടെ മാതാപിതാക്കളുടെ ഗ്രാമീണവസതിയിലേക്ക് അവർ താമസം മാറ്റി. അവശ്യവസ്തുക്കൾ മുതൽ ഭക്ഷണത്തിനും മരുന്നിനും വരെ പ്രയാസം നേരിട്ട കാലം. 1918 ൽ പടർന്നുപിടിച്ച സ്പാനിഷ് ഫ്ളൂ (ഇതിനിരയായി ലോകമെമ്പാടുമായി പത്തു കോടി മനുഷ്യർ മരിച്ചതായാണ് കണക്കാക്കപ്പെടുന്നത്) അമൃതയ്ക്കും പിടിപെട്ടു. ഒരു ഡോക്ടർ പോലുമില്ലാത്ത ആ ഗ്രാമത്തിൽ തങ്ങൾ മരണത്തിലേക്ക് നീങ്ങുകയാണെന്നാണ് ഷെർഗിൽ കുടുംബം കരുതിയത്. പതിയെപ്പതിയെ രോഗാതുരമായ അവസ്ഥയെ അമൃത മറികടന്നു. ഇന്ദിരയോടും ബന്ധുവായ വിക്ടറിനോടുമൊപ്പം (1938 ൽ അമൃത വിക്ടർ ഇഗാനെ വിവാഹം കഴിച്ചു) അവർ ബാല്യം ചെലവഴിച്ചത് ഈ ഹംഗേറിയൻ ഗ്രാമത്തിലാണ്. ഗ്രാമജീവിതവും ഗ്രാമീണരുമായുള്ള ഈ ബാല്യകാലസഹവാസവും പില്ക്കാലത്ത് അമൃതാഷെർഗിലിന്റെ കലയിൽ വലിയ സ്വാധീനം ചെലുത്തിയിട്ടുണ്ട്. ഇക്കാലത്ത്, തന്റെ ഏഴാം വയസ്സിലാണ്, അമൃതാഷെർഗിൽ ചിത്രം വരച്ചുതുടങ്ങുന്നത്.[8] 1919 ൽ യുദ്ധം അവസാനിച്ചതിനെത്തുടർന്ന് ഷെർഗിൽ കുടുംബം ഇന്ത്യയിലേക്ക് മടങ്ങാൻ ശ്രമിച്ചെങ്കിലും ഉംറാവ് സിങ്ങിന്റെ ബ്രിട്ടീഷ് വിരുദ്ധനിലപാടുകൾ തിരിച്ചറിഞ്ഞിരുന്ന അധികൃതർ ആദ്യം അതിന് അനുമതി നല്കുകയുണ്ടായില്ല. യുദ്ധകാലത്ത് ജർമ്മനിയിൽ ഒളിവിൽ കഴിഞ്ഞിരുന്ന

അമൃതാഷെർഗിൽ - സ്റ്റുഡിയോയിൽ

ഇന്ത്യൻ ദേശീയവാദികളുമായി ഉംറാവ് സിങ് ബന്ധം പുലർത്തിയിരുന്നത് ബ്രിട്ടീഷ് അധികൃതർ കണ്ടെത്തിയിരുന്നു.[9] ഒടുവിൽ ബ്രിട്ടീഷ് ഭരണസംവിധാനത്തിൽ വലിയ സ്വാധീനമുണ്ടായിരുന്ന, ഉംറാവ് സിങ്ങിന്റെ സഹോദരനായ സുന്ദർ സിങ്ങിന്റെ[10] ശ്രമഫലമായാണ് 1921 ജനുവരിയിൽ ഷെർഗിൽ കുടുംബത്തിന് ഇന്ത്യയിലേക്ക് മടങ്ങാനായത്.

ഇന്ത്യയിലേക്കുള്ള മടക്കയാത്രയ്ക്കിടയിൽ പാരീസിൽ രണ്ടാഴ്ച ചെലവഴിച്ച ഷെർഗിൽ കുടുംബം ലൂവ്ര് മ്യൂസിയം അടക്കമുള്ള കലാകേന്ദ്രങ്ങൾ സന്ദർശിച്ചതിനുശേഷമാണ് യാത്ര തുടർന്നത്. എട്ടാം വയസ്സിൽത്തന്നെ 'മോണാലിസ' ഉൾപ്പെടെയുള്ള രചനകൾ നേരിൽ കാണുന്നതിന് അമൃതയ്ക്ക് ഇത് വഴിയൊരുക്കിക്കൊടുത്തു. പാരീസിൽനിന്നും ബോംബെ, ഡൽഹി, ലാഹോർ വഴി ഷെർഗിൽ കുടുംബം സിംലയിലെത്തി. 1921 ഏപ്രിലിൽ അവർ സിംലയിൽ താമസം ആരംഭിച്ചു. ഇക്കാലത്ത് മേജർ വിറ്റ്മാർഷ്, ഹാൽ ബേവൻ പെറ്റ്മാൻ എന്നിവർക്ക് കീഴിൽ അമൃതാഷെർഗിൽ ചിത്രകല അഭ്യസിച്ചു തുടങ്ങി. വിറ്റ്മാർഷിന്റെ ഔപചാരിക ശൈലി അമൃതയ്ക്ക് അസ്വീകാര്യമായിരുന്നു. എന്നാൽ അമൃതയുടെ രചനാവൈഭവം ആദ്യമേ തിരിച്ചറിഞ്ഞ പെറ്റ്മാൻ ലണ്ടനിലോ പാരീസിലോ അമൃതയ്ക്ക് കലാപരിശീലനം നല്കണമെന്ന് മാതാപിതാക്കളോട് നിർദ്ദേശിച്ചു.[11] ഇതിനെത്തുടർന്ന് 1924 ൽ മേരി അന്റോയ്നെറ്റ്

നെഹ്റു അമൃതയോടും ഭർത്താവിനോടും ഒപ്പം

രണ്ട് പെൺമക്കളോടൊപ്പം ഇറ്റലിയിലേക്ക് പോവുകയും അമൃത ഫ്ളോറൻസിൽ കലാപഠനത്തിനായി ചേരുകയും ചെയ്തു. (ഷെർഗിൽ കുടുംബത്തിന്റെ സുഹൃത്തായിരുന്ന ഇറ്റാലിയൻ ശില്പിയായ പാസ്ക്യുനെല്ലിയുമായി മേരിക്കുണ്ടായിരുന്ന പ്രണയമാണ് ഈ യാത്രയ്ക്ക് പ്രേരണയായതെന്ന് അമൃത യുടെ ജീവചരിത്രക്കുറിപ്പുകൾ പറയുന്നു). കത്തോലിക്കാ സഭയ്ക്ക് കീഴിലുള്ള കലാപഠന കേന്ദ്രത്തിലെ പരിശീലനം അമൃതയ്ക്ക് ഒട്ടും സ്വീകാര്യമായില്ല. അഞ്ചു മാസത്തെ പഠനത്തിനു ശേഷം അമൃത അമ്മയോടും സഹോദരിയോടുമൊപ്പം സിംലയിലേക്കു തന്നെ മടങ്ങി. സിംലയിലെ ജീസസ് ആന്റ് മേരി കോൺവെന്റിൽ അമൃതയെ ചേർത്തെങ്കിലും മതവിദ്യാഭ്യാസവുമായി കലഹിച്ചതുകൊണ്ട് അമൃത അവിടെനിന്നും പുറത്താക്കപ്പെട്ടു. താൻ നിരീശ്വരവാദിയാണെന്ന് പ്രഖ്യാപിച്ചുകൊണ്ട് അമൃത അച്ഛനെഴുതിയ കത്ത് സ്കൂൾ അധികൃതർ കണ്ടതിനെത്തുടർന്നാണ് അമൃത സ്കൂളിൽനിന്നും പുറത്താക്കപ്പെട്ടത്.

1924 – 29 കാലയളവിൽ അമൃത അമ്മയോടൊപ്പം ഉത്തരേന്ത്യൻ നഗരങ്ങളായ കാശിയും ലഖ്നൗവും കൽക്കത്തയും ഡാർജിലിങ്ങുമെല്ലാം സന്ദർശിച്ചു. മേരിയുടെ സഹോദരനും പ്രമുഖ ഇന്തോളജിസ്റ്റുമായ ഇർവ്വിൻ ബാക്തായ് (Irvin Baktay) 1927 ൽ സഹോദരിയെക്കാണാൻ സിംലയിൽ വന്നിരുന്നു. ചിത്രകാരൻ കൂടിയായ ഇർവ്വിൻ അമൃതയുടെ ചിത്രകലാവൈദഗ്ദ്ധ്യം തിരിച്ചറിയുകയും അമൃതയെ പാരീസിലേക്കയച്ച് ചിത്രകല പഠിപ്പിക്കാൻ മാതാപിതാക്കളെ നിർബ്ബന്ധിക്കുകയും ചെയ്തു. ഒരിക്കൽക്കൂടി യൂറോപ്പിലേക്ക് നീങ്ങാൻ ഉംറാവ് സിങ്ങ് വിമുഖനായിരുന്നുവെങ്കിലും അമൃതയുടെ പഠന താല്പര്യം മുൻനിർത്തി ഷെർഗിൽ കുടുംബം 1929 ൽ പാരീസിലേക്ക് നീങ്ങി. അങ്ങനെ എട്ടുവർഷത്തെ ഹംഗേറിയൻ ജീവിതവും തുടർന്ന് എട്ട് വർഷത്തെ സിംലയിലെ ജീവിതവും കഴിഞ്ഞ്, തന്റെ പതിനാറാം വയസ്സിൽ, അമൃതാഷെർഗിൽ പാരീസിലെത്തിച്ചേർന്നു.

പാരീസിൽ അമൃതാഷെർഗിൽ നയിച്ചത് സമ്പൂർണ്ണമായ ബൊഹീമിയൻ ജീവിതമായിരുന്നു. പ്രൊഫസർ പിയറി വെയ്ലന്റ്, പോസ്റ്റ് ഇംപ്രഷനിസ്റ്റ് ചിത്രകാരൻ കൂടിയായ ലൂഷ്യൻ സൈമൺ[12] തുടങ്ങിയവർക്കു

കീഴിൽ അവർ ചിത്രരചന പരിശീലിച്ചു. പാരീസിലെ ഏറ്റവും പ്രശസ്തമായ കലാ പഠനകേന്ദ്രത്തിൽ (Ecole Nationle des Beaux Arts) അമൃത കലാപഠനത്തിനായി ചേരുകയും ചെയ്തു. അമൃതാഷെർഗിലിന്റെ കലാ ജീവിതത്തിലെ ഏറ്റവും സമ്പന്നമായ വർഷങ്ങളായിരുന്നു ഇത്. 1930 - 32 കാലയളവിൽ അവർ അറുപതോളം ചിത്രങ്ങൾ വരച്ചു. ഇൻസ്റ്റിറ്റ്യൂട്ടിലെ പഠനകാലത്ത് എല്ലാവർഷവും നിശ്ചലചിത്രത്തിനും ഛായാചിത്രത്തിനുമുള്ള അവാർഡ് അമൃതയ്ക്കുതന്നെയാണ് ലഭിച്ചത്. ഇക്കാലത്ത് അവർ വരച്ച സെൽഫ് പോർട്രെയിറ്റുകളുടെ പരമ്പര, പാരീസിൽ അമൃത നയിച്ച നിരങ്കുശമായ പ്രണയ - രതിജീവിതത്തിന്റെ കൂടി ഉല്പന്നങ്ങളാണെന്ന് പാർത്ഥാമിറ്റർ രേഖപ്പെടുത്തുന്നുണ്ട്. തന്റെ ശരീരസൗഭാഗ്യത്തെ മടികൂടാതെ ആവിഷ്കരിക്കുന്ന നഗ്നരൂപങ്ങൾ ഇക്കാലത്ത് അവർ ധാരാളമായി വരച്ചു. ഘനീകൃതവർണ്ണപ്രയോഗത്തിന്റെയും രൂപസംവിധാനത്തിന്റെയും മേഖലയിൽ ഇരുപത് വയസ്സ് തികയും മുമ്പേ അമൃതാഷെർഗിൽ കൈവരിച്ച മികവിന് ഈ സെൽഫ് പോർട്രെയിറ്റുകൾ ഉത്തമ ഉദാഹരണങ്ങളാണ്.

സെൽഫ് പോർട്രേയ്റ്റ്
അമൃതാഷെർഗിൽ

ആധുനികകലയുടെ ജന്മഗൃഹമായും ബൊഹീമിയൻ കലാജീവിതത്തിന്റെ കേദാരമായുമെല്ലാം ഇരുപതാം ശതകത്തിന്റെ ആദ്യദശകങ്ങളിലെ പാരീസ് പരിഗണിക്കപ്പെട്ടിരുന്നു. എങ്കിലും പാരീസിന്റെ പുകൾപെറ്റ നക്ഷത്രത്തിളക്കങ്ങൾ അമൃതാഷെർഗിലിനെ കാര്യമായൊന്നും സ്വാധീനിച്ചിട്ടില്ലെന്നാണ് അവരുടെ കത്തുകളിൽനിന്നും മനസ്സിലാവുന്നത്.[13] യൂറോപ്യൻ അവാങ്-ഗാദിന്റെ രചനാസമ്പ്രദായങ്ങൾ നേരിൽക്കണ്ട് മനസ്സിലാക്കിയിരുന്നെങ്കിലും അതും അവരുടെ ചിത്രങ്ങളിൽ ഏറെയൊന്നും പ്രാബല്യം നേടിയില്ല. പരിഷ്കൃതമായ പാരീസിന്റെ പിന്നാമ്പുറമാണ് അമൃതയുടെ രചനകളിൽ തെളിഞ്ഞത്. 1933 ലെ *പ്രൊഫഷണൽ മോഡൽ* (*Professional Model*) എന്ന അമൃ

സെൽഫ് പോർട്രേയ്റ്റ്
അമൃതാഷെർഗിൽ

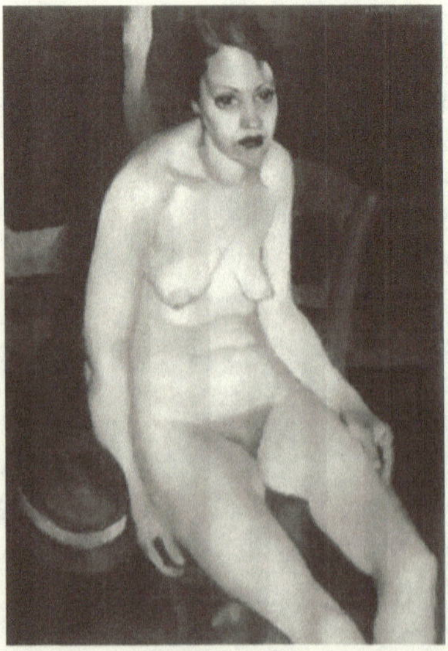

മോഡൽ

തയുടെ രചന മോഡലുകളെക്കുറിച്ചുള്ള മുഖ്യധാരാസങ്കല്പങ്ങളുടെ നിരാസം കൂടിയായിരുന്നു. വൃദ്ധയായ ഒരു മോഡലിന്റെ ഏകാകിതയും ശോകവും പരിത്യക്തത യും വിഷാദവുമെല്ലാം ഒത്തിണങ്ങിയ ആ ചിത്രം അമൃതാ ഷെർഗിൽ പില്ക്കാലത്തുടനീളം പുലർത്തിയ കലാവീക്ഷണത്തിന്റെ അടയാളങ്ങൾ പേറുന്നുണ്ട്. ഇത്രയേറെ ശൂന്യതയും നിരാശയും നിറഞ്ഞ കണ്ണുകളോടെ ജീവിതത്തെ നോക്കിക്കാണാൻ ഈ കുട്ടി എവിടെ നിന്നാണ് പഠിച്ചത്? എന്ന് പാരീസിലെ പ്രമുഖ നിരൂപകരിലൊരാൾ ഈ ചിത്രത്തെ മുൻനിർത്തി ആശ്ചര്യം പ്രകടിപ്പിക്കുകപോലും ചെയ്തു. പരിഷ്കൃതവും സമൃദ്ധവുമായ നഗരജീവിതം അമൃതയുടെ കലയുടെ പ്രചോദനമായില്ല. തീവ്ര വർണ്ണങ്ങൾ ഉപയോഗിക്കുന്ന അമൃതയുടെ വർണ്ണവിനിയോഗവും അവരുടെ രചനാരീതിയും പാരീസിനേക്കാൾ ഇന്ത്യയിലാണ് ഉപയോഗക്ഷമമാവുകയെന്ന് ലൂഷ്യൻ സൈമൺ തന്നെ അമൃതയോട് നിർദ്ദേശിക്കുന്നുണ്ട്. പാരീസ് ജീവിതകാലത്തെ പല പ്രണയങ്ങളും അതിലെ ഗതിഭേദങ്ങളും അമൃതയെ അസ്വസ്ഥയാക്കുകയും ചെയ്തു. എന്തായാലും ബാല്യകാലസുഹൃത്തായ വിക്ടറിനെ കാണുന്നതിനായി ഹംഗറിയിലേക്ക് നടത്തിയ ഒരു യാത്രയ്ക്കുശേഷം 1934 നവംബറിൽ അമൃത ഇന്ത്യയിലേക്ക് മടങ്ങി. പാരീസിൽ തന്റെ കലാജീവിതത്തിന് അർത്ഥമൊന്നുമില്ലെന്ന് അമൃത തന്റെ അമ്മയ്ക്കെഴുതിയ കത്തിൽ പറയുന്നുണ്ട്. യൂറോപ്യൻ ജീവിതം ഇന്ത്യൻ കലയെ കണ്ടെത്താൻ മാത്രമേ തന്നെ സഹായിച്ചുള്ളൂ എന്നും അവർ അഭിപ്രായപ്പെട്ടു.[14] ഇന്ത്യയിലേക്കുള്ള മടക്കത്തെക്കുറിച്ച് അറിയിച്ചുകൊണ്ട് അച്ഛനെഴുതിയ കത്ത് അവസാനിക്കുന്നത് ആശ്ചര്യജനകമായ ഒരു വാക്യത്തിലാണ്; 'വളരെക്കുറച്ചു സമയമേ എനിക്ക് ബാക്കിയുള്ളൂ.' ('I have so little time').

ഇന്ത്യയിലേക്കുള്ള മടക്കം അമൃതാഷെർഗിലിന്റെ കലയിലും ജീവിതത്തിലും വിപ്ലവകരമായ മാറ്റങ്ങൾക്ക് കാരണമായി. യൂറോപ്യൻ വേഷവിധാനങ്ങൾ ഉപേക്ഷിച്ച് അവർ സാരി മാത്രം ധരിക്കാൻ തുടങ്ങി. പാരീസിൽ വച്ച് പരിശീലിച്ച അക്കാദമിക് ശൈലികളിൽനിന്ന് തദ്ദേശീയമായ നിറങ്ങളിലേക്കും രൂപങ്ങളിലേക്കും അവരുടെ രചനകൾ നീങ്ങി. ദുഃഖിതരും വിമൂകരുമായ, അവിശ്വസനീയമായവിധത്തിൽ മെലിഞ്ഞ,

ദരിദ്രരായ ഗ്രാമീണരുടെ ഇരുണ്ട നിറമുള്ള ശരീരം അമൃതാഷെർഗിലിന്റെ കലയിൽ കേന്ദ്രസ്ഥാനം നേടുന്നത് ഇതോടെയാണ്. ഇന്ത്യയിൽ മടങ്ങിയെത്തിയതിനുപിന്നാലെ അവർ പൂർത്തിയാക്കിയ ചിത്രം (*Group of Three Girls*) ഈ പരിവർത്തനത്തിന്റെ മികച്ച അടയാളമായിരുന്നു. ബോംബെയിലെ ആർട്സ് സൊസൈറ്റിയുടെ 1937 ലെ അവാർഡിനും സ്വർണ്ണമെഡലിനും അതവരെ അർഹയാക്കി. ഒരുപക്ഷേ, അമൃതാഷെർഗിലിന്റെ പേരിനോട് ചേർത്ത് ഏറ്റവുമധികം പരാമർശിക്കപ്പെടുന്ന ചിത്രവും ഇതുതന്നെയായിരിക്കും. തീപിടിച്ച നിറങ്ങളുള്ള വസ്ത്രം ധരിച്ച് യൗവ്വനത്തിലേക്ക് കാലൂന്നി നില്ക്കുന്നവരും അതേസമയം തന്നെ തങ്ങളുടെ ഏകാന്തമായ അനുഭവലോകങ്ങളിൽ ആമഗ്നരായവരുമായ മൂന്ന് യുവതികളെയാണ് അമൃത ആ ചിത്രത്തിൽ വരച്ചത്. തെളിഞ്ഞ വരകളിൽ തീവ്രതയേറി നില്ക്കുന്ന വർണ്ണവിതരണത്തിലൂടെ രചിക്കപ്പെട്ട ആ ചിത്രം ആധുനികമായ ചിത്രഭാഷയിലേക്ക് ഇന്ത്യൻ ജീവിതയാഥാർത്ഥ്യങ്ങളെ സംഗ്രഹിക്കാനുള്ള ഏറ്റവും ഫലപ്രദമായ ശ്രമങ്ങളിലൊന്നായിരുന്നു. തന്റെ ജീവിതത്തിലെ വിലപിടിച്ച പുരസ്കാരങ്ങളിലൊന്നായാണ് അവർ ഈ ചിത്രത്തിന് ലഭിച്ച അവാർഡിനെ പരിഗണിച്ചിരുന്നത്. സൗന്ദര്യദർശനത്തിലോ രചനാസങ്കേതത്തിലോ യാതൊരുവിധ ഒത്തുതീർപ്പുകൾക്കും വഴങ്ങാത്ത ചിത്രമായാണ് അമൃത 'മൂന്നു പെൺകുട്ടിക'ളെ സ്വയം വിലയിരുത്തിയിരുന്നത്. താൻ ഏറ്റവും വിലമതിക്കുന്ന ചിത്രത്തിന് ലഭിച്ച പുരസ്കാരം അവർക്ക് അഭിമാനകരമായിരുന്നു.

1935 ൽ ഇന്ത്യയിൽ മടങ്ങിയെത്തിയതു മുതൽ സിംലയിലെ സ്വന്തം വസതിയിലാണ് ഷെർഗിൽകുടുംബം താമസിച്ചത്. ഇക്കാലത്ത് സിംല ഫൈൻ ആർട്സ് സൊസൈറ്റി നടത്തിയിരുന്ന ചിത്രപ്രദർശനത്തിലേക്ക് അമൃത പത്ത് ചിത്രങ്ങൾ അയച്ചുകൊടുത്തു. ഛായാചിത്രത്തിനുള്ള സൊസൈറ്റി അവാർഡ് അമൃതയ്ക്കായിരുന്നു. എങ്കിലും അവർ അയച്ച പത്ത് ചിത്രങ്ങളിൽ അഞ്ചെണ്ണം മാത്രമേ സെലക്ഷൻ കമ്മിറ്റി സ്വീകരിക്കുകയുണ്ടായുള്ളൂ. തന്റെ മികച്ച രചനകൾ ഒഴിവാക്കിയ കമ്മിറ്റിയുടെ നടപടി അമൃതയ്ക്ക് അംഗീകരിക്കാൻ കഴിഞ്ഞില്ല. ഇതിന്റെ പേരിൽ അവർ തനിക്ക് ലഭിച്ച അവാർഡ് നിരസിക്കുകയാണ് ചെയ്തത്. സമ്മാനം നിരസിച്ചുകൊണ്ടും സമ്മാനത്തുക മടക്കി നല്കിക്കൊണ്ടും സൊസൈറ്റിക്ക് അയച്ച കത്തിൽ ഭാവിയിൽ ഒരിക്കലും സൊസൈറ്റിയുടെ പ്രദർശനത്തിന് ചിത്രങ്ങൾ നല്കില്ലെന്നും അവർ അറിയിച്ചു. തന്റെ കലയുടെ മഹത്ത്വത്തെക്കുറിച്ചുള്ള, ഒരുപക്ഷേ, അതിരുകടന്നതായി അനുഭവപ്പെടാവുന്ന, ഈ ആത്മവിശ്വാസം ജീവിതത്തിലുടനീളം അമൃതാഷെർഗിൽ നിലനിർത്തിയിരുന്നു. അക്കാലത്ത് ദേശീയ കലാരംഗത്തെ നായകബിംബങ്ങളായിരുന്ന അബനീന്ദ്രനാഥ ടാഗോറും നന്ദലാൽബോസും ജാമിനിറോയും ഉൾപ്പെടെയുള്ളവരെ അവർ വിമർശനാത്മകമായാണ് വിലയിരുത്തിയിരുന്നത്.[15] അബനീന്ദ്രനാഥ ടാഗോറിന്റെ അതിപ്രശസ്ത

മായ 'ഭാരത മാതാവ്' എന്ന ചിത്രത്തിന്റെ വിമർശനം എന്നപോലെ 'മദർ ഇന്ത്യ' എന്ന പേരിൽ 1935 ൽ അമൃത ഒരു ചിത്രം രചിക്കുകയും ചെയ്തു.

1934 മുതലുള്ള ഏഴ് വർഷം അമൃതയുടെ കലാജീവിതത്തിലെ ഏറ്റവും സമ്പന്നമായ കാലയളവാണ്; സമ്പന്നമെന്നപോലെ സംഘർഷ നിർഭരവും. ഇക്കാലത്ത് അവരുടെ വ്യക്തിജീവിതവും ഇതിന് സമാന മായിരുന്നു. പ്രശസ്ത ബ്രിട്ടീഷ് പത്രപ്രവർത്തകനായ മാൽക്കം മഗ്ഗറി ഡ്ജുമായുള്ള പ്രണയം (അമൃത വരച്ച മഗ്ഗറിഡ്ജിന്റെ ഛായാചിത്രം ദില്ലി യിലെ നാഷണൽ ഗ്യാലറയിൽ പ്രദർശിപ്പിച്ചിട്ടുണ്ട്), ദില്ലിയിലേയും ബോം ബെയിലേയും ചിത്രപ്രദർശനങ്ങളിലെ പുരസ്കാരങ്ങൾ, കലാരംഗത്തെ സുഹൃത്തായ ബരദ യുകിലിനോടൊപ്പമുള്ള[16] ദക്ഷിണേന്ത്യൻ പര്യടനം (1937 നവംബർ - ഡിസംബർ മാസങ്ങളിലെ ഈ സഞ്ചാരത്തിനിടയിൽ അമൃത തിരുവനന്തപുരവും കന്യാകുമാരിയും കൊച്ചിയുമെല്ലാം സന്ദർശിക്കുന്നുണ്ട്),[17] അലഹാബാദ് സർവ്വകലാശാല അദ്ധ്യാപകൻ കൂടി യായ പ്രൊഫസർ റണ്ടന്റെ[18] മുൻകൈയിൽ അലഹബാദിൽ സംഘടി ക്കപ്പെട്ട ചിത്രപ്രദർശനം, ബാല്യകാലസുഹൃത്തായ വിക്ടർ ഇഗാനു മായുള്ള വിവാഹം (1938 ജൂലൈ 16),[19] ബുഡാപെസ്റ്റിലെ ഹ്രസ്വകാല ജീവിതത്തിനുശേഷം ഇന്ത്യയിലേക്കുള്ള ഇരുവരുടേയും മടക്കം (1939 ജൂൺ), സരയയിലെയും സിംലയിലേയും പഴയ താവളങ്ങൾ ഉപേക്ഷിച്ച് ലാഹോറിലേക്കുള്ള വീടുമാറ്റം (1940 സെപ്തംബർ) എന്നിങ്ങനെ വ്യക്തിജീവിതത്തിന്റെയും കലാജീവിതത്തിന്റെയും തലങ്ങളിൽ വലിയ പരിവർത്തനങ്ങളിലൂടെ അവർ ഇക്കാലത്ത് കടന്നുപോയി. 1937 ൽ അമൃതയുടെ സഹോദരിയായ ഇന്ദിര ഐ സി എസുകാരനായ കെ വി കെ സുന്ദരത്തെ വിവാഹം കഴിച്ചു. (പില്ക്കാലത്ത് സുന്ദരം ഇന്ത്യയിലെ തെരഞ്ഞെടുപ്പ് കമ്മീഷണർ പദവി അടക്കമുള്ള പല പ്രധാന സ്ഥാനങ്ങളും വഹിച്ചു. പ്രമുഖ ചിത്രകാരനായ വിവാൻ സുന്ദരം ഇന്ദിര - സുന്ദരം ദമ്പതികളുടെ മകനാണ്) ഇന്ത്യയിലെ ആധുനിക ചിത്രകലയുടെ പ്രോദ്ഘാടകരിൽ ഒരാളായി അമൃത ഷെർഗിൽ വിലയിരുത്തപ്പെടാൻ തുടങ്ങുന്നതും അവർക്ക് വലിയ മാദ്ധ്യമശ്രദ്ധ ലഭിച്ചുതുടങ്ങുന്നതും ഇക്കാലത്താണ്.

ദക്ഷിണേന്ത്യൻ പര്യടനം, പ്രത്യേകിച്ച് അജന്തയിലേക്കും എല്ലോറ യിലേക്കുമുള്ള സഞ്ചാരങ്ങൾ, അമൃതയുടെ കലയിൽ നിർണ്ണായകമായ സ്വാധീനം ചെലുത്തി. ഇന്ത്യയിലേക്ക് മടങ്ങിയതിനുശേഷം ആരുടെ യെങ്കിലും രചനകളിൽനിന്ന് താനെന്തെങ്കിലും പഠിച്ചിട്ടുണ്ടെങ്കിൽ അത് അജന്തയിൽനിന്നു മാത്രമാണെന്ന് അവർ പറയുന്നുണ്ട്. യൂറോപ്പ് പിക്കാ സോവിന്റെയും ബ്രാക്കിന്റെയും മത്തീസിന്റെയും മറ്റുമാണെന്നും തനിക്ക് ഇന്ത്യയിൽ മാത്രമേ ചിത്രം വരയ്ക്കാനാവൂ എന്നും ('I can only paint in India. Europe belongs to Piccsso, Braque and many others..') അഭിപ്രായപ്പെട്ട അമൃത, ഒരു ഇന്ത്യൻ ചിത്രകാരി എന്ന നിലയിലേക്കുള്ള തന്റെ ആന്തരികവും കലാപരവുമായ പരിവർത്തനം പൂർത്തിയാക്കിയത്

അജന്തയിലേക്കുള്ള യാത്രയോടെയാണെന്ന് പറയാം. വർണ്ണപ്രയോഗത്തിലും രൂപനിർമ്മിതിയിലും രേഖാവിന്യാസത്തിലുമെല്ലാം പുതിയ പാഠങ്ങൾ പഠിക്കാൻ അതവരെ സഹായിച്ചു. അതുവഴി ഇന്ത്യൻ ചിത്രകലയിലെ ആധുനികതയുടെ ആദ്യസ്ഥാനങ്ങളിലൊന്നാവാനും.

തന്റെ കലാജീവിതത്തിലെ നിർണ്ണായകമായ വഴിത്തിരിവിലൂടെ കടന്നുപൊയ്ക്കൊണ്ടിരിക്കെയാണ് അമൃതാഷെർഗിൽ അങ്ങേയറ്റം അകാലത്തിൽ ഈ ലോകത്തോട് വിടപറഞ്ഞത്. 1938 ജൂലൈ 16 ന് വിക്ടർ ഇഗാനുമായുള്ള വിവാഹത്തിനുശേഷം ഏതാണ്ട് ഒരുവർഷം കഴിഞ്ഞാണ് അവർ ഇരുവരും ഇന്ത്യയിലേക്ക് മടങ്ങിയത്. ഇക്കാലത്ത് ഹംഗേറിയൻ ജീവിതരംഗങ്ങളെ മുൻനിർത്തി അമൃത ചില ചിത്രങ്ങൾ വരച്ചിരുന്നു (*Hungarian Market Scene, Winter Scene* തുടങ്ങിയവ). മുകളിൽ സൂചിപ്പിച്ചതുപോലെ തന്റെ കലാജീവിതത്തിന്റെ അർത്ഥവും പ്രസക്തിയും ഇന്ത്യയിലാണെന്ന് ഇതിനകം അമൃതാഷെർഗിൽ മനസ്സിലാക്കിയിരുന്നു. 1939 ജൂണിൽ അവർ കൊളംബോ വഴി ഇന്ത്യയിലേക്ക് മടങ്ങി. മദ്രാസിലും മധുരയിലും മഹാബലിപുരത്തുമെല്ലാം ചില ദിവസങ്ങൾ തങ്ങിയശേഷം സിംലയിലേക്കും അവിടെനിന്ന് സ്ഥിരവാസത്തിനായി ലാഹോറിലേക്കും അവർ നീങ്ങി. മെഡിക്കൽ ബിരുദം കരസ്ഥമാക്കിയിരുന്ന വിക്ടർ ലാഹോറിൽ ഒരു ക്ലിനിക്ക് തുടങ്ങുകയും ചെയ്തു. തന്റെ കലാജീവിതത്തിന്റെ ഊർജ്ജവും ചൈതന്യവും തിരിച്ചുവരുന്നതായി കരുതിയ അമൃത ലാഹോറിൽ ഒരു ചിത്രപ്രദർശനത്തിനായുള്ള ഒരുക്കങ്ങളിലേർപ്പെട്ടുതുടങ്ങിയിരുന്നു. ഇതിലേക്കായി ചില പുതിയ ചിത്രങ്ങൾ രൂപകല്പന ചെയ്യാനും അവർ ആരംഭിച്ചു. ഇതിനിടയിലാണ് 1940 ഡിസംബർ 3 ന് അമൃത രോഗബാധിതയാകുന്നത്. വിക്ടറിന്റെയും മറ്റ് രണ്ട് ഡോക്ടർമാരുടെയും ശ്രമങ്ങൾക്ക് ഫലമുണ്ടായില്ല. അവർ ക്രമേണ അബോധാവസ്ഥയിലേക്കും പിന്നാലെ മരണത്തിലേക്കും നീങ്ങി. 1941 ജനുവരി 13 ന് അമൃതാഷെർഗിൽ അന്തരിച്ചു.[20] ജവാഹർലാൽ നെഹ്റുവും മഹാത്മാഗാന്ധിയും ഉൾപ്പെടെയുള്ളവർ അമൃതയുടെ നിര്യാണത്തിൽ അനുശോചനം രേഖപ്പെടുത്തി. 'ചൈതന്യശൂന്യമായ ചായം തേച്ച മുഖങ്ങൾക്ക് പകരം ഇന്ത്യൻ ജീവിതത്തിന്റെ കരുത്തും വിഭാവനശേഷിയും നിറഞ്ഞ' ചിത്രങ്ങളായാണ് അമൃതാഷെർഗിലിന്റെ രചനകളെ നെഹ്റു അനുശോചനത്തിൽ വിശേഷിപ്പിക്കുന്നത്. തുടർന്നും ജീവിച്ചിരുന്നെങ്കിൽ എത്ര വലിയ വിസ്മയങ്ങൾക്ക് അവർ വഴിയൊരുക്കുമായിരുന്നു എന്നോർക്കാതെ അമൃതാഷെർഗിലിന്റെ ചിത്രങ്ങളിലൂടെ പില്ക്കാലത്ത് ലോകം കടന്നുപോയിട്ടില്ല.

അമൃതാഷെർഗിലും ഭാരതീയതയുടെ പുനർവിഭാവനവും

യൂറോപ്പിലെ കലാജീവിതത്തോട് എന്നേക്കുമായി വിടപറഞ്ഞ് ഇന്ത്യയിലേക്ക് മടങ്ങുമ്പോൾ തന്റെ കലയുടെ ദൗത്യം അമൃതാഷെർഗിൽ വ്യക്തമായി നിർവ്വചിച്ചിരുന്നു: 'ഇന്ത്യയിലെ പരമദരിദ്രരായ മനുഷ്യരെ,

അനന്തമായ സഹനവും യാതനകളും നിറഞ്ഞ അവരുടെ ജീവിതത്തിന്റെ മൂകബിംബങ്ങളെ, ചിത്രത്തിൽ പകർത്തുക. വൃത്തിഹീനതകൾക്കിടയിലും അസാധാരണമാംവിധം സുന്ദരമായ അവരുടെ തവിട്ടുനിറം കലർന്നതും പരുഷവുമായ ശരീരങ്ങളെ ചിത്രീകരിക്കുക. ദുഃഖഭരിതമായ അവരുടെ നോട്ടങ്ങൾ തന്നിലുളവാക്കിയ പ്രതീതികൾ കാൻവാസിൽ പുനഃസൃഷ്ടിക്കുക'. തന്റെ കലയുടെ ദൗത്യം ഇതാണെന്ന് പറയുകവഴി കലയിലെ ഭാരതീയതയെത്തന്നെ പുനർനിർവ്വചിക്കുകയായിരുന്നു അമൃത ഷെർഗിൽ. ഒരുഭാഗത്ത് അധിനിവേശകരുടെ വസ്തുവല്ക്കരണത്തിന്റെയും മറുഭാഗത്ത് പൗരസ്ത്യവാദത്തിന്റെ മഹത്ത്വവല്ക്കരണത്തിന്റെയും വിഷയമായിത്തീർന്ന ഇന്ത്യൻ ഗ്രാമീണജീവിതത്തിന്റെ മൗലികവും വിപ്ലവകരവുമായ വീണ്ടെടുപ്പായിരുന്നു അമൃതാഷെർഗിൽ നിർവ്വഹിച്ചത്. ഇന്ത്യൻ ചിത്രകലയിൽ ആധുനികതാപ്രസ്ഥാനത്തിന്റെ (modernism) അരങ്ങേറ്റമായി അമൃതാഷെർഗിലിന്റെ ചിത്രങ്ങൾ മനസ്സിലാക്കപ്പെടുന്നതിന് കാരണവും മറ്റൊന്നല്ല. ആധുനിക ഇന്ത്യൻ ചിത്രകലയുടെ സാംസ്കാരികചരിത്രം എഴുതിയ പാർത്ഥാമിറ്ററെപ്പോലൊരാൾ രവീന്ദ്രനാഥടാഗോറിനും ജാമിനിറോയ്ക്കുമൊപ്പം ഇന്ത്യൻ ആധുനികതാപ്രസ്ഥാനത്തിന്റെ നേതൃരൂപങ്ങളിലൊന്നായാണ് അമൃതാഷെർഗിലിനെ പരിഗണിക്കുന്നത്. പരിപൂർണ്ണമായും ആധുനികതയുടെ മുദ്രകൾ പതിഞ്ഞ ജീവിതമാണ് ഷെർഗിലിനെ അനന്യയാക്കുന്നതെന്ന് അദ്ദേഹം പറയുന്നുണ്ട്. ടാഗോറിനോളം വിധ്വംസകമല്ലാത്ത ഒരു രചനാസമ്പ്രദായം സ്വീകരിച്ചിട്ടുപോലും അമൃതാഷെർഗിൽ ഇന്ത്യൻ ചിത്രകലയിൽ ആധുനികതയുടെ ഏറ്റവും വലിയ പ്രതീകമായിത്തീർന്നുവെന്ന് പാർത്ഥാമിറ്റർ അഭിപ്രായപ്പെടുന്നു.

ഇരുപതാംനൂറ്റാണ്ടിന്റെ ആദ്യദശകങ്ങളിൽ ഇന്ത്യൻ ചിത്രകലയിൽ പ്രാമാണികപദവി കൈയാളിയിരുന്ന അക്കാദമിക് റിയലിസത്തിന്റെയും അതിനെ വെല്ലുവിളിച്ചുകൊണ്ട് ഉയർന്നുവന്ന ബംഗാൾ സ്കൂളിന്റെയും സൗന്ദര്യദർശനത്തെ മറികടക്കാൻ കഴിഞ്ഞു എന്നതാണ് അമൃതാഷെർഗിലിന്റെ കലയെ നമ്മുടെ കലാചരിത്രത്തിലെ നിർണ്ണായകസ്ഥാനങ്ങളിലൊന്നാക്കി മാറ്റുന്നത്. 1906 ൽ ഇന്ത്യൻ ചിത്രകലയുടെ വിജയസ്ഥാനമായി വാഴ്ത്തപ്പെട്ടുകൊണ്ടിരിക്കുമ്പോഴാണ് രാജാരവിവർമ്മ അന്തരിച്ചത്. എങ്കിലും മരണമടഞ്ഞ് ഒരു പതിറ്റാണ്ട് കഴിയുമ്പോഴേക്കും മൃതപ്രായമായ അക്കാദമിക് റിയലിസത്തിന്റെ വികൃതാനുകരണത്തിൽ കവിഞ്ഞ യാതൊന്നും രവിവർമ്മയുടെ കലയിലില്ലെന്ന് ബംഗാൾ സ്കൂളിലെ കലാകാരന്മാരും സൈദ്ധാന്തികരും പറഞ്ഞുറപ്പിച്ചു. ആനന്ദകുമാരസ്വാമിയും ഹാവേലും മറ്റും ചൊരിഞ്ഞ ശകാരങ്ങളുടെ ഇരുട്ട് പിന്നീടും എത്രയോ പതിറ്റാണ്ടുകൾ രവിവർമ്മയെ ചൂഴ്ന്നുനിന്നു എന്ന് നമ്മുടെ കലാചരിത്രത്തിലേക്ക് കണ്ണോടിച്ചാൽ മനസ്സിലാകും. രവിവർമ്മയുടെയും അക്കാദമിക് റിയലിസത്തിന്റെയും സ്വാധീനങ്ങളിൽനിന്ന് ഇന്ത്യൻ

ചിത്രകലയെ മോചിപ്പിക്കുവാൻ പുറപ്പെട്ട ബംഗാൾ സ്കൂളാവട്ടെ, അത്യന്തം ചമത്കൃതമായ ഒരാദർശാത്മകശൈലിക്ക് ജന്മം നല്കി, കൃത്രിമമായ ഭാരതീയ ആദ്ധ്യാത്മികതയുടെ പരിശോഭയിൽ അതിനെ ഉറപ്പിച്ച് നിർത്താനാണ് ശ്രമിച്ചത്. ഇ ബി ഹാവേൽ, ആനന്ദകുമാരസ്വാമി, ഒകാക്കുറ, സിസ്റ്റർ നിവേദിത എന്നിവരിലൂടെ കലാതത്ത്വവും രചനാസങ്കേതങ്ങളും സൗന്ദര്യദർശനവും നിർവ്വചിക്കപ്പെട്ട ബംഗാൾ സ്കൂളിന്റെ ഭാരതീയത, ഇന്ന് തിരിഞ്ഞുനോക്കുമ്പോൾ, അക്കാദമിക് റിയലിസത്തെപ്പോലെതന്നെ വൈദേശികമായിരുന്നു എന്ന് കാണാനാവും.[21]

പുറമേയ്ക്ക് പരസ്പരവിരുദ്ധമായിരിക്കുമ്പോഴും ആന്തരികമായി തമ്മിലിണങ്ങി നില്ക്കുന്നതായിരുന്നു ഈ കലാസമീപനങ്ങൾ. വസ്തുവല്ക്കൃതമായ ഒരു അപരത്തിന്റെ (objectified other) പദവിയിൽ ഭാരതീയജീവിതം ഇരുവീക്ഷണങ്ങളിലും തുടരുന്നുണ്ടായിരുന്നു. ഈ അപരപദവിയിൽനിന്നും ഇന്ത്യൻ ജീവിതത്തെ മോചിപ്പിച്ചു എന്നതാണ് അമൃതാഷെർഗിലിന്റെ ഹ്രസ്വമായ കലാജീവിതത്തിന്റെ നിർണ്ണായകഫലം. രവീന്ദ്രനാഥടാഗോറിന്റെ മരുമകളും അബനീന്ദ്രനാഥിന്റെ സഹോദരിയുമായ സുനയനാദേവിയുടെ കലാജീവിതം ആധുനിക ഇന്ത്യൻ ചിത്രകലയിലെ സ്ത്രീസാന്നിദ്ധ്യത്തിന്റെ പ്രാരംഭമായി പറയാറുണ്ടെങ്കിലും ചരിത്രപരമായ പരിഗണനകൾക്കപ്പുറം സൗന്ദര്യാത്മകമോ സാങ്കേതികമോ ആയ നിർണ്ണായകവിച്ഛേദങ്ങൾ അവരുടെ കലയിൽ നാം ഏറെയൊന്നും കാണുന്നില്ല. എന്നാൽ അമൃതാഷെർഗിലിന്റെ കല അടിമുടി വ്യത്യസ്തമായിരുന്നു. പ്രമേയസ്വീകരണത്തിലും രേഖാവിന്യാസത്തിലും രൂപനിർമ്മിതിയിലും വർണ്ണവിനിയോഗത്തിലും എല്ലാം അവർ സ്വകീയമായ ക്രമങ്ങൾ രൂപപ്പെടുത്തി. ഹംഗേറിയൻ ഇംപ്രഷനിസത്തിന്റെയും ഗൊഗെന്റെ രൂപ - വർണ്ണക്രമങ്ങളുടെയും തുടർച്ചയെന്ന് ചിലപ്പോഴൊക്കെ വിമർശിക്കപ്പെട്ടെങ്കിലും, കൃഷ്ണചൈതന്യ പറയുന്നതുപോലെ, അമൃതാഷെർഗിലിന്റെ കല ആധുനികതാപ്രസ്ഥാനത്തന്റെ ആദ്യത്തെ ഇന്ത്യൻ അവതരണം തന്നെയായിരുന്നു.[22]

നിരന്തരം പരിണമിച്ചുകൊണ്ടേയിരുന്ന ഒന്നായിരുന്നു അമൃതാഷെർഗിലിന്റെ കലാസങ്കല്പങ്ങളും രചനാസങ്കേതങ്ങളും. അതുകൊണ്ടുതന്നെ ആധുനികകലയിലെ ഏതെങ്കിലുമൊരു പ്രസ്ഥാനത്തിന്റെയോ പ്രവണതയുടെയോ മാനദണ്ഡങ്ങൾകൊണ്ട് അതിനെ വിശദീകരിക്കാൻ കഴിയില്ല. പ്രാഥമികമായ ഒരു പരിശോധനയിൽ തന്നെ അമൃതയുടെ കല ഒരു പതിറ്റാണ്ടിനുള്ളിൽ മൂന്ന് - നാല് പടവുകളെങ്കിലും പിന്നിട്ടതായി കാണാനാവും. പാരീസിലെ ചിത്രകലാപഠനകാലത്ത് അവർ കൈവരിച്ച അസാമാന്യമായ സാങ്കേതികമികവിന്റെ തെളിവുകളായി പരിഗണിക്കാവുന്ന ചിത്രങ്ങളാണ് അവയിലൊന്നാമത്തേത്. 1930-32 കാലയളവിൽ രചിച്ച ഈ ചിത്രങ്ങളിൽ സെൽഫ് പോർട്രെയിറ്റുകളും നിശ്ചലചിത്രങ്ങളുമാണ് ഏറെയുള്ളത്. സെൽഫ് പോർട്രെയിറ്റുകളുടെ ഒരു പരമ്പരതന്നെ

അമൃത ഇക്കാലത്ത് വരച്ചു. ഇവയും ഇതോടൊപ്പമുള്ള നഗ്നചിത്രപഠനങ്ങളും (Nude Study) ചുരുങ്ങിയ കാലംകൊണ്ട് അമൃതാഷെർഗിൽ കൈവരിച്ച രചനാവൈഭവത്തിന്റെയും മറുഭാഗത്ത് സെസാൻ, ഗൊഗൈൻ, മോദിഗ്ലാനി, മത്തീസ് തുടങ്ങിയ ആധുനിക ചിത്രകലയിലെ മഹാരഥികളുമായുള്ള അവരുടെ സംവാദാത്മക വിനിമയങ്ങളുടെയും തെളിവുകളാണ്.

ഇന്ത്യയിലേക്കുള്ള മടക്കത്തിന് തൊട്ടുമുമ്പുള്ള കാലയളവിൽ (1933 - 34) അമൃതാഷെർഗിൽ വരച്ച ചിത്രങ്ങളിൽ മേല്പറഞ്ഞതിൽനിന്നുള്ള അടിസ്ഥാനപരമായ ചില വ്യത്യാസങ്ങൾ പ്രകടമാവുന്നുണ്ട്. അവാങ്-ഗാർഡ് കലയിൽനിന്നും മോഡേണിസ്റ്റ് രചനാസങ്കേതങ്ങളിൽനിന്നും പുതിയതരം യഥാതഥത്വത്തിലേക്ക് നീങ്ങാൻ ശ്രമിച്ച കലാപ്രസ്ഥാനത്തിന്റെ (Forces Nouvellas) സ്വാധീനം ഇക്കാലത്തെ അമൃതയുടെ രചനകളിൽ കാണാം. പുത്തൻ വസ്തുനിഷ്ഠതയുടെ (nouvella objective) പ്രതിനിധികളായ റോബർട്ട് ഹംബോൾട്ട്, ജോർജ്ജ് രോഹ്നർ തുടങ്ങിയവർ ഉയർത്തിക്കൊണ്ടുവന്ന ഉയർന്ന നോട്ടക്കോണുകളും യഥാതഥത്വവും അമൃതയുടെ ഇക്കാലത്തെ ചിത്രങ്ങളിൽ ഇടംപിടിക്കുന്നുണ്ട്. 1930 കളിലും 32 ലും സഹപാഠികൂടിയായ ബോറിസ് ടാസ്ലിറ്റ്സ്കിയെ മോഡലായി ഉപയോഗിച്ചുകൊണ്ട് അമൃത വരച്ച പോർട്രെയിറ്റുകൾ ഈ പുതിയതരം വസ്തുനിഷ്ഠതയെ നന്നായി ആവിഷ്കരിച്ചിട്ടുണ്ട്. (ഫ്രഞ്ച് കമ്യൂണിസ്റ്റ് പാർട്ടി അംഗവും ഫാസിസത്തിനെതിരായ പ്രതിരോധപ്രസ്ഥാനത്തിലെ അംഗവുമായിരുന്നു ടാസ്ലിറ്റ്സ്കി. ഫാസിസ്റ്റ് വിരുദ്ധ പോരാട്ടത്തിലേർപ്പെട്ട അദ്ദേഹത്തെ ഫാസിസ്റ്റുകൾ തടവിലാക്കുകയും ചെയ്തു. അമൃതാഷെർഗിൽ ഇക്കാലത്ത് അദ്ദേഹത്തിന്റെ മൂന്ന് പോർട്രെയിറ്റുകൾ വരച്ചിട്ടുണ്ട്). താൻ ചിത്രീകരിക്കുന്ന വ്യക്തികൾ അവരുടെ ബഹുമുഖഭാവങ്ങളോടെ കാൻവാസിൽ നിറഞ്ഞുനില്ക്കുന്ന വിധത്തിലാണ് അമൃത രചനയിലേർപ്പെടുന്നത്. വ്യക്തിനിഷ്ഠതയോടൊപ്പം അങ്ങേയറ്റത്തെ വസ്തുനിഷ്ഠതയും ഉൾച്ചേർന്ന ഈ രചനകൾ അവാങ് - ഗാർഡ് സങ്കേതങ്ങളിൽനിന്നുള്ള അമൃതയുടെ വഴിമാറലിന്റെ സൂചനകൾ ഉൾക്കൊള്ളുന്നുണ്ട്. ചിത്രകാരിയെന്ന നിലയിൽ അമൃതാഷെർഗിലിന് കാര്യമായ അംഗീകാരം നേടിക്കൊടുക്കാനും ആ ചിത്രങ്ങൾക്ക് കഴിഞ്ഞു.

പാരീസിലെ കലാപഠനം അവസാനിപ്പിച്ച് 1934 അവസാനത്തോടെ ഇന്ത്യയിലേക്ക് മടങ്ങിയതിന് ശേഷമുള്ള ഘട്ടമാണ് അമൃതാഷെർഗിലിന്റെ കലാജീവിതത്തിലെ നിർണ്ണായകദശ എന്നുപറയാം. അമൃതയുടെ കലയിലെന്നപോലെ ഇന്ത്യൻ ചിത്രകലയുടെ ചരിത്രത്തിലും വലിയ സ്ഥാനമുള്ള നിരവധി രചനകൾ (*Group of Three Women, Hill Men, Hill Women, Fruit Vendors, Women on Beach*) തുടങ്ങിയവ മുതൽ അതിപ്രസിദ്ധമായ ദക്ഷിണേന്ത്യൻ ചിത്രത്രയം (South Indian Trilogy - എന്നറിയപ്പെടുന്ന *Bride's Toilet,*

Brahmacharis, South Indian Villagers Going To Market എന്നീ ചിത്രങ്ങൾ) വരെയുള്ളവ ഈ കാലയളവിന്റെ സംഭാവനകളാണ്. പടിഞ്ഞാറൻ രചനാസങ്കേതങ്ങൾ ഉപയോഗപ്പെടുത്തിക്കൊണ്ടുതന്നെ ഇന്ത്യൻ ഗ്രാമജീവിതത്തിന്റെ സാരാംശത്തെ സംഗ്രഹിക്കുന്ന പ്രസക്തരൂപങ്ങളായി (significant forms) തന്റെ ചിത്രങ്ങൾ മാറിത്തീർന്നുവെന്ന് അമൃതാഷെർഗിൽ ഈ രചനകളെ വിശദീകരിക്കുന്നു. ഇതേ കാലയളവിൽത്തന്നെയാണ് ഒരുഭാഗത്ത് അജന്ത എല്ലോറ പാരമ്പര്യങ്ങളും മറുഭാഗത്ത് മുഗൾ - പഹാഡി - ബഷോളി - രജപുത്ര മിനിയേച്ചറുകളുമായും അമൃതാഷെർഗിൽ ആഴത്തിലുള്ള പരിചയം നേടുന്നത്. അജന്തയുടെ സ്വാധീനം അമൃതയുടെ ദക്ഷിണേന്ത്യൻ ചിത്രത്രയത്തിൽ തന്നെ പ്രകടമായി കാണാനാകും. മിനിയേച്ചർ പാരമ്പര്യവും അതിലെ വർണ്ണവിനിയോഗവും അമൃതയുടെ വീക്ഷണത്തിലുളവാക്കിയ പരിവർത്തനങ്ങൾ 1937-38 കാലയളവിലെ ചില ചിത്രങ്ങളിൽ (*The Story Teller, Siesta, Bullock Cart, Red Clay Elephant, Village Scene, Red Varandha*) തന്നെ കാണാമെങ്കിലും 1938 - 39 ലെ ഹംഗേറിയൻ വാസത്തിന് ശേഷംവരച്ച ചിത്രങ്ങളിലാണ് ഈ സ്വാധീനം പുതിയൊരു ഘട്ടം എന്ന് വിശേഷിപ്പിക്കാവുന്ന നിലയിലേക്ക് വികസിക്കുന്നത്.

1938 ൽ തന്റെ ബാല്യകാല സുഹൃത്തും ബന്ധുവുമായുള്ള വിക്ടർ ഇഗാനുമായുള്ള വിവാഹത്തിനായി ഹംഗറിയിലേക്ക് പോയ അമൃതാഷെർഗിൽ ആധുനികതാപ്രസ്ഥാനത്തിന്റെയും നിയോ - ഇംപ്രഷനിസത്തിന്റെയും ഹംഗേറിയൻ പാഠാന്തരങ്ങളുമായി വിനിമയങ്ങളിലേർപ്പെട്ടുകൊണ്ട് ഒരു കൂട്ടം ചിത്രങ്ങൾ വരയ്ക്കുന്നുണ്ട്. (*Hungerian Church Steeple, Hungarian Village Market, Winter, The Merry Cemetry, Hungarian Peasant* തുടങ്ങിയ ചിത്രങ്ങൾ). അമൃതയുടെ കലാജീവിതത്തിന്റെ മൂന്നാം ഘട്ടം എന്ന് വിശേഷിപ്പിക്കാവുന്നത് ഇതിനെയാണ്. സരളവും സാമാന്യവുമായ ജീവിതസന്ദർഭങ്ങളെ തെളിഞ്ഞ നിറങ്ങളിൽ അലങ്കാരരഹിതമായി വരയ്ക്കുന്ന ഹംഗേറിയൻ കലാപ്രസ്ഥാനത്തിന്റെ (Nagybanya School) സ്വാധീനം ഈ രചനകളിലുണ്ട്.[23] വിവാഹാനന്തരം ഇന്ത്യയിൽ മടങ്ങിയെത്തിയതിന് ശേഷമുള്ള കാലയളവിലാണ് ഇന്ത്യൻ മിനിയേച്ചറുകളിൽനിന്ന് സ്വാധീനമുൾക്കൊണ്ടുകൊണ്ടുള്ള മൗലികരചനകൾ (*Ancient Story Teller, Women on Charpoy, Resting Mother, Haldi Grinders, Elephants, Camels* തുടങ്ങിയ ചിത്രങ്ങൾ) അമൃതാഷെർഗിൽ നിർവ്വഹിക്കുന്നത്. അകാലത്തിലുള്ള മരണംമൂലം അവരുടെ ഈ പുതിയ ചിത്രഭാഷ അതിന്റെ മുഴുവൻ സാദ്ധ്യതകളിലേക്കും വികസിച്ചില്ലെന്നാണ് കലാനിരൂപകർ കരുതുന്നത്. ഏതെങ്കിലുമൊരു കലാപ്രവണതയോട് സമ്പൂർണ്ണമായ പ്രതിബദ്ധത പുലർത്താതെ ഇന്ത്യൻ ജീവിതത്തിനും കലയ്ക്കും പുതിയ ഭാഷ്യങ്ങൾ രചിക്കുക എന്ന സമീപനമാണ് അമൃതാഷെർഗിൽ ഒരു പതിറ്റാണ്ടിനപ്പുറം പോകാത്ത തന്റെ കലാജീവിതത്തിലുടനീളം കൈക്കൊണ്ടത്. 1941 ലെ അപൂർണ്ണമായ അവസാനചിത്രത്തിൽ

മേല്പറഞ്ഞതിൽ നിന്നെല്ലാം ഭിന്നമായ പുതിയൊരു ദിശയിലേക്ക് അമൃതയുടെ കല വഴിതിരിയുന്നതിന്റെ അടയാളങ്ങൾ കലാവിമർശകർ കാണുന്നുണ്ട്. അത് പൂർത്തിയാകുംമുമ്പ്, പകുതിപാടി നിർത്തിയ ഗാനം പോലെ, അവർ 1941 ൽ പൊടുന്നനെ വിടവാങ്ങി. 'കാലം കുറഞ്ഞ ദിനമെങ്കിലുമർത്ഥദീർഘം' എന്ന് നമ്മുടെ മഹാകവി എഴുതിയത് അവർ അറിഞ്ഞുകാണില്ലെങ്കിലും അമൃതാഷെർഗിലിന്റെ ജീവിതത്തോളം അത് ചേർന്നുപോകുന്ന മറ്റൊരിടം നമുക്ക് കാണാനാവില്ല.

ഗ്രാമീണവിഷാദത്തിന്റെ ശരീരശാസ്ത്രം

ഇന്ത്യൻ കലാചരിത്രത്തിൽ അമൃതാഷെർഗിൽ ഇടംപിടിക്കുന്ന സന്ദർഭത്തിന്റെ സവിശേഷതയെക്കുറിച്ച് ഗീതാകപൂർ പ്രത്യേകം ചർച്ച ചെയ്യുന്നുണ്ട്. ശാന്തിനികേതനിലെ മഹാരഥന്മാരായ ചിത്രകാരന്മാർ - നന്ദലാൽബോസ്, രാംകിങ്കർ ബെയ്ജ്, ബിനോദ്ബിഹാരി മുഖർജി - അരങ്ങുവാഴുന്ന കാലമാണത്. വ്യത്യസ്ത നിലകളിലാണെങ്കിലും കലയെ സാംസ്കാരികമായ ബോധനരൂപം കൂടിയായി അവർ പരിഗണിച്ചിരുന്നു. അതേ സമയത്തുതന്നെ കൽക്കത്തയിൽ ജാമിനിറോയ് പ്രാദേശിക - നാടോടി പാരമ്പര്യത്തിൽനിന്ന് പുതിയൊരു ചിത്രണസമ്പ്രദായം നിർദ്ധാരണം ചെയ്തെടുക്കുന്നുണ്ടായിരുന്നു. ഗൗരവപൂർണ്ണമായ കലാവിചാരത്തിൽനിന്നും രവിവർമ്മ അതിനകം പുറത്താക്കപ്പെട്ടുകഴിഞ്ഞിരുന്നുവെങ്കിലും മുഖ്യധാരാ ദേശീയാവബോധത്തിലും പൊതുസമൂഹത്തിലും അദ്ദേഹം 1930 കളിലും പ്രബലസാന്നിദ്ധ്യം തന്നെയായിരുന്നു. രവിവർമ്മയുടെ കലയ്ക്കെതിരെ നിലയുറപ്പിച്ചുകൊണ്ട്, പൗരാണിക ഭാരതീയതയുടെ സുവർണ്ണ ശോഭയെ പുനരാനയിക്കാനുള്ള ബംഗാൾ സ്കൂളിന്റെ ശ്രമങ്ങൾ അപ്പോഴും സജീവമായി തുടരുന്നുണ്ടായിരുന്നു. ഇതിനിടയിലാണ് പകുതി വിദേശിയും പകുതി സ്വദേശിയുമായ ഒരു മിശ്രപാരമ്പര്യത്തിന്റെ (Hybrid Tradition) അകമ്പടിയോടെ അമൃതാഷെർഗിൽ ഇന്ത്യൻ ചിത്രകലയിൽ ഇടപെടാൻ തുടങ്ങുന്നത്.

സങ്കീർണ്ണമായ ഇത്തരമൊരു ചരിത്രസന്ദർഭമായിരുന്നു അമൃതാഷെർഗിലിന്റെ രംഗവേദി. ഈ അരങ്ങിൽ കാലുറപ്പിച്ചുനിന്ന് ചരിത്രപരമായ ആധികാരികതയുള്ളതും അതേ സമയം തദ്ദേശീയമായി വേരുകളുള്ളതുമായ ഇന്ത്യൻ ആധുനികതയ്ക്ക് രൂപംനല്കാൻ അവർ ശ്രമിച്ചു. അതുവഴി ഒരുഭാഗത്ത് ഇന്ത്യൻ കലാചരിത്രത്തിലെ നിർണ്ണായകപ്രതിസന്ധികൾക്കും മറുഭാഗത്ത് സ്വത്വപരമായി താൻ അഭിമുഖീകരിക്കുന്ന പ്രതിസന്ധികൾക്കും പരിഹാരം കാണാനും അവർ പണിപ്പെട്ടു. കലാപരമായ വിമോചനം അവർക്ക് സ്വത്വപരമായ വിമോചനത്തിന്റെ കൂടി ഭാഗമായിരുന്നു എന്നർത്ഥം. ഭൂതകാലത്തെയും അതിന്റെ സുദീർഘപാരമ്പര്യങ്ങളെയും പുനരുജ്ജീവനപരമായി അവതരിപ്പിക്കുന്നതിന് പകരം ദേശീയവും വിപ്ലവപരവുമായി അവയെ പുനരാഖ്യാനം ചെയ്ത 1920 - കളിലെ മെക്സിക്കൻ ചിവർചിത്രരചനയുടെ മറ്റൊരുനിലയിലുള്ള

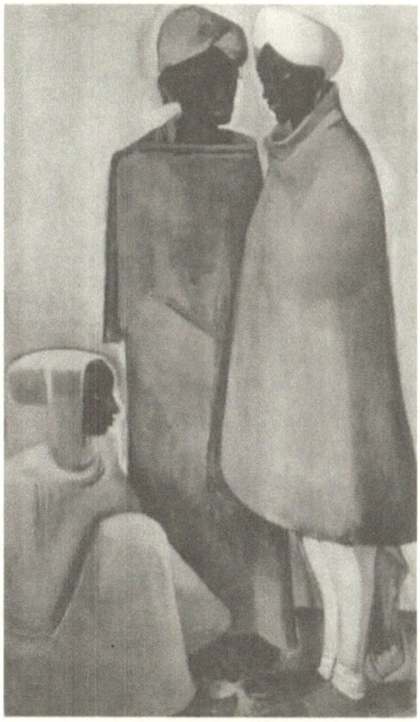
പർവ്വതവാസികൾ

തുടർച്ചയായി അമൃതാ ഷെർഗിലിന്റെ കല മാറിത്തീർന്നു. (മൂന്നാംലോക കലയുടെ ചരിത്രത്തിൽ ദേശീയ അന്യോപദേശത്തിന്റെ (national allegory) മാതൃകാപാഠമായി മെക്സിക്കൻ കല മാറിത്തീർന്നുവെന്ന് ഗീതാകപൂർ). നാഗരികതയുടെ വിശാലചരിത്രത്തിനും പാരമ്പര്യത്തിനും ഉള്ളിൽ ഒരേസമയം ആധുനികവും ദേശീയവും വ്യക്തിപരവുമായ സ്വത്വ സംസ്ഥാപനത്തിന്റെ ഉപകരണമായി അമൃതാഷെർഗിൽ തന്റെ രചനകളെ ഉപയോഗപ്പെടുത്തി.

ഇങ്ങനെ മനസ്സിലാക്കിയാൽ അമൃതാഷെർഗിലിന്റെ കലാദർശനം ആധുനിക ഭാരതീയകലയിലെ ചരിത്രപരമായ വൈരുദ്ധ്യങ്ങളുടെ നിർദ്ധാരണത്തിലും അതിനുള്ള പരിഹാരങ്ങളിലുമാണ് വേരോടിപ്പടർന്നിരിക്കുന്നത് എന്ന് വ്യക്തമാകും. മുകളിൽ സൂചിപ്പിച്ചതുപോലെ ഈ വൈരുദ്ധ്യങ്ങൾക്ക് ഇന്ത്യൻ ദേശീയതയുടെയും അമൃതയുടെ വ്യക്തിജീവിതത്തിന്റെയും തലങ്ങളിൽ ചില തുടർച്ചകളുമുണ്ട്. പോസ്റ്റ് ഇംപ്രഷനിസ്റ്റ് രചനാസങ്കേതങ്ങളോട് അവർ ആഭിമുഖ്യം പുലർത്തിയിരുന്നു എന്നത് വാസ്തവമാണ്. (എന്നാൽ പാരീസിലെ കലാപരിശീലനകാലത്ത് വരച്ച ചിത്രങ്ങൾ കഴിഞ്ഞാൽ ഇത്തരമൊരു ഘടകം അമൃതാഷെർഗിലിന്റെ കലയിലെ നിർണ്ണായക സാന്നിദ്ധ്യമല്ലെന്നാണ് കൃഷ്ണചൈതന്യ അഭിപ്രായപ്പെടുന്നത്). പില്ക്കാല ആധുനികതാവാദകലയിലെ രൂപനിഷ്ഠതാവാദത്തോട് (formalism) വിയോജിച്ചുകൊണ്ട് വികസിച്ചുവന്ന നവയഥാതഥത്വം (neo realism) അമൃതയുടെ കലാപരിശീലനകാലത്ത് പാരീസിൽ വേരുപിടിക്കുന്നുണ്ടായിരുന്നു. ഇവ തമ്മിലുള്ള സംവാദാത്മകവിനിമയങ്ങളുടെ സ്ഥാനത്താണ് അമൃതയുടെ കല ഇടം പിടിച്ചത്. ആദ്യകാല ആധുനികതാവാദകലയിലെ അർദ്ധകാല്പനികവും അർദ്ധയഥാതഥവുമായ ആഭിമുഖ്യങ്ങളോട് ചേർന്നുനിന്നുകൊണ്ട് തദ്ദേശീയ കലാപാരമ്പര്യങ്ങളുമായി വിനിമയങ്ങളിലേർപ്പെടാനാണ് അവർ പില്ക്കാലത്ത് ശ്രമിച്ചതെന്ന് പറയാം. ആധുനികതാവാദകലയുടെ ശൈലീപരമായ സമ്മർദ്ദങ്ങൾക്കുള്ളിൽ (mannerist stress of modernism) നവയഥാതഥത്വത്തെ സന്നിവേശിപ്പിക്കുവാൻ അമൃതാഷെർഗിലിന് കഴിഞ്ഞു. അങ്ങനെ പകുതി ദേശീയവും പകുതി യഥാതഥവുമായ തന്റെ ഭാവുകത്വത്തെ നാടോടി കലയുടെ ലാവണ്യദർശനവുമായി അവർ

പർവ്വതവാസിനികൾ

വിളക്കിച്ചേർത്തു. ഗീതാകപൂർ സൂചിപ്പിക്കുന്നതുപോലെ, ചരിത്രപരമയി സാധുവായ ഒരു ബദൽ ആധുനികതയ്ക്കു (historically valid alternative modernism) വേണ്ടി അക്കാലത്ത് ഇന്ത്യൻ ചിത്രകലയിൽ അരങ്ങേറിക്കൊണ്ടിരുന്ന, അത്യന്തം വൈവിദ്ധ്യപൂർണ്ണവും സംഘർഷനിർഭരവുമായ ശ്രമങ്ങളിൽ ഏറ്റവും വിജയം കൈവരിച്ച ഒന്ന് അമൃതാ ഷെർഗിലിന്റെ ഈ ഇടപെടലാണ്. ആധുനിക ഇന്ത്യൻ ചിത്രകലയുടെ അർത്ഥപൂർണ്ണമായ അവതരണങ്ങളി ലൊന്നായി അത് മാറിത്തീർ ന്നതിന്റെ കാരണവും മറ്റൊന്നല്ല.[24]

ഇത്തരമൊരു നിർണ്ണായകമായ ഇടപെടലിന് വഴിതുറക്കും വിധം അമൃതാഷെർഗിലിന്റെ കലാദർശനത്തിന്റെ അടിസ്ഥാനമായി നിലകൊണ്ടത്, പ്രത്യേകിച്ചും ഗ്രാമീണ ഇന്ത്യൻ ജീവിതത്തെക്കുറിച്ചുള്ള അവരുടെ കാഴ്ചപ്പാടുകളെയും ആവിഷ്കാരക്രമങ്ങളെയും നിർണ്ണയിച്ചത്, നാല് പ്രഭാവങ്ങളായിരുന്നു. നിയോ- ഇംപ്രഷനിസ്റ്റ് കലയുടെ ഹംഗേറിയൻ പാഠാന്തരങ്ങൾ, ഗൊഗൈന്റെ സ്വാധീനത്താൽ രൂപപ്പെട്ട പരന്ന പ്രതലങ്ങളോടുകൂടിയ പോസ്റ്റ് - ഇംപ്രഷനിസ്റ്റ് രചനാരീതി, അജന്തയിലെ ബൗദ്ധകല, അകാലത്തിലുള്ള മരണംമൂലം വേണ്ടത്ര തെളിയാതെ പോയതും തീക്ഷ്ണ സ്വഭാവമുള്ള വർണ്ണവിനിയോഗങ്ങളിലേക്ക് അമൃതയെ ആനയിച്ചതുമായ മിനിയേച്ചർ പാരമ്പര്യം. ഈ നാലു ഘടകങ്ങളുടെ കൂടിക്കലരൽ വഴി രൂപപ്പെട്ടു വന്ന രചനാശൈലി അമൃതാഷെർഗിലിന്റെ ഇന്ത്യൻ ജീവിത ചിത്രീകരണത്തിന് അസാധാരണമായ വിഷാദച്ഛായയും ഒപ്പം തന്നെ അനന്യമായ ഗഹനതയും നല്കി. 1935 ൽ അമൃത രചിച്ച 'വെളുത്ത വസ്ത്രം ധരിച്ച ആൾ' (*Man in White*), 'പർവ്വതവാസികൾ' (*Hill Men*), 'പർവ്വതവാസിനികൾ' (*Hill Women*) എന്നീ ചിത്രങ്ങളിൽ ഈ ഭാവം പ്രകടമാണ്. ഗ്രാമീണ ഇന്ത്യൻ ജീവിതത്തിന്റെ സ്മാരകങ്ങളെപ്പോലെ, നിശ്ചലത തിടം വച്ചു നില്ക്കുന്ന മനുഷ്യരെയാണ് അമൃതാഷെർഗിൽ ആ രചനകളിൽ വരച്ചത്. പരന്നതും അലങ്കാരരഹിതവുമായ പശ്ചാത്തലത്തിൽ നിശ്ചലതയും നിസ്സംഗതയും കനത്തുനില്ക്കുന്ന മനുഷ്യരൂപങ്ങൾ ഇന്ത്യൻ ജീവിതത്തിന്റെ സ്മാരകബിംബങ്ങളെപ്പോലെ നിലകൊള്ളുന്നത് നമുക്ക് ആ രചനകളിൽ കാണാം. 'പർവ്വതവാസിനികൾ' (*Hill Women*) എന്ന

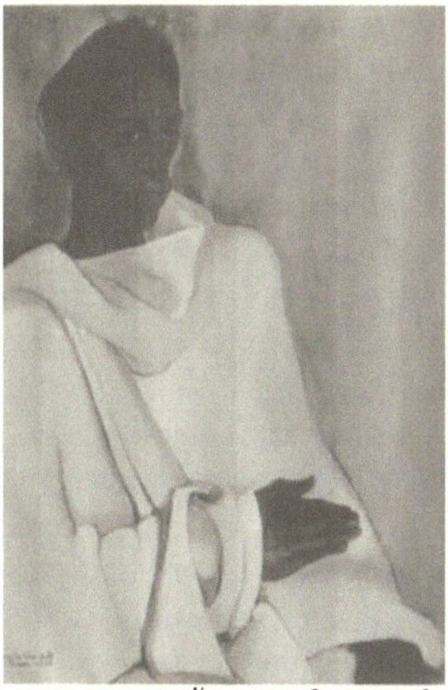
വെളുത്തവസ്ത്രം ധരിച്ച ആൾ

ചിത്രത്തിലെ സ്ത്രീകളുടെ ശില്പ സദൃശമായ ശരീരഭാഷ അവരുടെ ഒറ്റ തിരിഞ്ഞ നില്പിനിടയിലും അവർക്ക് ആന്തരികമായ ഒരു താളപ്പൊരുത്തം നല്കുന്നുണ്ട്. ഗുപ്തകാലത്തെ ബുദ്ധ ശില്പങ്ങളെ ഓർമ്മിപ്പിക്കുന്ന വസ്ത്ര ങ്ങളണിഞ്ഞ് തങ്ങളിലേക്കുതന്നെ പിൻവലിഞ്ഞ് ഒറ്റതിരിഞ്ഞു നില്ക്കുന്ന സ്ത്രീകൾ അവരുടെ സവിശേഷമായ ശരീരഭാഷയാലാണ് ചിത്രത്തിൽ കൂട്ടി യിണക്കപ്പെടുന്നത്. ദരിദ്രരായിരിക്കു മ്പോഴും അങ്ങേയറ്റത്തെ ഗഹനതയും മഹിമയുമുള്ള മനുഷ്യരെയാണ് നമുക്ക് ആ ചിത്രങ്ങളിൽ കാണാനാവുക. പരമ ദരിദ്രരായ സ്ത്രീ - പുരുഷന്മാരുടെ ചിത്രങ്ങൾ വരയ്ക്കുമ്പോഴും അവരെ സ്വന്തം ജീവിതവും സവിശേഷതയുമുള്ള വ്യക്തികളായാണ്, ചുറ്റുപാ ടുകളുടെയും സാഹചര്യങ്ങളുടെയും ഇരകളായിത്തീർന്ന കേവല മനുഷ്യരായല്ല അമൃതാഷെർഗിൽ ചിത്രീകരിച്ചുകൊണ്ടിരുന്നത്. 'പർവ്വതവാസികളു'ടെ ചിത്രത്തോടെ ഇന്ത്യൻ യാഥാർത്ഥ്യങ്ങളെ ഭാവനാത്മകമായി അഭിസംബോധന ചെയ്ത് അതിൽനിന്ന് പുതിയ ചിത്രഭാഷയും അതിന്റെ വ്യാകരണവും വികസിപ്പിച്ചെടുക്കുന്നതിൽ അമൃതാഷെർഗിൽ പൂർണ്ണമായും വിജയത്തിലെത്തി. ഇന്ത്യയിലെ ദരിദ്രരായ പരശ്ശതം മനുഷ്യരുടെ യാതനകളെയും നിത്യവി ഷാദത്തിലാണ്ടുപോയ അവരുടെ ജീവിതത്തെയും കാല്പനികമായ വികാരപാരവശ്യങ്ങളില്ലാതെ രേഖപ്പെടുത്താനുള്ള അമൃതയുടെ ശ്രമങ്ങ ളുടെ മികച്ച തുടക്കങ്ങളായി ഈ ചിത്രങ്ങൾ ഇപ്പോൾ പരിഗണിക്ക പ്പെട്ടുവരുന്നു.

ദൃഢവും കർക്കശവുമായ പുറംവരകൾക്കുള്ളിൽ തെളിച്ചമുള്ളതും ശുദ്ധവുമായ വർണ്ണങ്ങൾ വിന്യസിച്ചുകൊണ്ടും കൂർബെയുടെ ചിത്രസം വിധാനക്രമത്തെ അനുസ്മരിക്കുന്ന നിലയിലുമാണ് അമൃത തന്റെ ഇന്ത്യൻ രചനാക്രമം വികസിപ്പിച്ചെടുത്തത്. അവരുടെ പല ചിത്രങ്ങൾക്കും ഇന്ത്യൻ ഗ്രാമീണജീവിതത്തിന്റെ സ്മാരകസ്തംഭസ്വരൂപം (monumentality) കൈവന്നതും ഇതുകൊണ്ടാണ്.[25] 1935 ൽ വരച്ച 'വെളുത്ത വസ്ത്രം ധരിച്ച മനുഷ്യൻ' (*Man in White*) എന്ന ചിത്രം ഈ സ്മാരക സ്തംഭസ്വരൂപ ത്തെ അങ്ങേയറ്റം മൂർത്തമായും കണിശമായും ആവിഷ്കരിക്കുന്നുണ്ട്. ചിത്രപ്രതലത്തിൽ കോണോടു കോണായി വിന്യസിക്കപ്പെട്ട, വെള്ള പ്പുതപ്പ് പുതച്ചിരിക്കുന്ന ഇരുണ്ട പുരുഷരൂപം അസാധാരണമായ വിധ ത്തിൽ ദൃഢവും നിശ്ചലവുമാണ്. ഇന്ത്യൻ ഗ്രാമജീവിതത്തിന്റെ അങ്ങേ

യറ്റം അലങ്കാരശൂന്യമായ പ്രതിനിധാനമായി ആ ചിത്രം മാറിത്തീർന്നിരിക്കുന്നു. മുകളിൽ സൂചിപ്പിച്ചതുപോലെ ബംഗാൾ സ്കൂളിലെ ചിത്രകാരന്മാർ ആദർശവല്ക്കരിച്ച ഇന്ത്യൻ ഗ്രാമങ്ങളുടെ മറുപുറത്തെയാണ് തന്റെ ചിത്രങ്ങളിൽ ഭാരതീയതയുടെ സ്മാരകസ്തംഭങ്ങളായി അമൃതാഷെർഗിൽ അവതരിപ്പിച്ചത്. ഇരുണ്ടുകറുത്ത, പ്രത്യാശയുടെ തിളക്കമോ പ്രസാദാത്മകതയോ പ്രകാശിപ്പിക്കാത്ത, അതേസമയം തന്നെ ബലിഷ്ഠരായ ഗ്രാമീണരുടെ 'വൈരൂപ്യം' തന്നെ എപ്പോഴും ആകർഷിച്ചിരുന്നതായി അവർ അഭിപ്രായപ്പെട്ടിട്ടുണ്ട്. ഇക്കാലത്തുതന്നെ അവർ വരച്ച 'പർവ്വതവാസികളി'ൽ ഗൊഗൈനെ ഓർമ്മിപ്പിക്കുന്ന പരന്ന രചനാശൈലി കൂടുതൽ പ്രകടമായിക്കാണാം.[26] പരന്ന പ്രതലത്തിൽ, ഏറ്റവും കുറച്ച് അടിസ്ഥാനവർണ്ണങ്ങൾ മാത്രം ഉപയോഗിച്ച്, നിർവ്വികാരവും സമാധിസ്ഥവുമായ ഭാവത്തിലാണ് ആ ചിത്രങ്ങളിൽ അമൃതാഷെർഗിൽ പർവ്വതവാസികളായ സ്ത്രീ - പുരുഷന്മാരെ വരച്ചത്. ഭാരതീയതയെയും ഗ്രാമീണതയെയും കുറിച്ച് ഇന്ത്യൻ ചിത്രകല അക്കാലംവരെ വച്ചുപുലർ ത്തിയിരുന്ന ധാരണകളിൽനിന്നുള്ള നിർണ്ണായകമായ വഴിത്തിരിവായിരുന്നു ആ ചിത്രങ്ങൾ. പാശ്ചാത്യവും നാഗരികവുമായ പ്രഭാവങ്ങളെ തന്റെ കലയിൽ നിന്ന് കുടഞ്ഞുകളയാനും ഇന്ത്യയിലെ ഗ്രാമീണജീവിതത്തിനും അവിടെയുള്ള ജനങ്ങൾക്കുമായി തന്റെ രചനകളെ സമർപ്പിക്കാനും അമൃതയ്ക്കു കഴിഞ്ഞുവോ എന്നത് എതിരഭിപ്രായങ്ങൾക്ക് വഴിയുള്ള വിഷയമാണ്. (അമൃതാഷെർഗിലിന്റെ ചിത്രങ്ങളിലെ അങ്ങേയറ്റം പരുക്കനായ യഥാതഥത്വം ഭാരതീയമെന്നതിനേക്കാൾ പാരീസിന്റെ ഉല്പന്നമാണെന്ന് കരുതുന്ന കലാവിമർശകർ ധാരാളമുണ്ട്). പക്ഷേ, ഇന്ത്യൻ ഭാവനയെയും രചനാസമ്പ്രദായത്തെയും അവർ അക്കാലംവരെയില്ലാത്ത മട്ടിൽ പുതുക്കിപ്പണിതു എന്നത് സിസ്സംശയമാണ്. അമൃതാഷെർഗിലിന്റെ മരണത്തിന് തൊട്ടുപിന്നാലെ അവരുടെ അടുത്ത സുഹൃത്ത് കൂടിയായ കാൾ ഖണ്ഡാലവാല[27] (Karl Khandalavala) എഴുതിയ ജീവചരിത്രത്തിൽ പാരീസിലും ഹംഗറിയിലും വച്ച് അമൃത രചിച്ച ചിത്രങ്ങളേക്കാൾ മികവും ഭദ്രതയും തികഞ്ഞ രചനകളായി അവരുടെ ഇന്ത്യൻ ചിത്രങ്ങളെ എടുത്തുകാട്ടി അമൃതാ ഷെർഗിലിന്റെ ദേശീയപാരമ്പര്യം ഉറപ്പിച്ചെടുക്കാൻ ശ്രമിക്കുന്നത് തീർത്തും അസ്ഥാനത്തല്ല.

അമൃതയുടെ ഇന്ത്യൻ ചിത്രങ്ങൾ ജാമിനിറായുടെയും രബീന്ദ്രനാഥടാഗോറിന്റെയും[28] രചനകളോളം വിധ്വംസകമായിരുന്നില്ല. ആ നിലയിൽ അവർ ഇരുവരേക്കാളും കുറഞ്ഞ അളവിലേ ഇന്ത്യൻ ചിത്രകലയിലെ ആധുനികതാപ്രസ്ഥാനത്തെ അമൃതാഷെർഗിൽ പ്രതിനിധീകരിക്കുന്നുള്ളൂ എന്ന പാർത്ഥാമിറ്ററുടെ അഭിപ്രായം പ്രസക്തവുമാണ്. അമൃതയുടെ കലാസ്വത്വത്തിന്റെ മിശ്രഭാവമാണ് (hybridity) അവരുടെ രചനകളുടെ അടിയൊഴുക്കായി വർത്തിക്കുന്ന ദുരന്താവബോധത്തിന് വഴിതുറന്നതെന്ന് പറയാം. ദൃഢവും സുഭദ്രവുമായ ദേശീയസ്വത്വത്തിന് പകരം വ്യാമിശ്രവും ശിഥിലവും ആധികാരിത കുറഞ്ഞതുമായ തന്റെ

ഭാരതീയതയെ ആധുനിക ഇന്ത്യൻ ജീവിതത്തിന്റെ ആന്തരികവൈരുദ്ധ്യങ്ങളിലേക്കുള്ള നടപ്പാതയായി അവർ ഉപയോഗപ്പെടുത്തി.[29] ഒരേ സമയം ഒരു സ്ത്രീയും കലാകാരിയും നാഗരികയും ഗ്രാമീണയും ആയി നിലകൊള്ളുന്നതിന്റെ വൈരുദ്ധ്യങ്ങൾ അമൃതാ ഷെർഗിലിന്റെ കലയിൽ തെളിഞ്ഞുകാണാം. ദേശീയതയേയും ആധുനികതയേയും കുറിച്ചുള്ള മുഖ്യധാരാബോദ്ധ്യങ്ങളെ തന്റെ കലയിൽ അവർ മറികടന്നതും ഈ വൈരുദ്ധ്യങ്ങളിൽ ഉറച്ചുനിന്നതുകൊണ്ടാണ്.

1930 കളിൽ അമൃത വരച്ച കരിച്ചിത്രങ്ങളിൽ (charcol sketches) രൂപത്തിന്റെ വിശദാംശങ്ങളെ ഘനത്തിലേക്ക് സംഗ്രഹിക്കുന്നതിനുള്ള അവരുടെ അസാധാരണമായ മികവ് പ്രകടമാണ്. ഗ്രാന്റ് സലോണിലെ ഏറ്റവും പ്രായം കുറഞ്ഞ പങ്കാളിയായി അമൃതാഷെർഗിൽ മാറിത്തീരുന്നതും അവിടെനിന്ന് പുരസ്കാരങ്ങൾ നേടുന്നതും ഇതിന്റെ പിൻബലത്തിലാണ്. സമകാലിക പാശ്ചാത്യശൈലികളിൽ അമൃത കൈവരിച്ച മികവിന്റെ തെളിവായിരുന്നു ഈ ഘനീകരണം. എന്നാൽ ഇന്ത്യയിലേക്ക് മടങ്ങിയതിനുശേഷം അമൃത തന്റെ കലയിൽ ഈ സ്വാധീനത്തെ ഏറെയൊന്നും നിലനിർത്തിയില്ല. ചലനാത്മകമായ ഇന്ത്യൻ ജീവിതത്തെ ചിത്രകലയിൽ സന്നിവേശിപ്പിക്കാനാണ് താൻ ശ്രമിക്കുന്ന തെന്ന് അവർ ഇതേക്കുറിച്ച് പറയുന്നുമുണ്ട്. ഈ ശ്രമത്തിന്റെ ഭാഗമായി 1930 - കളിൽ ഇന്ത്യൻ ചിത്രകലയിൽ പ്രബലമായിരുന്ന ധാരണകളോട് അമൃത നിശിതമായി ഏറ്റുമുട്ടുകയും ചെയ്തു. ഇതിലേറ്റവും പ്രധാനം ബംഗാൾ സ്കൂളിനെതിരായ അവരുടെ വിമർശനങ്ങളായിരുന്നു. ഇന്ത്യൻ ചിത്രകലയുടെ നവോത്ഥാനമായിത്തീരുന്നതിനുപകരം അതിന്റെ സ്തംഭനത്തിനാണ് ബംഗാൾ സ്കൂൾ വഴിവച്ചതെന്ന് അമൃത വിമർശനമുന്നയിച്ചിട്ടുണ്ട്. മരണത്തിന് രണ്ടുവർഷം മുമ്പ് 1941 ആഗസ്ത് 19 ന് നടത്തിയ റേഡിയോ പ്രഭാഷണത്തിൽ ബംഗാൾ സ്കൂളിനെ അമൃത തള്ളിപ്പറയുകതന്നെ ചെയ്തു.[30] നന്ദലാൽബോസിനെപ്പോലുള്ള, ബംഗാൾ സ്കൂൾ ജന്മം നല്കിയ ഏറ്റവും മികച്ച ഒരു കലാകാരനെപ്പോലും അവർ ഏറെയൊന്നും മാനിച്ചിരുന്നില്ല.[31] ദേശീയ പ്രസ്ഥാനത്തിന്റെ കാലത്ത് നന്ദലാലിന് കൈവന്ന അധൃഷ്യതയുടെ സന്ദർഭങ്ങളിൽ പ്പോലും നന്ദലാലിന്റെ കലയിലെ പ്രചോദിതമല്ലാത്ത കൗശലത്തെ (uninspired cleverness) അവർ നിശിതമായി വിമർശിച്ചിട്ടുണ്ട്. ജാമിനിറോയുടെ പ്രതിഭയെ അമൃത മാനിച്ചിരുന്നുവെങ്കിലും അജന്തയുടെയും ഇന്ത്യയിലെ ഗ്രാമീണകലയുടെയും പാരമ്പര്യങ്ങളോട് ജാമിനിറായുടെ കലയെ തുലനപ്പെടുത്തുന്നത് അവർക്ക് അസ്വീകാര്യമായിരുന്നു. ഇത്തരം സമീകരണങ്ങൾ അജന്തയോട് നാം ചെയ്യുന്ന വലിയ അനീതിയാണെന്ന് തന്റെ സുഹൃത്തായിരുന്ന ഖണ്ഡാലവാലയോട് അവർ അഭിപ്രായപ്പെട്ടിട്ടുമുണ്ട്.

അജന്ത : സാരവത്തായ രൂപങ്ങൾ

ഇന്ത്യയെ ആദർശാത്മകവും അതിഭൗതികവും അലംകൃത വുമായ

ഭൂതകാലബിംബങ്ങളായി അവതരിപ്പിക്കാനുള്ള ശ്രമങ്ങളാണ് ബംഗാൾ സ്കൂളിൽ അമൃതാഷെർഗിൽ കണ്ട ഏറ്റവും വലിയ പരാധീനത. അവരെ സംബന്ധിച്ചിടത്തോളം ഇന്ത്യയെന്നത് അതിന്റെ പൗരാണികതയ്ക്കും ചരിത്രത്തിനും അപ്പുറം ഇന്ത്യൻ ഗ്രാമജീവിത മായിരുന്നു. ദരിദ്രവും വിഷാദാത്മകവുമായ ഗ്രാമജീവിതത്തിൽനിന്നും ഇന്ത്യയുടെ യാഥാർത്ഥ്യത്തെ കണ്ടെടുത്ത് അതിനെ ഭാരതീയതയുടെ അടയാളവും ആവിഷ്കാര പ്രകാരവുമായി അവതരിപ്പിക്കാനാണ് അമൃത ശ്രമിച്ചത്. ഈ രചനാ പദ്ധതി വളരെപ്പെട്ടെന്ന് അതിവൈകാരികതയിലേക്ക് വഴുതിപ്പോവുന്ന ഒന്നാണെന്ന കാര്യം അവർ തിരിച്ചറിഞ്ഞിരുന്നു. ആധുനികതാപ്രസ്ഥാനത്തിന്റെ കലാദർശനം സ്വാംശീകരിച്ചിരുന്ന അമൃതയ്ക്ക് അത്തരമൊരു അതിവൈകാരികത അങ്ങേയറ്റം അസ്വീകാര്യവുമായിരുന്നു. ഈ വൈരുദ്ധ്യത്തെ മറികടക്കാൻ പോന്ന ഒരു രചനാസങ്കേതം മുപ്പതുകളുടെ പകുതിയോടെ അവർ കണ്ടെത്തി. ഒരർത്ഥത്തിൽ തന്റെ കലയുടെ മൗലികതയായി അമൃതാഷെർഗിൽ പില്ക്കാലത്ത് കണക്കാക്കിയതും ഈ സംയോഗത്തെയാണ്. റോജർ ഫ്രൈ സാരവത്തായ രൂപം (significant form) എന്ന് വിശേഷിപ്പിച്ച തരത്തിലുള്ള, സവിശേഷമായ, രൂപരചനാസങ്കേതം അജന്തയിൽനിന്നും അമൃത വികസിപ്പിച്ചെടുത്തതായി പാർത്ഥാമിറ്റർ അഭിപ്രായപ്പെടുന്നു.[32] ഗ്രാമീണദാരിദ്ര്യത്തെയും വിഷാദാത്മകതയെയും സംഗ്രഹിക്കാൻ കഴിയുന്ന ചിത്രത്തിന്റെയും വർണ്ണവിനിയോഗത്തിന്റെയും സാങ്കേതികരീതിയാണ് ഇക്കാലത്ത് അമൃത വികസിപ്പിച്ചെടുത്തത്. 'ലാവണ്യാത്മകമായ വികാരം' (aesthetic emotion) എന്ന് അവർ വിശേഷിപ്പിക്കുന്ന അനുഭൂതിതലത്തെ വിഷയവസ്തുവിൽനിന്ന് നിർദ്ധാരണം ചെയ്യാനും, പ്രതിപാദ്യത്തിന്റെ നിസ്സാരതകളെയും അതിവൈകാരികതകളെയും ഒഴിവാക്കി അതിനെ പ്രകാശിപ്പിക്കാനും ഈ രൂപനിർമ്മാണസങ്കേതം വഴിതുറന്നുതരുന്നതായി അമൃത കരുതി. രൂപപരമായ മികവിലും വൈകാരികമായ ആഴം നിലനിർത്തുന്നവയാകണം തന്റെ രചനകൾ[33] എന്ന സ്വന്തം ബോദ്ധ്യത്തോട് നീതിപുലർത്താൻ ഇതുവഴി കഴിയുമെന്നും അവർ കരുതി.

ഇത്തരമൊരു രൂപരചനാസങ്കേതം വികസിപ്പിച്ചെടുക്കുന്നതിൽ അമൃതാ ഷെർഗിലിന് ഏറ്റവുമധികം സഹായകരമായത് അജന്തയിലേക്കുള്ള യാത്രയാണ്. ബംഗാൾ സ്കൂൾ അവതരിപ്പിച്ചതല്ല അജന്തയുടെ പാരമ്പര്യം എന്ന് ഈ സന്ദർശനം അമൃതയെ ബോദ്ധ്യപ്പെടുത്തി. അജന്തയുടെ സാരാംശത്തിൽ ഊന്നൽ നല്കാതെ അതിന്റെ ബാഹ്യപ്രകൃതിയെ അനുകരിക്കുകയാണ് ബംഗാൾ സ്കൂൾ കലാകാരന്മാർ ചെയ്യുന്നത് എന്ന രവീന്ദ്രനാഥ ടാഗോറിന്റെയും ഗഗനേന്ദ്രനാഥ ടാഗോറിന്റെയും വിമർശനം സാധുവാണെന്ന് അമൃതയും കരുതിയിരുന്നു. പടിഞ്ഞാറൻ ചിത്രകല വികസിപ്പിച്ചെടുത്ത രേഖീയപരിപ്രേക്ഷ്യത്തിനും പിൻവാങ്ങുന്ന സ്ഥലത്തിനും (receding space) പകരം പശ്ചാത്തലം അപ്രധാനമായ നിലയിൽ പുരോഗമിക്കുന്ന സ്ഥലമാണ് (forthcoming

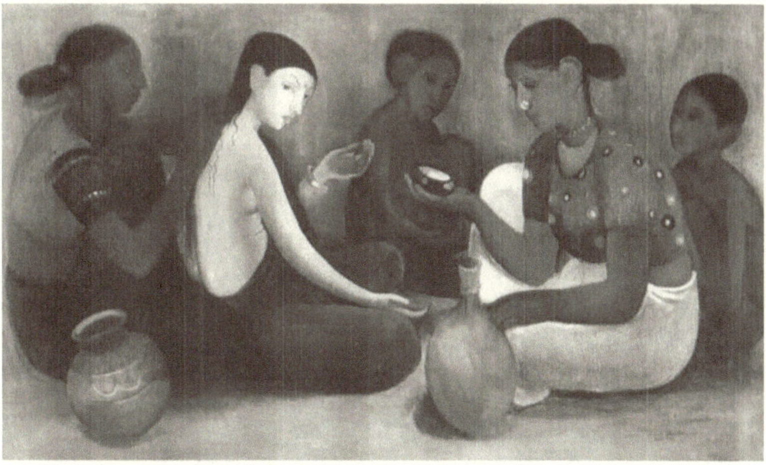

വധുവിന്റെ ചമയഗൃഹം

space) അജന്തയിലെ ചിത്രങ്ങളിലുള്ളതെന്ന് വിജയകുമാർ മേനോനെപ്പോലുള്ള കലാനിരൂപകർ വിലയിരുത്തിയിട്ടുണ്ട്. തന്റെ ദക്ഷിണേന്ത്യൻ സഞ്ചാരത്തിനിടയിൽ കേരളത്തിലെ ഭിത്തിചിത്രങ്ങളുമായി പരിചയപ്പെട്ട അമൃതാ ഷെർഗിൽ അവയിലെ സ്ഥലവിതരണത്തെ അജന്താപാരമ്പര്യത്തിന്റെ മറ്റൊരു നിലയിലുള്ള തുടർച്ചയായി മനസ്സിലാക്കിയിരിക്കണം.[34] ഇതോടൊപ്പം തന്റെ യാത്രകളിലൂടെ പരിചയം നേടിയ മുഗൾ, പഹാഡി, രാജസ്ഥാനി മിനിയേച്ചറുകളുടെ ശൈലികളും അമൃതാഷെർഗിലിന്റെ പില്ക്കാല രചനാസങ്കേതങ്ങളിൽ പലനിലകളിൽ ഇടംപിടിച്ചു.[35] പരന്ന പ്രതലസ്വഭാവവും അത്യന്തം ലളിതമായ സ്ഥലക്രമീകരണവും മുഗൾ ചിത്രപാരമ്പര്യത്തിന്റെ ബഹുവീക്ഷണ കോണുകളും (multiple perspectives) എല്ലാം അവർ തന്റെ പില്ക്കാല രചനകളിൽ - 'ചുവന്ന കളിയാന' (*Red Clay Elephant*), 'കുളിക്കുന്ന ആനകൾ' (*Bathing Elephants*), 'ഹൽദി പൊടിക്കുന്നവർ' (*Haldi Grinders*) - ഉൾച്ചേർത്തതായി വിജയകുമാർ മേനോൻ സൂചിപ്പിക്കുന്നു. മുകളിൽ സൂചിപ്പിച്ചതുപോലെ ആദർശാത്മകമായ ചരിത്രത്തിനും ഭൂതകാലത്തിന്റെ സുവർണ്ണശോഭയ്ക്കുമപ്പുറത്തുള്ള ജീവിക്കുന്ന ഭാരതത്തിന്റെ (living India) ചിത്രസങ്കേതപരമായ കണ്ടെടുക്കലാണ് ഇതിലൂടെ അമൃതാ ഷെർഗിൽ നടത്തിയത്. 'പഴം വില്പനക്കാർ' (*Fruit Vendors*) എന്ന ചിത്രത്തിൽ അജന്തയിൽനിന്നും കൈവന്ന, അലങ്കാരശൂന്യമായ നിറങ്ങളെ പശ്ചാത്തലമായി ഉപയോഗപ്പെടുത്തുന്ന രീതിയുടെ മികച്ച മാതൃക കാണാം. ബ്രിട്ടീഷ് അക്കാദമിക് റിയലിസത്തിനെതിരായ സ്വദേശിവിമർശനങ്ങളെ യഥാർത്ഥമായ തദ്ദേശീയതയിലേക്ക് ആനയിക്കാൻ ആധുനിക ഇന്ത്യൻ

ബ്രഹ്മചാരികൾ

ചിത്രകല നടത്തിയ അർത്ഥവത്തായ പരിശ്രമങ്ങളാണ് നാമിവിടെ കാണുന്നത്.

അജന്തയ്ക്ക് ശേഷമുള്ള ദക്ഷിണേന്ത്യൻ പര്യടനത്തിന്റെ ഭാഗമായാണ് ദുഃഖിതവും വിഷാദമൂകവുമായ ഗ്രാമീണ ഇന്ത്യയുടെ ചിത്രീകരണത്തിന് ഏറ്റവും ഉപയുക്തമെന്ന് താൻ കരുതിയ ശരീരമാതൃകകൾ അമൃതാ ഷെർഗിലിന്റെ ചിത്രങ്ങളിൽ ഇടംപിടിക്കുന്നത്. 'വധുവിന്റെ ചമയഗൃഹം' (*Bride's Toilet*), 'ബ്രഹ്മചാരി' (*The Brahmachari*) എന്നീ ചിത്രങ്ങൾ, അതിൽത്തന്നെ 'ബ്രഹ്മചാരി' എന്ന ചിത്രം, ഈ നില യിൽ വളരെയേറെ പ്രാധാന്യമർഹിക്കുന്നവയാണ്. അജന്തയിലെ രേഖാ - രൂപ നിർമ്മാണ പാരമ്പര്യത്തെയും ദക്ഷിണേന്ത്യൻ മനുഷ്യരൂപങ്ങളെയും അസാധാരണമായ ചാതുര്യത്തോടെ കൂട്ടിയിണക്കാൻ ഈ ചിത്രങ്ങളിൽ അമൃതാഷെർഗിലിന് കഴിഞ്ഞു. 'ബ്രഹ്മചാരി' യിൽ അവർ ഉപയോഗിച്ച ഇരുണ്ടതും തിളങ്ങുന്നതുമായ വർണ്ണങ്ങളും ചിത്രപ്രതലത്തിലെ വെളിച്ചത്തിന്റെ ഉപയോഗത്തിലെ സവിശേഷതയും അജന്താ പാരമ്പര്യത്തിന്റെ അടയാളങ്ങൾ പേറുന്നു. പുറമേനിന്ന് പതിക്കുന്ന വെളിച്ചത്തിന് പകരം ആന്തരികമായ വെളിച്ചമെന്നോ ആത്മദീപ്തിയെന്നോ (self luminicity) വിശേഷിപ്പിക്കപ്പെടുന്ന തരത്തിൽ ചിത്രത്തിലെ മനുഷ്യരൂപങ്ങളിലെ വർണ്ണവിനിയോഗം അവർ നടത്തിയിട്ടുണ്ട് (വിജയകുമാർമേനോൻ). 'വധുവിന്റെ ചമയഗൃഹം' എന്ന ചിത്രത്തിൽ ഇന്ത്യൻ ഗ്രാമീണജീവിതത്തിന്റെ സവിശേഷതയായി പലപ്പോഴും വിവരിക്കപ്പെട്ടിട്ടുള്ള സ്തബ്ധ സ്വഭാവത്തിന്റെ സൂക്ഷ്മമായ ആവിഷ്കാരം കാണാം. ഈ ചിത്രത്തിലെ വർണ്ണപ്രയോഗം ഒരു ഉദ്ധരണിയെന്നപോലെ ഇന്ത്യൻ ജാതിവ്യവസ്ഥയുടെ വർണ്ണഘടനയിലേക്ക് വിരൽ ചൂണ്ടുന്നതായും കലാനിരൂപകർ വിലയിരുത്തിയിട്ടുണ്ട്. അതേസമയം തന്നെ വധുവിനെ ഒരുക്കുന്നവരുടെ

ചന്തയിലേക്ക് പോകുന്ന
ദക്ഷിണേന്ത്യൻ ഗ്രാമീണർ

വിഷാദഭാവവും ഏകാന്തതയും വഴി അന്തമില്ലാത്ത യാതനകളുടെ നിത്യ വർത്തമാ നത്തിൽ തടവിലടയ്ക്കപ്പെട്ട ഇന്ത്യൻ ഗ്രാമജീവിതത്തിന്റെ പ്രാതി നിധ്യവും ആ ചിത്രം പേറുന്നു.[36] തങ്ങ ളുടെ നിത്യജീവിതവൃത്തികളിൽ നിർവ്വികാരമായി പങ്കുചേരുന്ന സാധാ രണമനുഷ്യരുടെ അന്യവല്ക്കൃതവും സ്തബ്ധവുമായ ജീവിതത്തിന്റെ അടയാളമായി അത് മാറിത്തീർന്നി രിക്കുന്നു. ഈ ചിത്രത്തിലെ വർണ്ണ വിനിയോഗം ബംഗാൾ സ്കൂളുകാരെ പ്പോലെ മുഗൾ, രജപുത്ര സമ്പ്രദായ ങ്ങളിൽ നിന്നുതന്നെയാണ് അമൃതാ ഷെർഗിലും സ്വീകരിച്ചിട്ടുള്ളതെങ്കിലും ബംഗാൾ സ്കൂളുകാരുടെ കേവല മായ ആവർത്തനങ്ങൾക്കപ്പുറം കടന്ന്, ചരിത്രബന്ധങ്ങളുടെ സൂചകവും വർത്തമാനത്തിന്റെ യാഥാർത്ഥ്യവും എന്ന നിലയിലേക്ക് ചിത്രത്തിലെ വർണ്ണവിനിയോഗം മാറിത്തീർന്നിരി ക്കുന്നു.

'വധുവിന്റെ ചമയം' (*Bride's Toilet*), 'ബ്രഹ്മചാരികൾ' (*Bra hmacharis*), 'ചന്തയിലേക്ക് പോകുന്ന ദക്ഷിണേന്ത്യൻ ഗ്രാമീണർ' (*South Indian Villagers Going to the Market*) എന്നീ ചിത്രങ്ങ ളെയാണ് അമൃതാ ഷെർഗിലിന്റെ കലാജീവിതത്തിലെ ഏറ്റവും വലിയ സംഭാവനകളായി മിക്ക നിരൂപകരും കരുതുന്നത്. അജന്തയിലെ ഭിത്തി ചിത്രങ്ങളിൽനിന്നും അവയുടെ സങ്കേതങ്ങളിൽനിന്നും പ്രചോദനം ഉൾക്കൊണ്ട ആ രചനകളിൽ ശരാശരി മനുഷ്യരുടെ അതിസാമാന്യമായ ജീവിതാനുഭവങ്ങളെ ഐതിഹാസികമായ രൂപാവലികളിലാണ് അവർ ആവിഷ്കരിക്കുന്നത്. വലിയ കാൻവാസിൽ, പടിഞ്ഞാറൻ നവോത്ഥാന ചിത്രങ്ങളെ ഓർമ്മിപ്പിക്കുന്ന അനുപാതങ്ങളിലാണ്, നാട്ടുമനുഷ്യരുടെ ജീവിതസന്ദർഭങ്ങളെ അത്യന്തം ദൃഢവും ഐന്ദ്രിയവും ശൈലീകൃത വുമായ രീതിയിൽ അമൃത വരച്ചത്. ഒരേസമയം വൈകാരികമാവാനും അതേസമയം തന്നെ സ്മാരക സ്തംഭസ്വരൂപം (monumental charac- ter) കൈവരിക്കാനും അവയ്ക്ക് കഴിഞ്ഞു. ഇന്ത്യൻ ജീവിതയാഥാർ ത്ഥ്യങ്ങളും (ഇന്ത്യയിലെ ഗ്രാമീണജീവിതത്തിലെ വർണ്ണ ശബളത, ബലിഷ്ഠരും അതേ സമയം വിനീതരുമായ ഇന്ത്യൻ ഗ്രാമീണർ, അവരുടെ അങ്ങേയറ്റം തുച്ഛമായ വിഭവശേഷി എന്നിങ്ങനെ) പാരീസിൽ നിന്ന് ലഭിച്ച കലാപരിശീലനത്തിന്റെ മികവുകളും അമൃതാ

രണ്ടു പെൺകുട്ടികൾ

ഷെർഗിലിന്റെ കലയിൽ അർത്ഥപൂർണ്ണവും സൗന്ദര്യാത്മകവുമായി സമ്മേളിക്കുന്നത് ഈ ചിത്രങ്ങളിലാണ്. ഇത്രത്തോളം ഗഹനതയോടെയും തലയെടുപ്പോടെയും ഇന്ത്യയിലെ ദരിദ്രരായ മനുഷ്യരും അവരുടെ ജീവിതവും ഇന്ത്യൻ ചിത്രകലയിൽ അതുവരേക്കും പ്രത്യക്ഷപ്പെട്ടിട്ടില്ല.

മിനിയേച്ചർ പാരമ്പര്യത്തിന്റെ വീണ്ടെടുപ്പ്

അമൃതാ ഷെർഗിലിന്റെ ചിത്രങ്ങളിൽ ആവർത്തിച്ചു കടന്നു വരുന്ന ഗ്രാമീണ മനുഷ്യരുടെ വിഷാദഭ രിതമായ ദൃശ്യങ്ങൾ ഒരർത്ഥ ത്തിൽ അമൃതയുടെതന്നെ മുഖലക്ഷണമാണെന്നാണ്, അമൃതാ ഷെർഗിലി ന്റെ മരുമകനും പ്രശസ്ത ചിത്രകാരനുമായ വിവാൻ സുന്ദരം അഭിപ്രായപ്പെടുന്നത്. തന്റെ മിശ്രസ്വത്വം (hybrid identity) പുറമേക്ക് അവരെ അലട്ടിയിരുന്നില്ലെങ്കിലും പകുതി യൂറോപ്യനും പകുതി ഭാരതീയവുമായ സ്വത്വത്തിന്റെ സംഘർഷങ്ങൾ അവർ ജീവിതത്തിലുടനീളം അനുഭവിച്ചിരുന്നതായി അമൃതയുടെ അടുത്ത സുഹൃത്തായ മാൽക്കം മഗ്റിഡ്ജും സൂചിപ്പിച്ചിട്ടുണ്ട്.[37] കാഫ്കെയ്ക്ക് എന്ന് വിശേഷിപ്പിക്കാവുന്ന അന്യവല്ക്കൃതാവസ്ഥയുടെ ഉത്തമമാതൃകയായ ബുദ്ധിജീവിയായിരുന്നു അമൃതയെന്ന് പാർത്ഥാമിറ്ററും പറയുന്നു. തന്റെ ജീവിതത്തിനും കലയ്ക്കും താങ്ങാവാൻ പോന്ന ബലിഷ്ഠമായ കേന്ദ്രങ്ങളൊന്നുമില്ലാതെയാണ് അവർ ജീവിച്ചത്. സവിശേഷമായ എന്തെങ്കിലുമൊരു കാരണം അമൃതയുടെ വിഷാദാത്മകതയ്ക്ക് പിന്നിലില്ലായിരുന്നുവെന്നും അത് അസ്തിത്വസംബന്ധിയായ ഒന്നായിരുന്നുവെന്നും മിറ്റർ കരുതുന്നു. അസന്തുഷ്ടമായ ബാല്യത്തിന്റെയും പിതാവുമായുള്ള രാഗ - ദ്വേഷ ഭരിതമായ ബന്ധങ്ങളുടെയും നിഴൽ വീണുകിടക്കുന്ന ഒന്നാണത്. ഇന്ത്യയിലും ഇന്ത്യൻ കലാപാരമ്പര്യത്തിലും അമൃതയ്ക്ക് യഥാർത്ഥ താല്പര്യമില്ലെന്ന് പറഞ്ഞ്, ഇന്ത്യയിൽ സ്ഥിരതാമസമാക്കാനുള്ള അമൃതയുടെ തീരുമാനത്തെ ഉംറാവ് സിങ് കഠിനമായി എതിർത്തിരുന്നു. പിതാവിന്റെ ഈ എതിർപ്പ് അവരെ ആഴത്തിൽ മുറിവേല്പിച്ച ഒന്നാണ്. തന്റെ രചനാസങ്കേതങ്ങൾ ആധുനികതാവാദത്തിൽ (modernism)നിന്ന് കൈവന്നതാണെങ്കിലും അവ അടിസ്ഥാനപരമായി ഭാരതീയമാണെന്നും

ബാലികാവധു

ഇന്ത്യൻ ഗ്രാമജീവിതത്തെ അതിവൈകാരികതയ്ക്കപ്പുറത്തേക്ക് കൊണ്ടുപോകാൻ അതിന് കഴിയുമെന്നും അമൃതാ ഷെർഗിൽ ആവർത്തിച്ചിരുന്നത് ഈ സ്വത്വസംഘർഷത്തിന്റെ അടയാളം കൂടിയായി കണക്കാക്കണം. അങ്ങേയറ്റം ആത്മവിശ്വാസം നിറഞ്ഞ അവരുടെ ബാഹ്യപ്രകൃതം അനന്തമായ ദുഃഖഭാരത്തിനുമേൽ അമൃത വാരിയണിഞ്ഞ ഒരു ആവരണമായിരുന്നുവെന്ന് മഗ്ഗ്റിഡ്ജ് അഭിപ്രായപ്പെട്ടിട്ടുള്ളത് ഇവിടെ ഓർക്കാവുന്നതാണ്. ഇന്ദ്രിയഭോഗങ്ങളിലും ഐന്ദ്രിയഭംഗികളിലുമുള്ള അവരുടെ ആണ്ടുമുഴുകൽപോലും കാരണമില്ലാത്ത ഈ അഗാധശോകങ്ങൾ മുറിച്ചു കടക്കാനുള്ള ശ്രമത്തിന്റെ ഭാഗമായിരുന്നുവെ ന്നും അദ്ദേഹം പറയുന്നു.

1932 ലും 1939 ലും അമൃതാഷെർഗിൽ വരച്ച രണ്ട് ചിത്രങ്ങൾ (*Young Girls*: 1932, *Two Girls* : 1939) അവയുടെ സാംസ്കാരികരാഷ്ട്രീയത്തിന്റെ സൂചനകൾ കൊണ്ടെന്നപോലെ, അമൃതയുടെ ആന്തരികസംഘർഷങ്ങളുടെയും സ്വത്വപരമായ സന്ദിഗ്ദ്ധതയുടെയും അടയാളങ്ങൾകൊണ്ടും പ്രാധാന്യം നേടിയവയാണ്. തന്റെ ഇരുപത്തൊന്നാം വയസ്സിലാണ് അമൃതാഷെർഗിൽ 'ചെറുപ്പക്കാരികൾ' (*Young Girls*) എന്ന ചിത്രം വരയ്ക്കുന്നത്. രണ്ട് പെൺകുട്ടികൾക്കിടയിലെ ശാരീരികവും ലാസ്യപൂർണ്ണവുമായ അടുപ്പത്തിന്റെ ചിത്രീകരണമാണത്. ഒട്ടൊക്കെ നഗ്നമായ മാറിടത്തോടെ കസേരയിൽ അല്പം പിന്നാക്കം ചാഞ്ഞിരിക്കുന്ന പെൺകുട്ടിയും അവളെ സാകൂതം നോക്കുന്ന കൂട്ടുകാരിയുമാണ് ഈ ചിത്രത്തിലുള്ളത്. അമൃത ഒരു ഘട്ടത്തിൽ പങ്കുചേരുകയോ, പങ്കുചേരാൻ ആഗ്രഹിക്കുകയോ ചെയ്ത സ്വവർഗ്ഗാനുരാഗത്തിന്റെ അനുരണനങ്ങൾ ഈ ചിത്രത്തിൽ വായിച്ചെടുക്കപ്പെട്ടിട്ടുണ്ട്. ഇതിനപ്പുറം പടിഞ്ഞാറൻ ചിത്രരചനാ സങ്കേതങ്ങളിൽ അവർ അതിനകം തന്നെ കൈവരിച്ച മികവിന്റെ, പ്രത്യേകിച്ചും പടിഞ്ഞാറൻ വസ്തുനിഷ്ഠതയുടെ, അടയാളങ്ങളും അതിൽ കാണാം. എന്നാൽ 1939 ൽ വരച്ച 'രണ്ട് പെൺകുട്ടികൾ' (*Two Girls*) എന്ന ചിത്രത്തിന്റെ പശ്ചാത്തലത്തിൽ പരിശോധിക്കുമ്പോൾ ഈ ചിത്രം അമൃതയുടെ വ്യക്തി ജീവിതത്തിനപ്പുറം പോകുന്ന വിപുലമായ സൂചനകളെ ഉൾക്കൊള്ളുന്നുണ്ടെന്ന്

നാരങ്ങ വില്ക്കുന്ന കുട്ടികൾ

വ്യക്തമാകും. അമൃതാഷെർഗിലിന്റെ ഏറ്റവും വലിയ രചനയാണ് 'രണ്ട് പെൺകുട്ടികൾ'. പരന്ന പ്രതല ചിത്രണം പിൻപറ്റുന്ന രചനയാണത്. തുളച്ചുകയറുന്ന നോട്ടത്തോടെ നീല ക്കണ്ണുള്ള നഗ്നയായ ഒരു പെൺ കുട്ടി, കറുത്തിരുണ്ട മറ്റൊരുവളുടെ തോ ളിൽ കൈവച്ചുനില്ക്കുന്ന ചിത്രമാ ണിത്. ഇരിക്കുന്ന കറുത്ത പെൺകുട്ടി തന്റെ ശരീരം ഭാഗികമായി ആവരണം ചെ യ്തിട്ടുണ്ട്. അവളുടെ കണ്ണുകൾ ഭാവശൂന്യവും അമൃതയുടെ ഇന്ത്യൻ ഗ്രാമചിത്രങ്ങളിലെ മനുഷ്യരെ ഓർമ്മിപ്പിക്കുന്നവിധത്തിൽ നിസ്സ ഹായവും വിഷാദഭരിതവുമാണ്.[38] (1939ൽ തന്നെ അമൃത വരച്ച 'ബാലി കാവധു' (*Child Bride*) എന്ന ചിത്ര ത്തിൽ ഈ നിസ്സഹായത അതിന്റെ പരമാവധിയോളം എത്തിയിട്ടുണ്ട്. വീടിന്റെ മൂലയിൽ, വരാനിരിക്കുന്ന കഠിനകാലങ്ങളെ മുഴുവൻ തന്റെ കണ്ണിലെ വിഷാദത്തിൽ ചാലിച്ചുചേർ ത്ത ബാലികയുടെ അനാഥവും ഏകാന്തവുമായ ശോകഭാവം അമൃതാ ഷെർഗിലിന്റെ ചിത്രങ്ങളിലെ വിഷാദഭാവത്തിന്റെ പാരമ്യമാ യാണ് പരാമർശിക്കപ്പെടാറുള്ളത്). വെളുത്ത പെൺകുട്ടിയാവട്ടെ പ്രകോപനപരവും ഉദ്ധതവുമായ രീതിയിൽ തന്റെ നഗ്നത വെളിപ്പെ ടുത്തിക്കൊണ്ടാണ് നില്ക്കുന്നത്. കറുപ്പും വെളുപ്പും തമ്മിലുള്ള അധികാരവേഴ്ചകളെയെന്ന പോലെ തന്റെ സ്വത്വപരമായ സംഘർഷ ങ്ങളെയും അമൃതാ ഷെർഗിൽ ഈ ചിത്രത്തിൽ സന്നിവേശിപ്പി ക്കുന്നു. ഈ പില്ക്കാലരചനയെ മുൻനിർത്തി നോക്കുമ്പോൾ 1932 ലെ 'ചെറുപ്പക്കാരികളും', ഇത്രമേൽ പ്രകടമായ രീതിയിൽ അല്ലെങ്കിലും, ഇത്തരം പ്രമേയങ്ങളെക്കൂടി ഉൾ

കടൽത്തീരത്തെ സ്ത്രീകൾ

ക്കൊണ്ടിട്ടുള്ളതായി മനസ്സിലാക്കാം. പ്രത്യേകിച്ചും അമൃതയുടെ സ്വത്വസംഘർഷത്തിന്റെ സമസ്യകളെ.

ഒട്ടകങ്ങൾ

അമൃതയുടെ 1937 ലെ ദക്ഷിണേന്ത്യൻ ചിത്രത്രയവും (*South Indian Villegers Going to Market, Bride's Toilet, Brahmacharis*), 'പഴം വില്പനക്കാർ' (*Fruit Vendors*) എന്ന ചിത്രവും പരിഗണിച്ചാൽ അജന്തയിൽനിന്നും മറ്റും കൈവന്ന തെളിച്ചങ്ങൾ, അങ്ങേയറ്റം സംശ്ലിഷ്ടവും ദൃഢവുമായ രൂപനിർമ്മാണ സങ്കേതത്തിൽ അമൃതാഷെർഗിൽ കൈവരിച്ച മികവ് എത്രയും വ്യക്തമാകും. ഇവിടെനിന്നാണ് ഗാർഹികമോ ദൈവികമോ ആയ പ്രമേയലോകങ്ങളെ മദ്ധ്യകാല മിനിയേച്ചറുകളിലെ- പ്രധാനമായും മുഗൾ, പഹാഡി പാരമ്പര്യങ്ങളിലെ - രചനാസമ്പ്രദായങ്ങളെ അനുസ്മരിപ്പിക്കുന്ന നിലയിൽ ആവിഷ്കരിക്കുന്ന സമ്പ്രദായത്തിലേക്ക് അവർ വഴിതിരിയുന്നത്. ചരിത്രപരമോ ദൈനംദിനജീവിതസംബന്ധിയോ ആയ ഒരു പ്രമേയം ഇത്തരമൊരു ആഖ്യാനക്രമത്തിൽ സന്നിവേശിപ്പിക്കുന്നതിലെ വൈരുദ്ധ്യവും നർമ്മവും ലാഘവത്വവും അതുവഴി അവയ്ക്ക് കൈവരുന്ന സമകാലികതയും ആ രചനകളെ പുനരുജ്ജീവനകലയിൽ നിന്നും ആധുനികതയിലേക്കുള്ള വലിയ ദൂരം ഒറ്റയടിക്ക് മറികടക്കാൻ അമൃതാ ഷെർഗിലിന് വഴിതുറന്നുകൊടുത്തു. ഒരർത്ഥത്തിൽ തന്റെ സ്വത്വപരമായ പ്രതിസന്ധികൾക്ക് അവർ കണ്ടെത്തിയ അന്തിമപരിഹാരമായി ഇതിനെ പരിഗണിക്കാം.

അമൃതാ ഷെർഗിലിന്റെ കലാ ജീവിതത്തിലെ മൂന്നാമത്തേതും അവസാനത്തേതുമായ ഈ ഘട്ടത്തെച്ചൊല്ലി കലാവിമർശകർക്ക് വ്യത്യസ്തമായ അഭിപ്രായങ്ങളാണുള്ളത്. അമൃതയുടെ അകാലത്തിലുള്ള മരണം മൂലം പൂർണ്ണ വികാസം കൈവരാതെപോയ ഒന്നായി ഈ ഘട്ടം പൊതുവെ വിലയിരുത്തപ്പെടുന്നുണ്ടെങ്കിലും ഇക്കാലത്ത് വൈകാരികതയുടെ ആധിക്യം അവരുടെ രചനാസങ്കേതത്തിന്റെ ബലിഷ്ഠതയെ കീഴ്പ്പെടുത്തിയതായും പലരും കരുതുന്നു.[39] ജീവിതത്തിന്റെ അവസാനവർഷങ്ങളിൽ തന്റെ ചിത്രങ്ങളിലെ അടിസ്ഥാനഭാവമായ വിഷാദത്തെ അമൃതാ ഷെർഗിൽ ഒട്ടൊക്കെ മറികടക്കുന്നുണ്ടെന്ന് പറയാം. വിഷാദത്തിന്റെ

അമൃതാഷെർഗിളിന്റെ
പൂർത്തീകരിക്കാത്ത അവസാന ചിത്രം

ശരീരശാസ്ത്രം (anatomy of meloncholy) എന്ന് വിവരിക്കപ്പെട്ടിട്ടുള്ള ചിത്രഭാഷയിൽ നിന്ന് പ്രാകൃതത്വത്തിന്റെ (primitivism) ഒരു തദ്ദേശീയഭാഷ്യം വികസിപ്പിച്ചെടുക്കാനുള്ള ശ്രമമാണ് ഇക്കാലത്ത് അവർ നടത്തുന്നത്. തീവ്രമായ വൈകാരികഘട്ടം പിന്നിട്ട് ഒരു വിരക്തഭാവത്തിലേക്ക് താൻ ഇക്കാലത്ത് എത്തിപ്പെട്ടതായി ഖണ്ഡാലവാലയ്ക്ക് എഴുതിയ കത്തിൽ അമൃതാഷെർഗിൽ തന്നെ ഇതേക്കുറിച്ച് പറയുന്നു. 1938 ലെ 'ഗണേശപൂജ', 1940 ലെ 'ഹൽദി പൊടിക്കുന്നവർ' തുടങ്ങിയ രചനകളിൽ ഈ പുതിയ സമീപനം പ്രകടവുമാണ്. പരന്ന പശ്ചാത്തല പ്രതലത്തെ കീഴടക്കിക്കൊണ്ട് നില്ക്കുന്ന ചുവന്ന ഗണേശ പ്രതിമയുടെ ചിത്രീകരണത്തിൽ പഹാഡി, മുഗൾ മിനിയേച്ചറുകളിൽനിന്നും സ്വീകരിച്ച, നിഴലിന്റെയും വെളിച്ചത്തിന്റെയും വിനിമയങ്ങൾ ഒഴിവാക്കുന്ന രചനാരീതി പ്രകടമായി കാണാം. ക്രമേണ അവർ തന്റെ രചനകളിൽനിന്ന് അതിർത്തിരേഖകളെയും മങ്ങിയ പശ്ചാത്തല വർണ്ണങ്ങളെയും ഒഴിവാക്കി തീക്ഷ്ണവും ശുദ്ധവുമായ നിറങ്ങളിൽ രൂപങ്ങൾ വിന്യസിക്കുന്ന രീതിയിലേക്ക് നീങ്ങി. 'ഹൽദി പൊടിക്കുന്നവർ' പോലുള്ള അവസാനകാല രചനയിൽ ഈ ശുദ്ധവർണ്ണപ്രയോഗം തീവ്രമായി. 'കുളിക്കുന്ന ആനകൾ' (*Elephants Ba-thing*) പോലുള്ള പില്ക്കാല ചിത്രങ്ങളിൽ രജപുത്ര മിനിയേച്ചറുകളിൽ

ഹൽദി പൊടിക്കുന്നവർ

ഷെർഗിൽ കുടുംബം
വിവാൻ സുന്ദരത്തിന്റെ ചിത്രം

നിന്ന് കൈ വന്ന വർണ്ണവിതരണ രീതിയുടെ സമർത്ഥമായ ഉപയോഗം കാണാം. രജപുത്ര ചിത്രങ്ങളിലെ വർണ്ണവ്യതിരേകങ്ങളും അവയിലെ തീക്ഷ്ണമായ ചുവപ്പിന്റെയും പച്ചയുടെയും വിനിയോഗങ്ങളും താൻ ഏറെ വിലമതിക്കുന്നതായി അമൃതാ ഷെർഗിൽ രേഖപ്പെടുത്തുകയും ചെയ്യുന്നുണ്ട്. അജന്തയെയും രജ പുത്ര മിനിയേച്ചറുകളെയും അനുസ്മരിപ്പിക്കുന്ന വിധത്തിൽ, ചിത്രപ്രതലത്തിൽ നേരിട്ട് പതിക്കുന്ന വിധത്തിലുള്ള വെളിച്ചത്തിന്റെയും അതുവഴിയുണ്ടാകുന്ന നിഴലിന്റെയും ഉപയോഗം തന്റെ രചനകളിൽനിന്ന് അമൃത ഒഴിവാക്കി. ഡബ്ള്യു ജി ആർച്ചറെപ്പോലുള്ള നിരൂപകർ മാനുഷികവികാരങ്ങളും സാമൂഹികപ്രതിബദ്ധതയും ഇല്ലാത്ത രചനകളായാണ് ഇവയെ വിലയിരുത്തിയത്. എന്നാൽ, പാർത്ഥാമിറ്റർ പറയുന്നതു പോലെ, പുതുതായി കൈവന്ന വർണ്ണദൃഷ്ടിയിലൂടെ താൻ കണ്ട ഇന്ത്യയെ പുതുതായി വരയ്ക്കുകയാണ് അമൃതാ ഷെർഗിൽ ഇക്കാലത്ത് ചെയ്യുന്നതെന്ന് ഇപ്പോൾ വിലയിരുത്തപ്പെടുന്നുണ്ട്. പഹാഡി, രജപുത്ര, ബഷോളി, മുഗൾ ചിത്രപാരമ്പര്യങ്ങളെ ആഴത്തിൽ സ്വാംശീകരിച്ചുകൊണ്ട്, തന്റെ അടിസ്ഥാന രൂപമാതൃകകളെയും ജീവിതദർശനത്തെയും പുനർനിർമ്മിക്കാനുള്ള ശ്രമമാണ് അവസാനഘട്ടത്തിൽ അമൃത നടത്തിയത്. 1940 ജൂലായ് ഒന്നിന് ഖണ്ഡാലവാലയ്ക്ക് എഴുതിയ കത്തിൽ മുഗൾ കല തന്നെ വളരെയേറെ കാര്യങ്ങൾ പഠിപ്പിച്ചതായി അമൃതാഷെർഗിൽ രേഖപ്പെടുത്തിയിട്ടുണ്ട്. രൂപനിർമ്മാണത്തിലെ സൂക്ഷ്മത, അ

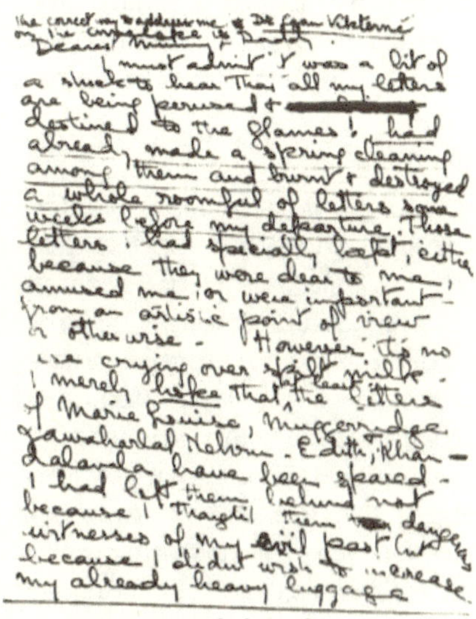
[illegible]
Dearest [illegible]
I must admit I was a bit of
a shock to hear that all my letters
are being perused & [illegible]
destined to the flames! I had
already made a spring cleaning
among them and burnt & destroyed
a whole roomful of letters some
weeks before my departure. Those
letters I had specially kept, either
because they were dear to me,
amused me or were important
from an artistic point of view
or otherwise. However it's no
use crying over spilt milk.
I merely hope that at least the letters
of Marie Louise, Muggeridge,
Jawaharlal Nehru, Edith, Khan-
dalavala have been spared.
I had left them behind not
because I thought them dangerous
witnesses of my evil past but
because I didn't wish to increase
my already heavy luggage

അമൃതാ ഷെർഗിലിന്റെ കൈപ്പട

ങ്ങേയറ്റം തീവ്രവും അതേസമയംതന്നെ അതിവൈകാരിതയില്ലാത്തതുമായ ജീവിതനിരീക്ഷണം, വിരുദ്ധോക്തി എന്നിങ്ങനെ തനിക്ക് വേണ്ടതെല്ലാം മുഗൾ ചിത്രങ്ങളിൽനിന്നും ലഭിച്ചെന്ന് അവർ പറയുന്നു.[40] (മുഗൾ ചിത്രങ്ങളുടെ അനുകർത്താക്കൾ അജന്തയുടെ അനുകർത്താക്കളോളം വഴി തെറ്റിയിട്ടില്ലെന്നും അമൃതാഷെർഗിൽ അവിടെ അഭിപ്രായപ്പെടുന്നു). റാഡിക്കൽ മോഡേണിസത്തിന്റെ കാഴ്ചവട്ടങ്ങളിലൂടെ ഇന്ത്യൻ ജീവിതത്തെ വീണ്ടും നോക്കിക്കാണാനും അതുവഴി തന്നെത്തന്നെ മറികടക്കാനും അമൃതാ ഷെർഗിൽ നടത്തിയ അവസാന ശ്രമമായിരുന്നു അത്. ഒരിക്കലും സംതൃപ്തമാവാത്ത ഒരു ജീവിതത്തിന്റെയും കലയുടെയും വർണ്ണഭേദങ്ങളായി ആ രചനകളെ നമുക്കിപ്പോൾ മനസ്സിലാക്കാം.

ഒരു വ്യാഴവട്ടം പോലും പിന്നിടാതെ പോയ അമൃതാ ഷെർഗിലിന്റെ കലയുടെ പരിണാമങ്ങളിലൂടെ കടന്നുപോയാൽ പോസ്റ്റ് ഇംപ്രഷനിസ്റ്റ് കലയുടെ ഔപചാരിക സങ്കേതങ്ങളിൽനിന്നും ഇന്ത്യൻ മിനിയേച്ചറുകളുടെ അനാർഭാടവും നിരാലംകൃതവുമായ കീഴാള - ജനകീയ സങ്കേതങ്ങളിലേക്കും വിഭാവനാക്രമങ്ങളിലേക്കുമാണ് അത് പടിപടിയായി പരിണമിച്ചെത്തിയതെന്ന് വ്യക്തമാകും. ഈ പരിവർത്തനക്രമവും അതിലുടനീളം തന്റെ രചനകളുടെ അടിപ്പടവായി അവർ നിലനിർത്തിയ ഇന്ത്യൻ ഗ്രാമജീവിതത്തിന്റെ വിഷാദവിമൂകതയുമാണ് തദ്ദേശീയമായ ആധുനികതയ്ക്കുവേണ്ടി ഇന്ത്യൻ ചിത്രകല നടത്തിയ ഏറ്റവും അർത്ഥപൂർണ്ണമായ പരിശ്രമമായി അമൃതാഷെർഗിലിന്റെ കലയെ മാറ്റിത്തീർത്തത്. ഒരു നൂറ്റാണ്ടിന്റെ അകലത്തിൽനിന്നു നോക്കുമ്പോഴും അമൃതാഷെർഗിലിന്റെ രചനകളിലെ ഘനീഭൂതമായ വിഷാദച്ഛായകൾ ഇന്ത്യൻ ഗ്രാമജീവിതത്തിന്റെ വംശാവലികാവ്യങ്ങളെന്നപോലെ നമ്മെ അഭിസംബോധന ചെയ്തുകൊണ്ടിരിക്കുന്നു.

ഉപസംഹാരം

*ഭാരതപര്യടന*ത്തിന്റെ ഉപസംഹാരമെന്ന നിലയിൽ, മഹാഭാരതത്തിലെ ഏറ്റവും സാരവത്തായ ഭാഗങ്ങൾ തെരഞ്ഞെടുത്ത് അവതരിപ്പിക്കുന്ന കുട്ടികൃഷ്ണമാരാർ ദീർഘകാലം നീറിപ്പുകയുന്നതല്ല; ഒരു നിമിഷത്തേക്കെങ്കിലും ആളിപ്പടരുന്നതാണ് ശ്രേയസ്സ്കരം ('മുഹൂർത്തം ജ്വലിതം ശ്രേയോ/ ന തു ധൂമായിതം ചിരം') എന്നർത്ഥം വരുന്ന ഒരു ശ്ലോകഭാഗം ഉദ്ധരിച്ചുചേർക്കുന്നുണ്ട്. ഒരർത്ഥത്തിൽ അങ്ങനെയൊരു ആളിപ്പടരലായിരുന്നു അമൃതാഷെർഗിലിന്റെ കലയും ജീവിതവും. ഒരു കൊള്ളിയാൻപോലെ വന്നുമടങ്ങിയ ആ അഗ്നിശിഖയുടെ പ്രഭാവം ഒരു നൂറ്റാണ്ടിന് ശേഷവും നമ്മുടെ കലാചരിത്രത്തിൽനിന്നും പിൻവാങ്ങിയിട്ടില്ല. ഇന്ത്യൻ ഗ്രാമീണരുടെ നിത്യജീവിതത്തിലും മനുഷ്യവംശചരിത്രത്തിലും ഒരുപോലെ വേരുറച്ചുനിന്ന കലയായിരുന്നു അത്. ജീവിത മഹാപ്രവാഹങ്ങളുടെ അനുക്ഷണനവീനതയെ തന്റെ കലയിൽ സന്നി

വേശിപ്പിച്ചുകൊണ്ട്, ആദർശവല്ക്കൃതവും വസ്തുവല്ക്കൃതവുമായ അപരത്തിന്റെ പദവിയിൽ ഇന്ത്യൻ ജീവിതയാഥാർത്ഥ്യത്തെ തളച്ചുനിർത്താനുള്ള യാഥാസ്ഥിതിക ശ്രമങ്ങൾക്കെതിരായ ആധുനിക ഇന്ത്യൻ ചിത്രകലയുടെ സമരമുഖമായിരുന്നു അമൃതാഷെർഗിൽ. ഇപ്പോഴും അവർ കെട്ടടങ്ങാത്തതും ഇതുകൊണ്ടാണ്.

(2013)

കുറിപ്പുകൾ

1. താരതമ്യേന വിപുലമായ നിലയിൽ അമൃതാഷെർഗിലിന്റെ കലയും ജീവിതവും ഇതിനകം പഠിക്കപ്പെട്ടിട്ടുണ്ട്. അമൃതാഷെർഗിലിന്റെ മരണത്തിന് പിന്നാലെ അവരുടെ അടുത്ത സുഹൃത്തായിരുന്ന കാൾ ഖണ്ഡാലവാല രചിച്ച ജീവചരിത്രമാണ് (*Amrita Sher-Gil* - 1944) ഇതിലാദ്യത്തേത്. എൻ ഇഖ്ബാൽ സിങ് (*Amrita Sher-Gil : A Biography*), വിവാൻ സുന്ദരം (*Amrita Sher-Gil*), യശോധരാ ഡാൽമിയ (*Amrita Shergil : a life*) എന്നിവരുടെ ഗ്രന്ഥങ്ങളും ജീവചരിത്ര/കലാപഠനങ്ങൾ എന്ന നിലയിൽ വളരെയേറെ ഉപയോഗപ്രദമാണ്. പ്രത്യേകിച്ചും വിവാൻ സുന്ദരത്തിന്റേത്. കെ ജി സുബ്രഹ്മണ്യൻ, ഗീതാകപൂർ, ഗുലാം മുഹമ്മദ് ഷെയ്ഖ് എന്നിവരുടെ പഠനങ്ങൾ ഉൾപ്പെട്ടതാണ് വിവാൻ സുന്ദരത്തിന്റെ ഗ്രന്ഥം. വിവാൻ സുന്ദരം തന്നെ പുറത്തുകൊണ്ടുവന്ന *Retake of Amrita,* അമൃതാഷെർഗിലിന്റെ രചനകളും ഉംറാവ് സിങ് എടുത്ത ഫോട്ടോഗ്രാഫുകളും അവരുടെ കുടുംബചരിത്രവും എല്ലാം ഉൾപ്പെടുന്ന ഫോട്ടോ മൊണ്ടാഷ് ആണ്. അമൃതാ ഷെർഗിലിന്റെ മരണത്തിന് തൊട്ടുപിന്നാലെ പുറത്തുവന്ന, സമകാലികർ അവരുടെ കലയെക്കുറിച്ചും രചനാജീവിതത്തെക്കുറിച്ചുമുള്ള തങ്ങളുടെ അഭിപ്രായങ്ങൾ രേഖപ്പെടുത്തിയിട്ടുള്ള *The Usha (Journal of Art and Literature of Punjab Literary League)* എന്ന ജേണലിന്റെ അമൃതാഷെർഗിൽ സ്മാരകവാല്യം (No. III/2, August 1942) വളരെ പ്രധാനപ്പെട്ട ഒരു സ്രോതസ്സാണെന്ന് എല്ലാ ഷെർഗിൽ പഠിതാക്കളും പറയുന്നു. അതുപോലെ പാർത്ഥാമിറ്റർ, കൃഷ്ണചൈതന്യ, പ്രാൺനാഥ് മാഗോ തുടങ്ങിയവരുടെയെല്ലാം കലാചരിത്രഗ്രന്ഥങ്ങളിൽ അമൃതാഷെർഗിലിന് പ്രധാനസ്ഥാനം നല്കിയിട്ടുണ്ട്. എന്നാൽ വിറ്റ്നി ചാഡ്വിക് (*Women Art and Society*), മരീന വെയ്സി (*Dictionary of Women Artists*), ഗീതാകപൂർ (*Dictionary of Art*) തുടങ്ങിയവർ മാത്രമേ ലോകത്തെ പ്രമുഖ ചിത്രകാരികളെക്കുറിച്ചുള്ള സമാഹാരങ്ങളിൽ അമൃതാ ഷെർഗിലിനെക്കുറിച്ച് ചർച്ചചെയ്യുന്നുള്ളൂ. അമൃതയുടെ ചിത്രങ്ങളിലെ ഹംഗേറിയൻ സ്വാധീനത്തെക്കുറിച്ച് ജി വോയ്ടില്ല (*Amrita Sher-Gil and Hungary*), കെസ്റു കറ്റാലിൻ (*Amrita Sher-Gil :The Indian Painter*) എന്നിവരുടെ പഠനങ്ങൾ പ്രത്യേകമായി ചർച്ചചെയ്യുന്നു. ഗീതാകപൂറിന്റെ 'Body as Gesture' എന്ന പ്രബന്ധം (*When was Modernism*) ഫ്രിഡാകാലോയുടെയും അമൃതാ ഷെർഗിലിന്റെയും ശരീരചിത്രണത്തിന്റെ രാഷ്ട്രീയ - സാംസ്കാരിക വിവക്ഷകൾ സൂക്ഷ്മമായി വിലയിരുത്തുന്ന ഒന്നാണ്. നീലിമ ഷെയ്ഖിന്റെ 'On Amrita Sher-Gil: Claiming a Radiant Legacy' എന്ന പഠനവും പ്രധാനപ്പെട്ടതാണ്.

അമൃതാഷെർഗിലിന്റെ കലാജീവിതത്തിലേക്ക് വെളിച്ചം വീശുന്ന ഏറ്റവും വലുതും സമഗ്രവുമായ രേഖാശേഖരം വിവാൻ സുന്ദരം എഡിറ്റ് ചെയ്ത് പ്രസിദ്ധീകരിച്ച *Amrita Sher-Gil: a self portrait in letters and writings* (Tulika, Delhi, 2010) ആണ്. രണ്ട് സഞ്ചികകളിൽ ആയിരത്തോളം പുറങ്ങളുള്ള ഈ ബൃഹദ്ഗ്രന്ഥം ഏഴാം വയസ്സിൽ അമൃത തന്റെ ഡയറിയിൽ വരച്ചിട്ട രേഖാചിത്രങ്ങൾ മുതൽ അവർ രചിച്ച മുഴുവൻ (172) ചിത്രങ്ങളുടെ സ്റ്റാമ്പ് സൈസ് പകർപ്പുകളുടെയും കലാസംബന്ധിയായി അമൃത രചിച്ച പ്രബന്ധങ്ങളുടെയും 1929 മുതലുള്ള ഒരു വ്യാഴവട്ടക്കാലം അവർ പലർക്കായി എഴുതിയ കത്തുകളുടെയും സമാഹാരമാണ്. അമൃതയുടെ 147 ചിത്രങ്ങളുടെ വലിയ പകർപ്പുകളും ഇതിലുണ്ട്. അമൃതാഷെർഗിലിനെക്കുറിച്ച് ഇക്കാലം വരെ ഉണ്ടായിട്ടുള്ള മുഴുവൻ പഠനങ്ങളുടെ വിവരങ്ങളും ഈ ഗ്രന്ഥത്തിൽ ചേർത്തിട്ടുണ്ട്. വിപുലമായ വിശദീകരണക്കുറിപ്പുകളോടെ തയ്യാറാക്കിയിട്ടുള്ള ഈ ബൃഹദ്സമാഹാരമാണ് അമൃതാഷെർഗിലിനെക്കുറിച്ചുള്ള ഏറ്റവും സമഗ്രമായ രേഖാശേഖരം എന്ന് നിസ്സംശയം പറയാം. ഇനിയങ്ങോട്ടുള്ള ഏതു പഠനത്തിനും ഒഴിവാക്കാനാകാത്ത ഒന്നാണത്.

അമൃതാ ഷെർഗിലിന്റെ കലാജീവിതത്തിന്റെ നിർണ്ണായക പ്രാധാന്യത്തിനുള്ള തെളിവെന്നപോലെ അവരെക്കുറിച്ച് നാല് ചലച്ചിത്രങ്ങൾ ഇതിനകം പുറത്തുവന്നിട്ടുണ്ട്. ഫിലിംസ് ഡിവിഷൻ ഓഫ് ഇന്ത്യക്ക് വേണ്ടി ബി ഡി ഗാർഗ തയ്യാറാക്കിയ *Amrita Shergil* (18 മിനിറ്റ് - 1968), ഹംഗറിയിൽ നിന്ന് സാറ സാൻഡർ സംവിധാനം ചെയ്ത *Amrita Sher-Gil* (51 മിനിറ്റ് വീതമുള്ള മൂന്നുഭാഗങ്ങൾ - 2001), ഫ്രഞ്ചുകാരനായ പാട്രിക് കാസൽസ് സംവിധാനം ചെയ്ത *Amrita Sher-Gil : An Indian Rhaposody* (57 മിനിറ്റ് - 2002), അമൃതാ ഷെർഗിലിന്റെ സഹോദരിയുടെ മകൾ കൂടിയായ നവീന സുന്ദരം സംവിധാനം ചെയ്ത *Amrita Sher Gil : A Family Album* (37 മിനിറ്റ്-2007) എന്നിവയാണ് അമൃതയെക്കുറിച്ചുള്ള ചലച്ചിത്രങ്ങൾ. (നവീന സുന്ദരത്തിന്റെ ചലച്ചിത്രം 2006 ൽ ജർമ്മൻ ഭാഷയിലാണ് ആദ്യം നിർമ്മിച്ചത്).

2. ഒരുനിലയ്ക്ക് പടിഞ്ഞാറൻ കലാചരിത്രത്തിൽ മോണാലിസയെക്കുറിച്ചുണ്ടായ ചർച്ചകളെ അനുസ്മരിപ്പിക്കുന്നതാണ് അമൃതാ ഷെർഗിലിന്റെ ജീവിതം. ഡാവിഞ്ചിയുടെ വിഖ്യാതമായ ആ രചനയുടെ കലാപരവും രചനാപരവുമായ സവിശേഷതകളെക്കാൾ ആ ചിത്രത്തിന്റെ രചനയ്ക്ക് പിന്നിലെ പ്രേരണകളെക്കുറിച്ചുള്ള കഥകളാണ് പൊതുബോധത്തിൽ ഇടംപിടിച്ചത്. ഫ്രോയ്ഡിന്റേതടക്കമുള്ള മോണാലിസാപഠനങ്ങൾ ഇതിന് ശക്തിപകരുകയും ചെയ്തു. ഇതുപോലെ അമൃതാഷെർഗിലിന്റെ ജീവിതവും പൊതുചർച്ചകളിൽ ഇടംപിടിച്ചത് ചിത്രകലയേക്കാളധികം അവരുടെ വ്യക്തിജീവിതകഥകളെ മുൻനിർത്തിയാണ്.

3. നെഹ്റുവുമായി അമൃത ഗാഢസൗഹൃദം പുലർത്തിയിരുന്നതായാണ് ജീവചരിത്രങ്ങൾ പറയുന്നത്. കോൺഗ്രസ് നേതാവ് കൂടിയായിരുന്ന ദേവൻ ചമൻലാൽ മുഖേനയാണ് അമൃത നെഹ്റുവിനെ പരിചയപ്പെടുന്നത്. ചമൻലാലിന്റെ യൂറേഷ്യൻ വംശജയായ ഭാര്യ ഹെലൻ അമൃതയുടെ അടുത്ത സുഹൃത്തുക്കളിലൊരാളായിരുന്നു. 1936 ൽ ലാഹോറിൽ വച്ചാണ് നെഹ്റു അമൃതയെ ആദ്യം കാണുന്നത്. പിന്നീട് അമൃതയുടെ മരണം വരെ അവർ ഗാഢമായ സൗഹൃദം പുലർത്തുകയും തുടർച്ചയായി കത്തുകൾ എഴുതു

കയും ചെയ്തു. (ഈ കത്തുകളിൽ ഭൂരിപക്ഷവും അമൃതയുടെ മരണത്തിന് പിന്നാലെ അമൃതയുടെ അമ്മ നശിപ്പിച്ചുകളയുകയായിരുന്നു!). 1940 ൽ ജയിലിലടയ്ക്കപ്പെടുന്നതിന് മുമ്പ് നെഹ്റു ഗോരഖ്പൂരിലെത്തി അതിനടുത്ത് സരയയിൽ താമസിക്കുന്ന അമൃതയുമായി കൂടിക്കാഴ്ച നടത്തുന്നുണ്ട്. സ്വാതന്ത്ര്യലബ്ധിക്കുശേഷം അമൃതയുടെ നൂറോളം ചിത്രങ്ങൾ രാഷ്ട്രത്തിനുള്ള സംഭാവനയെന്ന നിലയിൽ ഭർത്താവ് വിക്ടർ ഇഗാനും പിതാവായ ഉംറാവ് സിങ്ങും നെഹ്റുവിന് നല്കി. പില്ക്കാലത്ത് ഡൽഹിയിലെ നാഷണൽ ഗാലറിയിൽ (NGMA) പ്രദർശിപ്പിക്കപ്പെട്ടത് ഈ ചിത്രങ്ങളാണ്.

നെഹ്റുവിനെ ഏറെ ഇഷ്ടപ്പെട്ടിരുന്നുവെങ്കിലും തന്റെ ചിത്രങ്ങൾ ആസ്വദിക്കാൻ നെഹ്റുവിന് കഴിഞ്ഞിട്ടില്ലെന്നാണ് അമൃത കരുതിയത്. 1937 നവംബർ 6 ന് എഴുതിയ കത്തിൽ തന്റെ ചിത്രങ്ങളിൽ നോക്കുന്നതിനപ്പുറം അവ കാണാൻ നെഹ്റുവിന് കഴിഞ്ഞിട്ടില്ലെന്ന് അവർ അഭിപ്രായപ്പെടുന്നുണ്ട്. ("I don't think you were interested in my painting really. You looked at my pictures without seeing them").

4. പ്രമുഖ പത്രപ്രവർത്തകനായ ഖുശ്വന്ത്സിങ് തന്റെ ആത്മകഥയിൽ നടത്തുന്ന പരാമർശങ്ങൾ ഇതിന് ഉദാഹരണമാണ്. ലാഹോറിലെ വാസക്കാലത്ത് അമൃതയുമായി ഖുശ്വന്ത്സിങ്ങിന് ചെറിയ പരിചയം മാത്രമേ ഉണ്ടായിരുന്നുള്ളൂ. തന്റെ കത്തുകളിൽ ഒരിക്കൽ മാത്രമാണ് അവർ ഖുശ്വന്ത്സിങ്ങിനെക്കുറിച്ച് പരാമർശിക്കുന്നത്. എങ്കിലും ഖുശ്വന്ത്സിങ് തന്റെ പതിവുരീതിയിൽ അമൃതയെക്കുറിച്ചുള്ള ഗോസിപ്പുകൾ ആത്മകഥയിൽ എഴുതിയിട്ടുണ്ട്. "Amrita was said to be very beautiful and very pomiscuous. Pandit Nehru was supposed to have succumbed to her charms. Stories of her sexual appetite was narrated with such slavering of mouths...." ഇങ്ങനെ പറഞ്ഞതിനുശേഷം ഖുശ്വന്ത്സിങ്ങും തന്റെ ഗോസിപ്പിലേക്ക് കടക്കുന്നു!!

5. ഉംറാവ് സിങ്ങിന്റെ ഫോട്ടോഗ്രാഫുകൾ മുൻനിർത്തി വിലയിരുത്തിയാൽ ഇന്ത്യൻ ഫോട്ടോഗ്രാഫിയുടെ ചരിത്രത്തിലെ ഉന്നതനായ ഒരു കലാകാരനായി അദ്ദേഹത്തെ പരിഗണിക്കാനാവുമെന്ന് ഗീതാകപൂർ അഭിപ്രായപ്പെടുന്നു. പെർഷ്യൻ ഭാഷയിലും സംസ്കൃതത്തിലും ആഴമേറിയ പരിജ്ഞാനമുണ്ടായിരുന്ന ഉംറാവ് സിങ് തന്റെ കുടുംബത്തിന്റെ ബ്രിട്ടീഷ് വിധേയത്വത്തോട് പൊരുത്തപ്പെട്ടിരുന്നില്ല. താരതമ്യേന ലളിതമായ ജീവിതസൗകര്യങ്ങളോടെ, കുടുംബത്തിൽനിന്ന് ലഭിച്ച ചെറിയ സാമ്പത്തികസഹായത്തിന്റെ പിൻബലത്തിൽ, സിംലയിലെ വസതിയിൽ വേറിട്ട് താമസിക്കുകയാണ് അദ്ദേഹം ചെയ്തിരുന്നത്.

6. പ്രമുഖ ഇന്ത്യാവിജ്ഞാനി (Indologist) ആയിരുന്ന ഇർവിൻ ബക്തായ് (Irvin Baktay) മേരിയുടെ സഹോദരനാണ്. ചിത്രകാരനായി ജീവിതമാരംഭിച്ച ഒരാളായിരുന്നു ബക്തായ്. പൗരസ്ത്യവിജ്ഞാനത്തിലും കലയിലും വലിയ താല്പര്യം പുലർത്തിയ ഒന്നായിരുന്നു അവരുടെ കുടുംബം.

7. അമൃതാ ഷെർഗിലിന്റെ കലാജീവിതത്തെ മുൻനിർത്തി വിവാൻ സുന്ദരം രണ്ട് രചനകൾ നടത്തിയിട്ടുണ്ട്. 1985 ൽ വരച്ച 'ഷെർഗിൽ കുടുംബം' (*The Sher - Gil Family*) എന്ന ചിത്രവും 1995 ലെ '*Box 5: The Family Album*' എന്ന പ്രതിഷ്ഠാപനവും (Installation). ഷെർഗിൽ കുടുംബത്തി

ലെ അംഗങ്ങളായ നാലുപേരും താന്താങ്ങളുടെ ജോലികളിലും സ്വകാര്യലോകത്തിലും മുഴുകിയിരിക്കുന്നതിന്റെ ചിത്രീകരണമാണ് ആദ്യത്തേത്. Sher-Gil Archive Exhibition എന്ന പ്രദർശനത്തിന്റെ ഭാഗമായാണ് ഉംറാവ് സിങ് എടുത്ത ചിത്രങ്ങളും ഇതര കുടുംബസാമഗ്രികളും മറ്റും ഉൾപ്പെടുന്ന പ്രതിഷ്ഠാപനത്തിന് രൂപംനല്കിയത്. വിവാൻ സുന്ദരത്തിന്റെ സഹോദരിയായ നവീന സുന്ദരം *Amrita Sher - Gil: A Family Album* എന്ന പേരിൽ ഒരു ഡോക്യുമെന്ററിയും നിർമ്മിച്ചിട്ടുണ്ട്.

8. അഞ്ചാംവയസ്സിൽ തന്നെ അമൃത ചിത്രം വരച്ചുതുടങ്ങിയതായാണ് ചില ജീവചരിത്രങ്ങൾ പറയുന്നത്.

9. ഹംഗറിയിൽ താമസിക്കുന്ന സന്ദർഭത്തിൽ ഉംറാവ് സിങ് ഗദർപാർട്ടിയുടെ നേതാവായ ലാലാഹർദയാലുമായി ബന്ധം പുലർത്തുകയും കത്തിടപാടുകൾ നടത്തുകയും ചെയ്തിരുന്നു. ലാലാഹർദയാലും ഉംറാവ് സിങ്ങും തമ്മിലുള്ള കത്തിടപാടുകളെയും ബ്രിട്ടീഷ് വിരുദ്ധമായ പ്രവർത്തനങ്ങളെയും കുറിച്ചുള്ള അക്കാലത്തെ ദീർഘമായ ഒരു ഫയൽ ബെർലിനിലെ പൊളിറ്റിക്കൽ ആർക്കൈവ്സ് ഓഫീസിൽ സൂക്ഷിച്ചിട്ടുണ്ട്. (വിവാൻ സുന്ദരം രേഖപ്പെടുത്തുന്നത്).

10. സിഖ് രാഷ്ട്രീയത്തിലെ പ്രധാനികളിൽ ഒരാളായിരുന്നു ഉംറാവ് സിങ്ങിന്റെ ഇളയ സഹോദരനായ സുന്ദർസിങ്. 1909 ൽ വൈസ്രോയിയുടെ ലജിസ്ലേറ്റീവ് കൗൺസിൽ അംഗമായി അദ്ദേഹം നാമനിർദ്ദേശം ചെയ്യപ്പെട്ടു. പഞ്ചാബ് ബാങ്ക് സ്ഥാപിക്കുന്നതിൽ മുഖ്യപങ്ക് വഹിച്ച സുന്ദർസിങ് ബ്രിട്ടീഷ് ഭരണകൂടവുമായി അടുത്ത ബന്ധം പുലർത്തിയിരുന്നു. അമൃതസറിലെ ഖൽസകോളേജ്, ഖൽസ അഡ്വക്കേറ്റ് എന്ന പത്രവും അദ്ദേഹത്തിന്റെ മുൻകൈയിലാണ് നിലവിൽ വന്നത്.

11. പതിനൊന്ന് വയസ്സിനും പതിനാലു വയസ്സിനും ഇടയിലുള്ള കാലയളവിൽ (1924 – 27) അമൃതാ ഷെർഗിൽ വരച്ച രേഖാചിത്രങ്ങളും ജലച്ഛായാചിത്രങ്ങളും അവർ തന്റെ മാദ്ധ്യമത്തിൽ കൈവരിച്ച പ്രാഗത്ഭ്യത്തിന് തെളിവ് തരുന്നതായി വിവാൻസുന്ദരം അഭിപ്രായപ്പെടുന്നു. അവരുടെ ആദ്യകാല രചനകളിൽ നേർത്ത രേഖകളിൽ, പ്രതീക്ഷാനിർഭരമായ മുഖഭാവങ്ങളുമായി ഏതെല്ലാമോ വന്യതകളിൽ ആമഗ്നരായ സ്ത്രീരൂപങ്ങളെയാണ് നാം കാണുന്നത്. എന്നാൽ പില്ക്കാലത്ത് ഇതിന് വലിയ മാറ്റം സംഭവിക്കുന്നുണ്ട്; പ്രത്യേകിച്ചും സ്ത്രീകളുടെ ഭാവചിത്രണത്തിൽ. അങ്ങേയറ്റം വലിഞ്ഞുമുറുകിയ, എല്ലാ വികാരങ്ങളും ഘനീകൃതമായ നിലയിലുള്ള മുഖഭാവത്തോടെയാണ് അമൃതയുടെ പ്രധാനചിത്രങ്ങളിലെല്ലാം സ്ത്രീകൾ പ്രത്യക്ഷപ്പെടുന്നത്. ആദ്യകാലത്തെ പ്രസാദാത്മകതയും വിലാസപൂർണ്ണമായ പ്രകൃതവും പില്കാലത്ത് പൂർണ്ണമായും പിൻവാങ്ങിയതായി കാണാം. ഇന്ത്യൻ ജീവിതയാഥാർത്ഥ്യത്തെക്കുറിച്ചുള്ള അവരുടെ പുതിയ ബോദ്ധ്യങ്ങളുടെ ആകെത്തുകയായി ഈ സ്ത്രീരൂപങ്ങൾ ഇപ്പോൾ പരിഗണിക്കപ്പെട്ടുവരുന്നു.

12. പാരീസിലെ തന്റെ അദ്ധ്യാപകൻ കൂടിയായ ലൂഷ്യൺ സൈമണിൽനിന്നും കൈവന്ന പോസ്റ്റ് ഇംപ്രഷനിസ്റ്റ് സ്വാധീനത്തെ അമൃത തന്റെ പില്ക്കാല ജീവിതത്തിലുടനീളം നിലനിർത്തിയെങ്കിലും അതിനെ സവിശേഷമായ ഒരു റിയലിസ്റ്റ് വിതാനത്തിലേക്ക് ചേർത്തുവയ്ക്കാനും അവർ ശ്രമിച്ചു. 1930 കളിൽ ഫ്രഞ്ച് ചിത്രകലയിലെ ഇടതുപക്ഷ സാന്നിദ്ധ്യമായിരുന്ന ബോറിസ്

ടാസ്‌ലിറ്റ്‌സ്‌കിയുടെയും (*Young man with White Apples, Portraits of Young Man* തുടങ്ങിയ ചിത്രങ്ങളിൽ അമൃത മോഡലായി ഉപയോഗിച്ചിട്ടുള്ളത് ബോറിസിനെയാണ്) മറ്റും സ്വാധീനം ഇതിലുണ്ട്. ടാസ്‌ലിറ്റ്‌സ്‌കിയും സുഹൃത്തുക്കളും ഉൾപ്പെട്ട സംഘം (Forces Nouvelles) 1935 – 39 കാലയളവിൽ റിയലിസ്റ്റ് ഹ്യൂമനിസത്തിന്റെ പുതിയ ഭാഷ്യങ്ങൾക്ക് രൂപം നല്കാൻ ശ്രമിച്ചവരാണ്. നാസി കലയിൽ പ്രബലമായിരുന്ന നിയോക്ലാസിക്കൽ റിയലിസത്തിനെതിരായ ചെറുത്തുനില്പ് എന്ന നിലയിലാണ് ഈ പുതിയ റിയലിസ്റ്റ് ഹ്യൂമനിസം നിലവിൽ വന്നത്. അമൃത സ്വയം ഈ ഗ്രൂപ്പിന്റെ ഭാഗമായിരുന്നില്ലെങ്കിലും മഹായുദ്ധങ്ങൾക്കിടയിൽ നിലവിൽവന്ന പുത്തൻറിയലിസത്തിന്റെ കലാദർശനവും പ്രത്യയശാസ്ത്രവും വിഷയസ്വീകരണത്തിലും പരിചരണത്തിലും അവരെ സ്വാധീനിച്ചിരുന്നുവെന്നാണ് ഗീതാകപൂർ വിലയിരുത്തുന്നത്.

13. 1929 – 34 കാലത്ത് അമൃത പാരീസിൽ കലാപരിശീലനം നേടുന്നതിന് തൊട്ടുമുമ്പുള്ള രണ്ട് പതിറ്റാണ്ടുകളിലായി ആധുനികതാവാദകലയിലെ മഹാപ്രസ്ഥാനങ്ങളും അതുല്യപ്രതാപികളായ നായകന്മാരുമെല്ലാം അവിടെയുണ്ടായിരുന്നു. എങ്കിലും ഈ ബൃഹദ്പാരമ്പര്യം അവരുടെ കലയിൽ കാര്യമായ തുടർച്ചയൊന്നും കണ്ടെത്തിയില്ല. പാരീസിലെ പഠനകാലത്തെ അമൃതയുടെ രചനകൾ അവരുടെ അക്കാദമികമായ പ്രാഗത്ഭ്യത്തെയും സാങ്കേതികത്തികവിനെയും നന്നായി വെളിപ്പെടുത്തുന്നുണ്ടെങ്കിലും അതിനപ്പുറം നിർണ്ണായകമായ മൗലികതയോ വ്യതിരിക്തതയോ അവയ്ക്കില്ലെന്ന് മിക്ക നിരൂപകരും അഭിപ്രായപ്പെട്ടിട്ടുണ്ട്.

14. "Modern art has led me to the comprehension and apprehension of Indian painting and sculpture... It seems paradoxical, but I know of certain, that had we not come away to Europe. I should perhaps never have realized that a fresco from Ajanta... is worth more than Renaissance".

15. 1937 ലെ ഹരിപുര കോൺഗ്രസ് സമ്മേളനത്തിനുവേണ്ടി നന്ദലാൽബോസ് വരച്ച ചിത്രങ്ങളോ, അല്ലെങ്കിൽ 'പുതിയ മഴമേഘങ്ങൾ' എന്ന അദ്ദേഹത്തിന്റെ ചിത്രമോ കണ്ടിരുന്നുവെങ്കിൽ നന്ദലാൽബോസിനെക്കുറിച്ചുള്ള അമൃതാഷെർഗിലിന്റെ അഭിപ്രായം മറ്റൊന്നാകുമായിരുന്നു എന്നാണ് വിവാൻസുന്ദരം അഭിപ്രായപ്പെടുന്നത്. ആദ്യകാലത്തെ ബംഗാൾ സ്കൂളിന്റെ സ്വാധീനത്തിൽനിന്ന് വലിയതോതിൽ പുറത്തുകടന്ന ഒന്നായിരുന്നു നന്ദലാൽബോസിന്റെ പില്ക്കാലരചനകൾ. വിശാലാർത്ഥത്തിൽ തദ്ദേശീയ ആധുനികതയിലേക്കുള്ള ഇന്ത്യൻ ചിത്രകലയുടെ പരിവർത്തനസ്ഥാനങ്ങളിലൊന്നായിത്തന്നെ വേണം നന്ദലാൽബോസിന്റെ പില്ക്കാലരചനകളെ പരിഗണിക്കേണ്ടത്. അതുപോലെ രാംകിങ്കറിന്റെയും ബിനോദ് ബിഹാരി മുഖർജിയുടെയും രചനകളും ജനകീയമായ വേരുകളിൽ നിന്നും ഉരുത്തിരിയുന്ന ആധുനികകലയ്ക്കു വേണ്ടിയുള്ള അന്വേഷണങ്ങളായിരുന്നുവെന്നും അമൃതാ ഷെർഗിലിന് അവരുടെ കലയുമായി സ്വാഭാവികമായിത്തന്നെ താദാത്മ്യം കൈവരിക്കാനാവുമായിരുന്നു എന്നും വിവാൻ സുന്ദരം അഭിപ്രായപ്പെടുന്നുണ്ട്.

16. ബംഗാൾ സ്കൂളിന്റെ രചനാശൈലിയിൽ പരിശീലനം നേടിയ ചിത്രകാരനും കലാവിമർശകനുമായിരുന്നു ബരദയുകിൽ. തന്റെ സഹോദരനും

ചിത്രകാരനുമായ സരദയുകിലിനോടൊപ്പം ബരദ ഡൽഹിയിൽ ഒരു ചിത്രകലാവിദ്യാലയം നടത്തിയിരുന്നു. ബംഗാൾസ്കൂളിലെ കലാകാരന്മാരുടെ ചിത്രങ്ങൾ രാജ്യമെമ്പാടും പ്രദർശിപ്പിച്ച് അവർക്ക് അംഗീകാരം നേടിക്കൊടുക്കുന്നതിൽ ബരദയുകിൽ വലിയപങ്ക് വഹിച്ചിട്ടുണ്ട്. പില്ക്കാലത്ത് അദ്ദേഹം ആൾ ഇന്ത്യാഫൈൻആർട്സ് ആന്റ് ക്രാഫ്റ്റ്സ് സൊസൈറ്റിയുടെ (AIFACS) സെക്രട്ടറിയായി പ്രവർത്തിച്ചു.

17. ഈ യാത്രയ്ക്കിടയിൽ കാണാനിടവന്ന മട്ടാഞ്ചേരി കൊട്ടാരത്തിലെ ചിത്രങ്ങൾ അമൃതാ ഷെർഗിലിനെ അങ്ങേയറ്റം ആകർഷിക്കുകയും സ്വാധീനിക്കുകയും ചെയ്തു. ഇതേക്കുറിച്ച് സുഹൃത്തായ ഖണ്ഡാലവാലയ്ക്ക് അവർ എഴുതുന്നത് അത്യന്തം ആവേശത്തോടെയാണ്. ("I have seldom seen such powerful drawing. It often surpasses Ajanta! Curiously enough most of the panels depict erotic scenes. And there is a row of godesses, great fat woman in the act of giving birth, depicted with utmost candour. Simply superb.") മട്ടാഞ്ചേരിയിലെ ഭിത്തിച്ചിത്രങ്ങളുടെ പ്രധാന സവിശേഷത എല്ലാ വിശദാംശങ്ങളും അത്യന്തം നിഷ്കർഷയോടെ രേഖപ്പെടുത്തുന്നതിലാണെന്ന് അമൃത അഭിപ്രായപ്പെടുന്നു. ഒരിടവും അവശേഷിപ്പിക്കാതെ, എല്ലാം കണിശമായും സൂക്ഷ്മമായും വരച്ചുതീർക്കുന്ന കേരളീയ ഭിത്തിചിത്രപാരമ്പര്യം അവർക്ക് വളരെ ശ്രദ്ധേയമായാണ് തോന്നിയത്.

18. അലഹബാദിലെ ഹിന്ദുസ്ഥാനി അക്കാദമിയുടെ സെക്രട്ടറി കൂടിയായിരുന്ന ആർ സി ഠണ്ഡൻ ഒരു ചിത്രകാരനും അലഹബാദ് മ്യൂസിയം ഡയറക്ടറുമായിരുന്നു. അമൃതയുടെ ചിത്രങ്ങളുടെ വലിയ ആരാധകനായിരുന്നു ഠണ്ഡൻ. അലഹബാദിൽ 1937 ൽ സംഘടിപ്പിച്ച പ്രദർശനത്തെ മുൻനിർത്തി ഠണ്ഡൻ അമൃതാഷെർഗിലിന്റെ ചിത്രകലയെക്കുറിച്ച് രണ്ട് പ്രബന്ധങ്ങൾ പ്രസിദ്ധീകരിച്ചു.

19. വിക്ടറുമായുള്ള അമൃതയുടെ വിവാഹത്തിന് മുമ്പ് അവർ രണ്ട് കാര്യങ്ങളിൽ ധാരണയിലെത്തിയെന്ന് യശോധര ഡാൽമിയ അമൃതാ ഷെർഗിലിന്റെ ജീവചരിത്രത്തിൽ പറയുന്നു. ഒന്നാമതായി തങ്ങൾക്ക് കുട്ടികൾ വേണ്ട എന്ന കാര്യത്തിൽ. അതുപോലെ അമൃതയുടെ ഇതര പുരുഷസൗഹൃദങ്ങളിൽ വിക്ടർ ഇടപെടില്ല എന്ന കാര്യത്തിലും. അമൃതയുടെ വിലാസപൂർണ്ണമായ ജീവിതപ്രകൃതത്തെ അംഗീകരിച്ചുകൊണ്ടുതന്നെ അവരെ ഉൾക്കൊള്ളാൻ കഴിയുന്ന ഒരാളായിരുന്നു വിക്ടർ. മാതാപിതാക്കളുടെയും പല സുഹൃത്തുക്കളുടെയും എതിർപ്പുകൾക്കിടയിലും, താരതമ്യേന അപ്രശസ്തനും ശരാശരി ഭിഷഗ്വരനും മാത്രമായ വിക്ടറെ ജീവിതപങ്കാളിയാക്കുവാൻ അമൃത തീരുമാനിച്ചതും അതുകൊണ്ടുതന്നെയാണെന്ന് യശോധര ഡാൽമിയ അഭിപ്രായപ്പെടുന്നു.

20. അമൃതയുടെ ആകസ്മികമായ മരണത്തിന്റെ കാരണമെന്തായിരുന്നുവെന്നത് ഇപ്പോഴും അജ്ഞാതമാണ്. അതിസാരം ബാധിച്ച് നിയന്ത്രണാതീതമായ നിലയിൽ എത്തിയതാണ് മരണകാരണമെന്ന് ചിലർ സൂചിപ്പിക്കുന്നുണ്ട്. പരാജയപ്പെട്ട ഒരു ഗർഭച്ഛിദ്രശ്രമമാണ് മരണത്തിന് വഴിവച്ചതെന്നാണ് അമൃതാ ഷെർഗിലിന്റെ പല ജീവചരിത്രങ്ങളും പറയുന്നത്.

21. 1941 ആഗസ്തിൽ ഭാരതീയകലയെക്കുറിച്ച് തയ്യാറാക്കിയ പ്രബന്ധത്തിൽ 'Indian Art Today' ബംഗാൾ സ്കൂളിന്റെ അടിസ്ഥാനപ്രശ്നങ്ങൾ

അമൃതാ ഷെർഗിൽ എടുത്തുപറയുന്നുണ്ട്. ബംഗാൾ സ്കൂളിന്റെ ഭാരതീയത വിഭാവനം ചെയ്യപ്പെട്ടതുതന്നെ ഇംഗ്ലീഷുകാരനായ ഇ ബി ഹാവൽ മുഖാന്തരമാണെന്ന് അവർ സൂചിപ്പിക്കുന്നു. അജന്തയുടെ ഉപരിപ്ലവമായ അനുകരണത്തിൽ ഭ്രമിക്കുന്ന ഒരു ധാരയേയും ഇന്ത്യൻ മിനിയേച്ചറുകളിൽ അഭിരമിക്കുന്ന മറ്റൊരു ധാരയേയും ബംഗാൾസ്കൂൾ പാരമ്പര്യത്തിൽ കണ്ടെടുക്കുന്ന അമൃതാഷെർഗിൽ രണ്ടും ഇന്ത്യൻ ചിത്രകലയുടെ സ്തംഭനത്തിനാണ് വഴിതുറന്നതെന്നും വിമർശനമുന്നയിക്കുന്നുണ്ട്.

22. ഇന്ത്യൻ ചിത്രകലയിലെ ആധുനികതാവാദത്തിന്റെ പ്രാരംഭസ്ഥാനമായി പൊതുവെ വിലയിരുത്തപ്പെടുന്നുണ്ടെങ്കിലും തുടക്കം മുതൽ അമൃതാ ഷെർഗിൽ പല രീതികളിൽ വിമർശിക്കപ്പെടുകയും ചെയ്തിട്ടുണ്ട്. ബംഗാൾ സ്കൂൾ ചിത്രകാരനായ അസിത് ഹൽദാർ പടിഞ്ഞാറിന്റെ മണമുള്ളതാണ് അമൃതയുടെ കലയെന്ന് അഭിപ്രായപ്പെടുന്നുണ്ട്. ആധുനികതാവാദ കലയുടെയും ഇന്ത്യൻ എക്സ്പ്രഷനിസത്തിന്റെയും പ്രതിനിധിയായ എഫ് എൻ സൂസയാകട്ടെ ഗൊഗൈന്റെ കലയിൽനിന്നും ഉരുത്തിരിഞ്ഞു വന്നതാണ് അമൃതാഷെർഗിലിന്റെ ചിത്രങ്ങൾ എന്ന് അഭിപ്രായപ്പെട്ടുകൊണ്ട് അതിനെ മൊത്തത്തിൽ തള്ളിക്കളയുന്നു. കലാവിമർശകനും ചിത്രകാരനുമായ കെ ജി സുബ്രഹ്മണ്യൻ 1970 ൽ അമൃതാഷെർഗിലിന്റെ ചിത്രങ്ങളുടെ പ്രദർശനത്തിനായി തയ്യാറാക്കിയ കാറ്റലോഗിൽത്തന്നെ അമൃതയുടെ രചനാസങ്കേതത്തിലെ സന്ദിഗ്ദ്ധതകളും ബാലിശത്വവും പ്രാദേശികജീവിതത്തെക്കുറിച്ചുള്ള അവരുടെ വീക്ഷണത്തിലെ ദൗർബ്ബല്യങ്ങളുമെല്ലാം എടുത്ത് പറയുന്നുണ്ട്. ഗൊഗൈനുമായി അമൃതയെ താരതമ്യം ചെയ്യുന്നതിൽ അസ്വാഭാവികത കാണുന്ന പല വിമർശകരുമുണ്ട്. നാഗരിക ജീവിതസൗഭാഗ്യങ്ങൾ അപ്പാടെ ഉപേക്ഷിച്ച് താഹിത്തിയിലെ ജനങ്ങളോടൊപ്പം ജീവിച്ച ഗൊഗൈനെപ്പോലെയല്ല അമൃതയെന്നും അവരുടെ ഗ്രാമജീവിതസ്നേഹം ഉപരിവർഗ്ഗകൗതുകങ്ങൾക്കപ്പുറം പോയിട്ടില്ലെന്നുമാണ് ഈ വിമർശകർ അഭിപ്രായപ്പെടുന്നത്.

23. ആധുനികതാവാദത്തിന്റെ ഹംഗേറിയൻ പാഠാന്തരമെന്ന നിലയിൽ അവിടെ വികസിച്ചുവന്ന സവിശേഷമായ കലാപ്രസ്ഥാനം (Nagybanya School) അമൃതാ ഷെർഗിലിന്റെ കലയിലെ പ്രധാന പ്രേരണകളിലൊന്നാണ്. അമൃതയുടെ അമ്മാവനായ ഇർവിൻ ബക്തായ് ആണ് ഈ കലാപ്രസ്ഥാനത്തിലേക്ക് അവരുടെ ശ്രദ്ധ തിരിച്ചുവിട്ടത്. ശുദ്ധവർണ്ണങ്ങളുടെ പ്രയോഗത്തിൽ വിശ്വസിക്കുകയും അക്കാദമിക സമ്പ്രദായങ്ങളോട് കലഹിക്കുകയും ഗ്രാമീണജീവിതത്തിന്റെ ലാളിത്യത്തെയും അതിസാധാരണമായ ജീവിതത്തെയും മനുഷ്യരെയും ചിത്രീകരിക്കുകയും ചെയ്ത ഒന്നായിരുന്നു അത്. ഈ കലാപ്രസ്ഥാനത്തിന്റെ സ്ഥാപകനായി പരിഗണിക്കപ്പെടുന്ന ഇസ്തവാൻ നാഗി (Istavan Nagy) പൊതുസമൂഹത്തിന്റെ മനഃസാക്ഷിയെ ഉണർത്താൻ പോന്ന വിധത്തിൽ ഗ്രാമീണദാരിദ്ര്യത്തിന്റെ ചിത്രീകരണത്തിന് തന്റെ അസാധാരണമായ രചനാവൈഭവം ഉപയോഗപ്പെടുത്തിയ ഒരാളാണ്. മിക്കവാറും കറുപ്പിലും വെളുപ്പിലും മാത്രമാണ് അദ്ദേഹം ചിത്രം വരച്ചത്. ഈ സ്കൂളിൽപ്പെട്ട മറ്റൊരു ചിത്രകാരൻ (Janos Nagy Balogh) നാട്ടിലെ ഇഷ്ടികഫാക്ടറിയിൽ ജോലിചെയ്ത് ഉപജീവനം കഴിക്കുകയും താൻ വരച്ച ചിത്രങ്ങൾ വില്ക്കാൻ വിസമ്മതിക്കുകയും ചെയ്തു. ലളിതമായ ഗ്രാമീണജീവിതത്തിലേക്ക് അമൃതയുടെ ശ്രദ്ധ തിരിച്ചുവിടുകയും പാരീസിലെ

ഔപചാരികരീതികളിൽനിന്ന് അവരെ പുറത്തുകൊണ്ടുവരികയും ചെയ്യുന്നതിൽ ഈ പ്രസ്ഥാനം വലിയ പങ്കാണ് വഹിച്ചത്.

24. ആധുനിക ഇന്ത്യൻ കലാകാരിയുടെയും/കലാകാരന്റെയും ബുദ്ധിജീവിയുടെയും സ്വത്വപ്രതിസന്ധിക്ക് ഏറ്റവും തൃപ്തികരവും സ്വീകാര്യവുമായ പരിഹാരം കണ്ടെത്തിയത് അമൃതാഷെർഗിലാണെന്ന് കൃഷ്ണചൈതന്യ പറയുന്നത് ശ്രദ്ധേയമാണ്. വിശാലമായ ഒരർത്ഥത്തിൽ ആധുനിക ഇന്ത്യൻ ജീവിതത്തിനാകെ ബാധകമായ ഒന്നാണ് അവരുടെ ഈ പരിഹാരമെന്നും ഇന്ത്യൻ ചിത്രകലയെ സംബന്ധിച്ചിടത്തോളം ഇത്തരമൊരു പ്രശ്നത്തെ അഭിസംബോധന ചെയ്യാൻ ശ്രമിച്ച എല്ലാ മികച്ച കലാസൃഷ്ടികളിലും പ്രത്യക്ഷമായോ പരോക്ഷമായോ അമൃതാഷെർഗിലിന്റെ രചനകളുടെ സ്വാധീനമുണ്ടെന്നും കൃഷ്ണചൈതന്യ അഭിപ്രായപ്പെടുന്നു.

25. അമൃതാഷെർഗിലിന്റെ ചിത്രങ്ങളിലെ സ്തബ്ധവും വിമൂകവുമായ ഭാവത്തെക്കുറിച്ച് ഹംഗേറിയൻ കലാവിമർശകനായ ചാൾസ് ഫാബ്രി പ്രത്യേകം ചർച്ചചെയ്യുന്നുണ്ട്. മഹാവൃക്ഷങ്ങളും മൃതനിശ്ചലതയാർന്ന ഭിത്തികളും കനത്ത ചുവടുകളിൽ മന്ദഗതിയിൽ ചലിക്കുന്ന മാതംഗങ്ങളെ അനുസ്മരിപ്പിക്കുന്ന രൂപങ്ങളുമായി സ്തബ്ധവും വിമൂകവുമായ ഒരന്തരീക്ഷമാണ് തന്റെ ചിത്രങ്ങളിൽ അവർ എപ്പോഴും ഒരുക്കിനിർത്തുന്നതെന്ന് അദ്ദേഹം പറയുന്നു:

"In her whole artistic 'oeuvre', Amrita Sher-Gil never painted a single Indian in action, running or jesticulating or dancing or rejoicing. All her figures are like her huge elephants or buffaloes lazily lounging or placidly moving with gentle steps. Great dead walls, large static trees add to the static peace and breathless silence of her work.".

26. അമൃതാഷെർഗിലിന്റെ കലയിലെ പോൾ ഗൊഗൈന്റെ സ്വാധീനത്തെക്കുറിച്ച് ചർച്ച ചെയ്യുന്ന ഡബ്ള്യു ജി ആർച്ചർ ഗൊഗൈന്റെ രചനകളിലെ രണ്ട് അടിസ്ഥാന ഭാവരാശികളായി പരിഗണിക്കുന്നത് അവയിലെ രത്യാത്മകതയും വിഷാദാത്മകതയുമാണ്. ഇതിലെ ആദ്യത്തെ ഘടകത്തെ - രത്യാത്മകതയെ - കൈയൊഴിഞ്ഞ അമൃതയുടെ കല രണ്ടാമത്തേതിനെ - വിഷാദാത്മകതയെ - പൂർണ്ണമായും ഏറ്റെടുത്തുവെന്നും ആർച്ചർ പറയുന്നുണ്ട്. എന്നാൽ ഗൊഗൈന്റെ രചനകളിലെ രത്യാത്മകത എന്ന ആശയം തന്നെ സംശയാസ്പദമാണെന്ന് കൃഷ്ണചൈതന്യ അഭിപ്രായപ്പെടുന്നു. ഇത് എന്തുതന്നെയായാലും ഏതെങ്കിലും തരത്തിലുള്ള വിഷാദാത്മകത അമൃതയുടെ രചനകളിലില്ലെന്ന് കരുതുന്ന അദ്ദേഹം വിഷാദഭാവത്തെ വിഷാദാത്മകതയായി സമീകരിക്കുന്നതിനെ വിമർശിക്കുകയും ചെയ്യുന്നു.

27. അമൃതാഷെർഗിലിന്റെ കലാജീവിതത്തിലും വ്യക്തിജീവിതത്തിലും ഖണ്ഡാലവാലയുമായി അവർ പുലർത്തിയിരുന്ന സൗഹൃദത്തിന് വലിയ സ്ഥാനമാണുള്ളത്. പില്ക്കാലത്ത് ബോംബെ ഹൈക്കോടതി ജഡ്ജിയായി ത്തീർന്ന കാൾ ഖണ്ഡാലവാല ഇന്ത്യൻ മിനിയേച്ചറുകളുടെ ഏറ്റവും ആധികാരിക വക്താവായി പരിഗണിക്കപ്പെട്ടിരുന്നു. ഇന്ത്യൻ ചിത്ര - ശില്പ പാരമ്പര്യത്തെക്കുറിച്ച് ശ്രദ്ധേയമായ പുസ്തകങ്ങൾ അദ്ദേഹം രചിക്കുകയും ചെയ്തു. പ്രിൻസ് ഓഫ് വെയിൽസ് മ്യൂസിയത്തിന്റെയും കേന്ദ്ര ലളിതകലാ അക്കാദമിയുടെയും ചെയർമാനായും ഖണ്ഡാലവാല പ്രവർത്തിച്ചിട്ടുണ്ട്. അമൃതാഷെർഗിലിന്റെ കല അടിസ്ഥാനപരമായി ഭാരതീ

യമാണ് എന്ന് ഏറ്റവും ശക്തമായി വാദിക്കുകയും അമൃതയുടെ ചിത്രങ്ങളുടെ ഏറ്റവും മികച്ച വ്യാഖ്യാതാവായി ജീവിക്കുകയും ചെയ്ത ഒരാളായിരുന്നു കാൾ ഖണ്ഡാലവാല.

28. തന്റെ സമകാലീനരായ ചിത്രകാരന്മാരിൽ അമൃതാഷെർഗിൽ ഏറ്റവും വിലമതിച്ചിരുന്നത് രബീന്ദ്രനാഥടാഗോറിനെയായിരുന്നു. ടാഗോർ പ്രാകൃത കലയെ (primitive art) കൃത്രിമമായി അനുകരിക്കാൻ ശ്രമിക്കുന്ന ഒരാളല്ലെന്ന് അവർ അഭിപ്രായപ്പെടുന്നുണ്ട്: "He paints from the kernal, which is what the Bengal people have no notion and which is the only way to paint soundly" എന്നാണ് അമൃതാഷെർഗിൽ ടാഗോറിന്റെ കലയെക്കുറിച്ച് എഴുതുന്നത്.

29. ഒരു ചുവട് പാശ്ചാത്യകലയിലും പാശ്ചാത്യ ബൗദ്ധികപാരമ്പര്യങ്ങളിലും മറ്റൊരു ചുവട് പൗരസ്ത്യജനതയുടെ ജീവിതപരിസരങ്ങളിലും വച്ചുകൊണ്ട് നിലകൊള്ളുന്ന ആധുനിക ഇന്ത്യൻ കലാ - ബുദ്ധിജീവിയുടെ (artist-intellectual) ആദിരൂപമായാണ് അമൃതാഷെർഗിലിനെ കെ ജി സുബ്രഹ്മണ്യൻ കാണുന്നത്.

30. ഇന്ത്യൻ ജനതയിൽ വലിയൊരു വിഭാഗത്തെ ചിത്രകലയിലേക്ക് ആകർഷിക്കാൻ കഴിഞ്ഞു (ദേശീയപ്രസ്ഥാനത്തിന്റെയും കാല്പനികമായ ഭൂതകാലാഭിരതിയുടെയും സന്ദർഭത്തിൽ) എന്നതാണ് ബംഗാൾ സ്കൂൾ ഇന്ത്യൻ ചിത്രകലയ്ക്ക് നല്കിയ വലിയ സംഭാവനയായി അമൃതാഷെർഗിൽ കരുതിയത്.

31. തിരുവനന്തപുരം മ്യൂസിയത്തിൽ ഡോ. കസിൻസ് ശേഖരിച്ചുവച്ച ചിത്രങ്ങളിൽ നന്ദലാൽബോസിന്റെ ചിത്രം കണ്ടതിനുശേഷം അമൃതാഷെർഗിൽ ഖണ്ഡാലവാലയ്ക്ക് എഴുതിയ കത്തിൽ "I really never thought that Nandalal Bose was so erratic." എന്നാണ് അവർ അഭിപ്രായപ്പെടുന്നത്.

32. അജന്തയുടെ പാരമ്പര്യത്തിൽനിന്നും നാം സ്വീകരിക്കേണ്ടത് 'സാരവത്തായരൂപം' (significant form) എന്ന ആശയമാണെന്ന് അമൃതാഷെർഗിൽ അഭിപ്രായപ്പെടുന്നുണ്ട്. നിർഭാഗ്യവശാൽ ചുരുക്കം പേർ മാത്രമേ ഇക്കാര്യം തിരിച്ചറിയുന്നുള്ളൂ എന്നും അവർ വിമർശനമുന്നയിക്കുന്നു: "The fundamental idea of that form of Indian art which drew its inspiration from Ajanta (that really and eternal example of pure painting) was right to begin with because it started with the principles of the primordial importance of significant form."

33. ദസ്തയേവ്സ്കിയുടെ രചനകളോടും ബീഥോവന്റെ സംഗീതത്തോടും അമൃത വളരെയേറെ ആഭിമുഖ്യം പുലർത്തിയിരുന്നു. ഇവർ ഇരുവരും പുലർത്തിയിരുന്ന ശില്പദാർഢ്യം തന്റെ കലയുടെയും ആദർശമായി അവർ പരിഗണിച്ചിട്ടുണ്ടെന്ന് ഗീതാകപൂർ പറയുന്നുണ്ട്. കലയിലെ അതിവൈകാരികതയോടുള്ള അമൃതാഷെർഗിലിന്റെ കടുത്ത വിപ്രതിപത്തിയുടെ പ്രേരണകളിലൊന്നും ഇതാണെന്ന് ഇവർ നിരീക്ഷിക്കുന്നു.

34. കേരളീയ ഭിത്തിചിത്രങ്ങൾ രേഖാസമ്പ്രദായത്തിലും സ്ഥലവിതരണത്തിലും അജന്തയുടെ തുടർച്ച സൂക്ഷിക്കുന്നതായി കേസരി ബാലകൃഷ്ണപിള്ള 1940 കളിൽത്തന്നെ അഭിപ്രായപ്പെട്ട കാര്യം ഇവിടെ ഓർമ്മിക്കാവുന്നതാണ്.

35. ഇന്ത്യൻ മിനിയേച്ചറുകളുടെ സവിശേഷതകളിലേക്ക് അമൃതയുടെ ശ്രദ്ധ

തിരിച്ചുവിട്ടത് അടുത്ത സുഹൃത്തും കലാവിമർശകനുമായ കാൾ ഖണ്ഡാലവാലയാണ്. ഒരർത്ഥത്തിൽ ഇന്ത്യൻ ചിത്രകലാപാരമ്പര്യത്തെ പുതുതായി മനസ്സിലാക്കുന്നതിന് അമൃതയ്ക്ക് വഴിതുറന്നുകൊടുത്തതും ഇതാണ്. മിനിയേച്ചറുകളുടെ പ്രതിനിധാനപരവും ശൈലീപരവുമായ സവിശേഷതകൾ ഖണ്ഡാലവാലയിൽനിന്ന് അവർ മനസ്സിലാക്കി. സരയയിലെ തന്റെ ഫ്യൂഡൽ ജീവിതപരിസരത്തിന്റെ ചിത്രണത്തിൽ ഈ ഘടകങ്ങൾ അമൃത ഉപയോഗപ്പെടുത്തുകയും ചെയ്തു. ഒരു പകുതിയിൽ വൈകാരികതയും മറുപകുതിയിൽ വിരുദ്ധോക്തിയും നിറഞ്ഞ രചനകളിലേക്ക് അമൃതാഷെർഗിൽ എത്തിപ്പെട്ടത് ഇങ്ങനെയാണ്.

36. ഐന്ദ്രിയതയും ദാരിദ്ര്യവും മുഖാമുഖം നില്ക്കുന്ന രചനകളായാണ് കെ ജി സുബ്രഹ്മണ്യൻ അമൃതാഷെർഗിലിന്റെ ചിത്രങ്ങളെ പരിഗണിക്കുന്നത്. അവരുടെ ചിത്രങ്ങളുടെ രൂപപരതയുടെ (formalism) പ്രഭവം ഐന്ദ്രിയതയും അവയിലെ വൈകാരികമായ യഥാതഥത്വത്തെ (emotional realism) നിർണ്ണയിക്കുന്നത് ദാരിദ്ര്യവുമാണെന്ന് അദ്ദേഹം വിശദീകരിക്കുന്നു. അമൃതയുടെ കലയുടെ സന്ദിഗ്ദ്ധതയുടെ അടിസ്ഥാനമിതാണെന്നും കെ ജി സുബ്രഹ്മണ്യൻ അഭിപ്രായപ്പെടുന്നു.

37. അമൃതയുടെ മരണത്തിനുശേഷം എഴുതിയ പഠനങ്ങളിലൊന്നിൽ പ്രമുഖ ഹംഗേറിയൻ കലാവിമർശകനായ ചാൾസ് ഫാബ്രി അമൃതയുടെ വിദേശ പാരമ്പര്യത്തിൽ ഊന്നുന്നുണ്ട്. "Amrita Sher-Gil was half Western, half Indian; born to become a bridge between Indian and Western art; and whilst it has become a habit to claim her as 'totally Indian', she was infact the mirraculas marriage of Indian and Western" എന്ന് ഫാബ്രി അഭിപ്രായപ്പെടുന്നു. ഖണ്ഡാലവാല മുതൽ ആർച്ചർ വരെയുള്ളവർ അമൃതയുടെ ഭാരതീയത മാത്രം ഊന്നിപ്പറയുന്നത് അവാസ്തവമാണെന്നും അദ്ദേഹം രേഖപ്പെടുത്തുന്നുണ്ട്.

ഹംഗറിയിൽനിന്നും ഇന്ത്യയിലെത്തിയ ചാൾസ് ഫാബ്രി അമൃതയുടെ കലയിൽ പടിഞ്ഞാറിന്റെ സ്വാധീനം കണ്ടെത്തിയതിൽ അത്ഭുതപ്പെടാനൊന്നുമില്ലെന്ന് പറയുന്ന കൃഷ്ണചൈതന്യ ഇതിന്റെ മറുപുറമെന്നപോലെ വൈകാരികതയിലും വിഭാവനത്തിലും തീർത്തും ഭാരതീയമായ ഒന്നായി മുൽക്ക് രാജ് ആനന്ദ് അമൃതാഷെർഗിലിന്റെ കലയെ വിലയിരുത്തുന്നതും ചൂണ്ടിക്കാണിക്കുന്നുണ്ട്. അമൃതാഷെർഗിലിന്റെ ദേശീയസ്വത്വത്തിന് ഊന്നൽ നല്കുന്ന കൃഷ്ണചൈതന്യ Sher - Gil എന്ന പിരിച്ചെഴുതുന്നത് പാശ്ചാത്യരീതിയാണെന്ന് അഭിപ്രായപ്പെട്ടുകൊണ്ട് Shergil എന്ന് ഇടവര ഇല്ലാതെയാണ് തന്റെ കലാചരിത്രഗ്രന്ഥത്തിൽ അവരുടെ പേര് രേഖപ്പെടുത്തുന്നത്.

38. ഭാവശൂന്യമായ കണ്ണുകൾ ഭാവതീവ്രമായ ആവിഷ്കരണത്തിനുള്ള ഉപാധിയാക്കാമെന്ന് അമൃതാഷെർഗിൽ കരുതിയിരുന്നു. *Women on the Beach* എന്ന തന്റെ ചിത്രത്തെ മുൻനിർത്തിയുള്ള ചർച്ചയുടെ സന്ദർഭത്തിൽ ഇവർ ഇക്കാര്യം രേഖപ്പെടുത്തുന്നുണ്ട്;

"I think there is a certain charm in faces completely devoid of intelligence in art, stupid faces intelligently painted like the stupid faces that stare at one with looks of blank idiocy form the Greco-Roman paintings. I have attempted myself with some measure of success in a few of my pictures."

39. തന്റെ കലാപരമായ ജാഗ്രതയെ വൈകാരികത കീഴടക്കുന്നുണ്ടോ എന്ന് *Mother India* എന്ന ചിത്രത്തെ മുൻനിർത്തി അമൃതാഷെർഗിൽ തന്നെ സന്ദേഹം പ്രകടിപ്പിച്ചിട്ടുമുണ്ട്.

40. 1940 കളോടെ തന്റെ രചനാസമ്പ്രദായത്തിൽ വന്ന പരിവർത്തനങ്ങളുടെ അടിസ്ഥാനമായി അമൃത പരിഗണിച്ചത് മുഗൾ കലയെ ആണ്: "The Moghuls have taught me a lot. Looked at rightly the Moughal portrait can teach one everything that matters. Subtle yet intense, keeness to the form, acute and detached somewhat ironical observation, all the things needed most at the time I got acquinted with them".

സഹായകഗ്രന്ഥങ്ങൾ

വിജയകുമാർമേനോൻ, 2003, *ഭാരതീയകല ഇരുപതാംനൂറ്റാണ്ടിൽ*, ഡിസി ബുക്സ്, കോട്ടയം.

Dalmia, Yasodhara, 2006, *Amritha Shergil A life*, London, Penguin/Viking India, Delhi.

Geeta Kapoor, 2000, 'Body as Gesture : Women Artists at work', in *When was Modernism*, Tulika, Delhi.

Krishnachaithanya, 1994, *A History of Indian Painting : The Modern Period*, Abhinav Publications, Delhi.

Mago, Pran Nath, 2001, *Contemporary Art in India*, National Book Trust, Delhi.

Mitter, Partha, 2007, 'Two Pioneering Women Artists' in *The Triumph of Modernism: India's Artist and Avant-garde*, Oxford University Press, Delhi.

Mitter, Partha, 2001, *Indian Art*, Oxford University Press, Delhi.

Sheik, Gulam Mohammed, 1972, 'AmritaSher-Gil: Dialectics of Academicism and the Pictorial Situation of Traditional Indian Art', in Vivan Sundaram(et al), Amrita Sher-Gil, Marg, Bombay.

Sher-Gil, Amrita, 2011, 'Modern Indian Art', Amrita Sher-Gil - 'The Talented Indian Artist', 'Art and Appreciation', 'Indian Art Today' in Vivan Sundaram (ed.), *Amrita Sher-Gil : a self-portrait in letters and writings*, Tulika Books, Delhi. (Vol I & II)

Subrahmanian, K G, 1972, 'Amrita Sher-Gil and the East West Dilema', in Vivan Sundaram (et al), 1971, *Amrita Sher-Gil*, Marg Publications, Bombay.

Subrahmanian, K G, 2006, Moving Focus, Seagnll, Calcutta.

Sundaram, Vivan, 2010, *Amrita Sher-Gil : a self-portrait in letters and writings*, Tulika Books, Delhi. (Vol I & II).

www.fridakahlofans.com/amritafans.com

കെ സി എസ് പണിക്കർ: കേരളീയതയും ആധുനികതാവിമർശനവും

ഇരുപതാം നൂറ്റാണ്ടിലെ മലയാളഭാവനയുടെ ചരിത്രത്തിലെ ഏറ്റവും വലിയ കടലിരമ്പങ്ങളിലൊന്നായിരുന്നു ആധുനികതാപ്രസ്ഥാനം (Modernism). നവോത്ഥാനത്തിന്റെയും പുരോഗമനസാഹിത്യത്തിന്റെയും ചക്രവാതങ്ങൾക്ക് ശേഷം മലയാളഭാവനയെ അടിമുടി പിടിച്ചുലച്ചത് ആധുനികതാപ്രസ്ഥാനമാണ്. ലോകത്തെയും ജീവിതത്തെയും നോക്കിക്കാണാൻ അത് കേരളീയർക്ക് പുതിയ കണ്ണുകൾ നല്കി. 1960 കൾക്ക് ശേഷമുള്ള മൂന്ന് പതിറ്റാണ്ടോളം നമ്മുടെ ഭാവനയിലെ ഏറ്റവും പ്രബലമായ കാഴ്ചവട്ടവും അതുതന്നെയായിരുന്നു.

ഇത്രമേൽ പ്രബലമായിരുന്നിട്ടും ആധുനികതാപ്രസ്ഥാനത്തെയും അതിന്റെ അനുഭൂതിപ്രപഞ്ചത്തെയും ചരിത്രപരമായി സ്ഥാനനിർണ്ണയം ചെയ്യാനുള്ള ശ്രമങ്ങൾ മലയാളത്തിൽ ഏറെയൊന്നും നടന്നിട്ടില്ല എന്നതാണ് വാസ്തവം. ആധുനികതാവാദകലയെക്കുറിച്ചും സാഹിത്യത്തെക്കുറിച്ചും മലയാളത്തിൽ എണ്ണമറ്റ പഠനങ്ങൾ ഉണ്ടായെങ്കിലും അവ മേല്പറഞ്ഞതിൽനിന്ന് തീർത്തും വ്യത്യസ്തമായ രണ്ട് വഴികളിലൂടെയാണ് സഞ്ചരിച്ചത്. ഒരുഭാഗത്ത് ആധുനികതാപ്രസ്ഥാനത്തിന്റെ സൗന്ദര്യാനുഭവങ്ങളെ ചരിത്രനിരപേക്ഷവും അതിഭൗതികവുമായി വിശദീകരിക്കുന്ന പഠനങ്ങളുടെ കുത്തൊഴുക്കുതന്നെ ഉണ്ടായി. ആധുനികതാപ്രസ്ഥാനത്തെക്കുറിച്ചുള്ള മലയാളത്തിലെ മുഖ്യധാരാ സങ്കല്പങ്ങളെ നിർണ്ണയിച്ചതും ഈ വിശദീകരണങ്ങളാണ്. മറു ഭാഗത്താകട്ടെ ആധുനികകലയെയപ്പാടെ ബൂർഷ്വാ അരാജകത്വമായും മുതലാളിത്ത ജീർണ്ണതയായും ജീവിത നിഷേധമായുമെല്ലാം വിലയിരുത്തുന്ന ഒരു എതിർവീക്ഷണവും വികസിച്ചുവന്നു. ഇതിനിടയിൽ ആധുനികതാപ്രസ്ഥാനത്തിന്റെ ചരിത്രപരമായ ഉള്ളടക്കമോ അതിലെ ആന്തരിക വൈരുദ്ധ്യങ്ങളോ കാര്യ

കെ സി എസ് പണിക്കർ

മായി പരിഗണിക്കപ്പെട്ടില്ല. അതിനു പകരം ആധുനികതാപ്രസ്ഥാനകലയിലെ ഏതെങ്കിലുമൊരു ഘടകത്തെ മുൻനിർത്തി ആ പ്രസ്ഥാനത്തെയപ്പാടെ ഏകമുഖമായി സംഗ്രഹിക്കാനാണ് മേല്പറഞ്ഞ ഇരുസമീപനങ്ങളും ശ്രമിച്ചത്. അതുകൊണ്ടു പരസ്പരവിരുദ്ധമായ വീക്ഷണങ്ങൾ വച്ചു പുലർത്തുമ്പോൾത്തന്നെ, അനുഭൂതികളുടെ ചരിത്രമൂല്യത്തെ അഭിസംബോധന ചെയ്യാത്ത സമീപനങ്ങളായി അവ അവശേഷിക്കുകയും ചെയ്തു.

ഈ രണ്ടു സമീപനങ്ങളിൽനിന്നും വ്യത്യസ്തമായി, ആധുനികതാ

പ്രസ്ഥാനത്തെയും അത് ജന്മം നല്കിയ അനുഭൂതി ലോകത്തെയും ചരിത്രപരമായി നോക്കിക്കാണാനുള്ള ശ്രമങ്ങൾ 1980 കൾക്കുശേഷം മലയാളത്തിൽ കുറച്ചൊക്കെ നടക്കുകയുണ്ടായി. മാർക്സിസ്റ്റ് കലാ വിമർശനത്തിന്റെ ആശയാവലികൾ വലിയതോതിൽ ഉപയോഗപ്പെടുത്തിക്കൊണ്ടും, അപ്പോൾതന്നെ പലപ്പോഴും അതിൽ മേൽക്കൈ നേടിയ പ്രതിഫലനവാദത്തിന് അടിപ്പെടാതെയും അനുഭൂതികളുടെ ചരിത്രപരതയെ വിശദീകരിക്കാനുള്ള ശ്രമമായിരുന്നു അത്. നമ്മുടെ കലാവിചാര മേഖലയിൽ ഈ സമീപനത്തിന് നിർണ്ണായകമായ മേൽക്കൈ ലഭിച്ചു എന്നു പറഞ്ഞുകൂടെങ്കിലും കഴിഞ്ഞ കാൽനൂറ്റാണ്ടിനിടയിൽ അത് അപ്രധാനമല്ലാത്ത ഒരു സ്ഥാനം നേടിയെടുത്തിട്ടുണ്ട്. പ്രമേയപ്രത്യക്ഷങ്ങൾക്കപ്പുറത്ത് അനുഭൂതിയിലും രൂപത്തിലും നിലീനമായിരിക്കുന്ന ചരിത്രബന്ധങ്ങളെ കണ്ടെടുക്കാനും അതുവഴി കലാവസ്തുവിന്റെയും സൗന്ദര്യാനുഭവത്തിന്റെയും സൂക്ഷ്മയാഥാർത്ഥ്യത്തെ വിശദീകരിക്കാനുമാണ് ഈ വിമർശനരീതി ശ്രമിച്ചുകൊണ്ടിരുന്നത്.

ഇത്തരമൊരു നിലപാടിനെ പിൻപറ്റിക്കൊണ്ട് ഇന്ത്യൻ ചിത്രകലയുടെ ചരിത്രത്തിൽ ആധുനികതാപ്രസ്ഥാനത്തിന്റെ ഏറ്റവും ഉയർന്ന പ്രതിനിധികളിലൊരാളായി പരിഗണിക്കപ്പെടുന്ന കെ സി എസ് പണിക്കരുടെ *മലബാർ കർഷകന്റെ ജീവിതം* (*Life of Malabar Peasant* - 1957) എന്ന ചിത്രത്തെ വിശകലനം ചെയ്യാനാണ് ഈ പ്രബന്ധം ശ്രമിക്കുന്നത്. പ്രമുഖ മാർക്സിസ്റ്റ് ചിന്തകനും സംസ്കാരപഠിതാവുമായ ഫ്രെഡറിക് ജയിംസണിന്റെ രാഷ്ട്രീയഅബോധം[1] (Political Unconscious) എന്ന പരികല്പനയെ മുൻനിർത്തിയാണ് ഈ പഠനം സംവിധാനം ചെയ്തിരിക്കുന്നത്. കേരളീയത എന്ന ആശയവും അതിനെ മുൻ

മലബാർ കർഷകന്റെ ജീവിതം

നിർത്തുന്ന അനുഭൂതിയും ഏതുതരം ചരിത്രബന്ധമായാണ് കെ സി എസിന്റെ ചിത്രത്തിൽ ഇടംപിടിച്ചിരിക്കുന്നത് എന്ന പരിശോധനയ്ക്കാണ് ഇവിടെ മുതിരുന്നത്. അരനൂറ്റാണ്ടിലധികം വരുന്ന കാലത്തിന്റെ അകലമുണ്ട് ഇപ്പോൾ ആ ചിത്രത്തിലേക്ക്. കലയും കാലവും ഒരുപാട് മാറിപ്പോയിരിക്കുന്നു. എങ്കിലും ആ രചനയിലേക്ക് കടന്നു ചെന്നാൽ ഇപ്പോഴും തെളിഞ്ഞുകിട്ടാവുന്ന ചില കാഴ്ചകളുണ്ട്, പണിക്കരുടെ കലയെക്കുറിച്ച് എന്നതുപോലെ ആധുനികതാവാദത്തിന്റെ ഉള്ളടക്കത്തെക്കുറിച്ചും.

കെ സി എസ് പണിക്കരും ആധുനികതാവാദവും

1936 ൽ കെ സി എസ് പണിക്കർ മദ്രാസ് സ്കൂൾ ഓഫ് ആർട്സിലെ വിദ്യാർത്ഥിയായി എത്തിച്ചേരുമ്പോൾ കോളനിവിരുദ്ധവും തദ്ദേശീയവുമായ താല്പര്യങ്ങളാൽ നിർണ്ണയിക്കപ്പെട്ട സൗന്ദര്യസങ്കല്പമാണ് ചിത്രകലാരംഗത്ത് പ്രബലമായിരുന്നത്. മദ്രാസ് സ്കൂൾ ഓഫ് ആർട്സിന്റെ പ്രിൻസിപ്പലായി അന്ന് പ്രവർത്തിച്ചിരുന്നത് പ്രശസ്ത ശില്പിയായിരുന്ന ദേവിപ്രസാദ് റോയ്ചൗധരിയാണ്. സ്വന്തം രചനാപദ്ധതിയിൽ റോഡിന്റെയും മറ്റും സ്വാധീനം നിലനിർത്തിയിരുന്ന റോയ്ചൗധരി രാംകിങ്കറെപ്പോലെ തദ്ദേശീയതയുമായി ഗാഢമായ ബന്ധം പുലർത്തിയ ഒരാളല്ല. അതേസമയംതന്നെ ദേശീയപ്രസ്ഥാനത്തിന്റെ താല്പര്യങ്ങളുമായി അദ്ദേഹത്തിന്റെ ഭാവന ഒത്തിണക്കം നേടിയിരുന്നു. ലോകകലയിൽ സംഭവിച്ചുകൊണ്ടിരിക്കുന്ന പരിവർത്തനങ്ങളോട് നിരന്തരം സംവദിക്കാനും അദ്ദേഹത്തിനു കഴിഞ്ഞു. പില്ക്കാലത്ത് 'മദ്രാസ് സ്കൂൾ' എന്നറിയപ്പെട്ട കലാസമീപനത്തിന് രൂപംനല്കുന്നതിൽ റോയ്ചൗധരിയുടെ കാഴ്ചപ്പാടും നേതൃത്വവും വലിയ പങ്കുവഹിച്ചു.

ബംഗാൾ സ്കൂൾ പാരമ്പര്യത്തെ പിന്തുടർന്നുകൊണ്ട് പാശ്ചാത്യ ആധുനികതയെ സംശയിക്കുകയും ചോദ്യംചെയ്യുകയും ചെയ്യുന്ന പ്രവണതയാണ് മദ്രാസ് സ്കൂളും പുലർത്തിയത്. 1940 കൾ ഇന്ത്യയുടെ ആധുനികതാവാദകല കൂടുതൽ കൂടുതലായി പാശ്ചാത്യസമ്പ്രദായങ്ങളോട് അടുക്കുന്ന കാലഘട്ടമാണ്. ഈ സന്ദർഭത്തിൽ പ്രാദേശികമായ സ്വത്വസംസ്ഥാപനത്തിന്റെ അടയാളങ്ങൾ വഹിക്കുന്ന ചിത്രകലാപ്രസ്ഥാനമായി മദ്രാസ് സ്കൂൾ വളർന്നുവന്നു. ജാമിനി റോയിയും രാംകിങ്കർവെയ്ജും ബിനോദ് ബിഹാരി മുഖർജിയും മറ്റും അവതരിപ്പിച്ച, ദേശീയാധുനികം (national modern) എന്ന് വിശദീകരിക്കപ്പെടുന്ന, സ്വത്വബോധത്തിന്റെ പുതിയൊരു പ്രകാശനമായിരുന്നു മദ്രാസ് സ്കൂൾ രചനകൾ. കെ സി എസ് പണിക്കർ, കെ മാധവ മേനോൻ, എം വി ദേവൻ, ടി കെ പത്മിനി, തൃക്കിടീരി വാസുദേവൻനമ്പൂതിരി, കെ എം വാസുദേവൻ നമ്പൂതിരി എന്നിങ്ങനെ കേരളത്തിൽ നിന്നുള്ള ഒട്ടുവളരെ കലാകാരന്മാർ ഇക്കാലത്ത് മദ്രാസ് ഫൈനാർട്സ് സ്കൂളിലെത്തി. ഇവരോടൊപ്പം സാനന്ദരാജ്, ആദിമൂലം, റെഡ്ഡപ്പനായിഡു, അക്കിത്തം നാരായണൻ

എന്നിങ്ങനെ മദ്രാസ് സ്കൂളിന്റെ പ്രതിനിധികളായി പരിഗണിക്കാവുന്ന ഒട്ടേറെപ്പേർ വേറെയുമുണ്ട്. ഇവരിലൂടെ ഇന്ത്യയിലെ ആധുനികതാവാദ കലയിലെ പ്രാമാണികവിഭാഗങ്ങളിലൊന്നായിത്തീരാൻ മദ്രാസ് സ്കൂളിന് കഴിഞ്ഞു.

പരമ്പരാഗതമായ ഇന്ത്യൻ രചനാസമ്പ്രദായങ്ങളിൽ രേഖയ്ക്കുള്ള പ്രാധാന്യം വീണ്ടെടുത്തു എന്നത് മദ്രാസ് സ്കൂളിന്റെ മുഖ്യസംഭാവനയായി വിജയകുമാർമേനോൻ വിശദീകരിക്കുന്നുണ്ട്. വസ്തുവിന്റെ പിണ്ഡവും വ്യാപ്തവും (mass and volume) വസ്തുവിന്റെ ആകൃതിയുടെ ബാഹ്യരേഖ (contour) യിലേക്ക് പകരുന്ന പ്രക്രിയയ്ക്ക് ഇവിടെ പുനരുജ്ജീവിക്കപ്പെട്ടിട്ടുള്ളതായി അദ്ദേഹം പറയുന്നു. വസ്തുവിനെ രേഖയിലാവിഷ്കരിക്കുമ്പോൾ, സ്വാഭാവികപ്രകൃതിയെക്കാൾ പ്രാധാന്യം രേഖയിലൂടെ സൃഷ്ടിക്കപ്പെടുന്ന വസ്തുപ്രകൃതിക്ക് കൈവരും. രേഖ എപ്പോഴും ഒരു അമൂർത്തത നിലനിർത്തുന്നു. രേഖ പ്രകൃതിയിലുള്ളതല്ല. അത് വസ്തുപ്രകൃതിയുടെ സ്വാഭാവികാംശമല്ല. ഈ രേഖാരൂപത്തിന് പ്രാധാന്യം നല്കിക്കൊണ്ട് അമൂർത്തതയുടെ ലോകത്തെ വസ്തുലോകവുമായി കൂട്ടിയിണക്കുന്ന രചനാസമ്പ്രദായമാണ് മദ്രാസ് സ്കൂളിന്റെ മുഖ്യസംഭാവന. അതുകൊണ്ട് പാശ്ചാത്യകലയുടെ അമൂർത്തതയോടും ഒപ്പം തന്നെ വസ്തുപ്രകൃതിയുടെ സ്വാഭാവികതയോടും ബന്ധം പുലർത്തുന്ന രചനകളായി അവ മാറിത്തീർന്നു. ഇതിലൂടെ അമൂർത്തതയ്ക്ക് തദ്ദേശീയമാനവും പ്രകൃതവും നല്കുന്ന പുതിയൊരു ചിത്രഭാഷയ്ക്കു ജന്മം നല്കാനും മദ്രാസ് സ്കൂളിനു കഴിഞ്ഞു.

കെ സി എസ് പണിക്കരുടെ രചനാജീവിതത്തിന്റെ ആദ്യഘട്ടം ഇത്തരത്തിൽ രേഖാപ്രധാനമായ രൂപനിർമ്മിതിയുടേതല്ല. 1936 ൽ മദ്രാസിൽ എത്തപ്പെട്ട വേളയിലും തുടർന്നിങ്ങോട്ട് ഒരു പതിറ്റാണ്ടോളം വരുന്ന കാലയളവിലും ജലച്ചായത്തിന്റെ സുതാര്യത ഉപയോഗപ്പെടുത്തുന്ന കേരളീയ ഭൂഭാഗദൃശ്യങ്ങളാണ് പണിക്കർ രചിച്ചത്.[2] കേരളീയഗ്രാമങ്ങളിലെ തെളിഞ്ഞ തോടുകളും തോപ്പുകളും ഉമ്മറമുറ്റങ്ങളും നീർച്ചാലുകളും പുഴകളും മലകളും എല്ലാം പണിക്കരുടെ ഇക്കാലത്തെ രചനകളിൽ ജലച്ചായത്തിന്റെ സുതാര്യതയിൽ മിന്നിത്തിളങ്ങി.

ഭൂഭാഗദൃശ്യങ്ങളിൽനിന്ന് മനുഷ്യരൂപങ്ങൾ കേന്ദ്രമായിവരുന്ന രചനകളിലേക്ക് പണിക്കർ വഴിതിരിയുന്നത് 1950 കളോടെയാണ്. 50 കളുടെ ആദ്യഘട്ടത്തിൽ പ്രതിബദ്ധതാപരമായ ചുരുക്കം ചില രചനകൾ (*Blessed are the Peace Makers* - 1951) പണിക്കർ നടത്തുന്നുണ്ട്. പിന്നാലെ അദ്ദേഹത്തിന്റെ കലയിൽ മൗലികമായ ഒരു പരിവർത്തനം അരങ്ങേറി. ഊർജ്ജസ്വലമായ തദ്ദേശീയപാരമ്പര്യത്തിൽനിന്നു കൈവരുന്ന പ്രചോദനത്താൽ മാത്രമേ പുതിയ ലോകത്തിലെ വൈരുദ്ധ്യങ്ങൾ പരിഹരിക്കാനാവൂ എന്ന കണ്ടെത്തൽ പണിക്കരുടെ കലാസങ്കല്പത്തിൽ നിർണ്ണായകമായ പരിവർത്തനം ഉളവാക്കി. തനിക്ക് എല്ലാം പുതുതായി ആരംഭിക്കേണ്ടിവന്നു എന്നാണ് കെ സി എസ് ഇതേക്കുറിച്ച് പറയുന്നത്.

അതോടെ രൂപനിർമ്മിതിയുടെ തലത്തിൽ പുതിയ അന്വേഷണങ്ങൾക്ക് അദ്ദേഹം തയ്യാറായി. ഇക്കാലത്തെ ചിത്രങ്ങളിൽ തെളിയുന്ന മനുഷ്യ രൂപങ്ങൾ സ്വാഭാവിക മനുഷ്യാകൃതിയിൽനിന്നു നിർദ്ധാരണം ചെയ്തെ ടുത്തവയാണ്. *അമ്മയും കുഞ്ഞും* (1954), *പാപിനി* (1956), *മലബാർ കർഷകന്റെ ജീവിതം* (1957), *ചുവപ്പുനിറമുള്ള മുറി* (1960) തുടങ്ങിയ രചന കളിലൊക്കെ ഇതു പ്രകടമാണ്. ഈ കാലയളവിലും ഭൂഭാഗങ്ങൾ പണിക്കർ ചിത്രങ്ങളിൽ, കുറഞ്ഞൊരളവിലാണെങ്കിലും കടന്നുവരുന്നുണ്ട്. എന്നാൽ അവ ശൈലീപരമായി സംസ്കരിക്കപ്പെട്ട രൂപത്തിലുള്ളവയാണ്. 1953-63 കാലയളവിൽ വാൻഗോഗിന്റെയും അജന്താചിത്രങ്ങളുടെയും സ്വാധീന ത്തിന് ഒരുപോലെ കീഴ്പ്പെട്ടുകൊണ്ടാണ് താൻ രചനയിലേർപ്പെട്ടതെന്ന് അദ്ദേഹം പറയുന്നുണ്ട്. ശൈലീവല്ക്കരണത്തെയും വികാരതീക്ഷ്ണ തയെയും ആത്മാനുഭൂതിയെയും ഇണക്കിനിർത്താനുള്ള ശ്രമങ്ങളാണ് അദ്ദേഹത്തിന്റെ ഇക്കാലത്തെ രചനകൾ. ഇതിനു പിന്നാലെ വരുന്ന കാല യളവിൽ അമൂർത്തതയുടെ ദൃശ്യഭാഷയിലേക്ക് പണിക്കർ കൂടുതൽ കൂടുതൽ അടുക്കുന്നതു കാണാം. ഏറെ പ്രസിദ്ധിനേടിയ *വാക്കുകളും പ്രതീകങ്ങളും* എന്ന പരമ്പരയിലെത്തിച്ചേരുമ്പോൾ ഇത് ഒട്ടൊക്കെ പൂർണ്ണമാവുന്നു.[3] പ്രാദേശികമായ സ്വത്വാന്വേഷണത്തിന്റെ അടയാളമെന്ന നിലയിൽ കേരളീയ പ്രകൃതിദൃശ്യങ്ങൾക്കുപകരം മലയാളലിപികൾ ചിത്ര ത്തിൽ വന്നു നിറഞ്ഞുതുടങ്ങി. ഈ പരമ്പരയുടെ തുടക്കത്തിൽ, ഒരു പരീക്ഷണരചനപോലെ കെ സി എസ് വരച്ച *പഴം വില്പനക്കാരൻ*-എന്ന രചനയിൽ ഇംഗ്ലീഷ് അക്ഷരങ്ങളാണ് അദ്ദേഹം ഉപയോഗിച്ചത്. എന്നാൽ തുടർന്നിങ്ങോട്ട് മലയാളത്തിലെ കൂട്ടെഴുത്ത് ആ സ്ഥാനം പൂർണ്ണമായും ഏറ്റെടുത്തു. ഒരു ജനതയുടെ സ്വത്വസംസ്ഥാപനത്തിന്റെ പ്രാഥമികോപാ ധി എന്ന നിലയിലാണ് ഭാഷയെ താൻ ചിത്രത്തിൽ അടയാളപ്പെടുത്തു ന്നതെന്ന് പണിക്കർ അഭിപ്രായപ്പെട്ടിട്ടുണ്ട്. ആ നിലയിൽ നോക്കിയാൽ കേരളീയ ഭൂഭാഗദൃശ്യങ്ങളിൽ തുടങ്ങുന്ന, പ്രാദേശികതയുടെ വേരുകൾ തേടിയുള്ള, സഞ്ചാരത്തിന്റെ പുതിയൊരു ഘട്ടത്തെയാണ് ഈ ചിത്ര ങ്ങൾ പ്രതിനിധാനം ചെയ്യുന്നതെന്നു കാണാം. അപ്പോൾത്തന്നെ സാർവ്വ ദേശീയതലത്തിൽ ചിത്രകലയിൽ വികസിച്ചുവന്ന ആധുനികതാവാദ പ്രവണതകളുമായി കൂടുതൽ കൂടുതൽ ഇവ ശ്രമിക്കുന്നുണ്ട്.[4] പൗരസ്ത്യ വാദവ്യവഹാരം ജന്മംനല്കിയ ആശയാവലികളെ വലിയൊരളവോളം ഏറ്റെടുത്തുകൊണ്ടാണ് പണിക്കരുടെ കല ആധുനിക താവാദവുമായി സംവാദാത്മകബന്ധം പുലർത്തിയത്. പണിക്കരുടെ കലയിലെ തദ്ദേശീ യത, ഒട്ടുമിക്കവാറും, പൗരസ്ത്യവാദത്തിന്റെ ഉത്പന്നമാണ്. "ദർശന ത്തിനും ശ്രവണത്തിനും വിഷയമായവയിലാണ്, അനുഭൂതിക്കും അലൗകി കപ്രത്യക്ഷത്തിനും ഗോചരമാവയിലല്ല, യൂറോപ്യൻകല വിശ്വാസമർ പ്പിച്ചതെ"ന്നും "അങ്ങേയറ്റത്തോളം സാധാരണീകൃതമായ ഒരാദർശത്തിൽ സാർവ്വലൗകികമായ 'വൈയക്തികത്വ'ത്തെ ഉയർത്തി ലയിപ്പിക്കാണ് പൗരസ്ത്യശില്പി എക്കാലത്തും പ്രയത്നിച്ചുപോന്നത്" എന്നും നടരാജ

സെൽഫ് പോർട്രെയ്റ്റ്

വിഗ്രഹം 'ശാശ്വത മനുഷ്യനെന്ന സങ്കല്പത്തിന് ഉടൽ നല്കപ്പെട്ടതാണെന്നും' മറ്റുമുള്ള അദ്ദേഹത്തിന്റെ നിരീക്ഷണങ്ങൾ (ആർ നന്ദകുമാർ ഉദ്ധരിക്കുന്നത് 1983 : 394 – 95) പൗരസ്ത്യവാദപരമായ ആശയാവലികളെ ആധുനികതാവാദകലയുമായി ഇണക്കി നിർത്താനുള്ള ശ്രമങ്ങളാണ്. സാർവ്വദേശീയതയും പ്രാദേശികതയും തമ്മിലുള്ള സംഘർഷാത്മക ബന്ധമായി രൂപപ്പെട്ടുവന്ന ഇന്ത്യൻ ആധുനികതാവാദകലയുടെ അടിസ്ഥാനതത്ത്വം ഇവിടെയും സജീവമായി തുടരുന്നു എന്നർത്ഥം.

കെ സി എസിന്റെ രചനാജീവിതത്തിന്റെ മദ്ധ്യഘട്ടത്തിലാണ് *മലബാർ കർഷകന്റെ ജീവിതം* എന്ന ചിത്രം ഉൾപ്പെട്ടിരിക്കുന്നത്. സാമൂഹ്യപരിവർത്തനങ്ങളുടെ സൂചനകൾ നിറഞ്ഞ കെ സി എസിന്റെ അപൂർവ്വം ചിത്രങ്ങളിൽ ഒന്നായി ഇത് വിലയിരുത്തപ്പെട്ടിട്ടുണ്ട്. മില്ലെയും വാൻഗോഗും പോലുള്ളവരുടെ കർഷകചിത്രങ്ങളിൽനിന്നുള്ള സ്വാധീനത്തിന്റെ ഫലമെന്നും ഇത് വിവരിക്കപ്പെട്ടിട്ടുണ്ട്. ആധുനിക കേരളചരിത്രത്തിലെ പരിവർത്തനദശകളിലൊന്നിൽ വരയ്ക്കപ്പെട്ടതും, കെ സി എസിന്റെ രചനാജീവിതത്തെയെന്നപോലെ ആധുനികതാവാദത്തിന്റെ ഇന്ത്യൻസന്ദർഭത്തിന്റെ ഒരു സവിശേഷഘട്ടത്തെയും പ്രതിനിധാനം ചെയ്യുന്നതുമായ രചനയാണിത്. ആധുനികതാവാദത്തിന്റെ ദേശീയ സാർവ്വദേശീയ പരിപ്രേക്ഷ്യങ്ങളുമായി മലയാളഭാവന നടത്തിയ സംവാദത്തിന്റെ പ്രകാശനങ്ങളിലൊന്ന്.

മലബാർ കർഷകന്റെ ജീവിതം : പ്രതീകവ്യൃത്തി

കെ സി എസ് പണിക്കരുടെ *മലബാർ കർഷകന്റെ ജീവിതം* (*'Life of Malabar Peasant'*-1957) എന്ന ചിത്രം പ്രമേയതലത്തിൽ രാഷ്ട്രീയസൂചനകൾ ഉൾക്കൊള്ളുന്ന ഒന്നല്ല. അതേസമയം സവിശേഷമായ ഒരു കാലയളവിലെ ജീവിതബന്ധങ്ങളെ അടയാളപ്പെടുത്തുന്ന നിരവധി സൂചകങ്ങൾ ഈ ചിത്രത്തിൽ ഉണ്ട്. രാഷ്ട്രീയചരിത്രത്തിന്റെ പ്രത്യക്ഷസൂചനകളെ ഒഴിവാക്കി നിർത്തുമ്പോഴും ചിത്രത്തിലെ ബിംബവിന്യാസങ്ങളുടെയും രൂപകല്പനകളുടെയും അടിയടരിൽ രാഷ്ട്രീയചരിത്രം

സന്നിഹിതമായിരിക്കുന്നു. ഇവിടെ 'സവിശേഷമായ ഒരു കാലയളവി'ലെ ജീവിതബന്ധങ്ങൾ എന്നു പറയുന്നത് കൃത്യമായ അതിർവരമ്പുകൾക്കകത്തുള്ള ഒരു കാലഘട്ടം എന്ന അർത്ഥത്തിലല്ല. മറിച്ച് താരതമ്യേന വിപുലമായ ഒരു ചരിത്രഘട്ടത്തിലെ, ഉല്പാദനവ്യവസ്ഥാപരമായി സവിശേഷസ്വഭാവം പുലർത്തുന്ന ഒരു കാലയളവിലെ, സാമൂഹ്യബന്ധങ്ങൾ എന്ന നിലയിലാണ്. ആ നിലയിൽ രാഷ്ട്രീയചരിത്രത്തിന്റെ ആർത്ഥികചക്രവാളത്തിലേക്ക് കടന്നുനില്ക്കുന്ന സാമൂഹ്യചരിത്രത്തിന്റെ ലോകമാണ് ചിത്രത്തിലുള്ളതെന്നു പറയാം.[5]

ശീർഷകം സൂചിപ്പിക്കുന്നതുപോലെ മലബാറിലെ കാർഷിക ജീവിതസൂചകങ്ങളുടെ വിന്യാസത്തിലൂടെയാണ് ചിത്രംരൂപം കൊണ്ടിട്ടുള്ളത്. ചിത്രത്തിൽ ഏറ്റവും പ്രകടമായി കാണാവുന്ന രൂപങ്ങൾ ഈ കാർഷികജീവിതത്തിന്റെ ബിംബങ്ങളാണ്. ചിത്രത്തിന്റെ കീഴ്പകുതിയിൽ മദ്ധ്യഭാഗത്തോടുചേർന്ന് പുരാണപാരായണത്തിൽ ഏർപ്പെട്ടിരിക്കുന്ന മുതിർന്ന ഒരാളെയും അതിൽ ബദ്ധശ്രദ്ധനായ ഒരു കൗമാര(?)ക്കാരനെയും കാണാം. പീഠത്തിൽ തുറന്നുവച്ച ഗ്രന്ഥത്തിന്റെ ഇരുപുറവുമായാണ് ഇരുവരും ഇരിക്കുന്നത്. ഇരുപതാം നൂറ്റാണ്ടിന്റെ ആദ്യപകുതിയിൽ മലബാർ ഗ്രാമങ്ങളിലൊന്നിൽ സന്ധ്യാനാമം ചൊല്ലുന്ന മുതിർന്ന ഗ്രാമീണകർഷകൻ എന്ന പ്രതീതി ഉളവാക്കുന്നതോടൊപ്പം, ബ്രാഹ്മണിക മൂല്യങ്ങളുടെ പ്രതിനിധിയായും പരിഗണിക്കപ്പെടാവുന്ന വിധത്തിലാണ് ഗ്രന്ഥപാരായണത്തിലേർപ്പെട്ട മനുഷ്യന്റെ ചിത്രീകരണം. അയാളെ ചൂഴ്ന്നുനില്ക്കുന്ന സുവർണ്ണശോഭ അതേ അളവിൽ ചിത്രത്തിൽ മറ്റൊരിടത്തുമില്ല. ഈ ദൃശ്യത്തിനു തൊട്ടുതാഴെ ഇടതുഭാഗത്തായി ഒരു ശിവലിംഗവും അതിനെ തൊഴുതുനില്ക്കുന്ന സ്ത്രീപുരുഷന്മാരെയും കുഞ്ഞുങ്ങളെയും കാണാം. ചിത്രമദ്ധ്യത്തിൽ ഗ്രാമീണരായ കർഷകദമ്പതികളാണ്. അവർക്കു പിന്നിൽ പൂത്തുപടർന്ന ഒരു വൃക്ഷത്തിന്റെ പ്രതീതിയുണർത്തുന്ന രൂപവിന്യാസമാണുള്ളത്. ഇംപ്രഷനിസ്റ്റ് ഛായയിലുള്ള ചായത്തേപ്പാണ് ഇവിടത്തേത്. ചിത്രസ്ഥലത്തിന്റെ താഴെ വലത്തുകോണിൽ സർപ്പദംശമേറ്റു മരണപ്പെട്ട നിലയിൽ കിടക്കുന്ന ഒരാളുടെയും അയാളുടെ ഭാര്യയും കുഞ്ഞുങ്ങളും എന്നു കരുതാവുന്നവരുടെയും രൂപങ്ങളാണ് ഉള്ളത്. മരണപ്പെട്ട മനുഷ്യന്റെ കാല്ച്ചുവട്ടിലായി ഫണം വിടർത്തിനില്ക്കുന്ന സർപ്പരൂപവുമുണ്ട്. ഇങ്ങനെ ചിത്രത്തിന്റെ കീഴ്പ്പകുതി കേരളീയ ഗ്രാമജീവിതത്തിലെ വിവിധസന്ദർഭങ്ങളുടെ പ്രതിനിധാനമായിരിക്കുന്നു.

ചിത്രത്തിന്റെ മേല്പകുതിയാകട്ടെ കാർഷികവൃത്തിയെ സൂചിപ്പിക്കുന്ന ബിംബങ്ങളാൽ നിറയ്ക്കപ്പെട്ട നിലയിലാണ്. മേല്പകുതിയുടെ ഇടതുഭാഗത്തായി നിലം ഉഴുവുന്ന കർഷകനെയും കാളകളെയും കാണാം. വലതുഭാഗത്ത് വിളവെടുപ്പിന്റെ ദൃശ്യമാണ്. കൊയ്തു വച്ച കറ്റകളും അവയ്ക്കരികെ നില്ക്കുന്ന കർഷകത്തൊഴിലാളികളും അതിലുൾപ്പെട്ടിരിക്കുന്നു. കൊയ്തുകേറ്റിയ കറ്റകൾക്കു പിന്നിലായി നീല

നിറമാർന്ന പുഴയും പുഴയിലേക്ക് ചാഞ്ഞു നില്ക്കുന്ന തെങ്ങുകളുമുണ്ട്. ഈ ദൃശ്യങ്ങളുടെ പിൻനിരയിൽ, അവയുടെ മദ്ധ്യത്തിലായി, ഗ്രാമീണ ജനസഞ്ചയത്തെ സൂചിപ്പിക്കുന്ന രൂപങ്ങളും കാണാം. നിലമുഴുവുന്ന കർഷകന് തൊട്ടുപിന്നിൽ, അയാളുടെ മകനെന്ന് സങ്കല്പിക്കാവുന്ന, ഒരു നഗ്നബാലനുണ്ട്. അതിനപ്പുറത്ത് ശാഖകൾ വിടർത്തിനില്ക്കുന്ന ഒരു വൃക്ഷവും. ഇങ്ങനെ കാർഷിക - ഗ്രാമീണ ജീവിതവൃത്തികളും അതിന്റെ പ്രയോഗരൂപങ്ങളും അവയിലുൾപ്പെട്ടു നില്ക്കുന്ന ജനസഞ്ചയ വുമെന്ന നിലയിലുള്ള ദൃശ്യങ്ങളാണ് ചിത്രത്തിന്റെ മേല്പകുതിയിൽ. ഗ്രന്ഥപാരായണത്തിലേർപ്പെട്ടിരിക്കുന്നയാളെ (കർഷകൻ?) ചൂഴ്ന്നു നില്ക്കുന്ന സുവർണ്ണശോഭ കൊയ്തുകേറ്റിയ കറ്റകൾക്കുമുണ്ട്. ഇതിന് തൊട്ടടുത്തായി ഇരുണ്ട് കറുത്ത രൂപത്തിൽ ഒരു കർഷകത്തൊഴി ലാളിയെയും കാണാം. വർണ്ണപ്രയോഗത്തിന്റെ തലത്തിൽ വ്യതിരേകം (contrast) കൈ വരുത്താനുള്ള ശ്രമമെന്നനിലയിൽ കൂടി ഇതിനെ പരിഗണിക്കാം. ചിത്രത്തിന്റെ കീഴ്പ്പകുതിയിലെ ഗാർഹികവും മതപരവും ആത്മീ യവുമായ ജീവിതത്തെ സാദ്ധ്യമാക്കുകയും നിലനിർത്തുകയും ചെയ്യുന്ന ഭൗതികവൃത്തികളുടെ ലോകമാണ് ചിത്രത്തിന്റെ മേല്പകുതിയിലുള്ളത്. ഒരാളുടെ ജീവിതപരിണാമത്തിന്റെ വിവിധ സന്ദർഭങ്ങൾ ആലേഖനം ചെയ്യപ്പെട്ട രചനയായും ഇതിനെ മനസ്സിലാക്കാം. ഏതുനിലയിലും സവി ശേഷമായൊരനുപാതത്തിൽ, സാമൂഹ്യജീവിതത്തിന്റെ ഇരുമണ്ഡലങ്ങൾ തമ്മിൽ കലർന്നുനില്ക്കുന്ന രൂപവിന്യാസത്തിന്റെ മേഖലയായി ചിത്രം

പഴം വില്പനക്കാർ

മാറിത്തീർന്നിരിക്കുന്നു.

ചിത്രത്തിന്റെ മേൽ - കീഴ്പ്പകുതികളെ പകുത്തു വയ്ക്കുന്ന ഘടകമെന്നതുപോലെ ചിത്രപ്രതലത്തിന്റെ ഇടതുമദ്ധ്യത്തിലായി ചിറകടിച്ചുയരുന്ന രണ്ട് പ്രാവുകളുണ്ട്. കിളിപ്പാട്ട് എന്ന കേരളീയ കാവ്യപാരമ്പര്യത്തിന്റെയും അദ്ധ്യാത്മപാരമ്പര്യത്തിന്റെയും സൂചകമായി ഇതിനെ പരിഗണിക്കാം. ചിത്രത്തിന്റെ കേന്ദ്രസ്ഥാനം കൈയാളുന്ന ഗ്രന്ഥപാരായണ ദൃശ്യത്തിലെ സുവർണ്ണശോഭ ഈ പ്രാവുകളിലേക്കും പടർന്നിരിക്കുന്നു. ഇതിന്റെ മറുപുറമെന്നോണം ചിത്രത്തിന്റെ വലതു മദ്ധ്യത്തിലായി കുഞ്ഞിനെ മുലയൂട്ടുന്ന അമ്മയുടെ ദൃശ്യമാണുള്ളത്. ഇരുണ്ട നീലനിറത്തിലാണ് ഇത് ചിത്രീകരിക്കപ്പെട്ടിട്ടുള്ളത്. കീഴ്പ്പകുതിയിലെ മരണദൃശ്യത്തിന്റെ മറുപുറമായി പരിഗണിക്കാവുന്ന ഒന്നാണീ ദൃശ്യം. ആ നിലയിൽ അത് ചിത്രത്തിലെ ഗാർഹികമണ്ഡലത്തിന്റെ ഭാഗമാണ്. എന്നാൽ സ്ഥലവിതരണപരമായി ചിത്രപാഠത്തിലെ ഗാർഹികമണ്ഡലത്തിന് പുറത്ത് കാർഷികവൃത്തിയുടെ സ്ഥലരാശിയോട് ചേർന്നാണ് ഈ ദൃശ്യഖണ്ഡം വിന്യസിക്കപ്പെട്ടിട്ടുള്ളത്. വർണ്ണവിന്യാസപരമായും ഈ ദൃശ്യഖണ്ഡം കീഴ്പ്പകുതിയിലെ ദൃശ്യഖണ്ഡത്തോട് ഒത്തിണങ്ങാതെ നില്ക്കുന്നതായി കാണാം. ചുവപ്പും സ്വർണ്ണവർണ്ണവും അല്പമാത്രം പച്ചയും ഇടകലർന്ന കീഴ്പ്പകുതിയിലെ വർണ്ണവിന്യാസക്രമത്തിന്റെ വിപരീതനിലയിൽ, ചിത്രത്തിന്റെ മൊത്തം വർണ്ണവിന്യാസക്രമത്തിൽനിന്നു തന്നെ വ്യത്യസ്തമായി, ഇരുണ്ട നീലനിറത്തിലാണ് ഈ ദൃശ്യം. ഈ ഇരുണ്ട നീലനിറത്തെ ചിത്രപാഠത്തിൽ വർണ്ണപരമായി സന്തുലനം ചെയ്യുന്നത് ചിത്രപ്രതലത്തിന്റെ ഇടതുഭാഗത്ത് നിലമുഴുവുന്ന കർഷകന്റെ പിന്നിലെ നീലനിറമാണ് നീർത്തടത്തിന്റെയോ ജലാശയത്തിന്റെയോ സൂചകം.

ഈ നിലയിൽ ചിത്രത്തിന്റെ ഇരുപകുതികളിലായി ഗ്രാമീണജീവിതത്തിന്റെ ഗാർഹികവും കാർഷികവുമായ ദൃശ്യസൂചകങ്ങൾകൊണ്ട് നിറയ്ക്കപ്പെട്ടതാണ് *മലബാർ കർഷകന്റെ ജീവിതം.* ഗാർഹികമണ്ഡലം മത - ആദ്ധ്യാത്മിക സൂചകങ്ങളാൽ സമ്പന്നമാണ്. കാർഷികമണ്ഡലം കാർഷികാദ്ധ്വാനത്തിന്റെയും വിളവിന്റെയും സൂചനകൾ ഉൾക്കൊള്ളുന്നു. ഒഴിഞ്ഞ ഇടങ്ങൾ അല്പംപോലും ബാക്കി വയ്ക്കാതെയാണ് ചിത്രം സംവിധാനം ചെയ്തിരിക്കുന്നത്. അതുപോലെതന്നെ സമകാലിക തയുടെ പ്രതീതിയുണർത്താത്തതാണ് ചിത്രത്തിലെ വർണ്ണവിന്യാസ രീതി. വർണ്ണപ്രയോഗത്തിലും സ്ഥലവിതരണത്തിലും കേരളീയ ഭിത്തിചിത്രങ്ങളുടെ പാരമ്പര്യം ഇവിടെ കാണാം. പൗരാണികധ്വനിയു ണർത്താൻ പോന്ന സ്വർണ്ണവർണ്ണവും എരിഞ്ഞമർന്ന ചുവപ്പുമാണ് ചിത്രത്തിൽ ഏറി നില്ക്കുന്ന നിറങ്ങൾ. ഇവയോടൊപ്പം, കുറഞ്ഞ അളവിൽ, പച്ചയുടെയും നീലയുടെയും സൂക്ഷ്മപ്രയോഗങ്ങളുമുണ്ട്. അങ്ങനെ പ്രതീതിപരമായി സമകാലികതയിൽനിന്ന് ഏറെ അകലെ യുള്ള ഒരു ജീവിതദൃശ്യത്തിന്റെ അനുഭവം പകർന്നുതരാൻ ചിത്രത്തിന് കഴിയുന്നു.

ഈ കാലയളവിലെ പണിക്കരുടെ രചനകളിലെ വർണ്ണപ്രയോ

ഗത്തെക്കുറിച്ചുള്ള എം വി ദേവന്റെ നിരീക്ഷണം ഇവിടെ പ്രസക്തമാണ്: "ഇക്കാലത്ത് ശ്രീ. പണിക്കർ ചില നൂതനപരീക്ഷണങ്ങളിൽ വ്യാപൃത നാവുകയുണ്ടായി. ആകാരങ്ങളിലും രേഖകളിലും വരുത്തിയ ലാളിത്യ മാണ് അടുത്തഘട്ടത്തിലെ സവിശേഷതയെങ്കിലും നിറങ്ങളുടെ ചേരുവ യെക്കുറിച്ചുള്ള ഒരു പുതിയ സമീപനമാണ് ഈ പരീക്ഷണങ്ങളുടെ ഫലം. ഇവിടെ നിറങ്ങൾ എണ്ണത്തിൽ ഏറ്റവും കുറഞ്ഞിരിക്കുന്നു. അതിൽത്തന്നെ ചുവപ്പുകളെയും മഞ്ഞകളെയും നേർത്തതും നാനാതരം നിറഭേദങ്ങൾ അടങ്ങിയതുമായ തേപ്പുകളിൽ ചിത്രതലത്തിൽ ലയിപ്പിച്ചിരിക്കുന്നു. ഭാവസ്ഫുരണം ഇരട്ടിപ്പിക്കാൻ ഇടയ്ക്ക് നീലയുടെയോ പച്ചയുടെയോ പൊട്ടുതൊടുവിച്ചതായി കാണാം. ഈ ചിത്രങ്ങൾ ശോഭായമാനമായ വെളിച്ചത്തിന്റെയും വർണ്ണശുദ്ധിയുടെയും പര്യായങ്ങളാണ്. പാശ്ചാത്യ കലാകാരന്മാരെയും കലാനിരൂപകരെയും അത്ഭുതപരതന്ത്രരാക്കിയിട്ടുള്ള ഈ ചിത്രങ്ങളിലെ വർണ്ണ്യവിഷയം ഒരർത്ഥത്തിൽ നിറങ്ങൾ മാത്രമാണ്".

ഇവിടെ നാം പരിഗണിക്കേണ്ട ചില വസ്തുതകളുണ്ട്. അതിൽ ആദ്യ ത്തേത് ചിത്രത്തിലെ വർണ്ണവിന്യാസത്തിന്റെ സൂചനാധർമ്മത്തെ ക്കുറിച്ചുള്ളതാണ്. സവിശേഷമായ വസ്തുയാഥാർത്ഥ്യങ്ങളെക്കുറിക്കാൻ എന്നതിലുപരി 'ഭാവസ്ഫുരണം ഇരട്ടിപ്പിക്കുന്നതിനായാ'ണ് നീലയു ടെയോ പച്ചയുടെയോ പൊട്ടുകൾ ചിത്രപ്രതലത്തിൽ ഉപയോഗിച്ചിരിക്കു ന്നത്. വസ്തുയാഥാർത്ഥ്യം വർണ്ണപ്രതീതികൾക്കുള്ള ഉപാദാന സാമഗ്രി കളായിമാറിത്തീരുന്നു എന്നർത്ഥം. വസ്തുയാഥാർത്ഥ്യത്തിന്റെ പ്രതീതി യുളവാക്കുന്ന വർണ്ണപ്രയോഗം എന്ന റിയലിസ്റ്റ് രചനാരീതിയുടെ തലകീ ഴ്മറിയൽ ഇവിടെ കാണാം. ഇവിടെ, വർണ്ണം വസ്തുയാഥാർത്ഥ്യത്തിന്റെ നിലനില്പിനെയല്ല; മറിച്ച് വസ്തുയാഥാർത്ഥ്യം വർണ്ണപ്രയോഗത്തിന്റെ നിലനില്പിനെയാണ് സാധൂകരിക്കുന്നത്. കോൺസ്റ്റബിളിന്റെയും മറ്റും ഭൂഭാഗചിത്രങ്ങളിലെ വർണ്ണവിനിമയത്തെ മുൻനിർത്തിയുള്ള പഠനത്തിൽ ജോൺ ബാരൽ ഇക്കാര്യം ചൂണ്ടിക്കാണിക്കുന്നുണ്ട്. അവിടെ ചിത്ര ത്തിന്റെ പശ്ചാത്തലത്തിൽ പ്രത്യക്ഷപ്പെടുന്ന കർഷകത്തൊഴിലാളികളും മറ്റും ചിത്രത്തിലെ നിറപ്പകർച്ചയ്ക്ക് മിഴിവേറ്റുന്ന വ്യതിരേക വർണ്ണങ്ങൾ (contrast colours) മാത്രമായിപ്പോവുന്ന കാര്യം അദ്ദേഹം എടുത്തു പറയുന്നു. വസ്തു - വർണ്ണ ബന്ധത്തിലെ ഇത്തരമൊരു തലകീഴ്മറിയൽ ഇവിടെയും നമുക്ക് കാണാം. വസ്തുയാഥാർത്ഥ്യം വർണ്ണത്തിൽ നിലീന മായിത്തീരുന്നു. ഇങ്ങനെയൊരു ദൃശ്യബന്ധം രൂപപ്പെടുത്തുകവഴി യാഥാർത്ഥ്യപ്രതീതിയെ അസ്ഥിരമാക്കുകയാണ് ചിത്രം ചെയ്യുന്നത്. യാഥാർത്ഥ്യത്തിന്റെ ഭദ്രതയെ സംബന്ധിച്ചുള്ള ആധുനികതാവാദപരമായ സംശയങ്ങളുടെ പ്രകാശനം കൂടിയാണത്. ഈ ചിത്രങ്ങളിലെ വർണ്ണ്യ വിഷയം നിറങ്ങൾ മാത്രമാണ് എന്ന് എം വി ദേവൻ സൂചിപ്പിക്കുന്നതിലെ താല്പര്യവും ഇതുതന്നെയാവണം. ആധുനികതാവാദകലയുടെ ഉച്ചസ്ഥാ യിയിൽ മോൺഡ്രിയനെപ്പോലുള്ളവർ വ്യത്യസ്ത വർണ്ണങ്ങളുടെ

വിജയം

ചേർച്ചയും ചേരുവയും തന്നെ ചിത്രത്തിന്റെ പ്രമേയമാക്കി രചനകൾ നടത്തിയിരുന്നല്ലോ. പാഠത്തിന് പുറത്തുള്ള ഒരു യാഥാർത്ഥ്യത്തേയും സൂചിപ്പിക്കാതെ, ആത്മപരാമർശകമായ (self referential) ഒന്നായി ചിത്രപാഠം മാറുകയാണവിടെ. യാഥാർത്ഥ്യം എന്നതിനെക്കുറിച്ചുള്ള സംശയങ്ങളുടെ പ്രകാശനമാണ് വർണ്ണപ്രയോഗത്തിലെ സാങ്കേതികപരീക്ഷണങ്ങളായി മോൺഡ്രിയാന്റെയും മറ്റും രചനകളിൽ പ്രത്യക്ഷപ്പെട്ടത്. പണിക്കരുടെ രചനകളിലും ഇത്തരമൊരുഘടകം ഇടംകണ്ടെത്തിത്തുടങ്ങുന്നു എന്ന വസ്തുതയാണ് നാമിവിടെ തിരിച്ചറിയേണ്ടത്. *വാക്കുകളും പ്രതീകങ്ങളും* എന്ന പരമ്പരയിലെത്തുന്നതോടെ ഇത് ഏറിയേറി വരികയും ചെയ്യുന്നു.[6]

പാഠരൂപങ്ങളിലെ രാഷ്ട്രീയചരിത്രത്തെക്കുറിച്ച് വിശദീകരിക്കുമ്പോൾ, ഒറ്റ തിരിഞ്ഞ ഓരോ സാംസ്കാരികപാഠവും പ്രതീകാത്മകവൃത്തിയെന്ന നിലയിൽ ചരിത്രത്തിലെ ഒരു മുഹൂർത്തത്തിന്റെ പ്രതിനിധാനമായി നിലകൊള്ളുകയാണ് ചെയ്യുന്നതെന്ന് ഫ്രെഡറിക് ജയിംസൺ പറയുന്നുണ്ട്. ഈ സവിശേഷമുഹൂർത്തത്തിലെ യഥാർത്ഥവൈരുദ്ധ്യങ്ങളെ ഭാവനാപരമായി പരിഹരിച്ചുകൊണ്ടാണ് രാഷ്ട്രീയചരിത്രത്തിന്റെ ആർത്ഥികമണ്ഡലത്തിൽ സാംസ്കാരികപാഠങ്ങൾ അർത്ഥം കൈവരിക്കുന്നത്. ഒരു സാംസ്കാരികപാഠം എന്ന നിലയിൽ *മലബാർ കർഷകന്റെ ജീവിതം* പ്രത്യക്ഷരാഷ്ട്രീയത്തിന്റെ സൂചനകളൊന്നും വഹിക്കുന്നില്ല. സുനിശ്ചിതമായ ഒരു രാഷ്ട്രീയ - ചരിത്രാനുഭവത്തിന്റെ (definite political event) പ്രാതിനിധ്യം ഈ ചിത്രം കൈയാളുന്നില്ല. അതേസമയം ഒരു

ചരിത്രസന്ധിയിലെ കേരളീയജീവിതത്തിന്റെ സാമൂഹ്യജീവിതപരിസരം ചിത്രത്തിലുണ്ടുതാനും. മുതലാളിത്തത്തിലേക്കും ആധുനികതയിലേക്കുമുള്ള പരിവർത്തനത്തിനു മുൻപുള്ളതും, നാടുവാഴിത്ത ജീവിതക്രമത്തിന് മേൽക്കൈ ഉള്ളതുമായ ഒരു ജീവിതപരിസരമെന്ന് ഇതിനെ വിവരിക്കാം. ആധുനികനാഗരികതയുടെയോ നഗരപരിഷ്കൃതിയുടെയോ മുദ്രകളൊന്നും തന്നെ ചിത്രത്തിലില്ല; കേന്ദ്രീകൃതമായ ഫ്യൂഡൽ അധികാരത്തിന്റെ ചിഹ്നങ്ങളുമില്ല. അതുകൊണ്ടുതന്നെ ചരിത്രപരമായ ഒരു സന്ദിഗ്ദ്ധപദവി ചിത്രപാഠത്തിനുണ്ട്. നാടുവാഴിത്തപരമായ മൂല്യവ്യവസ്ഥയ്ക്കുള്ളിലാണെങ്കിലും, നാടുവാഴിത്ത അധികാരത്തിന്റെ പ്രകടമായ സാന്നിദ്ധ്യങ്ങളില്ലാത്തതാണ് ചിത്രത്തിന്റെ പ്രമേയതലം. ജനനവും മരണവും, ഭജനയും പൂജയും, കന്നുപൂട്ടലും കറ്റമെതിക്കലുമായി 'നിർമ്മമമായി' നീങ്ങുന്ന ഗ്രാമജീവിതദൃശ്യങ്ങൾ. ആ നിലയിൽ മൂല്യപരവും അധികാരപരവുമായ മണ്ഡലങ്ങൾ തമ്മിൽ ചിത്രപാഠത്തിൽ ഒരു വിടവ് നിലനില്ക്കുന്നതായി കാണാൻ കഴിയും. ചിത്രത്തിന്റെ കീഴ്പ്പകുതിയിലെ ഗാർഹിക - മതമണ്ഡലത്തിലെ മൂല്യവ്യവസ്ഥയെ രൂപപ്പെടുത്തുന്ന അധികാര ബന്ധങ്ങൾ ചിത്രപാഠത്തിൽനിന്ന് ഒഴിഞ്ഞുനില്ക്കുന്നു. കേവലമായ ഒരു ആദർശസ്ഥാനമായാണ് ചിത്രത്തിന്റെ കീഴ്പ്പകുതിയിലെ ഗാർഹികമണ്ഡലവും അവിടുത്തെ ജീവിതബന്ധങ്ങളും അവതരിപ്പിക്കപ്പെട്ടിരിക്കുന്നത്. അധികാരവും ബലപ്രയോഗവും ഇല്ലാത്ത ആദർശാത്മക കാർഷികജീവിതം. ആധുനികീകരണത്തിന്റെ സന്ദർഭത്തിൽ ഇന്ത്യയിൽ ഉടലെടുത്ത ആശയപ്രരൂപങ്ങളിൽ ഏറ്റവും പ്രധാനപ്പെട്ട ഒന്നായിരുന്നു ഇത്.

സാമൂഹ്യാധികാരത്തിന്റെ സ്ഥാപന/ജീവിതബിംബങ്ങളെയെന്നപോലെ *മലബാർ കർഷകന്റെ ജീവിതം* അതിനെതിരായ ചെറുത്തുനില്പുകളെയും ചിത്രപാഠത്തിൽനിന്ന് ഒഴിച്ചുനിർത്തിയിട്ടുണ്ട്. ചരിത്രപരമായി 1930 - കൾ മുതലുള്ള മലബാറിലെ രാഷ്ട്രീയം കർഷകസമരങ്ങളാൽ മുഖരിതമാണ്. ഇടതുപക്ഷപ്രസ്ഥാനങ്ങളുടെയും കമ്യൂണിസ്റ്റ് പാർട്ടിയുടെയും നേതൃത്വത്തിൽ നടന്ന എണ്ണമറ്റ കർഷകസമരങ്ങളാണ് 1940 കളിലെ മലബാറിന്റെ പൊതുരാഷ്ട്രീയത്തെ നിർണ്ണയിച്ചത്. സാമ്രാജ്യത്വവിരുദ്ധവും ജന്മിവിരുദ്ധവുമായ ഈ സമരങ്ങളുടെ ഊർജ്ജം ജനാധിപത്യപരമായ പൊതുമണ്ഡലത്തിന്റെ നിർമ്മിതിയിൽ വലിയ പങ്കുവഹിക്കുകയും ചെയ്തു. *മലബാർ കർഷകന്റെ ജീവിത*ത്തിൽ ഈ വസ്തുതകളത്രയും ശ്രദ്ധേയമാംവിധം ഒഴിഞ്ഞു നില്ക്കുന്നു. 1957 ൽ എഴുതപ്പെട്ട (കേരളചരിത്രത്തിലും കമ്യൂണിസ്റ്റ് ചരിത്രത്തിലും നിർണ്ണായക പ്രാധാന്യമുള്ള വർഷമാണത്) ചിത്രമാണിതെന്ന കാര്യവും ഓർമ്മിക്കണം. കാർഷികവൃത്തിയെ കേന്ദ്രീകരിച്ച് ഇരമ്പിമറിയുന്ന മലബാറിലെ ജീവിതത്തെയും അതിനു പിന്നിലെ രാഷ്ട്രീയ യാഥാർത്ഥ്യങ്ങളെയും പരിപൂർണ്ണമായും ഒഴിച്ചുനിർത്തുന്ന, ജനനമരണങ്ങളുടേതും മത - ആദ്ധ്യാത്മിക അനുഷ്ഠാനങ്ങളുടേതുമായ കാർഷികമണ്ഡലമാണ് ചിത്രത്തിലുള്ളത്.

ആ നിലയിൽ സമകാലിക കാർഷികജീവിതത്തിന്റെ ചരിത്രപരമായ ഉള്ളടക്കത്തെ, അതിന്റെ സാമൂഹ്യ - രാഷ്ട്രീയധ്വനികളെ, ഒഴിച്ചുനിർത്തിയ നിലയിലാണ് ചിത്രപാഠം സ്ഥിതിചെയ്യുന്നത് എന്നുപറയാം. വർത്തമാനകാലം ചിത്രത്തിലെ അസന്നിഹിതഹേതു (absent cause) ആയിരിക്കുന്നു.[7] ആധുനികപൂർവ്വമായ ഒരു ജീവിതസന്ദർഭത്തെയാണ് (ചരിത്രപരമായി നോക്കി യാൽ മദ്ധ്യകാലകാർഷികവൃത്തിയെക്കുറിക്കുന്ന ഒന്നാണത്) പ്രതീതിപരമായി കേവലസ്വഭാവമുള്ള ഒന്നായി ചിത്രത്തിലെ കാർഷികമണ്ഡലം അവതരിപ്പിക്കുന്നത്.[8]

ഇന്ത്യയിലെ ആധുനികീകരണപ്രക്രിയയിൽ ഉൾച്ചേർന്നിരുന്ന കൊളോണിയൽ ഘടകങ്ങൾ ദേശീയാവബോധത്തെയും ആഴത്തിൽ സ്വാധീനിച്ചിരുന്നു. ദേശീയാധുനികതയുടെ പരിപ്രേക്ഷ്യത്തിനുള്ളിൽ നിലനിന്നിരുന്ന പൗരസ്ത്യവാദനിലപാടുകളോട് കൂടുതൽ ആഭിമുഖ്യം പ്രകടിപ്പിച്ചുകൊണ്ടാണ് ഇന്ത്യയിലെ മദ്ധ്യവർഗ്ഗ - ബുദ്ധിജീവിവിഭാഗം ഈ പ്രതിസന്ധിയെ അഭിമുഖീകരിച്ചത്. പൗരസ്ത്യവാദചിന്ത ഇന്ത്യക്കുമേൽ അടിച്ചേല്പിച്ച ആത്മീയതയുടെയും സ്വയംപര്യാപ്തഗ്രാമങ്ങളുടെയും പൗരാണിക മഹത്ത്വത്തിന്റെയും മറ്റും ആശയാവലികളെ പലപല രൂപങ്ങളിൽ പരിഷ്കരിച്ച് ഉപയോഗപ്പെടുത്തിക്കൊണ്ട്, കൊളോണിയൽ അധികാരത്തിനുമേൽ തലയുയർത്തി നില്ക്കുന്ന ഭാരതീയപാരമ്പര്യത്തിന്റെ മഹത്ത്വം സ്ഥാപിച്ചെടുക്കാൻ ദേശീയവാദചിന്ത പലപ്പോഴും പണിപ്പെട്ടിരുന്നു. ആധുനികതയുടെ ആധാരസാമഗ്രികളിൽ പലതിനെയും പാശ്ചാത്യ പരിഷ്കൃതിയുടെ ഉപകരണങ്ങളായി നോക്കി ക്കണ്ടുകൊണ്ട് അതിനെതിരായ ആദർശാത്മക ഭൂതകാലത്തിന്റെ ചരിത്രം ചമയ്ക്കുകയാണ് ദേശീയവാദം പലപ്പോഴും ചെയ്തത്. ബിപൻചന്ദ്ര ചൂണ്ടിക്കാട്ടിയതുപോലെ, പ്രത്യക്ഷമായി സാമ്രാജ്യത്വ വിരുദ്ധ നിലപാടുകൾ കൈക്കൊള്ളാതെതന്നെ ദേശീയവാദികളായി തുടരാൻ സഹായിക്കുന്ന ഒരു നിലപാടായിരുന്നു ഇത്. മാക്സ്മുള്ളറെയും വില്യംജോൺസിനെയും പോലുള്ള പൗരസ്ത്യചിന്തകർ ഇന്ത്യക്കുമേൽ ചൊരിഞ്ഞ സ്തുതികളത്രയും ഈ ദേശീയവാദധാര ഏറ്റുവാങ്ങി. കെ പി ജയ്സ്വാളിനെപ്പോലുള്ള ചരിത്രകാരന്മാർ ആദർശാത്മകമായ ഒരു ജനാധിപത്യഭൂതകാലത്തെ പഴമയിൽ നിന്നു കണ്ടെടുത്തു. ഇരുപതാം നൂറ്റാണ്ടിന്റെ ആദ്യപകുതിയിലെ ഇന്ത്യാചരിത്രവ്യവഹാരം ഇത്തരമൊരു നിലപാടിന്റെ വ്യത്യസ്തരൂപങ്ങളിലുള്ള പ്രകാശനങ്ങളായിരുന്നു.

ദേശീയാധുനികതയിൽ ഉൾച്ചേർന്ന പൗരസ്ത്യവാദവ്യവഹാരം ഇതോടൊപ്പം സവിശേഷമായ ചില രാഷ്ട്രീയദൗത്യങ്ങളും നിർവ്വഹിക്കുന്നുണ്ടായിരുന്നു. പൗരസ്ത്യവാദപരികല്പനകൾ സ്വാംശീകരിച്ചുകൊണ്ട് ഭൂതകാലത്തിന് സുവർണ്ണശോഭ നല്കുകയാണ് ദേശീയ ആധുനികത ചെയ്തത്. അങ്ങേയറ്റം മതാത്മകമായ ഉള്ളടക്കം ദേശീയചരിത്രത്തിന് നല്കാൻ അതിനു കഴിഞ്ഞു. കോളനി അധികാരത്തിന്റെ വർത്തമാന മികവുകളെ വെല്ലുവിളിക്കാൻ പോന്ന ഭൂതകാലപ്രൗഢിയെയും

ആത്മീയമഹത്ത്വത്തെയും ആദർശലോകങ്ങളെയും സങ്കല്പിച്ചെടുക്കുന്ന ഒരു മഹാഖ്യാനമായി അതു മാറിത്തീർന്നു. വർത്തമാനത്തിന്റെ ആവശ്യങ്ങൾക്ക് ഉതകുന്ന ആശയങ്ങൾ ഭൂതകാലത്തിൽനിന്നു കണ്ടെടുക്കുന്ന ഈ ആഖ്യാനപദ്ധതി ദേശീയവാദരാഷ്ട്രീയത്തിന്റെ താല്പര്യങ്ങളെ അങ്ങേയറ്റം പിന്തുണയ്ക്കുന്നതുമായിരുന്നു.

പൗരസ്ത്യവാദവ്യവഹാരം ജന്മം നല്കിയ ഇത്തരം രാഷ്ട്രീയവിവക്ഷകൾ പങ്കുവച്ചുകൊണ്ടാണ് *മലബാർ കർഷകന്റെ ജീവിതം* രാഷ്ട്രീയ ചരിത്രത്തിന്റെ ആർത്ഥികചക്രവാളത്തിൽ (semantic horizon of political history) ഇടം കണ്ടെത്തുന്നത്. ഇന്ത്യയിൽ അരങ്ങേറിയ ആധുനികീകരണപ്രക്രിയ അധിനിവേശപരമായിരുന്നതിനാൽ ദേശീയാധുനികതയുടെ ഒരു ധാര അതിനോട് നിരന്തരമായ എതിർപ്പ് പുലർത്തിപ്പോന്നിരുന്നു. ചിത്രകലയിൽ ഈ എതിർപ്പിന്റെ ഏറ്റവും മികച്ച പ്രകാശനമായിരുന്നു ബംഗാൾസ്കൂൾ. അബനീന്ദ്രനാഥടാഗോറിന്റെ നേതൃത്വത്തിൽ ഇരുപതാം നൂറ്റാണ്ടിന്റെ ആദ്യദശകങ്ങളിൽ ഇത് ആദർശാത്മകമായ രൂപനിർമ്മിതിയുടെ ഒരു സവിശേഷമാതൃകയ്ക്കു ജന്മംനല്കി. എന്നാൽ ബംഗാൾ സ്കൂളിന്റെ സൗന്ദര്യദർശനത്തിൽ പ്രബലമായിരുന്ന കുലീനതയുടെയും സവർണ്ണതയുടെയും പ്രത്യയശാസ്ത്ര പ്രേരണകൾ 1920 - കൾ മുതലുള്ള ദേശീയപ്രസ്ഥാനത്തിന്റെ ജനകീയമുഖത്തോട് ഒത്തിണങ്ങിപ്പോകുമായിരുന്നില്ല. കാളിഘട്ട് ചിത്രങ്ങളിൽനിന്നും മറ്റും പ്രചോദനമുൾക്കൊണ്ട് ജാമിനിറായ് രൂപപ്പെടുത്തിയ ചിത്രണസമ്പ്രദായം ബംഗാൾസ്കൂളിനെ പിന്തള്ളിക്കൊണ്ട് ഉയർന്നുവന്നത് അപ്പോഴാണ്. ബംഗാൾസ്കൂൾ പ്രതി

ബുദ്ധന്റെ ജീവിതം

നിധിയായ നന്ദലാൽബോസ് തന്നെ അബനീന്ദ്രനാഥും മറ്റും പറഞ്ഞുറപ്പിച്ചിരുന്ന ആദർശാത്മകങ്ങളിൽനിന്നു പുറത്തു കടക്കുന്നത് നമുക്ക് ഇക്കാലത്ത് കാണാൻ കഴിയും. ഗ്രാമീണജീവിതത്തെ മുൻനിർത്തുന്നതും ജനകീയവും നാടോടിപാരമ്പര്യത്തിൽനിന്ന് ഊർജ്ജം സ്വീകരിക്കുന്നതുമായ ആധുനികതാവിമർശനധാരയാണ് ഇങ്ങനെ രൂപപ്പെട്ടത്. ഇന്ത്യൻ ചിത്രകലയിലെ ആധുനികതാവാദത്തിന്റെ ആദ്യകാലപ്രതിനിധികളിലെല്ലാംതന്നെ ഈയൊരു സ്വാധീനം ഏറിയും കുറഞ്ഞും നിലനിന്നിരുന്നു. എന്നാൽ ഇതിന് പിന്നാലെവന്ന ആധുനികതാവാദകലയുടെ മദ്ധ്യഘട്ടം, ആധുനികതാവിമർശനത്തിന്റെ ജനകീയ - കീഴാള പാരമ്പര്യത്തെ എന്നതിലുപരി പടിഞ്ഞാറൻ ചിത്രകലയിൽ അരങ്ങേറിയ രചനാപരമായ പരിവർത്തനങ്ങളെയാണ് പ്രധാനമായി പരിഗണിച്ചത്. നിശ്ചയമായും അത് പടിഞ്ഞാറൻകലയുടെ ഒരു പകർപ്പായിരുന്നില്ല. അതേസമയം ഇംപ്രഷനിസം മുതലിങ്ങോട്ടുള്ള ചിത്രണസമ്പ്രദായങ്ങൾ തുറന്നിട്ട രചനാപരമായ സാദ്ധ്യതകളോടും അതിലൂടെ കൈവന്ന ഭാവുകത്വപരിണാമത്തോടും ഈ ഘട്ടത്തിലെ ആധുനികവാദകല കൂടുതൽ കൂടുതൽ ആഭിമുഖ്യം പ്രദർശിപ്പിച്ചു. അതുവഴി ഇന്റർനാഷണൽ മോഡേണിസത്തിന്റെ കാഴ്ചശീലങ്ങൾ, പൗരസ്ത്യവാദ-ദേശീയവാദത്തിന്റെ കാഴ്ചശീലങ്ങളോട് ഇണങ്ങിയും ഇടഞ്ഞും നിലകൊള്ളുന്ന ഒരു സവിശേഷ അന്തരീക്ഷം ഇന്ത്യൻ ചിത്രകലയിൽ സംജാതമായി.

ആധുനികതാവിമർശനത്തിന്റെ ഇത്തരമൊരു സന്ദർഭത്തോടാണ് *മലബാർ കർഷകന്റെ ജീവിതം* ഭാവുകത്വപരമായി ചേർന്നു നില്ക്കുന്നത്. സരളവും സ്വാഭാവികവുമായ ഗ്രാമീണജീവിതദൃശ്യങ്ങൾ ഒരുമിച്ചണിനിരത്തിക്കൊണ്ട്, കൊളോണിയൽ ബന്ധവ്യവസ്ഥകൾക്ക് പുറത്തുനില്ക്കുന്ന ഒരു ആദർശലോകം അത് പണിതെടുക്കുന്നു. അതേസമയം സാമൂഹ്യബന്ധങ്ങളെ നിർണ്ണയിക്കുന്ന അധികാരസ്ഥാനങ്ങളെ ഒഴിവാക്കിക്കൊണ്ട് ചരിത്രപരമായ വാസ്തവികതയിൽനിന്നും ചിത്രത്തെ അകറ്റി നിർത്തുകയും ചെയ്യുന്നു. ഇങ്ങനെ ഒരേസമയം നാടുവാഴിത്ത അധികാരത്തിന്റെയും കൊളോണിയൽ ആധുനികതയുടെയും ലോകങ്ങളെ അതിവർത്തിക്കുന്ന മായികസ്ഥാനമായി ചിത്രം മാറുന്നു. ഗാന്ധിയൻപാരമ്പര്യത്തിൽ വേരോട്ടമുള്ള ഒരു ആദർശ കർഷകഗ്രാമത്തിന്റെ ചിത്രഭാഷ്യമെന്ന് നമുക്കിതിനെ വിവരിക്കാം. ഇരുപതാം ശതകത്തിന്റെ ആദ്യദശകം മുതൽ നാഗരികതാവിമർശനത്തിന്റെ ഗാന്ധിയൻപാഠമായി ഇങ്ങനെയൊരു ഗ്രാമസങ്കല്പം ഇന്ത്യയിൽ നിലനില്ക്കുന്നുണ്ട്. വേദകാലസഭകളെയും സമിതികളെയും ആധുനിക ജനാധിപത്യത്തിന്റെ പ്രാഗ്‌രൂപങ്ങളായി ഭാവനചെയ്ത ദേശീയവാദചരിത്രത്തിന്റെ അന്തരീക്ഷത്തിൽ അധികാരമുക്തവും സ്വച്ഛസുന്ദരവുമായ ആദർശ കാർഷികഗ്രാമകല്പന സാദ്ധ്യവും സാധുവുമായിരുന്നു. ഭാവനാത്മകമായ കേവലസങ്കല്പങ്ങളിൽനിന്ന്, ചർക്കയും നൂൽനൂല്പും മുൾപ്പെടെയുള്ള പ്രയോഗങ്ങളിലേക്ക് ഗാന്ധിജി ഇതിനെ പരാവർത്തനം

ചെയ്തു. ഇങ്ങനെ രൂപപ്പെട്ട ആദർശാത്മകലോകമാണ് ചിത്രപാഠത്തിന്റെ അബോധമായി വർത്തിക്കുന്നത്. അധികാരസ്ഥാനങ്ങളുടെയോ അതിനെതിരായ ചെറുത്തുനില്പുകളുടെയോ അടയാളങ്ങൾ ചിത്രത്തിലില്ലാതെ പോകുന്നതിന്റെ കാരണവും മറ്റൊന്നല്ല. ചരിത്രപരമായി 1930 കൾ മുതലുള്ള മലബാറിലെ കർഷകജീവിതം, മറ്റെന്തിലുമുപരിയായി, കർഷകസമരങ്ങളുടേതായിരുന്നു. ദേശീയപ്രസ്ഥാനത്തിന്റെ രൂപം തന്നെ, മലബാറിനെ സംബന്ധിച്ചിടത്തോളം, കർഷകസമരങ്ങളുടേതാണെന്ന് പറയാം. ഇത്തരമൊരു കാലയളവിലെ ജീവിതത്തെയാണ് ഈ ചിത്രം ആദർശപരമായി പുനഃക്രമീകരിക്കുന്നത്. ഫ്യൂഡൽ അധികാരത്തിന്റെ സൂചനകളോ, ആധുനികീകരണത്തിന്റെ അടയാളങ്ങളോ, സാമ്രാജ്യത്വവിരുദ്ധ - ജന്മിവിരുദ്ധ സമരങ്ങളോ അടയാളപ്പെടുത്താത്ത ഈ ഭാവനാമണ്ഡലം ദേശീയ ആധുനികതയിലെ വൈരുദ്ധ്യങ്ങൾക്കുള്ള ഭാവനാത്മകപരിഹാരമാണ്. എന്നാൽ പഴയ കുലീനഭൂതകാലത്തിന്റെ കാഴ്ചവട്ടത്തെ അത് അതേപടി മടക്കിവിളിക്കുന്നുമില്ല. പൗരസ്ത്യവാദപരമായ ആശയവ്യവസ്ഥകളെ ഗാന്ധിയൻ ജനകീയതയുടെ ആശയാവലികളുമായി ചേർത്തുവയ്ക്കുന്നതിലൂടെ കൈവന്ന ഭാവനാത്മകപരിഹാരമാണ് ഒരു പ്രതീകവൃത്തിയെന്ന നിലയിൽ ഈ ചിത്രം മുന്നോട്ടുവയ്ക്കുന്നത്.

ഈ നിലയിൽ പ്രത്യക്ഷതലത്തിൽ രാഷ്ട്രീയ വിവക്ഷകളൊന്നുമില്ലാത്ത ചിത്രപാഠം ദേശീയരാഷ്ട്രീയവ്യവഹാരത്തിന്റെ പ്രത്യയശാസ്ത്രവുമായി ഗാഢമായ ചില ബന്ധങ്ങൾ വച്ചു പുലർത്തുന്നത് നമുക്ക് കാണാൻ കഴിയുന്നു. ചരിത്രപരമായ വാസ്തവികതയുള്ള ജീവിതബന്ധങ്ങളെ സവിശേഷാനുപാതത്തിൽ വിന്യസിച്ചു കൊണ്ട് കൊളോണി

ഗ്രാമദൃശ്യം

യൽ ആധുനികതയോടുള്ള പ്രതികരണമാവാനാണ് ചിത്രം ശ്രമിക്കുന്നത്. എന്നാൽ ഈ വിന്യാസ പദ്ധതി, മേല്പറഞ്ഞ ചരിത്രപരമായ വാസ്തവികതയെ പാഠത്തിന്റെ അബോധത്തിലാഴ്ത്തുകയും ചെയ്യുന്നു.[9] ആധുനികതാവിമർശനത്തിന്റെ പില്ക്കാല സന്ദർഭത്തിൽനിന്ന് ഇതിന് മൗലികമായ ചില വ്യത്യാസങ്ങളുണ്ടെന്നത് കാണാതിരുന്നുകൂടാ. ആധുനികതാവാദസാഹിത്യത്തിലും മറ്റുമായി 1970 കളോടെ വളർന്നുവന്ന പ്രവണതകൾ ആധുനികമായ വ്യക്തി - രാഷ്ട്ര - ജ്ഞാനസ്വരൂപങ്ങളുടെ പ്രതിസന്ധിയുടെ പശ്ചാത്തലത്തിലാണ് ഉടലെടുത്തത്. ഇവിടെയാകട്ടെ ആധുനികീകരണത്തിന്റെ ദേശീയസന്ദർഭത്തിൽ അതിനകമേ തന്നെ വികസിച്ചുവന്ന കോളനിവിരുദ്ധവും സാമ്രാജ്യത്വ വിരുദ്ധവുമായ വിമർശനധാരയുടെ പ്രാതിനിധ്യമാണ് ചിത്രപാഠ ത്തിനുള്ളത്. പില്ക്കാല വിമർശനത്തിന്റെ വ്യാപകവും അഗാധവുമായ ധ്വനികളെ ചിത്രപാഠം അതേപടി ഉൾക്കൊള്ളുന്നില്ല. പകരം കോളനിവിരുദ്ധനിലപാടുകൾക്ക് ഊർജ്ജംപകർന്ന, പൗരസ്ത്യവാദ വ്യവഹാരത്തിന്റെ ഭാവനാവ്യാപാര മെന്ന നിലയിൽ രൂപപ്പെട്ടുവരുന്ന, ആദർശാത്മക കാർഷികജീവിതത്തെയാണ് അത് ഉയർത്തിപ്പിടിക്കുന്നത്. നിശ്ചയമായും ഇത് ദേശീയാധുനികതയുടെ അതിർവരമ്പുകൾക്കുള്ളിൽത്തന്നെ നിലകൊള്ളുന്ന ഒന്നാണ്. പക്ഷേ, പത്തൊമ്പതാം നൂറ്റാണ്ടിന്റെ മദ്ധ്യഘട്ടം മുതൽതന്നെ, ആധുനികീകര ണത്തിന്റെ പാശ്ചാത്യ ഉള്ളടക്കത്തെക്കുറിച്ചുള്ള മൗലികമായ വിമർശനങ്ങൾ ഇവിടെ നിലനിന്നിരുന്നു എന്ന കാര്യം നാം പരിഗണിക്കണം. ദേശീയ പ്രസ്ഥാനത്തിലെ ഗാന്ധിയൻധാര മുഖ്യമായും അത്തരമൊന്നായിരുന്നു. ഈ വിമർശനധാരയെ പൗരസ്ത്യവാദപരമായ സ്വയംപര്യാപ്ത ഗ്രാമം തുടങ്ങിയ സങ്കല്പരാശികളുമായി ഇണക്കിനിർത്തിക്കൊണ്ടാണ് രാഷ്ട്രീയചരിത്രത്തിലെ യഥാർത്ഥ വൈരുദ്ധ്യങ്ങളെ ഈ ചിത്രം ഭാവനാത്മകമായി പരിഹരിക്കുന്നത്. ആധുനികീകരണത്തിന്റെ ഒന്നാം പടവിലെ പ്രതിസന്ധികളെയാണ് ഈ ചിത്രം രേഖപ്പെടുത്തുന്നത്. ഈ പ്രതിസന്ധികളുടെ ഭാവനാത്മകപരിഹാരത്തിന് ചിത്രപാഠം ഉപയോഗപ്പെടുത്തുന്ന ഉപാധികളും ഇതേ ചരിത്രസന്ധിയുടെ ഉല്പന്നങ്ങൾതന്നെ.

കൃഷി: പ്രതീകവും പ്രമേയവും

രാഷ്ട്രീയചരിത്രത്തിന്റെ ആർത്ഥികചക്രവാളത്തിൽ ഭാവനാത്മകമായി പരിഹൃതമാവുന്നുവെങ്കിലും ഈ ചിത്രത്തെ രൂപപ്പെടുത്തിയ സാമൂഹ്യവൈരുദ്ധ്യങ്ങൾ പാഠത്തിൽ തുടർന്നും നിലനില്ക്കുന്നുണ്ട്. ആദർശാത്മക ഗ്രാമീണ - കാർഷിക ജീവിതം എന്ന ഭാവനാബന്ധത്താൽ പരിഹരിക്കാൻ ശ്രമിച്ച സാമൂഹ്യവൈരുദ്ധ്യങ്ങൾ ചിത്രപാഠത്തിൽ തുടരുന്നത് കൃഷി എന്ന പ്രതീക - പ്രമേയതലത്തിലാണ്. പ്രത്യയശാസ്ത്ര ഏകകം എന്ന പരികല്പനയുടെ വിശദീകരണ വേളയിൽ ജെയിംസൺ സൂചിപ്പിക്കുന്നതുപോലെ, 'വ്യത്യസ്ത സാമൂഹ്യവർഗ്ഗങ്ങളെ പ്രതിനിധാനം ചെയ്യുന്നതും അടിസ്ഥാനതലത്തിൽ സംഘർഷാത്മകവുമായ

വൈരുദ്ധ്യങ്ങളെ ഉൾക്കൊണ്ടു നില്ക്കുന്ന പ്രതീകവും പ്രമേയവുമാണ്' ചിത്രപാഠത്തിലെ കൃഷിബിംബം. ഇന്ത്യൻ ജീവിതത്തിലെ മൂർത്തയാഥാർത്ഥ്യമായ കൃഷി, അതിനോടു ബന്ധപ്പെട്ട കാർഷികബന്ധങ്ങൾ എന്നിവ ഒരുപുറത്തും കാർഷിക സംസ്കൃതിയെക്കുറിച്ചുള്ള ആദർശാത്മകനിലപാടുകൾ മറുപുറത്തുമായുള്ള ഒരു സംവാദമേഖലയായാണ് പാഠത്തിൽ ഇത് നിലകൊള്ളുന്നത്. വിരുദ്ധതലങ്ങളിലുള്ള അവയുടെ നിലനില്പിന്റെ അടിസ്ഥാനയാഥാർത്ഥ്യത്തെയാണ് ചിത്രപാഠം രാഷ്ട്രീയചരിത്രത്തിന്റെ ആർത്ഥികചക്രവാളത്തിൽ വച്ച് ഭാവനാത്മകമായി പരിഹരിക്കാൻ ശ്രമിച്ചത് എന്നും പറയാം.

ചിത്രത്തിന്റെ മേല്പകുതിയുടെ ഇടതു - വലതു ഭാഗങ്ങളിലായി പ്രത്യക്ഷപ്പെടുന്ന ദൃശ്യഖണ്ഡങ്ങളാണ് പാഠത്തിലെ പ്രത്യക്ഷ കൃഷിബിംബങ്ങൾ. ഇടതുഭാഗത്ത് നിലം ഉഴുവുന്ന കർഷകനും കാളകളും. വലതുഭാഗത്ത് കൊയ്തുകയറ്റിയ കറ്റകളും അതിനടുത്തായി കർഷകത്തൊഴിലാളിയെന്ന പ്രതീതിയുണർത്തുന്ന, കാർഷികോല്പാദനപ്രക്രിയയിൽ കായികമായി പങ്കുചേരുന്ന, ഒരാളും. ഏറ്റവും പിന്നിലായി കാർഷിക ജീവിതത്തിന്റെ പ്രതിനിധികൾ എന്ന് കരുതാവുന്ന മനുഷ്യരുടെ ഭാഗികരൂപങ്ങളും. ചിത്രപാഠത്തിൽ പ്രകടമായി കാണാവുന്ന കൃഷിബിംബങ്ങൾ ഇത്രയുമാണ്.

ഒരു പ്രത്യയശാസ്ത്രഏകകത്തിന്റെ പദവി കൈയാളാൻ ഈ കൃഷിബിംബങ്ങളെ പ്രാപ്തമാക്കുന്നത് ചിത്രത്തിലെ വർണ്ണവിന്യാസമാണ്. ചിത്രത്തിന്റെ മേല്പകുതിയിൽ ഇടതും വലതുമുള്ള കൃഷിബിംബങ്ങളിലെ വർണ്ണപദ്ധതി പ്രകടമായും പരസ്പരവിരുദ്ധമാണ്. ഇടതുഭാഗത്തുള്ള കാളപൂട്ടുന്ന കൃഷിക്കാരനും കാളകളും ചുവപ്പുരാശി കലർന്ന ഇരുണ്ട നിറത്തിൽ ചിത്രീകരിക്കപ്പെടുമ്പോൾ വലതു ഭാഗത്തുള്ള കൊയ്തുകയറ്റിയ കറ്റകൾ സ്വർണ്ണവർണ്ണത്തിലാണ്. അതിനടുത്തുതന്നെയുള്ള കർഷകത്തൊഴിലാളിയെന്ന് കരുതാവുന്ന ആളുടേത് ഇരുണ്ട് കുറുകിയ രൂപമാണ്. ഇങ്ങനെ കാർഷിക ഉല്പാദനത്തിന്റെയും അദ്ധ്വാനത്തിന്റെയും കാർഷിക വിഭവങ്ങളുടെ സൂചകങ്ങൾ ചിത്രപാഠത്തിൽ പരസ്പരവിരുദ്ധമായ നില കൈവരിച്ചിരിക്കുന്നു. വിഭവമേഖല സുവർണ്ണശോഭ കലർന്ന് മായികപ്രതീതി ജനിപ്പിക്കുന്ന ഒന്നായിരിക്കുമ്പോൾ ഉല്പാദന - അദ്ധ്വാന മേഖലകൾ നിറംകെട്ടതും ഇരുണ്ടതുമായി മാറിപ്പോകുന്നു. വിഭവമേഖലയുടെ മായികമായ സുവർണ്ണശോഭ ഉല്പാദന മേഖലയ്ക്കുമേൽ വർണ്ണപരമായ ആധിപത്യം കൈയാളിക്കൊണ്ട് ചിത്രപാഠത്തിൽ നിറഞ്ഞുനില്ക്കുന്നു. ഇതോടൊപ്പം വിഭവലോകത്തിന്റെ സുവർണ്ണശോഭ ചിത്രപാഠത്തിന്റെ കേന്ദ്രബിംബമെന്ന് പറയാവുന്ന, കീഴ്പ്പകുതിയിലെ ഗ്രന്ഥപാരായണദൃശ്യത്തിന്റെ സുവർണ്ണശോഭയുമായി വർണ്ണപരമായി കോർത്തിണക്കപ്പെടുകയും ചെയ്തിട്ടുണ്ട്. അങ്ങനെ വിഭവമേഖലയുടെയും മത-ആദ്ധ്യാത്മികതയുടെയും സൂചകങ്ങൾ തമ്മിൽ വർണ്ണവിന്യാസപരമായി ഒരു പരോക്ഷ ബന്ധം സ്ഥാ

പിതമായിരിക്കുന്നു. ചിത്രത്തിന്റെ കീഴ്പ്പകുതിയിലെ ഇടതുഭാഗത്തുള്ള മരണദൃശ്യത്തിന്റെ പശ്ചാത്തലത്തിൽ വരുന്ന കുട്ടികളിൽ ഈ സ്വർണ്ണ വർണ്ണം, തിളക്കം കുറഞ്ഞ നിലയിലാണെങ്കിലും, തുടരുന്നുണ്ട്. ഇങ്ങനെ മതാത്മകമോ ആദ്ധ്യാത്മികമോ ആയ ഒരു സൂചകശൃംഖല പാഠത്തിൽ പ്രവർത്തനക്ഷമമാകുന്നു. അതേസമയം മേല്പകുതിയിലെ അമ്മയും കുഞ്ഞും ഇരുളിലാണ്. ചിത്രത്തിന്റെ മേല്പകുതി ഉല്പാദന - അദ്ധ്വാന പ്രക്രിയകളുടേതായിരിക്കുകയും കീഴ്പ്പകുതി ഗാർഹിക - മത - ആദ്ധ്യാത്മിക വൃത്തികളുടേതായിരിക്കുകയും ചെയ്യുമ്പോൾ ഇരുളിലാണ്ടുപോയ അമ്മയും കുഞ്ഞുമെന്ന പ്രതീകം ആഴമേറിയ ഒരു വിപരീതധ്വനിയെ ഉൾക്കൊള്ളുന്നുണ്ട് എന്ന് വ്യക്തമാക്കും. ചിത്രപാഠത്തിൽ കുഞ്ഞിന്റെ മുഖം മൂടിനില്ക്കുന്ന ഇരുട്ട് പിന്നീട് കാണാൻ കഴിയുന്നത് നിലമുഴുവുന്ന കർഷകന്റെ മുഖത്തും കൊയ്തുകയറ്റിയ കറ്റകളുടെ അടുത്തുനില്ക്കുന്ന കൃഷിപ്പണിക്കാരനിലുമാണ്. സുവർണ്ണശോഭയാർന്ന ഒരു ജീവിതത്തിന്റെ മറുപുറമായി ഈ ഇരുൾപ്പിറവി ചിത്രപാഠത്തിൽ സ്ഥാനപ്പെടുത്തപ്പെട്ടിരിക്കുന്നു. കീഴ്പ്പകുതിയിലെ സർപ്പരൂപത്തിന്റെ കറുപ്പ് തൊട്ടടുത്തുള്ള സുവർണ്ണശോഭയുടെ വ്യതിരേകമായി (contrast) നിലകൊള്ളുന്ന ഒന്നാണ്. ഗ്രന്ഥപാരായണത്തിന്റെ മതാത്മക - ആദ്ധ്യാത്മികമൂല്യം മരണദൃശ്യത്തിലേക്ക് പരക്കുകയും വിഭവമേഖല അതുമായി ഇണങ്ങി നില്ക്കുകയും ചെയ്യുന്നു. അതേ സമയം വിഭവോല്പാദനത്തിന്റെ അടിത്തറയായ കാർഷികാദ്ധ്വാനവും അതിൽ പങ്കുചേരുന്ന മനുഷ്യരും ചിത്രപാഠത്തിലെ അധോമണ്ഡലമായി, ഇരുണ്ട പിൻഭാഗമായി, കാഴ്ചയുടെ കേന്ദ്രത്തിൽനിന്ന് ഒഴിഞ്ഞുനില്ക്കുന്നു. കാർഷികാദ്ധ്വാനത്തിന്റെ ചിഹ്നവ്യവസ്ഥയും വിഭവവിനിമയത്തിന്റെ ചിഹ്നവ്യവസ്ഥയും തമ്മിലുള്ള വൈരുദ്ധ്യാത്മകസംഘർഷമാണ് ചിത്രപാഠത്തിലെ വർണ്ണവിനിമയത്തിൽ സന്നിഹിതമായിരിക്കുന്നത്. ഇങ്ങനെ രാഷ്ട്രീയചരിത്രത്തിന്റെ ആർത്ഥികചക്രവാളത്തിൽ ഭാവനാത്മക പരിഹാരം നിർദ്ദേശിക്കപ്പെട്ട സാമൂഹ്യ വൈരുദ്ധ്യങ്ങൾ കൃഷിയെന്ന പ്രതീകത്തെയും പ്രമേയത്തെയും മുൻനിർത്തി വ്യത്യസ്ത ചിഹ്നവ്യവസ്ഥകൾ തമ്മിലുള്ള സംഘർഷാത്മകബന്ധമായി പാഠത്തിൽ തുടരുന്നു.

(ഗ്രാമം, ഗ്രാമീണത, ഗ്രാമീണ കാർഷികവൃത്തികൾ തുടങ്ങിയവ പടിഞ്ഞാറൻചിത്രകലയുടെ പ്രമേയങ്ങളായിത്തീർന്നതിന്റെ ചരിത്രപരമായ പശ്ചാത്തലം ആർനോൾഡ് ഹൗസർ അദ്ദേഹത്തിന്റെ വിശ്രുതമായ കലാചരിത്രഗ്രന്ഥത്തിൽ ചർച്ച ചെയ്യുന്നുണ്ട്. ആറാംശതകം മുതലാരംഭിക്കുന്ന ഭൂദാനവും അതിനെ പിൻപറ്റിക്കൊണ്ട് ഉയർന്നുവന്ന ഭൂപ്രഭുത്വവും നഗരങ്ങളിൽനിന്ന് അധികാരത്തെയും അധികാരകേന്ദ്രങ്ങളെയും ഗ്രാമങ്ങളിലേക്ക് വ്യാപിപ്പിച്ചതായി അദ്ദേഹം പറയുന്നു. അതുവരെ അപരിഷ്കൃതത്വത്തിന്റെ ആവാസമേഖലയായ ഗ്രാമവും ഗ്രാമീണതയും പുതിയ ഉടമാവകാശത്തിന്റെ പശ്ചാത്തലത്തിൽ അഭിജാതമായ അധികാരത്തിന്റെ പ്രവൃത്തിമേഖലയായി. ഇതിലൂടെയാണ് കലയുടെ കേന്ദ്രത്തിലേക്ക്

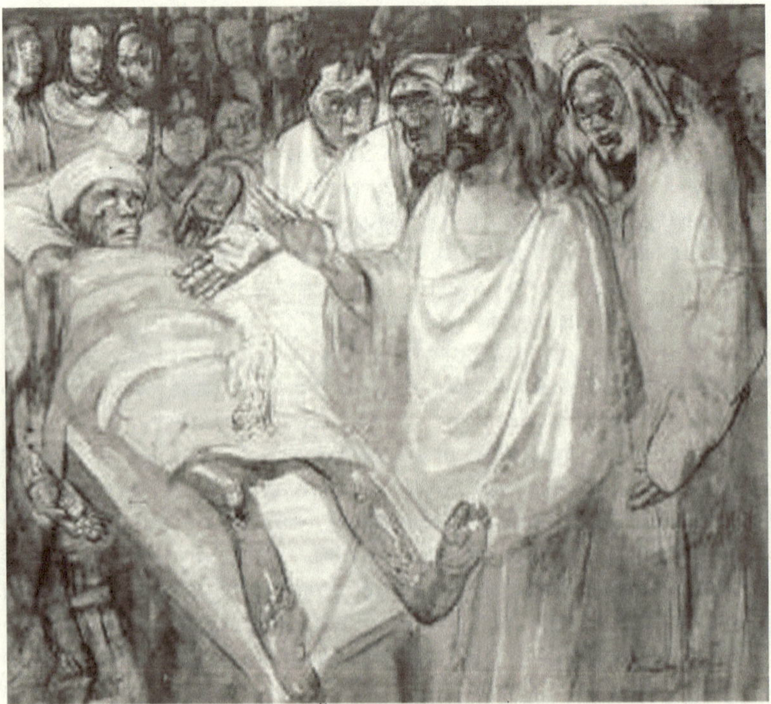

ക്രിസ്തുവും ലാസറസ്സും

ഗ്രാമവും ഗ്രാമീണതയും ആദ്യമായി കടന്നുവന്നത്. പുതിയ അധികാരത്തിന്റെയും കാർഷിക ഉടമസ്ഥതയുടെയും സന്ദർഭത്തിൽ കൃഷി കാഴ്ചയുടെ വിഷയമാവാൻ തുടങ്ങി. നവോത്ഥാനാന്തരകാലയളവിൽ ഈ കാഴ്ചവട്ടത്തിന് രണ്ടുതരത്തിൽ ദൃഢീകരണം കൈവന്നു. ജോൺ ബെർജർ സൂചിപ്പിക്കുന്നതുപോലെ, വിശാലമായ ഭൂഭാഗങ്ങൾക്കുമേലുള്ള ഉടമാവകാശത്തിന്റെ പ്രഖ്യാപനമെന്ന നിലയിൽ ഭൂഭാഗചിത്രങ്ങൾ ഒരു പ്രത്യേക ജനുസ്സായി ഉയർന്നുവന്നു. ഇത്തരം ചിത്രങ്ങളിൽ സംഭവിക്കുന്നതായി വിശദീകരിക്കപ്പെട്ട പ്രകൃതിയുടെയും പ്രകൃതിസംബന്ധിയായ പ്രവർത്തനങ്ങളുടെയും 'ദാർശനികമായ ആസ്വാദനത്തിന്റെ' മുന്നുപാധി അവയ്ക്കുമേലുള്ള ഉടമാവകാശമാണെന്ന് അദ്ദേഹം അഭിപ്രായപ്പെടുന്നുണ്ട്. പ്രകൃതി, സവിശേഷമായ ഒരിടമായി കലയിൽ സ്ഥാനം കണ്ടെത്തുന്ന കാലമാണിത്. മാനുഷികമായ പ്രവൃത്തിമണ്ഡലത്തിനു പുറത്തുള്ള, മനുഷ്യന്റെ ധ്യാനാത്മകചിന്തയുടെ വിഷയമായ, അപരമായി (other) പ്രകൃതി മാറിത്തീരുന്നു. വാസ്തവത്തിൽ ഇത് ആധുനികത ജന്മം നല്കിയ വിപരീതദ്വന്ദ്വങ്ങളിലൂടെയുള്ള ചിന്തയുടെ ഉല്പന്നമാണ്. അങ്ങനെ ഭൂഭാഗചിത്രം എന്ന ജനുസ്സ് സവിശേഷമായ ഒരു ലോകാവബോധത്തിൽ ഉറച്ചുനിന്നുകൊണ്ട് ചുറ്റുപാടുകളെ പ്രതീകവല്ക്കരിക്കുകയും

ഘടനാപരമായി ക്രമപ്പെടുത്തുകയും ഒപ്പംതന്നെ അതിനെ പ്രതിനിധീകരിക്കുകയും ചെയ്യുന്ന സാംസ്കാരികനിർമ്മിതിയായി സ്ഥാനംനേടി. പതിനെട്ടാം ശതകത്തിലെ കാർഷികമുതലാളിത്തം ഈ പ്രകൃതിബോധത്തെ ഉടമാവകാശപരമായി സ്വാംശീകരിക്കുകയാണ് ചെയ്തത്. കാർഷികവൃത്തികൾ, കോൺസ്റ്റബിളിന്റെയും മറ്റും ഭൂഭാഗചിത്രങ്ങളിൽ, വിദൂരദൃശ്യങ്ങളായി നിലകൊണ്ട് ഈ ഉടമാവകാശത്തെ ദ്യോതിപ്പിച്ചുപോന്നു. എന്നാൽ ചിത്രപാഠത്തിലെ സക്രിയഘടകമായി കാർഷികവൃത്തി ഒരിക്കലും മാറിത്തീർന്നതുമില്ല. ഉടമാവകാശമുള്ളവരുടെ ദൃഷ്ടികോണിൽ തെളിയുന്ന ഒരു വിദൂരദൃശ്യമാണത്. ഒപ്പം ചിത്രത്തിലെ വർണ്ണപദ്ധതിയിലെ ഒരു വ്യതിരേകഘടകവും (contrasting element). വ്യവസായവല്ക്കരണത്തിന്റെ ഗതിവേഗം കൂടുകയും പരമ്പരാഗത കാർഷികവൃത്തികൾ വൻതോതിൽ പരിവർത്തനവിധേയമാകുകയും ചെയ്തതോടെ ഭൂഭാഗചിത്രങ്ങളുടെ കേന്ദ്രത്തിലേക്ക് കടലും കുന്നും മേഘപാളികളും കയറിക്കൂടാൻ തുടങ്ങി. ചിത്രപരതയുടെ കാഴ്ചവട്ടത്തിന് പത്തൊമ്പതാംനൂറ്റാണ്ടിൽ ഇംഗ്ലണ്ടിൽ വമ്പിച്ച സ്വീകാര്യത വന്നതിന്റെ അടിസ്ഥാനകാരണം ഇതായിരുന്നു. വ്യവസായവല്ക്കരണവും തൊഴിലാളിമുന്നേറ്റങ്ങളും പരമ്പരാഗത കാർഷികമണ്ഡലത്തിലുളവാക്കിയ അടിയിളക്കങ്ങളിൽ നിന്നു വിട്ടുനില്ക്കാൻ ചിത്രഭാവന കണ്ടെത്തിയ രക്ഷാരന്ധ്രമായിരുന്നു അത്. ഇവിടെനിന്ന് പത്തൊമ്പതാംശതകത്തിന്റെ രണ്ടാം പകുതിയിൽ മില്ലെയും മറ്റും വരച്ച കർഷകചിത്രങ്ങളിലെത്തുമ്പോഴാണ് കാർഷികവൃത്തിയും അതിന്റെ അദ്ധ്വാനമൂല്യവും ചിത്രത്തിന്റെ കേന്ദ്രത്തിലെത്തുന്നത്. ധ്യാനാത്മകമായ ആസ്വാദനത്തിന്റെ (contemplative appreciation) വിഭവമെന്ന നിലയിലല്ല, സക്രിയമായ രാഷ്ട്രീയ ഇടപെടലെന്ന നിലയിലാണ് മില്ലെയുടെയും മറ്റും ചിത്രങ്ങളിൽ ഇത്തരം കർഷകബിംബ ങ്ങൾ നിലകൊള്ളുന്നത്.)

ഈ നിലയിൽ മനസ്സിലാക്കിയാൽ 'വ്യത്യസ്ത സാമൂഹ്യവർഗ്ഗങ്ങൾ ഉല്പാദിപ്പിക്കുന്നതും അടിസ്ഥാനതലത്തിൽ ശത്രുതാപരവുമായ വർഗ്ഗവ്യവഹാരങ്ങളുടെ സുഗ്രാഹ്യമായ പ്രാഥമിക ഘടക'മെന്ന പദവിയാണ് കൃഷി എന്ന പ്രതീകം/പ്രമേയം *മലബാർ കർഷകന്റെ ജീവിതം* എന്ന ഗ്രന്ഥത്തിൽ കൈയാളുന്നതെന്ന്

വ്യക്തമാകും. പ്രത്യയ ശാസ്ത്ര ഏകകത്തെക്കുറിച്ച് വിവരിക്കുമ്പോൾ ജയിംസൺ നിർദ്ദേശിക്കുന്ന ഇരട്ട ജീവിതം - പരികല്പനാപരവും പ്രമേയപരവുമായ തലങ്ങളിൽ ഒരുമിച്ചു നിലനില്ക്കാനുള്ള അതിന്റെ കഴിവ് - ഇവിടെ കൃഷി എന്ന പ്രതീക/പ്രമേയത്തിനുണ്ട്. ഒരു ഭാഗത്ത് ചിത്രശീർഷകം സൂചിപ്പിക്കുന്നതുപോലെ അത് ചിത്രത്തിന്റെ പ്രമേയകേന്ദ്രമാണ്. അതേസമയം തന്നെ പരികല്പനാപരമായ തലത്തിൽ സവിശേഷമായ വർഗ്ഗവ്യവഹാരങ്ങളെയും അതിലുൾച്ചേർന്ന ശത്രുതാപരമായ വൈരുദ്ധ്യങ്ങളെയും അത് സംഗ്രഹിക്കുകയും ചെയ്യുന്നു. പാഠശരീരത്തിൽ പ്രത്യയശാസ്ത്രഏകകം കൈയാളുന്ന ഈ ഇരട്ട ജീവിതം മേല്പറഞ്ഞ വൈരുദ്ധ്യങ്ങളെ പാഠത്തിന്റെ പ്രത്യക്ഷതയിൽ നിന്ന് മറച്ചുപിടിക്കുകയും ചെയ്യുന്നു. രാഷ്ട്രീയചരിത്രത്തിന്റെ അർത്ഥമണ്ഡലവുമായി സാമൂഹ്യചരിത്രത്തിന്റെ അർത്ഥമണ്ഡലം കൈവരിക്കുന്ന ഈ ഒത്തിണക്കം പ്രത്യയശാസ്ത്രഏകകത്തിന്റെ ഇരട്ടജീവിതത്തിന്റെ ഫലമാണ്. പക്ഷേ, അപ്പോഴും പാഠത്തിന്റെ അബോധമായി, അപരിഹാര്യമായ വർഗ്ഗവൈരുദ്ധ്യങ്ങളുടെ ലോകം പ്രത്യയശാസ്ത്ര ഏകകത്തിൽ അതിന്റെ മറുജീവിതം തുടരുന്നുണ്ട്. ഉല്പാദന - അദ്ധ്വാനപ്രക്രിയകളിൽനിന്ന് അടർത്തിമാറ്റപ്പെട്ടതും അതിന്റെ വിപരീതനില കൈക്കൊള്ളുന്നതുമായ വിഭവലോകമായി *മലബാർ കർഷകന്റെ ജീവിത*ത്തിൽ ഇടം കണ്ടെത്തുന്ന കൃഷി എന്ന പ്രതീകം/പ്രമേയം നിറവേറ്റുന്നത് ഈ ദൗത്യമാണ്. ചിത്രപാഠത്തിലെ ദമിതലോകങ്ങളെ വെളിപ്പെടുത്താൻപോന്ന സൂചനാസംവിധാനം കൂടിയാണത്. പാഠത്തെ നിർണ്ണയിക്കുന്ന വർഗ്ഗവ്യവഹാരങ്ങളുടെ പ്രവൃത്തിമണ്ഡലം ആ വർഗ്ഗവ്യവഹാരങ്ങൾ ഉല്പാദിപ്പിക്കുന്ന അപരിഹാര്യ വൈരുദ്ധ്യങ്ങളെ പാഠത്തിന്റെ അടിയടരിലേക്ക് നീക്കിനിർത്തുന്നു.

പരിപ്രേക്ഷ്യം, രൂപം, പ്രത്യയശാസ്ത്രം

കലയിലെ ചരിത്രബന്ധങ്ങളുടെ അവസാനത്തെ താവളം രൂപമാണ്. ഭാവത്താൽ നിറയ്ക്കപ്പെടുന്ന ശൂന്യപാത്രമല്ല അത്. ഭാവബന്ധങ്ങളുടെ മൂർത്തതയാണത്. ഊറിക്കൂടിയ ഉള്ളടക്കം (sedimented content) എന്ന് രൂപം വിശേഷിക്കപ്പെടുന്നതും മറ്റൊന്നുകൊണ്ടല്ല. അതുകൊണ്ടു തന്നെ രൂപാവലികൾ പ്രത്യയശാസ്ത്രത്തിന്റെ പാർപ്പിടങ്ങളുമാണ്. 'ഉല്പാദനരീതിയുടെ അടയാളങ്ങളോ പൂർവ്വദർശനങ്ങളോ ആയ ചിഹ്നവ്യവസ്ഥകളുടെ സഹവർത്തനത്തിലൂടെ സംപ്രേഷണം ചെയ്യപ്പെടുന്ന പ്രതീകാത്മക സന്ദേശങ്ങളാ'യി രൂപത്തിന്റെ പ്രത്യയശാസ്ത്രത്തെ (ideology of form) വിശദീകരിക്കുമ്പോൾ ഫ്രഡറിക് ജയിംസൺ മുന്നോട്ടുവയ്ക്കുന്ന കാഴ്ചപ്പാടും ഇതുതന്നെയാവണം. രൂപം ഒരു ലോകബോധമായി, അതിലെ പിളർപ്പോ അതിൽനിന്നുള്ള കുതിപ്പോ ആയി, ചരിത്രസംഘർഷങ്ങളാൽ നിവേശിതമായ ഒരനുഭവസ്ഥാനമായി നമ്മെ

അഭിസംബോധന ചെയ്യുന്നു എന്ന്; സങ്കേതങ്ങൾ സാങ്കേതികം മാത്രമല്ലെന്ന്; രൂപവിശ്ലേഷണം ചരിത്രനിരപേക്ഷമായ നേരംപോക്കല്ലെന്ന്.

പത്തൊമ്പതാംശതകത്തിന്റെ രണ്ടാംപകുതിയോടെയാണ് ആധുനികതാവാദപരമായ കാഴ്ചപ്പാടുകൾ ലോകചിത്രകലയിൽ ഇടംകണ്ടെത്തിയത്. ഇംപ്രഷനിസ്റ്റ്, പോസ്റ്റ് ഇംപ്രഷനിസ്റ്റ് രചനകളിലൂടെ ആധുനികതയുടെ അടിസ്ഥാനസ്വരൂപത്തെക്കുറിച്ചുള്ള മൗലികമായ സംശയങ്ങൾ ഇക്കാലത്ത് പടിഞ്ഞാറൻ ചിത്രകല പ്രകടിപ്പിച്ചുതുടങ്ങി. മുഖ്യമായും രണ്ടു രൂപത്തിലാണ് ഇതു പ്രകടമായത്. നവോത്ഥാന - നവോത്ഥാനാനന്തര ചിത്രകലയുടെ കേന്ദ്രമായി നിലകൊണ്ട രേഖീയപരിപ്രേക്ഷ്യത്തിന്റെ (linear perspective) നിരാകരണമായിരുന്നു ആദ്യത്തേത്. കാഴ്ചക്കാരെയും കാഴ്ചവസ്തുവിനെയും (viewer and viewed) തമ്മിലകറ്റിക്കൊണ്ട് അവയെ ഒരു വിപരീതദ്വന്ദ്വമായി സ്ഥാനപ്പെടുത്തിയത് രേഖീയപരിപ്രേക്ഷ്യത്തിന്റെ വരവാണെന്ന് പറയാം. പാശ്ചാത്യതത്ത്വചിന്തയിലെ വിഷയി/വിഷയ (subject/object)ദ്വന്ദ്വത്തിന് കൈവന്ന ചിത്രഭാഷ്യം കൂടിയായിരുന്നു അത്. കാഴ്ചയെന്നത് അതോടെ നിസ്സംഗവും അമൂർത്തവും വസ്തുനിഷ്ഠവുമായ ഒരു പ്രവൃത്തിയായി. ആധുനികതയുടെ കേന്ദ്രതത്ത്വമായിരുന്ന ഈ കാഴ്ചക്രമത്തെയാണ് ഇംപ്രഷനിസ്റ്റ് ചിത്രകല മറികടക്കാൻ ശ്രമിച്ചത്. ഇംപ്രഷനിസ്റ്റ് ചിത്രങ്ങൾ രൂപത്തിന്റെ യഥാതഥത്വത്തെ അട്ടിമറിക്കുകയും സുഭദ്രമായ അതിർവരമ്പുകൾക്കുള്ളിൽ (outlines) നിറയ്ക്കപ്പെടുന്ന വർണ്ണലോകം എന്ന രചനാപദ്ധതിയെ കൈയൊഴിയുകയും ചെയ്തു. യാഥാർത്ഥ്യം പ്രതീതിപരമായ ഒന്നാണെന്ന് സൂചിപ്പിക്കുകവഴി ജ്ഞാനോദയത്തിന്റെ ഭദ്രലോകങ്ങളെ അസ്ഥിരപ്പെടുത്തുകയും മായികമായ പുതിയൊരു പ്രകൃത്യാത്മകതയ്ക്ക് ജന്മം നല്കുകയുമാണ് ഇംപ്രഷനിസ്റ്റ് ചിത്രങ്ങൾ ചെയ്തത്. ഇതിനു പിന്നാലെ വന്ന പോസ്റ്റ് ഇംപ്രഷനിസ്റ്റ് രചനകൾ പല പരിപ്രേക്ഷ്യങ്ങളെ ഒരുമിച്ചണിനിരത്തിക്കൊണ്ടും, അബോധത്തെ ഉയർന്ന യാഥാർത്ഥ്യമാക്കിക്കൊണ്ടും, യാഥാർത്ഥ്യത്തെ ജാമ്യതീയ സംഗ്രഹങ്ങളായി ചുരുക്കിയെഴുതിക്കൊണ്ടും, പ്രാകൃതമായ രേഖാ ചിത്രണത്തിലേക്ക് പിൻവാങ്ങിക്കൊണ്ടും യാഥാർത്ഥ്യം എന്ന സങ്കല്പത്തെ കൂടുതൽക്കൂടുതൽ സന്ദിഗ്ദ്ധവും വിശ്ലഥവുമാക്കി. അതോടെ ലോകാനുഭവമെന്നത് കാലാനുഭവത്തിന്റെ ക്ഷണികതയായിത്തീർന്നു. രൂപത്തെയും കാഴ്ചവട്ടത്തെയും മുൻനിർത്തിയുള്ള ഈ പരീക്ഷണങ്ങളത്രയും, ആധുനികത ഉറപ്പിച്ചെടുക്കാൻ ശ്രമിച്ച വ്യവസ്ഥാസംവിധാനത്തെയും ലോകാവബോധത്തെയും കുറിച്ചുള്ള സംശയങ്ങളോ, പലപ്പോഴും അതേക്കുറിച്ചുള്ള വിമർശനങ്ങളോ ആയിരുന്നു. ആത്യന്തികമായി, മഹാനഗരാനുഭവങ്ങൾ സൃഷ്ടിച്ച വ്യക്തിപരമായ ഏകതയിലും ഏകാന്തതയിലും (individual singularity and solitude) അധിഷ്ഠിതമായ കലയുടെ ലോകമായിരുന്നു അത്. രൂപവിന്യാസത്തിന്റെയും വർണ്ണപ്രയോഗത്തിന്റെയും പ്രശ്നങ്ങളായി പാശ്ചാത്യചിത്രകലയിൽ പ്രകാശിതമായ ആവിഷ്കാരരീതികൾ ചരിത്രപരമായ

ഒരു പ്രതിസന്ധിയുടെ അടയാളങ്ങൾ കൂടിയായിരുന്നു എന്നർത്ഥം.

മലബാർ കർഷകന്റെ ജീവിതം ചരിത്രപരമായ ഈയൊരു പ്രതിസന്ധിസന്ദർഭത്തെക്കൂടി ഉൾക്കൊണ്ട ഒരു രചനയാണ്. ഇന്ത്യൻ ചിത്രകലയിൽ 1930 കളോടെ പ്രത്യക്ഷപ്പെട്ടു തുടങ്ങിയ ആധുനികതാവാദ പ്രവണതകളുടെ തുടർച്ച ഈ ചിത്രത്തിലുമുണ്ട്. ആധുനികതാവാദരചനകളുടെ ആധാരപ്രമാണങ്ങളായി മുകളിൽ സൂചിപ്പിച്ച രണ്ട് സവിശേഷതകളും ഈ ചിത്രത്തിൽ കാണാനാവും. ആധുനികമായ വ്യവസ്ഥാവല്ക്കരണത്തിന്റെ വിമർശനമെന്ന നിലയിൽ ഉയർത്തിക്കൊണ്ടുവന്ന പുതിയതരം സ്വത്വാവബോധം[10] ഈ ചിത്രത്തിന്റെ രൂപസംവിധാനത്തിലും നിലനില്ക്കുന്നുണ്ട്. രൂപനിഷ്ഠമായ ചിത്രണപദ്ധതിയെ (figurative printing) പിൻപറ്റുമ്പോൾ തന്നെ പരിപ്രേക്ഷ്യത്തിന്റെയും ചായത്തേപ്പിന്റെയും തലങ്ങളിൽ ഇംപ്രഷനിസ്റ്റ്ഛായ ഇതിൽ ഏറി നില്ക്കുന്നു. ഇതുമൂലം രൂപത്തെ പ്രതീതിപരമായി, നിലനിർത്തിക്കൊണ്ടുതന്നെ യാഥാർത്ഥ്യത്തെ സന്ദിഗ്ദ്ധമാക്കാൻ ചിത്രത്തിനു കഴിയുന്നുണ്ട്. രൂപത്തിന്റെ ഭാഗികമായ യഥാതഥത്വം രൂപവിന്യാസത്തിന്റെ തലത്തിലെ അയഥാർത്ഥതയാൽ അട്ടിമറിക്കപ്പെടുന്നു എന്നർത്ഥം. ഇങ്ങനെ, രൂപനിഷ്ഠതയുടെയും രൂപരാഹിത്യത്തിന്റെയും ഇടയിൽ നിലയുറപ്പിക്കുന്നതിനാൽ അർത്ഥപരമായ സന്ദിഗ്ദ്ധതയ്ക്ക് ചിത്രത്തിന്റെ ധ്വനിമൂല്യത്തിൽ ഏറിയ പ്രാധാന്യം കൈവരുന്നുണ്ട്. കേരളത്തിലെ ചുവർചിത്രപാരമ്പര്യത്തോട്, സ്ഥലവിതരണപരമായി ഈ ചിത്രം പുലർത്തുന്ന അടുപ്പം - പരിപ്രേക്ഷ്യത്തിന്റെ അഭാവവും ഒഴിഞ്ഞ ഇടങ്ങൾ അവശേഷിപ്പിക്കാതെ ചിത്രപ്രതലമപ്പാടെ രൂപങ്ങളാൽ നിറയ്ക്കുന്ന രീതിയും-ഈ സന്ദിഗ്ദ്ധസ്വഭാവത്തിന്റെ നിർമ്മിതിയിൽ വലിയ പങ്കുവഹിക്കുന്ന ഒരു ഘടകമാണ്. വിപ്ലവാനന്തരകാലഘട്ടത്തിൽ മെക്സിക്കൻ ചിത്രകലയിൽ മ്യൂറലുകൾക്ക് കൈവന്ന പ്രാധാന്യത്തെക്കുറിച്ചുള്ള ചർച്ചയിൽ കലാനിരൂപകന്മാർ ചൂണ്ടിക്കാണിച്ച ഒരു വസ്തുത ഇവിടെ സംഗതമാണ്. കല/കലയല്ലാത്തത് (art/non-art) എന്ന ദ്വന്ദ്വത്തെ മറികടന്ന് മാനുഷികമായ പ്രവർത്തനങ്ങളുടെ നടുവിൽ നിലകൊള്ളുന്ന ഒരു ആവിഷ്കാരരൂപമായിരിക്കാൻ കഴിയുന്നതിനാൽ വ്യത്യസ്തങ്ങളായ ലോകാവബോധങ്ങൾക്കിടയിൽ ഇടനിലയായി വർത്തിക്കാൻ മ്യൂറലിന് കഴിവുണ്ട് എന്ന കാര്യമാണ് അവർ സൂചിപ്പിക്കുന്നത്. മ്യൂറൽ രചനാരീതികളുമായുള്ള അടുപ്പത്താൽ യാഥാർത്ഥ്യത്തിനും അയഥാർത്ഥ്യത്തിനും മദ്ധ്യേയുള്ള ഇടനിലയിലേക്ക് *മലബാർ കർഷകന്റെ ജീവിത*വും കൂടുതൽ കൂടുതൽ ഉന്മുഖമാവുന്നുണ്ട്. ഉല്പാദനരീതികളുടെ അടയാളങ്ങളായി പരിഗണിക്കാവുന്ന, വ്യത്യസ്ത ചിഹ്നവ്യവസ്ഥകളുടെ സഹവർത്തനം പാഠത്തിൽ സാദ്ധ്യമാകുന്നതും രൂപതലത്തിലെ ഈ സവിശേഷസ്വഭാവം മൂലമാണെന്ന് പറയാം. അങ്ങനെ രാഷ്ട്രീയചരിത്രത്തിന്റെയും സാമൂഹ്യചരിത്രത്തിന്റെയും ആർത്ഥികചക്രവാളങ്ങളെക്കൂടി ഉൾക്കൊണ്ടുനില്ക്കുന്ന ഒന്നായി, ഊറിക്കൂടിയ ഉ ള്ളടക്കമായി, ചിത്രത്തിന്റെ രൂപശില്പം നില

അൺ ടൈറ്റിൽഡ്

നില്ക്കുന്നു.

ആദ്യനോട്ടത്തിൽത്തന്നെ ആർക്കും വെളിപ്പെട്ടുകിട്ടുന്നതുപോലെ പരിപ്രേക്ഷ്യത്തിന്റെ തലത്തിൽ ഈ രചന രേഖീയതയുടെ വഴി പിന്തുടരുന്നില്ല. രവിവർമ്മച്ചിത്ര ങ്ങൾമുതൽ ഇന്ത്യൻ ചിത്രകലയിൽ ആധുനികതയുടെ മാനകങ്ങളിലൊന്നായി നിലനിന്നത് രേഖീയപരിപ്രേക്ഷ്യമാണ്. മാനുഷികമായ കാഴ്ചയുടെ ക്രമത്തെ, അടുത്തുള്ളതിനെ വലുതായും വ്യക്തമായും അകലെയുള്ളതിനെ മങ്ങിയതായും ചെറുതായും കാണിച്ചുതരുന്ന കാഴ്ചവട്ടത്തെ, ചിത്രത്തിൽ സാദ്ധ്യമാക്കിക്കൊണ്ട് യാഥാർത്ഥ്യത്തിന്റെ 'വസ്തുനിഷ്ഠത'യെ ഉറപ്പിച്ചെടുക്കുകയാണ് രേഖീയപരിപ്രേക്ഷ്യം ചിത്രകലയിൽ ചെയ്തത്. ആധുനികമായ യുക്തിബോധം ചിത്രപ്രത ലത്തിൽ ഇടം കണ്ടെത്തിയതിന്റെ ഏറ്റവും പ്രധാനപ്പെട്ട തെളിവ് ഇതായിരുന്നു. കാര്യകാരണങ്ങളുടെ പരസ്പര ബന്ധത്തിനുള്ളിൽ, ക്രമമായി വികസിച്ചുവരുന്ന ആധുനിക യുക്തി ബോധത്തിന്റെ ചിത്രസങ്കേതമായിരുന്നു അത്. പതിനെട്ടാം നൂറ്റാണ്ടിൽ കമ്പനിസ്കൂൾ ചിത്രകാരന്മാരിലൂടെ ഇന്ത്യൻചിത്രകലയിൽ ഇടം കണ്ടെത്തിയെങ്കിലും പത്തൊമ്പതാം നൂറ്റാണ്ടിന്റെ അന്ത്യദശകത്തോടെയാണ് ദേശീയചിത്ര ഭാഷയുടെ ആധാരതത്ത്വമായി, രവിവർമ്മച്ചിത്രങ്ങൾ വഴി, അത് സ്ഥാനം നേടിയത്. യുക്തിപരത, രേഖീയത, കാര്യകാരണബദ്ധത എന്നിവയുടെ ചിത്രഭാഷയായാണ്, പുതിയ ഒരു സാങ്കേതികസജ്ജീകരണം മാത്രമായല്ല, രേഖീയപരിപ്രേക്ഷ്യം നിലവിൽവന്നത് എന്നർത്ഥം. അതുകൊണ്ടുതന്നെ ഈ പരിപ്രേക്ഷ്യത്തിന്റെ നിരാകരണത്തിലൂടെ *മലബാർ കർഷകന്റെ ജീവിതം* ലോകാവബോധപരമായി പുതിയ ഒരു നില കൈക്കൊള്ളു കയും ചെയ്യുന്നുണ്ട്.

*മലബാർ കർഷകന്റെ ജീവിത*ത്തിലെ രൂപവിന്യാസം രേഖീയപരിപ്രേക്ഷ്യത്തിനു പുറത്തുകടക്കുന്നത് ക്രമരഹിതമോ പാരമ്പര്യമുക്തമോ ആയ രീതിയിലല്ല. കേരളീയ ചുമർചിത്രപാരമ്പര്യത്തെ പിൻപറ്റുന്ന ഒരു സ്ഥലവിതരണരീതി ചിത്രത്തിലുണ്ട്. ചിത്രപ്രതലത്തിൽ ഒഴിഞ്ഞ ഇടം അല്പംപോലും ബാക്കിവെക്കാതെ രൂപങ്ങളും അലങ്കരണ ങ്ങളും കൊണ്ട് അതത്രയും നിറയ്ക്കുകയാണ് കേരളീയ ചുമർച്ചിത്രങ്ങളിൽ

കാണുന്ന സാങ്കേതികരീതി. ശൈലീവല്ക്കൃതമായ രൂപനിർമ്മാണസമ്പ്രദായം കൂടിയാകുന്നതോടെ കേരളീയ ചുവർച്ചിത്രങ്ങൾ യഥാതഥത്വത്തെ പരിപൂർണ്ണമായും കൈയൊഴിയുന്നു.[11] എന്നാൽ, *മലബാർ കർഷകന്റെ ജീവിത*ത്തിൽ ഈ പാരമ്പര്യം കടന്നുവരുന്നത് അതേപടിയല്ല. ശൈലീവല്ക്കരണത്തോട് അടുത്തു നില്ക്കുമ്പോൾത്തന്നെ രൂപനിർമ്മാണത്തിന്റെ തലത്തിൽ യാഥാതഥ്യത്തിന്റെ ഭാഗികപ്രതീതിയും അത് നിലനിർത്തുന്നുണ്ട്. ഇംപ്രഷനിസ്റ്റ് എന്നോ റിയലിസ്റ്റ് എന്നോ പൂർണ്ണമായി വിവരിക്കാനാവാത്ത രൂപനിർമ്മാണപദ്ധതിയാണ് ചിത്രത്തിന്റേത്. ചായത്തേപ്പിന്റെ തലത്തിൽ ഇംപ്രഷനിസ്റ്റ് മുദ്രകൾ അവശേഷിക്കുമ്പോൾത്തന്നെ അതിർവരമ്പുകൾക്കുള്ളിൽ വ്യക്തമായും ദൃഢമായും നിലകൊള്ളുന്ന രൂപങ്ങളാണ് ചിത്രത്തിലുള്ളത്. ഇങ്ങനെ ഒരേസമയം ഇരുമണ്ഡലങ്ങളിൽ കാലൂന്നി നില്ക്കുന്ന ഒരു അനുഭൂതിലോകം രൂപനിർമ്മിതിയുടെ തലത്തിൽ ചിത്രം നിലനിർത്തുന്നു.

*മലബാർ കർഷകന്റെ ജീവിത*ത്തിൽ കെ സി എസ് പണിക്കർ സ്വീകരിച്ചിരിക്കുന്ന രൂപനിർമ്മാണ പദ്ധതിയുടെ (form of figuration) സവിശേഷതകൾ നാം ശ്രദ്ധാപൂർവ്വം പരിഗണിക്കേണ്ടതുണ്ട്. അവയവപ്പൊരുത്തത്തെ സംബന്ധിച്ച ക്ലാസിക്ക് സങ്കല്പത്തിൽനിന്നുള്ള വ്യതിയാനമാണ് ഇതിലാദ്യത്തേത്. മനുഷ്യാകൃതിയുടെ നീളവും വീതിയും കനവും എന്ന ത്രിമാനതയിൽ വക്രത (distortion) സൃഷ്ടിച്ചുകൊണ്ടാണ് കെ സി എസ് ഇത് ചെയ്യുന്നത്. വീതിക്ക് വലിപ്പം കൂട്ടി, അത് നീളത്തേക്കാൾ വലുതായി ചിത്രമെഴുതുന്ന കേരളത്തിലെ കളമെഴുത്തുരീതിയുടെ സ്വാധീനം ഇവിടെയുള്ളതായി വിജയകുമാർ മേനോൻ ചൂണ്ടിക്കാട്ടിയിട്ടുണ്ട്. കളമെഴുത്തിൽ 'ഭൂതവടിവ്' എന്നറിയപ്പെടുന്ന ഈ ഞെക്കിച്ചുരുക്കൽ അതേപടി ഈ ചിത്രം ആവർത്തിക്കുന്നില്ല. പക്ഷേ, രൂപനിർമ്മാണത്തിന്റെ തലത്തിൽ മൊത്തത്തിൽ ഒരു ഹ്രസ്വവല്ക്കരണം ചിത്രം നിലനിർത്തുന്നുണ്ട്. യഥാതഥമായിരിക്കുമ്പോൾ തന്നെ യാഥാതഥ്യത്തെ കൈയൊഴിയുന്ന രൂപനിർമ്മാണരീതിയാണത്[12]. കേരളീയകലയുടെ ചരിത്രത്തിലെന്ന പോലെ ആധുനികതാവാദകലയിലും വേരുകളുള്ള സമീപനമാണിത്.

ഇത്തരം വക്രീകരണം കൂടുതൽ പ്രബലമായി തുടരുന്നത് പാഠത്തിലെ മനുഷ്യരൂപങ്ങളുടെ മുഖചിത്രണത്തിലാണ്. പരന്നുവിസ്തൃതമായ ചതുരാകൃതിയാണ് പണിക്കരുടെ മുഖരൂപം. കണ്ണുകൾ സാമാന്യത്തിലധികം വലുതായി ചിത്രീകരിക്കുന്ന ഈ പരത്തൽ വഴി രൂപത്തിന്റെ ത്രിമാനത ദ്വിമാനതയായി ചുരുങ്ങുന്നു. ഇത് രൂപത്തിന്റെ യഥാതഥ്യത്തെ മറികടക്കുന്ന രചനാതന്ത്രമാണ്. ചിത്രപാഠത്തെ രൂപാത്മക (figurative) തലത്തിൽ നിലനിർത്തിക്കൊണ്ടുതന്നെ രൂപപരതയെ നിരാകരിക്കാൻ ചിത്രത്തിനു കഴിയുന്നു. അതുകൊണ്ട് രൂപത്തിനും രൂപരാഹിത്യത്തിനുമിടയിൽ, നാടോടി കലയിലെ (folk art) മൂർത്തതയ്ക്കും സാർവ്വദേശീയകലയുടെ അമൂർത്തതയ്ക്കും ഇടയിൽ, അനുഭൂതി

പരമായി ഉഭയജീവിതമുള്ള സന്ദിഗ്ദ്ധസ്ഥാനം ചിത്രപാഠത്തിന് കൈവരുന്നു.

രൂപനിർമ്മിതിയുടെ തലത്തിലെ ഈ ഉഭയസ്വഭാവത്തെ പരിപ്രേക്ഷ്യത്തിന്റെ തലത്തിൽ ചിത്രപാഠം ആവർത്തിക്കുന്നില്ല. നിശ്ചയമായും പരിപ്രേക്ഷ്യത്തിന്റെ തലത്തിലും ഇവിടെയൊരു സന്ദിഗ്ദ്ധതയുണ്ട്. എന്നാൽ, രേഖീയതയുടെ കാഴ്ചവട്ടത്തെ കൈയൊഴിയുമ്പോഴും ചിത്രത്തിലെ രൂപവിന്യാസം പരിപൂർണ്ണമായും കേന്ദ്രരഹിതമായിത്തീരുന്നില്ല. വർണ്ണപ്രയോഗത്തിന്റെയും രൂപനിർമ്മാണത്തിലെ ദൃഢതയുടെയും പിൻബലത്താൽ ചിത്രത്തിന്റെ കീഴ്പ്പകുതിയിലെ ഗ്രന്ഥപാരായണ ദൃശ്യം ചിത്രപാഠത്തിൽ കേന്ദ്രപദവി കൈവരിക്കുന്നുണ്ട്. ചിത്രത്തിലെ ഇതരദൃശ്യങ്ങളെ സംഗ്രഹിക്കുന്ന കേന്ദ്രീകരണബലമായി (centripetal force) പാഠത്തിൽ അത് പ്രവർത്തനക്ഷമമായിരിക്കുന്നു. വർണ്ണവിനിയോഗത്തിന്റെ സവിശേഷതയാലാണ് ഇത്തരമൊരു കേന്ദ്രീകരണം ചിത്രപാഠത്തിൽ സംഭവിക്കുന്നത്. പ്രമേയപരമായി ചിത്രകേന്ദ്രമായി വർത്തിക്കാവുന്ന അമ്മയും കുഞ്ഞുമാകട്ടെ-ഉർവ്വരത, അതിജീവനം, വംശപരമ്പര എന്നിങ്ങനെ പല പല അർത്ഥതലങ്ങളിലേക്ക് തുറക്കാവുന്ന ഒരു സൂചകമാണത് - മേല്പകുതിയിലെ ഇരുണ്ട ദൃശ്യമായി പിൻവാങ്ങി നില്ക്കുകയാണ്. കൊയ്തുകയറ്റിയ കറ്റകളൊഴികെയുള്ള എല്ലാ കാർഷികദൃശ്യങ്ങളും ഇരുൾമൂടി നില്ക്കുന്നു എന്നതും ശ്രദ്ധേയമാണ്. ഈ നിലയിൽ രേഖീയപരിപ്രേക്ഷ്യം വഴി കൈവരാവുന്ന കേന്ദ്രീകരണത്തിന്റെ അഭാവത്തിലും, അനുഭൂതിപരമായ ഒരു കേന്ദ്രം പാഠത്തിൽ നിലനില്ക്കുന്നുണ്ട്. പാഠത്തെ ചിത്രപ്രതലത്തിലപ്പാടെ ചിതറിത്തെറിപ്പിക്കുന്ന കേന്ദ്രപരാങ്മുഖതയല്ല ചിത്രത്തിന്റെ അടിസ്ഥാനയാഥാർത്ഥ്യം. മറിച്ച് സാങ്കേതികമായി കേന്ദ്രരഹിതമായിരിക്കുമ്പോഴും അനുഭൂതിപരമായി കേന്ദ്രീകൃതമായിരിക്കുന്ന നിലയാണ് അവിടെയുള്ളത്. രൂപനിർമ്മിതിയുടെ തലത്തിൽ ചിത്രം പുലർത്തുന്ന ഉഭയഭാവത്തിന്റെ തുടർച്ചയാണ് ഇവിടെയുള്ളത്. രൂപത്തിനും രൂപരാഹിത്യത്തിനുമിടയിലെ ഇടനിലയുടെ തുടർച്ചയെന്ന നിലയിൽ, അപകേന്ദ്രീകരണത്തിനും കേന്ദ്രീകരണത്തിനുമിടയിലെ സന്ദിഗ്ദ്ധസ്ഥാനമായി ഗ്രന്ഥപാരായണ ദൃശ്യം മാറിത്തീരുന്നു. ഇത് ചിത്രത്തിന്റെ രാഷ്ട്രീയ - സാമൂഹ്യചരിത്രങ്ങളുടെ ആർത്ഥിക ചക്രവാളം പ്രക്ഷേപിക്കുന്ന അർത്ഥവിവക്ഷകളെ ദൃഢീകരിക്കുകയും ചെയ്യുന്നു.

നാടുവാഴിത്ത ഉല്പാദനവ്യവസ്ഥയെയും അതുല്പാദിപ്പിച്ച മൂല്യമണ്ഡലത്തെയും നിലനിർത്തിക്കൊണ്ടുതന്നെയാണ് കോളനിഅധികാരം ഇന്ത്യയിൽ മേല്ക്കോയ്മ കൈയാളിയത് എന്നതിനാൽ മുതലാളിത്ത ഉല്പാദനബന്ധങ്ങളുടെ സംസ്ഥാപനം ഇവിടെ നാടുവാഴിത്ത മൂല്യവ്യവസ്ഥയുടെ തിരോഭാവത്തിന് കാരണമായില്ല. ദേശീയമുതലാളിത്തത്തിന്റെയും ആധുനികതയുടെയും മൂല്യവ്യവസ്ഥയ്ക്കുള്ളിൽത്തന്നെ നാടുവാഴിത്തത്തിന്റെ പ്രത്യയശാസ്ത്ര വ്യവ ഹാരങ്ങൾ സജീവമായി

കാക്ക

നിലനിന്നു എന്നതാണ് ഇതിന്റെ ഫലം. ആധുനികീകരണത്തിന്റെ ദേശീയസന്ദർഭം ഉൾക്കൊണ്ടിരുന്ന പൗരസ്ത്യവാദവ്യവഹാരം ഇത്തരം നാടുവാഴിത്തമൂല്യങ്ങൾക്ക് കോളനി വിരുദ്ധവും ആധുനികതാവിമർശനപരവുമായ ഉള്ളടക്കം പ്രദാനം ചെയ്യുകയും ചെയ്തു. ഉല്പാദനബന്ധങ്ങളുടെ തലത്തിലാകട്ടെ നാടു വാഴിത്തം കൊളോണിയൽ - മുതലാളിത്തബന്ധങ്ങളെ പിന്തുണയ്ക്കുകയാണ് ചെയ്തത്. അങ്ങനെ ഭൗതികാസ്പദങ്ങളുടെ തലത്തിൽ ഒത്തുതീർപ്പും മൂല്യമണ്ഡലത്തിൽ ശത്രുതയും പുലർത്തുന്ന വിചിത്രമായ ഒരു സമവായം മുതലാളിത്ത - നാടുവാഴിത്ത വ്യവസ്ഥകൾ തമ്മിലുള്ള വേഴ്ചയിലൂടെ ഇവിടെ ഉയർന്നുവന്നു.

ഉല്പാദനബന്ധങ്ങളുടെ ഈ സവിശേഷസ്വഭാവത്തിന്റെ അടിത്തറയിലാണ് *മലബാർ കർഷകന്റെ ജീവിത*ത്തിലെ രൂപസംവിധാനം നിലനില്ക്കുന്നത്. പരിപ്രേക്ഷ്യത്തിന്റെയും ചിത്രപ്രതലത്തിലെ സ്ഥലവിതരണത്തിന്റെയും തലങ്ങളിൽ ചിത്രപാഠം പുലർത്തുന്ന ആധുനികപൂർവ്വക്രമങ്ങൾക്ക് ആധുനികതാവിമർശനത്തിന്റെ പ്രതീതി കൈയാളാനാകുന്നത് അങ്ങനെയാണ്. എന്നാൽ ഇന്ത്യൻ സന്ദർഭത്തിലെ ഉല്പാദനമണ്ഡലത്തിൽ ഈ രൂപമാതൃകകൾക്ക് ചരിത്രപരമായ അടിത്തറയുണ്ട്. അതിനാൽ പിക്കാസ്സോയും മറ്റും ആഫ്രിക്കൻ കലാപാരമ്പര്യത്തെ ഉപയോഗപ്പെടുത്തി ആധുനികതാവിമർശനത്തിന്റെ ചിത്രപാഠങ്ങൾ ഒരുക്കിയതിന് സമാനമായി, നിയതവും അസന്ദിഗ്ദ്ധവുമായ ആധുനികതാവിമർശനത്തിന്റെ സ്ഥാനമായി മാറാൻ ഇതിന് കഴിയില്ല. നാടുവാഴിത്തപരമായ ലോകാവബോധത്തിൽ വേരോടി നില്ക്കുന്നതിനാൽ ആധുനികതാവിമർശനപരമായ രൂപവിന്യാസത്തിന്, ഇന്ത്യൻ സന്ദർഭത്തിൽ, നാടുവാഴിത്ത മൂല്യങ്ങളുടെ പുനഃസ്ഥാപനത്തിന്റെ ധ്വനിമൂല്യംകൂടി കൈവരും. ആധുനികീകരണത്തിന്റെയും ആധുനികതാ വിമർശനത്തിന്റെയും ദേശീയസന്ദർഭം പൗരസ്ത്യവാദ വ്യവഹാരവുമായി ഇണങ്ങിയാണ് നിലകൊ

ണ്ടിരുന്നത് എന്നതിനാൽ ഈ ധ്വനിമൂല്യത്തിന് ആദർശാത്മകമായ ആധുനികതാ വിമർശനത്തിന്റെ പ്രതീതി ഉളവാക്കാനും കഴിയും. അങ്ങനെ ആധുനികതാവാദം ലക്ഷ്യമാക്കുന്ന വിമർശനമൂല്യത്തെ പ്രതീതിപരമായി ഉല്പാദിപ്പിച്ചുകൊണ്ടുതന്നെ ദേശീയാധുനികതയുടെ ബന്ധവ്യവസ്ഥയ്ക്കുള്ളിൽ നിലകൊള്ളാൻ ചിത്രപാഠത്തിന് കഴിയുന്നു. ചിത്രപാഠം ഒഴിച്ചുനിർത്തുകയോ പിന്നണിയിലാക്കുകയോ ചെയ്ത കീഴാള ജീവിതവും അതുമായി ബന്ധപ്പെട്ട രാഷ്ട്രീയധ്വനികളും ദേശീയാധുനികതയിലെ കുലീന - മേലാള ധാരയോട് ചിത്രത്തെ കൂടുതൽ അടുപ്പിക്കുകയും ചെയ്യുന്നു.

ഈ നിലയിൽ, ഇന്ത്യാചരിത്രത്തിലെ സവിശേഷസന്ദർഭങ്ങളിലൊന്നിൽ, ആ കാലയളവിലെ ചരിത്രസംഘർഷങ്ങളുടെ കടൽക്കോളുകൾ ദേശീയാധുനികതയുടെ മേലടരിലുളവാക്കിയ അടിയിളക്കങ്ങളെ സ്വപ്നസന്നിഭമായ ഗ്രാമചാരുതകളിൽ ദമനംചെയ്ത് വർണ്ണവിസ്മയങ്ങളുടെ ലോകമായി നമ്മെ വരവേല്ക്കുകയാണ് *മലബാർ കർഷകന്റെ ജീവിതം.* ഈ വർണ്ണചാരുതയിലും രൂപഭംഗിയിലും മനംമയങ്ങിനിന്നുകൊണ്ട് ഈ ചിത്രവുമായി നമുക്ക് സംസാരിക്കാനാവും. അന്തിവാനിൽനിന്നും ചിതറി വീഴുന്ന വെളിച്ചംപോലെ, മായികമായ സുവർണ്ണദ്യുതികളായി നമ്മെ മോഹിപ്പിക്കുന്ന അതിലെ നിറച്ചാർത്തുകളെ നോക്കിനില്ക്കാം. അപ്പോഴും ചരിത്രത്തിന്റെ കടലിരമ്പങ്ങൾ അവിടെത്തന്നെയുണ്ട്. 'എന്നുടെയൊച്ച കേട്ടുവോ വേറിട്ട്' എന്ന് അവ മന്ത്രസ്ഥായിയിൽ ചോദിക്കുന്നുമുണ്ട്. എപ്പോഴെങ്കിലുമൊരിക്കൽ നമുക്കും അത് കേൾക്കാതിരിക്കാനാവില്ല. കാരണം, ചരിത്രമെന്നത് നമുക്ക് പുറത്തുള്ള ഒരു ഭൂതരാശിയുടെ പേരല്ല. അത് നാം തന്നെയാണ്. നമ്മുടെ ജീവിതം; ഭാവന; സ്വപ്നം.

(2006)

കുറിപ്പുകൾ

1. പ്രമുഖ അമേരിക്കൻ സൈദ്ധാന്തികനായ ഫ്രെഡറിക് ജയിംസൺ ആവിഷ്കരിച്ച 'രാഷ്ട്രീയ അബോധം' (Political Unconscious) എന്ന സങ്കല്പനമാണ് ഈ പഠനത്തിൽ ഉപയോഗപ്പെടുത്തിയിരിക്കുന്നത്. ആഖ്യാനങ്ങളുടെ അബോധത്തിൽ, അതിന്റെ ഘടനയെയും ആഖ്യാനം ലക്ഷ്യമാക്കുന്ന അനുഭൂതിപ്രപഞ്ചത്തെയും നിർണ്ണയിച്ചുകൊണ്ടു വർത്തിക്കുന്ന ചരിത്രബന്ധങ്ങളുടെ ശൃംഖലയെയാണ് 'രാഷ്ട്രീയാബോധം' എന്ന് ജയിംസൺ വിവരിക്കുന്നത്. രാഷ്ട്രീയചരിത്രം (political history), സാമൂഹ്യചരിത്രം (social history), ചരിത്രം (History) എന്നിങ്ങനെ മൂന്ന് തലങ്ങളിലായി ഓരോ ആഖ്യാനവും ഈ ബന്ധങ്ങളെ ഉൾക്കൊണ്ടിരിക്കുന്നതായി ജയിംസൺ കരുതുന്നു. ചരിത്രത്തിന്റെ ഈ അടരുകൾ പാഠത്തിൽനിന്ന് നിർദ്ധാരണം ചെയ്തെടുക്കുന്നതിന് ഉതകുന്ന ഒരു വിശകലനരീതിയും അദ്ദേഹം ആവിഷ്കരിച്ചു. ഇതിന് പാഠത്തിൽനിന്ന് മൂന്ന് ഘടകങ്ങളെ കണ്ടെടുക്കേണ്ടതുണ്ട്. 'യഥാർത്ഥ സാമൂഹ്യവൈരുദ്ധ്യങ്ങളുടെ ഭാവനാത്മകപരി

ഹാരം എന്നനിലയിൽ ആഖ്യാനത്തിന് കൈവരുന്ന പ്രതീകാത്മകവൃത്തി' (symbolic act) എന്ന പദവി, 'വ്യത്യസ്ത സാമൂഹ്യവർഗ്ഗങ്ങൾ ഉല്പാദിപ്പിക്കുന്ന, അടിസ്ഥാനതലത്തിൽ ശത്രുതാപരവും സംഘടിതവുമായ വ്യവഹാരങ്ങളുടെ സുഗ്രാഹ്യമായ പ്രാഥമികഘടകം' എന്ന നിലയിൽ പാഠത്തിൽ സന്നിഹിതമായിരിക്കുന്ന പ്രത്യയശാസ്ത്രഏകകം (ideologeme), 'ഉല്പാദനരീതികളുടെ അടയാളങ്ങളോ പൂർവ്വദർശനങ്ങളോ ആയ വ്യത്യസ്ത ചിഹ്നവ്യവസ്ഥകളുടെ സഹവർത്തനത്തിലൂടെ സംപ്രേഷണം ചെയ്യപ്പെടുന്ന പ്രതീകാത്മക സന്ദേശങ്ങൾ' പാഠത്തിൽ അടയാളപ്പെടുത്തുന്ന രൂപത്തിന്റെ പ്രത്യയശാസ്ത്രം (Ideology of form) എന്നിവയാണവ. ഈ മൂന്ന് അടിസ്ഥാനഘടകങ്ങൾ പാഠത്തിൽനിന്ന് നിർദ്ധാരണം ചെയ്തെടുക്കുക എന്നതാണ് ഈ പഠനം പിൻപറ്റുന്ന രീതിശാസ്ത്രം.

2. "I began to draw the pictures of villages and coconut groves which I had been familier with, in my village in Kerala. Canals used to make me highly emotional. And my eyes used at such times to fill with tears" (Panicker K C S 2000:9).

3. ഇന്ത്യൻ ചിത്രകാരന്മാരിൽ ജാമിനിറോയ് ചെലുത്തിയ വിനാശകരവും വ്യാപകവുമായ സ്വാധീനത്തിന്റെ തെളിവായാണ് പണിക്കരുടെ അവസാനഘട്ടചിത്രങ്ങളിൽ തെളിയുന്ന താളബദ്ധമായ ചുരുളുകളെ കെ ജി സുബ്രഹ്മണ്യൻ വിലയിരുത്തുന്നത്. ഇതിനായി തന്റെ സ്വാഭാവികമായ ഐന്ദ്രിയബിംബങ്ങളെ പണിക്കർ ദുർബ്ബലപ്പെടുത്തിയെന്നും എന്നാൽ അതിനുപകരം മറ്റൊന്ന് അദ്ദേഹത്തിന് ലഭിക്കാതെ പോയെന്നും കെ ജി എസ് പറയുന്നു (Subrahmanian 1987 : 35-6).

4. ഈ ശ്രമങ്ങൾ ഏകമുഖമായി സ്വാഗതം ചെയ്യപ്പെടുകമാത്രമല്ല ഉണ്ടായത്. കേവലമായ അലങ്കരണത്തിന്റെ കലയായി പണിക്കരുടെ രചനകൾ മാറിപ്പോയെന്ന വിമർശനം ഇതേക്കുറിച്ച് ഉയർന്നിട്ടുണ്ട്. കെ ജി സുബ്രഹ്മണ്യൻ എഴുതുന്നു:

   " At first his painting featured voluptous human forms in ramble line, which metamorphosed slowly into wriggling foetal spectres and later uncoiled into rhythamic lines and squiggles, many in stages from a writhing human landscape into a microbial street of linear romanticism. They became less agitated and more quiescent and at their best rolled out an intriguing carpet of colour fields and calligraphic texture, with a distant visual reference to our old manuscript scrolls" (Subrahmanian 2000:10).

5. പാഠങ്ങളിൽ സന്നിഹിതമായിരിക്കുന്ന ആർത്ഥികചക്രവാളങ്ങൾ (semantic horizons) രാഷ്ട്രീയചരിത്രം (Political History), സാമൂഹ്യചരിത്രം (Social History), ചരിത്രം (History) എന്നിവയുടേതാണെന്ന് ഫ്രെഡറിക് ജയിംസൺ അഭിപ്രായപ്പെടുന്നു.

6. ഈ വിശദീകരണം, പക്ഷേ, പ്രശ്നഭരിതമായ ഒന്നാണ്. ഇതേക്കുറിച്ച് മറ്റൊരു സന്ദർഭത്തിൽ പണിക്കർ വ്യത്യസ്തമായ മറ്റൊരു വിശദീകരണവും നല്കുന്നുണ്ട്:

" My work of the *Words and Symbols* series started in 1963 using mathematical symbols, Arabic figures and Roman Script........ In the course of time my symbols changed. I found the Malayalam script more congeniel... The scripts are not intended to read. They have no meaning other than their visual aspect" (Panicker, K C S 1971:15). ഇങ്ങനെ നോക്കിയാൽ *വാക്കുകളും പ്രതീകങ്ങളും* എന്ന പരമ്പരയിൽ പ്രത്യക്ഷപ്പെടുന്ന അക്ഷരക്കൂട്ടുകൾ കാഴ്ചയുടെ ഒരു കേവലമൂല്യമായി പരിഗണിക്കപ്പെടുന്നതുകാണാം. മദ്രാസ് സ്കൂൾ കലാകാരനായ റെഡ്ഡപ്പാ നായിഡു ഇക്കാര്യം ഉറപ്പിച്ചുതന്നെപറയുന്നുണ്ട്. അക്ഷരക്കൂട്ടുകൾക്ക് അവിടെ അലങ്കരണമൂല്യത്തിൽ കവിഞ്ഞ യാതൊരു പ്രസക്തിയുമി ല്ലെന്നാണ് നായിഡുവിന്റെ അഭിപ്രായം (Tuli 1997: 340).

7. 1930 കളിലെ ഇംഗ്ലീഷ് ചിത്രകലയിലേക്ക് പോൾ നാഷ്, ബെൻ നിക്കോൾ സൺ തുടങ്ങിയവർ മടക്കിക്കൊണ്ടുവന്ന ഭൂഭാഗചിത്രങ്ങളുടേയും (land-scapes) നിശ്ചലദൃശ്യങ്ങളുടേയും (still life) രാഷ്ട്രീയവിവക്ഷകൾ ആരാ യുന്നവേളയിൽ, അത് ആധുനികതാവാദപരമായ രചനാസങ്കേതങ്ങളെ നിർവ്വീര്യമാക്കുന്ന (neutralize) രചനാപദ്ധതിയായിരുന്നു എന്ന് കലാ ചരിത്രകാരന്മാർ ചൂണ്ടിക്കാണിക്കുന്നുണ്ട് (Harrison 1990: 167 - 68). ആധുനികത എന്ന സാമൂഹ്യ-ചരിത്രസന്ദർഭത്തെയും അതിന്റെ സാമൂഹ്യ - അധികാര രൂപങ്ങളെയും വിമർശനാത്മകമായി നോക്കിക്കാണുന്നതിന് പടിഞ്ഞാറൻ ചിത്രകല വികസിപ്പിച്ചെടുത്ത രൂപമാതൃകകളെ രചനാ പരമായ കേവലസാങ്കേതികതയായി പരിഗണിച്ചുകൊണ്ട് പൂർവ്വകാലജനുസ്സു (genre) കളിൽ സന്നിവേശിപ്പിക്കുകയാണ് അവർ ചെയ്തത്. ഫലത്തിൽ ഇത് ആധുനികതാവാദകലയെ രാഷ്ട്രീയമായി നിരായുധീകരിക്കലായിരുന്നു. (neutralization of the resourses of modern art).

8. സ്റ്റാലിന്റെ ഭരണകാലത്ത് സോവിയറ്റ്കലയിലെ ആദർശാത്മകരൂപമായി രുന്ന 'ട്രാക്ടർ ഓടിക്കുന്ന തൊഴിലാളി'യെപ്പോലുള്ള മാതൃകാരൂപങ്ങൾ ക്കെതിരായ പ്രതിഷേധമെന്ന നിലയിൽ മദ്ധ്യകാലസ്വഭാവമുള്ള പ്രകൃതി സോവിയറ്റ് ചിത്രകലയിൽ ഇടം നേടുന്നുണ്ട്. ചിത്രപാഠത്തിൽനിന്ന് ഒഴിഞ്ഞു നില്ക്കുന്ന ഒരു വർത്തമാനഘടകം അതിന്റെ വിപരീതനില കൾക്കുള്ള ഭാവനാപരമായ അടിത്തറയൊരുക്കുന്നു എന്നർത്ഥം (Meeham 2000 : 79). ഇതിൽനിന്ന് വ്യത്യസ്തമായ നിലയിൽ സോഷ്യലിസ്റ്റ് റിയലി സവുമായി ബന്ധമില്ലാത്ത റിയലിസ്റ്റിക് കലയ്ക്ക് ഫ്രാൻസിൽ ലെഷെ (Leger)യും മെക്സിക്കോവിൽ റിവേറ (Rivera) യും ജന്മം നല്കുകയും ചെയ്തിട്ടുണ്ട് (Fer 1994: 237-8).

9. വൃക്ഷങ്ങളും സസ്യജാലങ്ങളും നിർവ്വഹിക്കുന്ന പ്രതീകധർമ്മത്തെ ക്കുറിച്ച്, പതിനെട്ടാം നൂറ്റാണ്ടിലെ ഇംഗ്ലീഷ് ചിത്രകലയെ മുൻനിർത്തി കീത്ത് തോമസ് നടത്തുന്ന ചില നിരീക്ഷണങ്ങൾ ഇവിടെ പ്രസക്തമാണ്. വിക്ഷുബ്ധമായ സാമൂഹ്യപരിവർത്തനങ്ങളുടെ സന്ദർഭത്തിൽ, അചഞ്ച ലമായി നിലനില്ക്കുന്ന മനുഷ്യജീവിതം എന്ന പ്രതീതിയുണർത്താൻ വൃക്ഷവ്യൂഹദൃശ്യങ്ങൾക്ക് കഴിയുമെന്ന് അദ്ദേഹം അഭിപ്രായപ്പെടുന്നു (Thomas 1983: 219). ചെറിമരങ്ങളെക്കുറിച്ചുള്ള *ജർമ്മൻപ്രത്യയശാസ്ത്ര*

ത്തിലെ മാർക്സിന്റെ പരാമർശങ്ങളെ വിശദീകരിച്ചുകൊണ്ട് പ്രതീകങ്ങളെന്ന നിലയിൽ വൃക്ഷങ്ങൾക്കുള്ള പ്രത്യയശാസ്ത്രപരമായ ധ്വനിമൂല്യത്തെക്കുറിച്ച് ബാർഥും ചർച്ചചെയ്യുന്നുണ്ട്. പ്രകൃത്യാത്മകവും രാഷ്ട്രീയവും ആയവയുടെ സംയുക്തം (compound of natural and political) എന്ന നിലയിലാണ് വൃക്ഷവ്യൂഹങ്ങൾ ചിത്രങ്ങളിൽ പ്രത്യക്ഷപ്പെടുന്നതെന്ന് അദ്ദേഹം പറയുന്നു. അവയുടെ രാഷ്ട്രീയമൂല്യം (തോട്ടങ്ങളും മറ്റുമെന്ന നിലയിലുള്ള നട്ടുവളർത്തലിന്റെയും പരിപാലനത്തിന്റെയും) പ്രകൃത്യാത്മകതയുടെ വ്യവഹാരമണ്ഡലത്തിൽ മറച്ചുവയ്ക്കപ്പെടുകയോ ശുദ്ധീകരിക്കപ്പെടുകയോ ചെയ്യുന്നു. ഇങ്ങനെ മരങ്ങളും പ്രകൃതിയും സാമൂഹ്യരാഷ്ട്രീയ ബന്ധങ്ങളെ പ്രകൃത്യാത്മകമാക്കിത്തീർക്കുന്ന രൂപാവലിയായി നിലകൊള്ളാമെന്ന് ബാർഥ് വ്യക്തമാക്കുന്നു (Barths 1972 : 109, 144).

പതിനെട്ടാംശതകത്തിലെ ഇംഗ്ലീഷ് ഭൂഭാഗചിത്രങ്ങളിൽ നിരന്തരം കടന്നുവരുന്ന ഓക് മരങ്ങൾ എങ്ങനെ ഫ്യൂഡൽ ആഭിജാത്യത്തിന്റെ പ്രതീകങ്ങളായി നിലകൊള്ളുന്നു എന്ന കാര്യവും പരിശോധിക്കപ്പെട്ടിട്ടുണ്ട്. ജോർജ്ജിയൻ ഇംഗ്ലണ്ടിലെ വന-പ്രകൃതിദൃശ്യങ്ങളെക്കുറിച്ചുള്ള പഠനത്തിൽ സ്റ്റീഫൻ ഡാനിയൽ എഴുതുന്നു: " The oldest, richest and most complex associations adhered to the Oak. Like the ideal landed family, Oaks were claimed to be venerable, patriarchal, stately, guardian and quintessentially English" (Danials 2000:48). 'പ്രകൃതി' മാത്രമല്ല, സ്വാഭാവികപ്രകൃതിയിലെ ഘടകവസ്തുക്കളോരോന്നും പ്രത്യയശാസ്ത്രപരമായ വിവക്ഷകളോടെയാണ് ചിത്രത്തിൽ ഇടം കണ്ടെത്തുന്നത് എന്നാണിത് വ്യക്തമാക്കുന്നത്. അതേ സമയം, ബാർഥ് സൂചിപ്പിക്കുന്നതുപോലെ, ഈ പ്രത്യയശാസ്ത്ര - രാഷ്ട്രീയവിവക്ഷകളെ പ്രകൃത്യാത്മകവും പക്ഷപാതരഹിതവുമാക്കി (naturaize and neutralize) സ്വാഭാവികതയുടെ പരിവേഷത്തിനകത്തു സ്ഥാനപ്പെടുത്താനും അവയ്ക്ക് കഴിവുണ്ട്.

മലബാർ കർഷകന്റെ ജീവിതം എന്ന ചിത്രത്തിൽ കൃഷി എന്ന പ്രതീകം ഇത്തരമൊരു ദൗത്യം ഏറ്റെടുക്കുന്നത് കാണാൻ കഴിയും. ചരിത്രമുക്തവും കേവലവുമായ ഒരു ജീവിതാനുഭവത്തിന്റെ പ്രതീതിമണ്ഡലമായി നിലനിന്നുകൊണ്ട്, അത്, അധികാരബന്ധങ്ങളെയും പ്രത്യയശാസ്ത്ര വ്യവഹാരങ്ങളെയും മറയ്ക്കുന്നു. അങ്ങനെ ചരിത്രപരവും രാഷ്ട്രീയവുമായ ഒന്നിനെ പ്രകൃത്യാത്മകവും സ്വാഭാവികവുമാക്കുന്നു (natural and neutral). [മരങ്ങളുടെ പ്രതീകാത്മകദൗത്യത്തെക്കുറിച്ചുള്ള വിശദമായ ചർച്ചയ്ക്ക് ഡഗ്ലസ് ഡേവിസിന്റെ ശ്രദ്ധേയമായ പഠനം കാണുക (Davies 2000 : 32 - 42).]

10. "The very existence of Impressionism which transformed nature in to a private, unformalized field of sensitive vision shifting with the spectator, made painting an ideal domain of freedom; it attracted many who were tied unhappily to middle class jobs and moral standards now increasingly problamatic and stultifying with the advance of monopoly capitalism... in its discovery of a constantly changing

phenominal outdoor world of which the shapes depend on the momentary position of the casual or mobile spectator, there was an implicit criticism of symbolic and domestic formalities" (Crow 1998:126).

11. കേരളീയ ചുമർച്ചിത്രങ്ങളുടെ ഈ പൊതുസ്വഭാവത്തിന് അപവാദമെന്ന് പറയാവുന്ന അപൂർവ്വം ചില ചിത്രങ്ങളുമുണ്ട്. കണ്ണൂരിലെ തൊടീക്കളം ശിവക്ഷേത്രത്തിന്റെ തെക്കേച്ചുവരിൽ കാണുന്ന നാട്ടുകാരുടെ ചിത്രം, ശങ്കരാചാര്യരുടെ ചിത്രം, വടക്കേച്ചുവരിലെ കോട്ടയംരാജാവിന്റെ ചിത്രം, കുമ്പള അനന്തേശ്വരം ക്ഷേത്രത്തിലെ കരയുന്ന പശുവിന്റെ ചിത്രം, മുഴുപ്പിലങ്ങാടി ശ്രീകുറുമ്പക്കാവിലെ, പോർച്ചുഗീസ് പടയാളിയെന്ന് കരുതാവുന്ന കുതിരക്കാരനായ യൂറോപ്യൻ പടയാളിയുടെ ചിത്രം, വടകര ചേന്ദമംഗലം ശിവക്ഷേത്രത്തിലെ, നാച്ചുറലിസ്റ്റ് പ്രതീതി ജനിപ്പിക്കുന്ന, കുരങ്ങന്മാരുടെയും കാടിന്റെയും ചിത്രം, പയ്യോളി കീഴൂർ ശിവക്ഷേത്രത്തിലെ ബ്രാഹ്മണരുടെ ചിത്രം തുടങ്ങിയവയൊക്കെ പ്രമേയപരമായോ പ്രതിപാദനപരമായോ യഥാതഥതാല്പര്യങ്ങൾ പ്രദർശിപ്പിക്കുന്ന രചനകളാണ് (Frenz & Marar 2004 : Plates 14,16,58,101,188,234 and 160).

12. ആഴത്തിന്റെ പ്രതീതിയെ നിരന്തരമായി ഉപേക്ഷിക്കാനും പരപ്പിലേക്ക് (flatness) കൂടുതൽ കൂടുതൽ അടുക്കാനുമുള്ള ശ്രമം ആധുനികതാവാദ കലയുടെ പ്രബലപ്രവണതകളിലൊന്നാണ്. പടിഞ്ഞാറൻ കലയിലെ പരപ്പിന്റെ വംശാവലി (geneology of flatness) പഠനവിഷയമാക്കിയ ഡേവിഡ് ജോസെലിറ്റ് കർത്തൃപരമായ പുതിയൊരു പ്രതിസന്ധിയുടെ പ്രകാശനം കൂടിയായി അതിനെ പരിഗണിക്കുന്നു. (Joselit 2005 : 292 - 308). ആധുനികാനന്തരകലയുടെ അടിസ്ഥാനസ്വഭാവമായും ആഴത്തിൽനിന്ന് പരപ്പിലേക്കുള്ള വഴിമാറൽ ഇപ്പോൾ പരിഗണിക്കപ്പെട്ടു പോരുന്നുണ്ട്.

സഹായകഗ്രന്ഥങ്ങൾ

അജയകുമാർ, *2000, ചിത്രകലയും സാഹിത്യവും: ഇരുപതാം നൂറ്റാണ്ടിലെ കേരളീയാനുഭവം*, എം എൻ വിജയൻ (ജന: എഡി.), *നമ്മുടെ സാഹിത്യം നമ്മുടെ സമൂഹം* 1901-2000, വാല്യം രണ്ട്, കേരള സാഹിത്യഅക്കാദമി, തൃശ്ശൂർ.

ആനന്ദകുമാരസ്വാമി കെ, 2003, *ഭാരതീയകലയ്ക്ക് ഒരാമുഖം*, റെയിൻബോ പബ്ലിക്കേഷൻസ്, ചെങ്ങന്നൂർ.

ദേവൻ എം വി, 1999, 'കെ സി എസ് പണിക്കർ', *ദേവസ്പന്ദം*, ഡി സി ബുക്സ്, കോട്ടയം.

നന്ദകുമാർ ആർ, 1983, 'ആധുനിക ഇന്ത്യൻ ചിത്രകല: ഒരനുബന്ധം', രവീന്ദ്രൻ (എഡി.), *കലാവിമർശം മാർക്സിസ്റ്റ് മാനദണ്ഡം*, നിള പബ്ലിഷേഴ്സ്, കൊച്ചി.

വിജയകുമാർമേനോൻ, 1993, *ആധുനികകലാദർശനം*, കറന്റ് ബുക്സ്, തൃശ്ശൂർ.

വിജയകുമാർമേനോൻ, 2003, *ഭാരതീയകല ഇരുപതാംനൂറ്റാണ്ടിൽ*,

ഡി സി ബുക്സ്, കോട്ടയം.

Barths, Roland, 1973, *Mythologies*, Fontana Press, London.

Crow, Thomas, 1998, *Modern Art in the Common Culture*, Yale University Press, New Havens.

Daniels, Stephan, 2000, The political lconography of Woodland in Later Georgian England, in Cosgrave and Daniels (eds.), *lconographyof Landscape*, Cambridge University Press, Cambridge.

Davies, Douglas, 2000, 'The Evocative Symbolism of Trees', in Denis Cosgrove and Stephans Daniels, *lconography of Landscape*, Cambridge University Press, Cambridge.

Fer, Briony, David Batchelor and Paul Wood, 1999, *Realism Rationalism : Art Between the Wars*,Yale University Press, New Haven, London.

Frenz, Albrecht and K K Marar, 2004, *Wall paintings in North Kerala, India*, Arnoldsche, Stuttgart.

Harrison Charls, 1994, *English Art and Modernism* 1900- 1939, Yale University Press, New Haven, London.

Jameson, Frederic, 1981, *The political Unconscious : Narrative as a Socially Symbolic Act*, Methuen, London.

Joselit, David, 2005, 'Notes on Surface: Toward a Geneaology of Flatness' in Zoya Kocur and Simon Leung (eds.), *Theory in Contemporary Art Since* 1985, Blackwell Publishing, Malden/ Oxford.

Meecham, Pam and Julle Sheldon, 2000, *Modern Art : A Critical Introduction*, Routledge, London.

Panicker, K C S, 1971, 'ContemporaryPainters and Metaphorical Elements in the Art the Past', Cited in Tuli 1999 : 123.

Panicker, K C S, 2000, 'Why do I Paint', *Imaging Ravi Varma and KCS Panicker*, Kerala Lalita Kala Akademy, Trissur.

Subrahmanian, K G, 1987, *The Living Tradition Perspectives on Modern Indian Art*, Seagull Books, Calcutta.

Subrahmanian, K G, 1992, *Creative Circuit*, Seagull Books, Calcutta.

Subrahmanian, K G, 2000, 'On KCS Panicker', *Imaging Ravi Varma and KCS Panicker*, Kerala Lalita Kala Akademy, Trissur.

Tuli, Nerille, 1999, *The Flamed Mosaic : Indian Contemporary Painting*, HEART/Mapin Publishing Pvt. Ltd., Ahamedabad.

www.ingramcontent.com/pod-product-compliance
Lightning Source LLC
LaVergne TN
LVHW101405051026
849519LV00005BC/1664
* 9 7 8 9 3 8 5 0 4 5 8 3 7 *